മീനാക്ഷി

Meenakshi
Novel pazham

Cheruvalath Chathunair

Novel Pazhama Series editor
N Santhosh Kumar

CHINTHA PUBLISHERS
Thiruvananthapuram

First Chintha Edition
January 2013

Second Edition
March 2013

Third Edition
August 2022

Typesetting & Published
Chintha Publishers, Thiruvananthapuram

Printed at
Repro India Ltd, Mumbai

Cover Design
Blackmole

ISBN : 978-93-82808-67-1

CR - 3215 / 6095

₹350

Email: chinthapublishers@gmail.com
Website: www.chinthapublishers.com

A version is available at National Libraries
Kolkata, Mumbai, Chennai and Delhi

Distribution
DESHABHIMANI BOOKHOUSE
H O Thiruvananthapuram 695035

Branch
Head Office Kunnukuzhi • Statue Thiruvananthapuram
KSRTC Bus Terminal Thampanoor • Saphalyam Complex Thiruvananthapuram
KSRTC Bus Station Alappuzha • KSRTC Bus Station Ernakulam
Machingal Lane Thrissur • IG Road Kozhikode
Mavoor Road Kozhikode • NGO Union Building Kannur
Central Bus Terminal Complex Thavakkara Kannur

മീനാക്ഷി

നോവൽ പഴമ : 7
1890

ചെറുവലത്ത് ചാത്തുനായർ

നോവൽ പഴമ സീരീസ് എഡിറ്റർ
എൻ സന്തോഷ് കുമാർ

പഠനം

ഹേമ ജോസഫ് സി

ചിന്ത പബ്ലിഷേഴ്സ്
തിരുവനന്തപുരം-695 035
വില : ₹ 350

പ്രസാധകക്കുറിപ്പ്

പത്തൊമ്പതാം നൂറ്റാണ്ടിൽ മലയാളഭാഷയിൽ രചിക്കപ്പെട്ട പതിനഞ്ചു നോവലുകളാണ് 'നോവൽ പഴമ' എന്ന പേരിൽ ചിന്ത പബ്ലിഷേഴ്സ് പുനഃപ്രസിദ്ധീകരിക്കുന്നത്. കൊളോണിയൽ ആധിപത്യവും അതിന്റെ സാംസ്കാരികാധിനിവേശവും കേരളത്തിന്റെ സാമൂഹിക ജീവിതത്തിൽ സൃഷ്ടിച്ച ആഘാതങ്ങളും നിർമിതികളും ഈ നോവലുകളിൽ വായിച്ചെടുക്കാവുന്നതാണ്. കേരളത്തിന്റെ ഉൽപ്പാദന ബന്ധങ്ങൾ, ആൺ-പെൺ ബന്ധം, കുടുംബജീവിതം, ലൈംഗികത, ജാതിവ്യവസ്ഥ, ആചാരങ്ങൾ, ആരാധനാരീതികൾ, വാമൊഴിവഴക്കങ്ങൾ, സൗന്ദര്യദർശനം, രാഷ്ട്രീയബോധം, ആഖ്യാനസമ്പ്രദായങ്ങൾ തുടങ്ങിയവയെല്ലാം വിശദമായി ചർച്ചചെയ്യപ്പെടുന്ന കൃതികളാണിവ. കൊളോണിയൽ സാംസ്കാരികവ്യവസായം എങ്ങനെയാണ് തദ്ദേശീയ ജനകീയ സംസ്കാരങ്ങളുടെമേൽ മേൽക്കൈ നേടിയതെന്നും വിക്ടോറിയൻ സദാചാരബോധത്തിന്റെയും കൊളോണിയൽ ആധുനികതയുടെയും അച്ചിൽ മലയാളികളുടെ സാംസ്കാരിക-സാമൂഹിക ജീവിതത്തെ എങ്ങനെയാണ് പുനർനിർമിച്ചതെന്നും മനസിലാക്കാൻ ഈ കൃതികൾ നമ്മെ സഹായിക്കുന്നതാണ്. ഏഷ്യാറ്റിക് ലോകങ്ങളെയെല്ലാം പ്രാകൃത സമൂഹങ്ങളായും പാശ്ചാത്യലോകത്തെ സാംസ്കാരത്തിന്റെ സ്രോതസായും വിഭാവനം ചെയ്യുന്ന പാശ്ചാത്യയുക്തി ഇന്നും പ്രബലമായി ലോകത്തിൽ നിലനിൽക്കുകയാണ്. അധിനിവേശം എന്ന ഹിംസാത്മകത അതിന്റെ സഹജമായ വംശീയാഹന്തയോടെ ലോകത്തിനുമേൽ നടത്തുന്ന സംഹാരതാണ്ഡവത്തെ പ്രശ്നവൽക്കരിക്കേണ്ട ഈ കാലഘട്ടത്തിൽ മലയാളസാഹിത്യത്തിലെ ഈ അപൂർവ വസന്തങ്ങൾ പുനർവായിക്കപ്പെടേണ്ടത് അത്യാവശ്യമാണ്. കേരളീയ സമൂഹം ഒരു ആധുനിക സമൂഹമായി പരിവർത്തിക്കപ്പെടുമ്പോൾ അതിന് അനിവാര്യമായും അഭിമുഖീകരിക്കേ

ണ്ടിവന്ന പുതിയ പ്രശ്നങ്ങളെയും ഈ നോവലുകൾ അനാവരണം ചെയ്യുന്നുണ്ട്. എന്നാൽ അതേസമയം തന്നെ നവോത്ഥാനത്തിന് തിരി കൊളുത്തിയ കാലഘട്ടത്തിലാണ് ഈ നോവലുകൾ രചിക്കപ്പെട്ടത്. ബ്രാഹ്മണാധിപത്യത്തിനും ജാതിമർദനത്തിനുമെതിരായ നവോത്ഥാന-കീഴാള ഉയിർപ്പുകളെ സാക്ഷ്യപ്പെടുത്തുകയും ചെയ്യുന്നവയാണ് ഇതിലെ പല കൃതികളും.

ഈ പുസ്തകങ്ങളും ഇവയെക്കുറിച്ചുള്ള പഠനക്കുറിപ്പുകളും സമാഹരിച്ചു നൽകിയ എൻ സന്തോഷ് കുമാറിന്റെ ശ്രമം മലയാള സാഹിത്യ ചരിത്രത്തിലെ ഒരു വലിയ സംഭവമായി ഞങ്ങൾ കരുതുന്നു.

ഈ കൃതികൾ മലയാളി വായനാ സമൂഹത്തിനു മുമ്പിൽ സസന്തോഷം സമർപ്പിക്കുന്നു.

ചിന്ത പബ്ലിഷേഴ്സ്

കേരളീയ നവോത്ഥാനത്തിന്റെ ഭൂമിക

പത്തൊമ്പതാം നൂറ്റാണ്ടിലെ മലയാള നോവലുകൾ ഇന്ന് വായിക്കുമ്പോൾ

രണ്ടുതരം ആഖ്യാനലക്ഷ്യങ്ങളാണ് തങ്ങളുടെ രചനകളെക്കുറിച്ച് വിശദീകരിക്കുമ്പോൾ പത്തൊമ്പതാം നൂറ്റാണ്ടിലെ മലയാള നോവലിസ്റ്റുകൾ സൂചിപ്പിച്ചിട്ടുള്ളത്. അപ്പുനെടുങ്ങാടിയെയും ചന്തുമേനോനെയും പോലെയുള്ളവർ ഇഷ്ടജനങ്ങളുടെ വിനോദത്തിനായി നോവലുകൾ രചിച്ചപ്പോൾ പോത്തേരി കുഞ്ഞമ്പുവും ജോസഫ് മൂളിയിലും സോദ്ദേശ്യാധിഷ്ഠിതമായിത്തന്നെയാണ് തങ്ങളുടെ രചനകൾ എന്നു തുറന്നുപറയുന്നുണ്ട്. നോവൽ രചനയ്ക്കു പിന്നാലെ പരസ്പരപൂരകങ്ങളായ രണ്ടു ധർമങ്ങളെയും കൂട്ടിയിണക്കുകയായിരുന്നു ഈ എഴുത്തുകാരെല്ലാം തന്നെ. നോവൽ എന്ന സാഹിത്യശാഖ ഇന്ത്യൻ ഭാഷകളിൽ രൂപപ്പെടാനും വളർന്നുവികസിക്കാനും ഈ രണ്ടുഘടകങ്ങളും ഒരുപോലെ കാരണമായിട്ടുണ്ട്. ഒരു നൂറ്റാണ്ടിന് ഇപ്പുറത്തുനിന്ന് ആ നോവലുകൾ വായിക്കുമ്പോൾ അവ കേവലം വിനോദത്തിനുമപ്പുറം അക്കാലത്തെ ചരിത്രപരവും രാഷ്ട്രീയവും സാംസ്കാരികവുമായ വ്യവഹാരങ്ങൾകൂടിയായി മാറുന്നതെങ്ങനെയെന്ന് തിരിച്ചറിയാൻ കഴിയുന്നുണ്ട്.

ഇന്ത്യൻ നവോത്ഥാനമാണ് ആദ്യകാല ഇന്ത്യൻ നോവലുകൾക്ക് ജന്മം നൽകിയതെന്ന വസ്തുത വിസ്മരിച്ചുകൊണ്ട് അവയെ സമീപിക്കുന്നത് ചരിത്രവിരുദ്ധമാണ്. യൂറോപ്യൻ നോവലുകളുടെ കേവലാനുകരണമാണ് ആദ്യകാല ഇന്ത്യൻ നോവലുകൾ എന്ന വാദം അതുകൊണ്ടുതന്നെ അപ്രസക്തമായിത്തീരുന്നു. നോവലുകൾ മുന്നോട്ടുവയ്ക്കുന്ന ആധുനികമായ ഭാവുകത്വവും അനുഭവപരിസരവും കൊളോണിയൽ വിദ്യാഭ്യാസം ലഭിച്ച ഇന്ത്യൻ ഉപരിവർഗത്തിനിടയിലെങ്കിലും വേരോടിയിരുന്നു എന്നതിന്റെ ശക്തമായ തെളിവുകൾകൂടിയാണ് അവ. അത്തരം അനുഭവപരിസരം ബ്രിട്ടീഷ് ഇന്ത്യയിൽ എങ്ങനെ രൂപപ്പെട്ടു എന്നതിന്റെ

രേഖകൾകൂടിയായി സ്വാഭാവികമായും പത്തൊമ്പതാം നൂറ്റാണ്ടിലെ മലയാള നോവലുകൾ മാറുന്നുണ്ട്. അതുകൊണ്ടുതന്നെ കേരളീയമായ നവോത്ഥാനശ്രമങ്ങളുടെ ഒരു മുന്നോടിയായി ഈ നോവലുകളെ വായിച്ചെടുക്കാൻ കഴിയും.

ബംഗാളി ഭാഷയിൽ മിസിസ്സ് കാതറീൻ ഹന്നാ മുല്ലൻസ് രചിച്ച *ഫുൽമോനി ഓ കരുണാർ ബിബരണിന്* റവ. ജോസഫ് പീറ്റ് നിർവഹിച്ച *ഫുൽമോനി എന്നും കോരുണ എന്നും പേരായ രണ്ടു സ്ത്രീകളുടെ കഥ* (1858) വിവർത്തനം ചെയ്യപ്പെട്ടതോടെ ആരംഭിക്കുന്നു മലയാള നോവലുകളുടെ ചരിത്രം എന്നു പറയാം. ബംഗാളിഭാഷയിൽനിന്നും മലയാളവൽക്കരിക്കുമ്പോൾ മലയാള സമൂഹത്തേക്കൂടി അഭിസംബോധന ചെയ്യുന്ന എഴുത്തായി അത് മാറുന്നു. പിൽക്കാലത്ത് 1894ൽ കേരളവർമ വലിയകോയിത്തമ്പുരാൻ വാൻലിം ബർഗ് ബ്യൂവറുടെ ഡച്ച് നോവലായ *അക്ബർ* ഇംഗ്ലീഷിൽനിന്ന് മലയാളത്തിലേക്ക് വിവർത്തനം ചെയ്തപ്പോൾ ഇല്ലാതെപോയതും ഈയൊരു ഗുണമാണ്. ഇങ്ങനെയാണ് റവ. ജോസഫ് പീറ്റ് മൊഴിമാറ്റം നിർവഹിച്ച *ഫുൽമോനിയുടെയും കോരുണയുടെയും കഥ* പത്തൊമ്പതാം നൂറ്റാണ്ടിലെ മലയാള നോവലുകളുടെ സമഗ്രസമാഹാരമായ നോവൽ പഴമയിലെ ആദ്യനോവലായി പരിണമിച്ചത്. പി പി രവീന്ദ്രന്റെ ആമുഖപഠനം വിവർത്തന നോവലുകൾ ഭാഷാനോവലുകളായിത്തീർന്നതിന്റെ പശ്ചാത്തലം വ്യക്തമായിത്തന്നെ വിശദമാക്കുന്നുണ്ട്. ഇങ്ങനെ *ഫുൽമോനിയുടെയും കോരുണ*യുടെയും കഥ എന്ന വിവർത്തനത്തിൽ തുടങ്ങുന്ന പതിനഞ്ച് നോവലുകളുടെ സമാഹാരമാണ് നോവൽ പഴമ എന്ന പത്തൊമ്പതാം നൂറ്റാണ്ടിൽ പ്രസിദ്ധീകരിച്ച മലയാള നോവലുകളുടെ ഒരു പാക്കേജിൽ ഉൾപ്പെടുത്തിയിരിക്കുന്നത്.

നോവലിന്റെ രൂപഘടനയെക്കുറിച്ചുള്ള സാമ്പ്രദായിക വീക്ഷണങ്ങൾ ഇല്ലാതായ പുതിയ കാലത്ത്, നോവലിന്റെ സ്വരൂപഘടനയെക്കുറിച്ചുള്ള അപ്രസക്തമായ വിചാരങ്ങൾക്കപ്പുറത്ത് പത്തൊമ്പതാം നൂറ്റാണ്ടിലെ മലയാള നോവലുകളെ ഇന്നു വായിക്കുമ്പോൾ അക്കാലത്തെ ചരിത്രവും സംസ്കാരവും രൂപപ്പെട്ടതിന്റെ വ്യക്തമായ ദിശാബോധം ലഭിക്കുന്നുണ്ട്. ഒറ്റയൊറ്റയായി വായിക്കുന്നതിനേക്കാൾ ഒരു സമഗ്രസമാഹാരമായി വായിക്കുമ്പോൾ പത്തൊമ്പതാം നൂറ്റാണ്ടിലെ ചരിത്രത്തിന്റെയും സംസ്കാരത്തിന്റെയും തുടർച്ച അതിൽ കണ്ടെത്താനാവും. ആധുനിക കേരളീയ സമൂഹത്തിന്റെ രൂപപ്പെടലും അതിനെ നിയന്ത്രിച്ച വിവിധ ശക്തികളും ഘടകങ്ങളുമെല്ലാം ഈ സമഗ്രവായനയിൽ തെളിയുന്നുണ്ട്. ഈ വായനയ്ക്ക് സഹായകമാകുന്ന തരത്തിൽ തന്നെയാണ് ഇവയുടെ ആമുഖപഠനങ്ങളും രേഖപ്പെടുത്തിയെടുത്തിട്ടുള്ളത്. ഇക്കാര്യങ്ങളെല്ലാം ഓരോ നോവലിന്റെയും ആമുഖ പഠനങ്ങൾ വളരെ വിശദമായി ചർച്ച ചെയ്യുന്നുണ്ട്. പത്തൊമ്പതാം നൂറ്റാണ്ടിലെ നോവലുകളുടെ സമഗ്രതയായ നോവൽ പഴമ പുറത്തുവരുന്നതോടുകൂടി നമ്മുടെ സാഹിത്യ

പാരമ്പര്യത്തിന്റെ പൊതു അന്തരീക്ഷത്തിൽ ഒരു സംവാദം രൂപപ്പെടു മെന്ന് ഉറപ്പുണ്ട്. അധിനിവേശം/ദേശീയ, മേലാളൻ/കീഴാളൻ, സവർണ്ണൻ/അവർണ്ണൻ, പുരുഷൻ/സ്ത്രീ, ആധുനികത/പാരമ്പര്യം തുടങ്ങിയ സംവർഗങ്ങൾ പല പ്രകാരത്തിൽ സംഘർഷത്തിലേർപ്പെടു ന്നതിന്റെ സൂചനകൾ ഈ നോവലുകളിൽ തെളിയുന്നുണ്ട്. സ്ത്രീ വിദ്യാ ഭ്യാസവും സ്ത്രീ സ്വാതന്ത്ര്യവും ഉൾപ്പെടുന്ന വിഷയങ്ങൾ മലയാള ത്തിൽ ആദ്യമായി ചർച്ച ചെയ്ത മാധ്യമവും ഈ നോവലുകൾ തന്നെ. കീഴാളരുടെ ഉദ്ഗ്രഥനവും മതപരിവർത്തനവും അടക്കമുള്ള വിഷയ ങ്ങളും ഇവയെ സജീവമാക്കുന്നു. ഒപ്പം മാറിവരുന്ന ലോകബോധവും നീതിന്യായക്രമങ്ങളും സജീവമായ ചർച്ചയാവുന്നു. വൃത്തിയും വെടിപ്പും ആധുനികമായ കുടുംബവും വിദ്യാഭ്യാസവുമൊക്കെ ഉൾപ്പെടുന്ന ആധു നികവൽക്കരണ പ്രക്രിയയും നിരന്തര സംവാദമായിത്തീരുന്നുണ്ട്. ഒപ്പം പിൽക്കാലത്ത് കേരളീയ നവോത്ഥാന പ്രക്രിയയുടെ രൂപീകരണത്തിലേക്ക് നയിച്ച സാഹചര്യങ്ങളും പരിഗണിക്കപ്പെടുന്നുണ്ട്. ഇങ്ങനെ പത്തൊ മ്പതാം നൂറ്റാണ്ടിനെ സാംസ്കാരികമായി വായിക്കാനുള്ള മികച്ച ഉപാ ധികൂടിയാണ് അക്കാലത്തെ നോവലുകളുടെ സമഗ്രതയായ നോവൽ പഴമ എന്ന ഈ സമാഹാരം.

ഈ നോവലുകൾക്ക് വിശദമായ ആമുഖപഠനം തയാറാക്കിത്തന്ന വിശിഷ്ടരായ എഴുത്തുകാർക്കും ഇത്തരമൊരു സമഗ്രതയുടെ പ്രസക്തി മനസിലാക്കി പ്രസാധനത്തിന് മുൻകൈയെടുത്ത ചിന്ത പബ്ലിഷേഴ്സിനും ഞാൻ നന്ദി രേഖപ്പെടുത്തുന്നു. കേരളീയ വായനാസമൂഹം പത്തൊ മ്പതാം നൂറ്റാണ്ടിലെ നോവലുകളുടെ സമഗ്രതയായ നോവൽ പഴമയെ സ്വീകരിക്കുമെന്ന പ്രത്യാശയോടെ.

പിലിക്കോട് **എൻ സന്തോഷ് കുമാർ**

04-01-2013 നോവൽ പഴമ സീരീസ് എഡിറ്റർ

പഠനം

മീനാക്ഷി: കൊളോണിയൽ കാല ത്തിനും അവസ്ഥയ്ക്കും യുക്തമായത്

ഹേമ ജോസഫ് സി

മുൻപുള്ള കവികൾ സാധാരണയായി വർണിച്ചു കാണുന്ന മറ്റുചില അവയവങ്ങളെപ്പറ്റി അൽപ്പം ചിലതെല്ലാം പറവാൻ എനിക്കു കഴിയുമെന്നു വരികിലും ഇപ്പോഴത്തെ കാലത്തിനും അവസ്ഥയ്ക്കും അതു ലേശം യുക്തമായി വരികയില്ലെന്നു വിശ്വസിച്ച് കേവലം വിട്ടുകളയുന്നു.

1890 ൽ പുറത്തിറങ്ങിയ *മീനാക്ഷി*യിൽ ആവർത്തിച്ചുവരുന്ന ഒരു ആശയത്തിന്റെ പ്രത്യക്ഷീകരണമാണ് ഈ വാക്യം. കാലവും അവസ്ഥയും എഴുത്തിനെ എങ്ങനെ നിർണയിച്ചുതുടങ്ങുന്നു എന്നാണ് നോവൽ ഇതുവഴി വെളിപ്പെടുത്തുന്നത്.

പാശ്ചാത്യനോവൽ മാതൃകയെ മുൻനിർത്തി പരിശോധിച്ചു വിലയിരുത്തുന്ന വിമർശനരീതിയാണ് മലയാളത്തിൽ നോവൽപഠന സമീപനമായി ആദ്യഘട്ടത്തിൽ നിലനിന്നിരുന്നത്. കൃതിയുടെ ഘടന, ആദിമധ്യാന്തപ്പൊരുത്തം, ഇതിവൃത്ത സ്വീകരണത്തിന്റെ പ്രത്യേകതകൾ, വിവരണത്തിന്റെ യഥാർഥ സ്വഭാവം തുടങ്ങിയവയിൽ ഊന്നുന്ന അന്വേഷണങ്ങളാണ് ഏറെയും നടന്നത്. കൃതികൾ പകർപ്പുകളോ അനുകരണങ്ങളോ എന്നു 'കണ്ടുപിടിക്കു'ന്നതിനുള്ള താരതമ്യങ്ങളും നടക്കുകയുണ്ടായി. ഇത്തരം വിമർശനങ്ങളുടെ അനന്തരഫലമായാണ് *മീനാക്ഷി*യുൾപ്പെടെയുള്ള ആദ്യകാലനോവലുകൾ പലതും നോവലെന്നനിലയിൽ പരിഗണിക്കപ്പെടാതെ പോയത്. ഒരു വ്യക്തിയുടെ കേവല അനുഭവങ്ങളുടെയും ആത്മസംഘർഷങ്ങളുടെയും ആവിഷ്കാരങ്ങളായി കൃതികളെ വിലയിരുത്തുന്ന ഈ രീതി സാഹിത്യത്തെ ആത്മനിഷ്ഠപ്രകാശനങ്ങളായാണ് പരിഗണിക്കുന്നത്. ഓരോ കൃതിയുടെയും അടിയടരായി നിലനിൽക്കുന്ന സാമൂഹിക സന്ദർഭത്തെ ഈ വിമർശനരീതി പരിഗണി

ക്കുന്നില്ല. ഒരു ചരിത്രസന്ദർഭത്തിൽ എഴുതപ്പെടുന്ന കൃതികൾ അവ പല ജനുസ്സുകളിൽപ്പെട്ടതാണെങ്കിൽപ്പോലും ചില പൊതുആശയാവലികൾ പങ്കുവെക്കുന്നു എന്നു സമ്മതിച്ചുകൊടുക്കാൻ ഈ നിരൂപണരീതി കൂട്ടാക്കുകയില്ല. അനുഭവങ്ങളുടെ സൗന്ദര്യാവിഷ്കാരം എന്ന പ്രക്രിയയെ സാമൂഹികമായി മനസിലാക്കുകയും ഒരു സാമൂഹിക ചരിത്രസന്ദർഭത്തിന്റെ ഭാവനാത്മകമായ പുനഃസൃഷ്ടിയായി സാഹിത്യത്തെ കാണുകയും ചെയ്യുമ്പോൾ കൃതികൾ പങ്കുവെക്കുന്ന സാമ്യവ്യത്യാസങ്ങളെ, അവയുടെ ആവിഷ്കാരത്തിലിടപെടുന്ന ആശയാവലികളുടെ വ്യത്യസ്തതയായി, കൃതി മുന്നോട്ടുവെക്കുന്ന ലോകബോധമായി തിരിച്ചറിയാൻ കഴിയും.

മീനാക്ഷിയുടെ വർണനാസന്ദർഭത്തിൽനിന്ന് എടുത്തുചേർത്ത ആമുഖവാക്യത്തിലേക്കു തിരിച്ചുപോകാം. മീനാക്ഷിയുടെ അവയവവർണന നിയന്ത്രിക്കപ്പെടുന്നത് അത് കാലത്തിനും അവസ്ഥയ്ക്കും യോജിക്കുകയില്ല എന്നതുകൊണ്ടാണ്. അംഗപ്രത്യംഗം നായികാനായകന്മാരെ വർണിക്കുന്ന പൂർവകവികളുടെ പാരമ്പര്യരീതി സംശയാസ്പദമായി തുടങ്ങുന്നു. മലയാളത്തിലെ പ്രധാന സാഹിത്യഗണങ്ങളായ മണിപ്രവാളത്തിന്റെയും ചമ്പൂഗദ്യത്തിന്റെയും വർണനാവിഷയങ്ങളുടെ കൂട്ടത്തിൽ ശരീരത്തിന് മുഖ്യസ്ഥാനമുണ്ടായിരുന്നു. എന്നാൽ ആധുനികീകരണത്തോടൊപ്പം ജന്മംകൊണ്ട പുതിയ സാഹിത്യഗണങ്ങളിൽ ശരീരത്തിനുമേൽ മനസെന്ന ഒന്ന് ഉറപ്പിക്കപ്പെടുന്നുണ്ട്. ആധുനികത മനുഷ്യനെ മനസും ശരീരവുമായി പിളർക്കുകയായിരുന്നു. അവയവങ്ങൾ ശരീരഭാഗങ്ങളായതിനാൽ അതിനുമുകളിൽ വിരാജിക്കുന്ന മനസിനേക്കാൾ താഴെയായി കണക്കാക്കപ്പെട്ടുതുടങ്ങുന്നു. ശരീരം അധമവും മനസ്സ് ഉത്തമവും, ശരീരവർണന ത്യാജ്യവും മനോഭാവങ്ങളുടെ വർണന സ്വീകാര്യവുമാകുന്നു. ഇതോടെ സാധാരണ ശരീരം അസാധാരണമായി ഭവിക്കുന്നു. മനുഷ്യാവയവങ്ങൾ എത്രത്തോളം വർണിക്കപ്പെടാം എന്ന ചോദ്യം അവയവങ്ങളെ സംബന്ധിച്ചുള്ള പ്രശ്നം മാത്രമല്ലാതാകുന്നത് ഇതുകൊണ്ടാണ്. മോഹിനിയാട്ടക്കാരികളെക്കുറിച്ചുള്ള വർണനാസന്ദർഭത്തിലും കുളക്കടവിലെ കുളിയെക്കുറിച്ചു വിസ്തരിക്കുമ്പോഴും ഇതേ നിയന്ത്രണം ആവർത്തിക്കുന്നതുകാണാം. സാഹിത്യഗണങ്ങളുടെയും നിൽപ്പുസ്ഥാനം കാലവും അവസ്ഥയും സൃഷ്ടിക്കുന്ന പ്രത്യയശാസ്ത്രത്തിനകത്താണല്ലോ. ആവിഷ്കാര മാധ്യമത്തിൽവന്ന ഈ പരിവർത്തനം, സാധാരണമായിരുന്ന പലതിനെയും അസാധാരണമായി പരിചരിക്കാൻ ആരംഭിക്കുന്നു എന്നതിന്റെ സൂചനയാണ് മേൽചേർത്തവിധം ആഖ്യാനത്തിൽ തുടരെത്തുടരെ സംഭവിക്കുന്ന നിയന്ത്രണങ്ങൾ.

മലയാളദേശജീവിതത്തിൽ, പ്രത്യേകിച്ച് ഉയർന്ന ജാതിവിഭാഗങ്ങളുടെ സാധാരണ ജീവിതത്തിൽ പത്തൊമ്പതാംനൂറ്റാണ്ടിൽ സംഭവിച്ചു തുടങ്ങുന്ന പരിണാമത്തെയാണ് *മീനാക്ഷി* എഴുതുന്നത്. നോവലിലെ കേന്ദ്രവും മാതൃകയും മീനാക്ഷിയാണ്. ആവിഷ്കൃതമാകുന്ന

ജീവിതങ്ങളെയാകെ, ഈ മാതൃകാസ്ഥാനത്തേക്ക് ഇണക്കിച്ചേർത്തു കൊണ്ടാണ് നോവൽ പൂർത്തിയാകുന്നത്. ആധുനികത (modernity) യെന്ന അവസ്ഥയും ആധുനികീകരണ (modernisation)മെന്ന പ്രക്രിയയും നിർമിക്കുന്ന മാതൃകയാണ് *മീനാക്ഷി*. മീനാക്ഷി എന്ന കഥാപാത്ര ത്തിനും നോവലിനും ഒരുപോലെ ബാധകമാണിത്. കേന്ദ്രകഥാപാത്ര മായ മീനാക്ഷിയുടെ അപരയായാണ് ആഖ്യാനത്തിൽ അമ്മാളു (കൊ ച്ചമ്മാളു) പ്രത്യക്ഷപ്പെടുന്നത്. സാധാരണ നായർസ്ത്രീകളുടെ ജീവി തം നയിച്ച അമ്മാളു, ഒരു പ്രത്യേക സന്ദർഭത്തിൽ അസാധാരണയായി അവതരിപ്പിക്കപ്പെടുന്നു. ഇങ്ങനെ ജീവിതാരംഭത്തിൽ മീനാക്ഷിയുടെ എതിർധ്രുവത്തിലൂടെ വളരുന്ന അമ്മാളു, അസാധാരണമാംവിധം പൂർവ ജീവിതത്തെ കൈയൊഴിഞ്ഞ് മീനാക്ഷിയുടെ വഴിയിലേക്ക് ഉദ്ഗ്രഥിക്ക പ്പെടുകയാണ്.

ഈ സാമാന്യനിരീക്ഷണത്തെ സവിശേഷമായി പരിശോധിച്ചു നോക്കാം. കുട്ടിക്കാലം മുതൽ ലഭിക്കുന്ന കർശനശിക്ഷണമാണ് മീനാ ക്ഷിയെ അമ്മാളുവിൽനിന്ന് വ്യത്യസ്തയാക്കുന്നത്. സാധാരണ കുട്ടി കൾക്കു ലഭിക്കുന്ന വിനോദത്തിനും സഹവാസത്തിനും മീനാക്ഷിക്ക് അവസരം ലഭിക്കുന്നില്ല. ബാലികാപരിചരണത്തിൽ സൂക്ഷ്മതയുള്ള മാതാപിതാക്കളുടെയും അമ്മാവന്റെയും രക്ഷാകർതൃത്വത്തിലാണ് അവൾ വളരുന്നത്. സംസ്കൃതവും സംഗീതവും പഠിപ്പിക്കുന്നത് മന സിനും ബുദ്ധിക്കും പക്വതവന്ന വൃദ്ധന്മാരാണ്. “തെമ്മാടികളായ ചെറുപ്പ ക്കാരുടെ കഴുത്തിൽ കയറി കളിപ്പാനോ പിൽക്കാലങ്ങളിലേക്കു വേണ്ടി വരുന്ന അപൂർവവിദ്യകൾ അവരിൽനിന്നു ശീലിപ്പാനോ” അവൾക്ക് അവസരം കൊടുത്തിട്ടുമില്ല. വളരെ സാധാരണമായ, കുട്ടികൾ തമ്മി ലുള്ള സഹവാസവും വിനോദവും അസാധാരണമായിത്തീരുന്നു. ബാല്യ കാലബന്ധങ്ങളെ സാധാരണം/അസാധാരണം എന്ന വേർതിരിവിലൂ ടെയാണ് നിർവചിക്കുന്നത്. ആഖ്യാനത്തിൽ ഇടംനേടുന്ന അസാധാരണ സഹവാസം, തെമ്മാടികളായ ചെറുപ്പക്കാർ, ലൈംഗിക അശുദ്ധി തുട ങ്ങിയ പ്രയോഗങ്ങൾ പരസ്പരബന്ധമുള്ളവയാണ്. സാധാരണബന്ധ ങ്ങൾ, മനസിനും ബുദ്ധിക്കും പക്വതവന്ന വൃദ്ധർ, ലൈംഗികശുദ്ധി എന്നിവ ഇതിന്റെ മറുപക്ഷമാണ്. നായികയായ മീനാക്ഷി ലൈംഗിക ശുദ്ധിയിലേക്ക് പ്രവേശിക്കുന്നത് ഈ വഴിയിലൂടെയാണ്. സഹവാസ ത്തിന്റെ അതിരുകൾ നിശ്ചയിക്കുന്ന ശിക്ഷണത്തിലൂടെ ലൈംഗികമായ അച്ചടക്കങ്ങളിലേക്ക് വ്യക്തികളെ, പ്രത്യേകിച്ച് സ്ത്രീകളെ പ്രവേശിപ്പി ക്കാൻ കഴിയും. അലൈംഗീകരണം വഴിയുള്ള ഇത്തരം ക്രമപ്പെടുത്തലി ലൂടെയാണ് മീനാക്ഷി ‘നല്ല മകളായി’ വളരുന്നത്.

ഇതിന്റെ വിപരീതദിശയിലാണ് അമ്മാളുവിന്റെ വളർച്ച. കുട്ടിക്കാ ലത്ത് നല്ല അടക്കവും മര്യാദയും പഠിപ്പിക്കാൻ ആരും ശ്രദ്ധിച്ചില്ല. വകതിരിവില്ലാത്ത അച്ഛനമ്മമാർ അവളെ, ‘കണ്ടവരുടെ കഴുത്തിൽ കയറി കളിക്കാൻ’ വിട്ടു. “തെമ്മാടികളെ പിടിച്ചു സംബന്ധം വെപ്പിച്ചു.”

മൂന്നുനാലു സംബന്ധക്കാരും ചില 'ഒളിസേവ'ക്കാരുമായി കഴിഞ്ഞുകൂടുന്ന അമ്മാളുവിനെ വേശ്യ എന്നാണ് നോവലിൽ വിശേഷിപ്പിക്കുന്നത്. വീട്ടിലുള്ള ആണുങ്ങൾക്ക് കണ്ണും ചെവിയും നന്നായിരുന്നെങ്കിൽ അമ്മാളുവിന് ഈ ഗതി വരില്ലായിരുന്നു എന്നാണ് ആഖ്യാനത്തിലെ ധ്വനി. സ്ത്രീകളെ അടക്കവും മര്യാദയും പഠിപ്പിക്കേണ്ടത് പുരുഷന്മാരാണെന്നും അന്യസംസർഗങ്ങൾ നിയന്ത്രിക്കപ്പെടേണ്ടതാണെന്നും വ്യക്തമാക്കുന്നതാണിത്. സ്ത്രീജീവിതത്തിൽ ബന്ധങ്ങളുടെ അതിരുകൾ നിശ്ചയിക്കേണ്ടതിന്റെ ആവശ്യകതയിലാണ് ഇവിടെ ഊന്നൽ. ലൈംഗികത അമർത്തിവെക്കാതെ ആവിഷ്കരിക്കുന്ന അമ്മാളുവിന്റെ രീതി പാരമ്പര്യത്തിന്റെ ഭാഗമാണെങ്കിൽ, മീനാക്ഷിക്ക് ലഭ്യമാവുന്ന ശിക്ഷണം പുതിയകാര്യമാണ്. ശിക്ഷണത്തിലൂടെയുള്ള മെരുക്കൽ ആരംഭിക്കുന്നത്, ആവിഷ്കാരം നേടുമ്പോൾ അപകടകരമായിത്തീരുന്നതാണ് ലൈംഗികത എന്ന മുൻവിധിയിൽ നിന്നാണ്. ശരീരത്തിനു മേൽക്കൈയുള്ള ലൈംഗികപ്രക്രിയകൾ വിലക്കപ്പെടുമ്പോൾ തന്നെ മനസിന് മുൻതൂക്കമുള്ള പ്രണയം അനുവദിക്കപ്പെടുന്നുമുണ്ട്. മാനസികമായ ആവിഷ്കാരങ്ങൾ ഉന്നതവും അനുവദനീയവും ശാരീരികമായവ അധമവും തടയപ്പെടേണ്ടതുമായി മനസിലാക്കപ്പെട്ടു തുടങ്ങുന്നു. ശരീരത്തിനുമുകളിൽ മനസ്സ് ആധിപത്യംനേടുന്ന, ചരിത്രസന്ദർഭത്തെയാണിത് വെളിപ്പെടുത്തുന്നത്.

ലൈംഗികതയെ മെരുക്കുന്നതിനും പുതിയ കാലത്തിനനുസൃതമായി സ്ത്രീകളെ ക്രമീകരിക്കുന്നതിനും ശിക്ഷണം ഉപാധിയാക്കേണ്ടതിനെക്കുറിച്ച് നോവലിൽ ദീർഘ ചർച്ചകളുണ്ട്. ഏതുതരം വിദ്യാഭ്യാസമാണ് സ്ത്രീകൾക്ക് നൽകേണ്ടത് എന്ന ആലോചനയിൽ മുന്നിട്ടുനിൽക്കുന്നത് സ്ത്രീപദവികളുമായി ബന്ധപ്പെട്ട ഇത്തരം പ്രശ്നങ്ങൾ തന്നെയാണ്. മീനാക്ഷിയുടെ സഹോദരനായ അച്യുതമേനോനും അയാളുടെ സഹപാഠി കുഞ്ഞിശങ്കരമേനോനും തമ്മിലുള്ള സംഭാഷണവും മീനാക്ഷിയുടെ അമ്മാവനായ ഗോപാലമേനോനും പുരുഹൂതൻനമ്പൂതിരിയും തമ്മിൽ നടക്കുന്ന തർക്കവും ഈ വിഷയത്തിലേക്കാണ് വാതിൽ തുറക്കുന്നത്. മീനാക്ഷി ഇംഗ്ലീഷിൽ എഴുതിയ കത്ത് വായിക്കുന്നതിനിടയിലാണ് അച്യുതമേനോനും കുഞ്ഞിശങ്കരമേനോനും സ്ത്രീവിദ്യാഭ്യാസത്തെക്കുറിച്ച് ചർച്ച ആരംഭിക്കുന്നത്. പാരമ്പര്യവിദ്യാഭ്യാസവും പുതിയ വിദ്യാഭ്യാസവും തമ്മിലുള്ള വ്യത്യാസം ഈ ചർച്ചയിൽ പ്രകടമാകുന്നുണ്ട്. പെൺകുട്ടികളെ വിദ്യാഭ്യാസം ചെയ്യിക്കുന്ന പതിവ് അന്ന് ദുർലഭമാണ്. ഉണ്ടെങ്കിൽത്തന്നെ അത് വഷളത്തത്തിലേക്കാണ് നയിക്കുക എന്നാണ് ഈ രണ്ടുപേരുടെയും അഭിപ്രായം. ശൃംഗാരശ്ലോകങ്ങളും തെമ്മാടിപ്പാട്ടുകളുമാണ് പഴയകാലത്തെ പഠനവിഷയം എന്ന് അവർ വിമർശിക്കുന്നു. അത് 'തുമ്പില്ലാത്തരത്തിൽ ബഹുവാസന' യുണ്ടാക്കുന്നതാണ്. 'സംബന്ധക്കാരെയും രഹസ്യക്കാരെയും പാട്ടിലാക്കി പണം പിടുങ്ങാനുള്ള കൗശലം ഉപദേശിക്കുന്ന'തിനെയാണ്

സ്ത്രീവിദ്യാഭ്യാസം എന്നു പലരും വിളിച്ചുവരുന്നത്. പാരമ്പര്യ വിദ്യാഭ്യാസമെന്നാൽ വ്യഭിചാരം ശീലിപ്പിക്കലാണ് എന്ന നിഗമനത്തിലേക്കാണ് കുഞ്ഞിശങ്കരമേനോൻ എത്തിച്ചേരുന്നത്. ഇതിന് ബദൽ പുതിയ വിദ്യാഭ്യാസമാണെന്നും അത് സാംസ്കാരികമായി ഉയർന്നതാണെന്നും അയാൾ പറയുന്നു.

സംബന്ധലൈംഗികത ഉൾപ്പെടെ നിലവിലിരുന്ന ലൈംഗികബന്ധക്രമങ്ങളെയാണ് ഇവർ വ്യഭിചാരം എന്നു വിളിക്കുന്നത്. പഴയതിനെ മോശമായി സ്ഥാപിക്കുന്നതിനൊപ്പം കുഞ്ഞിശങ്കരമേനോൻ പുതിയൊരു പാഠ്യക്രമത്തിന്റെ സൂചനയും അതുവഴി ലൈംഗികക്രമത്തിന്റെ സൂചനയും നൽകുന്നുണ്ട്. ഇംഗ്ലീഷാണ് ആ പാഠ്യപദ്ധതിയുടെ കേന്ദ്രം. ഇംഗ്ലീഷ് ഒരു ഭാഷയല്ല, നോവലിനെ സംബന്ധിച്ച് ഒരു സംസ്കാരക്രമമാണ്. സ്ത്രീകളെ ഇംഗ്ലീഷിന്റെ സംസ്കാരക്രമത്തിലേക്ക് പ്രവേശിപ്പിക്കുന്നതിലൂടെ പുതിയൊരു വ്യവസ്ഥയിലേക്ക് പരിവർത്തിപ്പിക്കുകയാണ്. പുതിയൊരു ബോധരൂപീകരണത്തിന്റെ തുടക്കമാണിത്.

ഇതുപോലെ പ്രധാനമാണ് പെൺകുട്ടികളുടെ സംബന്ധപ്രായത്തെക്കുറിച്ചുള്ള തർക്കവും. ഇതിലൂടെയാണ് ഗോപാലമേനോനും പുരുഹൂതൻ നമ്പൂതിരിയും സ്ത്രീവിദ്യാഭ്യാസം എന്ന വിഷയത്തിലേക്ക് കടക്കുന്നത്. പാരമ്പര്യക്രമത്തോടൊപ്പം നിൽക്കുകയാണ് പുരുഹൂതൻ. ഗോപാലമേനോനാകട്ടെ, കൊളോണിയൽ പരിഷ്കാരത്തെ ന്യായീകരിക്കാനാണ് ശ്രമിക്കുന്നത്. ശൈശവത്തിൽ സംബന്ധം പാടില്ലെന്നും വിദ്യാഭ്യാസത്തിനുള്ള അവസരമൊരുക്കുകയാണ് വേണ്ടതെന്നും വിദ്യാഭ്യാസമില്ലാത്ത സ്ത്രീയും പശുവും തുല്യയാണെന്നും ഗോപാലമേനോൻ അഭിപ്രായപ്പെടുന്നു. വിദ്യാഭ്യാസം, പുരുഷന് അടങ്ങാത്ത സ്ത്രീയെ സൃഷ്ടിക്കാനേ ഉപകരിക്കുകയുള്ളൂ എന്നും അത് വ്യഭിചാരത്തെ പ്രോത്സാഹിപ്പിക്കുമെന്നും ഇതിനെ എതിർത്തുകൊണ്ട് പുരുഹൂതൻ വാദിക്കുന്നു. അതിദീർഘമായി വികസിക്കുന്ന ഈ തർക്കത്തിനൊടുവിൽ സ്ത്രീവിദ്യാഭ്യാസം എന്താണെന്നു വ്യക്തമാക്കപ്പെടുന്നതു നോക്കുക: "കൃത്യാകൃത്യങ്ങളെയും ഉപദേശിച്ചു ഭർതൃപരിചരണം, ബാലരക്ഷണം, ഗൃഹകൃത്യം, ഇതുകളിൽ വേണ്ടത്തക്ക പരിചയം ഉണ്ടാക്കി ലൗകിക വിഷയങ്ങളിലും രാജ്യതന്ത്രങ്ങളിലും സാമാന്യമായ അറിവുസമ്പാദിച്ച് ബുദ്ധിവികാസവും മനഃപാകതയും ഉണ്ടാക്കി ആജീവനാന്തം ഒരു സ്ത്രീയെ മഹാഭാഗ്യശാലിനിയായി ചെയ്യുന്നതിനെയാണ് ഞാൻ സ്ത്രീവിദ്യാഭ്യാസമെന്നു പേർ വിളിച്ചുവരുന്നത്. മകളും ഭാര്യയും അമ്മയും കുടുംബിനിയുമായി വീടിനെച്ചുറ്റി രൂപപ്പെടുന്ന സ്ത്രീകർതൃത്വമാണ് പുതിയ വിദ്യാഭ്യാസത്തിലൂടെ പ്രതീക്ഷിക്കപ്പെടുന്നത്. ഒറ്റവാക്കിൽ ഭദ്രമഹിള എന്നു വിളിക്കുന്ന ഈ കർതൃപദവി, ആധുനിക സ്ത്രീനിർമിതിയുടെ കേന്ദ്രമാണ്. ലൈംഗികമായ ബന്ധക്രമങ്ങളെ ഏകപത്നി–പതിക്രമത്തിൽ വിഭാവനചെയ്യുന്ന ഭദ്രകുടുംബത്തിന്റെ നടത്തിപ്പുകാരായി

വിവിധ സാഹിത്യകൃതികളിൽ ഇത്തരം സ്ത്രീകർതൃത്വങ്ങൾ നിർമിക്കപ്പെടുന്നതായി ബംഗാളിസാഹിത്യത്തെ മുൻനിർത്തി സരളാദേവി ചൗധരാണി[1] അഭിപ്രായപ്പെടുന്നുണ്ട്.

പെൺകുട്ടികളുടെ വിദ്യാഭ്യാസത്തിനായി പ്രത്യേകം ഏർപ്പെടുത്തിയ കനകമംഗലം ഫീമേൽ മിഡിൽ സ്കൂളിലെ പഠനവിഷയങ്ങൾ നോക്കുക. സംഗീതം, സംസ്കൃതം എന്നിവയുടെ കൂട്ടത്തിൽ തൊഴിലെന്ന നിലയിൽ അഭ്യസിപ്പിക്കുന്നത് തുന്നലാണ്. ഇതാകട്ടെ സ്ത്രീകളെ പുറത്തേക്കു കൊണ്ടുപോകുന്നതല്ല, വീട്ടിനകത്തേക്ക് ഒതുക്കുന്നതാണ്. വീടിനു പറ്റിയ വിധത്തിലുള്ള സ്ത്രൈണപാഠ്യപദ്ധതികളാണ് സ്ത്രീകൾക്കായി സ്കൂളുകളിൽ ഒരുക്കിയിരിക്കുന്നത്. ഇംഗ്ലീഷ് ഉൾപ്പെടെയുള്ള വിഷയങ്ങൾ പെൺകുട്ടികളെ പഠിപ്പിക്കുന്നത് കലക്ടറാക്കാനോ സെഷൻസ് ജഡ്ജിയാക്കാനോ അല്ല എന്ന ഗോപാലമേനോന്റെ അഭിപ്രായത്തിൽ ഈ ആശയം കൂടുതൽ വ്യക്തമാകുന്നുണ്ട്. അകം/പുറം എന്ന വേർതിരിവിൽ സ്ത്രീക്ക് കൽപ്പിക്കപ്പെടുന്നത് വീടിന്റെ അകം തന്നെയാണ്.

പുറംലോകം സ്ത്രീകൾക്ക് അനുവദനീയമല്ല എന്നതിന്റെ ദൃഷ്ടാന്തമാണ് പെൺകുട്ടികളെ ദൂരദേശത്ത് അയച്ചു പഠിപ്പിക്കുന്നതിനു കാണിക്കുന്ന വിമുഖത. മിഡിൽസ്കൂളിലെ പഠിപ്പുകഴിഞ്ഞ മീനാക്ഷിയെ അന്യദിക്കിൽ അയച്ചുപഠിപ്പിക്കാൻ വീട്ടുകാർ സന്നദ്ധരാകുന്നില്ല. ദൂരദേശത്തു പഠനത്തിനയച്ചാൽ 'ശുദ്ധമേ വികൃതികളും തോന്ന്യാസികളുമായിത്തീരു'മെന്നാണ് ഇതിനുകാരണം. ഇംഗ്ലീഷ് പഠിച്ചില്ലെങ്കിലും വേണ്ടില്ല അന്യദിക്കിൽ പറഞ്ഞയക്കാൻ പാടില്ല എന്നതായിരുന്നു നിർബന്ധം. അതുകൊണ്ടാണ് മീനാക്ഷിയുടെ തുടർപഠനത്തിനായി ഉപാധ്യായിനിയെ പുത്തൻമാളികയിലേക്കു വരുത്തുന്നത്. വിദ്യാഭ്യാസം നേടാൻപോലും പുറത്തേക്കു സഞ്ചരിക്കാൻ സ്ത്രീയെ അനുവദിക്കുന്നില്ല. 'വികൃതിയും തോന്ന്യാസ'വും സ്ത്രീകൾക്കുമാത്രമാണ് ബാധകം. മീനാക്ഷിയെ തുടർപഠനത്തിന് അന്യദേശത്ത് അയയ്ക്കാൻ കൂട്ടാക്കാത്തവർ അവളുടെ ജ്യേഷ്ഠനായ അച്യുതമേനോനെയും അനുജനായ അപ്പുക്കുട്ടനെയും മദ്രാസിലാണ് പഠിപ്പിക്കുന്നത് എന്നതാണ് ശ്രദ്ധേയം.

ഫ്യൂഡൽ വ്യവസ്ഥയിൽ കൽപ്പിക്കപ്പെട്ട ധർമങ്ങൾ നിർവഹിക്കുന്നതിന് സ്ത്രീകൾക്ക് പുറംലോകത്തെക്കുറിച്ചുള്ള അറിവ് അത്യാവശ്യമായിരുന്നില്ല. എന്നാൽ വ്യവസ്ഥയിൽ വരുന്ന മാറ്റം സ്ത്രീധർമങ്ങളിലും മാറ്റം അനിവാര്യമാക്കി. ശരീരം മാത്രമായിരുന്ന സ്ത്രീ, മനസുള്ള വ്യക്തിയായി പരിവർത്തിക്കപ്പെട്ടു. 'സാധന'ങ്ങളിൽനിന്ന് വ്യക്തികൾ ഇടപെടുന്ന ഇടമായി കുടുംബംമുതൽ രാഷ്ട്രംവരെ മാറാൻ തുടങ്ങി. ഈ വ്യവസ്ഥയിലാണ്, കൂട്ടുകുടുംബങ്ങളുടെ സ്ഥാനത്ത് ഭാര്യ, ഭർത്താവ്, മക്കൾ എന്നിവർമാത്രം അംഗങ്ങളായ അണുകുടുംബം രൂപപ്പെടുന്നത്. പുറംദേശങ്ങളിലേക്ക് സഞ്ചരിച്ച് അറിവുനേടി തിരികെയെത്തുന്ന പുരുഷന്മാരാണ് ഈ കുടുംബങ്ങളുടെ കേന്ദ്രം. മാധവൻ, കുഞ്ഞിശങ്കരമേനോൻ,

കേശവനുണ്ണി, യേശുദാസൻ.... തുടങ്ങി ആദ്യകാല നോവലുകളിലെ നായകന്മാർ ഈ പുരുഷമാതൃകയിലാണ് നിർമിതമായിരിക്കുന്നത്. ഇത്തരം പുരുഷന്മാരെ പരിചരിക്കുക, കാലത്തിനു യോജിച്ച വിധത്തിൽ മക്കളെ വളർത്തുക, ബന്ധങ്ങൾ നിർമിക്കുക, വീട് പരിപാലിക്കുക, എന്നിവയാണ് അണുകുടുംബത്തിലെ സ്ത്രീകൾക്ക് കൽപ്പിക്കപ്പെടുന്ന ചുമതലകൾ. ഇവ ഭംഗിയായി നിർവഹിക്കാൻ കഴിയുന്ന സ്ത്രീകളെ സൃഷ്ടിക്കുകയാണ് വിദ്യാഭ്യാസത്തിന്റെ ലക്ഷ്യമായി നോവൽ കാണുന്നത്. ഇങ്ങനെ നോക്കുമ്പോൾ, ഫ്യൂഡൽക്രമത്തിലെ സംഭോഗസാധകമായ യന്ത്രത്തെ മുതലാളിത്തക്രമത്തിലെ വിഗ്രഹമാക്കി പരിവർത്തിപ്പിക്കുകയാണ് പുതിയ സ്ത്രീവിദ്യാഭ്യാസത്തിന്റെ ലക്ഷ്യമെന്നു പറയാം. ഒറ്റനോട്ടത്തിൽ വിമോചനപരമെന്നു തോന്നാമെങ്കിലും ആധുനികത സ്ത്രീക്കു നൽകിയ ജ്ഞാനത്തിന്റെ സൂക്ഷ്മപ്രത്യയശാസ്ത്രം ആൺകോയ്മയുടെതും ഗൃഹവൽക്കരണത്തിന്റേതുമായിരുന്നു എന്നാണിതു വ്യക്തമാക്കുന്നത്.

പാരമ്പര്യത്തെ മുൻനിർത്തിത്തന്നെ സ്ത്രീവിദ്യാഭ്യാസത്തിന് അനുകൂലമായ വാദങ്ങളും നോവലിൽ ഉയരുന്നുണ്ട്. സ്ത്രീ-വിദ്യാഭ്യാസം പതിവ്രതകളെയാണോ വ്യഭിചാരികളെയാണോ സൃഷ്ടിക്കുക എന്ന തർക്കത്തിന് സമാധാനം കണ്ടെത്താൻ ഉദാഹരിക്കപ്പെടുന്ന പുരാണമാതൃകകൾ ശീലാവതി, സീത, ദമയന്തി, ചന്ദ്രമതി എന്നിവരാണ്. വിദ്യാഭ്യാസംനേടി എന്നതുകൊണ്ട് ഇവരാരും വ്യഭിചാരികളായിട്ടില്ല. ഏകപതീവ്രതമായിരുന്നു ഇവരുടെ തപസ്സ്. മൂന്നുനാലു സംബന്ധക്കാരുള്ളതുകൊണ്ട് അമ്മാളുവിന്റെ സ്ഥാനം ഈ മാതൃകാമഹിളകൾക്കെതിർവശത്താണ്. ഒരു പുരുഷന് ഒരു സ്ത്രീ എന്ന സമ്പ്രദായമായിരുന്നു ഇവിടെ നിലനിന്നിരുന്നത് എന്ന തോന്നലാണ് ഇത്തരം ആഖ്യാനങ്ങളിലൂടെ നിർമിക്കപ്പെടുന്നത്. ആധുനികീകരണ സന്ദർഭത്തിലെ സ്ത്രീപരിചരണത്തിന് ഉതകുംവിധം പുരാണമാതൃകകൾ ആഖ്യാനങ്ങളിൽ ഇടംനേടുന്നതിനെക്കുറിച്ച് റോമിലാഥാപ്പർ നടത്തിയ നിരീക്ഷണം[2] ഈ ദിശയിലുള്ളതാണ്.

'മൂന്നു സഹോദരിമാർ തമ്മിൽ നടക്കുന്ന സംഭാഷണ'ത്തിൽ സംബന്ധം തന്നെ പുതിയകാര്യമെന്ന നിലയിൽ അവതരിപ്പിക്കപ്പെടുന്നുണ്ട്. സംബന്ധത്തിൽ ഏർപ്പെടുന്ന സ്ത്രീകൾ ദുഷിച്ചവരാണെന്നും വ്യഭിചാരികളാണെന്നും ഒരു പുരുഷനുമായിമാത്രം ബന്ധമുള്ളവർ പരിഷ്കൃതരും പതിവ്രതകളും ആണെന്നുമുള്ള ധാരണ ഇത്തരം വിവരണങ്ങളിലൂടെ ബലപ്പെടുന്നു. പ്രാകൃതം/പരിഷ്കൃതം എന്ന ദ്വന്ദ്വത്തിനകത്ത് സംബന്ധം, ബഹുഭർതൃത്വം, ബഹുഭാര്യാത്വം എന്നിവ പ്രാകൃതവും ഏകപത്നീ-പതീ സമ്പ്രദായം പരിഷ്കൃതവുമായി സ്ഥാനം നേടുന്നു. നിലവിലിരുന്ന ലൈംഗികബന്ധരീതികളെ മുഴുവൻ മോശമായി ചിത്രീകരിക്കുന്നതിലൂടെ പുതുവ്യവസ്ഥയുടെ മേന്മയാണ് സ്ഥാപിക്കപ്പെടുന്നത്. അമ്മാളു 'രാക്ഷസിയും തേവിടിശ്ശി'യുമായി

അവതരിപ്പിക്കപ്പെടുമ്പോഴാണ് മീനാക്ഷിയുടെ ലൈംഗിക ശുദ്ധിക്ക് തിളക്കം കൂടുന്നത്. രൂപപ്പെട്ടുകൊണ്ടിരിക്കുന്ന അണുകുടുംബത്തിലെ സ്ത്രീയുടെ ചാരിത്ര്യത്തെയും അതിന്റെ മൂല്യത്തെയും നിർണയിക്കുന്ന അപരമായാണ് ഇവിടെ വേശ്യ നിർമിതമാകുന്നത്. പതിവ്രത/വേശ്യ എന്ന ദ്വന്ദ്വം മുൻപില്ലാത്തവിധം സംസ്കാരത്തിൽ ദൃഢമാകുന്നതിന്റെ സൂചനയാണിത്.

ലൈംഗികബന്ധങ്ങളെ അസാധാരണമായി അവതരിപ്പിക്കുന്നതിലൂടെയാണ് അമ്മാളുവിന് വേശ്യ എന്ന കർതൃപദവി കൈവരുന്നത്. വേശ്യയെ പവിത്രയാക്കിക്കൊണ്ട് അമ്മാളുവിന് സംഭവിക്കുന്ന കർതൃ പരിണാമം നോവൽ വിശദമായി പാഠവൽക്കരിക്കുന്നുണ്ട്. സംബന്ധവും രഹസ്യവുമായി 'പുരുഷന്മാരെ വശീകരിച്ചു ജീവിച്ച' അമ്മാളുവിന് സംഭവിക്കുന്ന പരിണാമത്തിന് വിവിധ ഘട്ടങ്ങളുണ്ട്. താൻ തുടരുന്ന രീതി തെറ്റാണെന്ന് അവൾ തിരിച്ചറിയുകയും തെറ്റിൽനിന്നുള്ള മോചനം ആഗ്രഹിക്കുകയും ചെയ്യുന്നു. ആഗ്രഹപൂർത്തീകരണത്തിനെന്നവണ്ണം അച്ഛനെ സ്വപ്നത്തിൽ ദർശിച്ച അമ്മാളു അച്ഛനെപ്പോലെ ബഹുമാന്യനായ ഹരിജയന്തൻ നമ്പൂതിരിയുടെ കാർമികത്വത്തിൽ പ്രായശ്ചിത്ത വിധികളിലേക്ക് പ്രവേശിക്കുന്നു. 'അത്യത്ഭുത'മെന്നാണ് പൂർവജീവിതത്തിൽ നിന്നുള്ള അമ്മാളുവിന്റെ മാറ്റത്തെ നോവൽ വിശേഷിപ്പിക്കുന്നത്. പ്രായശ്ചിത്തവിധികൾക്ക് നോവൽശരീരത്തിൽ ലഭിക്കുന്ന ഇടം ഈ പ്രക്രിയയുടെ പ്രാധാന്യമാണ് വെളിപ്പെടുത്തുന്നത്. പതിവ്രത/വേശ്യ എന്ന വേർതിരിവിലാണ് ശുദ്ധീകരണപ്രക്രിയകളെക്കുറിച്ചുള്ള വിവരണങ്ങൾ നിലയുറപ്പിക്കുന്നത്. അമ്മാളു തുടർന്നുവന്ന ജീവിതം അധമം, അശുദ്ധി, പാപം, ദുഷ്കർമം എന്നിങ്ങനെയാണ് വിശേഷിപ്പിക്കപ്പെടുന്നത്. ചാരിത്ര്യശുദ്ധിയുടെ ഉത്കൃഷ്ടതയിലാണ് ഈ പ്രയോഗങ്ങളത്രയും അർഥം നേടുന്നത്. നിലവിലിരുന്ന ലൈംഗികബന്ധക്രമങ്ങളെയാകെ അപരമാക്കി പാതിവ്രത്യത്തെ ഉത്തമ സ്ത്രീധർമമാക്കുന്നു. അമ്മാളുവിന്റെ മാറ്റത്തെ 'ദുഷ്കർമഫലവും പ്രായശ്ചിത്തവും' എന്ന് വിവരിക്കുന്നതിൽ ഉള്ളടങ്ങുന്നത് ഈ പ്രത്യയശാസ്ത്രമാണ്.

പ്രായശ്ചിത്തവിധികൾ ആരംഭിക്കുന്നത് അമ്മാളുവിനെ ശരീരവും മനസുമായി വിഭജിച്ചുകൊണ്ടാണ്. കാമോദ്ദീപകമായ ശരീരത്തെ 'ദുഷ്ടും ദുർമേദസും' ഒഴിവാക്കി ക്ഷീണിപ്പിക്കുകയാണ്. ശരീരത്തിനേൽപ്പിക്കുന്ന പീഡനത്തിലൂടെ ആഗ്രഹങ്ങളെ നിഗ്രഹിക്കുകയാണ്. സാരോപദേശങ്ങളും സദാചാരവാക്യങ്ങളും മനഃശുദ്ധിയിലേക്കും ആത്മജ്ഞാനത്തിലേക്കും നയിക്കുന്നു. ശരീരകാമനകൾക്ക് ആവിഷ്കാരം നൽകുന്ന മാനസികഭാവങ്ങളെ ചോർത്തിക്കളഞ്ഞ് ഭക്തിമാർഗത്തിലേക്കാണ് അമ്മാളുവിനെ നയിക്കുന്നത്. ലൈംഗികമായ ഊർജത്തെ ഭക്തിയായി പരിവർത്തിപ്പിക്കുകയാണ്. ഇതോടെ 'സർവേന്ദ്രിയങ്ങളും സർവകരണങ്ങളും' ഈശ്വരാഭിമുഖമാകുന്നു. ഭക്തയാക്കുക, ദൈവഭയമുള്ളവളാക്കുക എന്നാൽ സ്ത്രീയെ പാതിവ്രത്യത്തിലേക്ക് ചേർക്കുക എന്നാണ് അർഥ

മെന്ന്[3] പി പവിത്രൻ അഭിപ്രായപ്പെടുന്നുണ്ട്. ഭൗതികജീവിതത്തെ നിസ്സാരവൽക്കരിക്കുന്ന ജ്ഞാനം, ഉടലിനെ അമർത്തിക്കളയുകയും മനസിനെ ഉയർത്തിയെടുക്കുകയുമാണ്. ആത്മീയവൽക്കരണത്തിന്റെ ഈ മാർഗം ഫ്യൂഡൽകാമനകളെ, ബലപ്രയോഗത്തിലൂടെ പരുവപ്പെടുത്തുന്നത് മുതലാളിത്ത ആധുനികതയ്ക്കനുസൃതമായാണ്. പാതിവ്രത്യത്തിലേക്കു ചേർക്കപ്പെടുന്ന അമ്മാളുവിന് സത്യധർമാദികളുടെ രക്ഷക, അഗതികളുടെ വഴികാട്ടി, സജ്ജനങ്ങളുടെ സ്നേഹപാത്രം തുടങ്ങിയ പദവികൾ കൈവരുന്നുണ്ട്. പുതിയവ്യവസ്ഥ നൽകുന്ന ഈ രക്ഷാകർതൃപദവിയുടെ അടിപ്പടവും 'പാതിവ്രത്യശുദ്ധി'യാണ് എന്നത് പതിവ്രതാവൽക്കരണത്തിൽ ഉള്ളടങ്ങിയ സ്ത്രീവിരുദ്ധതയാണ് വ്യക്തമാക്കുന്നത്.

'ക്രമമായി രക്ഷിപ്പാൻ ഒരാൾ കൂടാതെ കഴിയുന്നതല്ലല്ലോ' എന്നതുകൊണ്ട് അമ്മാളുവിനെ 'അനുരൂപനായ ഒരു ഭർത്താവിന്റെ രക്ഷയിൽ ഇരുത്തി' തന്റെ 'ഭാരവാഹിത്വം' കുറച്ചുവെക്കുന്നുണ്ട് ഹരിജയന്തൻ. പുരുഷന്മാരെ വകവെക്കാതെ ജീവിച്ച തന്റേടിയായ അമ്മാളുവിനെയല്ല, സ്വന്തമായ പുരയിടത്തിൽ ഭർത്താവിന്റെ ഇച്ഛകൾക്കൊത്ത് അടങ്ങിയൊതുങ്ങി ജീവിക്കുന്ന അമ്മാളുവിനെയാണ് ശുദ്ധീകരണത്തിനുശേഷം നാം കണ്ടുമുട്ടുന്നത്. (അവളുടെ അമ്മയും സഹോദരങ്ങളും തെറ്റുകൾ ഏറ്റുപറഞ്ഞ് പാപവിമോചിതരാവുന്നുണ്ട്) അമ്മ (സ്ത്രീ) കേന്ദ്രമായ കുടുംബത്തിൽ ജീവിച്ച, മാതൃദായത്തിന്റെയും സംബന്ധവ്യവസ്ഥയുടെയും ഭാഗമായിരുന്ന അമ്മാളു ഒരു പുരുഷനെ ചുറ്റി ജീവിച്ചു തുടങ്ങുകയാണ്. ഇനി മേലിൽ തന്റെ ശരീരം ഈ ഏകപുരുഷനാൽ മാത്രമേ പ്രാപിക്കപ്പെടുകയുള്ളൂ എന്ന് ഉറപ്പിക്കുന്ന ആധുനിക സദാചാര നിയമങ്ങളാണ് അമ്മാളുവിനെ കീഴ്പ്പെടുത്തുന്നത്.

അമ്മാളുവിനെ ശുദ്ധീകരിക്കുന്ന ഹരിജയന്തൻ ബ്രാഹ്മണനാണെന്ന കാര്യം പ്രധാനമാണ്. പാപപരിഹാരം നിർവഹിക്കപ്പെടുന്നത് ബ്രാഹ്മണ്യത്തിന്റെ സ്ഥലത്തുവെച്ചാണ്. പതിവ്രതയാക്കുന്നത് അമ്മാളുവിനെ ഭക്തയാക്കി മാറ്റിക്കൊണ്ടുമാണ്. ഈ ഭക്തി ഭൗതികജീവിതത്തിന്റെ നിസ്സാരതയെക്കുറിച്ച് പറയുന്ന ബ്രാഹ്മണ-ആര്യവൽകൃത ഭക്തിയാണ്. ഇതിന് മഹാക്ഷേത്രങ്ങളുടെ പിൻബലമുണ്ട്. സ്ത്രീ-പുരുഷബന്ധത്തിന്റെ ഉത്തമമാതൃകകളെ അവതരിപ്പിക്കുന്ന, പാതിവ്രത്യത്തിന്റെ മാതൃകാജീവിതങ്ങളെ വർണിക്കുന്ന പുരാണപാരമ്പര്യവും ഈ ബ്രാഹ്മണഭക്തിയും പരസ്പരബന്ധിതമാണ്. ഇത്തരമൊരു വിശാലഭക്തി സന്ദർഭത്തിൽ, ഭൗതികകാമനകളെല്ലാം നിഗ്രഹിച്ച ഹരിജയന്തൻ നടത്തുന്ന പാപ പരിഹാരക്രിയകൾ പുതിയൊരു ലൈംഗികക്രമത്തിലേക്ക് അമ്മാളുവിനെ പ്രവേശിപ്പിക്കുന്നു. പാപപരിഹാരാനന്തരം അത്യന്തം പാവനയായിത്തീരാനായി ഹരിജയന്തനൊപ്പം അമ്മാളു കാൽനടയായി ചെന്ന് സന്ദർശിക്കുന്നത് ബ്രാഹ്മണമതത്തിന്റെ കേന്ദ്രങ്ങളാണ്. പ്രാദേശികതയിൽനിന്ന് ദേശീയമായ, ആര്യവൽക്കരിക്കപ്പെട്ട സ്ഥലങ്ങളിലേക്കുള്ള യാത്രയാണ് അമ്മാളു നടത്തുന്നത്. ആത്മീയവും ആര്യവൽകൃത

വുമായ ഒരു ദേശഭൂപടം അമ്മാളുവിന്റെ നടപ്പിലൂടെ അടയാളപ്പെടുന്നുണ്ട്. മിത്തിക്കലായ സ്ഥല-കാലങ്ങളെ മറികടക്കാൻ ആഖ്യാനത്തിന് കഴിയാതെ പോകുന്നു. *ഇന്ദുലേഖ*യിലെ മാധവൻ തന്റെ സഞ്ചാര പഥങ്ങളിലൂടെ അപമിത്തീകരിക്കപ്പെട്ട ഒരു ദേശത്തെ നടന്നുതീർക്കുമ്പോൾ, അമ്മാളു പ്രവേശിക്കുന്നത് ഐതിഹ്യങ്ങളും മിത്തുകളും പങ്കുവെക്കുന്ന അതീതഭൂതകാല നിർമിതിയായ ദേശത്തിലേക്കാണ്. പ്രാദേശികവഴക്കങ്ങളെ ഇത്തരമൊരു ദേശക്രമത്തിലേക്കാണ് *മീനാക്ഷി* ഉദ്ഗ്രഥിക്കുന്നത്. സംബന്ധലൈംഗികതയെ ഏകപതി-പത്നി ബന്ധ വ്യവസ്ഥ പുലരുന്ന ആധുനിക അണുകുടുംബമാക്കി മാറ്റാൻ ഒരുങ്ങുമ്പോഴും സ്ത്രീയുടെ മാതൃകാപദവിയിൽ ശീലാവതി പ്രത്യക്ഷപ്പെടുന്നത് അതുകൊണ്ടാണ്. സവർണബ്രാഹ്മണ സംസ്കാരത്തിനു മേൽക്കൈയുള്ള ഈ ദേശഭാവനയിൽനിന്ന് സാംസ്കാരികദേശീയതയിലേക്കും ഹിന്ദുത്വത്തിലേക്കും എത്തിച്ചേരാൻ ഏറെ ദൂരം സഞ്ചരിക്കേണ്ടതില്ല.

വേശ്യയിൽനിന്ന് പതിവ്രതയിലേക്കുള്ള കൊച്ചമ്മാളുവിന്റെ പരിണാമക്രമം മറ്റൊരർഥത്തിൽക്കൂടി ശ്രദ്ധേയമാണ്. ആദ്യമുണ്ടാകുന്നത് പാപബോധമാണ്. തുടർന്ന് പാപം ഏറ്റുപറഞ്ഞ് പശ്ചാത്തപിക്കുന്നു. പ്രായശ്ചിത്തവിധികളും പാപപരിഹാരക്രിയകളുമാണ് തുടർന്ന് നടക്കുന്നത്. ഒരാൾ പരിശുദ്ധയായി/ പരിശുദ്ധനായിത്തീരാൻ ഇതേ ക്രിയകൾ പിന്തുടരുന്നത് ക്രിസ്തുമതമാണ്. അമ്മാളുവിന്റെ മാനസാന്തരവും കുമ്പസാരത്തിന്റെ ചടങ്ങുകളും തമ്മിലുള്ള ബന്ധം യാദൃച്ഛികമല്ല. *ബൈബിളി*ന്റെ സംസ്കാരഘടകങ്ങൾ പ്രചരിക്കാൻ ആരംഭിക്കുന്നതോടെയാണ്, ശരീരത്തെ പ്രത്യേകിച്ച് ലൈംഗികാവയവങ്ങളെയും ലൈംഗികപ്രക്രിയകളെയും പാപമായി കാണുന്ന രീതി തദ്ദേശീയ ജീവിതത്തിൽ പ്രാബല്യം നേടുന്നത്. ഈ ആശയവ്യവസ്ഥയുടെ കൂടി മണ്ഡലത്തിനകത്താണ് ലൈംഗികസദാചാരത്തെ മുൻനിർത്തി പാതിവ്രത്യത്തെക്കുറിച്ചുള്ള പുതുപാഠങ്ങൾ നിർമിക്കപ്പെടുന്നത്. അതുകൊണ്ടുതന്നെ പാപജീവിതത്തിൽനിന്ന്/വേശ്യാത്വത്തിൽനിന്ന് പാതിവ്രത്യത്തിലേക്ക് മാറുന്ന പ്രക്രിയയിലും *ബൈബിളി*ന്റേതായ പരിവേഷം കാണാം. പാപപരിഹാരക്രിയകൾ, മുൻപറഞ്ഞപോലെ, ബ്രാഹ്മണ്യത്തിന്റെ ആശയവ്യവസ്ഥകളെ പിൻപറ്റുന്നുമുണ്ട്. വൈവിധ്യഭരിതമായ നാട്ടാചാര-വിശ്വാസപദ്ധതികളെ ഏകാത്മകമാക്കുന്നതിൽ നിർണായകമാംവിധം ഇടപെടുന്നത് സംഘടിതമതയുക്തിയാണ്. ഏകപുരുഷ-സ്ത്രീബന്ധത്തിലേക്കും പിതൃ അധികാരത്തിലേക്കുമുള്ള മാറ്റം പൂർണമാകുന്നതിൽ സംഘടിത മതങ്ങളുടെ സാന്നിധ്യമാണ് ക്രിസ്ത്യാനിത്തം, ബ്രാഹ്മണ്യം എന്നിവയാൽ സൂചിതമാകുന്നത്.

അച്ഛന്റെ സ്വപ്നദർശനമാണ് അമ്മാളുവിന്റെ പരിണാമത്തിന് ഹേതുവായിത്തീരുന്നത് എന്ന് മുൻപ് സൂചിപ്പിച്ചു. കാർമികത്വം വഹിക്കുന്നതാകട്ടെ അച്ഛനെപ്പോലെ ആരാധ്യനായ സംരക്ഷകനും. അമ്മയിൽനിന്നുള്ള ഉപദേശങ്ങളാണ് അവളെ തെറ്റിലേക്കും പാപത്തിലേക്കും

നയിക്കുന്നത്. അച്ഛൻ പ്രത്യക്ഷനാകുന്നതോടെ ശരിയിലേക്കും പുണ്യത്തിലേക്കുമുള്ള മാറ്റമാണ് നടക്കുന്നത്. അമ്മാളുവിന്റെ ലൈംഗിക ജീവിതത്തെയും അതിൽനിന്നുണ്ടായ നേട്ടങ്ങളെയും നിസ്സാരമായ പ്രാപഞ്ചിക സുഖമെന്നും സത്യമര്യാദകൾക്കെതിരെന്നും വിശേഷിപ്പിക്കുന്നത് അച്ഛനാണ്. ശരി, പുണ്യം, സത്യം, മര്യാദ എന്നീ മൂല്യങ്ങളിലധിഷ്ഠിതമായത് ഏകപുരുഷനാൽ പ്രാപിക്കപ്പെടുന്ന സ്ത്രീ ലൈംഗികതയാണെന്നാണ് ഇതിന്റെയർഥം. ചെല്ലവും താക്കോലുകളും ഉപേക്ഷിച്ചുള്ള അമ്മാളുവിന്റെ യാത്രയിൽ തിരസ്കരിക്കപ്പെടുന്നത് കാലങ്ങളായി തുടർന്നുവന്ന ഒരു വ്യവസ്ഥയുടെ ആചാരബന്ധക്രമങ്ങളാണ്. ഈ ബന്ധുത്വങ്ങൾ നിഷേധിക്കാൻ ഒരുങ്ങുമ്പോഴാണ് താൻ ആരുടെ സംരക്ഷണയിലാണ് എന്ന് അമ്മാളു ചിന്തിച്ചുതുടങ്ങുന്നത്. അരക്ഷിതമായ സ്ത്രീജീവിതത്തിലേക്ക് രക്ഷകപദവിയിൽ കടന്നുവരുന്ന അച്ഛൻ, അവളെ (ഏക) ഭർത്താവിന്റെ സംരക്ഷണയിലാക്കുന്നു. ആധുനിക ലൈംഗികബന്ധരീതിയിലേക്കുള്ള അമ്മാളുവിന്റെ പ്രവേശനത്തിന് കാർമികത്വം വഹിക്കുന്നതും ആധുനിക അണുകുടുംബത്തിന്റെ കേന്ദ്രസ്ഥാനത്തു പ്രത്യക്ഷപ്പെടുന്നതും അച്ഛൻതന്നെയാണ് എന്നത് യാദൃച്ഛികമല്ല. വ്യത്യസ്തമെങ്കിലും വ്യവസ്ഥാനിർമിതിയിൽ ഇടപെടുന്ന വിവിധഘടകങ്ങൾ സാഹിതീയപാഠങ്ങളിൽ ഏകോപിതമാകുന്നതിന്റെ ദൃഷ്ടാന്തമാണിത്.

അച്ഛന്റെ വരവ് ആകാംക്ഷയോടെ കാത്തിരിക്കുന്ന മക്കളുടെയും അമ്മയുടെയും ചിത്രം നോവലിൽ മറ്റിടങ്ങളിലും നമുക്കു കാണാം. ഏകപത്നീവ്രതം, സദാചാരനിഷ്ഠ, സത്യസന്ധത, നീതിബോധം എന്നിവ അച്ഛന്റെ പ്രത്യേകതകളായി ആഖ്യാനത്തിൽ ഇടംനേടുന്നുമുണ്ട്. ഗൗരവവും കാർക്കശ്യവും നിറഞ്ഞ അമ്മാവൻ എന്ന അപരബിംബത്തിന്റെ സാന്നിധ്യത്തിലാണ് ആഖ്യാനങ്ങളിൽ അച്ഛന് കൂടുതൽ ഉയർച്ച ലഭ്യമാകുന്നത്. വാത്സല്യം, സ്നേഹം തുടങ്ങി ബന്ധങ്ങളുടെ വൈകാരികമായ ആഴം വ്യക്തമാക്കിക്കൊണ്ടുകൂടിയാണ് അച്ഛൻ എന്ന പുതിയ പദവി നോവൽ സ്വീകാര്യമാക്കുന്നത്. ഭാര്യയെയും മക്കളെയും പരിപാലിക്കാനുള്ള ചുമതല ഭർത്താവിലേക്ക്/അച്ഛനിലേക്ക് കൈമാറ്റം ചെയ്യപ്പെടുന്നുണ്ട്. അച്ഛന്റെ സമ്പാദ്യങ്ങൾ മക്കൾക്ക് അവകാശപ്പെട്ടതാണെന്ന സൂചനയും വിവരണങ്ങളിലുണ്ട്. ദായക്രമത്തിൽ വന്നുകൊണ്ടിരിക്കുന്ന പരിവർത്തനങ്ങളെ, മക്കത്തായത്തിന്റെ ഉദയരാശിയെ നോവലായി എഴുതുകയാണെന്ന് താൽപ്പര്യം. ഒരുപടികൂടി കടന്ന് ഭർത്താവിന്റെ സ്വത്തിൽ, ഭാര്യക്കും മക്കൾക്കുമുള്ള അവകാശത്തെ വ്യക്തമാക്കിക്കൊണ്ട്, അണുകുടുംബത്തിലെ അച്ഛന്റെ പദവിമൂല്യം ആദ്യകാലനോവലായ *ലക്ഷ്മീകേശവം* (1892) ഉറപ്പിക്കുന്നുണ്ട്. അച്ഛൻ ഒരരികു സത്യമായി, സാമൂഹിക ജീവിതത്തിന്റെ നടുത്തളത്തിലേക്ക് അഥവാ ചിത്രത്തിന്റെ ഫ്രെയിമിലേക്ക് പ്രവേശിക്കാൻ തുടങ്ങുന്നതിന്റെ അടയാളമാണ് *ദാ അച്ഛൻ വരുന്നു* എന്ന രവിവർമ്മച്ചിത്രമെന്ന വിജയകുമാർ മേനോന്റെ

നിരീക്ഷണം ഇവിടെ ചേർത്തുവായിക്കാം. ഫ്യൂഡൽ അധികാരഘടന യുള്ള, കാരണവർ കേന്ദ്രമായിരുന്ന മരുമക്കത്തായ കൂട്ടുകുടംബങ്ങളിൽ നിന്ന് അച്ഛൻ കേന്ദ്രമായ മുതലാളിത്ത അണുകുടുംബത്തിലേക്കുള്ള മാറ്റത്തിന്റെ കാലരേഖകൾക്കൊപ്പമാണ് *മീനാക്ഷി*യുടെയും സഞ്ചാരം.

സ്ത്രീകളെ മാത്രമല്ല, നിർമിതമാകുന്ന അണുകുടുംബത്തിലെ അംഗങ്ങളായ പുരുഷന്മാരെയും മെരുക്കിക്കൊണ്ടാണ് ലൈംഗികതയിലെ ക്രമപ്പെടുത്തൽ പൂർണമാകുന്നത്. അന്യസ്ത്രീകൾക്കൊപ്പം 'നേരമ്പോ ക്കുകളോ വഷളത്തങ്ങളോ' പ്രവർത്തിക്കാത്തവരാണ് 'മാന്യ' പുരുഷ ന്മാർ. മീനാക്ഷിയുടെ അച്ഛൻ കുഞ്ഞികൃഷ്ണമേനോൻ, കാമുകൻ കുഞ്ഞിശങ്കരമേനോൻ, അമ്മാവൻ ഗോപാലമേനോൻ, കാര്യസ്ഥൻ ഗോവിന്ദൻ എന്നിവർ മാതൃകാപുരുഷന്മാരായി അവതരിപ്പിക്കപ്പെടു ന്നുണ്ട്. പുരുഷന്റെ ലൈംഗികാഗ്രഹങ്ങൾ പ്രകടിപ്പിക്കേണ്ടത് ഭാര്യയോടു മാത്രമാണെന്ന, അതാണ് മാന്യതയെന്ന ചിന്ത ഈ മാതൃകാപുരുഷ നിർമിതിയിലുണ്ട്. പാതിവ്രത്യവൽക്കരണത്തിനൊടുവിൽ അമ്മാളു ഭർത്താവായി സ്വീകരിക്കുന്നത് ഈ കൂട്ടത്തിൽപ്പെട്ട ഗോവിന്ദനെയാണ്. സ്ത്രീ-പുരുഷമാതൃകകളുടെ നിർമിതി 'ഉത്തമദാമ്പത്യ'ത്തിന്റെ നിർമാണത്തിലാണ് അവസാനിക്കുന്നത്.

പുരുഷന്മാരെ സംബന്ധിച്ച് ഇതിൽനിന്ന് വ്യത്യസ്തമായൊരു നിലയും വായനക്കാർക്കു കാണാം. മോഹിനിയാട്ടക്കാരികൾക്കൊപ്പം അന്തിയുറങ്ങാൻ എരേശ്ശമേനോനു തോന്നിയ ആഗ്രഹം കുടുംബത്തിന കത്ത് ഗൂഢമായി അനുവദിക്കപ്പെടുന്നുണ്ട്. പുരുഷന്മാർക്ക് ഇത്തരം ചില ആഗ്രഹങ്ങൾ തോന്നാനിടയുണ്ടെന്നും അത് പൊറുക്കേണ്ടത് (ഗോപ്യ മായി അനുവദിക്കേണ്ടതും) സ്ത്രീകളാണെന്നുമുള്ള ധാരണയാണിത്. സ്ത്രീകളെക്കുറിക്കാൻ വേശ്യ എന്ന പദം പ്രയോഗിക്കുന്നതായി മുൻപു പറഞ്ഞു. എന്നാൽ ഇത്തരം ആഗ്രഹങ്ങളുള്ള പുരുഷന്മാരെ കുറിക്കാൻ ഒരു പ്രയോഗം സാധ്യമാകുന്നില്ലെന്നു മാത്രമല്ല, അത് ആഗ്രഹം എന്ന നിലയിൽ വളരെ സാധാരണമായിത്തീരുകയും ചെയ്യുന്നു, പതിവ്രതയ്ക്കു സമാനമായ പുരുഷപദവും നോവലിൽ ഉപയോഗിക്കുന്നില്ല. വേശ്യ, പതിവ്രത തുടങ്ങിയ പ്രയോഗങ്ങൾക്ക് പുല്ലിംഗമില്ലാതെ പോയതിനെ ക്കുറിച്ച് സ്ത്രീവാദികൾ ചർച്ച ചെയ്യുന്നുണ്ട്. ഭാഷയിലല്ല, എരേശ്ശമേ നോൻമാരിൽനിന്നു തുടങ്ങുന്ന പുരുഷനിര ഗോപ്യമായി സാധിച്ച ആഗ്രഹ പൂർത്തീകരണത്തിലാണ് അതിന്റെ കാരണം വിശ്രമിക്കുന്നത്. ആധുനികത സ്ത്രീ-പുരുഷ ലൈംഗികതകളെ മെരുക്കിയത് ഒരേ മാന ദണ്ഡത്തിലല്ല. വിധേയയായ സ്ത്രീ പുരുഷനാൽ മെരുക്കപ്പെടുകയാ യിരുന്നു. അതുകൊണ്ടാണ് കൊച്ചമ്മാളു ശുദ്ധീകരിക്കപ്പെടുമ്പോൾ എരേശ്ശമേനോൻ ന്യായീകരിക്കപ്പെടുന്നത്.

ശരീരകാമനകളുടെ മെരുക്കൽ പൊതുഇടങ്ങളിലെ പെരുമാറ്റങ്ങളെ ക്കൂടി നിയന്ത്രിക്കുന്നതിലേക്കാണ് നയിക്കുന്നത്. ശ്ലീലം/അശ്ലീലം എന്ന വേർതിരിവ് സൃഷ്ടിക്കപ്പെടുകയും ശരീരം അശ്ലീലമായി മാറിത്തുട

ങ്ങുകയും ചെയ്യുന്നു. ശരീരാവയവങ്ങളെ അശ്ലീലമാക്കുന്ന കാഴ്ച പുതു ലൈംഗികതയുടെ പ്രത്യയശാസ്ത്രത്താലാണ് ആനയിക്കപ്പെട്ടത്. നഗ്നമായിരുന്ന ശരീരത്തെ വസ്ത്രം ധരിപ്പിച്ച് തൃഷ്ണകളെ നിയന്ത്രിക്കുന്നതിൽ പ്രവർത്തിക്കുന്നത് ഈ പ്രത്യയശാസ്ത്രമാണ്. കുളക്കടവുകളിലെ കുളി ഒരു സദാചാരപ്രശ്നമായിത്തീരുന്നത് ശരീരം മറച്ചുവെക്കേണ്ട ഒന്നായി മനസിലാക്കപ്പെടുന്നതോടെയാണ്. പുരുഷന്മാരും സ്ത്രീകളും ഒരുമിച്ചു കുളിക്കുന്ന കുളക്കടവുകൾ നഗ്നതാപ്രദർശനവേദികളായി തോന്നുന്നത് ഇതുകൊണ്ടാണ്. ഈ പ്രവൃത്തി നാഗരികത്വത്തിനു ചേരാത്തതായാണ് വിലയിരുത്തുന്നത്. നാഗരികത്വത്തിന്റെ പക്ഷത്തുനിന്ന് നാട്ടുനടപ്പിലേക്കുള്ള നോട്ടമാണിത്. സ്ത്രീയെ കൂടുതൽ നിഷ്കർഷിക്കുമ്പോൾ, പൊതുസ്ഥലങ്ങളിൽ സ്ത്രീകളുടെ ശരീരചലനങ്ങളെ കർശനമായി നിയന്ത്രിക്കുന്ന ഒന്നായി ഈ ബോധം മാറുന്നു. കുളി ഒരു പ്രത്യേക മുറിക്കകത്തു നടത്തേണ്ടതാണെന്നും പുരുഷന്മാർക്കു മുന്നിൽ ശരീരം പൊതിഞ്ഞു സൂക്ഷിക്കേണ്ടതാണെന്നും ശരീരഭാഗങ്ങൾ വെളിപ്പെടുത്തുന്നത് പാതിവ്രത്യവിരുദ്ധമാണെന്നുമുള്ള പുതുലൈംഗികതയുടെ 'അച്ചടക്ക'മാണ് ഇങ്ങനെ ദൃഢപ്പെടുന്നത്. വഴിയോരങ്ങളിൽ മൂത്രശങ്ക തീർക്കുന്ന പതിവുരീതി ഉപേക്ഷിക്കപ്പെടേണ്ടതാണെന്ന ചർച്ചയും ഈ ദിശയിലുള്ളതാണ്. ബ്രാഹ്മണരുടെ ലൈംഗിക താൽപ്പര്യങ്ങളെ പരിഹസിച്ചുകൊണ്ടുള്ള വിവരണങ്ങളിൽ പുരുഷലൈംഗികത ക്രമീകരിക്കുന്നതിനെക്കുറിച്ചുള്ള ആശയങ്ങളും ഉൾച്ചേർന്നിരിക്കുന്നു. ശരീരഭാഗങ്ങളെ ലൈംഗികവസ്തുവായി മാത്രം ചുരുക്കിക്കാണുകയും ശരീരം കാണുമ്പോൾ ലൈംഗികചോദനകൾ ഉണരുമെന്നു ചിന്തിക്കുകയും ചെയ്യുന്ന പുതിയൊരു കാഴ്ചാശീലത്തെയാണ് ഇത്തരം വിവരണങ്ങൾ പ്രത്യക്ഷവൽക്കരിക്കുന്നത്. ഇടപെടുന്ന മണ്ഡലങ്ങളിലെ വ്യത്യസ്തതകൾക്കനുസരിച്ചാണ് ശരീരം വൈകാരികാവസ്ഥകളെ ഉത്തേജിപ്പിക്കുന്നത്. വിവിധങ്ങളായ വൈകാരിക സാധ്യതകളെ ശരീരം സമം കാമം എന്നതിലേക്ക് വെട്ടിയൊതുക്കി കാണാനാണ് ആധുനികതയും ശ്രമിച്ചത്.

പുതിയൊരു സാമൂഹികവ്യവസ്ഥയിലേക്കുള്ള വഴിയൊരുക്കിക്കൊണ്ട് മനുഷ്യബന്ധങ്ങളെ പുതുക്കി നിശ്ചയിക്കുന്ന പ്രക്രിയയാണ് ആധുനികീകരണം. നാടുവാഴിത്തഘട്ടത്തിൽ പരമ്പരാഗതമായി തുടർന്നുവന്ന സമൂഹനിയമങ്ങളാണ് ആചാരങ്ങളായി നിലനിൽക്കുന്നത്. ഇവ ഫ്യൂഡൽ സമൂഹഘടനയെയും അതിന്റെ മൂല്യങ്ങളെയും തന്നെയാണ് പുനരുൽപ്പാദിപ്പിക്കുക. സാമൂഹിക ബന്ധങ്ങളിലും സമൂഹഘടനയിലും മാറ്റങ്ങൾ ഉണ്ടാകുമ്പോൾ, ദേശങ്ങൾക്കും കൂട്ടായ്മകൾക്കും അനുസരിച്ചു ഭിന്നമായ പരമ്പരാഗതരീതികളെ പുതിയക്രമത്തിനനുസരിച്ച് പുതുക്കേണ്ടി വരുന്നു. താലികെട്ടു കല്യാണം, സംബന്ധം തുടങ്ങിയ ആചാരങ്ങൾ ആധുനിക രാഷ്ട്രനിയമത്തിന്റെയും കൊളോണിയൽ ബോധത്തിന്റെയും കാഴ്ചയിൽ പരിഷ്കരിക്കപ്പെടുന്നത് ഇതുകൊ

ണ്ടാണ്. ഏതുപ്രായത്തിൽ പെൺകുട്ടികൾക്ക് താലികെട്ടുകല്യാണം നടത്തണം എന്ന വിഷയത്തിൽ ആരംഭിക്കുന്ന ചർച്ച, ഈ ആചാരരൂപത്തിൽ നിലനിൽക്കുന്ന വൈവിധ്യങ്ങളുടെ ആഴം വിശദമായി വെളിപ്പെടുത്തുന്നുണ്ട്. താലികെട്ടുകല്യാണം എന്ന ആചാരത്തെ നിലനിർത്തിക്കൊണ്ടും എന്നാൽ വൈവിധ്യങ്ങളെ പരിഹരിച്ചുകൊണ്ടുമുള്ള ഒരു മധ്യമാർഗത്തിലാണ് ചർച്ചകൾ ക്രോഡീകരിക്കപ്പെടുന്നത്: .... "അതുകൊണ്ടു ബാലദശയുടെ ആരംഭകാലം നോക്കി എല്ലാ സംഗതികൊണ്ടും കന്യകയ്ക്ക് അനുരൂപനായ ഒരു ഭർത്താവിനെക്കൊണ്ട് യഥായോഗ്യം താലികെട്ടിച്ച് താരുണ്യത്തിൽ വിവാഹം കഴിക്കുന്നതാണ് വളരെ യുക്തമായിട്ടുള്ളത്. ഇങ്ങനെ ചെയ്യുന്നതായാൽ തന്നെയും ഇപ്പോഴത്തേതിനെക്കാൾ വളരെ ഉൽകൃഷ്ടമായിരിക്കും." ഒരാൾ താലികെട്ടുകയും മറ്റൊരാൾ ഭർത്താവാകുകയും ചെയ്യുന്ന വൈരുധ്യമാണ് പരിഹരിക്കേണ്ടതായി ചർച്ചയിൽ ഉയർന്നു വരുന്നത്. പരദേശികളുടെ കണ്ണിൽ 'വ്യഭിചാരം വിലയ്ക്കുവാങ്ങുന്ന രീതി'യാണിത് എന്നതാണ് ഇതു മാറണമെന്ന നിർബന്ധത്തിനു കാരണം. തദ്ദേശീയരും പുറംകണ്ണിലൂടെ ആചാരങ്ങളെ വിലയിരുത്താൻ ആരംഭിക്കുന്നു. ഭാവിയിൽ ഭർത്താവാകാൻ യോഗ്യനായ പുരുഷനെ കണ്ടെത്തി താലികെട്ടിക്കുക എന്ന ഒത്തുതീർപ്പാണുണ്ടാകുന്നത്. പെൺകുട്ടി ഋതുവാകുന്നതിനു മുൻപെ താലികെട്ടണമെന്ന നടപ്പിനെ നിഷേധിക്കാതെ തന്നെ, നിലവിലുള്ള സമ്പ്രദായം പരിഷ്കരിക്കുകയാണ്. സ്ത്രീയുടെ സംരക്ഷകനായ പുരുഷൻ (ഭർത്താവ്) ആരെന്ന ചോദ്യത്തിന് കൃത്യതപ്പെട്ട ഉത്തരമാണ് ഈ പരിഷ്കരണം വഴി ലഭിക്കുന്നത്. സംബന്ധ സമ്പ്രദായത്തിലെ 'അവ്യവസ്ഥ'കളെ വ്യവസ്ഥപ്പെടുത്തുകയും വിവാഹത്തിലൂടെ നിയമവൽക്കരിക്കുകയും ചെയ്യുന്നു. ആചാരങ്ങളെ മാറ്റാതെ തന്നെ രാഷ്ട്രഘടനയുമായി അതിനെ ബന്ധിപ്പിക്കാനുള്ള ശ്രമമാണിത്. ഫ്യൂഡൽകാല ആചാരങ്ങളും പുതിയ രാഷ്ട്രവ്യവസ്ഥയുടെ നിയമങ്ങളും ഒന്നിച്ചുചേരുന്നു. പാരമ്പര്യസംസ്കാരഘടകങ്ങളെ നിലനിർത്തിക്കൊണ്ടുതന്നെ സാധ്യമായ ആധുനികീകരണത്തിന്റെ മുഖമാണിത് വ്യക്തമാക്കിത്തരുന്നത്.

താലികെട്ടുകല്യാണത്തെക്കുറിച്ചെന്നപോലെ സംബന്ധത്തെക്കുറിച്ചുള്ള ദീർഘചർച്ചയും ആ സമ്പ്രദായത്തെ ചോദ്യം ചെയ്തുകൊണ്ടല്ല അവസാനിക്കുന്നത്. മീനാക്ഷിയെ സംബന്ധമാലോചിച്ചെത്തിയ പുരുഹൂതൻ നമ്പൂതിരിയും ഗോപാലമേനോനും തമ്മിൽ നടക്കുന്ന തർക്കങ്ങൾക്കൊടുവിൽ, സംബന്ധസമ്പ്രദായത്തിൽ ബ്രാഹ്മണർക്കു കൈവന്ന മേൽക്കോയ്മയാണ് ചോദ്യം ചെയ്യപ്പെടുന്നത്. സംസ്കാരത്തിൽ ബ്രാഹ്മണമേൽക്കോയ്മ നിലനിർത്താൻ സഹായിച്ച സ്മൃതികളെ കൂട്ടുപിടിച്ചുകൊണ്ടാണ് നമ്പൂതിരിയുടെ വാദഗതികളെ ഗോപാലമേനോൻ തകർക്കുന്നത്. കേരളബ്രാഹ്മണർക്കു സവിശേഷമായി ലഭ്യമായ അധികാരത്തിനു പുറകിൽ പ്രവർത്തിക്കുന്ന *കേരളോൽപ്പത്തി*യും വിമർശനവിധേയമാകുന്നുണ്ട്. ശൂദ്രസ്ത്രീകൾക്ക് ദേവസ്ത്രീ പദവി നേടിക്കൊടുത്ത ഈ

കൃതി, ബ്രാഹ്മണർക്ക് തങ്ങളുടെ ലൈംഗികാഗ്രഹം തീർക്കാനുള്ള ദേവസ്ത്രീകളെയാണ് നിർമിച്ചതെന്ന വിമർശനമാണ് ഗോപാലമേനോന്റേത്. നായർ സമുദായത്തിനിടയിൽ തലമുറകളായി തുടർന്നുവന്ന സംബന്ധ സമ്പ്രദായത്തിൽ ബ്രാഹ്മണ്യം നിലനിർത്തിയ അധികാരം കീഴ്മേൽ മറിയുന്നതിന്റെ സൂചനയാണ് ഗോപാലമേനോൻ, പുരുഹൂതനെ ആട്ടിയിറക്കുന്നതിൽ അന്തർഭവിച്ചിരിക്കുന്നത്. നായർ/നമ്പൂതിരി വേർതിരിവിലൂടെ, നായർ സ്വത്വസ്ഥാപനത്തിനുള്ള ശ്രമവും ആഖ്യാനത്തിലുണ്ട്. സൂക്ഷ്മാർഥത്തിൽ നോക്കിയാൽ, ബ്രാഹ്മണരെ പുറത്താക്കി, നായർ സമുദായത്തിലെ ലൈംഗികമായ അവ്യവസ്ഥകളെ അവസാനിപ്പിച്ച് പെൺകുട്ടികളെ ഏകഭർത്താവിനു കീഴിലാക്കുക എന്ന ആശയമാണ് ഈ ചർച്ചയിൽ മുന്നിട്ടുവരുന്നത്. താലികെട്ടുകല്യാണം, സംബന്ധം എന്നിവയെക്കുറിച്ചുള്ള ആലോചനയിൽ, ഭർത്താവ് എന്ന പദവിയാണ് ആവർത്തിച്ച് സ്ഥാപിതമാകുന്നത്. നാട്ടുനടപ്പുകളുടെ ഭാഗമായ സംബന്ധലൈംഗികത, നിയമവൽക്കരണത്തിനു വിധേയമാകുമ്പോഴാണ് ഭർതൃപദവി പ്രധാനമാകുന്നത്. 'രഹസ്യവും പരസ്യവുമല്ലാത്ത സംബന്ധ' സമ്പ്രദായം അവസാനിപ്പിച്ച് കൃത്യതയുള്ള വിവാഹസമ്പ്രദായത്തിലേക്ക് (നായർ) സമുദായത്തെ നയിക്കുന്നതിന്റെ ഭാഗമാണിത്. വ്യവസ്ഥപ്പെടുത്തലിലേക്കുള്ള ആദ്യപടിയായാണ് ബ്രാഹ്മണരെ പുറന്തള്ളുന്നത്. ഇവിടെ പ്രകടമാകുന്ന ബ്രാഹ്മണവിരുദ്ധത സവർണ സംസ്കാരത്തോടുള്ള വിയോജിപ്പല്ല. വേശ്യയെ പതിവ്രതയാക്കിയ സന്ദർഭത്തിൽ നോവൽ പിൻതുടർന്നത് ബ്രാഹ്മണ്യത്തിന്റെ നിയമങ്ങളെയും സംസ്കാരത്തെയുമാണെന്ന് മുൻപ് കണ്ടു. ഇതു പരിഗണിച്ചാൽ, ഇവിടത്തെ എതിർപ്പ് ലൈംഗിക അവ്യവസ്ഥയോടുള്ള വിരോധം മാത്രമാണെന്ന് വ്യക്തമാകും.

സാമൂഹിക ജീവിതവിനിമയങ്ങളായ കലാരൂപങ്ങളും പുതുവ്യവസ്ഥയുടെ പ്രത്യയശാസ്ത്രവിചാരണ നേരിടുന്നുണ്ട്. ഇവിടെ ഏറെക്കാലമായി നിലനിൽക്കുന്ന മോഹിനിയാട്ടം നിർത്തൽ ചെയ്യേണ്ടതാണെന്ന അഭിപ്രായത്തെ പിന്തുണയ്ക്കുന്ന വിവരണങ്ങളിലൂടെ ഈ കലാരൂപത്തെ തേവിടിശ്ശി ആട്ടമായാണ് അവതരിപ്പിക്കുന്നത്. ഈ സന്ദർഭത്തിലും ആഖ്യാനം നിലയുറപ്പിക്കുന്നത് പതിവ്രത/വേശ്യ എന്ന ദ്വന്ദ്വത്തിൽ തന്നെയാണ്. കടത്തിട്ടതോണി, ശ്മശാനകുസുമം, പെരുവഴിയിൽ തൂക്കിയ ചെണ്ട, പീടികമുറ്റത്തു വെച്ച കോളാമ്പി, പരഭൂതം, കുറവന്റെ കുരങ്ങ് തുടങ്ങിയ രൂപകങ്ങളും പീറകളായ സ്ത്രീകൾ, അരചുറ്റും പുണ്ണുപിടിച്ച ജ്യേഷ്ഠകൾ, അസ്തികൾ, പാത്രാപാത്ര വിവേകശൂന്യർ, അന്യായം പ്രവർത്തിക്കുന്നവർ, ഹിതത്തിനു വഴങ്ങേണ്ടവർ തുടങ്ങിയ പ്രയോഗങ്ങളും ആട്ടക്കാരികളെ പതിവ്രതയുടെ വിപരീതത്തിൽ സ്ഥാപിക്കുന്നതിന് വിവരണത്തിൽ ഉപയോഗിക്കുന്നുണ്ട്. ആട്ടക്കാരികളുടെ ശരീരം ആർക്കും പ്രാപ്യമാണ് എന്ന അർഥമാണ് രൂപകങ്ങളും പ്രയോഗങ്ങളും ഉൽപ്പാദിപ്പിക്കുന്നത്. ചാരിത്ര്യരാഹിത്യത്തെക്കുറിച്ചുള്ള

വിവരണങ്ങളിലൂടെ ആട്ടക്കാരികളെ വേശ്യകളാക്കുന്ന തന്ത്രമാണിത്.

മോഹിനിയാട്ടത്തെ നോവൽ നോക്കിക്കാണുന്നത് എങ്ങനെയാണ്? വേശ്യകളുടെ ആട്ടമായതിനാൽ മോഹിനിയാട്ടം മോശമാണ് എന്ന് വരുന്നു. മാന്യമായ കുടുംബത്തെ അത് അലോസരപ്പെടുത്തുകയും അതിന്റെ ഭദ്രതയ്ക്ക് ഭീഷണിയാകുകയും ചെയ്യുന്നു. അതുകൊണ്ട് ഈ കല നിരോധിക്കേണ്ടതായി തീരുന്നു. മോഹിനിയാട്ടത്തിന്റെ എതിർധ്രുവത്തിൽ കഥകളി സ്ഥാപിക്കപ്പെടുന്നുമുണ്ട്. സഭ്യവും പ്രാപ്യവുമായി പുരുഷകല സ്വീകരിക്കപ്പെടുന്നു. നായർഭവനങ്ങളിൽനിന്ന് ബ്രാഹ്മണരെ പുറന്തള്ളി സംബന്ധവ്യവസ്ഥയെ പരിഷ്കരിക്കാനുള്ള ശ്രമത്തെക്കുറിച്ചു മുൻപ് പറഞ്ഞു. ലാസ്യരസപ്രധാനമായ സ്ത്രീകലകളെ ഒഴിവാക്കി, കുടുംബത്തെ ഭദ്രമാക്കി പരിഷ്കരണം പൂർത്തീകരിക്കുകയാണ് ഉദ്ദേശ്യം. ഇതിനു സമാനമായ ചില ആഖ്യാനങ്ങൾ *ലക്ഷ്മീകേശവ*ത്തിലും കടന്നുവരുന്നു എന്നത്, കലാരൂപങ്ങൾ ആധുനികീകരണത്താൽ നിർണയിക്കപ്പെട്ടുതുടങ്ങുന്നതിന്റെ പ്രത്യക്ഷോദാഹരണം കൂടിയായിത്തീരുന്നുണ്ട്.

മീനാക്ഷിയുടെ ബാല്യത്തിൽനിന്നാണ് നാം ആരംഭിച്ചത്. കനകമംഗലം ഫീമേൽ മിഡിൽ സ്കൂളിലെ പഠനാനന്തരം ഉപാധ്യായനിയുടെ ശിക്ഷണത്തിൽ ഇംഗ്ലീഷ് പഠിച്ച മീനാക്ഷിക്ക് വളർച്ചയെത്തുമ്പോഴേക്കും കൊളോണിയൽ പരിഷ്കൃതിയുടെ രൂപങ്ങൾ സാർവത്രികമായിത്തുടങ്ങിയിരുന്നു. വേശ്യയായ അമ്മാളു മാനസാന്തരപ്പെട്ടു. സംബന്ധവും താലികെട്ടുകല്യാണവും മോഹിനിയാട്ടവും പരിഷ്കരിക്കപ്പെട്ടു. കുടുംബത്തിന്റെ സംരക്ഷകനായി അച്ഛൻ രംഗപ്രവേശം ചെയ്തു. മരുമക്കത്തായ കൂട്ടുകുടുംബങ്ങൾ മക്കത്തായ അണുകുടുംബത്തിലേക്ക് പരിണമിക്കാൻ തുടങ്ങി. പൊതുഇടങ്ങളിലെ സ്ത്രീപുരുഷ പെരുമാറ്റങ്ങളിൽ മാറ്റംവന്നു. സ്ത്രീകൾ കുപ്പായമിടാൻ ആരംഭിച്ചു. ബഹുഭർതൃത്വം പതിവ്രതാധർമത്തിനെതിരാണെന്നും ജീവിതകാലം ഒരു ഭർത്താവ് വേണമെന്നും നിശ്ചയിക്കപ്പെട്ടു. അങ്ങനെ മീനാക്ഷിയുടെ പ്രായത്തിനൊപ്പം പുതുവ്യവസ്ഥയ്ക്കും പ്രായപൂർത്തിയാകാൻ തുടങ്ങി. സമ്പദ് വിനിമയത്തിന്റെ നാട്ടുരൂപങ്ങൾ പണത്തിനു വഴിമാറി, ബാങ്കുപോലുള്ള പണമിടപാട് സ്ഥാപനങ്ങൾ കടന്നുവന്നു. കനകമംഗലത്തേക്ക് റോഡുകളും ഗതാഗതത്തിനായി വാഹനങ്ങളും എത്തിത്തുടങ്ങി. സബ്രജിസ്ട്രാറാഫീസും തപാലാപ്പീസും ഇംഗ്ലീഷ് പാഠശാലയും പൊലീസ് സ്റ്റേഷനും സ്ഥാപിക്കപ്പെട്ടു. കാർഷികവും ഗ്രാമീണവുമായ സ്ഥലം പരിവർത്തനവിധേയമാവുകയും ഇതരനാടുകളുമായി ബന്ധങ്ങളിലേർപ്പെട്ടുതുടങ്ങുകയും ചെയ്തു. വ്യക്തികൾ തമ്മിൽ രൂപീകരിക്കപ്പെടുന്ന ബന്ധങ്ങളുടെ വിനിമയ ഉപാധികളായി കത്തും ടെലഗ്രാഫും നടപ്പിലായി. വായനാവിഭവമായി പുസ്തകം കടന്നുവന്നു. കുഞ്ഞിശങ്കരമേനോനും മീനാക്ഷിയും തമ്മിലുള്ള വിവാഹം കഴിഞ്ഞ് അവർ മദ്രാസിലേക്ക് യാത്രയായി. തീവണ്ടിയിലാണ് യാത്ര. അകലത്തെ വേഗതകൊണ്ടു

മറികടക്കുന്ന പുതുമയാണ് അന്ന് തീവണ്ടി. കരകളും നാടുകളുമായി പിരിഞ്ഞ ദേശത്തിനു കുറുകെ നീണ്ടുകിടക്കുന്ന പാളങ്ങൾ പാലങ്ങളാക്കി ദേശ-രാഷ്ട്രം രൂപപ്പെടുകയായിരുന്നു. മദ്രാസ് നഗരം അദൃശ്യസാന്നിധ്യമായി ചലിച്ചുകൊണ്ടിരുന്നു. വിദ്യാഭ്യാസത്തിന്റെയും പ്രണയത്തിന്റെയും ആഗ്രഹലോകമായിരുന്നു അത്.

മീനാക്ഷിയുടേത് സംബന്ധമായിരുന്നില്ല. വിവാഹം തന്നെയായിരുന്നു. നോവലിലെ ആധുനികപരിഷ്കൃതിയുടെ മേൽപ്പറഞ്ഞ ചിഹ്നങ്ങളുമായി ഇഴചേർന്നാണ് മീനാക്ഷിയുടെ പ്രണയവും നിലകൊള്ളുന്നത്. ഈ ആധുനിക സങ്കേതങ്ങളില്ലെങ്കിൽ ഈ പ്രണയവും വിവാഹവും സാധ്യമാകുമായിരുന്നില്ല. കത്താണ് കുഞ്ഞിശങ്കരമേനോനെ മീനാക്ഷിയുമായി അടുപ്പിക്കുന്നത്. കത്തുകളുടെ കൈമാറ്റത്തിലൂടെയാണ് അടുപ്പം പ്രണയമായി വളരുന്നത്. ശരീരം ഒഴിച്ചുനിർത്തപ്പെടുകയും മനസ്സ് പങ്കുചേരുകയും ചെയ്യുന്ന ഈ പ്രക്രിയ തുടരുന്നതിന് പുതുവ്യവസ്ഥ തടസമായില്ല. പ്രണയം വളരുന്നതിനിടയിലാണ് ഭാനുവിക്രമരാജാവിന് മീനാക്ഷിയിൽ താൽപ്പര്യം ജനിക്കുന്നത്. ഒരു ഭർത്താവിനെ മനസാ വരിച്ചുകഴിഞ്ഞു എന്നതുകൊണ്ടും ജീവിതകാലം മുഴുവൻ ഒരു ഭർത്താവ് എന്ന വ്രതം സ്വീകരിക്കുന്നതുകൊണ്ടും ആഗ്രഹത്തിനു വഴങ്ങാൻ കഴിയില്ലെന്ന് മീനാക്ഷി തന്നെയാണ് ഭാനുവിക്രമനെ എഴുതി അറിയിക്കുന്നത്. തന്റെ ആഗ്രഹം സഫലമായില്ലെങ്കിലും മീനാക്ഷിയുടെ ചാരിത്ര്യശുദ്ധി, പാതിവ്രത്യനിഷ്ഠ എന്നിവയെ ഭാനുവിക്രമൻ അഭിനന്ദിക്കുന്നുണ്ട്. വിശാലാർഥത്തിൽ ആചാരപരമായ ഫ്യൂഡൽ സംബന്ധത്തിൽനിന്ന് ദേശ-രാഷ്ട്രത്തിന്റെ നിയമവൽക്കരണത്തിലേക്കുള്ള മാറ്റമാണിത്. ഭർത്താവും ഭാര്യയും പിറക്കാനിരിക്കുന്ന മക്കളും മാത്രമടങ്ങുന്നതാണ് മീനാക്ഷിയുടെ ഭാവി കുടുംബം. അഥവാ ക്ലാസിക്കലായ മുതലാളിത്ത അണുകുടുംബം. ഇനിയും നഗരവൽക്കരിക്കപ്പെട്ടു കഴിഞ്ഞിട്ടില്ലാത്ത കനകമംഗലത്തുനിന്ന്, മദ്രാസെന്ന പൂർണനഗരത്തിലേക്കാണ് വിവാഹാനന്തരം മീനാക്ഷി യാത്രയായത്. പഴയ നാട്ടുമര്യാദകളല്ല, പുതിയ രാഷ്ട്രവും അതിന്റെ നിയമങ്ങളുമാണ് ഇനി മീനാക്ഷിയെ നിയന്ത്രിക്കുക. മീനാക്ഷി മാത്രമല്ല, അമ്മാളു ഉൾപ്പെടെ നാം കണ്ടുമുട്ടിയവരെല്ലാം നേരത്തേ പ്രവേശിച്ചതും ഈ വ്യവസ്ഥയിലേക്കുതന്നെ. ഇങ്ങനെ നോക്കുമ്പോൾ മീനാക്ഷിയുടെ വളർച്ച ബാല്യകൗമാരങ്ങൾ പിന്നിട്ട് യൗവനാരംഭത്തിലേക്കുള്ള ഒരു പെൺകുട്ടിയുടെ വളർച്ച മാത്രമല്ല, കൊളോണിയൽ ആധുനികതയെന്ന ചരിത്രസന്ദർഭം പെണ്ണിനെ പുതുക്കി, മെരുക്കി വളർത്തിയതിന്റെ കാലരേഖയാണ്.

മീനാക്ഷിക്കുശേഷം തലമുറകൾ പിന്നിട്ട് ഇരുപത്തിയൊന്നാം നൂറ്റാണ്ടിലെത്തുമ്പോൾ കേരളീയ സ്ത്രീകൾ അഭിമുഖീകരിക്കുന്നതെന്താണ്? പുരുഷന്റെ കുത്തകയായ പുറംലോകം, അടക്കം, ഒതുക്കം, വിനയം, മര്യാദ, പാതിവ്രത്യം തുടങ്ങിയ അളവുകോലുകൾകൊണ്ട് സ്ത്രീസ്വഭാവം അളക്കുന്ന പൊതുസമൂഹം, പൊതിഞ്ഞുകെട്ടിയ

സ്ത്രീശരീരത്തെ തുളച്ചുകയറുന്ന ആൺനോട്ടങ്ങൾ, ഭരണകൂടസ്ഥാപനങ്ങൾ മുതൽ സാമൂഹിക/രാഷ്ട്രീയപ്രസ്ഥാനങ്ങൾ അടക്കമുള്ള ആൺകോയ്മയുടെ നടത്തിപ്പുശാലകൾ സംസ്കാരത്തിൽ തിരിച്ചിടാൻ കഴിയാത്തവിധം ആണധികാര പ്രത്യയശാസ്ത്രം അധീശത്വം നേടുന്നു. സ്ത്രീപദവിയെക്കുറിച്ചും സ്ത്രീജീവിതത്തെക്കുറിച്ചും നടക്കുന്ന വർത്തമാന ചർച്ചകളിൽ ഉയരുന്ന പ്രധാനചോദ്യം "കേരളീയ സ്ത്രീ എന്തുകൊണ്ടിങ്ങനെയായിപ്പോയി?" എന്നാണ്. ഉത്തരത്തിന് വർത്തമാന ജീവിതത്തിൽ മാത്രം പരതിയാൽ മതിയാകുകയില്ല. മീനാക്ഷി, ഇന്ദുലേഖ, ലക്ഷ്മിക്കുട്ടി, സുകുമാരി... തുടങ്ങിയ പത്തൊമ്പതാം നൂറ്റാണ്ട് നിർമിച്ച സ്ത്രീമാതൃകകളിലേക്ക് നമുക്കു തിരിച്ചുപോകേണ്ടിവരും. ശരീരം പൊതിഞ്ഞ്, 'ഗൂഹനീയം വസ്തുപറയാമോ' എന്ന കുലനായികാ സംശയത്തിൽ ശുദ്ധപ്രണയം പ്രകടിപ്പിക്കാതെ, തലതാഴ്ത്തി അടക്കവും ഒതുക്കവും വിനയവും കാട്ടി, ഭർതൃസംരക്ഷണയിൽ, പുരുഷന്മാർക്കു മുന്നിൽ നട്ടെല്ലു വളച്ച്, വിദ്യാഭ്യാസം നേടിയെങ്കിലും പൊതു ഇടങ്ങളിലേക്കു പ്രവേശിക്കാതെ വീടുകളിൽനിന്ന് വീടുകളിലേക്കുമാത്രം യാത്ര ചെയ്ത ഈ മുത്തശ്ശിമാരുടെ മാതൃകയാണ് പതിറ്റാണ്ടുകളായി നാം പിൻതുടർന്നത്. ജാതി-വംശ-വർഗങ്ങളാൽ വിഭജിതമായ കേരളീയ സ്ത്രീ സ്വയം രൂപാന്തരപ്പെടുകയായിരുന്നില്ല. കൊളോണിയൽ ആധുനികതയുടെ പതിറ്റാണ്ടുകൾ നീണ്ട സാംസ്കാരിക പ്രക്രിയകൾ നമ്മെ രൂപാന്തരപ്പെടുത്തുകയായിരുന്നു. ജൈവികമായ ജീവിതപരിണാമമല്ല; ആധിപത്യവ്യവസ്ഥയുടെ മാതൃകാ അച്ചുകളിൽ വാർക്കപ്പെടുന്ന പ്രക്രിയയായിരുന്നു അത്. നാം സ്വയം രൂപാന്തരപ്പെടാൻ ശ്രമിച്ചതാകട്ടെ ഇതേ മൂശകളിലേക്കു തന്നെയും. അതുകൊണ്ടാണ് നമ്മുടെ സ്ത്രീജീവിതം ശീലാവതിയുടെ കൊളോണിയൽ നിർമിതിയായിത്തീർന്നത്; ഇന്നും തുടരുന്നതും. അതിന്റെ ആദ്യരേഖകളിൽ പ്രമുഖമായ ഒന്നു തന്നെയാണ് *മീനാക്ഷി.*

അടിക്കുറിപ്പ്

1. സരളാദേവിചൗധരാണി - 2002, *Early Feminist of Colonial India*, NewDelhi, Oxford University Press.
2. റോമിലാ ഥാപ്പർ - 1999, *Shakunthala: Texts, Readings, Histories*, New Delhi, Kali for women.
3. പവിത്രൻ പി 2001, സ്ത്രീയെ പവിത്രയാക്കിയത്, *ഭാഷാപോഷിണി*, കോട്ടയം, പുസ്തകം 24, ലക്കം 8.

ഒന്നാം പതിപ്പിന്റെ അവതാരിക

ഇംഗ്ലീഷിൽ 'നോവൽ' എന്നു നാം പറഞ്ഞുവരുന്ന പ്രബന്ധ സമ്പ്രദായത്തെ അനുസരിച്ച് ഇയ്യിടയിൽ നമ്മുടെ മലയാളഭാഷയിൽ ചില മഹാന്മാരാൽ പ്രസിദ്ധം ചെയ്യപ്പെട്ടു കാണുന്ന നൂതന കഥാപുസ്തകങ്ങളെ വായിച്ചും രസിച്ചും കാലയാപനം ചെയ്യുന്നതിൽ പ്രായേണ ജനങ്ങൾക്കു അഭിരുചിയും കൌതുകവും വർദ്ധിച്ചുവരികയാണ് ചെയ്യുന്നത്. ഈ സമയം ആ വക പ്രബന്ധങ്ങളെ വർദ്ധിപ്പിക്കുന്നതിൽ നാം കഴിയുന്നത്ര പരിശ്രമം ചെയ്യേണ്ടതു അത്യാവശ്യമായിരിക്കക്കൊണ്ടും എന്റെ സ്നേഹിതരിൽ ഒരാളായ എ.കെ. സുന്ദരയ്യരവർകൾ ഈ കാര്യത്തിൽ എന്നെ അത്യന്തം ഉത്സാഹിപ്പിച്ചതുകൊണ്ടും ജനോപകാരപ്രദമായിത്തീരുമെന്നുള്ള വിചാരത്തോടുകൂടി ഒരു കഥാപുസ്തകം എഴുതുവാൻ ഈ കഴിഞ്ഞ മാർച്ചുമാസത്തിന്റെ ഒടുവിൽ ഞാനും ആരംഭിച്ചു. എങ്കിലും ആരംഭംമുതൽ ക്രമമായെഴുതുവാൻ സംഗതിവശാൽ എനിക്കു സാധിക്കാത്തതുകൊണ്ടും എഴുതിക്കൊടുക്കുന്ന ഭാഗങ്ങൾ ഉദാസീനത കൂടാതെ അച്ചടിച്ചു കിട്ടുവാൻ അനേകം പ്രതിബന്ധങ്ങൾ നേരിട്ടതുകൊണ്ടും ഞാൻ വിചാരിച്ചിട്ടുണ്ടായിരുന്നതിനേക്കാൾ അധികം കാലതാമസം വേണ്ടിവന്നുപോയി. അത്രയുമല്ല, അച്ചുക്കൂടങ്ങൾ മാറാതെ ഇരിപ്പാൻ നിവൃത്തിയില്ലാതെ വന്നുപോയതിനാൽ അച്ചടിയും അക്ഷരങ്ങളും പുസ്തകത്തിൽ രണ്ടുവിധമായിരിപ്പാനും സംഗതി വന്നിരിക്കുന്നു.

കാലോചിതമായി പല പരിഷ്കാരങ്ങളും ഏർപ്പെടുത്തി ജനസമുദായത്തിൽ അറിവും നാഗരീകവും വർദ്ധിപ്പിക്കേണ്ടതിന് അനേകം യോഗ്യന്മാർ ഒത്തുകൂടി പരിശ്രമം ചെയ്തുവരുന്ന ഈ കാലത്ത് ആ വക വിഷയങ്ങളെ കഴിയുന്നത്ര കഥാരൂപേണ പ്രതിപാദിച്ചു പ്രസ്താവിക്കുന്നതു ജനോപകാരപ്രദമായിത്തീരുമെന്നുള്ള ഉത്തമവിശ്വാസത്തോടുകൂടി ഏതാനും ചില സംഗതികളെ ഈ പുസ്തകത്തിൽ ഞാൻ വെളിവായി

കാണിച്ചിട്ടുള്ളതിൽ ആർക്കും അസന്തോഷം ഉണ്ടാവാൻ ഇടയില്ലാത്തതാണ്. യുക്തിക്കും അനുഭവത്തിനും വിരോധമായി വല്ലതും അറിവു കൂടാതെ പ്രസ്താവിച്ചുപോയിട്ടുണ്ടെങ്കിൽ ആയതു നിർവൈരമാനസന്മാരായ മഹാന്മാർ ക്ഷമിച്ചുകൊള്ളേണ്ടതുമാകുന്നു. ഇതിൽ പ്രസ്താവിക്കപ്പെട്ട സംഗതികൾ കേവലം സങ്കല്പിതങ്ങളാണെന്നു വരികിലും അതുകൾ മുഴുവനും മലയാളരാജ്യത്തെയും മലയാളികളെയും മാത്രം സംബന്ധിക്കുന്നതായി വിചാരിക്കകൊണ്ടു നമ്മുടെ ഇടയിൽ സാധാരണയായി വിളിച്ചുവരുന്ന പേരൊഴികെ കർണ്ണാനന്ദപ്രദമായ മറ്റുവല്ല നാമധേയവും കൊടുക്കുന്നതായാൽ അതു ലേശം അനുരൂപമായിരിക്കയില്ലെന്നു മാത്രമല്ല, ശങ്കാസ്പദമായിരിക്കുവാനും കൂടെ സംഗതിവരുമെന്നു വിചാരിച്ചു ഈ നവീന കഥാപുസ്തകത്തിനു ഞാൻ *മീനാക്ഷി* എന്ന സാധാരണ നാമംതന്നെ കൊടുത്തിരിക്കുന്നു. മലയാള സ്ത്രീകളുടെ ഇടയിൽ ഇതുവരെ കണ്ടും കേട്ടും വരാത്തതായ ഒരു പേർ ഈ പ്രബന്ധത്തിനു കേവലം യുക്തമല്ലെന്നാണ് എന്റെ വിശ്വാസം.

അച്ചടിയിൽ വരുന്ന തെറ്റുകൾ തീർത്തുകൊടുപ്പാൻ മിക്ക സമയങ്ങളിലും എനിക്കു എടവരാതിരുന്നതുകൊണ്ടു സാധാരണമായി സംഭവിക്കാവുന്ന ചില തെറ്റുകളും അക്ഷരപ്പിഴകളും ഈ പുസ്തകത്തിൽ ചില ഭാഗങ്ങളിൽ ദുർല്ലഭം വന്നുപോയിട്ടുള്ളതിനു ഒരു ശുദ്ധപത്രം ഇതോടൊന്നിച്ചുതന്നെ ചേർത്തിട്ടുണ്ട്. നിസ്സാരങ്ങളായ ചില അബദ്ധങ്ങൾ ശുദ്ധപത്രത്തിൽ കാണാതിരിക്കുന്നുണ്ടെങ്കിൽ ആയതു ബുദ്ധിശാലികളായ മഹാന്മാർ ക്ഷമിച്ചു യുക്ത്യാനുസരണം വായിച്ചുകൊള്ളുമെന്നും വിശ്വസിക്കുന്നു.

ഈ പുസ്തകം ജനസമുദായത്തിൽ ആനന്ദപ്രദമായി തീരുന്നപക്ഷം എന്റെ ഈ എല്ലാ പരിശ്രമങ്ങൾക്കും അതില്പരമായ പ്രതിഫലം എനിക്കു യാതൊന്നും ഇല്ല. ബുദ്ധിമാന്മാരും നിർമ്മത്സരികളും പരോപകാരതല്പരന്മാരും ആയ മഹാന്മാർ ഇതിനെപ്പറ്റി യുക്തിയുക്തമായി ചൂണ്ടിക്കാണിച്ചുതരുന്ന എല്ലാ സാരസംഗതികളും ഞാൻ സബഹുമാനം സ്വീകരിച്ചു ശ്ലാഘിക്കുവാൻ എല്ലായ്പ്പോഴും ഒരുക്കമുള്ളവനാകുന്നു.

വിശേഷിച്ച് ഈ പ്രബന്ധം അച്ചടിച്ചു പ്രസിദ്ധം ചെയ്യുന്ന കാര്യത്തിൽ എന്റെ സ്നേഹിതൻ എ. കെ സുന്ദരയ്യരവർകൾ ചെയ്തുവന്നിട്ടുള്ള അത്യദ്ധ്വാനത്തിനും ദ്രവ്യവ്യയത്തിന്നും ഞാൻ എല്ലാ സമയവും അദ്ദേഹത്തിന്നു വന്ദനം പറയുന്നു.

കോഴിക്കോട് സി. ചാത്തുനായർ
15-11-1890

1

പ്രാരംഭം

കുഞ്ഞികൃഷ്ണമേനോൻ: ഗോവിന്ദൻ ഇപ്പോൾ വരുന്നത് കനകമംഗലത്തുനിന്നു തന്നെയല്ലേ? ഈ മദ്ധ്യാഹ്നസമയം നീയല്ലാതെ മറ്റു വല്ലവരും നടക്കുമൊ? എന്താണു ഗോവിന്ദാ വെയിലിന്നു നല്ല ചൂടില്ലെന്നുണ്ടോ?

ഗോവിന്ദൻ: ഇപ്പോൾ ഞാൻ വരുന്നത് കനകമംഗലത്തുനിന്നുതന്നെയാണ്. പരാശ്രയംകൊണ്ടു ദിവസവൃത്തി കഴിപ്പാൻ ദൈവം കല്പിച്ചിരിക്കെ വെയിലിന്റെ ചൂടും മറ്റും സഹിയ്ക്കല്ലാതെ മറ്റെന്താണ് ഒരു നിവൃത്തിയുള്ളത്.

കുഞ്ഞികൃഷ്ണമേനോൻ: ഈ സമയം നടക്കുന്നതു വലിയ തെറ്റാണ്. ഒരു പക്ഷിപോലും ഇപ്പോൾ പറക്കുന്നില്ല. എല്ലാം നിശ്ചഞ്ചലമായിരിക്കുന്നു. ഉഷ്ണാധിക്യം സഹിപ്പാൻ പ്രയാസം! കാലിന്റെ അടി നിലത്ത് എങ്ങിനെയാണ് വെക്കുന്നത്. പൂഴി തട്ടിയാൽ ചുട്ടുപോകാതിരിക്കില്ലല്ലൊ.

ഗോവിന്ദൻ: അക്കാര്യം ഒന്നും പറയേണ്ടതില്ല. പോരുന്നവഴിക്കു ഒരത്യത്ഭുതമുണ്ടായി. കേട്ടാൽ ശുദ്ധമേ പൊളിയാണെന്നു തോന്നും. പക്ഷേ, കാര്യം അതു യഥാർത്ഥമാണ്.

കുഞ്ഞികൃഷ്ണമേനോൻ: എന്താണത്? കേൾക്കട്ടെ അത്ഭുതമായ കാര്യമാണെങ്കിൽ കേൾക്കേണ്ടതല്ലെ? പറയൂ.

ഗോവിന്ദൻ: ഇവിടുന്നു ഏകദേശം ഒന്നരമയിൽസ് തെക്കെ ഭാഗം പൂഴി നിറഞ്ഞ ആ ഇടവഴിയിൽക്കൂടി ഞാൻ കടന്നുപോരികയായിരുന്നു.

കുഞ്ഞികൃഷ്ണമേനോൻ: മാളികയുള്ള ഒരു വലിയ പീടികയുടെ വടക്കേ ഭാഗത്തെ ഇടവഴിയല്ലെ നീ പറയുന്നത്? പത്തുമണികഴിഞ്ഞാൽ അതിലെ നടപ്പാൻ ബഹുപ്രയാസമാണ്. എന്നിട്ടൊ ഗോവിന്ദാ?

ഗോവിന്ദൻ: അതിന്റെ ഇടത്തുഭാഗത്തു ഇപ്പോൾ പുതുതായി കിളച്ച തൈ വെച്ച ഒരു പറമ്പുണ്ട്. ആ പറമ്പിന്റെ ഏകദേശം അഗ്നികോണിൽ വലിയ ഒരു പറങ്കിമാവുണ്ട്. അവിടെ കിളച്ചിട്ടും ഇല്ല; കാടും കളഞ്ഞിട്ടും ഇല്ല.

കുഞ്ഞികൃഷ്ണമേനോൻ: അതു മുണ്ടായി അഹമ്മതുകുട്ടിയുടെ പറമ്പാണ്. ആ മാവിന്മേൽനിന്നു അണ്ടി പറിക്കുവാൻ കയറിയപ്പോൾ നാലഞ്ചുദിവസം മുമ്പെ ഒരു മാപ്പിളക്കുട്ടിയെ അതിന്റെ മുരട്ടിൽനിന്ന് ഒരു പാമ്പു കടിച്ചതായി കേട്ടിരിക്കുന്നു.

ഗോവിന്ദൻ: ആ പാമ്പു എന്നാൽ ഇനി ആരേയും കടിക്കില്ല, അതിന്റെ കഥ കഴിഞ്ഞുകൂടി.

കുഞ്ഞികൃഷ്ണമേനോൻ: അതു നന്നായി. നീ അതിന്റെ കഥ കഴിച്ചു ഇല്ലെ? വിശേഷമായി. മിടുക്കൻതന്നെ. ദുഷ്ടജന്തുക്കളെ കണ്ടാൽ വെച്ചേക്കരുത്.

ഗോവിന്ദൻ: അങ്ങിനെയല്ല ഉണ്ടായത്. അതിനെ ആരും കൊന്നിട്ടല്ല ചത്തത്. അതാണ് ഞാൻ ഒരത്യാശ്ചര്യമെന്നു കേൾപ്പിച്ചതും.

കുഞ്ഞികൃഷ്ണമേനോൻ: കൊല്ലാതെയാണ് ചത്തത്? അതു ബഹുരസംതന്നെ. എങ്ങിനെയാണതു സംഭവിച്ചത്?

ഗോവിന്ദൻ: ആ പറങ്കിമാവിന്റെ മുരട്ടിൽ നിന്നു വലിയ ഒരു ഓന്തും അതിനെ പിടിപ്പാൻ പിന്നാലെതന്നെ ഒരു പാമ്പും പറമ്പിൽനിന്നു ഇടവഴിയിലേയ്ക്കു ചാടി. എന്റെ മുമ്പിൽ ഏകദേശം ഒരു രണ്ടുവാര ദൂരത്തിലായിരുന്നു ചാടിവീണത്. ഞാൻ അപ്പോൾ അല്പം പിന്നോട്ടു മാറിനിന്നു.

കുഞ്ഞികൃഷ്ണമേനോൻ: അതു ഏതായാലും നന്നായി. ഓന്തിനെ കിട്ടാത്ത ദ്വേഷ്യംകൊണ്ടു പാമ്പു നിന്നെ കടിച്ചെന്നു വന്നേക്കാം. എന്നിട്ടൊ? ഓന്തു പാമ്പിനെ കൊന്നു എന്നു പറവാനൊ നീ ഭാവിക്കുന്നത്?

ഗോവിന്ദൻ: ഓന്തു വിചാരിച്ചാൽ പാമ്പിനെ കൊല്ലാൻ കഴിയോ? എലി പൂച്ചയെ കൊന്നു എന്നു പറഞ്ഞാൽ ആരാണ് വിശ്വസിക്കുന്നത്? ഓന്തു മുമ്പിലും, പാമ്പു പിന്നിലും ആയിട്ടു രണ്ടുനാലുവാര ദൂരം ഓടി. അപ്പഴക്കു ഓന്തു പൂഴിയുടെ ചൂടുകൊണ്ടു ഒണങ്ങി ചത്തുപോയി. പാമ്പിനും ചൂടു സഹിച്ചൂടാതായി മടങ്ങി കുറെ ഇഴഞ്ഞുനോക്കി. പിന്നെ ഒരു രണ്ടുമിനിട്ടുനേരം ഉരുണ്ടും പിടച്ചും ഇഴഞ്ഞും കളിച്ചു. ഒടുവിൽ പാമ്പിന്റേയും കഥ കഴിഞ്ഞു. അതുരണ്ടും ആ വഴിയിൽതന്നെ ഇപ്പഴും കിടക്കുന്നുണ്ട്.

കുഞ്ഞികൃഷ്ണമേനോൻ: ശിവ! ശിവ! ഇതു എന്തൊരാശ്ചര്യമാണ്. എന്റെ ഈ നാല്പത്തിമൂന്നു വയസ്സിന്നിടയിൽ ഞാൻ ഈ വക അത്യാശ്ചര്യം കേട്ടിട്ടില്ല. വെയിലിന്റെ ശക്തി ഇത്ര അധികം ഉണ്ടല്ലൊ! നാരായണ! നാരായണ! ഇതു വലിയ അത്ഭുതം തന്നെ. നീ എങ്ങിനെയാണ് അതിലെ കടന്നുപോന്നത്?

ഗോവിന്ദൻ: ഒരു പഴേ ചെരുപ്പുണ്ടായിരുന്നതുകൊണ്ടു ഒരുവിധേന നിവൃത്തിച്ചു. അല്ലെങ്കിൽ അവിടെവെച്ചു എന്റെ കഥയും കഴിഞ്ഞുകൂടു മായിരുന്നു.

കുഞ്ഞികൃഷ്ണമേനോൻ: എന്താണു വല്ല ബദ്ധപ്പാടും ഉണ്ടോ? അവിടെ ആർക്കും സുഖക്കേടു ഒന്നും ഇല്ലല്ലോ? ഇയ്യിടെ യാതൊരു വർത്തമാനവും അറിയാറില്ല.

ഗോവിന്ദൻ: ബദ്ധപ്പാടും സുഖക്കേടും വിശേഷിച്ചു യാതൊന്നും ഇല്ല. കണ്ടു വിവരം അറിഞ്ഞുപോവാൻ വേണ്ടി മാത്രം ഇങ്ങട്ടു പോന്നതാണ്. രണ്ടുമൂന്നുമാസമായിട്ടു അങ്ങട്ടെങ്ങും ഒന്നു വരാറുംകൂടിയില്ലല്ലൊ.

കുഞ്ഞികൃഷ്ണമേനോൻ: എന്താണു ചെയ്യേണ്ടത്! രണ്ടുമാസമായിട്ട് എനിക്കു ഒരു നാഴികപോലും അവസരമില്ല. പണിത്തിരക്കു വളരെയുണ്ടായിരുന്നു. ഇപ്പോൾ ജമാവന്തിയുടെ കാലവുമായിരിക്കുന്നു. ഊണു തന്നെ ക്രമത്തിൽ കഴിപ്പാൻ ഇടയില്ല. വലിയാളുകൾക്കു വലിയ തിരക്ക് -ചെറിയാളുകൾക്കു ചെറിയതിരക്ക്-വലിയ സ്വൈരക്കേടുതന്നെ. 'പരാന്നം പ്രാണസങ്കടം' എന്നു പറഞ്ഞിട്ടുള്ളതു യഥാർത്ഥമാണ്. സർക്കാരിന്റെ പണം വാങ്ങി അനുഭവിപ്പാൻ തെല്ലു പ്രയാസമുണ്ട്. അതിലും ഒരു സ്വയാധികാരിയായാൽ പിന്നത്തെ കാര്യം പറയേണ്ടതില്ല. ക്രമമായി പ്രവൃത്തി നടത്തിപ്പോരാൻ സാമാന്യത്തിലധികം ബുദ്ധിമുട്ടുണ്ട്. അല്പമായ വല്ല വീഴ്ചയും സംഭവിച്ചാൽ മേലധികാരത്തിൽനിന്നു രാമബാണംപോലെയുള്ള കല്പനയും ശിക്ഷയും ആണ് വരുന്നതും കിട്ടുന്നതും. തരക്കേടില്ല എന്നു ജനങ്ങളെക്കൊണ്ടു പറയിപ്പാൻ നാം ഭഗീരഥപ്രയത്നം ചെയ്യണം. ഇനി പട്ടയം കൊടുക്കുന്നവരെക്കും എനിക്കു വളരെ തിടുക്കം തന്നെയാണ്. ഗോപാലമേനവനും മറ്റും വിശേഷിച്ചു സുഖക്കേടു ഒന്നും ഇല്ലല്ലോ.

ഗോവിന്ദൻ: ഇയ്യിടെ നാലഞ്ചുദിവസം അല്പം ജലദോഷത്തിന്റെ ഉപദ്രവമുണ്ടായിരുന്നു. ഒരപ്പീൽ നമ്പർ വിചാരണയുണ്ടായിരുന്നതു കൊണ്ടു മദിരാശിയിലോളം പോയിരുന്നു. കുംഭം അഞ്ചാന്തിയതിയാണ് മടങ്ങി എത്തിയത്. ഇവിടേക്കു തരുവാൻ ഒരു എഴുത്തുംകൂടി തന്നയച്ചിട്ടുണ്ട്.

കുഞ്ഞികൃഷ്ണമേനോൻ: മദിരാശിയിൽ പോയ വിവരം ഞാൻ അറിഞ്ഞിരിക്കുന്നു. അപ്പ എനിക്കു എഴുതീട്ടുണ്ടായിരുന്നു. അതുകൊണ്ടായിരിക്കണം ജലദോഷവും സുഖക്കേടും ഉണ്ടായത്. അപ്പീൽനമ്പർ ഗോപാലമേനോൻ ജയിച്ചുവല്ലോ. എഴുത്തു എവിടെ? നോക്കട്ടെ.

ഗോവിന്ദൻ അപ്പീൽനമ്പർ ഗുണമായിത്തീർന്നു എന്നു പറഞ്ഞുംകൊണ്ടു കുപ്പായകീശയിൽനിന്നു എഴുത്തു എടുത്തു കുഞ്ഞികൃഷ്ണമേനോൻ ഇരുന്നിരുന്ന ചാരുകസേരയുടെ ഇടത്തേത്തണ്ടിന്മേൽ തൊടാതെ വെച്ചു.

കുഞ്ഞികൃഷ്ണമേനോൻ: (എഴുത്തു എടുത്തു പൊളിച്ചു വായിച്ചു മെല്ലെ ഒന്നു ചിരിച്ചുംകൊണ്ട്) പട്ടയം കൊടുക്കൽ കഴിഞ്ഞിട്ടുവേണം അങ്ങട്ടുവരാൻ എന്നു വിചാരിച്ചുകൊണ്ടിരിക്കയാണ്. അത് ഒരു സമയം ഈ ബുധനാഴ്ച തന്നെ കഴിയും. ഗോവിന്ദന് എന്നിട്ടുപോയാൽ പോരെ! പക്ഷേ, നമുക്കു ഒന്നിച്ചുപോകാം.

ഗോവിന്ദൻ: ബുധനാഴ്ച മുൻസിഫ് കോടതിയിൽ ഒരു നമ്പ്ര് പ്രഥമവിചാരണയുണ്ട്. അതുകൊണ്ടു നാളേയ്ക്കു മടങ്ങി എത്തേണമെന്നു പറഞ്ഞിരിക്കുന്നു. ഇന്നു ഞായറാഴ്ചയായതുകൊണ്ട് സാവകാശമുണ്ടാകുമെന്നു വിചാരിച്ചാണ് എന്നെ അയച്ചത്. ഇപ്പോൾ ജമാവന്തിയുടെ തിരക്കാണെന്ന് അവിടുന്നും പറയുകയുണ്ടായി.

കുഞ്ഞികൃഷ്ണമേനോൻ: എനിക്കു കുറെ ദിവസമായിട്ട് ഞായറാഴ്ചയും മറ്റും വളരെ ചുരുക്കമാണ്. ഇന്നു കച്ചേരിക്കു പോകേണ്ട എന്നു മാത്രമേയുള്ളു. പ്രവൃത്തി പിടിപ്പതുണ്ട്. മൂന്നുമണിക്കുശേഷം അടുത്ത ഒരംശത്തിൽ പോകേണ്ടുന്ന് ഒരു തിടുക്കംകൂടി ഉണ്ട്. ഇന്നു ഏതായാലും നീ പോകേണ്ട. വേഗത്തിൽ കുളിച്ചു ഊണുകഴിക്കാൻ നോക്കൂ. നേരം ഏകദേശം രണ്ടുമണിയായി. സാവകാശത്തിൽ ചിലതെല്ലാം സംസാരിക്കേണ്ടതുണ്ട്. അതിനു ഏഴുമണിക്കുശേഷമേ തരമുള്ളു. എനിക്കും ഏകദേശം പുറപ്പെടാറായി. ഞാൻ ആറുമണിക്കുതന്നെ മടങ്ങിവരാൻ നോക്കാം-എഴുത്തിന്റെ മറുപടിയും മറ്റും മടങ്ങിവന്നിട്ടു തരാം-നിനക്കു പുലർച്ചെക്കു പോകാം. എടോ കണ്ടപ്പോ!

(കണ്ടപ്പൻ ഒരു കിണ്ടിയിൽ വെള്ളവുമായിട്ടു വന്നു)

കുഞ്ഞികൃഷ്ണമേനോൻ: ചായയും പലഹാരവും തയ്യാറായില്ലേ? ഗോവിന്ദനുംകൂടി വേണം. അവൻ കുളിച്ചുവരുമ്പോഴേക്കു ഊണും തയ്യാറാക്കണം.

കണ്ടപ്പൻ: പലഹാരവും ചായയും ആയിരിക്കുന്നു. ഊണു ക്ഷണത്തിൽ ആക്കാം. (എന്നുപറഞ്ഞു ഗോവിന്ദനെ കണ്ണുകൊണ്ടു മാടിവിളിച്ചു.)

കുഞ്ഞികൃഷ്ണമേനോൻ: എന്നാൽ കൊണ്ടുവരൂ. ഗോവിന്ദനും പോയിട്ടു ചായകുടിച്ചുവരൂ. (എന്നുപറഞ്ഞു കുപ്പായക്കീശ്ശയിൽനിന്നു തന്റെ ഘടികാരം എടുത്തുനോക്കീട്ട്) നേരം രണ്ടടിച്ചു പതിനഞ്ചുമിനിട്ടായി. എടോ കാൺസ്റ്റേബിൾ ശങ്കരമേനോൻ! അമാലന്മാരെ വിളിക്ക. മഞ്ചൽ തയ്യാറാക്കട്ടെ. താൻ മുമ്പിട്ടു പൊയ്ക്കോളു. അധികാരി മേനവന്മാരോടു അംശക്കച്ചേരിയിൽ ഹാജരാവാൻ പറയൂ. എന്റെ ഒരുമിച്ചു ശിപായി കോമൻനായരും കാൺസ്റ്റേബിൾ അഹമ്മതും ഉണ്ടായാൽ മതി. താമസിക്കേണ്ട പൊയ്ക്കോളു.

ശങ്കരമേനോൻ അമാലന്മാരെ വിളിച്ചു മഞ്ചൽ തയ്യാറാക്കാൻ പറഞ്ഞു. ആ വഴിക്കുതന്നെ അധികാരിയുടെ അടുക്കലേക്കുപോയി. കുഞ്ഞികൃഷ്ണമേനോൻ പലഹാരം കഴിച്ച് ഉടുപ്പും കുപ്പായവും ഇട്ടു

പുറപ്പെടാറായപ്പോഴേക്കു മഞ്ചലുംകെട്ടി തയ്യാറാക്കി അമാലന്മാരും ശിപായി കോമൻനായരും കാൺസ്റ്റേബിൾ അഹമ്മതും പടിക്കൽ ഹാജരുണ്ടായിരുന്നു. കോമൻനായർ എഴുത്തുപെട്ടിയും വടിയും എടുത്തു മഞ്ചലിൽ കൊണ്ടുവെച്ചു. ചായയും കഴിച്ചു ഗോവിന്ദനും അപ്പോഴേക്കു ഉമ്മറത്തുവന്നു. കണ്ടപ്പനും പുറത്തെ വരാന്തയിൽ വടക്കേവശം ഇട്ടിട്ടുള്ള അൾമേറയുടെ അടുക്കെ വന്നു നിന്നിരുന്നു.

കുഞ്ഞികൃഷ്ണമേനോൻ: എടോ കണ്ടപ്പ! ഗോവിന്ദനു ഊണു ക്ഷണത്തിൽ കൊടുക്കണം. നേരം ഏകദേശം മൂന്നുമണിയായിത്തുടങ്ങി. ഗോവിന്ദൻ താമസിക്കേണ്ട. പോയി കുളിച്ചു ഊണു കഴിപ്പാൻ നോക്കൂ. ഞാൻ ആറുമണിക്കുതന്നെ മടങ്ങിവരാൻ നോക്കാം. ഊണുകഴിഞ്ഞാൽ മുകളിലെ പൂമുഖത്തുപോയി കിടക്കുകയൊ ഇരിക്കുകയൊ വല്ലതും ഹിതംപോലെ ചെയ്യാം. മേശമേൽ നല്ല രസമുള്ള ചില നാടകപുസ്തകങ്ങൾ കിടക്കുന്നതിൽ ഏതെങ്കിലും എടുത്തുവായിച്ചു കാലയാപനം ചെയ്യാം.

കുഞ്ഞികൃഷ്ണമേനോൻ ഇപ്രകാരം പറഞ്ഞു പടിക്കൽനിന്നു മഞ്ചൽ കയറി കോമൻനായരു മുമ്പിലും അഹമ്മതു പിന്നിലുമായിട്ട് അംശത്തിലേക്കു പോയി. അതിൽപിന്നെ ഗോവിന്ദൻ, കണ്ടപ്പനോട് കുറെ ഉമിക്കരിയും ഭസ്മവും വാങ്ങി കുളിപ്പുരയിലേക്കും കണ്ടപ്പൻ നേരെ അടുക്കളയിലേക്കും നടന്നു. ഗോവിന്ദന്റെ വരവുനിമിത്തം താൻ വിചാരിച്ച ചില കാര്യത്തിന്നു കേവലം മുടക്കംവന്നു എന്നു കണ്ടിട്ടു കണ്ടപ്പന് ഉള്ളിൽ വളരെ കുണ്ഠിതമുണ്ടായി. കുഞ്ഞികൃഷ്ണമേനോൻ ഇന്ന് അംശത്തിൽ പോകുമെന്നുള്ള വിവരം കണ്ടപ്പൻ രണ്ടുമൂന്നുദിവസം മുമ്പെ അറിഞ്ഞിട്ടുണ്ടായിരുന്നു. അതുകൊണ്ട് അവൻ ആ അവസരത്തിൽ ഒരു ദിക്കിൽ പോയിവരാൻ ചില ഏർപ്പാടുചെയ്തിട്ടുണ്ടായിരുന്നു. അതിന് ഇപ്പോൾ തരമില്ലാതെ വന്നത് അവന് ഒരു ഹൃദയശല്ല്യമായി തീർന്നിരിക്കുന്നു. ഇനി ഇങ്ങിനെയുള്ള അവസരം കിട്ടാനും വളരെ പ്രയാസമാണ്. കണ്ടപ്പൻ ആകപ്പാടെ വിഷണ്ണനായി അടുക്കളയുടെ തെക്കെ ഭാഗത്തു ഇട്ടിട്ടുള്ള അരിപ്പെട്ടിയുടെ പടിഞ്ഞാറെവശം വടക്കോട്ടു നോക്കിയിരുന്നു മനസ്സുകൊണ്ടു വിചാരിച്ചുതുടങ്ങി.

ഇത് എന്തൊരു നട്ടംതിരിച്ചിലാണ്! ആലോചിച്ചുവെച്ചിട്ടുണ്ടായിരുന്ന കാര്യം നിവൃത്തിപ്പാൻ ഇന്നും തരമായില്ലല്ലൊ. എത്ര ദിവസമായി ഇതിന്നു വേണ്ടി ബുദ്ധിമുട്ടുന്നു. ഇനി ഇതുപോലെയുള്ള അവസരം ഈയിടയിൽ ഒന്നും കിട്ടുമെന്നും തോന്നുന്നില്ല. എല്ലാംകൊണ്ടും ഇതു ഗുരുത്വം കുറഞ്ഞ മട്ടിലാണ് കാണുന്നത്. കയ്യിൽ തെല്ലു കാശുള്ളതും കാര്യം കലാശിക്കുന്നതിനുമുമ്പു കൊടുത്തുകഴിഞ്ഞു തീരാത്തപക്ഷം അതു തിരികെ കിട്ടാനും പ്രയാസമാണ്. കഷ്ടകാലം തലയിൽ കേറിയവർക്കു എല്ലാം കഷ്ടംതന്നെ. എന്താണിപ്പോൾ നിവൃത്തി. ഇദ്ദേഹം ഇവിടെ ഇരിക്കെ ഇറങ്ങിപ്പോകുന്നതു തെറ്റായിത്തീരും. ക്ഷണത്തിൽ ഊണു

കൊടുക്കണമെന്നു യജമാനൻ രണ്ടു പ്രാവശ്യം പ്രത്യേകം പറഞ്ഞിരിക്കുന്നു. ചോറും കൂട്ടാനും ഇവിടെയുള്ളതുതന്നെ മതി; ഒന്നും ഇനിയും ചൂടുമാറീട്ടില്ല, രണ്ടു പപ്പടം കാച്ചണം, അല്പം കൊണ്ടാട്ടവും വറക്കണം, ചുക്കുവെള്ളം ലേശം തണുത്തിട്ടില്ല. നല്ല സംഭാരവും ഉണ്ട്.

കണ്ടപ്പൻ ഇങ്ങിനെ വിചാരിച്ചുകൊണ്ടിരിക്കുന്ന മദ്ധ്യേ ഗോവിന്ദൻ കുളി കഴിഞ്ഞ് എത്തി. കണ്ടപ്പൻ ക്ഷണത്തിൽ രണ്ടു കിണ്ടിയിൽ വെള്ളം കൊണ്ടുകൊടുത്തു. ഗോവിന്ദൻ കാൽ കഴുകുമ്പോഴക്കു കണ്ടപ്പൻ അലക്കിയ ഒരു മലമൽ മുണ്ടും ഒരു ചീന്തലും കൊണ്ടുവന്നുകൊടുത്തു ഗോവിന്ദനെ ഉണ്ണാൻ കൂട്ടിക്കൊണ്ടു പോയി. ഊണിന്റെ വട്ടം ആകപ്പാടെ വളരെ തരക്കേടില്ലായിരുന്നു. ചോറ് അല്പം തണുത്തിട്ടുണ്ടായിരുന്നു എങ്കിലും വഴി നടന്ന ക്ഷീണംകൊണ്ടും വിശപ്പുകൊണ്ടും ഗോവിന്ദന് അത് അമൃതായിരുന്നു. നേരത്തെ ഒരു കോപ്പ ചായ കുടിച്ചതുകൊണ്ടു ഗോവിന്ദന് ഒന്നും ആയിട്ടില്ലായിരുന്നു. ഊണു സുഖമായി കഴിച്ചു ചുക്കുവെള്ളവും ധാരാളം കുടിച്ചു ഗോവിന്ദൻ എഴുന്നേറ്റു കൈകഴുകുമ്പോഴേക്കു കണ്ടപ്പൻ മുകളിൽപോയി ചെല്ലത്തിൽനിന്ന് ഒരിക്കൽ മുറുക്കാൻ എടുത്തു കൊണ്ടുവന്നു. കണ്ടപ്പന്റെ ഔദാര്യവും മര്യാദയും കണ്ടിട്ട് ഗോവിന്ദൻ അവനെ മനസ്സുകൊണ്ടു മാനിച്ചു. വടക്കുഭാഗത്തെ വരാന്തയിൽ ഇട്ടിരുന്ന പുല്ലുപായിൽ ഇരുന്നു ഗോവിന്ദൻ സാവകാശത്തിൽ മുറുക്കു കഴിച്ചു തുപ്പിയതിന്റെ ശേഷം കണ്ടപ്പൻ അവനെ മാളികയുടെ മുകളിലേക്കു കൂട്ടിക്കൊണ്ടുപോയി. പൂമുഖത്തു കടപ്പാനുള്ള വാതിൽ തുറന്നു വീരാളിപ്പുല്ലുപായ എടുത്തു അവിടെ വിരിച്ചു ഒരു തലയണയും എടുത്തു വെച്ചു. ഗോവിന്ദൻ ഈ അവസരത്തിൽ കോണിപ്പൂട്ടിന്റെ ഇടത്തുഭാഗത്തു വെച്ചിട്ടുള്ള ഒരു കണ്ണാടിയുടെ വലിപ്പവും ഭംഗിയും നോക്കി നിന്നുപോയതിനാൽ കണ്ടപ്പന്റെ ഒരുമിച്ചു പൂമുഖത്തു കടന്നിട്ടില്ലായിരുന്നു. കണ്ടപ്പൻ മടങ്ങിവന്നു വിളിച്ചതിൽ പിന്നെയാണ് ഗോവിന്ദൻ പൂമുഖത്തേക്കു കടന്നുചെന്നത്.

ഈ പൂമുഖം വേനൽക്കാലത്തിൽ അത്യന്തം ഉപകാരപ്രദമായിത്തീരേണമെന്നുള്ള മുൻവിചാരത്തോടുകൂടി കുഞ്ഞികൃഷ്ണമേനോൻ തന്റെ സ്വന്തയുക്തിയാൽ തീർപ്പിച്ചിട്ടുള്ളതാണെന്നു വായനക്കാർ സമ്മതിക്കാതിരിക്കയില്ല. അതു ആശാരിക്കോൽക്കു ഏകദേശം എട്ടുകോൽ ദീർഘവും ആറുകോൽ വിസ്താരവും ഉണ്ട്. തെക്കും പടിഞ്ഞാറും ചുമരുകളില്ല. ഒരുക്കോൽ ഉയരത്തിൽ പുഷ്പങ്ങൾകൊണ്ടും ദലങ്ങൾകൊണ്ടും ശോഭിക്കുന്ന പലവിധ ലതകളുടെ ആകൃതിയിൽ അയോനിർമ്മിതമായി ചായമിട്ട ചിത്രജാലകങ്ങൾ മാത്രമേയുള്ളു അതിന്റെ മുകളിൽ ചാരിയിരിപ്പാനും കിടപ്പാനും അതിവിശേഷമായ പടിയിരിപ്പുണ്ട്. ഈ ചിത്രജാലകങ്ങളുടെ ചുറ്റും പുറത്തു നിരക്കെ വെച്ചിട്ടുള്ള ചട്ടികളിൽ പനിനീർ, മുല്ല, പിച്ചകം, ചേമന്തി മുതലായ ചെടികളും ലതകളും പുഷ്പദലാകീർണ്ണങ്ങളായി അനർഗ്ഗളമായ വായുപ്രചാരത്തിനു ഒരു വിധ

ത്തിലും മുടക്കംചെയ്യാതെ അതിമനോഹരമായി ശീതളപ്രദമായി ശോഭിച്ചുനിൽക്കുന്നു. കിഴക്കും വടക്കും ഉള്ള ചുമരുകൾ ഏകദേശം ആറു കോൽ ഉയരമുണ്ട്. അതിവിശേഷമായ വെള്ളപ്പട്ടുകൊണ്ടു വിതാനിച്ചു തുടരെത്തുടരെ നാനാവർണ്ണങ്ങളായ രസക്കുടുക്കകൾ തൂക്കി നാലുഭാഗത്തും നിരക്കെ ചിത്രക്കണ്ണാടികൾ അതിഭംഗിയായി വെച്ചിട്ടുണ്ട്. അടിയിൽ മുഴുവനും വിലയേറിയ പരവതാനി വിരിച്ചു നടുവിൽ ഒരു വട്ടമേശയിട്ടിട്ടുണ്ട്. അതിന്മേൽ വിരിച്ചിട്ടുള്ള ചിത്രപടത്തിന്റെ വൈശിഷ്ട്യം അനിർവചനീയമാകുന്നു. ആ വട്ടമേശയുടെ നേരെ മുകളിൽ വളരെ ഭംഗിയുള്ള ഒരു സ്ഫടികവിളക്കു തൂക്കീട്ടുണ്ട്. അതിന്റെ കിഴക്കുഭാഗത്തു പട്ടുമെത്ത വിരിച്ചു ഒരു ചാരുകസേര തെക്കോട്ടു തിരിച്ചു വച്ചിട്ടുണ്ട്. മറ്റുള്ള മൂന്നുഭാഗത്തുംകൂടി അഞ്ചു കസേരകളിട്ടിട്ടുള്ളതിൽ രണ്ടു കസേരയ്ക്കു കയ്കളില്ല. വടക്കെ ചുമരിന്റെ അരികെ ഒരു സോഫയും കിഴക്കു ഒരു കൊച്ചു കട്ടിലും ഉണ്ട്. രണ്ടിന്മേലും ഓരോ വെള്ളപ്പായ വിരിച്ചിരിക്കുന്നു. കൊച്ചുകട്ടിലിന്റെ തെക്കു ഭാഗത്തു പടിഞ്ഞാറോട്ടു തിരിച്ചു രണ്ടു അൾമേര വെച്ചിരിക്കുന്നു. രണ്ടിന്നും കണ്ണാടിച്ചില്ലുകൾ പതിച്ചിട്ടുണ്ട്. അതിൽ ഒന്നിൽമുഴുവനും ഇംഗ്ലീഷ് പുസ്തകങ്ങളാണ്. മറ്റേതിൽ സംസ്കൃതപുസ്തകങ്ങൾ മാത്രമേ ഉള്ളു. രണ്ടുമാതിരി പുസ്തകങ്ങളും ഭംഗിയിൽ കെട്ടി പുറമെ സ്വർണ്ണലിപികളിൽ പേർ പതിച്ചിട്ടുണ്ട് അൾമേരയുടെ വടക്കുഭാഗം കൊച്ചുകട്ടിലിന്റെ ഏകദേശം നടുവിൽ നേരെ മുകളിൽ ഭംഗിയുള്ള ഒരു നാഴികമണി വെച്ചിട്ടുണ്ട്. പൂമുഖം ആകപ്പാടെ നോക്കിക്കണ്ടപ്പോൾ ഗോവിന്ദനുണ്ടായ സന്തോഷവും ആശ്ചര്യവും ഇത്രയെന്നു പറവാൻ പ്രയാസം. കുഞ്ഞികൃഷ്ണമേനോന്റെ വലിപ്പവും പ്രഭാവവും ഇപ്പോൾ മാത്രമാണ് ഗോവിന്ദനു മുഴുവൻ മനസ്സിലായത്. പൂമുഖത്തു ഇരിക്കുന്ന കാര്യമോ നില്ക്കട്ടെ; അവിടെ നില്പാൻതന്നെ ഇവനു ലേശം ധൈര്യം ഉണ്ടായിരുന്നില്ല. പരവതാനിയിൽ തന്റെ കാൽ വെക്കുന്നത് ഇവനു പരമസങ്കടമായിത്തോന്നി. ഒടുക്കം ഇവൻ അവിടെ വിരിച്ചു വെച്ചിട്ടുള്ള പുല്ലുപായിൽ പതുക്കെ ചെന്നു ഇരുന്നിട്ടു കണ്ടപ്പനെ നോക്കി പറഞ്ഞു:

ഗോവിന്ദൻ: താൻ മഹാഭാഗ്യവാൻതന്നെ. ഇത്ര പരമയോഗ്യനായ ഒരു മഹാപുരുഷനെ ആശ്രയിച്ചു നിത്യവൃത്തി കഴിപ്പാൻ സംഗതിവന്നിട്ടുള്ളത് മുജ്ജന്മത്തിൽ ചെയ്ത സുകൃതംകൊണ്ടാണ്. സംശയമില്ല.

കണ്ടപ്പൻ: (ചിരിച്ചുകൊണ്ട്) രാപ്പകൽ അടുപ്പ് ഊതി ഊതി കണ്ണിലെ വെള്ളംവറ്റി. അടികൊണ്ടുകൊണ്ട് എന്റെ പുറം വണ്ടി വലിക്കുന്ന കാളയുടെ ചുമലുപോലെ ആയിരിക്കുന്നു. രാപ്പകൽ എല്ലുമുറിയെ പണി എടുത്താൽ രണ്ടുറുപ്പിക ശമ്പളം കിട്ടും. ഇതൊക്കെത്തന്നെയല്ലെ എന്റെ മഹാഭാഗ്യം?

ഗോവിന്ദൻ: പ്രവൃത്തി എടുക്കുന്നതിനെപ്പറ്റി അല്ല ഞാൻ പറഞ്ഞത്. പണിഎടുക്കാതെ ആർക്കും കഴികയില്ല ഗുണവാനായ ഒരു മനുഷ്യന്റെ

കീഴിൽ പണി എടുക്കുന്നതു രസമുള്ള ഒരു കാര്യമാണ്. തെറ്റു കണ്ടാൽ നമ്മെ ശിക്ഷിക്കുന്നതു നമുക്കു ചോറു തരുന്നവരുടെ പ്രവൃത്തിയല്ലെ?

കണ്ടപ്പൻ: യജമാനന്റെ ഗുണംകൊണ്ടു എനിക്കെന്താണ്? കണക്കല്ലാതെ ഒരു കാശുപോലും എനിക്കു കിട്ടാറില്ല എന്റെ പരാധീനത്തിന്ന് ഒരു കുറവും ഇല്ല. സമുദ്രത്തിൽ പോയാലും പാത്രത്തിൽ പിടിപ്പത് എനിക്കു ഒരു കണക്കുണ്ട്. അതു എവിടെച്ചെന്നാലും കിട്ടും. ഞാൻ രണ്ടരക്കൊല്ലമായി ഇവിടെവന്നിട്ട്, അതിനിടയ്ക്കു കച്ചേരിയിൽ ഒരു പതിനഞ്ചു ഒഴിവല്ല ഉണ്ടായത്. അതിൽ ഒന്നു എങ്കിലും എനിക്കു തരണമെന്നു യജമാനന് തോന്നീട്ടില്ല. എന്നെപ്പോലെയുള്ള എത്ര ആളുകൾക്ക് ഇങ്ങനെയുള്ള യജമാനന്മാർ പണി ഉണ്ടാക്കിക്കൊടുക്കുന്നു.

ഗോവിന്ദൻ: ഉദ്യോഗസ്ഥന്മാർ രണ്ടുമൂന്നു തരക്കാരാണ്. ചിലർ താന്താങ്ങളുടെ ചാർച്ചയിലും സംബന്ധത്തിലും ഉള്ള ആളുകൾക്കു കഴിയുന്ന ഗുണംചെയ്‌വാൻ നോക്കും. അന്യന്മാർക്കു യാതൊരു ഗുണവും ചെയ്യുന്നത് ഇവർക്കു ഇഷ്ടമില്ല. ഭാര്യയുടേയും രഹസ്യക്കാരിയുടേയും വീട്ടിലും സംബന്ധത്തിലും ഉള്ള ആളുകൾക്കുവേണ്ടി ഇവർ എന്തും ചെയ്യും 'പണമേ ഗുണം' എന്നു വിചാരിക്കുന്ന മറ്റു ചിലരുണ്ട്. അവർ പണം കിട്ടാതെ യാതൊന്നും ചെയ്യുന്നില്ല. അവർക്ക് ആരായാലും വേണ്ടില്ല; എന്തു കാര്യമായാലും വേണ്ടില്ല; സകലത്തിനും പണം കിട്ടണം. ഇതു രണ്ടും കൂടാതെ വേറെ ഒരുവക ഉദ്യോഗസ്ഥന്മാരുണ്ട്. അവർ ന്യായമല്ലാതെ യാതൊന്നും പ്രവർത്തിക്കില്ല. അവർ കേവലം അധർമ്മഭീരുക്കളാണ്. ചാർച്ചയിലും ചേർച്ചയിലും ഉള്ള ആളുകൾക്കു വല്ല ഗുണവും ചെയ്യുന്നതായാൽ ജനങ്ങൾ അപവാദം പറയുമെന്നു ഭയപ്പെട്ട് ഈ തരക്കാർ ആ വക യാതൊന്നും ചെയ്യില്ല. തന്റെ യജമാനൻ ഈ തരക്കാരനായിരിക്കാം. അങ്ങിനെ ആണെങ്കിൽ അതിന്നു പരിഭവം വിചാരിപ്പാനില്ല, അല്ലാഞ്ഞാൽ നീതിന്യായം എങ്ങിനെ നടക്കും?

കണ്ടപ്പൻ: ഞാൻ ഇതൊക്കെ പറഞ്ഞത് യജമാനന്റെ നേരെയുള്ള പരിഭവംകൊണ്ടല്ല. എന്റെ വ്യസനം നിങ്ങളോടു പറഞ്ഞു എന്നേയുള്ളു. നിങ്ങൾ ഇതൊന്നും യജമാനനോടു പറയേണ്ട.

ഗോവിന്ദൻ: ഞാൻ ആ വകക്കാരനല്ല. കണ്ടതും കേട്ടതും പറയുന്ന സ്വഭാവം എനിക്കില്ല. തന്റെ പരാധീനം പറഞ്ഞതല്ലേ? ഞാൻ ഒരു സ്വകാര്യവർത്തമാനം ചോദിക്കട്ടെ? താൻ എന്നോടു പരമാർത്ഥം പറയുമോ?

കണ്ടപ്പൻ: അമ്മയാണ ഞാൻ നിങ്ങളോടു നേരു പറയാതിരിക്കില്ല. നിങ്ങളെ എനിക്കു വലിയൊരു സ്നേഹം തോന്നുന്നു. അല്ലെങ്കിൽ ചോറുംതന്നു ഞാൻ എന്റെ പാട്ടിൽ പോകുമായിരുന്നു. നിങ്ങളെ വിട്ടു പോവാൻ എനിക്കു മനസ്സുവരുന്നില്ല.

ഗോവിന്ദൻ: അതിരിക്കട്ടെ. അത് എനിക്കും സന്തോഷംതന്നെ. ഈ കാണുന്ന സാധനങ്ങളെല്ലാം യജമാനൻ വിലകൊടുത്തു മേടിച്ചതോ? അതല്ല വല്ലവരോടും സമ്മാനമായി മേടിച്ചതോ?

കണ്ടപ്പൻ: എല്ലാം പണംകൊടുത്തു വാങ്ങിയതാണ്. സമ്മാനം എന്ന ശബ്ദം പടിവാതിൽ കടന്ന് ഈ തൊടിക്കുള്ളിൽ വരാറില്ല. അതു യജമാനൻ കേട്ടുകൂടാ. ഒരു വെറ്റിലപോലും മൂപ്പരു വെറുതെ ആരോടും വാങ്ങാറില്ല.

ഗോവിന്ദൻ: (കണ്ടപ്പനെ പരീക്ഷിക്കണമെന്നുള്ള വിചാരത്തോടുകൂടി) സമ്മാനവും കൈക്കൂലിയും വാങ്ങാത്ത ഉദ്യോഗസ്ഥന്മാർ ഇപ്പോൾ വളരെ ചുരുക്കമേയുള്ളു. തന്റെ യജമാനൻ പണം വാങ്ങുമാറില്ലെന്നു തനിക്കു എന്താണിത്ര നിശ്ചയം?

കണ്ടപ്പൻ: പണം വാങ്ങുന്ന ആളായിരുന്നു എങ്കിൽ ഇന്നാളൊരു പോലീസുകാര്യത്തിൽ ചുരുങ്ങാതെ രണ്ടായിരം കിട്ടുമായിരുന്നു. വലിയ വലിയ ശിപാർശി എല്ലാം കൊണ്ടു വന്നിട്ടുണ്ടായിരുന്നു. തള്ളിക്കളയാൻപാടില്ലാത്ത ഒന്നുരണ്ടു ശിപാർശി പ്രത്യേകിച്ചും ഉണ്ടായിരുന്നു. ന്യായമായി പ്രവൃത്തിചെയ്യേണ്ടുന്ന കാലത്ത് ഉദ്യോഗം രാജികൊടുത്തുകളകയല്ലാതെ ഉദ്യോഗത്തിൽ ഇരുന്ന് അനീതി പ്രവൃത്തിക്കയില്ലെന്നു തീർച്ച പറഞ്ഞു മടക്കിഅയക്കയാണു ചെയ്തത്. ചിലപ്പോൾ ചിലവിനും മറ്റും പണം പോരാതെ വന്നാൽ സ്വന്തം വീട്ടിൽനിന്നു വരുത്തുകയാണ് ചെയ്യുന്നത്. യജമാനന് അച്ഛൻ കൊടുത്ത മുതൽ വേണ്ടതിലധികം ഉണ്ട്. തറവാട്ടിലും വേണ്ട മുതലുണ്ട്. കുടുംബവും കുറയും.

ഗോവിന്ദൻ: തറവാട്ടിൽ ആസ്ഥിയുള്ളവരാരും കൈക്കൂലി വാങ്ങിവരാറില്ലെ? എത്ര ആളുകളുണ്ട്? അത്യന്തം യോഗ്യന്മാരായ ഭർത്താക്കന്മാരുള്ള സ്ത്രീകൾ വ്യഭിചരിക്കുന്നതും വീട്ടിൽ ധാരാളം മുതലുള്ള ഉദ്യോഗ്സ്ഥന്മാർ കൈക്കൂലി വാങ്ങുന്നതും ഇപ്പോൾ സാധാരണയാണ്.

കണ്ടപ്പൻ: ആ വകക്കാരില്ലെന്നല്ല ഞാൻ പറഞ്ഞത്. വ്യഭിചരിക്കാത്ത സ്ത്രീകളും പെരുത്തുണ്ട്. ഒരു കാശുപോലും കൈക്കൂലി വാങ്ങാത്ത സർക്കാരുദ്യോഗസ്ഥന്മാരും ധാരാളം ഉണ്ട്. ചിലർ അങ്ങിനെ ചെയ്യുന്നത് കണ്ടിട്ട് എല്ലാവരും അങ്ങനെയാണെന്നു പറയുന്നതു കഷ്ടമാണ്.

ഗോവിന്ദൻ: കണ്ടാൽ ഒരു കാശിനു വിലപിടിക്കാത്ത സ്ത്രീകൾ എങ്ങിനെയാണ് വ്യഭിചരിക്കുന്നത്? അവറ്റിന്റെ മുഖത്തുനോക്കാൻ ആരും ഇല്ലാത്തതുകൊണ്ട് അവർ പതിവ്രതമാരായതാണ്. അതുപോലെതന്നെ കാര്യപ്രാപ്തിയും നെഞ്ഞുറപ്പും ഇല്ലാത്ത ചില ഉദ്യോഗസ്ഥന്മാരുണ്ട്. അവർക്ക് ആരും ഒന്നും കൊടുക്കില്ല. അതുകൊണ്ട് വാങ്ങാത്തതാണ്.

കണ്ടപ്പൻ: നിങ്ങൾ ഈ പറഞ്ഞതു ശുദ്ധമേ അസംബന്ധമാണ്. എത്രയോ പ്രാപ്തിയും യോഗ്യതയും ധൈര്യവും ഉള്ള ഉദ്യോഗസ്ഥന്മാരുണ്ട് കൈക്കൂലി എന്ന ശബ്ദവും കേട്ടുകൂടാത്തവർ? അങ്ങനെ തന്നെ വളരെ സൗന്ദര്യമുള്ള സ്ത്രീകളും വ്യഭിചരിക്കാത്തവർ വേണ്ടതുണ്ട്. നിങ്ങൾ ആറുമാസം ഒരുപോലെ തപസ്സുചെയ്തു നോക്കിയാലും യജമാനൻ ഒരു കാൽ പൈസപോലും അന്യായമായി വാങ്ങില്ല. എനിക്കു നല്ല ഉറപ്പുണ്ട്.

ഗോവിന്ദൻ: അങ്ങിനെയാണെങ്കിൽ തന്റെ യജമാനൻ ആ സംഗതിയിൽ ബഹുയോഗ്യൻതന്നെ. സംശയമില്ല. എന്നാൽ 'കരിമ്പിന്നു കമ്പു ദൂഷ്യം' എന്നൊരു പഴഞ്ചൊല്ലുണ്ട്. യജമാനനു എത്രണ്ടുണ്ട് നേരമ്പോക്ക്? അതു താനറിയാതിരിക്കില്ല. ഞാൻ ഇക്കാര്യം ഒരു മനുഷ്യനോടും മിണ്ടില്ല. പരമാർത്ഥം എന്നോടു പറയണം.

കണ്ടപ്പൻ: അവിടുത്തേക്കു യാതൊരു നേരംപോക്കാകട്ടെ യാതൊരഹങ്കാരമാകട്ടെ ഒരു വസ്തുവും ഇല്ല. സദാദികാര്യം മാത്രമേയുള്ളു. ആ വക വല്ലതും ഉണ്ടെങ്കിൽ ഞാനറിയാതിരിക്കില്ല.

ഗോവിന്ദൻ: പേ-പ്രാന്ത! നേരംപോക്കും അഹങ്കാരവും ഇല്ലാത്ത പുരുഷന്മാരുണ്ടോ? പക്ഷേ, അല്പം എന്നും അധികം എന്നും ഉള്ള വ്യത്യാസംമാത്രം ഉണ്ടാകും? കേവലം ഇല്ലാത്ത മനുഷ്യരില്ല. അതു ഒരു വഷളത്വം ആണെന്നും വിചാരിക്കേണ്ട. നമ്മുടെ അവസ്ഥ നമുക്കു നിശ്ചയമില്ലെ? അങ്ങോട്ടു പോകയോ അതല്ല ഇങ്ങോട്ടു വരുത്തുകയൊ എന്താണ് ചെയ്തുവരാറ്.

കണ്ടപ്പൻ: (ഇയ്യാളെ ഒന്നു പറ്റിക്കണം എന്നു വിചാരിച്ചുംകൊണ്ട്) അല്പാല്പം നേരംപോക്കില്ലാതെ ആരും ഇല്ല. അതു അറിഞ്ഞിട്ടു നിങ്ങൾക്ക് എന്താണ് വേണ്ടത്? ഈ വക ഒന്നും ചോദിക്കരുത്.

ഗോവിന്ദൻ: (ഉള്ളത് ഒക്കെ ഞാൻ പറയിക്കാതെ വിടില്ല എന്ന് വിചാരിച്ചുംകൊണ്ട്) അറിഞ്ഞതുകൊണ്ട് എനിക്കു വിശേഷിച്ചു കാര്യം ഒന്നും ഇല്ല. എന്നാലും ഈ വക വർത്തമാനം പറയുന്നതും കേൾക്കുന്നതും ചെറുപ്പക്കാരായ നമുക്ക് ഒരു രസമല്ലെ? ഈ ദിക്കിൽ നല്ല സ്ത്രീകളുണ്ടോ എന്ന് അറിയാമല്ലൊ.

കണ്ടപ്പൻ: (ചിരിച്ചുംകൊണ്ട്) അങ്ങോട്ടുപോകാറും ഉണ്ട്. ചിലസമയം ഇങ്ങോട്ടുവരുത്താറും ഉണ്ട്. രണ്ടും പണിയുടെതിരക്കു പോലെ ആണ്. ആ ഒരു കാര്യത്തിൽ യജമാനൻ കുറച്ചു കമ്പക്കാരനാണ്. ഉണ്ടെങ്കിൽ അതു മാത്രമാണ് ഒരു ദൂഷ്യം ഉള്ളത്.

ഗോവിന്ദൻ: (ഉത്സാഹഭാവത്തോടെ) അതല്ലെ ഞാൻ ഇത്ര നേരവും പറഞ്ഞത്? തീരെ നേരംപോക്കില്ലാത്ത മനുഷ്യന്മാരില്ലെന്ന്; എങ്ങട്ടാണ് കൂടെക്കൂടെ പോകുന്നത്? ആരെയാണ് ഇങ്ങോട്ടു വരുത്തുന്നത്? പതിവായിട്ടു ഒന്നുമാത്രമേയുള്ളു? അതല്ല മാറി മാറി പലതും ഉണ്ടോ.

കണ്ടപ്പൻ: (ചിരിച്ചുംകൊണ്ട്) അതു നിങ്ങൾ ഇനിയും അറിഞ്ഞിട്ടില്ലെ? നിങ്ങൾ ആളൊരു മന്നനാണ് അറിയാതിരിക്കയില്ല. എന്തിനാണ് എന്നെക്കൊണ്ടു പറയിപ്പിക്കുന്നത്. മാറി മാറി രസം നോക്കി വിടുന്ന സമ്പ്രദായം യജമാനനില്ല. പതിവായിട്ടു ഒരു ഒറ്റ മാത്രമേയുള്ളു അതിനെക്കാണാൻ അങ്ങോട്ടു പോകാറും ഉണ്ട്. അതു ചിലപ്പോൾ ഇങ്ങോട്ടു വരാറും ഉണ്ട്.

ഗോവിന്ദൻ: (കുറെനേരം ആലോചിച്ചുനോക്കീട്ട്) എവിടെയാണ്? ആരെയാണ്? ഞാൻ ഈ വർത്തമാനം ഇപ്പോൾ മാത്രം, നീ പറഞ്ഞതിൽ പിന്നെ അറിഞ്ഞതേയുള്ളു.

കണ്ടപ്പൻ: (പിന്നെയും ചിരിച്ചുകൊണ്ട്) ഇതു നിങ്ങൾ അറിഞ്ഞിട്ടില്ലെങ്കിൽ പിന്നെ എന്തിനാണ് കിടക്കുന്നത്? അറിയാത്തവർ വളരെ ചുരുക്കമേയുള്ളു.

ഗോവിന്ദൻ: (പിന്നെയും പിന്നെയും ആലോചിച്ചു നോക്കീട്ട്) എനിക്കു അശേഷം തോന്നുന്നില്ല. താൻ തന്നെ പറയൂ. ഞാൻ ആരോടും പറയില്ല.

കണ്ടപ്പൻ: (മൂന്നാമതും ചിരിച്ചുകൊണ്ട്) യജമാനൻ കൂടെക്കൂടെ പോകുന്നതും ചിലപ്പോൾ ഇങ്ങോട്ടു വരുത്തുന്നതും മറ്റാരെയും അല്ല. അദ്ദേഹത്തിന്റെ സ്വന്തം ഭാര്യ ലക്ഷ്മിഅമ്മയെ മാത്രമാണ്. അവരെയല്ലാതെ യജമാനൻ തൊടാറില്ലെന്നു എനിക്കു സത്യം ചെയ്യാം. ഇപ്പോൾ നിങ്ങൾക്കു മനസ്സിലായില്ലെ? അനാവശ്യം എന്തിനു ചോദിക്കുന്നു? യോഗ്യന്മാർ മര്യാദതെറ്റി ഒരിക്കലും നടക്കില്ല. അന്തിയായാൽ വാലിയക്കാരെയോ ശിപായിമാരെയോ പറഞ്ഞയച്ചു വല്ല തെമ്മാടിപ്പെണ്ണുങ്ങളേയും കൊണ്ടുവരീച്ചു പല വഷളത്വവും പ്രവർത്തിക്കുന്ന ചില ഉദ്യോഗസ്ഥന്മാരുടെ ചട്ടവും നിലയും കണ്ടിട്ട് ആ വകക്കാരനാണ് എന്റെ യജമാനനും എന്നു വിശ്വസിച്ച് ഈ വക എന്നോടു ചോദിച്ചത് നിങ്ങളുടെ അവസ്ഥക്കു പോരാ. 'ഇവൻ അടുപ്പൂതിയല്ലെ. കഥയില്ലാത്തവൻ. ചോദിച്ചാൽ ഉള്ളതും ഇല്ലാത്തതും ആവശ്യംപോലെ എന്തും പറയും' എന്നു വിചാരിച്ചായിരിക്കാം ഇത്രയൊക്കെത്തിരക്കി ചോദിച്ചത്. ഇല്ലാത്ത കാര്യം ഞാൻ ഒരിക്കലും പറകയില്ല.

ഇതുകേട്ടിട്ടു ഗോവിന്ദൻ കേവലം ജളനായി ഒരക്ഷരവും പറയാതെ കുറെനേരം കുമ്പിട്ടിരുന്നു. കണ്ടപ്പന്റെ വാക്സാമർത്ഥ്യവും സ്വാമിസ്നേഹവും ഓർത്തു അതിശയപ്പെട്ടു. തന്റെ ആലോചനക്കുറവിനെയും സാഹസത്തെയും കുറിച്ചു വിഷാദിച്ച് ഒടുവിൽ കണ്ടപ്പനെ നോക്കിപ്പറഞ്ഞു: 'കണ്ടപ്പൻനായരെ! നിങ്ങളുമായുണ്ടായ സംഭാഷണത്താൽ ഞാൻ സാമാന്യത്തിലധികം വിഡ്ഢിയായിരിക്കുന്നു. മൂപ്പരുടെ നടപടിയും അവസ്ഥയും എനിക്കു മുമ്പേതന്നെ ധാരാളം കണ്ടും കേട്ടും അറിവുണ്ട്. അദ്ദേഹത്തിന്റെ ഭാഗ്യാതിരേകത്തെപ്പറ്റി ഞാൻ നിങ്ങളോടു സംസാരിക്കുവാൻ ഭാവിച്ചപ്പോൾ നിങ്ങൾ അല്പം സുഖക്കേടായി സംസാരിക്കയുണ്ടായി. അതുകേട്ടപ്പോൾ നിങ്ങൾക്കു മൂപ്പരുടെ നേരെ ഭക്തിയും ബഹുമാനവും ആന്തരത്തിൽ കുറയുമെന്നു വിചാരിച്ച് അതിന്റെ തീർച്ചയറിവാൻവേണ്ടി അനാവശ്യമായ ഈ വിഷയത്തെപ്പറ്റി ചോദിച്ചതാണ്. സംസാരത്തിൽ നിങ്ങൾ എന്നെ തോല്പിച്ചു എങ്കിലും എനിക്കു നിങ്ങളുടെ നേരെയുള്ള സന്തോഷം ഇത്രയെന്നു പറഞ്ഞറിയിപ്പാൻ പ്രയാസം. നിങ്ങളെ ഞാൻ വളരെ ബഹുമാനിക്കുന്നു. ഈ വക എല്ലാ ഗുണവും തികഞ്ഞ മനുഷ്യരെ ഈ തരത്തിൽ ഭാഗ്യവാന്മാർക്കു മാത്രമേ കിട്ടുകയുള്ളു. അതുകൊണ്ട് താങ്കൾക്ക് എന്റെ നേരെ ലേശവും സുഖക്കേടു തോന്നരുത്.

കണ്ടപ്പൻ: ഞാൻ ആദ്യം അല്പം സുഖക്കേടുനടിച്ചുസംസാരിച്ചതു നിങ്ങളുടെ ഉള്ള് അറിവാൻവേണ്ടി മാത്രമാണ്. ഞാൻ പറഞ്ഞതിനൊന്നും നിങ്ങൾക്കും സുഖക്കേടുണ്ടാകരുത്. എനിക്കു യജമാനനെ നല്ല ഭക്തിയും സ്നേഹവും ഉണ്ടെന്നുള്ളത് യജമാനനുതന്നെ നല്ല ബോദ്ധ്യം വന്നിട്ടുണ്ട്. യജമാനനുവേണ്ടി മരിപ്പാൻകൂടി ഞാൻ ഒരുക്കമാണ്. നേരം അഞ്ചുമണി കഴിഞ്ഞു. ഞാൻ എന്റെ പ്രവൃത്തിക്കു നേരെ പോകട്ടെ. എന്നോടു മുഷിച്ചിൽ വിചാരിക്കരുത്.

ഗോവിന്ദൻ: കഷ്ടം! എനിക്കോ മുഷിച്ചിൽ? ഞാനും ഒരുമിച്ചു വരാമല്ലോ. ഇവിടെ തനിയെ കിടന്നാൽ ഉറക്കംവരും.

കണ്ടപ്പൻ: നിങ്ങൾ ഇവിടെത്തന്നെ അല്പം കിടന്നു തളർച്ച തീർക്കുന്നതാണ് നല്ലത്. ഞാൻ അടുക്കളയിലേക്കല്ലെ പോകുന്നത്? അവിടെ പുകയുടെ ഉപദ്രവംകൊണ്ട് ഇരിപ്പാൻ പ്രയാസപ്പെടും. ആറുമണിക്കു യജമാനൻ എത്തുമെന്നല്ലേ പറഞ്ഞത്.

ഗോവിന്ദൻ: അതുപ്രകാരം തന്നെ സമ്മതിച്ചു മേശപ്പുറത്തു നിന്നു ഒരു പുസ്തകം എടുത്തു അതു വായിച്ചുംകൊണ്ടു അവിടെ കിടന്നു. കണ്ടപ്പൻ തന്റെ പ്രവൃത്തിക്കുവേണ്ടി ഇറങ്ങി അടുക്കളയിലേക്കും പോയി.

2

കനകമംഗലം

ഒന്നാം അദ്ധ്യായത്തിന്റെ ആദ്യത്തിൽ കനകമംഗലം എന്നു കുഞ്ഞികൃഷ്ണമേനോൻ പ്രസ്താവിച്ചുവെച്ചിട്ടുള്ളത് ഏതോ ഒരു താലൂക്കിന്റെയോ ദിക്കിന്റെയോ അതല്ലാ വല്ല ഗ്രാമത്തിന്റെയോ വീട്ടിന്റെയോ പേരായിരിക്കാമെന്നു വായനക്കാരിൽ പലരും പലവിധേന സംശയിപ്പാൻ സംഗതിയുള്ളതാകുന്നു. എന്നാൽ ആവക സംശയത്തെ പരിഹരിക്കേണ്ടത് കേവലം അത്യാവശ്യമാകകൊണ്ടു കുഞ്ഞികൃഷ്ണമേനോനെ അംശത്തിലും ഗോവിന്ദനെ പൂമുഖത്തും കണ്ടപ്പനെ അടുക്കളയിലും തല്ക്കാലം വിട്ടുകളയാതിരിപ്പാൻ നിവൃത്തി കാണുന്നില്ല. ഇപ്പോൾ പ്രസ്താവിപ്പാൻ പോകുന്നതു കനകമംഗലത്തെപറ്റി മാത്രം കൊണ്ട് വായനക്കാരുടെ മനസ്സിനേയും ശ്രദ്ധയേയും അവിടേക്കു പ്രത്യേകം ക്ഷണിക്കേണ്ടിവന്നിരിക്കുന്നു.

കനകമംഗലം എന്നു പ്രസ്താവിച്ചു വെച്ചിട്ടുള്ളത് തെക്കേ മലയാളത്തിൽ ഏറ്റവും ശ്രുതിപ്പെട്ട ഒരു ഉൾപ്രദേശമാകുന്നു എന്ന് വായനക്കാരിൽ ചിലരോട് പറയുന്നതു കേവലം അനാവശ്യമാണെന്നുവരികിലും, അധികപക്ഷക്കാരും ഈ പേർ ഇതിന്നു മുമ്പെ കേട്ടിട്ടുണ്ടായിരിക്കയില്ലെന്നു വിശ്വസിക്കുന്നതുകൊണ്ടു ഈ ഉപനഗരത്തിന്റെ ചുരുക്കമായി ചില വിവരണം ഇവിടെ അത്യാവശ്യമായി വരാതിരിപ്പാൻ പാടുള്ളതല്ല. ഇത് ഏകദേശം മൂന്ന് മയിൽസ് നീളവും രണ്ടരമയിൽസ് വിസ്താരവും ഇതിന്നുമുമ്പ് കഴിഞ്ഞിട്ടുള്ള കാനേഷുമാരി കണക്കുപ്രകാരം മുന്നൂറ്റിനാല്പത്തെട്ടു ഭവനങ്ങളും നാലായിരത്തി നാനൂറ്ററുപത്തേഴു നിവാസികളും ഉള്ള ചെറിയ ദേശമാകുന്നു. ആകൃതിനോക്കിയാൽ ഏതാണ്ട് ഒരു സമഭൂമിയാണെന്നുതന്നെപറയാം. എങ്കിലും ഇതിന്റെ കിഴക്കുഭാഗത്തു വലിയ ദുഷ്ടമൃഗങ്ങൾക്ക് അധികമായി താമസിപ്പാൻ സൗകര്യമില്ലാത്ത ഒരു ചെറിയ കുന്നുണ്ട്. ആ കുന്നിന്റെ കിഴക്കുഭാഗത്തുനിന്ന് ചെറിയ

പുഴ വടക്കോട്ട് ഒഴുകി ക്രമേണ പടിഞ്ഞാറോട്ട് തിരിഞ്ഞു ഇതിന്റെ വടക്കെ അതിരായ നരികണ്ണിപ്പുഴയോടു ചേരുന്നു. അതിവിശേഷമായ വെള്ളം നിറഞ്ഞ് എല്ലാകാലവും യാതൊരു ദുർഭിക്ഷവും കൂടാതെ പടിഞ്ഞാറോട്ട് ഒഴുകുന്ന ഒരു ചെറുതോട് ഇതിന്റെ തെക്കേ അതിരായി നില്ക്കുന്നു. അതിലെ വെള്ളം കൃഷിക്കാർക്ക് ആവശ്യംപോലെ ഉപയോഗിപ്പാൻ യാതൊരു തടസ്ഥവും ഇല്ലാത്തതുകൊണ്ട് ചുറ്റുമുള്ള വയലുകളിൽ പുഞ്ചകൃഷി ധാരാളം ഉണ്ടാക്കിവരുന്നു. ഇതുകൂടാതെ വേനൽക്കാലത്ത് ഇതിലെ വെള്ളം അനേകംപേർ കുളിപ്പാനും കുടിപ്പാനും ഉപയോഗപ്പെടുത്തിവരികയും ചെയ്യുന്നു. ഈ ദേശത്തിന്റെ പടിഞ്ഞാറെ ഭാഗത്ത് ഒരു വലിയ നിരത്ത് ഉള്ളതുകൊണ്ടു വണ്ടിവഴിയായി ഇവിടെ ഗതാഗതം ചെയ്യുന്നതിന്നും ദൂരരാജ്യങ്ങളിൽനിന്നു പല സാധനങ്ങളും അന്യദിക്കിലേക്ക് കൊണ്ടുപോകുന്നതിന്നും യാതൊരു അസൗകര്യവും ഇല്ലാത്തതിനാൽ ഇതു കേവലം ഒരു ഉൾപ്രദേശമെന്നു പറയത്തക്ക ലക്ഷണം മുഴുവൻ സിദ്ധിച്ചിട്ടില്ല. ഭൂമി വളരെ സുഭിക്ഷമായിട്ടുള്ളതും നാനാവിധ ഫലവൃക്ഷങ്ങളെക്കൊണ്ട് അലംകൃതമായി അത്യന്തം ശീതളമായുള്ളതും ആകുന്നു. ഇവിടെ തെങ്ങ്, കവുങ്ങ്, അയനി, പിലാവ്, മാവ് മുതലായ വൃക്ഷങ്ങൾ വളരെ ഉണ്ടെന്നു വരികിലും, മുളകുവള്ളി എത്രയോ ചുരുക്കം മാത്രമേ കാണ്മാനുള്ളു. പലതരത്തിലും ഉള്ള വാഴകൾ പറമ്പുകളിൽ ധാരാളം ഉണ്ട്. നേന്ത്രവാഴ കൃഷിചെയ്ത് ഉണ്ടാക്കുവാൻ ഈ പ്രദേശക്കാർക്ക് പ്രത്യേകം ഒരു സാമർത്ഥ്യവും അത്യുത്സാഹവും കാണുന്നതു ജന്മികളായ നമ്പൂതിരിമാർക്ക് പാട്ടശ്ശീട്ടിലെ നിശ്ചയപ്രകാരം കുറവുകൂടാതെ കാലംതോറും ഓണവാഴക്കുല കൊടുപ്പാൻ വേണ്ടിയോ എന്നു തോന്നും. എല്ലാമാതിരി സസ്യങ്ങളും ഇവിടെ ധാരാളമായി ഉണ്ടാക്കിവരുന്നു എങ്കിലും വെള്ളരിക്കയും ചേനയും ഇത്ര അധികം തെക്കേ മലയാളത്തിൽ മറ്റൊരു ദിക്കിലും കിട്ടുകയില്ലെന്നുതന്നെ പറയാം. ഇരുപത്തഞ്ചുമേനിയിൽ കുറഞ്ഞു വിളവുണ്ടാകുന്ന കൃഷിനിലങ്ങൾ ഈ പ്രദേശത്തു കാണ്മാനേ പ്രയാസം. പുഞ്ചകൃഷി മുപ്പതും നാല്പതും ചിലപ്പോൾ അമ്പതും മേനി വിളയുന്നു എന്നു പറയുന്നതു ലേശം അതിശയോക്തിയല്ല. മേല്പറഞ്ഞ നിരത്തിന്റെ കിഴക്കുഭാഗത്ത് അതിവിശേഷമായ ഒരു ചെറിയ അങ്ങാടിയുണ്ട്. അതിന്റെ സമീപം തെക്കുകിഴക്കു ഭാഗത്തു എല്ലാ ബുധനാഴ്ചതോറും ഒരു ചന്തയുണ്ട്. ചന്തയുടെ വടക്കും അങ്ങാടിയുടെ കിഴക്കുമായിട്ട് ഒരു സബ് രജിസ്ട്രാപ്പീസും ഒരു പോലീസ്സുസ്റ്റേഷനും അല്ലാതെ ഈ ദേശത്തു പറയത്തക്ക യാതൊരു സർക്കാർ എടുപ്പുകളും ഇല്ല. എന്നാൽ പോലീസ്സുസ്റ്റേഷനോടു തൊട്ട് ഒരു ചെറിയ തഫാലാപ്പീസും ഉണ്ട്. ഈ പ്രദേശത്തിന്റെ ഏകദേശം മദ്ധ്യത്തിൽ അത്യത്ഭുതമായി പണി ചെയ്യിച്ചിട്ടുള്ള ഒരു ചെറിയ കോവിലകം കാണികൾക്കു നേത്രാനന്ദപ്രദമായി ശോഭിച്ചുനില്ക്കുന്നു. ഈ കോവിലകത്തിന്റെ ചുറ്റും പന്ത്രണ്ടുഫീറ്റിൽ കുറയാതെ ഉയരമുള്ള കൽമതിലുകൾ കെട്ടി നാലു ഭാഗത്തും ഓരോ ചെറിയ ഗോപുരം തീർപ്പിച്ചിട്ടുണ്ട്. അതിൽ

പടിഞ്ഞാറെ ഗോപുരത്തിന്റെ മുകളിൽ വൃത്താകാരമായി ഒരു നാഴിക മണി വെച്ചിരിക്കുന്നു. അതു മണിക്കൂറുതോറും അടിക്കുന്ന ശബ്ദം ഒരു നാഴിക ദൂരെ നല്ലവണ്ണം കേൾക്കാം. ആ ഗോപുരത്തിന്റെ പടിഞ്ഞാറെ ഭാഗത്ത് ഉഷ്ണകാലത്തിൽ ജനങ്ങൾക്കു കാറ്റുകൊണ്ടിരിപ്പാൻ തക്ക വണ്ണം അതിവിശേഷമായി തറകൾ കെട്ടിയ രണ്ടു വലിയ അരയാൽ വൃക്ഷങ്ങൾ ഉണ്ട്. അതുകളുടെ പടിഞ്ഞാറുഭാഗത്തു ഭംഗിയായും ഉറപ്പായും കല്ലുകൊണ്ടുകെട്ടി പടുത്തിട്ടുള്ള ഒരു ചെറിയ കുളം ഉണ്ടെങ്കിലും അതിലെ വെള്ളം സദാകാലവും പച്ചനിറഞ്ഞു നാറി വഷളായി കിടക്കുന്നതുകൊണ്ടു കുറെ ദേഹവൃത്തിയും സുഖവും കാംക്ഷിക്കുന്ന യാതൊരു ജനവും ഇതിൽ കുളിച്ചുവരുമാറില്ല. കോവിലകത്തു നാനാവിധമായ പരിചാരപ്രവൃത്തിയെടുത്ത് ഉപജീവനം കഴിക്കുന്ന സ്ത്രീകൾ ഈ കുളത്തിന്റെ ചുറ്റുമുള്ള കുടിലുകളിലാണ് പാർക്കുന്നത്. അവർ ദിവസംപ്രതി പാത്രവും മറ്റും തേച്ചുകഴുകുന്നതുകൊണ്ടോ ഈ കുളത്തിലെ വെള്ളം ഇത്ര വഷളായിപ്പോയത് എന്നു സംശയിപ്പാൻ ഇടയുണ്ട്. മേല്പറഞ്ഞ കോവിലകത്തിന്റെ തെക്കുഭാഗം ബ്രാഹ്മണരുടെ പത്തിരുപത്തഞ്ചു മഠങ്ങളും വടക്കുഭാഗത്തു പ്രത്യേകം സസ്യാദികൾ നട്ടുണ്ടാക്കുന്ന ഒരു ചെറിയ വയലും ഉണ്ട്. കിഴക്കുഭാഗത്ത് ഏകദേശം എഴുപത്തഞ്ചുവാര ദൂരെ അതിമനോഹരമായ ഒരു വിഷ്ണുക്ഷേത്രം ഉണ്ട് അവിടെ രാധാകൃഷ്ണപ്രതിഷ്ഠയാണ്. ക്ഷേത്രത്തിന്റെ മുൻഭാഗത്തു വിശേഷമായ ഒരു ദീപസ്തംഭവും വളരെ ഉയരമുള്ള ഒരു കൊടിമരവും നാലുഭാഗത്തും വിശേഷമായ കൽമതിലും കിഴക്കും വടക്കും ഓരോ ഗോപുരവും ഉണ്ട്. ക്ഷേത്രത്തിൽ ദിവസംപ്രതി മൂന്നുനേരവും പൂജയും ശീവേലിയും ഉള്ളതുകൊണ്ടും വടക്കുഭാഗത്തു സ്ഫടികം പോലെ അതിനിർമ്മലമായ വെള്ളം സദാകാലവും നിറഞ്ഞുനില്ക്കുന്ന ഒരു വലിയ ചിറയുള്ളതുകൊണ്ടും ഇവിടെയുള്ള ജനബാഹുല്യം ഇത്രയാണെന്നു ഖണ്ഡിച്ചുപറവാൻ പ്രയാസം ചിറയുടെ പടിഞ്ഞാറെ ഭാഗത്തു പെൺകുട്ടികളുടെ വിദ്യാഭ്യാസത്തിനുവേണ്ടി പ്രത്യേകം ഏർപ്പെടുത്തീട്ടുള്ളതും കനകമംഗലം ഫീമേൽ മിഡിൽ സ്ക്കൂൾ എന്നു പേർ വിളിച്ചുവരുന്നതും ആയ ഒരു ഇംഗ്ലീഷ് പാഠകശാലയുണ്ട് അതിൽവെച്ച് സംഗീതവും സംസ്കൃതവും തുന്നൽ മുതലായ ശില്പപ്രവൃത്തിയുംകൂടി അഭ്യസിപ്പിച്ചുവരുന്നതിനാൽ എല്ലാതരത്തിലുംകൂടി ദിവസംപ്രതി അറുപതിൽ അധികം ബാലികമാർ ഹാജരായി പഠിച്ചിരുന്നു. ഈ ചിറയുടെ വടക്കുഭാഗത്താണ് കുലീനന്മാരും ധനികന്മാരുമായ അനേകം നായന്മാർ പാർത്തുവരുന്നത്. കിഴക്കുഭാഗത്തു കന്മന, കരുവാഴ, കാക്കനൂർ എന്നിങ്ങനെ അത്യന്തം ശ്രുതിപ്പെട്ട മൂന്നു മനകൾ ഉള്ളതിൽ കന്മന സ്മാർത്തനും, കരുവാഴ വൈദികനും, കാക്കനൂർ വാദ്ധ്യാനും ആകുന്നു. ഇവർ മൂന്നുപേരും വലിയ ജന്മികളും സമ്പന്നന്മാരും ആകുന്നു. സംക്ഷേപിച്ചു പറയുന്നതായാൽ കനകമംഗലം എന്നുള്ള പേർ ഈ പ്രദേശത്തിനു യഥാർത്ഥമായിട്ടുള്ളതാണ്. കോവിലകത്തിന്റെ പേർ കനകമംഗലം എന്നായതുകൊണ്ടാ

യിരിക്കാം ചുറ്റുമുള്ള പ്രദേശത്തിന്നും ആ പേർതന്നെ വിളിച്ചുവരുന്നത്.

മേൽപ്പറഞ്ഞ ചിറയുടെ വടക്കുഭാഗത്താണ് ധനവാന്മാരായ അനവധി നായന്മാർ പാർത്തുവരുന്നത് എന്നു പ്രസ്താവിച്ചിട്ടുണ്ടല്ലൊ. അതിൽ ചിറയുടെ വടക്കു കിഴക്ക് ഏകദേശം അമ്പതുവാര ദൂരെ നാലുഭാഗവും അതിമനോഹരമായി കൽമതിലുകൾ കെട്ടി കിഴക്കും പടിഞ്ഞാറും ഓടിട്ട ഓരോ ചെറിയ പടിപ്പുരയോടുകൂടിയ ഒരു വലിയ മാളികഭവനം ഉണ്ട്. അതിന്റെ കിഴക്കേ പടിപ്പുരയിലോളം വണ്ടിയും മറ്റും ചെല്ലേണ്ടതിനു തക്കവണ്ണം ഇരുഭാഗവും വെട്ടുകല്ലുകൾകൊണ്ട് ഒരു ചാൺ പൊക്കത്തിൽ വിശേഷമായി കെട്ടി മഴക്കാലത്തു വെള്ളം പോകേണ്ടതിന് ഇടയ്ക്കിടയ്ക്കു ചെറിയ ഓവുകൾവെച്ചു മീതെ ചരലിട്ടു നല്ലവണ്ണം അമർത്ത് ഒരു നിരത്തു വളരെ ദൂരത്തുനിന്നു തന്നെ ഉണ്ടാക്കീട്ടുണ്ട്. കിഴക്കേ പടിപ്പുരയിൽ നിന്നു നടവഴിയിലേയ്ക്ക് ഇറങ്ങിച്ചെല്ലുവാൻ കല്ലുകൊണ്ടു കെട്ടി വിശേഷമായി വെള്ളക്കുമ്മായമിട്ടു മീതെ ചൂടിപ്പായ് വിരിച്ചിട്ടുള്ള പടവുകൾ ഉണ്ട്. നടവഴി ഏകദേശം പന്ത്രണ്ടുവാര നീളവും രണ്ടുവാര അകലവുമുണ്ട്. അതിന്റെ രണ്ടുഭാഗത്തും ഒന്നരച്ചാൺ പൊക്കത്തിൽ കല്ലുകൊണ്ടു മനോഹരമായ ഒരുവിധം മതിലുണ്ടാക്കി മുകളിൽ നിരക്കെ പലവിധം പൂച്ചട്ടികൾ വെച്ചിരിക്കുന്നു. മുറ്റം നടവഴിയെക്കാൾ നാലിഞ്ചു താണിരിക്കുന്നു. കിഴക്കും തെക്കും പടിഞ്ഞാറുമുള്ള മുറ്റങ്ങൾ പത്തുവാരയിൽ കുറയാതെ വിസ്താരമുണ്ട്. ചുറ്റും ഒന്നര ഫീറ്റ് ഉയരത്തിൽ മൺമതിലുകൾ ഉണ്ടാക്കി മുകളിൽ ഏകദേശം ഒരു ചാൺ അകലെ പനിനീർ, മന്ദാരം, മുല്ല, പിച്ചകം മുതലായ നാട്ടുചെടികളും ലതകളും ഇടക്കിടയ്ക്കു ഭംഗിയുള്ള പലമാതിരി ഇംഗ്ലീഷ് ചെടികളും വെച്ചു പിടിപ്പിച്ചിരിക്കുന്നു. കിഴക്കേ മുറ്റത്ത് വളരെ വിശേഷമായിത്തീർത്തിട്ടുള്ള ഒരു ലതാഗൃഹമുണ്ട്. അതിന്റെ മുകളിൽ പടർന്നു മൂടിക്കിടക്കുന്ന പലവിധം ലതകളുടേയും ഇടക്കിടെ വികസിച്ചുനില്ക്കുന്ന അനേകമാതിരി പുഷ്പങ്ങളുടേയും ദലങ്ങളുടേയും ഭംഗി ദൂരത്തുനിന്നു കണ്ടാൽ അതിവിശേഷമായ ഒരു പരവതാനികൊണ്ടു മൂടിയതൊ എന്ന് ആരും ശങ്കിച്ചുപോകാതിരിക്കയില്ല. ഈ ലതാഗൃഹത്തിന്റെ അന്തർഭാഗത്തിൽ ചാരിയിരിപ്പാനും മറ്റും വേണ്ടി ചുറ്റും ഒരു മാതിരി ഭംഗിയുള്ള ബെഞ്ചുകൾ ഇട്ടിരിക്കുന്നു. വേനൽക്കാലമാകകൊണ്ടു മുറ്റം മുഴുവനും ചെമ്മണ്ണു തേച്ചു മിനുക്കി നന്നാക്കി ഏറ്റവും ശുചിയായി വെച്ചിട്ടുള്ളതു കണ്ടാൽ അപൂർവ്വമായ ഒരുവിധം ചെങ്കല്ലുകൾ പതിച്ചതോ എന്നു തോന്നും. കിഴക്കും പടിഞ്ഞാറുമുള്ള മുറ്റങ്ങളുടെ വടക്കുഭാഗത്ത് ഏകദേശം എട്ടു ഫീറ്റ് ഉയരമുള്ള ചുമരുകൾ കെട്ടി മുട്ടിച്ചിരിക്കുന്നു എങ്കിലും കിഴക്കേ മുറ്റത്തു കടപ്പാൻ ഒരു കട്ടിളവാതിൽ വെച്ചിട്ടുണ്ട്. ഭവനത്തിന്റെ നാലുഭാഗത്തും രണ്ടുവാര അകലത്തിൽ ഏകദേശം ഒരുക്കോൽ പൊക്കത്തിൽ തറകെട്ടി ഇടക്കിടെ ചിത്രത്തൂണുകളോടു കൂടിയ വരാന്തയുണ്ട്. കിഴക്കും പടിഞ്ഞാറും ഓരോ പൂമുഖം ഉള്ളതിൽ കിഴക്കേ പൂമുഖത്തെ പടിഞ്ഞാറെ ചുമരിന്മേൽ ഒരു നാഴികമണി വെച്ചിട്ടുള്ളതല്ലാതെ മറ്റു യാതൊരലങ്കാരവും

ഇല്ല. പടിഞ്ഞാറെ പൂമുഖത്തിനു കുറെ അധികം ഭംഗികൂടും. ഇതിന്റെ കിഴക്കേ ചുമരിന്മേൽ ഒരുമാതിരി പച്ചക്കല്ലുകൊണ്ടു സഹജമാണെന്നു തോന്നത്തക്കവിധത്തിൽ അത്യുത്ഭുതമായി കണ്ണുകൾവെച്ചു തോൽകൊണ്ടു പൊതിഞ്ഞു പഞ്ഞിനിറച്ചു കൊമ്പുകളോടു കൂടിയ രണ്ടു കാട്ടിത്തലയും വടക്കേ ചുമരിന്മേൽ അതുപ്രകാരം തന്നെ രണ്ടു കലമാൻ തലകളും വെച്ചിട്ടുള്ളതുകണ്ടാൽ മേൽപ്പറഞ്ഞ മൃഗങ്ങൾ ഗൃഹാന്തർഭാഗത്തിൽനിന്നു പുറത്തേക്കു തലകൾ കടത്തി എത്തിനോക്കുന്നതോ എന്നു നിസ്സംശയം തോന്നിപ്പോകാതിരിക്കയില്ല. മനോഹരമായ ഈ ഗൃഹാന്തർഭാഗത്തിന്റെ കിഴക്കേവശം വിശാലമായി ഒഴിഞ്ഞുകിടക്കുന്ന ഒരു വലിയ തളമാണ്. പൂമുഖത്തുനിന്ന് ഇതിലേക്കു പ്രവേശിപ്പാൻ ദീർഘ വിസ്താരങ്ങളോടുകൂടി ഒരു വാതിൽ വെച്ചിട്ടുണ്ട്. അതിന്റെ രണ്ടുഭാഗത്തും ഒരു വലിയ ജനേല് ഉണ്ട്. ഇതുപ്രകാരംതന്നെ തെക്കു വടക്കു ഭാഗങ്ങളിലും അംഗുഷ്ടപ്രമാണം ഇരിമ്പഴികൾ ഇട്ടിട്ടുള്ള ഓരോ ജനേൽ വെച്ചിരിക്കുന്നതുകൊണ്ടു വായുപ്രചാരത്തിന്നു വളരെ സൗകര്യം സിദ്ധിച്ചിട്ടുണ്ട്. അതിന്റെ പടിഞ്ഞാറെ ചുമരിന്മേൽ വീട്ടികൊണ്ട് ചട്ടം കൂട്ടി ഭംഗിയിൽ നിറമിട്ട് കണ്ണാടിച്ചില്ലു വെച്ചിട്ടുള്ള രണ്ടു അൾമേറ പതിച്ചിരിക്കുന്നു. ചുമരുകൾ വിശേഷമായ ചിത്രക്കണ്ണാടികൾകൊണ്ടും അതിയോഗ്യന്മാരായ പലരുടേയും പ്രതിഛായകൊണ്ടും അലങ്കരിച്ചിട്ടുള്ളതിന്നു പുറമേ അവയുടെ ഭംഗിയെ സ്ഫുരിപ്പിക്കേണ്ടതിനുവേണ്ടി പച്ച, വെള്ള, ചുവപ്പ് ഈ വർണ്ണത്തിലുള്ള മൂന്നു വലിയ ഗ്ലോബുകൾ, എത്രയോ വെളുത്ത വസ്ത്രംകൊണ്ടു വിതാനിച്ചിട്ടുള്ള തട്ടിന്റെ നടുപ്പന്തിയിൽ തെക്കുവടക്കായി ഏകദേശം നന്നാലുവാരയകലെ തൂക്കീട്ടും ഉണ്ട്. ഈ തളത്തിൽനിന്നു പടിഞ്ഞാറോട്ടു കടപ്പാൻ മദ്ധ്യത്തിൽവെച്ചിട്ടുള്ള വാതിലിൽകൂടി ഉള്ളിലേയ്ക്കു പ്രവേശിച്ചാൽ നാലുഭാഗവും രണ്ടുവാരയകലത്തിൽ വിശേഷമായ കോലായോടുകൂടി വൃത്താകാരത്തിൽ ഒരു ചെറിയ നടുമുറ്റം കാണാം അതിന്റെ അടിയിൽ എട്ടു വിരൽ ചതുരശ്രമുള്ള ഒരു വിധം ചുവന്ന ഇഷ്ടികകൾ പതിച്ചിരിക്കുന്നു. അതിന്റെ തെക്കുഭാഗം ഉദങ്മുഖമായിട്ടു രണ്ടു വിസ്താരമുള്ള അറകളും പടിഞ്ഞാറെ ഭാഗം തെക്കേവശം ഒരു മുറിയും വടക്കേവശം അതികൗതുകമായ ഒരറയും ഉണ്ട്. അറയുടെ വടക്കുഭാഗം മുഴുവനും വിശാലമായി ഒഴിഞ്ഞു കിഴക്കോട്ടു നീണ്ടുകിടക്കുന്ന ഒരു തളമാണ്. മേൽപ്പറഞ്ഞ അറകളിലും മുറികളിലും അവസ്ഥാനുസരണമായി ഒന്നും രണ്ടും ജനേലുകളും തളത്തിന്റെ പടിഞ്ഞാറുഭാഗം ഒരു ചാരുപടിക്കൂട്ടവും വെച്ചിട്ടുണ്ട്. ഈ തളത്തിൽനിന്നു അടുക്കളയിലേക്കു പ്രവേശിപ്പാൻ വടക്കേഭാഗം ഒരു വാതിലും ഉണ്ട്. ഇതിന്റെ കിഴക്കുഭാഗത്തു പശ്ചിമാഭിമുഖമായി വിശാലമായ ഒരു കലവറമുറിയിൽ കീഴുഭാഗം പണി മുഴുവനും അവസാനിപ്പിച്ചിരിക്കുന്നു. ആദ്യത്തിൽ പ്രസ്താവിച്ച വലിയ തളത്തിലും മേല്പറഞ്ഞ മൂന്ന് അറകളിലും ശേഖരിച്ചു വെച്ചിട്ടുള്ള പലവിധ ഉപകരണങ്ങളെ ഓരോന്നോരോന്നായി വിവരിക്കുന്നതു വായനക്കാർക്കു അരുചിയും നീര

സവും ജനിപ്പിക്കുമോ എന്നുള്ള സംശയത്താൽ ഇപ്പോൾ അവയെപ്പറ്റി യാതൊന്നും പ്രസ്താവിക്കാത്തതാണ്. കീഴ്ത്തട്ടിന്റെ ഭംഗി ഈ വിധം ഇരിക്കുമ്പോൾ മേൽത്തട്ട് ഇതിലും എത്ര മനോഹരമായിരിക്കേണ്ടതാണെന്നു എളുപ്പത്തിൽ ഊഹിപ്പാൻ കഴിയുന്നതാണ്. പുത്തൻ മാളികക്കൽ എന്ന പ്രസിദ്ധപ്പെട്ട ഈ ഭവനം വായനക്കാരുടെ ഹൃദയത്തിങ്കൽ അത്യാനന്ദം ജനിപ്പിപ്പാൻ ഇടയുള്ളതാകകൊണ്ടു പ്രത്യേകം ഇതിനെ വർണ്ണിപ്പാൻ സംഗതിവന്നതാണെന്നു ക്രമേണ മനസ്സിലാവുന്നതാണ്.

3

മറുവടി

നേരം ഏകദേശം ഏഴുമണികഴിഞ്ഞു. പോകുമ്പോൾ പറഞ്ഞപ്രകാരം കുഞ്ഞികൃഷ്ണമേനോൻ മടങ്ങി എത്താത്തതുകൊണ്ടു ഗോവിന്ദനു വലിയ പരിഭ്രമമായി. താഴെ പൂമുഖത്തുവന്നു നിന്നു കിഴക്കോട്ടു നോക്കിക്കൊണ്ട് ഓരോന്നു വിചാരിച്ചുതുടങ്ങി. "എന്താണ് മൂപ്പര് ഇന്നു വരില്ല എന്നുണ്ടോ? മടങ്ങിവരുന്നതായിരുന്നു എങ്കിൽ ഇതിനുമുമ്പേതന്നെ എത്തേണ്ടതായിരുന്നു. ആറുമണിക്കു നിശ്ചയമായും മടങ്ങി എത്തും എന്നല്ലെ പറഞ്ഞിട്ടുണ്ടായിരുന്നത്? ദുർഘടമായ പെരുവഴിയിൽകൂടി ഈ രാത്രി സമയം കടന്നുപോരുന്നതു വലിയ പ്രയാസമാണല്ലൊ? അദ്ദേഹത്തിനു എന്താണ് പ്രയാസം? മഞ്ചലിൽ കയറി കിടന്നാൽ പോരെ-അമാലന്മാരല്ലെ ബുദ്ധിമുട്ടുന്നത്. ബുദ്ധിമുട്ടിക്കോട്ടെ. വെറുതെയാണ് മാസപടി കൊടുക്കുന്നത്. ഇന്നു മടങ്ങിവന്നിട്ടില്ലെങ്കിൽ കാര്യത്തിനു വളരെ തരക്കേടും ഉണ്ട്. രാവിലെ പോകുന്ന കാര്യം പിന്നെ ഗോപിതന്നെ. പോരുന്ന സമയം താക്കോലെങ്കിലും അവിടെ കൊടുത്തുപോന്നിട്ടുണ്ടായിരുന്നുവെങ്കിൽ അത്ര വിചാരിക്കാനില്ലായിരുന്നു. എന്താണീശ്വരാ വേണ്ടത്! കാര്യം ബുദ്ധിമുട്ടായല്ലൊ. മൂപ്പരു മടങ്ങി വരുന്നുണ്ടായിരിക്കണം. ഇപ്പോൾ ഏകദേശം പകുതിവഴിക്ക് എത്തിപ്പോയി. മഞ്ചക്കാരുടെ മൂളലല്ലെ കേൾക്കുന്നത്? എവിടെ കേൾക്കുന്നു? ഒരു മൂളലും ഇല്ല, മുരളലും ഇല്ല. വെറുതെ ഓരോന്നു തോന്നാറുണ്ട്. എന്നെ ഇവിടെ നിർത്തീട്ടല്ലെ പോയതു-അതുകൊണ്ടെന്താണ്. ഇന്നുതന്നെ വരണം എന്നുണ്ടൊ? അതല്ല, ഞാൻ ഇവിടെ ഉണ്ടെന്നുള്ള ഓർമ്മ വിട്ടുപോയൊ? ആരു കണ്ടു! ഉദ്യോഗസ്ഥന്മാർക്ക് അങ്ങനെയെല്ലാം വരാനിടയുണ്ട്. മജിസ്ട്രേട്ടു ഇന്നാൾ ഒരു ദിവസം എന്നെ കണ്ടിട്ടു അറിഞ്ഞില്ലല്ലൊ? മുമ്പു ഞങ്ങൾ തങ്ങളിൽ എത്ര വലിയ പരിചയം ആയിരുന്നു-ഉദ്യോഗം എന്ന തിമിരം ബാധിച്ചാൽ ചിലരുടെ കണ്ണിനും മനസ്സിനും വെളിച്ചം നന്നേ കുറയും. പണ്ടു നട

ന്നതും കഴിഞ്ഞതും പിന്നെ ഒരു ലേശം ഓർമ്മയുണ്ടാകില്ല. മുമ്പു കണ്ടിട്ടുള്ള ധാരണകൂടി ചിലർക്കു പൂജ്യമായിട്ടാണ് കാണുന്നത്. എല്ലാ ഇന്ദ്രിയങ്ങൾക്കും, ഉദ്യോഗം കിട്ടുമ്പോഴെക്കു, ഒരു ക്ഷീണം തട്ടും. ഉദ്യോഗ തിമിരം വല്ലാത്ത ഒരു വ്യാധിയാണ്. ശരീരം പാടല്ലാതെ തടിച്ചുവശായവർക്കു പ്രമേഹരോഗം കിട്ടുമ്പോലെയാണ് ഈ തിമിരം ചിലരെ ബാധിക്കുന്നത്. കഷ്ടസ്ഥിതിയിൽനിന്നു വലുതായ കൂട്ടരെയാണ് ഇത് അധികമായി ഉപദ്രവിക്കുന്നത്. ഇയ്യിടെ ഒരു ഉദ്യോഗസ്ഥൻ തന്റെ ചില സ്നേഹിതന്മാരുമായി സംസാരിച്ചുകൊണ്ടിരിക്കുമ്പോൾ അദ്ദേഹത്തിന്റെ സാധുവായ അച്ഛൻ വളരെ താണമട്ടിൽ പടികയറിവരുന്നതുകണ്ടിട്ടു തന്റെ വീട്ടിൽ പാർക്കുന്ന ഒരുത്തനാണെന്ന് അവരോടു പറകയുണ്ടായി. എന്നാൽ കുഞ്ഞികൃഷ്ണമേനോൻ ഈ കൂട്ടത്തിലെങ്ങും ചേർന്ന ഒരു മനുഷ്യനല്ലെന്നാണ് സകല ജനങ്ങളും പറയുന്നത്. ഉദ്യോഗസ്ഥന്മാരുടെ നിലയും പ്രതാപവും അദ്ദേഹത്തിന് ഇതുവരെ ഞാൻ കണ്ടിട്ടില്ല. അതുകൊണ്ടു ഞാൻ വന്ന കാര്യം മറന്നുപോയിട്ടുണ്ടായിരിക്കില്ല. ഇന്ന് അംശത്തിൽ പാർക്കേണ്ടിവരുമെന്നുള്ള സംശയം അദ്ദേഹത്തിനുണ്ടായിരുന്നു എങ്കിൽ ഒരു മറുപടിയും തന്ന് എന്നെ എന്റെ പാട്ടിൽ അയയ്ക്കുമായിരുന്നു. അദ്ദേഹം കാര്യം വിട്ടു കളിക്കുന്ന പുരുഷനല്ല. ആ വകക്കാരെ കണ്ടാൽതന്നെ അറിയാം.”

ഗോവിന്ദൻ ഇങ്ങിനെ പലതും വിചാരിച്ചു പരിഭ്രമിച്ചു കുഞ്ഞികൃഷ്ണമേനോൻ വരുന്നുണ്ടോ എന്നു കൂടെക്കൂടെ പടിക്കൽ ചെന്നുനോക്കിയും കുറേനേരം അവിടെത്തന്നെ നിന്നും വരുന്നതിന്റെ യാതൊരു ചിഹ്നവും കാണാതെ വിഷാദിച്ചു തിരികെ കോലായിൽവന്നു കുറെ കുത്തിരുന്നും കണ്ടപ്പനെ വിളിച്ചു പലതും ചോദിച്ചും പിന്നെയും പടിക്കൽപോയി നോക്കിയും ഇങ്ങിനെ ‘ഓടുരുകിയ മൂശാരിയെപ്പോലെ’ കളിക്കുമ്പോൾ ദൂരത്തുനിന്ന് ഒരു മുഴക്കവും കോലാഹലവും കേട്ടു. മഞ്ചക്കാരുടെ ശബ്ദമാണെന്നു ഗോവിന്ദന് അപ്പോൾ മനസ്സിലായി. ഓടിവന്നു കണ്ടപ്പനെ വിളിച്ച് ‘മൂപ്പരു വരുന്നുണ്ട്’ എന്നു പറഞ്ഞു. കണ്ടപ്പൻ ബദ്ധപ്പെട്ട് ഒരു പാനിസ്സ് എടുത്ത് തുടച്ച് ഒരു മെഴുത്തിരിയും വെച്ചു തീ കൊളുത്തി വെളിച്ചവുംകൊണ്ട് പടിക്കൽ ചെന്നുനിന്നു. അപ്പോൾ ശബ്ദം കേൾക്കുന്നതോടുകൂടിത്തന്നെ ദൂരത്തുനിന്ന് ഒരു വലിയ വെളിച്ചവും കണ്ടുതുടങ്ങി. മഞ്ചക്കാരുടെ ശബ്ദമാണ് കേൾക്കുന്നതെന്ന് ഗോവിന്ദൻ വിചാരിച്ചതു ശരിയായിരുന്നു. കിഴക്കേവയലിലെ ഊടുവഴിയിൽക്കൂടി നേരെ പടിഞ്ഞാറോട്ട് ഒരു മഞ്ചൽ എടുത്തുമൂളിക്കൊണ്ടുവരുന്നതു കണ്ടു. കണ്ടപ്പൻ പാനീസ്സും എടുത്തു പടിയിറങ്ങി മഞ്ചൽ വരുന്നതിന്നുനേരെ ബദ്ധപ്പെട്ടു ചെല്ലാൻ ഭാവിച്ചപ്പോൾ ഗോവിന്ദൻ അവനോടു പാനീസ്സുംകൊണ്ടു ഞാൻ പോകാം. താൻപോയി മൂപ്പരുവരുമ്പോഴെയ്ക്കു വേണ്ടതെല്ലാം ഒരുക്കാൻ നോക്കു. നേരത്തെ ഇത്തിരി ചായകുടിച്ചു പോയതല്ലെ? വിശക്കുന്നുണ്ടായിരിക്കാം’ എന്നുപറഞ്ഞു പാനീസ്സും വാങ്ങി കിഴക്കോട്ട് ഓടിചെന്നു. താൻതന്നെ പാനീസ്സുംകൊണ്ടു ചെല്ലു

ന്നതു കുഞ്ഞികൃഷ്ണമേനോന് അധികം സന്തോഷമായിരിക്കും എന്നു വിചാരിച്ചിട്ടാണ് ഗോവിന്ദൻ ഇത്ര തിരക്കിട്ടു പാഞ്ഞത്. നേരെ വരുന്ന മഞ്ചൽ അപ്പോൾ അവിടെനിന്നു തിരിഞ്ഞു തെക്കേ ഇടവഴിയിലേക്കു പോകുന്നതു കണ്ടു. രാത്രി സമയമാകകൊണ്ടു വഴി തെറ്റിപ്പോയതായിരിക്കാമെന്നു വിചാരിച്ചു ഗോവിന്ദൻ ഇടവഴിയിലേക്കു ഓടി. അടുത്ത് എത്തുമ്പോഴെക്കു അതു ഏകദേശം രണ്ടുമൂന്ന് ഇടവഴി ദൂരം കഴിഞ്ഞു പോയിരിക്കുന്നു. പാഞ്ഞുചെന്നുനോക്കുമ്പോഴെക്കു അതു കുഞ്ഞികൃഷ്ണമേനോനല്ല. പൂക്കോത്തു മനക്കലെ ജയന്തൻ നമ്പൂതിരിപ്പാടായിരുന്നു. ഗോവിന്ദൻ ഇത്രയെല്ലാം അദ്ധ്വാനിച്ചു പാഞ്ഞിട്ട് ഒരു ഫലവും ഉണ്ടായില്ലെന്നല്ലാ. ഉടുത്ത മുണ്ടിന്റെ വക്കും കാലോടു കുടുങ്ങിപൊട്ടി, പോരെങ്കിൽ അമാലന്മാർ മുക്കുവരായിരുന്നതുകൊണ്ട് അനാവശ്യമായി ശുദ്ധംമാറലും കഴിഞ്ഞു. ഗോവിന്ദന്റെ ഇഛാഭംഗവും വ്യസനവും മടങ്ങിപ്പോരുമ്പോഴുള്ള മുഖഭാവവും വിഷണ്ഡതയും വായനക്കാർക്ക് എളുപ്പത്തിൽ ഊഹിക്കാവുന്നതാണ്.

ഗോവിന്ദൻ പാനീസ്സുംവാങ്ങി പടിയിറങ്ങിയ ക്ഷണത്തിൽ കണ്ടപ്പൻ അടുക്കളയിൽ ചെന്നു നോക്കുമ്പോഴേക്ക് അടുപ്പത്തുണ്ടായിരുന്ന അരി വെന്തുനീറിപ്പോയിരിക്കുന്നു. ഒരു മുറിനാളികേരം നിലത്തുവെച്ചിട്ടുണ്ടായിരുന്നത് ഒരു പൂച്ചയും കടിച്ചുകൊണ്ടുപോയി. എങ്കിലും അതൊന്നും ബഹുമാനിക്കാതെ കുഞ്ഞികൃഷ്ണമേനോന് കുറെ ചായ തെയ്യാറാക്കേണ്ടതിന്നു വെള്ളം അടുപ്പത്താക്കി കാൽകഴുകുവാൻ ഒരു ചെപ്പുകുടം വെള്ളവും ഒരു വലിയ ചെമ്പുകിണ്ടിയും കൊണ്ടുവന്ന് ഇറയത്തുവെച്ചു മാളികയുടെ മുകളിൽപോയി ചെല്ലംതുറന്നു ഒരിക്കൽ മുറുക്കാനും ഉണ്ടാക്കി ബദ്ധപ്പെട്ട് ഉമ്മറത്തെക്കോലായിൽവന്നു. മഞ്ചക്കാരെയും കുഞ്ഞികൃഷ്ണമേനോനേയും കാണാഞ്ഞ് അന്ധനായി നാലുപാടും നോക്കിക്കൊണ്ടു നിൽക്കുന്ന മദ്ധ്യേ ഗോവിന്ദൻ പതുക്കെ മടങ്ങിഎത്തി ഉണ്ടായവിവരം ഒക്കെയും കണ്ടപ്പനോടു പറഞ്ഞു. തങ്ങൾക്കുവന്നിട്ടുള്ള അപകടത്തേയും ഇഛാഭംഗത്തേയും കുറിച്ച് ഓരോന്നു പറഞ്ഞു വ്യസനിച്ചു രണ്ടാളും കുറെ നേരം കോലായിൽ ഇരുന്നു. കുഞ്ഞികൃഷ്ണമേനോൻ ഇനി മടങ്ങി വരില്ല എന്നു ഏകദേശം നിശ്ചയിച്ചു ഗോവിന്ദൻ നിരാശനായിട്ടു പാനീസ്സും എടുത്തു രണ്ടാമതും കുളിപ്പാൻവേണ്ടി കുളങ്ങരയ്ക്കുപോയി. കണ്ടപ്പൻ അടുക്കളയിൽ ചെന്നു തേങ്ങമുറി കൊണ്ടുപോയ പൂച്ചയെപ്പിടിച്ച് ഒരുപടി തല്ലി. പൂച്ച അടികൊണ്ട വേദനയാൽ കണ്ടപ്പനെ മാന്തിക്കീറി ഇടത്തെ കയ്യിന്റെ നടുവിരൽ കടിച്ചുചീന്തിക്കളഞ്ഞു. കണ്ടപ്പൻ ഇത്തിരി എണ്ണ എടുത്തു പൂച്ചകടിച്ച വിരൽക്കു പുരട്ടി ഉഴിയുന്ന മദ്ധ്യേ കുഞ്ഞികൃഷ്ണമേനോൻ എത്തി. രാത്രി സമയമാകയാൽ മഞ്ചലിൽ കയറുന്നത് അപകടവും അമാലന്മാർക്ക് ഉപദ്രവവും ആണെന്നു വിചാരിച്ച് അദ്ദേഹം വലിയ കുപ്പായവും തലക്കെട്ടും എടുത്തു മഞ്ചലിൽവെച്ച് ഒരുഷർട്ടുമാത്രം ഇട്ട് ഒരുമിച്ചുണ്ടായിരുന്ന അഹമ്മതിനെ മഞ്ചലിന്റെ ഒന്നിച്ചുവരുവാൻ ഏല്പിച്ചു ശങ്കരമേനോനോടും കോമൻനാ

യരോടുംകൂടി പതുക്കെ നടക്കയാണ് ചെയ്തത്. അതുകൊണ്ടു കോലായിൽ എത്തി വിളിക്കുന്നവരെ കണ്ടപ്പന് മനസ്സിലായില്ല. കാലും മുഖവും കഴുകിതോർത്തി കോലായിൽ കാറ്റുകൊണ്ടിരുന്ന് ആശ്വസിക്കുന്ന മദ്ധ്യേ ഗോവിന്ദനും കുളികഴിഞ്ഞു കുഞ്ഞികൃഷ്ണമേനോൻ ഇനിയും എത്തീല്ലല്ലോ എന്ന മനോവ്യസനത്തോടെവന്നു മുറ്റത്തിറങ്ങിയ ക്ഷണത്തിൽ വന്നകാര്യം മനസ്സിലായി. കുഞ്ഞികൃഷ്ണമേനവനെ കണ്ടപ്പോൾ അവന്റെ കണ്ണിന്നും മനസ്സിന്നും എന്നുവേണ്ട ആപാദചൂഡം സകല അംഗങ്ങൾക്കും അസാമാന്യമായ ഒരു തണുപ്പുണ്ടായി. പരമാനന്ദസമുദ്രത്തിൽ മുഴുകി ഇവൻ മൂന്നാമതും ഒരു കുളികഴിച്ചു. ഉടനേപോയി ഈറൻമാറ്റി പതുക്കെ കോലായിൽവന്നുനിന്നു. കുഞ്ഞികൃഷ്ണമേനോൻ ഗോവിന്ദനോടു അംശത്തിൽ പോയിട്ടുണ്ടായിരുന്ന സംഗതിയെപ്പറ്റി കുറച്ചുമാത്രം സംസാരിച്ച്, പിന്നെ കുളിപ്പാൻവേണ്ടി കുളിപ്പുരയിലേക്കു പോയി. വേഗത്തിൽ കുളികഴിഞ്ഞു മടങ്ങിവന്നതിൽപ്പിന്നെ ഗോവിന്ദനും താനുംകൂടി ഊണുകഴിച്ചു മുകളിലെ പൂമുഖത്തേക്കു പോയി.

ഉഷ്ണാധിക്യമുള്ള കാലങ്ങളിൽ ഏതെങ്കിലും ഒരു രാത്രി അരമണിക്കൂർനേരം ഈ പൂമുഖത്തിരിപ്പാൻ വല്ലവർക്കും സംഗതി വന്നിട്ടുണ്ടെങ്കിൽ അതിൽപ്പരമായ ആനന്ദം മറ്റുയാതൊന്നും ഇല്ലെന്ന് അവർ വിചാരിക്കാതിരിക്കില്ല. കുഞ്ഞികൃഷ്ണമേനോൻ അവിടെവെച്ചിട്ടുള്ള ചാരുകസേരയിന്മേൽ തെക്കോട്ടു തിരിഞ്ഞ് ഇരുന്നിട്ടു ഗോവിന്ദനോടു അടുക്കെയുള്ള ഒരു കസേലയിന്മേൽ കുത്തിരിപ്പാൻവേണ്ടി പറഞ്ഞു. എന്നാൽ അവൻ ഒരു പുല്ലുപായ എടുത്തിട്ട് അദ്ദേഹത്തിന്റെ ഇടത്തുഭാഗത്തു നിലത്തിരുന്നു.

കുഞ്ഞികൃഷ്ണമേനോൻ: എന്റെ മനസ്സിന്ന് ഇന്നു വലിയൊരു സ്വസ്ഥതയും സന്തോഷവും ഉണ്ട്. അപ്പ, ബി. ഏ. പരീക്ഷ ജയിച്ചു എന്ന് ഇന്ന് അഞ്ചുമണിക്ക് എനിക്കൊരു കമ്പികിട്ടി. പക്ഷേ, ആഗ്രഹിച്ചിട്ടുണ്ടായിരുന്ന പ്രകാരംതന്നെ വന്നില്ല; ഒന്നാംക്ലാസ്സിൽ അഞ്ചാമനായതേയുള്ളു. ഏതായാലും വേണ്ടില്ല. ജയിച്ചതു ഭാഗ്യംതന്നെ. ഈ വിവരത്തിന്ന് അപ്പോൾ തന്നെ ഒരു കമ്പി ഞാൻ ഗോപാലമേനോന് അയച്ചിട്ടുണ്ട്. അതുകൊണ്ടാണ് മടങ്ങി എത്താൻ അല്പം താമസിച്ചുപോയത്.

ഗോവിന്ദൻ: വലിയ സന്തോഷംതന്നെ. അച്യുതമേനോൻ കൊടുത്ത പരീക്ഷയിൽ ഒന്നിലെങ്കിലും ഇതുവരെ തോറ്റിട്ടില്ല. അതുതന്നെ ഒരു വലിയ ഭാഗ്യമാണ്. എത്ര ആളുകളാണ് രണ്ടും മൂന്നും പ്രാവശ്യം ഒരുപോലെ പൊളിയുന്നത്! എന്തായാലും വേണ്ടില്ല മീനാക്ഷിക്കുട്ടിയുടെ ആഗ്രഹം വിചാരിച്ചവണ്ണം ആയല്ലോ!

കുഞ്ഞികൃഷ്ണമേനോൻ: അപ്പ, പരീക്ഷ ജയിക്കണമെന്നു നോം എല്ലാരും ഒരുപോലെ ആഗ്രഹിച്ചിട്ടുള്ളതല്ലേ? മീനാക്ഷിക്കുട്ടിയുടെ ആഗ്രഹം സാധിച്ചു എന്നു നീ ഒരു വിശേഷവിധിയായി പറഞ്ഞത് എന്താണ്?

ഗോവിന്ദൻ: (ചിരിച്ചുംകൊണ്ട്) മീനാക്ഷിക്കുട്ടിയും അപ്പുക്കുട്ടനും കൂടി തമ്മിൽ ഒരു വലിയ വാദമുണ്ടത്രെ. അച്യുതമേനോൻ ഒന്നാംക്ലാസിൽ ജയിക്കും എന്നു മീനാക്ഷിക്കുട്ടിയും, ജയിക്കും-പക്ഷേ, ഒന്നാംക്ലാസിൽ ജയിക്കില്ല എന്ന് അപ്പുക്കുട്ടനും തങ്ങളിൽ ഒരുദിവസം മുഴുവനും ബഹു തർക്കമായിരുന്നു.

കുഞ്ഞികൃഷ്ണമേനോൻ: (ചിരിച്ചുംകൊണ്ട്) കുട്ടികൾക്കു മറ്റൊരു പ്രവൃത്തി വേണ്ടെ? അപ്പയുടെ പ്രാപ്തിയും പ്രാപ്തികേടും തിരിച്ചറിവാനും അതിനെപ്പറ്റി തർക്കിപ്പാനും രണ്ടുപേരും ബഹുയോഗ്യന്മാരല്ലെ? ഒടുവിൽ എങ്ങിനെയാണ് ഈ വാദം തീർച്ചയാക്കിയത്?

ഗോവിന്ദൻ: കുഞ്ഞിയേട്ടൻ ഒന്നാംക്ലാസിൽ ജയിച്ചിട്ടില്ലെങ്കിൽ അച്ഛൻ ഇനി വരുന്ന ദിവസം ഞാൻ ഒന്നിച്ച് ഊണു കഴിക്കില്ല എന്നു മീനാക്ഷിക്കുട്ടിയും. ഒന്നാംക്ലാസിൽ ജയിച്ചെങ്കിൽ നിന്നെ കുഞ്ഞ്യേട്ടത്തീ എന്നു വിളിച്ചോളാം എന്നു അപ്പുക്കുട്ടനും വാതുവെച്ചിട്ടുണ്ട്.

കുഞ്ഞികൃഷ്ണമേനോൻ: അപ്പുക്കുട്ടൻ ആളു സമർത്ഥൻ തന്നെ. അബദ്ധം യാതൊന്നും വന്നിട്ടില്ല. അവന്റെ വാതു തരത്തിൽ പറ്റിയിരിക്കുന്നു. ജ്യേഷ്ഠത്തി എന്നു വിളിക്കേണ്ടതല്ലെ? ഞാൻ ചെന്നാൽ പോരുന്നവരെ അപ്പുക്കുട്ടന് എന്റെ ഒരുമിച്ച് ഉണ്ണാതെയിരിപ്പാൻ പ്രയാസംതന്നെ. ഇരിക്കട്ടെ. മീനാക്ഷിക്കുട്ടിക്കു പഠിപ്പിന്റെ കാര്യത്തിൽ ഉപേക്ഷയില്ലല്ലൊ.

ഗോവിന്ദൻ: ഉത്സാഹം ബഹു കലശലായുണ്ട്. ഒരിക്കലെങ്കിലും അരനാഴിക വെറുതെയിരിപ്പാനോ അഹങ്കരിപ്പാനോ മനസ്സില്ല. അപ്പുക്കുട്ടനു രണ്ടും ഉണ്ട്. വൈന്നേരം രണ്ടുനാഴിക അവൻ കളിക്കാതെ ഇരിക്കാറില്ല. എന്നാൽ പഠിപ്പിന്റെ കാര്യത്തിൽ ഉപേക്ഷ ചെയ്തുവരുന്നു എന്നു പറഞ്ഞൂടാ. ഒന്നോ രണ്ടോ പ്രാവശ്യം വായിച്ചാൽ അവന് അത് പിന്നെ മനഃപാഠമാണ്.

കുഞ്ഞികൃഷ്ണമേനോൻ: അപ്പുക്കുട്ടനു മീനാക്ഷിക്കുട്ടിയേക്കാട്ടിലും അപ്പയെക്കാട്ടിലും സാമർത്ഥ്യം കൂടും. പിന്നെപ്പിന്നെ ജനിക്കുന്ന കുട്ടികൾക്കാണു സാധാരണയായിട്ടു ബുദ്ധി അധികം കാണുന്നത്. ആ ഭേദം അപ്പുക്കുട്ടനിലും കാണാനുണ്ട്.

ഗോവിന്ദൻ: അങ്ങിനെയാണെങ്കിൽ അച്യുതമേനോനേക്കാൾ സാമർത്ഥ്യം മീനാക്ഷിക്കുട്ടിക്കല്ലെ വേണ്ടത്? അപ്പുക്കുട്ടനു മീനാക്ഷിക്കുട്ടിയേക്കാൾ സാമർത്ഥ്യം കൂടും. അതു നിശ്ചയം തന്നെ.

കുഞ്ഞികൃഷ്ണമേനോൻ: അതിനു സംശയം ഇല്ല. മീനാക്ഷിക്കുട്ടിക്ക് അപ്പയേക്കാട്ടിൽ സാമർത്ഥ്യം ഉണ്ട്. അതു ഇരിക്കട്ടെ. ശാസ്ത്രികൾ അവിടെത്തന്നെ ഇല്ലെ?

ഗോവിന്ദൻ: അദ്ദേഹം കഴിഞ്ഞ ബുധനാഴ്ച ഗ്രാമത്തിലേക്കു പോയിരിക്കുന്നു മുപ്പതാംതിയ്യതിക്കുള്ളിൽ മടങ്ങിവരും എന്നാണു പറഞ്ഞത്.

കുഞ്ഞികൃഷ്ണമേനോൻ: രാമുക്കുട്ടിമേനോന്റെ മകൾക്ക് എന്തോ അല്പം സുഖക്കേടാണെന്നു കേട്ടു. അതു ഭേദായില്ലെ?

ഗോവിന്ദൻ: ഇപ്പോൾ അല്പം സുഖം ഉണ്ട്. ഇനിയും നല്ല ഭേദം വന്നിട്ടില്ല. കാർത്ത്യായിനിയുടെ ദേഹം ഒരു രോഗപ്രകൃതിയാണ്. കുറെ ദിവസമായിട്ടു സ്കൂളിൽ പോകാറും മറ്റും ഇല്ല.

കുഞ്ഞികൃഷ്ണമേനോൻ: രാമുക്കുട്ടിമേനോന്റെ ദേഹപ്രകൃതി വിചാരിച്ചാൽ അതൊന്നും അത്ഭുതം അല്ല. ആ പെൺകിടാവ് അത്രയെങ്കിലും എണീറ്റു നടക്കുന്നതല്ലെ ഭാഗ്യം? അദ്ദേഹം സാന്ദ്രരോഗിയാണ്. പിന്നെ എങ്ങിനെയാണ് മക്കൾക്കു ശക്തിയുണ്ടാകുന്നത്?

ഗോവിന്ദൻ: ശരി. അതുതന്നെയായിരിക്കാം കാർത്ത്യായിനിയുടെ സുഖക്കേടിനുള്ള കാരണം. അച്യുതമേനോൻ ഇതുവരെ താമസിച്ച ദിക്കിൽനിന്നു പാർപ്പു മാറ്റാൻ വിചാരിക്കുന്നു എന്ന് ഇതിന്നുമുമ്പെ എഴുതീട്ടുണ്ടായിരുന്നു. അതിനെപ്പറ്റി ഇവിടേക്കു വല്ല എഴുത്തും ഉണ്ടോ എന്ന് അറിഞ്ഞില്ല. മടങ്ങിച്ചെല്ലുമ്പോൾ ആ വിവരംകൊണ്ട് അമ്മ ചോദിക്കാനും മതി.

കുഞ്ഞികൃഷ്ണമേനോൻ: അപ്പ താമസംമാറ്റീട്ട് ഇപ്പോൾ ഒരാഴ്ചയായി. അവൻ മല്ലിക്കാട്ടു കുഞ്ഞിശങ്കരമേനോന്റെ ഒരുമിച്ചാണ് പാർക്കുന്നത്. അദ്ദേഹത്തിന്റെ സ്നേഹംകൊണ്ടും സഹവാസം കൊണ്ടും അപ്പക്ക് ഇനിമേൽ വളരെ ഗുണം ഉണ്ടാവാൻ ഇടയുണ്ട്.

ഗോവിന്ദൻ: കുഞ്ഞിശങ്കരമേനോൻ ഹൈക്കോർട്ടിൽ വക്കീൽ ആയിരിക്കാം. അച്യുതമേനോന് എന്നാൽ അതു സഹായംതന്നെ.

കുഞ്ഞികൃഷ്ണമേനോൻ: അദ്ദേഹം ബി. എൽ. ജയിച്ചതു കഴിഞ്ഞ സംവത്സരം ആണ്. വക്കീലായിട്ടില്ല. ഉടനെ സന്നതു വാങ്ങും.

ആൾ നല്ല യോഗ്യനും വലിയ തറവാട്ടുകാരനും ആണെന്നു കേട്ടു. കുട്ടിയാണ്. പത്തിരുപതുവയസ്സു പ്രായമേ ആയിട്ടുള്ളു.

ഗോവിന്ദൻ: ഒന്നിച്ചുതന്നെ കൂട്ടിക്കൊണ്ടു ചെല്ലണം എന്നു മീനാക്ഷിക്കുട്ടിയും മറ്റും പ്രത്യേകം പറഞ്ഞിട്ടുണ്ടായിരുന്നു. ഇവിടെക്കു ജമാവന്തി കഴിയുന്നവരെ അവസരം ഇല്ലെന്നല്ലേ പറയുന്നത്?

കുഞ്ഞികൃഷ്ണമേനോൻ: (ചിരിച്ചുംകൊണ്ട്) മീനാക്ഷിക്കുട്ടിയും മറ്റും ഏല്പിച്ചിട്ടുണ്ടൊ? പത്തുദിവസം കഴിഞ്ഞാൽ ഞാൻ വരും എന്നു മീനാക്ഷിക്കുട്ടിയോടും മറ്റും പറയൂ. ജമാവന്തി കഴിഞ്ഞ ഉടനെ ഞാൻ പതിനഞ്ചുദിവസത്തെ അവകാശക്കല്പന എടുപ്പാൻ നിശ്ചയിച്ചിട്ടുണ്ട്. അപ്പോൾ കനകമംഗലത്തേക്കുണ്ടാകും മീനാക്ഷിക്കുട്ടിക്കും മറ്റും അപ്പോൾ നാലഞ്ചുദിവസം നല്ലവണ്ണം കാണാം. (കിഴക്കേ ചുമരിന്മേൽ നോക്കീട്ട്) നേരം പത്തുമണിയായി നിനക്കു നേർത്തേ പോകേണ്ടതല്ലെ? ഇനി നമുക്ക് ഉറങ്ങാൻ നോക്ക. നീ കണ്ടപ്പനെ വിളിച്ചു വിരിക്കാൻ പറയൂ. ഞാൻ അപ്പഴക്കു ഗോപാലമേനോന്റെ എഴുത്തിനു മറുവടി എഴുതിക്കളയാം.

കണ്ടപ്പൻ കിടക്ക വിരിച്ചുകഴിയുമ്പോഴെയ്ക്കു കുഞ്ഞികൃഷ്ണമേനോൻ മറുവടി എഴുതിപ്പൂട്ടി ഗോവിന്ദനെ വിളിച്ചു കയ്യിൽ കൊടുത്തു. എഴുത്തുപെട്ടി തുറന്ന് ഇരുപതുറുപ്പികയുടെ ഒരു ബാങ്കുനോട്ടെടുത്തു

വഴിക്കൽ ചിലവിന്നും ഒരു കുത്തുമുണ്ടിന്നും ആണെന്നു പറഞ്ഞു ഗോവിന്ദനു കൊടുത്തു. ഗോവിന്ദൻ അതു വാങ്ങുവാൻ അല്പം മടിച്ചു. എങ്കിലും കുഞ്ഞികൃഷ്ണമേനോന്റെ നിർബന്ധത്താൽ ഒടുവിൽ അതു മേടിച്ചു. 'മീനമാസം പത്താം തിയ്യതിക്കുള്ളിൽ ഞാൻ വരും എന്നു മീനാക്ഷിക്കുട്ടിയോടും അപ്പുക്കുട്ടനോടും പറക. ഗോപാലമേനോന്റെ എഴുത്തിൽ സൂചിപ്പിച്ച സംഗതി ഞാൻ വന്നിട്ട് ആലോചിച്ചു തീർച്ചയാക്കാം. മറ്റെല്ലാം ഇനി നിന്റെ യുക്തംപോലെ പറഞ്ഞോളു. നിനക്കു പുലർച്ചേതന്നെ പോകാം. ഞാൻ ഉണരുന്നവരെ താമസിക്കേണ്ടതില്ല. എന്നാൽ അങ്ങിനെയാട്ടെ. പോയി ഉറങ്ങാൻ നോക്കൂ. മറ്റെല്ലാം ഞാൻ വന്നിട്ടാവാം.' എന്നുപറഞ്ഞു കുഞ്ഞികൃഷ്ണമേനോൻ തന്റെ അറയിലേക്കും ഗോവിന്ദൻ കണ്ടപ്പന്റെ ഒരുമിച്ചു താഴത്തെക്കും പോയി.

4

മൂന്നു സഹോദരിമാർ തമ്മിലുണ്ടായ സംഭാഷണം

പുത്തൻമാളികക്കൽ എന്ന ഭവനത്തിന്റെ ഉടമസ്ഥനും ഇപ്പോഴത്തെ കാരണവനുമായ ഗോപാലമേനവൻ ഒരുദിവസം എന്തോ സംഗതിവശാൽ അവിടെയില്ലാതിരുന്ന സമയം അദ്ദേഹത്തിന്റെ സഹോദരിമാരായ മൂന്നു സ്ത്രീകൾ ഏകദേശം മദ്ധ്യാഹനത്തിന്നുശേഷം ഊണുകഴിഞ്ഞു പടിഞ്ഞാറേ ഭാഗമുള്ള തളത്തിൽ ഇരിക്കയായിരുന്നു. അവരിൽ ജ്യേഷ്ഠത്തിയായ ലക്ഷ്മിഅമ്മ ചാരുപടിയിന്മേൽ ഒരു കോസടി വിരിച്ചുവെച്ചിട്ടുള്ളതിൽ തെക്കോട്ടു തലയുംവെച്ചു കിഴക്കോട്ടു തിരിഞ്ഞുകിടക്കുകയും നാണി അമ്മ വടക്കേ ചുമരിനരികെ ഇട്ട ഒരു കോച്ചുകട്ടിലിന്മേൽ തെക്കോട്ടു തിരിഞ്ഞിരിക്കുകയും പാറുക്കുട്ടിഅമ്മ ചാരുപടിയുടെ കിഴക്കു, കോച്ചുകട്ടിലിന്റെ തെക്ക് ഒരു പുല്ലുപായ് വിരിച്ചു പടിഞ്ഞാറോട്ടു നോക്കിക്കൊണ്ടു നിലത്തിരിക്കുകയും ചെയ്കയായിരുന്നു. ലക്ഷ്മിഅമ്മയ്ക്ക് ഏകദേശം മുപ്പത്തി രണ്ടും നാണിഅമ്മയ്ക്കു ഇരുപത്തഞ്ചും പാറുകുട്ടിയമ്മയ്ക്ക് ഇരുപത്തിരണ്ടുവയസ്സും പ്രായമുണ്ട്. ലക്ഷ്മിഅമ്മ മൂന്നു പ്രസവിച്ചു. ഇപ്പോൾ രണ്ടുസംവത്സരമായിട്ടു പ്രൗഢദശയിൽ പ്രവേശിച്ചിരിക്കുന്നു. എങ്കിലും ദേഹകാന്തിക്കും മുഖപ്രസാദത്തിന്നും യാതൊരു ക്ഷീണവും ഇനിയും ബാധിച്ചിട്ടില്ല. ദേഹം മിനുമിനുത്തു മാംസളമായി ചെമ്പകപ്പൂവിന്റെ വർണ്ണത്തിലിരിക്കുന്നു. നീളത്തിനടുത്ത ശരീരപുഷ്ടിയും എല്ലാ അവയവങ്ങൾക്കും നല്ല സൗഷ്ഠവവും ഉണ്ട്. നാണിഅമ്മ അല്പം കൃശയാണ്. എങ്കിലും ശരീരശക്തിക്കും സൗന്ദര്യത്തിന്നും യാതൊരു കുറവും ഇല്ല. മുഖം ശൃംഗാരരസം നിറച്ചുവെച്ചിട്ടുള്ള ഒരു പാത്രമാണെന്നുതന്നെ പറയണം. പാറുക്കുട്ടിഅമ്മക്കു രൂപലാവണ്യം ഇവർ രണ്ടുപേരിലും കുറെ അധികം കൂടും. അതു താരുണ്യത്തിന്റെ മദ്ധ്യദശകൊണ്ടാണെന്നു വായനക്കാർ വിചാരിച്ചുപോകരുത്. കണ്ണിന്റെ ഭംഗിയും മുഖസൗന്ദര്യവും കണ്ടാൽ അഞ്ചിപ്പോകാത്ത വല്ല

പുരുഷന്മാരും ഉണ്ടൊ എന്ന് എനിക്കു വളരെ സംശയമാണ്. രണ്ടു പ്രസവം കഴിഞ്ഞിരിക്കുന്നു. എങ്കിലും കണ്ടാലതു ലേശംതോന്നുകയില്ല. ബഹു സുന്ദരിയാണെന്നു സ്ത്രീഗുണം അറിയുന്ന എല്ലാ രസികന്മാരും ഒരുപോലെ അഭിപ്രായപ്പെടും മേല്പറഞ്ഞ സഹോദരിമാർ ഗുരുലഘുത്വങ്ങൾക്കു യാതൊരു കുറവും കൂടാതെ ഓരോ നാട്ടുവർത്തമാനം പറഞ്ഞു രസിച്ചുകൊണ്ടിരിക്കയായിരുന്നു. അപ്പോൾ ലക്ഷ്മിഅമ്മയുടെ മുഖത്തുനോക്കി അല്പം വ്യസനഭാവത്തോടെ:

നാണിഅമ്മ: ഞാൻ ഇന്നു ചിറയിൽ കുളിക്കാൻ പോയ സമയം ഒരു പുതിയ വർത്തമാനം പറഞ്ഞു ചിലർ പരിഹസിക്കുന്നതു കേട്ടു. ഇങ്ങിനെ ആയാൽ വലിയ ചീത്തത്തംതന്നെ. നാം എല്ലാം എങ്ങിനെയാണ് ജനങ്ങളുടെ മുഖത്തു നോക്കുന്നത്.

ലക്ഷ്മിഅമ്മ: എന്താണ്, വല്ലവരും വല്ല തെമ്മാടിത്തരവും പ്രവർത്തിച്ചൊ? ഉണ്ടെങ്കിൽത്തന്നെ നമുക്കെന്താണ്? നാട്ടുകാരെ എല്ലാം നന്നാക്കിവെപ്പാൻ നാം വിചാരിച്ചാൽ കഴിയൊ? ഉപ്പുതിന്നവൻതന്നെ വെള്ളവും കുടിച്ചോട്ടെ.

നാണിഅമ്മ: അതു ശരി. നമുക്കു വിശേഷിച്ചു ഒന്നും ഉണ്ടായിട്ടില്ല. എന്നാലും വഷളത്വമല്ലെ? സ്ത്രീകൾ തുമ്പില്ലാത്ത കൂട്ടരാണ്. വിശ്വസിപ്പാൻ പാടില്ല. വിശ്വസിച്ചാലവറ്റ ചതിക്കാതിരിക്കയില്ല എന്നല്ലെ ജനങ്ങൾ പറയുന്നത്? കടവത്തെ ആ പെൺകിടാവിന്റെ കാര്യം ബഹു തകരാറുതന്നെ. പത്തുപതിനെട്ടു വയസ്സുപ്രായമേ ആയിട്ടുള്ളു. എന്തെല്ലാം മാതിരി നാടകങ്ങളാണ് അവൾ ഉണ്ടാക്കി ആടുന്നത്?

പാറുക്കുട്ടിഅമ്മ: കൊച്ചമ്മാളൂനെക്കൊണ്ടാണ് നാണി ഏട്ടത്തിപറയുന്നത്! അവളുടെ കാര്യം എടുക്കാനും തൊടാനും ഇല്ല. ബഹുമോശം തന്നെ. അഞ്ചെട്ടു ദിവസംമുമ്പെ ഒരു രാത്രി നട്ടപ്പാതിരക്ക് അവിടെ വെച്ചു രണ്ടു രഹസ്യക്കാരുതമ്മിൽ തല്ലും പിടിയും ബഹു കലശലായിരുന്നു എന്നുകേട്ടു. നാണി ഏട്ടത്തി അതുതന്നെ അല്ലെ പറവാൻ ഭാവിക്കുന്നത്?

നാണിഅമ്മ: അങ്ങിനെയും ഒന്നു ഉണ്ടായിട്ടുണ്ടൊ? അതു ഞാൻ കേട്ടിട്ടില്ല. ഇത് അങ്ങിനെ ഉള്ളതൊന്നുമല്ല. ഒരു പുതിയമാതിരി പുറപ്പാടാണ്.

ലക്ഷ്മിഅമ്മ: ശങ്കരൻ എമ്പ്രാന്തിരി ഇതൊന്നും അറിയാറില്ലെ?

പാറുക്കുട്ടി: അയാളറിഞ്ഞിട്ടെന്താണ്? അറിയാഞ്ഞിട്ടെന്താണ്? അവൾക്കു ശങ്കരനെമ്പ്രാന്തിരിയെ ഒരു പുല്ലോളം ബഹുമാനമില്ല. ചിലപ്പോൾ പുറത്തിട്ടു വാതിലടക്കാറുംകൂടി ഉണ്ടെന്നു കേട്ടു. എന്നാൽ അയാൾക്കങ്ങിനെയല്ല. കൊച്ചമ്മാളു എന്നു പറഞ്ഞാൽ എമ്പ്രാന്തിരീടെ പ്രാണനാണ്. അമ്പലത്തിന്നു ശാന്തിക്കു പോണ്ട എന്നു കൊച്ചമ്മാളു പറയുന്നതായാൽ അയാൾക്കു പിന്നെ ആക്കാര്യത്തിൽ അപ്പീലില്ല. കൊച്ചമ്മാളൂനെ എമ്പ്രാന്തിരിക്ക് അത്ര ഉണ്ടു ഭ്രമം.

ലക്ഷ്മിഅമ്മ: അതുതന്നെയാണ് ഇത്ര തോന്ന്യാസം. വല്ല അടിച്ചുതളിക്കാരത്തികളെയോ രഹസ്യം പിടിച്ചു നടക്കുന്ന കണ്ട ശാന്തിക്കാ

രെയോ പട്ടന്മാരെയൊ പിടിച്ചു സംബന്ധാക്കിച്ചാലുള്ള ഫലമാണി തൊക്കെ. വീട്ടിലുള്ള പുരുഷന്മാരെ ഇത്തിരി ഭയം വേണം. അല്ലെങ്കിൽ ഭർത്താവ് അല്പം ഉളുപ്പും മാനവും ഉള്ളവനായിരിക്കണം. ഇതു രണ്ടു മില്ലാത്ത ദിക്കിൽ സ്ത്രീകളുടെ നായാട്ടു തന്നെയാണ്. എന്തല്ലാണു കൊച്ചമ്മാളു കാട്ടിക്കൂട്ടിയത്?

നാണിഅമ്മ: എനിക്ക് ഇതു പറവാൻതന്നേ നാണായിരിക്കുന്നു. ഇവ ളെന്തൊരു തേവിടിശ്ശിപ്പെണ്ണാണ്? എങ്ങിനെയാണ് ഇതിനൊക്കെ ധൈര്യം വരുന്നത്?

പാറുക്കുട്ടി: നാണി ഏട്ടത്തിക്കു അതു പറവാൻ തന്നെ നാണമായി രിക്കുന്നു. എന്നാൽ കൊച്ചമ്മാളൂന് അതു ചെയ്യാനെത്ര നാണം വേണം? ഉണ്ടായ കഥയല്ലെ? നാണി ഏട്ടത്തി പിന്നെ മടിച്ചിട്ടെന്താണ്?

നാണിഅമ്മ: ഇന്നലെ ശങ്കരനെമ്പ്രാന്തിരിക്ക് ഏകാദശി നോമ്പാ യിരുന്നു. അതു കൊച്ചമ്മാളൂനു നല്ല തരായി.

ലക്ഷ്മിഅമ്മ: കൊച്ചമ്മാളൂനു ഏകാദശി നോമ്പില്ലായിരുന്നൊ? കൊച്ചമ്മാളൂനെ ഏകാദശി നോൽക്കാതെ എമ്പ്രാന്തിരി വിടാറില്ലല്ലൊ?

പാറുക്കുട്ടി: കൊച്ചമ്മാളു പക്ഷേ, വിളക്കുവെച്ച ഉടനെതന്നെ പാരണ കഴിച്ചായിരിക്കും. അല്ലാഞ്ഞാലിതിനൊക്ക എങ്ങിനെയാണു തരം. പന്നി എറച്ചി കണ്ടിട്ടു പണ്ട് ഒരു സന്യാസി പ്രദോഷവ്രതം ഉപേക്ഷിച്ച കഥ നാണി ഏട്ടത്തി കേട്ടിട്ടില്ലായിരിക്കും.

നാണിഅമ്മ: നോമ്പുണ്ടായിരുന്നൊ എന്തൊ-അതൊന്നും എനിക്കു നിശ്ചയമില്ല. ഉണ്ടെങ്കിൽത്തന്നെ അത് എമ്പ്രാന്തിരിയെ ബോദ്ധ്യം വരു ത്താനെ ഉണ്ടായിരുന്നുള്ളു. എമ്പ്രാന്തിരിക്കു ഇന്നല നോമ്പാണെന്നുള്ള വിവരം അയ്യാപട്ടരു നേരത്തേ തന്നെ അറിഞ്ഞിട്ടുണ്ടായിരുന്നു.

ലക്ഷ്മിഅമ്മ: അയ്യാപ്പട്ടര് അവിടെയും ചെന്നു വശായൊ! നാലയ്യാ യിരം ഉറുപ്പികയുടെ സ്വത്ത് അപ്പാത്തരപട്ടരു അതിപ്രയത്നം ചെയ്തു സമ്പാദിച്ചിട്ടുള്ളതു മുഴുവനും അയ്യാപട്ടരു കണ്ടപെണ്ണുങ്ങൾക്കു ഒന്ന രയും പട്ടക്കരയും വാങ്ങിക്കൊടുത്തു കൊടുത്തുതീർത്തു. ഇപ്പോൾ ഒരു കാശിനും ഗതിയില്ലാതായി. മഠവും പറമ്പും ഇവിടുത്തെ ഗോപാലന് ഈയ്യിടെ എഴുനൂറ്റമ്പതു ഉറുപ്പികക്കു പണയമാണ്. അതുകൂടാതെ ഓരോ രുത്തർക്കു പത്തും അമ്പതും ആയിട്ട് ഒന്നുരണ്ടു ആയിരത്തിന്റെ സുമാറു വേറെയും കടം ഉണ്ട്.

പാറുക്കുട്ടി: കൊച്ചമ്മാളു ഈയ്യിടെ ഒരുകൂട്ടം നാഗപടത്താലിയും രണ്ടു മൊഴ വളയും പണിചെയ്യിപ്പിച്ചിട്ടുണ്ട്. ഇന്നാളൊരു ദിവസം അമ്പ ലത്തിൽ തൊഴാൻ വന്നപ്പോൾ കെട്ടിയതു കണ്ടു. പണി തരക്കേടില്ല. നാഗപടത്താലി അയ്യാപ്പട്ടരു പണിചെയ്യിച്ചുകൊടുത്തതാണെന്നു കേട്ടു. മൊഴവളവേറെ ആരോ ഒന്നുരണ്ടാളുകൂടി ഓഹരി ഇട്ട് എടുത്തു ഉണ്ടാ ക്കിച്ചതാണുപോൽ! ഇതുകൂടാതെ അവൾ അയ്യഞ്ചുറുപ്പിക ഒരു കുറിക്കും വെക്കുന്നുണ്ട്. ഈയ്യിടെ കൊച്ചമ്മാളൂനു നല്ല സമ്പാദ്യം ഉണ്ട്. പത്തു ആയിരം ഉറുപ്പികേടെ സ്വത്തു സമ്പാദിച്ചു.

ലക്ഷ്മിഅമ്മ: പാറുക്കുട്ടിക്കു ഈയ്യിടെ ഈ വക അന്വേഷിച്ചു മനസ്സിലാക്കുന്ന പണിതന്നെയാണ്-ഇല്ലെ? നാട്ടിലെത്ര പെണ്ണുങ്ങൾ രഹസ്യംപിടിക്കുന്നുണ്ട്? ആരെല്ലാം ആഭരണം ഉണ്ടാക്കുന്നുണ്ട്? നിനക്കിതെല്ലാം അന്വേഷിച്ചിട്ട് എന്താ വേണ്ടത്? കുളിക്കാൻ പോയാൽ ഇതാണില്ലെ മടങ്ങി വരാനിത്ര താമസം?

പാറുക്കുട്ടി: ഞാനിതൊന്നും ആരോടും അന്വേഷിക്കാറില്ല. ചിറക്കടവത്തുവെച്ചു ചിലസമയം കുളിക്കാൻവരുന്ന സ്ത്രീകൾ അന്യോന്യം പറയുന്നതു കേൾക്കാറുണ്ട്. എനിക്ക് അതു കേൾക്കാനും പാടില്ലെന്നുണ്ടോ? അപ്പോൾ ഞാനെന്താ ചെവിയും പൊത്തി ഓടിക്കളയാനൊ?

ലക്ഷ്മിഅമ്മ: അതല്ല ഞാൻ പറഞ്ഞതു. താന്താങ്ങൾക്കു ആവശ്യമില്ലാത്ത കാര്യത്തിൽ പ്രവേശിക്കരുത്. ഓരോരുത്തരുടെ നടപ്പും അവസ്ഥയും കണ്ടും കേട്ടും അറിഞ്ഞാണ് ആളുകൾ നന്നാവുന്നതും ചീത്തയാവുന്നതും. നീയാണ്, അതുകൊണ്ടു ഞങ്ങൾ രണ്ടാളെക്കാട്ടിലും നീയാണ്, വളരെ സൂക്ഷിക്കേണ്ടത്.

പാറുക്കുട്ടി: വലിയ ഏട്ടത്തി ഇങ്ങിനെ ഒക്കെയാണ് പറയുന്നെങ്കിൽ ഞാൻ ഇനി ചിറയിൽ കുളിക്കാനേ പോണില്ല. അല്ലെങ്കിൽ വലിയേട്ടത്തിയുടെകൂടെ ഒന്നിച്ചുപോരാം.

ലക്ഷ്മിഅമ്മ: അതൊന്നും വേണ്ട. അനാവശ്യമായി അവരോടും ഇവരോടും യാതൊന്നും സംസാരിപ്പാൻ പോകണ്ട. കുളിക്കാൻ പോയാൽ കുളികഴിച്ച് ഇങ്ങട്ടു പോന്നോളണം.

പാറുക്കുട്ടി: അത്രൊക്കേ ചെയ്തുവരാറുള്ളു. പക്ഷേ, കേട്ട വിവരമാണു ഞാൻ പറഞ്ഞത്. കാര്യം അതു ശരിയാണ്. നാഗപടത്താലി ഉണ്ടാക്കിച്ചതു നാട്ടോടെ പ്രസിദ്ധമാണ്.

ലക്ഷ്മിഅമ്മ: അത് എനിക്കും ഇല്ല സംശയം. ശങ്കരൻ എമ്പ്രാന്തിരി വിചാരിച്ചാൽ രാത്രി അമ്പലത്തിൽനിന്നു വല്ല പലഹാരവും കംസിക്കൊണ്ടു കൊടുപ്പാനല്ലാതെ മറ്റു യാതൊരു ഗതിയും ഇല്ല. വീട്ടിലെ സ്വത്തിന്റെ വലിപ്പമൊ നമുക്കു നിശ്ചയമുള്ളതാണല്ലൊ. ആ സ്ഥിതിക്കു ഇതെല്ലാം വല്ലവരും കൊടുത്തതുതന്നെ ആയിരിക്കണം. കൊച്ചമ്മാളൂനു മറ്റ് എവിടുന്നാണു പണം? ഉണ്ണിയുടെ ഊര് കണ്ടാലറിഞ്ഞൂടെ ഇല്ലത്തെ പുഷ്ടി.

നാണിഅമ്മ: വല്ലവരും എന്നു പറയേണ്ടുന്ന ആവശ്യമില്ല. എല്ലാം അയ്യാപ്പട്ടരുതന്നെയാണു കൊടുത്തതു. അയ്യാപ്പട്ടർക്കു കൊച്ചമ്മാളു നിമിത്തം യാതൊരു കടവും വന്നിട്ടില്ല. അതു മുഴുവനും ഇന്നലെ രാത്രി അയാൾക്കു പലിശയോടുകൂടി കൊച്ചമ്മാളു മടക്കിക്കൊടുപ്പിച്ചുപോൽ!

പാറുക്കുട്ടി: അതു നാണിയേട്ടത്തി പറഞ്ഞതു ശുദ്ധ പൊളിയാണ്. കൊച്ചമ്മാളൂന് എവിടുന്നാണു പണം? ഉണ്ടെങ്കിൽ തന്നെ ഒരു കാശു പോലും അവൾ മടക്കിക്കൊടുക്കുകയില്ല. ഇരിമ്പുകുടിച്ച വെള്ളം കാലാറില്ലല്ലൊ.

ലക്ഷ്മിഅമ്മ: പാറുക്കുട്ടിക്കു പറഞ്ഞാലും മനസ്സിലാകില്ല? കൊച്ചമ്മാളു അവസാനം അയ്യാപ്പട്ടരെ ആട്ടിപ്പുറത്താക്കിയൊ? ഇനി അയാൾ വിചാരിച്ചാൽ ഒന്നും കൊടുപ്പാൻ നിവൃത്തി ഇല്ലെന്നു കണ്ടിട്ടായിരിക്കും.

നാണിഅമ്മ: പുറത്തുപോവാൻ മാത്രമേ പറഞ്ഞിട്ടുണ്ടായിരുന്നുള്ളു വെങ്കിൽ കുറെ ഭേദമായിരുന്നുവല്ലൊ. അതും അതിന്റെ അങ്ങേപുറം മറ്റു ചിലതുംകൂടി കഴിച്ചിട്ടാണു പറഞ്ഞയച്ചത്.

പാറുക്കുട്ടി: കൊച്ചമ്മാളു പണവും പലിശയും കൊടുത്തു എന്നു പറഞ്ഞപ്പോൾ ഞാനതു നേരായിരിക്കുമെന്നു വിശ്വസിച്ചു. ഇങ്ങിനത്തെ മറിമായം ആർക്കറിയാം! വലിയഏട്ടത്തിക്കു എത്രവേഗം മനസ്സിലായി!

നാണിഅമ്മ: അയ്യാപ്പട്ടരു കുറെദിവസമായിട്ടു കൊച്ചമ്മാളുവിന്റെ വലിയ ഒരു രഹസ്യക്കാരനാണ്. ചാക്കാട്ടു കോമൻനായരും മേലെക്കാട്ടു കുണ്ടുണ്ണിമേനോനും പണ്ടേയുള്ള രഹസ്യക്കാരാണത്രെ മറ്റുംപലരും ഉണ്ടെന്നാണു കേൾവി.

പാറുക്കുട്ടി: എനിക്കു കേട്ടതുമതി. സംബന്ധത്തിന് എമ്പ്രാന്തിരി. രഹസ്യത്തിന്നു ഒരു നായര്. പിന്നെ ഒരു മേനോൻ പോരെങ്കിലൊരു പട്ടരും. പെണ്ണു ചില്ലറക്കാരി അല്ല. ഇതൊന്നും പോരാഞ്ഞിട്ടു മറ്റുചിലരും കൂടി ഉണ്ടുപോൽ!

നാണിഅമ്മ: ഇതുകേട്ടിട്ട് നിനക്ക് ഇത്രൊക്കെ ഉണ്ടോ? ഈ ദിക്കിൽ ചിലേടത്തെ കഥ വിചാരിച്ചാൽ ഇതെങ്കിലും സാരമുണ്ടൊ? രണ്ടും നാലും സംബന്ധക്കാരും ഉള്ള സ്ത്രീകൾ എത്ര ഉണ്ട്? അങ്ങേക്കുടിലിലെ കുഞ്ഞിക്കാവിനു സംബന്ധക്കാരായിട്ടു അഞ്ചു നായന്മാരുണ്ട്. അവർ തങ്ങളിൽ യോജിച്ചിട്ടാണത്രെ. ഇതുകൂടാതെ സ്ഥിരമായി ആറോ ഏഴോ പേർ രഹസ്യത്തിനും ഉണ്ടെന്നു കേട്ടു.

പാറുക്കുട്ടി: ഇതൊക്കെ എന്റെ ചെവിക്കു പുത്തരിയായിരിക്കുന്നു. ഒരു സ്ത്രീയോടു രണ്ടു നാലുപേർകൂടി യോജിച്ചു സംബന്ധം നടത്തി വരുന്നതാണ് ഇതിലെല്ലാറ്റിലും വെച്ചു രസികത്വം. നായ്ക്കളാണെങ്കിൽകൂടി തമ്മിൽ കടിപിടി കൂടും. അത്രയുംകൂടി ഉളുപ്പും മാനവും ഇല്ലാത്ത ഈ വകചേട്ടകളാണു സ്ത്രീകളെ ഇത്ര താന്തോന്നികളാക്കിത്തീർക്കുന്നത്. ഇവിടെനിന്നു വല്ല ദിക്കിലും മാറിപ്പാർക്കുന്നതാണു കുറെ ഭേദം. എന്നാൽ ഈ അവമാനമായ നടവടികളൊന്നും കേൾക്കാതെയും കാണാതേയും എങ്കിലും കഴിക്കാമായിരുന്നു.

ലക്ഷ്മിഅമ്മ: എന്നിട്ടൊ? എന്തെല്ലാണ് ഇന്നലെ രാത്രി ഉണ്ടായത്? എല്ലാവരുംകൂടി എച്ചിലില കണ്ട നായ്ക്കളെപ്പോലെ കടി പിണഞ്ഞുവോ? കഷ്ടം! തുമ്പില്ലാത്തരം ദിവസംപ്രതി വർദ്ധിച്ചാണു കാണുന്നത്!

നാണിഅമ്മ: എമ്പ്രാന്തിരി ഇന്നലെ വരില്ലെന്നു കണ്ടിട്ട് അയ്യാപ്പട്ടരു നേരത്തെതന്നെ പറഞ്ഞു ചട്ടംകെട്ടിയിരുന്നു. അയാളുടെ പോക്കും വരവും കോമൻനായർക്കു കുണ്ടുണ്ണിമേനോനും കുറെ നാളായിട്ടു ബഹു നീരസമാണത്രെ. പട്ടരെ വല്ലവിധത്തിലും പ്രഹരം കഴിച്ചുവിടാൻ ഇവരു തരം നോക്കി ഇരിക്കയായിരുന്നു. രണ്ടാളും പുറമെ അതിസ്നേഹമായിരുന്ന

തുകൊണ്ട് അദ്ദേഹത്തിന്ന് ഈ ഒരു ശങ്കതന്നെ ഉണ്ടായിരുന്നില്ല. അയ്യാപ്പട്ടരു ശട്ടംകെട്ടിയപ്പോൾ വിവരം കോമൻനായർ എങ്ങനെയൊ മനസ്സിലാക്കീട്ടു കുണ്ടുണ്ണിമേനോനെ ആളയച്ചുവരുത്തി വിവരം ഒക്കെ പറഞ്ഞു പട്ടരെ ചതിക്കാൻവേണ്ടി പലതും ആലോചിച്ചു. ഒടുവിൽ കൊച്ചമ്മാളൂനെ പറഞ്ഞു സ്വാധീനപ്പെടുത്തി.

പാറുക്കുട്ടി: കഷ്ടംതന്നെ! കൊച്ചമ്മാളു ഇവരെക്കൊണ്ടു പട്ടരെ പ്രഹരവും കഴിപ്പിച്ചൊ? ഇവൾ എന്തൊരു രാക്ഷസിയാണ്! നാഗപടത്താലി ഉണ്ടാക്കിച്ചുകൊടുത്തിട്ട് ഇനിയും ഒരു മാസം തികഞ്ഞിട്ടില്ലല്ലൊ.

നാണിഅമ്മ: കോമൻനായരും കുണ്ടുണ്ണിമേനോനുംകൂടി അയ്യാപ്പട്ടരു വരുന്നതിനു മുമ്പായിട്ടുതന്നെ അവിടെ എത്തി ഓരോന്നു പറഞ്ഞു രസിച്ചുംകൊണ്ടിരിക്കുന്ന മദ്ധ്യെ നിശ്ചയപ്രകാരം ഏകദേശം പത്തുമണിക്കു അയ്യാപ്പട്ടരും എത്തി. പതിവുപോലെ പുറത്തെ വാതിലിനെ പതുക്കെ മുട്ടി. കൊച്ചമ്മാളു മറ്റവർ രണ്ടാളേയും അടുക്കളയിൽ ആക്കീട്ടു മെല്ലെ വാതിൽ തുറന്നുകൊടുത്തു. അയ്യാപ്പട്ടര് അകത്തു കടന്നതിന്റെ ശേഷം വാതിലും അടച്ചു തഴുതിട്ടു. അയാൾ കൊണ്ടുവന്നിട്ടുണ്ടായിരുന്ന ദോശയും വടയും കൊച്ചമ്മാളുവിന്റെ കൈയിൽ കൊടുത്ത് അറയിൽ കടന്ന് തോർത്തുമുണ്ടും വിരിച്ചു നിലത്തിരുന്നു. കൊച്ചമ്മാളു നേരം വയ്കിയതിനു പട്ടരെ കുറെ ശകാരിച്ചു. അയ്യാപ്പട്ടർക്കു അതു കർണ്ണാമൃതമായിരുന്നു. കൊച്ചമ്മാളു പിന്നെ ചിരിച്ചുംകൊണ്ട് വെറ്റിലത്തട്ട് എടുത്ത് അയ്യാപ്പട്ടരുടെ മുമ്പിൽ വെച്ച് അടക്ക മുറിക്കാനാണെന്നുള്ള ഭാവത്തിന്മേൽ പിശ്ശാങ്കത്തി ഇല്ലെ, എന്നു ചോദിച്ചു. നടക്കുന്ന ദിക്കിലൊക്കെയും ഒരു മടക്കുകത്തിയുംകൊണ്ടു നടക്കുന്ന ഈ ശനിപ്പിഴക്കാരൻസ്വാമി ഇന്നലെ കഷ്ടകാലംകൊണ്ട് അത് എടുത്തിട്ടുണ്ടായിരുന്നില്ല.

പാറുക്കുട്ടി: കണ്ടാട്ടെ കൊച്ചമ്മാളൂന്റെ സാമർത്ഥ്യം! പിച്ചാങ്കത്തിയുണ്ടെങ്കിൽ അതു മെല്ലെ വാങ്ങി സൂക്ഷിക്കണം എന്നു വിചാരിച്ചിട്ടാണ്. അടക്കമുറിക്കാനാണെന്നു പറഞ്ഞതു ശുദ്ധനുണയാണ്. മൊരച്ചിക്കള്ളത്തിതന്നെ.

നാണിഅമ്മ: പിശ്ശാങ്കത്തിയില്ലെന്നു പറഞ്ഞപ്പോൾ അവൾ അയ്യാപ്പട്ടരെ പിന്നെയും ഒരുപടി ശകാരിച്ചു. വല്ല ദിക്കിലും പോകുമ്പോൾ എന്തെങ്കിലും ഒരായുധംകൂടി കയ്ക്കൽ വേണ്ടതല്ലേ? എന്നു പറഞ്ഞു കുറെ കളിയടക്ക എടുത്തു വെറ്റിലത്തട്ടിലിട്ടു കൊടുത്തു. സ്വാമി മുറുക്കുകഴിയുമ്പോഴെക്കു ഞാൻ അടുക്കളയിൽനിന്നു കുറെ വെള്ളം കൂടകൊണ്ടു വരട്ടെ എന്നു പറഞ്ഞു വിളക്കും എടുത്തു അടുക്കളയിലേക്കു പോയി. അയ്യാപ്പട്ടരു കൊച്ചമ്മാളൂനേയും നോക്കിക്കൊണ്ടു അറയുടെ ഉമ്മറപ്പടിയിന്മേലും കുത്തിരുന്നു. അടുക്കളയിലെത്തിയ ഉടനെ വിളക്കു കെട്ടുപോയി എന്ന ഭാവത്തിൽ കൊച്ചമ്മാളു അതു ഊതിക്കളഞ്ഞു. പട്ടർക്കു അതു വലിയ പരിഭ്രമമായി. കൊച്ചമ്മാളു ഇരുട്ടത്തു വല്ലതും തടഞ്ഞു വീഴുകയൊ വല്ലതിനോടും തല തട്ടിപ്പോകയൊ ചെയ്യും എന്നു ഭയപ്പെട്ട് അയ്യാപ്പട്ടരും ക്ഷണത്തിൽ അടുക്കളയിൽ എത്തി. കൊച്ചമ്മാ

ളൂനെ തപ്പിത്തുടങ്ങി. അവളപ്പോൾ ഒരു വാതിലിന്റെ മറവിൽ പതുങ്ങി നിന്നുകളഞ്ഞു. അയ്യാപ്പട്ടരു തപ്പി ഒടുവിൽചെന്നു പിടിച്ചതു കോമൻനായരെയാണ്. കോമൻനായരു അയ്യാപ്പട്ടരുടെ കുടുമ്മ ചിറ്റിപ്പിടിച്ചു പിരടിക്കു രണ്ടുമൂന്നു തല്ലുമ്പോഴെക്കു സഹായത്തിനു കുണ്ടുണ്ണിമേനോനും വന്നുകൂടി. രണ്ടാളുംകൂടി പട്ടരെ ഒരുപടിതല്ലി. ഉടുത്ത സോമനും പറിച്ചു ചീന്തി യാതൊരു വസ്ത്രബന്ധവും കൂടാതെ ഒടുവിൽ തൂക്കിയെടുത്തു വടക്കെ മുറ്റത്ത് എച്ചിൽകുഴിയിൽ വലിച്ചിട്ടു. വാതിലും അടച്ചു കൊച്ചമ്മാളുവിന്റെ കയ്യും പിടിച്ചു അറയിലേക്കു ചെന്നു. വിളക്കും കൊളുത്തി ദോശയും വടയും എടുത്തു മൂന്നുപേരുംകൂടി ഓരോന്നുപറഞ്ഞു ചിരിച്ചു തിന്നാൻതുടങ്ങി. അയ്യാപ്പട്ടര് എച്ചിൽകുഴിയിൽ കുറെനേരം കിടന്നതിന്റെ ശേഷം ഒരുവിധേന ഉരണ്ടു പിരണ്ട് എഴുനീറ്റു അടികൊണ്ട വേദനയോടും വല്ലവരും കാണുമെന്നുള്ള നാണത്തോടും മരണഭയത്തോടും കേവലം നഗ്നനായിട്ടു ഓട്ടം തുടങ്ങി. ഇടവഴിയിൽ ചാടുമ്പോഴക്കു അവിടെ ഈ സാധുവിന് ഇതിലധികം പൊറുതിമുട്ടായി. കോമൻനായരുടെ ഉപദേശപ്രകാരം ഇദ്ദേഹത്തിന്റെ വരവുംകാത്തു പച്ചച്ചാണകം ഉരുട്ടി കയ്യിൽ പിടിച്ചുംകൊണ്ട് ഒളിച്ചു നിന്നിട്ടുണ്ടായിരുന്ന ചില പോക്കിരിപ്പിള്ളരു പിന്നാലെ ഓടി ചാണകം കൊണ്ടു കാർക്കോടകനെ എറിയുംപോലെ എറിഞ്ഞ് ആർപ്പുവിളിയുംകൂട്ടി. ചിറയുടെ നാലുഭാഗത്തും കിടന്നിട്ടുണ്ടായിരുന്ന കാളകളും പശുക്കളും ഈ തിരക്കും കോലാഹലവും കേട്ടു പേടിച്ച് അങ്ങോട്ടും ഇങ്ങോട്ടും പാച്ചിലായി. നാലുപുറത്തും ഉള്ള ആളുകൾ ഈ നിലവിളിയും ആർപ്പും കേട്ടു മണ്ടിവന്നപ്പോൾ മുമ്പിൽ നഗ്നരൂപനായ അയ്യാപ്പട്ടരും പിന്നാലെ പത്തുപതിനഞ്ചു കുട്ടികളുംകൂടി ഓടുന്നതു കണ്ട് ഇതൊരു കള്ളനാണെന്നു വിചാരിച്ച് കള്ളനിതാ കള്ളനിതാ പിടിച്ചോ പിടിച്ചോ എന്നു വിളിച്ചുപറഞ്ഞുംകൊണ്ട് അവര് ഇവരുടെ പിന്നാലെ തിരക്കിട്ടു പാഞ്ഞു. ആകപ്പാടെ സകലരും അറിഞ്ഞുവശായി. അയ്യാപ്പട്ടര് അന്യായംകൊടുപ്പാൻ ഇന്നു രാവിലെ മജിസ്ട്രേട്ടുകോടതിക്കു പോയിരിക്കുന്നു പോൽ! ചിറയുടെ ചുറ്റും ഇന്ന് ഈ ഒരു വർത്തമാനം കൊണ്ടു പറഞ്ഞു രസിക്കുന്നവരല്ലാതെ മറ്റാരെയും കണ്ടില്ല.

പാറുക്കുട്ടി: എന്റെ അമ്മെ! എനിക്കു കേട്ടതേമതി. കൊച്ചമ്മാളു സാമാന്യക്കാരത്തിയല്ല. രാജ്യം വഷളാക്കാൻ പെരുത്തുവേണോ? ഇങ്ങിനത്തേതൊന്നു പോരെ?

ലക്ഷ്മിഅമ്മ: കഷ്ടംതന്നെ! ആ സാധു പട്ടർക്കു എത്ര തല്ലും കുത്തും കിട്ടീട്ടുണ്ടായിരിക്കണം. ഈവക തേവിടിശ്ശികളെ നാട്ടിൽ വെച്ചേക്കരുത്. അറുത്തു ബലികഴിച്ചുകളയാണു വേണ്ടത്.

നാണിഅമ്മ: എന്താണേട്ടത്തി! കാലം പിഴച്ചാണു കാണുന്നത്. വീട്ടിലുള്ള പുരുഷന്മാരുടെ ആണല്ലാത്തരം കൊണ്ടാണ് ഇപ്രകാരമെല്ലാം ഉണ്ടാവാനിടവരുന്നത്. പുരുഷന്മാരെ അല്പം ശങ്കയുണ്ടെങ്കിൽ സ്ത്രീകൾക്ക് ഒരിക്കലും ഈവിധം ചെയ്വാൻ ധൈര്യമുണ്ടാകുന്നതല്ല. എന്നാൽ ചിലേടത്തു പുരുഷന്മാരു തന്നെയാണുപോൽ ഈ വിധം നട

പടികൾക്കു സഹായം നിന്നുവരുന്നത്. 'മോന്തായം വളഞ്ഞാൽ അറുപത്തിനാലും വളയും' എന്നു കാരണവന്മാർ പറഞ്ഞതു ശരിയായിട്ടുള്ളതാണ്.

പാറുക്കുട്ടി: എനിക്ക് ഇതെല്ലാം കേട്ടിട്ടു പേടിയാകുന്നു. കൊച്ചമ്മാളു ഇനി എങ്ങിനെയാണ് മനുഷ്യരുടെ മുമ്പിൽകൂടി നടക്കുന്നത് കഷ്ടം! ഒരു നല്ല പെൺകിടാവ് ഇങ്ങിനെ വഷളായിപ്പോയല്ലൊ! ഈ ജ്യേഷ്ഠക്കു ഇനി തൂങ്ങിച്ചത്തുകളയുന്നതാണു നല്ലത്. ഇതിനെല്ലാം ധൈര്യംവരുന്നതു വലിയ ആശ്ചര്യം തന്നെ. പെറുക്കി നടന്നാലും വേണ്ടില്ല-വല്ലവരുടെ മുറ്റം അടിച്ചാലും വേണ്ടില്ല-ഈവകക്കൊന്നും മനസ്സുവരാതിരിക്കട്ടെ ഈശ്വരാ!

ലക്ഷ്മിഅമ്മ: പെൺകുട്ടികളായാൽ ആദ്യം തന്നെ നല്ല അടക്കവും മര്യാദയും പഠിപ്പിക്കണം. കണ്ടവരുടെ കഴുത്തിൽ കയറി കളിക്കാൻ വിടരുത്. അതിന് ഒന്നാമത്, അമ്മയച്ഛന്മാർക്കു തെല്ലു വകതിരിവാണ് കാര്യമായിട്ടു വേണ്ടത്. രണ്ടാമതു വീട്ടിലുള്ള പുരുഷന്മാരുടെ കണ്ണും ചെവിയും കുറെ നന്നായിരിക്കണം. കണ്ട തെമ്മാടികളെ പിടിച്ചു സംബന്ധം വെപ്പിക്കരുത്. തോന്ന്യാസം വല്ലതും കണ്ടാൽ അന്നേരം തന്നെ നല്ല അമർച്ച കൊടുക്കണം. എന്നാൽ ഈവക യാതൊന്നും കാണ്മാനോ കേൾപ്പാനോ സംഗതി വരുന്നതല്ല.

പാറുക്കുട്ടി: അതൊക്കെ ശരിതന്നെ. എന്നാൽ ഇതെല്ലാം ആകപ്പാടെ വിചാരിച്ചു നോക്കുമ്പോൾ എനിക്ക് വലിയൊരു സംശയമായിരിക്കുന്നു വലിയേട്ടത്തി നേരത്തെപ്പോലെ ദേഷ്യപ്പെട്ടില്ലെങ്കിൽ ഞാൻ അത് എന്താണെന്നു പറയാം.

ലക്ഷ്മിഅമ്മ: എന്താണു നിണക്കു ഒരു വലിയ സംശയം വന്നത്? കാര്യം പറയുന്നതിനു ദ്വേഷ്യപ്പെടാനുണ്ടൊ? പറഞ്ഞോളൂ.

പാറുക്കുട്ടി: ഈവക കാര്യത്തിൽ സ്ത്രീപുരുഷന്മാരും ഒരുപോലെ തെറ്റുകാരാണ്. എന്നാൽ സ്ത്രീകളെ മാത്രമാണ് നിഷ്കർഷിച്ചും ദുഷിച്ചും പരിഹസിച്ചും കാണുന്നത് സൂക്ഷ്മം വിചാരിച്ചാൽ പുരുഷന്മാരെയാണ് അധികം കുറ്റം പറയേണ്ടത്. അതു ചെയ്തുകാണുന്നില്ലാ. ഇതു കേവലം അന്യായവും അനീതിയും അല്ലെ?

ലക്ഷ്മിഅമ്മ: കാര്യത്തിന്റെ പരമാർത്ഥം വിചാരിച്ചാൽ രണ്ടു കൂട്ടരും അപരാധികൾ തന്നെ. എങ്കിലും സ്ത്രീകളുടെ തുമ്പില്ലാത്തരംകൊണ്ട് അവർ മാത്രമല്ല അവരുടെ വംശം മുഴുവനുംകൂടി ചീത്തയായിപ്പോവാൻ ഇടയുണ്ടെന്നു കണ്ടിട്ടു പണ്ടുള്ള മഹായോഗ്യന്മാർ സ്ത്രീകളെയാണു അധികമായി നിഷ്കർഷിച്ചിട്ടുള്ളത്. പുരുഷൻ ആ വക യാതൊരു അശുദ്ധിയും ഇങ്ങോട്ടു സ്വീകരിക്കത്തക്ക ഒരു പാത്രമല്ല. അഥവാ ഉണ്ടെങ്കിൽ തന്നെ പ്രായശ്ചിത്തം മുതലായതുകൊണ്ടു ശുദ്ധിവരുത്താവുന്നതുമാണ്. എന്നാൽ സ്ത്രീകളുടെ സ്ഥിതി നേരെവിപരീതമായിട്ടാണ്. അവർ സ്വീകാരപാത്രമായതുകൊണ്ട് അത് ഒരുവിധത്തിലും ശുദ്ധീകരിപ്പാൻ പ്രയാസമായിട്ടുള്ളതാണെന്നു മാത്രമല്ല, അതു നിമിത്തം ദുഷ്പ്രജകൾ വർദ്ധിച്ചു

വംശം മുടിഞ്ഞുപോവാനും കൂടെ ഇടയുണ്ട്. ഇതെല്ലാം വിചാരിച്ചിട്ടാണ് സ്ത്രീകളെ പ്രത്യേകിച്ചു നിർബന്ധിച്ചിട്ടുള്ളത്.

പാറുക്കുട്ടി: ഈ സംഗതി ഒരു മതിയായ സമാധാനമാണെന്ന് എനിക്കു തോന്നുന്നില്ല. സ്ത്രീകളായിരുന്നു പണ്ടത്തെ സ്മൃതികർത്താക്കന്മാരെങ്കിൽ, അവർ നിശ്ചയമായിട്ടും പുരുഷന്മാരെ ആയിരുന്നു അധികം നിർബന്ധിക്കുന്നത്. എല്ലാ വഷളത്വവും പുരുഷന്മാരാണ് ഉണ്ടാക്കിതീർക്കുന്നത്. പുരുഷന്മാർക്കു സ്ത്രീകളെക്കാൾ എല്ലാം സംഗതി കൊണ്ടും അധികം വകതിരിവുണ്ടെന്നല്ലെ വെച്ചിട്ടുള്ളത്. ഗുണദോഷജ്ഞാനം വേണ്ടത്തക്ക വിദ്യാഭ്യാസം, കൗശലം, വാക്കുസാമർത്ഥ്യം ഇതെല്ലാം അവർക്കാണു വളരെ അധികം ഉള്ളത്. പല രാജ്യങ്ങളിലും സഞ്ചരിച്ചും പല യോഗ്യന്മാരുമായി സഹവാസം ചെയ്തും പല അനീതികളും അക്രമങ്ങളും കണ്ടുംകേട്ടും അറിഞ്ഞു വേണ്ടത്തക്ക അറിവു സമ്പാദിക്കുവാനും അതുമൂലം വേണ്ടാത്ത അഴിമതികളെ അകറ്റി നേർവഴിയിൽ കടന്നു മര്യാദപ്രകാരം പ്രവർത്തിപ്പാനും പുരുഷന്മാർക്ക് എല്ലാം കൊണ്ടും നല്ല തരമുണ്ട്. സ്ത്രീകൾക്കു ആ വക യാതൊരു പരിചയത്തിന്നാകട്ടെ സഹവാസത്തിന്നാകട്ടെ അശേഷം അവസരവും സ്വാതന്ത്ര്യവും പുരുഷന്മാർ കല്പിച്ചിട്ടില്ല. അതുകൊണ്ടു മിക്ക സ്ത്രീകളും മൂഢകളാണെന്നു തീർച്ച തന്നെയാണ്. ബുദ്ധിയും സാമർത്ഥ്യവും ഉള്ള ആളുകൾ യുക്തി യുക്തമായി സംസാരിക്കുന്നതു കേൾക്കുമ്പോൾ ബുദ്ധി കുറഞ്ഞ ജനം അതു ശരിയാണെന്നു വിശ്വസിച്ച് അന്ധാളിച്ചുപോകുന്നതും സാധാരണയാണ്. എന്നാൽ പുരുഷന്മാർ ഈ വക തോന്ന്യാസത്തിന്നും വഷളത്വത്തിന്നും പോകരുതെന്നു തീർച്ചപ്പെടുത്തിക്കളയുന്ന പക്ഷം രാജ്യത്തിൽപിന്നെ എങ്ങിനെയാണു വ്യഭിചാരം ഉണ്ടാകുന്നത്? സ്ത്രീകളെ വഷളാക്കിത്തീർത്തു വ്യഭിചാരം വർദ്ധിപ്പിച്ചു നാടു പൊട്ടയാക്കിത്തീർക്കുന്നതു മുഴുവനും പുരുഷന്മാരാണ്. സ്ത്രീകൾ സ്വതേ യാതൊരു പരിചയവും ഇല്ലാതെ പുരുഷന്മാരുടെ വാക്കുകേട്ടു മലച്ചു പോകത്തക്ക മഹാസാധുക്കളല്ലെ? പല തക്കിടിയും പറഞ്ഞു വിശ്വസിപ്പിച്ചു അറിവില്ലാത്ത ഇവറ്റയെ വഞ്ചിച്ചു അനർത്ഥക്കുഴിയിൽ ചാടിക്കുന്ന പുരുഷന്മാരാണ് അറുവഷളന്മാർ. ഒന്നും അറിയാത്ത ഈ സാധുക്കളെ പിടിച്ചു ചക്രംതിരിക്കുന്ന ഈ വകക്കാർക്കു കുറ്റമില്ല. സ്ത്രീകൾക്കാണു സകല ദൂഷ്യവും ഇതു മഹാ അന്യായംതന്നെ. അറിവും യോഗ്യതയും എത്രകണ്ട് ഒരു പുരുഷനു വർദ്ധിക്കുന്നുവോ അത്രകണ്ടു അവന്നു വ്യഭിചാരവും അധികമായിട്ടാണ് കാണുന്നത്. എന്നാൽ ഈവക യാതൊരു ദൂഷ്യവും ഇല്ലാത്ത യോഗ്യരായ പുരുഷന്മാർ ദുർല്ലഭം ഇല്ലെന്നു ഞാൻ പറയുന്നില്ല. ആ വകക്കാർ സ്ത്രീകളുടെ കൂട്ടത്തിലും ധാരാളമുണ്ട്. പക്ഷേ, അധികം പുരുഷന്മാരും ശുദ്ധമേ വികൃതികളാണ്. ചിലർ ചെയ്യുന്ന വഷളത്വം അവരുടെ സാമർത്ഥ്യംകൊണ്ട് അത്ര പ്രകാശിക്കുന്നില്ലായിരിക്കാം. അതു സാരമില്ല. വഷളത്വം ചെയ്യുന്നുണ്ടോ എന്നു മാത്രമേ നോക്കേണ്ടതുള്ളു. അറിവുണ്ടായിട്ട് ഈ വക തോന്ന്യാസം ചെയ്യുന്ന

തല്ലെ അധികമായ കുറ്റം. സ്ത്രീകൾ വ്യഭിചരിക്കുന്നു. അതുനേരുതന്നെ. ആരാണ് വ്യഭിചരിപ്പിക്കുന്നത്? അറിവും യോഗ്യതയും തികഞ്ഞു മഹാനുഭാവന്മാരാണെന്നു നടിക്കുന്ന പുരുഷന്മാരല്ലെ. പുരുഷന്മാർ കൂടാതെ സ്ത്രീകൾക്കു വ്യഭിചരിപ്പാൻ കഴികയില്ലെന്നുള്ളതു തീർച്ചയാണ്. എന്നാൽ ചില പുരുഷന്മാർക്കു അതും ആവശ്യമില്ലല്ലൊ. അവര് എടുക്കുന്നതു തൊഴിലല്ലെ? എന്തെല്ലാംമാതിരി തോന്ന്യാസങ്ങളാണ് ചില പരമയോഗ്യന്മാർ ചെയ്തുവരുന്നത്. യോഗ്യത കൂടുംതോറും ആഭാസത്വം വർദ്ധിച്ചാണു കാണുന്നത്. ഇനിയും ഒരു ഭേദമുണ്ട്. സ്ത്രീ എത്രതന്നെ കുലടയായാലും രാത്രികാലത്തു പുരുഷനെ അന്വേഷിച്ചുംകൊണ്ട് അങ്ങു ചെന്നുകാണുന്നില്ല. പുരുഷൻ ഇങ്ങോട്ടുവന്നു പലവിദ്യയും പ്രയോഗിച്ചു പാടു നടക്കയല്ലെ ചെയ്യുന്നത്. തെല്ലൊരടക്കവും മര്യാദയും ഗുണദോഷജ്ഞാനവും സമജീവികളിൽ സ്നേഹവും പുരുഷന്മാർക്കുണ്ടെങ്കിൽ വ്യഭിചാരം എന്ന ശബ്ദം രാജ്യത്തിൽനിന്നു ഓടിപ്പൊയ്ക്കളയും. അതുകൊണ്ടു സ്ത്രീകളെ ദുഷിച്ചുപറയുന്ന പുരുഷന്മാർ തന്നെയാണ് അവരെ വഷളാക്കിതീർക്കുന്നത്. വലിയേട്ടത്തിക്ക് എന്തു തോന്നുന്നു?

ലക്ഷ്മിഅമ്മ: നീ പറഞ്ഞത് ഏതാണ്ട് ശരിതന്നെയാണ്. എന്നാൽ ഇതുപോലെതന്നെ മറ്റേഭാഗവും പറയുമ്പോൾ സകല ദൂഷ്യവും സ്ത്രീകളിലാണെന്നു കാണാം. ഏതായാലും നാം പറയുന്നതിനു വിലയില്ല. പുരുഷന്മാരെ ദൂഷ്യംപറഞ്ഞുംകൊണ്ടു നാം വഷളത്വം ചെയ്യേണമെന്നുണ്ടൊ? അവരവരുടെ നിലക്കു നിന്നുകഴിഞ്ഞാൽ ഈവക യാതൊരാക്ഷേപത്തിന്നും പിന്നെ ഇടവരുന്നതല്ല. സ്ത്രീകളായ നാം ആണ് പ്രത്യേകിച്ചും സൂക്ഷിക്കേണ്ടത്.

ഇവർ ഇങ്ങനെ അന്യോന്യം സംസാരിച്ചുകൊണ്ടിരിക്കുന്ന മദ്ധ്യേ ഗോപാലമേനോൻ എത്തി പടിപ്പുരയിൽ നിന്നു ആരേയൊ വിളിക്കുന്നതു കേട്ടു. മൂന്നുപേരും അപ്പോൾതന്നെ സംസാരം നിർത്തി ബദ്ധപ്പെട്ട് എഴുനീറ്റു അവരവരുടെ ഓരോരു പ്രവൃത്തിക്കുവേണ്ടി ഓരോ വഴിക്കുപോയി.

5

രണ്ടു നമ്പൂരിമാരും മീനാക്ഷിക്കുട്ടിയുടെ വരവും

സ്ഫടികസങ്കാശമായ ജലംകൊണ്ടു പരിപൂർണ്ണമായി നില്ക്കുന്ന കനകമംഗലം ചിറയുടെ വടക്കുഭാഗത്തു അതിവിശേഷമായി തണലോടുകൂടി അത്യന്തം ശോഭായമാനമായ ഒരു വലിയ അശോകമരം ഉണ്ട്. നാം ഇപ്പോൾ പ്രസ്താവിപ്പാൻ പോകുന്ന സംഗതികൾ സംഭവിച്ച കാലത്ത് ഈ അശോകം ശോണവർണ്ണങ്ങളായ അനവധി പുഷ്പങ്ങളെക്കൊണ്ടും രക്തവർണ്ണമായ കിസലയങ്ങളെക്കൊണ്ടും പരിവൃതമായി മധുപാനമത്തന്മാരായി മുരളുന്ന അനേകായിരം വണ്ടുകളെക്കൊണ്ടും പരിശോഭിതമായിരുന്നു. അതിസുഖമായി കാറ്റുകൊണ്ടു സന്തോഷിച്ചിരിക്കത്തക്കവണ്ണം ഭംഗിയിൽ അതിന്നു തറ കെട്ടിയിരിക്കുന്നതുകൊണ്ട് ഉഷ്ണകാലത്തിൽ അതിന്റെ ചുവട്ടിൽ വന്നുകൂടുവാൻ ജനങ്ങൾക്കു ബഹുകൗതുകവും ആഹ്ലാദവും ഉണ്ട്. സമീപത്ത് അതിമനോഹരമായ ഒരു ചിറകൂടി ഉള്ളതുകൊണ്ട് ഇവിടെ വന്നുനില്ക്കുന്ന രസികന്മാർക്കു അളവില്ലാത്ത മനഃപ്രീതിക്കും അത്യത്ഭുതകരമായ അനേകം കാഴ്ചക്കും നേരംപോക്കിന്നും ഇതു നല്ലൊരു താവളമായി തീർന്നിരിക്കുന്നു. വിശേഷിച്ചു യാതൊരു പ്രവൃത്തിയും ഇല്ലാത്ത സരസന്മാരായ ചെറുപ്പക്കാർ നേരം നാലുമണിയായാൽ ഇവിടെ എത്താതെ ഇരിക്കുമാറില്ല. ചക്ഷുപ്രീതിക്കു ഇത്ര തരമുള്ള മറ്റൊരു സ്ഥലം ഈ ദിക്കിൽ കാണ്മാൻ പ്രയാസം. ചിറക്കടവുകളിൽ നീളെ അതിമനോഹരമായ കാർമേഘവും അനവധി മത്സ്യങ്ങളും വികസിച്ചു നിൽക്കുന്ന താമരപ്പൂക്കളും വിലമതിപ്പാൻ പാടില്ലാത്ത കനകച്ചെപ്പുകളും അതിശീതങ്ങളായ കദളിവാഴകളും മറ്റും നിരവധി. വിശിഷ്ടസാധനങ്ങൾ കണ്ടും രസിച്ചും കാലയാപനം ചെയ്വാൻ ഭാഗ്യശാലികളായ പുരുഷന്മാർ ഇവിടെ വന്നു കാത്തു നിൽക്കുക പതിവാകുന്നു. ഇത്ര മനോഹരമായ ഈ അശോകത്തിന്റെ കീഴിൽ ഒരു ദിവസം ഏകദേശം നാലര മണി സമയത്തു പരമശൃംഗാരി

കളായ രണ്ടു തരുണപുരുഷന്മാർ നിൽക്കുകയായിരുന്നു. അവരിൽ ഒരാൾക്കു സുമാർ ഇരുപത്തഞ്ചുവയസ്സും മറ്റെ ആൾക്ക് ഇരുപത്തിരണ്ടു വയസ്സും പ്രായമുണ്ട്. കണ്ടാൽ ബഹു കോമളന്മാരും തങ്ങളുടെ സൗന്ദര്യം ലേശം അഴുക്കും ചേറും പുരളാതെ നല്ലവണ്ണം തുടച്ചുമിനുക്കിക്കൊണ്ടു നടപ്പാൻ വേണ്ടതിലധികം പ്രാപ്തരുമാണ്. രസികന്മാരാണെന്നു ഇവരുടെ ഇപ്പോഴത്തെ പുറപ്പാടുകണ്ടാൽതന്നെ ആരും ഒരു സർട്ടിഫിക്കറ്റു കൊടുക്കാതിരിക്കയില്ല. വിലയേറിയ ഓരൊ പട്ടക്കരപ്പാവു തന്നെയാണു രണ്ടുപേരും ചുറ്റീട്ടുള്ളത്. അലക്കിന്റെ ഗുണവും വെണ്മയും പറയേണ്ടതില്ല. ബഹു വിശേഷമായിരിക്കുന്നു. ചുറ്റിയ പാവുമുണ്ടിന്റെ നൈർമ്മല്യംകൊണ്ടും രൂപസൗന്ദര്യത്തിന്റെ അനുപമമായ പ്രകാശാധിക്യംകൊണ്ടും ഇവരുടെ കീഴെയുള്ള എല്ലാ അവയവങ്ങളും വളരെ നല്ല വണ്ണം ദൂരത്തുനിന്നുതന്നെ കാണ്മാൻ കഴിയും. അമ്പലപ്പുഴെനിന്നു പ്രത്യേകം പറഞ്ഞുണ്ടാക്കി വരുത്തീട്ടുള്ളതും മുട്ടിന്റെ പിൻഭാഗം നാലു വിരൽ താഴത്തോളം എത്തിനിൽക്കത്തക്ക നീളമുള്ളതും ആയ കൗപീനത്തിന്റെ പലമാതിരിക്കുറികളും കരകളും കണ്ണാടിയിൽ വെച്ചിട്ടുള്ള നല്ല ചിത്രം പോലെ പുറമെ പ്രകാശിച്ചു നിൽക്കുന്നതുകണ്ടാൽ ഇവരുടെ യോഗ്യതയെപ്പറ്റി പിന്നെ യാതൊന്നും പറയേണ്ടതില്ല. നെറ്റിയുടെ മദ്ധ്യത്തിൽ ചന്ദനംകൊണ്ടു അതിഭംഗിയിൽ വൃത്താകാരമായ ഒരു ചെറിയ തറയുണ്ടാക്കി നടുവിൽ കൃഷ്ണവർണ്ണത്തിലുള്ള ഓരോ പൊട്ടു തൊട്ടിരിക്കുന്നു. അത്യന്തം പുഷ്ടിയും നീളവുമുള്ള കുടുമ പകുതി മദ്ധ്യത്തിൽ വാലിട്ടു പവിത്രകെട്ടു കെട്ടുകെട്ടി പിൻഭാഗത്തോട്ടു മറിച്ചിട്ടിരുന്നു. ചുറ്റിയതരത്തിൽ തന്നെയുള്ള ഓരോ പട്ടക്കര നിർത്തി നീളത്തിൽ ഞെറിഞ്ഞു വലത്തെ ചുമലിൽ ഇരുഭാഗവും തൂക്കിയിടുകയും ചെയ്തിരിക്കുന്നു. ഇഷ്ടാനുസരണം മടക്കുവാനൊ നിവിർത്തുവാനൊ സാമാന്യത്തിലധികം ബുദ്ധിമുട്ടത്തക്കവണ്ണം വിരലിന്മേൽ നിറച്ചു പലമാതിരി സ്വർണ്ണമോതിരങ്ങൾ ഇട്ടിരിക്കുന്നു. അതിമനോഹരമായി ചായമിട്ട ഓരോ വടി രണ്ടുപേരും കയ്യിൽ പിടിച്ച് കൂടെക്കൂടെ വീശിക്കൊണ്ടിരിക്കയും ചെയ്യുന്നു കോമാളിവേഷം കെട്ടി ഞെളിഞ്ഞുനില്ക്കുന്ന വിദ്വാന്മാർ ആരായിരിക്കാം എന്നു വായനക്കാർ വൃഥാ പരിഭ്രമിച്ചു പോകരുത്. ഈ വിലക്ഷണം ഏതാണ്ടു കേൾക്കുമ്പോഴേയ്ക്കുതന്നെ മിക്കപേർക്കും മനസ്സിലാക്കാവുന്നതാണ്. പൂരം മുതലായ ഉത്സവം കണ്ടിട്ടുള്ള എന്റെ വായനക്കാർക്ക് ഇവരെ ക്ഷണനേരംകൊണ്ടു അറിവാൻ പ്രയാസമില്ല. ഈ അച്ചിലുള്ള അനേകം രസികൻമാരെ ആ വക സ്ഥലത്തു ധാരാളം കാണ്മാൻ കഴിയുന്നതാണ്. ഇതുകൊണ്ടൊന്നും പോരെങ്കിൽ ഇവരുടെ കഴുത്തിൽ ബ്രഹ്മീയമായ തേജപുഞ്ജത്തെ പ്രകാശിപ്പിക്കുന്ന യജ്ഞസൂത്രവും കൂടെ ഉണ്ടെന്ന് ഞാൻ തന്നെ പറഞ്ഞുകളയാം.

ഇതിൽ ഒന്നാമത്തെ സുന്ദരൻ കന്മനമനക്കൽ കുബേരൻ എന്നു തിരുനാമമായ ചെറിയ നമ്പൂതിരിപ്പാടും രണ്ടാമത്തെ അഴകുരാവണൻ കരുവാഴമനക്കൽ പുരുഹൂതൻ എന്ന രണ്ടാംകൂറു നമ്പൂതിരിപ്പാടും

ആകുന്നു. മലയാളരാജ്യത്തിൽ പണ്ടുപണ്ടെ ശ്രുതിപ്പെട്ട മേല്പറഞ്ഞ രണ്ടു മനകളിലുള്ള നമ്പൂതിരിപ്പാടന്മാരുടെ യോഗ്യതയെപ്പറ്റി വിശേഷിച്ചൊന്നും പറയേണമെന്നില്ല. ധനത്തിന്റെ അവസ്ഥ വിചാരിച്ചു നോക്കിയാൽ ഇവർ രണ്ടുപേർക്കും കുബേരൻ എന്ന പേരുതന്നെയാണ് ഉചിതമായിട്ടുള്ളത്. യൗവ്വനം, ധനസമ്പത്തി, പ്രഭുത്വം, അവിവേകത ഇങ്ങനെ എല്ലാ ഗുണങ്ങളും ഇവർക്കു പൂർണമായി ഉണ്ട്. രണ്ടുപേരും സ്ത്രീവിഷയത്തിൽ വളരെ ഭ്രമവും സക്തിയും ഉള്ളവരാകകൊണ്ടു തങ്ങളുടെ ജീവകാലം മുഴുവനും അതിലേക്കു വേണ്ടി ചെലവു ചെയ്വാൻ ഒരുക്കമുള്ളവരാകുന്നു. ഇവരുടെ ഇപ്പോഴത്തെ വരവും നിലയും അന്യോന്യമുള്ള മുഖഭാവവും പന്തിയില്ലാത്ത ചില നോട്ടവും മന്ദസ്മിതവും കണ്ടാൽ ബഹുരസം തോന്നും. ഇവർ കാറ്റുകൊണ്ടു നില്പാൻ വന്നവരാണെന്നു പറഞ്ഞാൽ അർത്ഥം നല്ലവണ്ണം വെളിവാകയില്ലെന്നു തോന്നുന്നു. അതുകൊണ്ടു കാറ്റുകൊണ്ടു വന്നുനിൽക്കുന്നവരാണെന്നു പറയുന്നതാണ് കുറെ ഭേദം. ഇവരുടെ ആഗമവും മറ്റുള്ള ബ്രാഹ്മണരുടെ ആഗമവും തമ്മിൽ വളരെ വ്യത്യാസം ഉള്ളതാകകൊണ്ട് ഇവരുടേതിനെപ്പറ്റി അല്പം പ്രസ്താവിക്കേണ്ടത് അത്യാവശ്യമാകുന്നു.

ഈ നേരത്തു കുളിപ്പാനും മേൽകഴുകുവാനും മറ്റും വേണ്ടി അനവധി സ്ത്രീകൾ അടുത്ത പ്രദേശങ്ങളിലെല്ലാം നിന്ന് ഈ ചിറയിലേക്കു വരുന്നത് പതിവാണ്. അവരുടെ രൂപസൗന്ദര്യം ഉള്ളവണ്ണം കാണ്മാൻ ഇങ്ങനെ ഒരുതരം മറ്റുകിട്ടാനും പ്രയാസമാണ്. അശോകത്തിന്റെ കീഴിൽ പുരുഷന്മാർ നിൽക്കുന്നുണ്ടൊ എന്നുനോക്കി അറിഞ്ഞല്ലാതെ യാതൊരു സ്ത്രീകളും ഈ ചിറയുടെ വടക്കുഭാഗമുള്ള കടവുകളിൽ വന്നിറങ്ങാറുമില്ല. അൽപം മാനവും മര്യാദയുമുള്ള സ്ത്രീകൾ അവിടെ പുരുഷന്മാർ നില്ക്കുന്നുണ്ടെന്നു കണ്ടാൽ അടുത്ത കടവുകളിൽ എങ്ങും വന്നിറങ്ങാതെ ജനബാഹുല്യം ഇല്ലാത്ത മറ്റു ചില കടവുകളിലേക്കു പോയിക്കളകയാണ് ചെയ്യുന്നത്. നിർല്ലജ്ജമാരും ദുർവൃത്തമാരും ആയ മറ്റു ചില സ്ത്രീകൾ പുരുഷന്മാരുണ്ടെന്നു കണ്ടാൽ മേല്പറഞ്ഞ അശോകത്തിന്റെ അടുക്കെ ഉള്ള രണ്ടു കടവുകളിൽ അല്ലാതെ മറ്റെങ്ങും വന്നിറങ്ങുകയില്ല. ഈ തരത്തിലുള്ള സ്ത്രീകളുടെ അവസ്ഥയെപ്പറ്റി തെല്ലൊന്നു പ്രസ്താവിക്കാതിരിപ്പാൻ മനസ്സുവരുന്നില്ല. എണ്ണയും തേച്ചു രണ്ടേമുക്കാൽ മുഴം കഷ്ടിച്ചു നീളമുള്ള ഓരോ നേരിയ തോർത്തുമുണ്ടും ചുറ്റിയാണ് ഇവരുടെ വരവ്. കടവുകളിൽ വന്നിറങ്ങിയാലുള്ള കഥ പറയാതിരിക്കുന്നതാണ് കുറെ നല്ലത്. ലേശം ലജ്ജയൊ ശങ്കയൊ കൂടാതെ ഇവർ മേലേ പടവിന്മേൽ കാലും ഉയർത്തിവെച്ചു വാകപ്പൊടി, അത്തമുതലായ സാധനങ്ങൾ എടുത്തു ചില അവയവങ്ങളിൽ തേച്ചു ചേറും മെഴുക്കും കളയുന്നതും നാലുഭാഗത്തും നില്ക്കുന്ന പുരുഷന്മാരെ കൂടെക്കൂടെ കടാക്ഷിക്കുന്നതും ഉള്ളപോലെ വിവരിച്ചെഴുതുവാൻ എന്റെ മനസ്സ് എന്നെ അനുവദിക്കുന്നില്ല. ഞാൻ എന്തു ചെയ്യട്ടെ. നാഗരികത്വമുള്ള യാതൊരു മനുഷ്യന്മാരുടെ ഇടയിലും ഈ വക സമ്പ്രദായം ഇല്ലെന്ന്

എനിക്കു നല്ല നിശ്ചയമുണ്ട്. ശുദ്ധമേ മൃഗപ്രായം എന്നുമാത്രം പറഞ്ഞാൽ മതി. ഇങ്ങനെയുള്ള കാഴ്ചയും വേലയും കണ്ടുകൊണ്ടാടാൻവേണ്ടിയാണ് നമ്മുടെ ഈ സരസന്മാർ നേരത്തേതന്നെ വന്നു ഞെളിഞ്ഞു നില്ക്കുന്നത്.

ഇവർ അന്യോന്യം ഓരോ നേരംപോക്കും പറഞ്ഞു രസിച്ചു നേത്രാനന്ദപ്രദമായ പല കാഴ്ചയും നോക്കിക്കൊണ്ടു നിൽക്കുമ്പോൾ ചിറയുടെ പടിഞ്ഞാറേഭാഗത്തുനിന്നു മണി അടിക്കുന്ന ഒരു ശബ്ദം കേട്ടു. അല്പം താമസിച്ചപ്പോൾ സ്കൂൾ പിരിഞ്ഞ് അനവധി പെൺകുട്ടികൾ പുറത്തിറങ്ങി കൂട്ടംകൂട്ടമായി അങ്ങട്ടും ഇങ്ങട്ടും പോകുന്നത് കണ്ടു. ഈ കാഴ്ച നമ്മുടെ നമ്പൂരിമാർക്കു ബഹുരസം തോന്നി. എങ്കിലും ചിറക്കടവുകളിൽ ഉലാവിക്കൊണ്ടുനില്ക്കുന്ന തങ്ങളുടെ കണ്ണുകളെ ഇങ്ങോട്ടു വിളിക്കുന്ന കാര്യം അത്ര വെടിപ്പുണ്ടോ എന്നുള്ള ശങ്ക കലശലായി. ഇതിനിടയിൽ പുസ്തകം മുതലായതെടുത്തുംകൊണ്ടു മുമ്പിൽ ഒരു ഭൃത്യനും പിന്നാലെ ഒരു പെൺകിടാവും ചിറയുടെ വടക്കുഭാഗത്തുകൂടി നേരേ കിഴക്കോട്ടുവരികയായിരുന്നു. ഇവളുടെ ചുരുക്കമായ ഒരു വിവരണം വായനക്കാർക്കു രുചികരമായിരിക്കുമെന്നു തോന്നുന്നു.

ഇവൾ കരിമരംകൊണ്ട് അതിവിശേഷമായി കടഞ്ഞു കാലിട്ടിട്ടുള്ള ഒരു ചെറിയ ഓലക്കുട ചൂടിയിരിക്കുന്നു. പ്രായം ഏകദേശം പന്ത്രണ്ടു വയസ്സുണ്ട്. എങ്കിലും പ്രായത്തെ കവിഞ്ഞു നില്ക്കുന്ന വളർച്ചയും ബാലദശയുടെ മീതെ വഴിയുന്ന രൂപസൗന്ദര്യവും കണ്ടാൽ ഏതാണ്ട് ഒരു പതിനഞ്ചുവയസ്സുപ്രായമുണ്ടെന്നു തോന്നാതിരിക്കില്ല. ഇവളെ ആകപ്പാടെ കണ്ടാൽ തലകുലുക്കിപ്പോകാത്ത പുരുഷന്മാർ ഇല്ലെന്നുതന്നെയാണ് ഞാൻ വിചാരിക്കുന്നത്. സ്ത്രീകളുടെ രൂപസൗന്ദര്യവും വിലയും കണ്ടറിവാൻതക്ക സാമർത്ഥ്യവും വേണ്ടത്തക്ക പരിചയവും ഉള്ള പരമരസികന്മാരായ പുരുഷന്മാരെ ഭ്രമിപ്പിക്കുവാൻ ഇവളുടെ ഇപ്പോഴത്തെ മുഖശോഭയിൽ ഏതാനൊരംശംപോലും ചിലവു ചെയ്യേണ്ടിവരുമെന്നു തോന്നുന്നില്ല. ദേഹപ്രകാശം ആമാടയുടെ വർണ്ണത്തിൽ അല്പംകൂടെ ഏറും എന്നാണു പറയേണ്ടത്. വണ്ടൊടുപോലെ കറുത്ത് അത്യന്തം സ്നിഗ്ദ്ധമായി എല്ലാ രോമവും ഒരുപോലെ സമദീർഘമായിരിക്കുന്ന തലമുടിയുടെ പുഷ്ടിയും വളർച്ചയും ചുരുങ്ങിയ ഈ അവസരംകൊണ്ട് അത് അരയോളം എത്തി അഗ്രം ചുരുണ്ടു നിൽക്കുന്ന സ്ഥിതിയും കൂടെ കണ്ടാൽ ആലോചനകൂടാതെ ഇനിയും വളരുന്നപക്ഷം കാലതാമസം അധികം കൂടാതെ നിലത്തോളം എത്തി അവിടെനിന്നു പിന്നെയും കീഴ്പെട്ടു പോകുന്ന കാര്യം കേവലം അസാധ്യമാകകൊണ്ടു അത്രേടം ചെന്നു വഷളായി മടങ്ങിപ്പോരുന്നതിനെക്കാൾ ഇപ്പോൾതന്നെ ഇവിടെ നിന്നു പിൻവാങ്ങിക്കളയുന്നതല്ലേ വളരെ നല്ലത് എന്നു വിചാരിച്ചു മടങ്ങിപ്പോരുവാനുള്ള ഭാവമൊ എന്നു തോന്നും. നെറ്റിത്തടത്തിന്റെ സുവിസ്താരവും അതിന്നടുത്ത ഉയർച്ചയും കണ്ടാൽ ഇവൾ അത്യന്തം ബുദ്ധിശാലിനിയും ഭാഗ്യവതിയും ആണെന്നു സാമുദ്രികാശാസ്ത്രത്തിൽ

പരിചയമുള്ള യാതൊരുത്തനും നിസ്സംശയം അഭിപ്രായപ്പെടാതിരിക്കയില്ല. നീണ്ടുതടിച്ചു പുരികകൾ രണ്ടും മഷിപോലെ കറുത്തു വളഞ്ഞു അന്യോന്യം സ്പർശംകൂടാതെ അകന്നു നിൽക്കുന്നതു കണ്ടാൽ തല മുടിയുടെയും നെറ്റിത്തടത്തിന്റെയും അളവല്ലാത്ത സൗന്ദര്യം മതിമറന്നു മദിച്ചു തങ്ങളിൽ പുളച്ചു കണ്ണുകളായ കുഴികളിൽ മറിഞ്ഞുവീണുപോകാതെ ഇരിപ്പാൻ വേണ്ടി ഭംഗിയിൽ ഒരുവിധം വേലികെട്ടി മുഖലാവണ്യവുമായുള്ള സഹവാസത്തിന്നു മുടക്കം വരാതിരിക്കത്തക്കവണ്ണം നടുവിൽ ഒരു പെരുവഴി വെച്ചുകൊടുത്തിട്ടുള്ളതോ എന്നുതോന്നും. അന്തസ്ഫുരിതങ്ങളായ അനേകം ശൃംഗാരചേഷ്ടകൾക്ക് ഇരിപ്പടമായ ഇവളുടെ കണ്ണുകൾ അതിധീരന്മാരായ പുരുഷന്മാരുടെ മനസ്സിനെ ആകർഷിക്കുവാനും വശീകരിക്കുവാനും വേണ്ടി അതിരഹസ്യമായ പല ഔഷധവും നിറച്ചുവെച്ചിട്ടുള്ള രണ്ടു അളുക്കുകളാണെന്നു തന്നെ പറയണം. മുഖം യാതൊരു കോട്ടമോ ചരിവൊ കൂടാതെ ക്രമദീർഘമായി പരന്നു മാംസളമായി മിനുമിനുത്ത് ഉള്ളിൽനിറഞ്ഞു നിൽക്കുന്ന അനേകം ഭാവവികാരങ്ങളെ അല്പാല്പമായി പുറമെ പ്രകാശിപ്പിച്ചുംകൊണ്ട് അത്യന്തം പ്രസന്നമായിരിക്കുന്നു. അധരോഷ്ഠങ്ങളുടെ അഴകും ഭംഗിയും അനുഭവരസികന്മാർക്കല്ലാതെ പറവാനും അറിവാനും പ്രയാസമാണ്. സൗന്ദര്യവതികളായ ചില യുവതികളും ദുർല്ലഭം ചില പ്രൗഢമാരും തങ്ങളുടെ ചുണ്ടിനു സഹജമായ വർണ്ണം മതിയായിട്ടില്ലെന്നും പുരുഷന്മാരുടെ മനസ്സിനെ വശീകരിപ്പാൻ ഇത്ര നന്നായിട്ടുള്ള ഒരു ഔഷധം മറ്റു യാതൊന്നും ഇല്ലെന്നും അന്ധാളിച്ചു അധികം ജനം കൂടുവാനവകാശമുള്ള വല്ല അടിയന്തരസ്ഥലങ്ങളിലും പോകേണ്ടിവരുന്ന സമയം ചുവന്ന മഷിപ്പൊടി കൊണ്ടു നിറം പിടിപ്പിക്കുന്നതും കൂടെക്കൂടെ ഉപയോഗിപ്പാൻ വേണ്ടി ആവക സാധനം കടലാസ്സിലൊ മറ്റൊ ചുരുട്ടി മടിക്കുത്തിൽ വെച്ചുകൊണ്ടുപോകുന്നതും ചിലർ അതു കണ്ടു പരിഹസിക്കുന്നതും ഇവിടെ ചിലേടങ്ങളിൽ ഈയ്യിടെ ഒരു സാധാരണസമ്പ്രദായമായിരിക്കുന്നു. സ്ത്രീകളുടെ ചാഞ്ചല്യമൊ ഇരിക്കട്ടെ. ഈ ആഭാസപ്രവൃത്തിക്ക് അനുവദിച്ചു അങ്ങാടിയിൽ പോയി മഷിപ്പൊടി വാങ്ങിക്കൊണ്ടന്നു തങ്ങളുടെ ഭാര്യമാർക്കു കൊടുക്കുന്ന വങ്കന്മാരായ ചില ഭർത്താക്കന്മാരുടെ ഇളിഭ്യത്വം വിചാരിച്ചാൽ അവസാനമില്ല. അറുവഷളന്മാരായ ഇരപ്പാളികൾ എന്നു മാത്രമേ ഞാൻ പറവാൻ കാണുന്നുള്ളു. എന്നാൽ ആവക അന്ധാളിപ്പിന്നാകട്ടെ ജാള്യപ്രവൃത്തിക്കാകട്ടെ ഇവൾക്കു യാതൊരവകാശവും കൊടുക്കരുതെന്നു വിചാരിച്ചു കരുണാസാഗരമായ ദൈവം ഇവളെ സൃഷ്ടിച്ചപ്പോൾതന്നെ അധരോഷ്ഠങ്ങൾ ബഹുമോടിയോടെ തീർത്തു അന്തർഭാഗത്തിങ്കൽ അമൃതു നിറച്ചു അതിമനോഹരമായി നിറമിട്ടു മിനുക്കി നന്നാക്കിയിരിക്കുന്നു. ഇത്ര അധികം വിശേഷമായ ഈ ഓഷ്ഠപുടത്തോട് ഒരുമിച്ചിരുന്ന് സുകൃതികൾക്കുപോലും അതിദുർല്ലഭമായ അനന്തഭാഗ്യം സദാ അനുഭവിച്ചുകൊണ്ടിരിപ്പാൻ ഇവളുടെ മൂക്കുത്തിയുടെ ഞാത്ത് പൂർവജന്മത്തിങ്കൽ എന്തൊരു മഹാപുണ്യമാണ് ചെയ്തത് എന്നു ഞാൻ

അറിയുന്നില്ല. പല്ലുകളുടെ ഗുണത്തേയും നിറത്തേയുംപറ്റി വർണ്ണിപ്പാൻ പണ്ടുള്ള കവികൾക്കു രണ്ടോ നാലൊ മുല്ലമൊട്ടു കിട്ടിയാൽ മതി. എന്നാൽ ഈ കാലത്ത് അഭംഗിയില്ലെന്നു ചിലർ പറയുന്നതുകൊണ്ടു ഞാൻ വളരെ ബുദ്ധിമുട്ടിൽ ആയിരിക്കുന്നു അതുകൊണ്ടു ഇവളുടെ പല്ലുകൾ നിരയൊത്ത് അതിധവളമായി ആനക്കൊമ്പുകൊണ്ടു അതിവിശേഷമായി പണിചെയ്തു വെച്ചിട്ടുള്ളതുപോലെ ഇരിക്കുന്നു എന്നു പറവാൻ മാത്രമേ എന്നാൽ സാധിക്കയുള്ളു. നടുപിളർന്ന കോവപ്പഴത്തിന്റെ ഉള്ളിൽകൂടി പ്രകാശിച്ചു കാണുന്ന വിത്തുകളോ എന്നു തോന്നിപ്പോകാമെന്നു ചിലർ പറയുമെങ്കിലും അതു നിർഷേമായ ഒരു വർണ്ണനയൊ എന്നു എനിക്കു വളരെ സംശയം ഉണ്ട്. മലയാളസ്ത്രീകളുടെ ഇടയിൽ മൂഢപരമ്പരയാ നാം അനുവദിച്ചു വന്നിട്ടുള്ള അർദ്ധനഗ്നത നിമിത്തം ചില അംഗസൗന്ദര്യത്തെ വർണ്ണിപ്പാൻ കവികൾക്കു വേണ്ടതിലധികം സ്വാതന്ത്ര്യവും സൗകര്യവും സിദ്ധിച്ചിട്ടുണ്ടെന്നു വരികലും ജനസമുദായത്തിൽ ക്രമേണ നാഗരീകം വർദ്ധിച്ചുവരുന്ന ഈ കാലത്തു ഈ വക വിവരണം ഭംഗിയായി വരികയില്ലെന്നു വിചാരിച്ചു പണ്ടു പണ്ടേ ഉള്ള ഈ ഒരു സ്വാതന്ത്ര്യത്തെ തീരെ വിട്ടുകളയുന്നു അത്രയുമല്ല ഇവൾ ആധുനിക വിദ്വാന്മാരിൽ ചിലരുടെ അഭിപ്രായത്തെ അനുസരിച്ചു അതിമനോഹരമായ ഒരു റവുക്കയുടെ മീതെ നേരിയ ഒരു വസ്ത്രം പുതച്ചതിനാൽ അവർണ്ണ്യമായ അവയവം തീരെ മറഞ്ഞുകിടക്കുന്നതുകൊണ്ടും ഉള്ളിൽനിന്നു മീതെ നിഴലിച്ചുകാണത്തക്ക യൗവനദശയിൽ എത്തുവാൻ ഇനിയും രണ്ടുനാലു സംവത്സരം എങ്കിലും കുറയാതെ വേണ്ടിവരുന്നതുകൊണ്ടും ആ വക സൗന്ദര്യത്തെപ്പറ്റി ഇപ്പോൾ യാതൊന്നും പറവാൻ എനിക്കു തരമില്ല. ഈ കാലത്തിലുള്ള ബാലികമാരെങ്കിലും ഇവളെ പിന്തുടർന്ന് ഇനിമേൽ സ്തനാവരണം ചെയ്യുന്നതായാൽ കാലക്രമേണ മലയാളത്തിലെ സ്ത്രീകളുടെ അർദ്ധനഗ്നതതീർന്ന് ഉൽകൃഷ്ടസ്ഥിതിയിൽ എത്തിക്കാണ്മാൻ സംഗതി വരുമായിരുന്നു. മുൻപുള്ള കവികൾ സാധാരണയായി വർണ്ണിച്ചു കാണുന്ന മറ്റു ചില അവയവങ്ങളെപ്പറ്റി അല്പം ചിലതെല്ലാം പറവാൻ എനിക്കു കഴിയുമെന്നു വരുകിലും ഇപ്പോഴത്തെ കാലത്തിന്നും അവസ്ഥക്കും അതു ലേശം യുക്തമായി വരികയില്ലെന്നു വിശ്വസിച്ചു കേവലം വിട്ടുകളയുന്നു.

ഇവൾ വിശേഷമായ പലമാതിരി കുറിയും കരയുമുള്ള നേരിയ ഒന്നരയുടുത്തു മീതെ ഒരു വിലയേറിയ കസവ് കരപ്പാവ് ചുറ്റിയിരിക്കുന്നു. ഈ നിലയിൽ ഇവളെ വല്ല കാമികളും കണ്ടിട്ടുണ്ടെങ്കിൽ അവരുടെ മനസ്സിൽ പല വികാരങ്ങളും ചാഞ്ചല്യവും തോന്നിപ്പോകാതിരിക്കയില്ല. ആഭരണപുഷ്ടി ഈ കാലത്തിൽ അത്ര ആവശ്യമുള്ളതല്ലെന്ന് വിചാരിച്ചിട്ടൊ താരുണ്യത്തിൽ വേണ്ടപോലെ പ്രവർത്തിക്കാമെന്നു നിശ്ചയിച്ചിട്ടോ എന്തോ ഇവൾ ആഭരണങ്ങൾ വളരെ കുറച്ചുമാത്രമേ ധരിച്ചിട്ടുള്ളു. കാതുകളുടെ വളർച്ചക്കുവേണ്ടി ഒരു മാതിരി പൊന്നോതിരച്ചു കാതിലിട്ടിട്ടുണ്ട്. മൂക്കുത്തിയുണ്ടെന്നു മുൻപെതന്നെ പ്രസ്താവിച്ചിട്ടുണ്ടല്ലൊ. നടു

വിൽ ഒരു പത്താക്കു കോർത്തു ഇടയ്ക്കിടെ സ്വർണ്ണമണികൾ ഉള്ള ഒരു ചുറ്റ് ആമാടക്കൂട്ടം കഴുത്തിൽ കെട്ടിയിരിക്കുന്നു. പരദേശസമ്പ്രദായത്തിൽ മദിരാശിയിൽ നിന്നു പണിചെയ്തു വരുത്തീട്ടുള്ള ഓരോ കടകം രണ്ടു കൈയ്ക്കും ഉണ്ട്. ഇടത്തെ ചെറു വിരലിന്മേൽ ഒരു മുദ്രമോതിരവും വലത്തേ അനാമികയിന്മേൽ ചെറിയോരു തമ്പാക്കുമോതിരവും കാലിന്മേൽ അതിവിശേഷമായ പാദസരവും അല്ലാതെ ഇവളുടെ ദേഹത്തിന്മേൽ ഇപ്പോൾ യാതൊരു ആഭരണവും ഇല്ല. ശരീരം അതിസ്ഥൂലമെന്നോ അതികൃശമെന്നോ പറവാൻ പാടില്ല. ഒരു ഒത്ത ദേഹമാണ്. എല്ലുകളൊ ഞരമ്പുകളൊ ഒന്നെങ്കിലും പുറത്തു കാണുകയില്ല. വളരെ നീണ്ടുവഷളാകുന്ന സ്ഥിതിയിലും അല്ല. കുറുതായി തടിച്ച് ഉരുണ്ടു ആഭാസകരമാകുന്ന മട്ടിലും അല്ല ആകപ്പാടെ കാണുന്നവർക്കു ബഹു കൗതുകവും ഭ്രമവും പ്രേമവും തോന്നത്തക്ക എല്ലാ ഗുണവും ധാരാളമായുണ്ട്.

ഈ കന്യക ആരാണെന്നും എവിടെയാണെന്നും വായനക്കാരിൽ ചിലര് ഇപ്പോൾ തന്നെ മനസ്സുകൊണ്ട് അന്വേഷണം തുടങ്ങീട്ടുണ്ടായിരിക്കാം. ഇവൾ ഇതിന്നു മുമ്പെ നാം പ്രസ്താവിച്ചിട്ടുള്ള ലക്ഷ്മിഅമ്മയുടെ രണ്ടാമത്തെ സന്താനമായ മീനാക്ഷിക്കുട്ടിയാണ്. ഇവളുടെ അച്ഛൻ തഹസ്സിൽദാർ കുഞ്ഞികൃഷ്ണമേനോൻ ആണെന്നു മുമ്പൊരിക്കൽ അല്പം പ്രസ്താവിച്ചിട്ടുണ്ടല്ലൊ. മാതാപിതാക്കന്മാരും മാതുലനായ ഗോപാലമേനവനും ബാലപരിചരണത്തിൽ വിശേഷിച്ചു ബാലികാ പരിചരണത്തിൽ അത്യന്തം സൂക്ഷ്മദൃഷ്ടിയും പരിചയവും ഉള്ളവരാക കൊണ്ടു ചിലേടങ്ങളിൽ ചില പെൺകുട്ടികൾക്ക് അസാധാരണമായി അനുവദിക്കപ്പെട്ടുകാണുന്ന യാതൊരു വിനോദത്തിന്നാകട്ടെ, സഹവാസത്തിന്നാകട്ടെ, ലേശം ഇടകൊടുക്കാതെ ശൈശവം മുതൽ ഇവളെ ലാളിച്ചു വളർത്തി വേണ്ടത്തക്ക വിദ്യാഭ്യാസത്തിൽ പ്രവേശിപ്പിക്കയാണു ചെയ്തിട്ടുള്ളത്. തെമ്മാടികളായ ചെറുപ്പക്കാരുടെ കഴുത്തിൽ കയറി കളിപ്പാനൊ പിൻകാലങ്ങളിലേക്കു വേണ്ടിവരുന്ന പല അപൂർവവിദ്യകളും അവരിൽ നിന്നു ശീലിപ്പാനൊ, ഈ പെണ്ണിനെ കാണ്മാൻപോലും കൊടുത്തിട്ടില്ല. വിദ്യയിലും വയസ്സിലും അത്യന്തം വൃദ്ധനായി മനസ്സിന്നും ബുദ്ധിക്കും നല്ല പക്വത വന്നിട്ടുള്ള ഒരു ശാസ്ത്രികളെ സംസ്കൃതം പഠിപ്പിക്കുവാനും അതുപ്രകാരംതന്നെ എല്ലാ ഗുണങ്ങളും തികഞ്ഞിട്ടുള്ള ഒരു ഭാഗവതരെ സംഗീതം ശീലിപ്പിക്കുവാനും കുഞ്ഞികൃഷ്ണമേനോൻ മാസപ്പടി കൊടുത്തു പ്രത്യേകം നിശ്ചയിച്ചിട്ടുണ്ട്. മേല്പറഞ്ഞ രണ്ടു വിഷയങ്ങളിലും ഇവൾ സാമാന്യം പരിചയവും വാസനയും നല്ല ഉത്സാഹവുമുണ്ട്. ഇപ്പോൾ നാലു സംവത്സരമായിട്ടു സ്കൂളിൽചേർന്ന് ഇംഗ്ലീഷു പഠിച്ചുവരുന്നു. തുന്നലിൽ അതിവിദഗ്ദ്ധയായതുകൊണ്ടു പാഠശാലയിൽനിന്നു രണ്ടുമൂന്നു പ്രാവശ്യം പല സമ്മാനങ്ങളും കിട്ടീട്ടുമുണ്ട്. ഇതുകളെപ്പറ്റി ഇപ്പോൾ ഇതിലധികം എനിക്കു യാതൊന്നും പ്രസ്താവിക്കാനില്ല. മാതാപിതാക്കന്മാർക്കു തെല്ലു വകതിരിവ് ഉണ്ടായാൽ തങ്ങളുടെ

പൈതങ്ങൾ ഒരിക്കലും വഷളായിപ്പോകയില്ലെന്നു പറയുന്നതിന്നു മീനാക്ഷിക്കുട്ടി ഒരു നല്ല ദൃഷ്ടാന്തമാകുന്നു. ആ ഭാഗം നിർത്തി ഇനിയും കഥാപ്രസംഗത്തിലേക്കുതന്നെ പ്രവേശിപ്പാനാണു ഭാവിക്കുന്നത്. നമ്മുടെ സുന്ദരബ്രാഹ്മണന്മാർ രണ്ടും ഇപ്പോൾ എന്തുചെയ്യുന്നു? ചിറക്കൽ തന്നെ നില്ക്കുന്നുണ്ടൊ? അതല്ല വല്ല ദിക്കിലേക്കും പോയൊ എന്നു വായനക്കാർ വിചാരിപ്പാൻ കാരണമില്ലാത്തതാണ്. അവർ അങ്ങനെയൊന്നും ചെയ്‌വാൻ വേണ്ടി വന്നിട്ടുള്ളവരല്ല. ഇവിടെത്തന്നെ ഉണ്ട്. പോയിട്ടില്ല. ഇവരുടെ ഇപ്പോഴത്തെ സ്ഥിതി ഒന്നു കാണേണ്ടുന്നത് തന്നെയാണ്.

മീനാക്ഷിക്കുട്ടി ദൂരത്തുനിന്നു വരുന്നതുകണ്ടപ്പോൾ ഇവർ അവളെത്തന്നെ നോക്കിത്തുടങ്ങി. അടുത്തു വരുന്തോറും മനസ്സിൽ അതികൗതുകം വർദ്ധിച്ചു. ആകപ്പാടെ ഒന്നു നല്ലവണ്ണം കണ്ടപ്പോൾ നമ്പൂരിമാർ രണ്ടും വല്ലാതെ ഭ്രമിച്ചുവശായി. പഞ്ചസാരപ്പൊതിയിൽ കടന്നു കൂടുവാൻ കളിക്കുന്ന കൂറകളെപ്പോലെ ഇവരുടെ കണ്ണുകൾ മീനാക്ഷിക്കുട്ടി പുതച്ച വസ്ത്രത്തിൽ കൂടി റവുക്കയിലേക്കു പ്രവേശിപ്പാൻ വേണ്ടതിലധികം ഉന്തിത്തിരക്കിനോക്കി. ഒരു വിധത്തിലും ഉള്ളിൽക്കടപ്പാൻ കഴിവില്ലെന്നു കണ്ടിട്ട് ഒടുവിൽ ഇവളുടെ നഖശിഖാന്തം ദേഹത്തിന്മേൽ കൂടി അങ്ങട്ടും ഇങ്ങട്ടും പാച്ചിലായി. മോതിരം കാണിപ്പാൻവേണ്ടി, പുരുഹൂതൻ നമ്പൂരി സമർത്ഥനായതുകൊണ്ടു പതുക്കെ ഒരു കൗശലം പ്രവർത്തിച്ചു. അദ്ദേഹത്തിന്റെ ഇടത്തേ കൈ വലത്തെ മുലയുടെ മീതെ തന്റെ മാറത്തുവെച്ചു താളം പിടിച്ചുമൂക്കുകൊണ്ടു ഒരു രാഗം ആലാപിച്ചു തലകുലുക്കിത്തുടങ്ങി. ഇടക്കിടക്ക് ഇവളുടെ മുഖത്തുനോക്കി കണ്ണുകൊണ്ടു പലേ ഭാവരസങ്ങൾ നടിക്കുന്നതും പുരികങ്ങൾ കോട്ടുന്നതും അധരോഷ്ഠങ്ങൾ ജിഹ്വാഗ്രംകൊണ്ടു അല്പാല്പമായി നനക്കുന്നതും മറ്റും കണ്ടാൽ ഒരു ചോരകുടിയൻ ഓന്തിന്റെ ഏതാണ്ടു ലക്ഷണങ്ങളെല്ലാം ഇദ്ദേഹത്തിനും ഉണ്ടെന്നുതന്നെ പറയാം. ചെറുപ്പത്തിൽ മോഹിനിയാട്ടം നല്ലവണ്ണം അഭ്യസിച്ച ഒരു മനുഷ്യനോ എന്നും തോന്നിപ്പോകാം. കുബേരൻനമ്പൂരി സ്വതെതന്നെ അല്പം അസ്ഥാളിയായതുകൊണ്ടു അദ്ദേഹത്തിന്റെ പരിഭ്രമം കാണികൾക്കു ബഹുരസമായിരുന്നു. എന്തൊ ചില മനോരാജ്യം മനസ്സിലാക്കീട്ടു പട്ടക്കരപ്പാവ് അഴിച്ചു നിവർത്തി രണ്ടാമതൊന്നു നല്ലവണ്ണം കുടഞ്ഞുടുത്തു. പിന്നെ അല്പനേരം മീനാക്ഷിക്കുട്ടിയുടെ മുഖത്തും മാറത്തും ചാഞ്ഞും ചരിഞ്ഞും സൂക്ഷിച്ചുനോക്കി ഇടത്തെ കൈകൊണ്ട് തന്റെ നെഞ്ഞത്ത് ഒന്നു തടവി പുരുഹൂതൻ നമ്പൂരിയുടെ മുഖത്തുനോക്കി കണ്ണുകൊണ്ടു ചില വികൃതി വേഷം കാട്ടി. എന്നാൽ അദ്ദേഹം ഇതു യാതൊന്നും കണ്ടതേ ഇല്ല. ഈവക ജളത്വം കാട്ടുന്ന ഇദ്ദേഹത്തെ ആശ്രയിച്ചു നിൽക്കുന്നതു തനിക്കുംകൂടി വഷളത്വമാണെന്നു വിചാരിച്ചിട്ടായിരിക്കാം ചുമലിൽ ഇട്ട പട്ടക്കരപ്പാവ് ഈ അവസരത്തിൽ പിൻഭാഗത്തൂടെ ഇറങ്ങി പൊയ്ക്കളവാൻ ഭാവിച്ചത്. ആ വിചാരം ഈ മഹാൻ അറിഞ്ഞിട്ടേ ഇല്ലായിരുന്നു. മീനാക്ഷിക്കുട്ടിയുടെ മുൻപിൽ നടക്കുന്ന കിട്ടുണ്ണിയെ വിളിച്ചു ചിലതു സ്വകാര്യം ചോദിപ്പാൻ

രണ്ടുമൂന്നു പ്രാവശ്യം ഭാവിച്ചു. പക്ഷേ, അതിനുമാത്രം ധൈര്യം ഇല്ലാഞ്ഞതുകൊണ്ടൊ അതല്ല അവൻ കുറെമുൻപിൽ കടന്നുപോയതുകൊണ്ടൊ എന്തൊ അതു തരത്തിലായില്ല. ഇതിനിടയിൽ മീനാക്ഷിക്കുട്ടിയും അതിലേ കടന്നുപോക കഴിഞ്ഞു. ഈ കാര്യം ഇവർക്കു പരമസങ്കടമായി തോന്നി. കുറെനേരം ഇവളുടെ പൃഷ്ഠവും നിതംബവും നോക്കിക്കൊണ്ടുതന്നെ നിന്നു. ഇവൾ നേത്രഗോചരയല്ലെന്നു കണ്ടാറെ അശോകത്തറയിന്മേൽ നിന്നു രണ്ടുപേരും താഴത്തിറങ്ങി എന്താണു വേണ്ടതെന്നു മനസ്സുകൊണ്ടു ആലോചിക്കയായി. ഇവൾ ഏതാണെന്നും എവിടെയാണെന്നും അറിയാഞ്ഞിട്ടു കുബേരൻ നമ്പൂരിക്കുണ്ടായ പരിഭ്രമം എന്നാൽ പറവാൻ പ്രയാസം. ചോദിച്ചറിവാൻ തരത്തിൽ ഒരാളെയും കാണുന്നില്ല. അനവധി സ്ത്രീകൾ കുളിക്കയും മേൽ കഴുകുകയും മറ്റും ചെയ്യുന്നുണ്ടെങ്കിലും ഇവളെപ്പറ്റി അവരോടു ചോദിച്ചാൽ അവർ മുഷിയുമെന്നു വിചാരിച്ച് ഇദ്ദേഹത്തിന്നു നല്ല ധൈര്യം ഉണ്ടായിരുന്നില്ല. അങ്ങിനെ കിടന്നു പരുങ്ങുമ്പോൾ അത്യന്തം പരിചയക്കാരത്തിയായ ഒരു സ്ത്രീ അതിലേ കുളികഴിഞ്ഞു പോകുന്നതുകണ്ടു. ക്ഷണത്തിൽ ഈ മനുഷ്യൻ അവളുടെ അടുക്കെച്ചെന്ന് എന്തെങ്കിലും വരുന്നതു വരട്ടെ എന്നു വിചാരിച്ചു നിർല്ലജ്ജം സംഭാഷണം തുടങ്ങി.

കുബേരൻ നമ്പൂരി: അമ്മു! ഇത്തിരി അവിടെ നിൽക്കു. ഒരു വസ്തുത അന്വേഷിക്കട്ടെ. ക്ഷണം വിട്ടുകളയാം. ഒരു ഒറ്റ അന്വേഷിക്കേണ്ടതേയുള്ളു. നിമിഷം വിട്ടളയാം.

അമ്മു: (തെല്ലു വെറുപ്പോടെ) എന്താണ്. തിരുമനസ്സിലേക്കും പിടിച്ചൊ കമ്പം. ഇവിടുന്നാണു സ്വകാര്യം ചോദിക്ക. നല്ല മട്ട്. ഞാൻ പോണു എനിക്കു നേരമില്ല.

കുബേരൻ നമ്പൂരി: ശിക്ഷ! അതിനൊന്നുമല്ല. അമ്മു മുഷിയണ്ട. അത് ഇവിടുന്നു ചോദിക്കാൻ നാം അത്ര വിഡ്ഢിയാണ്! അമ്മു ഇനിയും മനസ്സിലാക്കീട്ടില്ലെ അമ്മു അറിയാതിരിക്കില്ല. അങ്ങട്ടു പോയത് എവിടെയാണ്.

അമ്മു: അങ്ങട്ടു പോയത് എവിടെയാണെന്നൊ? അടിയന്റെ കുപ്പാട്ടിലേക്കുതന്നെ.

കുബേരൻ നമ്പൂരി: അമ്മുവിന്റെ മകളാണത്! നല്ല ശിക്ഷ. നോം ഇതുവരെ അറിഞ്ഞിട്ടില്ല.

അമ്മു: എന്താണു തിരുമനസ്സിലേക്കു ഭ്രാന്തുണ്ടൊ! ഏത്? അടിയനു പെൺകിടാവു ഇല്ലെന്നു തിരുമനസ്സിലേക്കു നല്ല നിശ്ചയം ഉണ്ടല്ലൊ. ഞാൻ പോണു. പിന്നെയൊരിക്കലാട്ടെ എത്ര ആളുണ്ടു കുളിക്കുന്നു. ചോദിപ്പാൻ ഒരുതരം കണ്ടത്! തിരുമനസ്സിലേക്കു ഇതിനൊന്നും ഏതും ഇല്ലെങ്കിലും അടിയന് ഇത്തിരിയെല്ലാമുണ്ട്.

ഇതും പറഞ്ഞ് അമ്മു അമ്മുവിന്റെ പാട്ടിൽ കടന്നുപോയി. നമ്പൂരിക്കു പരിഭ്രമം ഇതുവരെ ഉള്ളതിലും ഒന്ന് അധികമായി. അമ്മു മുഷിഞ്ഞു എന്നുള്ള ശങ്ക വലിയ കലശലായി. ചോദിക്കണ്ടായിരുന്നു.

കഷ്ടായി. അവൾ മുഷിഞ്ഞു. കാര്യം അതും തരക്കേടായി. ഇങ്ങിനെ അന്ധാളിച്ചു വിഷണ്ഡനായി അങ്ങട്ടും ഇങ്ങട്ടും നോക്കിക്കൊണ്ടു നിന്നു. പുരുഹൂതൻ നമ്പൂരി, ഈ അവസരത്തിൽ മൂത്രശങ്കക്ക് ഇരിക്കയായിരുന്നതുകൊണ്ട് ഈ ഗോഷ്ടിയിൽ കൂടാൻ അദ്ദേഹത്തിനു സാധിച്ചില്ല. എല്ലാംകൊണ്ടും തെല്ലുഭേദമുള്ള വല്ല സ്ത്രീകളും കുളക്കടവിൽ ഉണ്ടെന്നു കണ്ടാൽ ചില നമ്പൂരിമാർക്കു വേണ്ടെങ്കിലും മൂത്രശങ്കക്ക് ഒന്നിരിക്കാതെ നിവൃത്തിയില്ല. ഇത് അക്രമമാണെന്നൊ മര്യാദക്കേടാണെന്നൊ ഇനിയും ഇവർക്കു മനസ്സിലായിട്ടില്ല. ഏതായാലും പുരുഹൂതൻനമ്പൂരി ഇതു നല്ല കണക്കിൽ പറ്റിച്ചു. അദ്ദേഹം സമർത്ഥനായതുകൊണ്ടു വേണ്ടദിക്കിൽ വേണ്ടതുപോലെതന്നെ പ്രവർത്തിച്ചിരിക്കുന്നു. മൂത്രശങ്ക കഴിഞ്ഞു നല്ലവണ്ണം ഒരുപിടിമണ്ണും വാരി ദിഗംബരമൂർത്തിയെപ്പോലെ വരുന്നതു കണ്ടാൽ തൽക്കാലം വെറുപ്പും നീരസവും തോന്നാത്ത മനുഷ്യന്മാരില്ലെന്നാണ് എന്റെ പൂർണ്ണമായ വിശ്വാസം. സ്ത്രീകളുടെ ഇടയിൽ ഇറങ്ങി ഇരുന്ന് ഈ വിധം ഗോഷ്ടി തെല്ലു മാനവും ഉളുപ്പുമുള്ള യാതൊരു മനുഷ്യനും ചെയ്യുന്നതല്ല. ഇവർ മനുഷ്യന്മാരല്ലെന്നു മുൻപു ചില യോഗ്യന്മാർ പറഞ്ഞിട്ടുള്ളതു യഥാർത്ഥമാണെന്ന് ഇനി എങ്കിലും എല്ലാവരും വിശ്വസിക്കേണ്ടതാണ്. മനുഷ്യന്മാർ വിവേകമുള്ള ജീവികളാകകൊണ്ട് ഈ വക തോന്ന്യാസം ഒരിക്കലും ചെയ്യുന്നതല്ല. ആ കഥ നിൽക്കട്ടെ. കുബേരൻ നമ്പൂതിരി കരമേൽനിന്നു പരിഭ്രമിക്കുന്ന മദ്ധ്യേ ശൗചവും കഴിഞ്ഞു കടവിൽനിന്നു പുരുഹൂതൻ നമ്പൂരിയും പതുക്കെ കയറിവന്നു. രണ്ടാളും അന്യോന്യം നോക്കി ഒന്നു ചിരിച്ച് അല്പം അകലെപ്പോയിനിന്നു സംസാരിപ്പാൻ തുടങ്ങി.

പുരുഹൂതൻ: എന്താണ് കന്മന? അത്ര സൂക്ഷിച്ചില്ല എന്നുണ്ടോ? ആ പെണ്ണു ബഹു രസികത്തി. മിടുമിടുക്കത്തി. കണ്ണും മുകറും കണ്ടില്ലെ. രണ്ടു സംവത്സരംകൂടി കഴിഞ്ഞാൽ പമ്പരം പറപ്പിക്കും. എന്താണ് കന്മനയുടെ അഭിപ്രായം?

കുബേരൻ: പെണ്ണു ബഹു വമ്പത്തിതന്നെ. തരക്കേടു അശേഷമില്ല. ചുണ്ടു ബഹുജാതിയായിരിക്കുന്നു. അസ്സൽ തന്നെ. അവൾ ഒന്നാന്തരക്കാരത്തി. പക്ഷേ, മറ്റേതു നോക്കു വിചാരിച്ചോണം കാണാൻ കഴിഞ്ഞില്ല.

പുരുഹൂതൻ: നോം അത് ഇശ്ശി സൂക്ഷിച്ചുനോക്കി. ആ ദുർഘടം പിടിച്ച കുപ്പായവും പോരെങ്കിൽ ഒരു പുതപ്പും ഉള്ളതുകൊണ്ട് അശേഷം കണ്ടില്ല.

കുബേരൻ: ശിക്ഷ. എന്നാൽ നോം തന്നെയാണ് സമർത്ഥൻ. നോം തെല്ലു പറ്റിച്ചു. കരുവാഴക്ക് അത്രയുമായില്ലായിരിക്കും. മാതിരി നന്നു. തരക്കേടില്ല.

പുരുഹൂതൻ: നോം അശേഷം കണ്ടില്ല എങ്കിലും കഴുത്തിന്റെ തുടിപ്പും കൈത്തണ്ടയുടെ പുഷ്ടിയും കണ്ടേടത്ത് അത് ചീത്തയാവാൻ തരമില്ല.

കുബേരൻ: നോം അത് അത്ര സൂക്ഷിച്ചില്ല. കരുവാഴ ആളു ബഹു

സമർത്ഥൻതന്നെ. കാമശാസ്ത്രം പഠിച്ചിട്ടുണ്ട്. ഇല്ലെ? നോക്ക് അതു ഇത്തിരി ശീലിക്കേണ്ടിരുന്നു. അതു നല്ല ശിക്ഷയാണ്. അതു പഠിച്ചാൽ സ്ത്രീകളെ ഒന്നു നോക്കിയാൽ മതി. അവര് അപ്പോൾ മോഹിച്ചുപോകും. ഇങ്ങട്ടുതന്നെ വന്നു പറയുംപോൽ!

പുരുഹൂതൻ: നോം നോക്കീട്ടുണ്ട്. പക്ഷേ, അത്രെ ഒന്നും ശീലിച്ചിട്ടില്ല. കന്മനക്കു ശീലിക്കണമെങ്കിൽ നോം തരാക്കിത്തരാം. നോം അറിയുന്ന ഒരാൾ ഉണ്ട് ബഹുസമർത്ഥനാണ്. വിചാരിച്ചദിക്കിൽ വരുത്തിത്തരും അതു ശീലിച്ചാൽ കാര്യത്തിന് ഒരു പ്രയാസമില്ല.

കുബേരൻ: എന്നാൽ നോക്ക് അതു പഠിക്കണം. എന്തു ചെലവായാലും വേണ്ടില്ല. ഇങ്ങനത്തെ ഒരു വിദ്യ ഉണ്ടെങ്കിൽ നോക്കെന്താണ് പിന്നെയൊരു ബുദ്ധിമുട്ട്. കരുവാഴ ആളെ വരുത്തു. ചെലവ് എന്റെവക. നോക്ക് ഒന്നിച്ചു ശീലിച്ചളയാം.

പുരുഹൂതൻ: അതു നോം ഏറ്റു. നാളെത്തന്നെ വരുത്തിക്കളയാം.

കുബേരൻ: ശൂദ്രസ്ത്രീകൾ കുപ്പായമിടാൻ എന്നാണ് വിധിയുണ്ടായതു. ഇതൊക്കെ ഈയിടെ ഉണ്ടായ തോന്ന്യാസമാണ്. വല്ലതും നാലു കാശിനു മുതലുണ്ടാകുമ്പോഴേക്കു മുമ്പെത്തെ ചട്ടവും സമ്പ്രദായവും ഒക്കെ മറക്കയായി. തോന്ന്യാസംമൂത്തു. കലിയുഗം നല്ലോണം കാണുന്നുണ്ട്.

പുരുഹൂതൻ: മലയാളത്തിലെ ആചാരം വിചാരിച്ചാൽ നമ്മുടെ അന്തർജ്ജനങ്ങൾക്കല്ലാതെ ആവരണവസ്ത്രം പാടില്ല. അതുപോയിട്ടു ഇപ്പോളൊരു പുതപ്പും അതിന്റെ ഉള്ളിൽ ഒരു കുപ്പായവുമായി. തൊപ്പിക്കാരൻ രാജാവായാൽ ഇതൊക്കെത്തന്നെയാണു ഫലം.

കുബേരൻ: പുരുഷന്മാർ തൊപ്പി ഇടുമ്പോൾ സ്ത്രീകൾക്കു കുപ്പായവുമാവാം. ഇങ്ങിനെ ഇനിയും കാണാം പലതും.

പുരുഹൂതൻ: എന്താണു കന്മന ആ പെണ്ണിനെക്കണ്ടിട്ടു നന്ന ഭ്രമിച്ചു വശായിട്ടുണ്ട്; ഇല്ലെ? കുട്ടിയാണെങ്കിലും കിട്ടിപ്പോയാൽ കന്മനയുടെ ഭാഗ്യം. ഇപ്പത്തന്നെ ഉത്സാഹിച്ചുകൂടിക്കോളൂ. അല്ലാഞ്ഞാൽ വല്ലോനും കയ്ക്കലാക്കിക്കളയും. പിന്നെ വിചാരിച്ചിട്ടു ഫലമില്ല.

കുബേരൻ: നോം ഭ്രമിച്ചതോ ആശ്ചര്യം! ദേവേന്ദ്രനുംകുടി ഭ്രമിക്കും. സാക്ഷാൽ മഹാവിഷ്ണുകൂടി ഭ്രമിച്ചു പോകാതിരിക്കില്ല. പെണ്ണു ബഹുജാതിതന്നെ. കാമദേവന്റെ ഭാര്യയെക്കാട്ടിലും നന്നെന്നാണ് നോക്ക് തോന്നുന്നത്. ഇപ്പത്തന്നെ ഇത്ര ഒന്നാന്തരമായ അവസ്ഥക്ക് ഒരു നാലു കൊല്ലം കൂടി കഴിഞ്ഞകാലത്തെ അവസ്ഥ ചോദിക്കണോ! വിശേഷം. ഒന്നാന്തരം. കടുകട്ടി. പക്ഷേ, ഒരു വൈഷമ്യം കാണുന്നു. അതേ ഇത്തിരി സംശ്യള്ളൂ.

പുരുഹൂതൻ: കന്മനക്ക് എടുക്കുന്നേയും തൊടുന്നേയും കാര്യത്തിലൊക്കെ സംശ്യമേ ഉള്ളു. സംശയിച്ചു ആ പെണ്ണിനെ ആരെങ്കിലും കയ്ക്കലാക്കും. അതുവരെ സംശയിക്കും. പിന്നെ നെഞ്ഞത്തു കൈവെച്ചിട്ട് എരട്ട ഗോപി. വേണൊങ്കിൽ ഇപ്പത്തന്നെ നോക്കിക്കോളൂ.

കുബേരൻ: അതു ശരിയാണു കരുവാഴ പറഞ്ഞത്. നോക്ക് സംശയം കുറെ ഒന്ന് അങ്ങിനെതന്നെയാണ്. അപ്ഫന്റെ ശീലാണ്. അപ്ഫനും വലിയ സംശ്യാണ്. അതു ഇരിക്കട്ടെ ആ പെണ്ണു ഏതാണ്. നോം അമ്മൂനെ വിളിച്ചു ചോദിക്കാൻ വിചാരിച്ചു. പക്ഷേ, അവൾക്കു അത്ര രസായിക്കണ്ടില്ല.

പുരുഹൂതൻ: നല്ല ശിക്ഷ. അമ്മൂന് അതു രസിക്കും എന്നു വിചാരിച്ചു ചോതിച്ച താനല്ലെ വിടുവിഡ്ഢി. വേണ്ടാത്ത വിഡ്ഢിത്വം എഴുന്നള്ളിക്കാൻ കന്മനക്കു ബഹുവാസനയാണ്. അവൾക്കു അറിഞ്ഞൂടെ നോം പിന്നെ ഒരു കാശ് അമ്മൂന് കൊടുക്കില്ലെന്ന്.

കുബേരൻ: അത് തെല്ലുതെറ്റിപ്പോയെന്ന് നോക്കു പിന്നെ മനസ്സിലായി. അത് ഇരിക്കട്ടെ. അമ്മൂന്റെ മുഷിച്ചിൽ നോം തീർത്തോളാം. അവൾ ഇശ്ശി ദിവസമായി നമ്മെ ഒരു മോതിരത്തിനു ബുദ്ധിമുട്ടിക്കുന്നു. ചെന്നപാടു അത് അങ്ങട്ട് കയ്യിൽ കൊടുത്താൽ മുഷിച്ചിൽ തീർന്നു. അതു നാളത്തന്നെ ആയിക്കളയാം. താൻ ആ പെണ്ണിനെ മുമ്പു കണ്ടിട്ടുണ്ടോ? മിടുമിടുക്കത്തിപ്പെണ്ണ്.

പുരുഹൂതൻ: നോം ഇപ്പത്തന്നെ കണ്ടത്. എങ്കിലും ഗോപാലന്റെ ഉടപ്പിറന്നൊളള്ള മുഖഛായ ഉണ്ട്. പോയതും പുത്തൻ മാളികക്കലേക്കു തന്നെയാണ്. ലക്ഷ്മിയുടെ മകളാണെന്നു ഒരു ശങ്ക.

കുബേരൻ: എന്നാൽ കാര്യം ബഹുതകരാറുതന്നെ. ഗോപാലൻ ആളു ബഹു വികൃതിയാണ്. നോം അവിടെ ചെല്ലുന്നതും മറ്റും അവനു ലേശം രസാവില്ല. ബ്രാഹ്മണരെ ബഹുമാനവും ഭക്തിയും അവനു തീരെ ഇല്ല.

പുരുഹൂതൻ: നോം അതിനൊന്നു ചെയ്യേണ്ടതുണ്ട്. അവിടെ ചെല്ലാനും പോരാനും ഒരു വഴി ഉണ്ടാക്കണം. ആ പെണ്ണിനു സംബന്ധം ആലോചിച്ചാൽ എല്ലാം നേരെയാകും. പിന്നെയെല്ലാം കരസ്ഥംതന്നെ.

കുബേരൻ: കരുവാഴ ആളു സമർത്ഥനാണ്. നോക്കു ആ യുക്തി ഇതുവരെ തോന്നിയില്ല. ആ പെണ്ണിന് സംബന്ധം നോം ആയിക്കളയാം. കരുവാഴക്കു അതുകൊണ്ടു തരക്കേട് ഒന്നും വരില്ല.

പുരുഹൂതൻ: കന്മനക്കു സംബന്ധം; നോക്കു രഹസ്യം. അല്ലെങ്കിൽ നോക്കു സംബന്ധം. കന്മനക്കു രഹസ്യം; കന്മനക്കു എന്താണ് മനസ്സ്.

കുബേരൻ: സംബന്ധം ഏതായാലും നോക്കുതന്നെ ഇരിക്കട്ടെ. കരുവാഴ പറഞ്ഞോണം ആയിക്കോളൂ. സംബന്ധം നോക്കുതന്നെ വേണം.

പുരുഹൂതൻ: ശിക്ഷ! നല്ലകാര്യം. നോക്കു രഹസ്യം. മതി. എന്നാൽ നോക്കു ഒന്നു പൊയ്ക്കളയാം.

ഇങ്ങനെ പറയുന്ന മദ്ധ്യേ ദൈവഗത്യാ കിട്ടുണ്ണി എന്തോ സംഗതിവശാൽ അതിലേ വരുന്നതുകണ്ടു. കുബേരൻ നമ്പൂരിക്ക് ഇപ്പോളുണ്ടായ പരമാനന്ദം പറയേണ്ടതില്ല. കിട്ടുണ്ണി അടുത്തു എത്തിയപ്പോൾ അവനെ കൈകൊണ്ടു മാടിവിളിച്ചു. അവൻ ആൾ ബഹുരസികനും സമർത്ഥനുമാണ്. പഞ്ചപുച്ഛമടക്കിക്കൊണ്ടു അടുക്കെവന്നു ഓച്ഛാനിച്ചുനിന്നു.

കുബേരൻ: തന്നെക്കണ്ടിട്ടൊരു ശങ്ക. തെല്ലുനേർത്തെ ഇതിലെ ഒരു പെൺകിടാവിന്റെ കൂടെ അങ്ങോട്ടു കടന്നുപോന്നതു താൻ തന്നെ അല്ലെ.

കിട്ടുണ്ണി: റാൻ. അതു അടിയൻ തന്നെയാണ്.

കുബേരൻ: തന്നെക്കണ്ടതു ഭാഗ്യംതന്നെ. ആ പെണ്ണ് ഏതാണ്? കണ്ടപ്പോൾതന്നെ ചോദിക്കാൻ ഭാവിച്ചു. പക്ഷേ, തരായില്ല. നോക്കു ഏതായാലും നല്ല ഭാഗ്യകാലംതന്നെ.

കിട്ടുണ്ണി: അതു ഗോപാലമേനോനെജമാനന്റെ മരുമകളാണ്.

കുബേരൻ: പുത്തൻമാളികക്കൽ ഗോപാലന്റെ മരുമകളാണെല്ലെ. നല്ല ശിക്ഷ! എന്താണ് ആ പെണ്ണിന്റെ പേര്.

കിട്ടുണ്ണി: മീനാക്ഷിക്കുട്ടി എന്നാണ് വിളിക്കുന്നത്.

കുബേരൻ: പേര് ഒന്നാന്തരം. ശരിയായ പേര്. മീനാക്ഷിക്കുട്ടിതന്നെ. നോം അതുതന്നെ ഊഹിച്ചു.

പുരുഹൂതൻ: ആ പെണ്ണിനു വല്ല സംബന്ധക്കാരും ഉണ്ടോ? ഇഷ്കോളു പഠിപ്പിച്ചു ഇനിയും മതിയാക്കാറായിട്ടില്ലെ. ഈ നല്ല പെൺകിടാങ്ങളെ ഇങ്കരിയസ്സും പരന്തിരിയസ്സും പഠിപ്പിച്ചു വഷളാക്കുന്നതു വലിയ കഷ്ടം തന്നെ.

കിട്ടുണ്ണി: അടിയനു കുറച്ചു തിരക്കുണ്ട്. വിടകൊള്ളാൻ കല്പനയാകണം. തിരുമുമ്പാകെ അടിയൻ പിന്നെ ഒരിക്കൽ വിടകൊണ്ട് എല്ലാം തിരുമനസ്സിലുണർത്തിക്കാം.

കുബേരൻ: അതു ശിക്ഷയായി. അതുമതി. താൻ നാളെത്തന്നെ ഒന്നു ഇങ്ങോട്ടു വരണം. നോക്ക് തന്നോടു ചിലതെല്ലാം അന്വേഷിക്കാനും പറയാനുമുണ്ട്. തനിക്കു പോകാം.

കിട്ടുണ്ണി അവന്റെ വഴിക്കു പോയതിന്റെ ശേഷം ഇവർ രണ്ടുപേരും പിന്നേയും തങ്ങളിൽ ഓരോന്നു പറഞ്ഞു നിശ്ചയിച്ചു ചിറയുടെ പടിഞ്ഞാറെ ഭാഗത്തുകൂടി പതുക്കെ തെക്കൊട്ടു പോയിട്ട് അവിടെ നിന്നു തിരിഞ്ഞു ഒരു ചെറിയ ഇടവഴിയിൽ കൂടി കനകമംഗലം കോവിലകത്തിന്റെ പടിഞ്ഞാറെ ഭാഗത്തു വന്നു. കുളത്തിന്റെ പടിഞ്ഞാറെവശമുള്ള കുഞ്ഞിക്കാവിന്റെ കുടിലിലേക്കു കയറിപ്പോയി.

6

പോലീസന്യായവും പങ്ങശ്ശമേനോന്റെ വരവും

കോമൻനായരും കുണ്ടുണ്ണിമേനോനും കൂടി കടവത്തു കൊച്ചമ്മാളുവിന്റെ അടുക്കളയിൽ ഇട്ട് അയ്യാപ്പട്ടരെ ഞെരിവട്ടം പ്രഹരംകഴിച്ചു പറഞ്ഞയച്ചിട്ടുള്ള വിവരം വായനക്കാർ മറന്നു കളവാൻ ഇടയില്ലാത്തതാണെല്ലോ. ശങ്കരൻ എമ്പ്രാന്തിരി തന്റെ പ്രത്യക്ഷവിരോധിയായതുകൊണ്ടു അദ്ദേഹമാണു തന്നെത്തല്ലിച്ചതും അപമാനിച്ചതും എന്നായിരുന്നു അയ്യാപ്പട്ടരുടെ പൂർണ്ണമായ വിശ്വാസം. കുണ്ടുണ്ണിമേനോനും കോമൻനായരും തന്റെ പ്രാണസ്നേഹിതന്മാരായതുകൊണ്ടും കൊച്ചമ്മാളുവിന്റെ ജാരന്മാരാണെന്നുള്ള ധാരണ ലേശംപോലും തനിക്കില്ലാതിരുന്നതുകൊണ്ടും ഈ രാക്ഷസപ്രവൃത്തി ചെയ്തിട്ടുള്ളത് അവരാണെന്നു സ്വപ്നേപി ഈ സാധുബ്രാഹ്മണൻ അറിഞ്ഞിട്ടുണ്ടായിരുന്നില്ല. മേല്പറഞ്ഞ രണ്ടുപേരേയും പറ്റിയുള്ള പ്രസ്താവം നാടെങ്ങും പരന്നിരിക്കുന്നുവെങ്കിലും അതു ശങ്കരൻ എമ്പ്രാന്തിരിയുടെ ഉപദേശപ്രകാരം ചില വിരോധികൾ വൃഥാ പറഞ്ഞുണ്ടാക്കിയതാണെന്നു തന്നെ ആയിരുന്നു അയ്യാപ്പട്ടരുടെ പരമാർത്ഥമായ വിചാരം. അടികൊണ്ടതിന്റെ പിറ്റേന്നാൾ രാവിലെ ഇദ്ദേഹം അന്യായം കൊടുപ്പാൻ വേണ്ടി മജിസ്ട്രേട്ടു കോടതിയിലേക്കു പോകുന്നവഴിക്ക് കുണ്ടുണ്ണിമേനോൻ പിന്നാലെ ഓടിക്കൊണ്ടുവരുന്നതുകണ്ടു, ഇയ്യാൾ അയ്യാപ്പട്ടരുടെ മേലുള്ള പരുക്കും അയാളുടെ മനോവ്യസനവും കുണ്ഠിതവും കണ്ടിട്ടു വളരെ വിഷാദിച്ചു. കണ്ണിൽ നിറഞ്ഞുനിൽക്കുന്ന വെള്ളം തോർത്തുമുണ്ടുകൊണ്ട് തുടച്ചു അയ്യാപ്പട്ടരുടെ മുഖത്തുനോക്കിപ്പറഞ്ഞു: ശങ്കരൻ എമ്പ്രാന്തിരി ഇയ്യിടെ വലിയധിക്കാരി ആയിരിക്കുന്നു. അഞ്ചെട്ടു പോക്കിരിപിള്ളരെ വിളിച്ചു സ്വാധീനത്തിൽവെച്ച് അവരെക്കൊണ്ടു ഈവക ഓരോ തോന്ന്യാസം ചെയ്യിച്ചുതുടങ്ങിയിരിക്കുന്നു. ഇങ്ങനത്തെ അധികപ്രസംഗം മുളയിൽത്തന്നെ നുള്ളിക്കളയാഞ്ഞാൽ ക്രമേണ എല്ലാവരുടേയും നേരെ

കൊണ്ടുവരാൻ മടിക്കില്ല. സ്വാമി ഒരു സമ്മതംമാത്രം തന്നാൽമതി. എന്നാൽ അടിക്കുഅടി ഞാൻ ഇന്നു കഴിച്ചുകളയാം. ഒരു എല്ലുപോലും ഞാൻ വെച്ചേക്കില്ല. ശിക്ഷിക്കുന്നുണ്ടെങ്കിൽ എന്നെ ശിക്ഷിച്ചോട്ടെ. കൊച്ചമ്മാളുവാണ് ചതിച്ചത് എന്നു ഒരിക്കലും സ്വാമി വിചാരിക്കേണ്ട. അവൾ വിചാരിച്ചിട്ടു ഒരു നിവൃത്തിയും ഉണ്ടായില്ല. എമ്പ്രാന്തിരിയും രണ്ടു മൂന്നു തടിയന്മാരും അടുക്കളയിൽവന്നു ഒളിച്ചുനിന്നതു കൊച്ചമ്മാളു വെള്ളത്തിനുവേണ്ടി അടുക്കളയിൽ കടന്നപ്പോൾ മാത്രമേ അറിഞ്ഞിട്ടുള്ളു. എമ്പ്രാന്തിരിയാണ് വിളക്കൂതിക്കളഞ്ഞത്. കൊച്ചമ്മാളു നിലവിളിക്കാൻ ഭാവിച്ചപ്പോൾ ആ കഴുവേറി അവളെ പിടിച്ചുവെച്ചു വായ പൊത്തിക്കളയുകയാണു ചെയ്തത്. ഈ വിവരം മുഴുവനും കൊച്ചമ്മാളുവാണ് എന്നോടു പറഞ്ഞത്. സ്വാമിയെ അപമാനിച്ചതു വിചാരിച്ചിട്ട് അവൾ കണ്ണീരും കുടിച്ചു കിടക്കയാണ് ചെയ്യുന്നത്. എമ്പ്രാന്തിരിയുടെ സംബന്ധം നിത്യത ആയിരം ആമാട കിട്ടുന്നതായാലും അവൾക്കു ഇനി ആവശ്യം ഇല്ലപോൽ. ഇന്നുതന്നെ അന്യായം കൊടുക്കേണം എന്നു സ്വാമിയോടു പറയാനാണ് എന്നെ അയച്ചത്. അന്യായച്ചിലവിന്നു തൽക്കാലം പണമില്ലെങ്കിൽ നാഗപടത്താലിയൊ വളയൊ എടുത്തുതരാം എന്നു പറഞ്ഞിരിക്കുന്നു. ആ കള്ളനെ ശിക്ഷിപ്പിച്ചു ജാതീന്നു പുറത്താക്കിക്കണം. ഇനി എന്തായാലും വേണ്ടില്ല സംബന്ധത്തിന്നു സ്വാമിതന്നെ മതി. എന്നാണ് കൊച്ചമ്മാളു എന്നോടു തീർച്ച പറഞ്ഞത്. അതു സ്വാമിക്കു സമ്മതമല്ലെങ്കിൽ ഇനി അവൾക്കു സംബന്ധക്കാരനേ വേണ്ടപോൽ! അതുകൊണ്ട് അന്യായം ഇന്നുതന്നെ കൊടുക്കണം. സാക്ഷി ഞാനും കോമൻനായരും വെടിപ്പായി പറയും. അന്യായത്തിൽ കൊച്ചമ്മാളൂനെകൂടി പ്രതി ചേർക്കേണ്ടിവരും. അതേ ഉള്ളു ഒരു ദുർഘടം. എന്നാൽ അതിന്നും ഒരു വഴിയുണ്ട്. കയ്പീത്തുകൊണ്ട് അവൾ കുറ്റക്കാരി അല്ലെന്നാക്കിയാൽ മതി. പിന്നെ സാക്ഷിക്കാരും അതു ബലപ്പെടുത്തി പറയുന്നതായാൽ കൊച്ചമ്മാളൂനു കുറ്റം ഒന്നും വരില്ല.

ഇതെല്ലാം കേട്ടപ്പോൾ അയ്യാപ്പട്ടരു പരമാർത്ഥമാണെന്നു ക്ഷണത്തിൽ വിശ്വസിച്ചുപോയി. എമ്പ്രാന്തിരിയെ പുറത്താക്കി തന്നെ സംബന്ധക്കാരനാക്കാനാണു കൊച്ചമ്മാളു തീർച്ചപ്പെടുത്തിയതു എന്നു കേട്ടപ്പോൾ തല്ലുകൊണ്ട വേദനയും വ്യസനവും മുഴുവൻ തീർന്നുപോയി. അന്യായം കൊടുക്കേണമെന്നുള്ള വിചാരംതന്നെ ഇദ്ദേഹത്തിന്റെ മനസ്സിൽനിന്നു പൊയ്ക്കളഞ്ഞു. എങ്കിലും കുണ്ടുണ്ണിമേനോന്റെ നിർബ്ബന്ധംകൊണ്ടും കൊച്ചമ്മാളു പറഞ്ഞയച്ചതുകൊണ്ടും അന്യായം കൊടുക്കാമെന്നുതന്നെ അവസാനം നിശ്ചയിച്ചു. കൊച്ചമ്മാളുവിനെ പ്രതിചേർക്കുന്ന കാര്യം ഇദ്ദേഹത്തിനു പരമസങ്കടമായിത്തോന്നി. എമ്പ്രാന്തിരിയെ ശിക്ഷിക്കേണ്ടതിന്ന് അന്യായം കൊടുക്കാതെ കഴികയില്ലെന്നും കൊച്ചമ്മാളുവിനെ പ്രതിചേർക്കാത്തപക്ഷം അന്യായത്തിന്നു ബലമില്ലെന്നും കുണ്ടുണ്ണിമേനോൻ പറഞ്ഞതു നിമിത്തം അങ്ങിനെ ആവാമെന്ന് അയ്യാപ്പട്ടരും സമ്മതിച്ചു. സഹായത്തിനു കുണ്ടുണ്ണിമേനോനും കൂടെ

ഒന്നിച്ചുപ്പോയി. കുണ്ടുണ്ണിമേനോനു സമനായ ചതിയനും കള്ളനും ഈ മലയാളരാജ്യത്തിൽ കുണ്ടുണ്ണിമേനോനേ ഉള്ളു എന്നു വായനക്കാരോടു പ്രത്യേകം പറയേണ്ടതില്ലല്ലൊ. അന്യായഹർജിയും അയ്യാപ്പട്ടരുടെ കയ്പീത്തും അന്യോന്യവിരുദ്ധമായി കണ്ടപ്പോൾ മജിസ്ട്രേട്ടു കോന്തിമേനോൻ അവർകൾക്കു വളരെ സംശയമായി. ഹർജി വലിച്ചെറിവാൻ രണ്ടുമൂന്നു പ്രാവശ്യം ഭാവിച്ചു എങ്കിലും അന്യായക്കാരന്റെ ദേഹത്തിന്മേൽ ധാരാളം അടികൊണ്ടു പരുക്കു കണ്ടതിനാലും അദ്ദേഹം കാര്യശീലം ലേശം ഇല്ലാത്ത ഒരു സാധുബ്രാഹ്മണനാണെന്നുള്ള ദയ മജിസ്ട്രേട്ടിന്റെ മനസ്സിൽ ഉണ്ടായതിനാലും കുറ്റംനടന്നു എന്നു പറയുന്ന സ്ഥലത്തുപോയി വേണ്ടത്തക്ക അന്വേഷണം കഴിച്ചു പരമാർത്ഥമായി റിപ്പോർട്ടു ചെയ്വാൻ വേണ്ടി കോന്തിമേനോൻ അവർകൾ കനകമംഗലം സ്റ്റേഷൻ ഹെഡ്കാൺസ്റ്റേബിൾ പങ്ങശ്ശമേനോനു കല്പന കൊടുത്തു. മാർച്ചുമാസം പത്താന്തീയതി വെള്ളിയാഴ്ച പകൽ പത്തുമണിക്കു ഹാജരാകുവാൻ അയ്യാപ്പട്ടരോടും കൽപ്പിച്ചു. കഴിയുന്ന വേഗത്തിൽ പോയി അന്വേഷിച്ചു പരമാർത്ഥം അറിഞ്ഞു ശരിയായി റിപ്പോർട്ടു ചെയ്യേണമെന്നു മജിസ്ട്രേട്ടു പങ്ങശ്ശമേനോനോടു പ്രത്യേകം താക്കീതും ചെയ്തു.

പങ്ങശ്ശമേനോൻ നല്ല പരിചയവും കാര്യപ്രാപ്തിയും തന്റേടവും നെഞ്ഞുറപ്പും ഉള്ള ഒരു പോലീസുദ്യോഗസ്ഥനാണ്. കളവുകാര്യം തുമ്പുണ്ടാക്കുവാൻ ഇദ്ദേഹത്തെപ്പോലെ സമർത്ഥനായ ഒരു മനുഷ്യൻ ഇല്ലെന്നുതന്നെ പറയാം. ഇയ്യാൾ ചാർജ്ജുവെക്കുന്ന കാര്യം ശിക്ഷിക്കാതെ വിടുന്നത് എത്രയോ ദുർല്ലഭമാണ്. ഹെഡ്കാൺസ്റ്റേബിളിന്റെ ഉദ്യോഗം കിട്ടീട്ടു ഇപ്പോൾ ഏഴു സംവത്സരമേ ആയിട്ടുള്ളു. അതിനിടയിൽ നാലയ്യായിരം ഉറുപ്പികയുടെ സ്വത്ത് ഇദ്ദേഹം സ്വന്തപ്രയത്നംകൊണ്ടു സമ്പാദിച്ചിട്ടുണ്ട്. ആൾ അശേഷം ലുബ്ധനല്ല. മാസപ്പടി ഇരുപതുറുപ്പിക മാത്രമേയുള്ളു. എങ്കിലും ബഹു ധാരാളിയാണ്. അത്യാവശ്യമായാൽ ചിലവിനു തന്നെ ദിവസംപ്രതി രണ്ടുറുപ്പികയിൽ കുറയാതെ വേണ്ടിവരും. ആൾ ഒരു വേദാന്തിയാണ്. വയസ്സ് ഏകദേശം ഇരുപത്തഞ്ച് ഇരുപത്താറു പോരും. കണ്ടാൽ ഒരു വലിയ സുന്ദരനല്ല. എങ്കിലും തരക്കേടൊട്ടും ഇല്ല. ആൾ ബഹു ദീർഘനാണ്. കുടുമയും ധാരാളം ഉണ്ട്. എന്തോ ഒരു ഔഷധം പതിവായി സേവിച്ചു വരുന്നതുകൊണ്ടു കണ്ണുരണ്ടും നല്ല ചെങ്കീരിയുടെ കണ്ണിനെക്കാൾ ചുകന്നിട്ടാണ്. പങ്ങശ്ശമേനോൻ ഇനിയം ഒരു ദിക്കിൽ സംബന്ധം വെച്ചിട്ടില്ല. വേദാന്തിയായതുകൊണ്ടായിരിക്കാം ഭാര്യാസക്തി ഇദ്ദേഹത്തിനു തീരെ കുറഞ്ഞുകാണുന്നത്. കൊച്ചമ്മാളുനെപ്പറ്റി പങ്ങശ്ശമേനോൻ പലപ്രാവശ്യവും കേട്ടിട്ടുണ്ടെങ്കിലും അവളെ കണ്ടു സംസാരിപ്പാൻ ഇതുവരെ ഇടവന്നിട്ടില്ല അവളെ കാണണമെന്നുള്ള താല്പര്യം ഈ മനുഷ്യനു ബഹു കലശലായുണ്ട്. അതുകൊണ്ടു സ്ഥലത്തുപോയി അന്വേഷണം കഴിപ്പാൻ കല്പന കിട്ടിയതു ഇദ്ദേഹത്തിനു വലിയൊരു സന്തോഷമായി. തനിക്കിപ്പോൾ നല്ല ശുക്രദശയാണ്. മാർച്ചുമാസം ഏഴാന്തീയതി ചൊവ്വാഴ്ച പകൽ നാലുമണിക്കുശേഷം പങ്ങശ്ശ

മേനോൻ കാൺസ്റ്റേബിൾ എരേമ്മൻ നായരോടുകൂടെ സ്ഥലാന്വേഷണത്തിനുള്ള പുറപ്പാടായി. കുളിയും ഊണും കഴിച്ചു നല്ലതായിട്ടു രണ്ടു പാവുമുണ്ടും ചുറ്റി ഒരു ഫ്ലാനൽ ഷർട്ട് ഇട്ടു വലത്തെച്ചുമലിൽ ഒരു കസവുവേഷ്ടിയും തൂക്കിയിട്ടു കയ്യിൽ ഒരു ഘനമുള്ള വടിയും വീശിക്കൊണ്ടു കസവുവെച്ച ഒരു തൊപ്പിയും തലയിൽ ഇട്ടു ഒരു കൂട്ടം പുതിയ ജോടും ചവിട്ടി മെല്ലെ കടവത്തുവീട്ടിലേക്കു യാത്രയായി. ഇദ്ദേഹം ഇന്നു അന്വേഷണത്തിനു വരുമെന്നറിഞ്ഞിട്ടു അയ്യാപ്പട്ടരും കുണ്ടുണ്ണിമേനോനും വഴിക്കൽ ഒരു സ്ഥലത്തു കാത്തുംകൊണ്ടു നുല്ക്കയായിരുന്നു. പങ്ങശ്ശമേനോന്റെ ഒരുമിച്ചു അയ്യാപ്പട്ടരു പോകരുതെന്നായിരുന്നു കുണ്ടുണ്ണിമേനോന്റെ താൽപ്പര്യം. ഹെഡ്കാൺസ്റ്റേബിൾ ദൂരത്തുനിന്നു വരുന്നതു കണ്ടിട്ടു കുണ്ടുണ്ണിമേനോൻ പറഞ്ഞു: “സ്വാമി ഇപ്പോൾ ഒന്നിച്ചുപോകുന്നതു വെടിപ്പില്ല വല്ലവരും കണ്ടാൽ കാര്യത്തിനു തരക്കേടു ഉണ്ട്. ഹെഡ്കാൺസ്റ്റബിളെ നാം സ്വാധീനപ്പെടുത്തി കൂട്ടിക്കൊണ്ടു ചെന്നതാണെന്നു വൃഥാവിൽ ഒരു അപവാദം ഉണ്ടാകും. ശങ്കരൻ എമ്പ്രാന്തിരിക്ക് അതു കേട്ടാൽ മതി. അയാൾ ഇന്നുതന്നെ നിലവിളിക്കാൻ തുടങ്ങും. ഇങ്ങിനെ ആയാൽ മജിസ്ട്രേട്ടു ഹെഡ്കാൺസ്റ്റേബലുടെ റിപ്പോർട്ടു വിശ്വസിക്കില്ല. അതു നമ്മുടെ കേസ്സിനു ദൂഷ്യമാണ്. എന്നെ ആർക്കും ഇല്ല സംശയം. എമ്പ്രാന്തിരിയും ഞാനുമായിട്ടു പുറമെ ബഹു സ്നേഹമാണ്. എമ്പ്രാന്തിരിക്ക് എന്നെ വലിയ വിശ്വാസമാണത്രെ. അല്ലാഞ്ഞാൽ ആ കള്ളനെ പതിക്കാൻ പ്രയാസമാണ്. ഞാനുംകൂടി ഒന്നിച്ചു പതുക്കെ പൊയ്ക്കളയാം. കൊച്ചമ്മാളുവിനെ കണ്ടു ചിലതെല്ലാം പറഞ്ഞ് ഏല്പിക്കേണ്ടതുണ്ട്. സ്ത്രീകൾക്കു കാര്യശീലം വളരെ കുറയും. അതിലും വിശേഷിച്ചു കൊച്ചമ്മാളൂനു ഈവകയൊന്നും ശീലമില്ല. എല്ലാം ശങ്കരൻ എമ്പ്രാന്തിരി ചെയ്യിച്ചതാണെന്ന് സ്വാമിയുടെ കയ്പിത്തിന്നനുസരിച്ചു അവളുംകൂടി പറയുന്നതായാൽ പിന്നെ സംശയിക്കേണ്ട. എമ്പ്രാന്തിരിയുടെ കാര്യം തീർന്നു. നാളെ രാവിലെ പിടിച്ചു തടവുമുറിയിൽ വെക്കാതിരിക്കില്ല. കൊച്ചമ്മാളുവിനെക്കൊണ്ടു വേണ്ടപോലെ ഞാൻ പ്രവർത്തിച്ചോളാം. ഹെഡ്കോൺസ്റ്റേബിളെ ഇന്നു പൊടിപാറ്റി സൽക്കരിക്കണം. വല്ലവതും ഒരു രണ്ടുറുപ്പിക ഇന്നു ചെലവിട്ടുകളഞ്ഞാൽ അദ്ദേഹം പിന്നെ നോം പറയുമ്പോലെയെല്ലാം ചെയ്യും. തെല്ലൊന്നു കൊച്ചമ്മാളൂനെക്കൊണ്ടും ചെലവാക്കിക്കാം. ഇതല്ലെ നല്ലത്? സ്വാമിക്കു എന്തുതോന്നുന്നു?

കുണ്ടുണ്ണിമേനോൻ പറഞ്ഞിട്ടുള്ളതു ശരിയാണെന്ന് അയ്യാപ്പട്ടർക്കു ബോദ്ധ്യമായി. എങ്കിലും കൊച്ചമ്മാളുനെക്കൊണ്ട് ഒരു കാശും ചെലവു ചെയ്യിക്കരുതു എന്നായിരുന്നു ഈ പരമവിഡ്ഢിയുടെ താല്പര്യം. വേഗം കോന്തലഴിച്ചു നാലു ഉറുപ്പിക എടുത്തു കുണ്ടുണ്ണിമേനോന്റെ കയ്യിൽകൊടുത്തിട്ടു പറഞ്ഞു. ‘കൊച്ചമ്മാളു വിചാരിച്ചാൽ പണത്തിനു ബഹു പ്രയാസമായിരിക്കും. അവൾക്കു എവിടുന്നാണു പണം. ആ കള്ളക്കഴുവേറി ഒരു കാശും കൊടുക്കില്ല. അതുവും കൂടി ഞാൻതന്നെ ചെലവു ചെയ്തു

കളയാം. അവളെക്കൊണ്ടു പറഞ്ഞപോലെ എല്ലാം ചെയ്യിച്ചാൽ മതി. കുണ്ടുണ്ണിമേനോൻ വിചാരിച്ചാൽ അതിനൊന്നും പ്രയാസം ഉണ്ടാകില്ല. അതു നമുക്കു നല്ല ഉറപ്പുണ്ട്. കുണ്ടുണ്ണിമേനോൻ അയ്യാപ്പട്ടരോടു അങ്ങിനെതന്നെ എന്നു വാഗ്ദത്തം ചെയ്തു ഹെഡ്കാൺസ്റ്റേബിളുടെ പിന്നാലെ അദ്ദേഹം കാണാതെ പതുക്കെ നടന്നു. പങ്ങശ്ശമേനോനു കുണ്ടുണ്ണിമേനോനെ അശേഷം പരിചയമില്ലായിരുന്നു. അദ്ദേഹം ഏകദേശം നാലരമണിക്കു കൊച്ചമ്മാളു പാർക്കുന്നെടത്തു എത്തി. അയ്യാപ്പട്ടരു തന്റെമേൽ അനാവശ്യമായി ഒരു പോലീസ്സു കൊടുത്തിരിക്കുന്നു എന്നു ശങ്കരൻ എമ്പ്രാന്തിരി ഇന്നലേ മാത്രമാണ് അറിഞ്ഞത്. ഇന്നുമുതൽക്ക് എമ്പ്രാന്തിരിക്കു അസാമാന്യമായ ഒരു ഭയവും പാങ്ങല്ലാത്ത ഒരു മനോവ്യസനവും പരിഭ്രമവും കൊച്ചമ്മാളുവിന്റെമേൽ അല്പം ചിലശങ്കയും ജനിച്ചരാത്രി ഒരു ലേശം ഉറക്കം ഉണ്ടായില്ല. വിവരം കൊച്ചമ്മാളുവിനോടു ചോദിപ്പാൻ അദ്ദേഹത്തിനു ധൈര്യവും ഇല്ല. ആകപ്പാടെ കുഴങ്ങിവശായി. ഹെഡ്കാൺസ്റ്റേബിൾ വന്നസമയം എമ്പ്രാന്തിരി കൊച്ചമ്മാളുവിന്റെ അറയിൽ ഇരുന്നു മുറുക്കു കഴിക്കയായിരുന്നു. 'ഒരു ചുവന്ന തലേക്കെട്ടുകാരനും വേറെ ഒരാളും കൂടി ഉണ്ട് ഇങ്ങട്ടുവരുന്നു' എന്ന് ഉണിച്ചിരയമ്മ പറഞ്ഞു. ഈ വർത്തമാനം കേട്ടപ്പോൾ അദ്ദേഹത്തിനു കിടുകിടെ ഒരു വിറയലുവന്നു. അടയ്ക്ക കയ്യിൽനിന്നു നിലത്തു വീണുപോയതു അറിഞ്ഞില്ല. തന്നെ പിടിച്ചു കൊണ്ടുപോവാനാണ് തലക്കെട്ടുകാരൻ വരുന്നത് എന്നു വിചാരിച്ച് അറയിൽനിന്നു ഓവറയിൽപോയി ഒളിപ്പാൻ നോക്കി അങ്ങിനെ ചെയ്താൽ കുളിയും ഊക്കയും അമ്പലത്തിലെ ശാന്തിയും മുടങ്ങിപ്പോകും എന്നുള്ള ഭയമായി. എന്തിനു പറയുന്നു! ഒരു വിധേന പേടിച്ചു വിറച്ചുംകൊണ്ട് അറയിൽനിന്നു പടിഞ്ഞാറ്റിയുടെ കോലായിൽ കടന്നു അതിലെതന്നെ വടക്കുഭാഗത്തെ വാതിലിൽ കടന്നു മുറ്റത്തിറങ്ങി കൂടെക്കൂടെ തിരിഞ്ഞു നോക്കിക്കൊണ്ടു ഓടി പടിഞ്ഞാറു ഭാഗത്തെ വേലിയുടെ മീതെ ഉരുണ്ടുപിരണ്ടു ഇടവഴിയിൽ മറിഞ്ഞുവീണു. ഉടുത്ത മുണ്ടിൽ പകുതി വേലിക്കു കൊടുത്തു. മുണ്ടു മുള്ളിന്മേൽ കുടുങ്ങിയപ്പോൾ പോലീസുകാരൻ പിന്നിൽനിന്ന് പിടിച്ചതാണെന്നു ഭയപ്പെട്ട് ഒന്ന് ഉറക്കെ നിലവിളിച്ചുപോയി. എങ്കിലും അതു വിഡ്ഢിത്തമായി എന്ന് അദ്ദേഹത്തിനു പിന്നെ ക്ഷണനേരം കൊണ്ടു മനസ്സിലായി. കൊച്ചമ്മാളൂനെ ഈ നിർദ്ദയന്മാർ ഇനി എന്തെല്ലാമാണു ചെയ്‌വാൻ പോകുന്നത്, എന്നുള്ള ഒരു വലിയ ശങ്ക മനസ്സിൽ തോന്നിയതുകൊണ്ട് കുറെനേരം കിഴക്കോട്ടുതന്നെ വേലിയുടെ ഉള്ളിൽക്കൂടെ പതുങ്ങി എത്തിനോക്കിക്കൊണ്ടു നിന്നു. അപ്പോൾ പോലീസ്സുകാരന്റെ ചുവന്ന തലക്കെട്ടും ഗദയും ഇദ്ദേഹത്തിന്റെ കണ്ണിൽ കാണുന്നതുപോലെ മനസ്സിൽ തോന്നിത്തുടങ്ങി. ഭയം ബഹുകലശലായി. കാലിന്റെ തുടകൾ രണ്ടും കിടുകിടാ വിറച്ചുതുടങ്ങി. ഒരു നിമിഷംപോലും അവിടെ ഉറച്ചുനില്ക്കുന്നതു കേവലം അസാദ്ധ്യമാണെന്നു കണ്ടു ഒടുവിൽ പ്രാണരക്ഷ വലിയതെന്നു നിശ്ചയിച്ചു ബദ്ധപ്പെട്ടു അമ്പലത്തിലേക്കു പോയി. എന്നാൽ ഈ അവസര

ത്തിൽ കൊച്ചമ്മാളു എന്തുചെയ്യുന്നു എന്നു വായനക്കാർ വിചാരിക്കുന്നുണ്ടായിരിക്കാം. പോലീസ്സുകാർ വരുന്നു എന്നു കേട്ടപ്പോൾ അവൾക്കും അല്പമായ ധൈര്യക്ഷയവും ലജ്ജയും കുണ്ഠിതവും ഉണ്ടായി എങ്കിലും അവൾ തന്റേടം ധാരാളമുള്ള ഒരു യുവതിയായതുകൊണ്ടു തല്ക്കാലം സംഭവിച്ച മനശ്ചാഞ്ചല്യത്തെ നിർത്തി ഏകദേശം അസ്തമാനത്തോട് അടുത്തെത്തിയ തന്റെ മാനത്തെ രക്ഷിപ്പാൻവേണ്ടി ഒരു കൗശലം പ്രയോഗിച്ചു. പെട്ടി തുറന്നു വിശേഷമായ ഒരു ഒന്നരപ്പാവെടുത്ത് ബഹുമോടിയിൽ ഉടുത്ത് മീതെ മേൽത്തരം ഒരു നല്ല പട്ടുക്കരപ്പാവെടുത്ത് ചുറ്റി തലമുടി ഭംഗിയായി വാർന്നുകെട്ടി രണ്ടു പനിനീർപുഷ്പം എമ്പ്രാന്തിരി കൊണ്ടുവന്നു കൊടുത്തിട്ടുള്ളത് എടുത്ത് അതിൽ ചൂടി അതിവിശേഷമായ ഒരു പൊൻപൊട്ടെടുത്തു ഭ്രൂമദ്ധ്യത്തിന്റെ നെറ്റിയിന്മേൽ പറ്റിച്ചു. സാമാന്യന്മാരായ പുരുഷന്മാരെ പറ്റിക്കുവാൻ ഇതൊന്നു തന്നെമതി. ഒരു പല്ലിമുട്ടയേക്കാൾ അല്പം വലിപ്പമുള്ള ഒരു മുക്തഫലംകൊണ്ടു ശോഭിക്കുന്ന നാസാരത്നം എടുത്തു മൂക്കുത്തിയിന്മേൽ ചേർത്തു. കാതിൽ മനോഹരമായ തോടയും, കഴുത്തിൽ സ്വർണ്ണനൂലോടു കൂടിയ ഒരു പതക്കവും എടത്തെ അനാമികവിരലിന്മേൽ ഒരു വിലയേറിയ പച്ചക്കല്ലുവെച്ച മോതിരവും ധരിച്ചു. വിശേഷമായി അലക്കി മുള്ളിട്ട ഒരു ബുക്കുമസലിൻ മുണ്ടെടുത്തു വലത്തെ ചുമലിലും എടത്തേ കക്ഷത്തുമായിട്ടു മക്കനയിട്ടു. പനിനീർ തളിച്ച് ഒരു വെള്ളിത്താലത്തിൽ വെച്ചിട്ടുണ്ടായിരുന്ന മുല്ലപ്പൂവെടുത്തു തന്റെ അറയിൽ പടിഞ്ഞാറെ അരുവിൽ ജനലിനരികെയിട്ടിട്ടുള്ള കൊച്ചു കട്ടിലിന്മേൽ കുത്തിരുന്ന് ഉണ്ടമാല കെട്ടുവാൻ തുടങ്ങി. കൊച്ചമ്മാളുവിന്റെ ഇപ്പോഴത്തെ നിലയും ഭാവവും കണ്ടാൽ ഇളകിപ്പോകാത്ത പുരുഷന്മാർ ഭൂലോകത്തിൽ ഇല്ലെന്നുതന്നെയാണ് എന്റെ അഭിപ്രായം. അഥവാ ഉണ്ടെന്നു ആരെങ്കിലും വാദിപ്പാൻ ഭാവമുണ്ടെങ്കിൽ അതു ബാലന്മാരോ വൃദ്ധന്മാരോ ഭ്രാന്തന്മാരോ കഠിനമായ രോഗംകൊണ്ടു വലഞ്ഞു കിടക്കുന്നവരോ മാത്രമാണെന്നു അവർ മനസ്സിലാക്കിക്കൊള്ളേണ്ടതാണ്. കഥയുടെ മദ്ധ്യത്തിൽ അത്യാവശ്യമായ മറ്റു ചില സംഗതികളെക്കൂടി പ്രസ്താവിക്കേണ്ടിവന്നതിനാൽ തല്ക്കാലം വേണ്ടത്തക്ക ഉപചാരാദികൾ ഒന്നും ചെയ്യാതെ പങ്ങശ്ശമേനോനെ കുറെ നേരത്തേക്കു മുറ്റത്തുതന്നെ നിർത്തേണ്ടിവന്നുപോയതു നിമിത്തം വായനക്കാരുടെ മനസ്സിൽ യാതൊരു നീരസവും ജനിക്കയില്ലെന്നു വിശ്വസിക്കുന്നു. പങ്ങശ്ശമേനോൻ ചെന്ന പാടു കോലായിൽ ആരെയും കാണാഞ്ഞിട്ടു അല്പം മുറ്റത്തുതന്നെ നിന്നു. പിന്നെ രണ്ടുമൂന്നു പ്രാവശ്യം മെല്ലെ ഒച്ചചിനച്ചുനോക്കി. എന്നിട്ടും പുറത്തേക്കു ആരും വരുന്നതു കണ്ടില്ല ഉമ്മറത്തെ വാതിൽ മലർക്കെ തുറന്നിട്ടതുകൊണ്ടും അടുക്കളയിൽനിന്നു അല്പാല്പം പുക പുറത്തേക്കു വരുന്നതുകൊണ്ടും ഗൃഹാന്തർഭാഗത്തിങ്കൽ വല്ലവരും ഉണ്ടായിരിക്കുമെന്നുതന്നെ ഇദ്ദേഹം വിചാരിച്ചു. തെക്കേഭാഗം രണ്ടുമൂന്നു ജനലുകൾ തുറന്നുവെച്ചു കണ്ടതിനാൽ മുറികളിൽ വല്ലവരും ഉണ്ടായിരിക്കുമെന്നു ശങ്കിച്ചു പങ്ങശ്ശമേനോൻ കിഴക്കുപടിഞ്ഞാ

റായി തെക്കെ മുറ്റത്തുകൂടി ജോടും ചവിട്ടിക്കൊണ്ട് ഒന്നുരണ്ടു വട്ടം ഉറക്കെ നടന്നു. ഉള്ളിൽനിന്നു യാതൊരു ഒച്ചയും വീർപ്പും കേൾക്കാഞ്ഞാറെ വേണ്ടെങ്കിലും വെറുതെ ഒന്നു രണ്ട് ഉറക്കെ കുരച്ചുനോക്കി. എന്നിട്ടും യാതൊരാളും പുറത്തേക്കു വരികയൊ ആരാണത് എന്നു ചോദിക്കുകയൊ ചെയ്യാഞ്ഞതിനാൽ ഒടുവിൽ അദ്ദേഹം കോലായിൽ കയറി തെക്കേഭാഗത്തു കാറ്റുകൊള്ളാൻവേണ്ടി ഉണ്ടാക്കിവെച്ചിട്ടുള്ള പടിയിന്മേൽ ചെന്നു വടക്കോട്ടുചെന്നു തിരിഞ്ഞു കുത്തിയിരുന്നു. ഇവിടെ ആരും ഇല്ലേ എന്നു വിളിച്ചു ചോദിപ്പാൻ എരേമൻനായരോടു കൽപ്പിച്ചു. എരേമൻനായര് മെല്ലെ തെക്കിനിയുടെ തളത്തിൽ കടന്നു നിന്നിട്ട് 'ഹെ-ഹെ--ഇവിടെ ആരും ഇല്ലെ' എന്ന് ഉറക്കെ വിളിച്ചുചോദിച്ചു. ഉണ്ട്-ഉണ്ട്. ഞാൻ അരി വാർക്കാണ്-കോലായിൽ ഇരിക്കിൻ. കൊച്ചമ്മാളു! ആരാണ് കോലായിൽ വന്നതെന്നു നോക്കു-ഞാൻ അരി വാർക്കട്ടെ. നീ ഒരു പായ് എടുത്തുകൊടുക്കു' എന്നിങ്ങനെ ഒരു വൃദ്ധയായ സ്ത്രീ പറയുന്നതു പോലെ അടുക്കളയിൽനിന്ന് ഒരു ശബ്ദം കേട്ടു.

ഇതിനിടയിൽ പിന്നാലെ ഒരു കള്ളനെപ്പോലെ പതുക്കെ വന്നു മുറ്റത്തെ മുല്ലവള്ളിയുടെ അരികെ മറഞ്ഞു നിന്നിട്ടുണ്ടായിരുന്ന കുണ്ടുണ്ണിമേനോൻ വടക്കെ മുറ്റത്തോട്ടു പോകുവാൻ വേണ്ടി ഹെഡ്കാൺസ്റ്റേബിളെ നോക്കി നോക്കി കള്ളച്ചുവടുവച്ചു കളിക്കുന്നതു എങ്ങിനെയൊ പങ്ങശ്ശമേനോൻ കണ്ടു. ഇയ്യാളുടെ മുഖവും ഭാവവും കണ്ടപ്പോൾ പങ്ങശ്ശമേനോന് പരമവികൃതിയുടെമേൽ എന്തൊ ഒരു ചീത്ത അഭിപ്രായമാണ് ആദ്യംതന്നെ ഉണ്ടായത്. ആളുകളുടെ മുഖം നോക്കി നിശ്ചയിപ്പാൻ ഇദ്ദേഹം ബഹു സമർത്ഥനാണ്. ഇവനെ കണ്ടാൽ ഒരു ദുർമാർഗിയും പോക്കിരിയും ആണെന്നു തോന്നും എന്നു മനസ്സിൽ വിചാരിച്ച് അൽപം ദേഷ്യഭാവത്തോടെ അടുക്കെ വിളിച്ചിട്ട്-

പങ്ങശ്ശമേനോൻ: താൻ ആരാണ്? എവിടെയാണ്? തന്റെ പേര് എന്താണ്?

കുണ്ടുണ്ണിമേനോൻ: ഞാൻ ഈ സമീപസ്ഥനാണ്. എന്റെ പേരു കുണ്ടുണ്ണി എന്നാണ്.

പങ്ങശ്ശമേനോൻ: താൻ മേനോനൊ നായരോ നമ്പ്യാരോ-ആരാണ്?

കുണ്ടുണ്ണിമേനോൻ: ഞാൻ മേനോനാണ്. മേലേക്കാട്ടു കുണ്ടുണ്ണി മേനോൻ എന്നു പറയും.

പങ്ങശ്ശമേനോൻ:കുണ്ടുണ്ണിമേനോൻ ഈ സമീപസ്ഥനാണ് അല്ലെ? ഇങ്ങട്ടു അടുത്തുവരൂ-ഒന്നു ചോദിക്കട്ടെ. എന്തായിരുന്നു ഇവിടെവച്ച് ഇയ്യിടെ ഒരു പോലീസ്സുണ്ടായത്? താൻ അറിയൊ?

കുണ്ടുണ്ണിമേനോൻ: ഇവിടെ വച്ചല്ലാ ഉണ്ടായത്. ഈ ഇടവഴിയിന്നാണ്. ശങ്കരൻ എമ്പ്രാന്തിരിയും അയ്യാപ്പട്ടരും തമ്മിലായിരുന്നു.

പങ്ങശ്ശമേനോൻ: താനല്ലെ ഞാനിങ്ങട്ട കടന്നുപോരുമ്പോൾ ഒരു പട്ടരോടു സംസാരിച്ചുകൊണ്ടു നിന്നത്? അയ്യാപ്പട്ടരാണില്ലേ തന്നെ ഇങ്ങട്ടു പറഞ്ഞയച്ചത്? കളവുപറവാൻ വേണ്ടി വന്നതാണ് ഇല്ലെ?

കുണ്ടുണ്ണിമേനോൻ: ഭഗവാനാണ് അതു ഞാനല്ല. ശിവ! ശിവ! ഞാൻ അയ്യാപ്പട്ടരെ കണ്ടിട്ടു മൂന്നുദിവസമായി. എനിക്കു ആ വക പീറത്തരോന്നും ഇല്ല. ഞാൻ ഒരു നല്ല തറവാട്ടുകാരനാണ്.

പങ്ങശ്ശമേനോൻ: അതു ശരിയായിരിക്കാം പക്ഷേ, ഒരു നല്ല തറവാട്ടുകാരനാണെന്നു മുഖത്തു എഴുതിപ്പറ്റിക്കണം. മുഖം കണ്ടാൽ ഒരു ശുദ്ധ കള്ളനെന്നല്ലാതെ ആരും വിചാരിക്കില്ല. അതിരിക്കട്ടെ; ഏതാണ് ശങ്കരൻ എമ്പ്രാന്തിരി? എന്തിനായിരുന്നു അയ്യാപ്പട്ടരെ തല്ലിയത്? ഇടവഴിയിന്നു തന്നെയാണൊ തല്ലിയത്?

കുണ്ടുണ്ണിമേനോൻ: തല്ലിയതു ഇടവഴിയിന്നു തന്നെ. അതിനു സംശയമില്ല. എമ്പ്രാന്തിരി ഇവിടുത്തേ കൊച്ചമ്മാളു അമ്മേടെ സംബന്ധക്കാരനാണത്രെ. അന്തിയായാൽ ഈ വഴിക്കു ആരും പോണതും വരണതും അയാൾക്കു ബഹുരസക്കേടാണ്.

പങ്ങശ്ശമേനോൻ: എമ്പ്രാന്തിരി താനാണല്ലെ അയ്യാപ്പട്ടരെ തല്ലിയത്?

എമ്പ്രാന്തിരി എന്ന വാക്കു കുണ്ടുണ്ണിമേനോൻ എന്തോ ബദ്ധപ്പാട്ടിൽ കേട്ടില്ല. താനാണ് അല്ലെ അയ്യാപ്പട്ടരെ തല്ലിയത്? എന്നു കേട്ടപ്പോൾ ഇയ്യാള് ഒന്നറിയാതെ ഞെട്ടിപ്പോയി. ഹെഡ്കാൺസ്റ്റേബിൾ കാര്യത്തിന്റെ പരമാർത്ഥമെല്ലാം അറിഞ്ഞിരിക്കുന്നു എന്നു വിചാരിച്ചു പേടിച്ചു പണ്ടു തന്നെ കറുത്തിട്ടുള്ള ഇയ്യാളുടെ മുഖം ഇതുകേട്ടപ്പോൾ അധികം ഒന്നു കറുത്തുപോയി. ഉണങ്ങി വരണ്ടുപോയ ചുണ്ടു നാവുകൊണ്ടു മെല്ലെ നനക്കുകയും കൈകൊണ്ടു തലയിൽ ചൊറികയും കൂടെക്കൂടെ മൂക്കു തുടക്കയും ഇങ്ങനെ പല ദുർല്ലക്ഷണങ്ങൾ കാട്ടിത്തുടങ്ങി. ഒടുവിൽ–

കുണ്ടുണ്ണിമേനോൻ: കഷ്ടം! ഞാനൊ അയ്യാപ്പട്ടരെ തല്ലിയത്? ഞാനതൊറക്കത്തുംകൂടി വിചാരിച്ചിട്ടില്ല. ആ എമ്പ്രാന്തിരി ചിലരെ സ്വാധീനം പിടിച്ചു വെറുതെ പറയിക്കുകയാണ്. അയാളും വേറെ രണ്ടാളും കൂടി തല്ലിയതു ഞാൻ എന്റെ കണ്ണുകൊണ്ടു കണ്ടിരിക്കുന്നു. എന്നെ വെറുതെ പറയുന്നതാണ്. ഞാൻ തല്ലിയിട്ടില്ല.

പങ്ങശ്ശമേനോൻ: (ഇവനെന്താണ് അസംബന്ധം പറയുന്നത്. ഇവൻ തല്ലി എന്നു ആരാൻ പറഞ്ഞോ! ഇവന്റെ മാതിരിയും മട്ടുംകൂടി കണ്ടാൽ ഇവനും തല്ലാൻ കൂടീട്ടുണ്ടായിരിക്കണം. പുറപ്പെടുവിക്കുന്നതു മുഴുവൻ കള്ള സ്വഭാവമാണ് എന്നു വിചാരിച്ചിട്ട്) കുണ്ടുണ്ണിമേനോൻ പരമാർത്ഥം പറയുന്നതു വളരെ നല്ലതാണ്. നേരു പറഞ്ഞോളു വേറെ ആരെല്ലാം ഉണ്ടായിരുന്നു? സത്യം മുഴുവനും ഞാൻ പോരുന്ന വഴിക്കുതന്നെ അറിഞ്ഞിരിക്കുന്നു. പങ്ങശ്ശമേനോൻ പെട്ടെന്നു കാര്യത്തിന്റെ പരമാർത്ഥം അറിയാതിരിക്കാറില്ല.

കുണ്ടുണ്ണിമേനോൻ: ഞാൻ നേരാണ് പറഞ്ഞത്. ഞാനന്ന് ഈ ദിക്കിൽതന്നെ ഇല്ല. ബേപ്പൂര് ഒരാളേ കാണാൻ പോയിട്ടു പിറ്റേന്നു രാവിലെയാണ് മടങ്ങിവന്നത്. മടങ്ങിയെത്തിയതിൽ പിന്നെയാണു ഞാൻ ഈ വിവരം കേട്ടത്. എന്നെക്കൊണ്ട് ആ കള്ളനെമ്പ്രാന്തിരി വെറുതെ പറയുന്നതാണ്.

പങ്ങശ്ശമേനോൻ: (ദ്വേഷ്യത്തോടെ) എടാ! കള്ള! ചുമരു മുറിക്കുന്ന കള്ള! എടാ പോക്കിരി, നീയ്യല്ലെ പറഞ്ഞത് അയ്യാപ്പട്ടരെ എമ്പ്രാന്തിരി തല്ലുന്നതു നിന്റെ കണ്ണുകൊണ്ടു കണ്ടിരിക്കുന്നു എന്ന്? ധിക്കാരി എടാ! താൻ ആ ബ്രാഹ്മണനെ എന്തിനു വെറുതെ കള്ളൻ എന്നു വിളിക്കുന്നു. താൻതന്നെയാണ് തല്ലുണ്ടാക്കിയത്. എനിക്കു ആ സംശയം ഇല്ല. പൊ-ആ മതിലിന്റെ അടുക്കെപ്പോയി കിഴക്കൊട്ടു തിരിഞ്ഞു നില്ക്കു. ഞാൻ വിളിച്ചല്ലാതെ ഇങ്ങട്ടു നോക്കണ്ട. താനല്ലാത്തതു ഞാൻ ഇപ്പോൾ കാണിച്ചു തരാം. എടോ കാൺസ്റ്റേബിൾ, ആ സ്ത്രീയെ ഇങ്ങട്ടു വിളിക്കു. അരി പിന്നെ വാർക്കാം എന്നു പറയൂ. നേരം അഞ്ചുമണിയായിത്തുടങ്ങി. നോക്കു വേഗം പോണ്ടതാണ്.

കാൺസ്റ്റേബിൾ രണ്ടാമതും അകത്തേക്കു കടക്കാൻ ഭാവിക്കുമ്പോഴേക്കു ഉണിച്ചിരാമ്മ ഒരു പുല്ലുപായുമെടുത്ത് ഇങ്ങട്ടു വരുന്നതു കണ്ടു. പതുക്കെ തെക്കിനിയുടെ ഉമ്മറത്തെ വാതില്ക്കൽ വന്നു പങ്ങശ്ശമേനോന്റെ മുഖത്ത് ഒന്നു നല്ലവണ്ണം നോക്കി പുല്ലുപായ അവിടെ നില്ക്കുന്ന എരേമൻനായരുടെ കയ്യിൽ തൊടാതെ ഇട്ടുകൊടുത്തു കട്ടിളയുടെ വടക്കേ വാതിലും പിടിച്ചുകൊണ്ട് അകത്തുനിന്നു. ഈ ഉണിച്ചിരാമ്മക്കു ഇപ്പോൾ ഏകദേശം അമ്പത്തഞ്ചു വയസ്സു പ്രായമുണ്ട്. ചെറുപ്പത്തിൽ നല്ല തേജോഗുണമുള്ള ഒരു സ്ത്രീയായിരുന്നു എന്നൂഹിപ്പാൻ മാത്രം നഷ്ടശിഷ്ടമായ സൗന്ദര്യാതിശയത്തിന്റെ ചില കഷണവും നുറുക്കും ഇപ്പഴും ദേഹത്തിൽ അവിടവിടെ ദുർല്ലഭം ചിതറിക്കിടക്കുന്നുണ്ട്. ഓജസ്സു മുഴുവനും ഇനിയും ക്ഷയിച്ചിട്ടില്ല. കൊച്ചമ്മാളു ഇവരുടെ മുപ്പത്തേഴാം വയസ്സിൽ ജനിച്ച ഒടുവിലത്തെ മകളാണ്. പങ്ങശ്ശമേനോൻ ഈ സ്ത്രീയെ കണ്ടപ്പോൾ ഒരു വിനയവും ഭക്തിയും നടിച്ചു മുഖത്തുനോക്കി ചിരിച്ചുംകൊണ്ടു പറഞ്ഞു-

പങ്ങശ്ശമേനോൻ: അമ്മേ! ഞങ്ങൾ നിങ്ങളെ ഉപദ്രവിക്കാൻ വന്നവരാണെന്നു വിചാരിക്കരുതെ. പോലീസ്സുകാരെ നാട്ടിൻപുറങ്ങളിൽ സാധാരണ ബഹുഭയമാണ്. അതിലും വിശേഷിച്ചു ഒരു കുറ്റമന്വേഷിപ്പാൻ വന്നവരാണെന്നു കേൾക്കുമ്പോഴേക്കു ആ വീട്ടിലുള്ളവർക്കു പേടി പറേണ്ട. ഞങ്ങളുടെ ഉടുപ്പും തലക്കെട്ടും കാണുമ്പോഴേക്ക് ആളുകൾക്കു വല്ലാത്ത ഒരു ശങ്കയാണ്. സ്ത്രീകളാണെങ്കിൽ അകത്തുപോയി വാതിലടച്ചുകളയും. ഞങ്ങൾ മനുഷ്യന്മാരെ തിന്നുന്ന രാക്ഷസന്മാരാണെന്നാണ് ചിലരു വിചാരിച്ചുവരുന്നത്. ഞാനെന്റെ ഉടുപ്പും മറ്റും ഇടാഞ്ഞതുതന്നെ ഇതു വിചാരിച്ചിട്ടാണ്. അതുംകൂടി ഉണ്ടായിരുന്നുവെങ്കിൽ നിങ്ങളെ കാണാൻ പോലും സാധിക്കില്ലായിരുന്നു. ഞാനും നിങ്ങളെപ്പോലെ ഒരു അമ്മപെറ്റ മകനാണ്. ഒരു കാര്യമന്വേഷിപ്പാൻ വേണ്ടി വന്നതാണ്. നിങ്ങളിവിടെ ഇരിക്കുവിൻ. നിന്നു ബുദ്ധിമുട്ടേണ്ട. പുല്ലുപായിട്ടിരിക്കിൻ. ഇരിക്കുന്നതു കൊണ്ട് ഒരു ദൂഷ്യവുമില്ല. സാവകാശത്തിൽ ചിലതെല്ലാം ചോദിക്കാനുണ്ട്.

പങ്ങശ്ശമേനോൻ വന്നിട്ടുള്ളത് അയ്യാപ്പട്ടരെ തല്ലിയ കാര്യത്തെപ്പറ്റി

അന്വേഷിക്കാനല്ലെന്നായിരുന്നു ഉണിച്ചിരാമ്മയുടെ ആകപ്പാടെ ഉള്ള വിശ്വാസം. ഈ വയിന്നേരം വന്നതു വേറെ എന്തൊ സംഗതിക്കുവേണ്ടിയാണെന്നാണ് ഈ കിളവി ഓർത്തത്. അതാണു പുല്ലുപായയും എടുത്തു മെല്ലെ കോലായിലേക്കു വന്നത്. പങ്ങശ്ശമേനോന്റെ പഞ്ചാരവാക്കു കേട്ടപ്പോൾ അതു നല്ലവണ്ണം ഉറപ്പിച്ചു. പതുക്കെക്കോലായിൽ കടന്നു പുല്ലുപായിൽ ഇരുന്നിട്ടു പറഞ്ഞു-

ഉണിച്ചിരാമ്മ: എന്താ? ഉദ്യോഗസ്ഥമ്മാരു ചിലരു മുറുക്കില്ല. പോകേല കത്തിച്ചു പൊകവലിക്കയാണ്. എന്റെ അപ്പക്കും പോകവലി ഉണ്ടോ? പൊകവലിച്ചാൽ തൊള്ള നാറില്ലെ? എന്തിനാ ഈ ദുസ്സാമർത്ഥ്യത്തിനു പോണത്? പൊകവലി വലിയ ചീത്തയാണ്. കൊച്ചമ്മാളൂനു പൊകേടെ മണം കേട്ടാൽ ആ നിമിഷം ഛർദ്ദിക്കും. മുറുക്ക് അവൾക്കും രസാണ്. മുറുക്കാണു നല്ലത്.

പങ്ങശ്ശമേനോൻ: (ചിരിച്ചുംകൊണ്ട്) അമ്മെ ഞാൻ ചുരുട്ടുവലിക്കുക പതിവില്ല. ദുർല്ലഭം മുറുക്കാറുണ്ട്. മുറുക്കും ചുരുട്ടും പൊടിയും ഇതൊക്കെ ചീത്തതന്നെയാണ്. എങ്കിലും എനിക്കു കുറേ മുറുക്കാതെ കഴികയില്ല. പക്ഷേ, ഇപ്പഴു വേണമെന്നില്ല. അമ്മ പോയി ബുദ്ധിമുട്ടേണ്ട. ഇത്തിരിയൂടി കഴിയട്ടെ. എന്നിട്ടുമതി.

ഉണിച്ചിരാമ്മ: എന്താണ് അപ്പ എനിക്കു ബുദ്ധിമുട്ട്! മുറുക്കാനിവിടെ ധാരാളം ഉണ്ട്. കൊച്ചമ്മാളു? ആ വെറ്റിലത്തട്ട് എടുത്ത് ഇങ്ങട്ടു വരൂ? നിനക്ക് ഇങ്ങട്ടു വരാം. വിരോധമില്ല. പോലീസ്സുകാരനാണെന്നു വിചാരിച്ചു പേടിക്കേണ്ട. നിന്നേതും ചെയ്യില്ല. ഇങ്ങട്ടുവരൂ.

കൊച്ചമ്മാളു: (അറയിൽനിന്ന്) അമ്മതന്നെ വന്നെടുത്തോണ്ടു പൊയ്ക്കോളിൻ. എനിക്കു ഇപ്പഴ് അങ്ങട്ടു വരാൻ അവസരം ഇല്ല. ഞാനൊരു പണിയെടുക്കയല്ലെ ചെയ്യുന്നത്:

ഉണിച്ചിരാമ്മ: കൊച്ചമ്മാളൂനു കോലായിൽ ആരെങ്കിലും ഉണ്ടെങ്കിൽ വരാൻ വലിയ നാണാണ്. ഞാൻ തന്നെ പോയി എടുത്തൊണ്ടരട്ടെ.

പങ്ങശ്ശമേനോൻ: അമ്മ പോണ്ട. ഇരിക്കിൻ. എനിക്കിത്തിരി കഴിഞ്ഞിട്ടു മതി. എന്താ ഒരു പ്രവൃത്തി എടുക്കുന്നത്. കുട്ടിക്കു മുല കൊടുത്തുറക്കുന്നൊ.

ഉണിച്ചിരാമ്മ: കൊച്ചമ്മാളു ഇനിയും പെറ്റിട്ടില്ല. പതിനെട്ടു വയസ്സേ ആയിട്ടുള്ളു. അറയിൽ ഇരുന്ന് മുല്ലമാലകെട്ടയാണു ചെയ്യുന്നത് മുല്ലമാല എന്നു പറഞ്ഞാൽ കൊച്ചമ്മാളൂന്റെ ജീവനാണ്.

പങ്ങശ്ശമേനോൻ: ഓഹൊ-അതൊ ഇത്ര തിരക്കായ പ്രവൃത്തി! വിളിക്കിൻ വിളിക്കിൻ. ഇത്രൊടം ഒന്നു വരട്ടെ. ഞാനൊന്നു സ്വകാര്യം ചോദിക്കട്ടെ. എന്നിട്ടുവേണം എനിക്കുപോവാൻ.

ഉണിച്ചിരാമ്മ: അതൊക്കെ എന്നൊടു പറഞ്ഞാൽ മതി. കൊച്ചമ്മാളുവോടു ഒന്നും ചോദിക്കേണ്ട. എന്റെ അപ്പക്ക് ഇന്നു തന്നെ പോണൊ. പോണെങ്കിൽ കുറെ താമസിച്ചിട്ടുപോയാൽ പോരെ. പതുക്കെ പറഞ്ഞോളിൻ. ആ കുണ്ടുണ്ണി കേൾക്കണ്ട. കുരുത്തംകെട്ടോനാണ്. വികൃതിയാണ്.

പങ്ങശ്ശമേനോൻ: എടൊ കാൺസ്റ്റേബിൾ, ആ കുണ്ടുണ്ണിമേനോനെ വിളിച്ച് ആ കിഴക്കെ ഇടവഴിയിൽകൊണ്ടു നിർത്തു. ആരോടും സംസാരിക്കാൻ സമ്മതിക്കേണ്ട. ആരെയും ഇങ്ങട്ട് കടന്നുവരാനും അയക്കണ്ട. സാവധാനത്തിൽ അയാളോടു നേരെല്ലാം ചോദിച്ചു മനസ്സിലാക്കു.

എരേമൻനായരു കുണ്ടുണ്ണിമേനോനെയുംകൊണ്ടു ഇടവഴിയിലേക്കു പോയതു കണ്ടപ്പോൾ–

ഉണിച്ചിരാമ്മ: എന്തിനാ കുണ്ടുണ്ണിയെ പിടിച്ചുവെച്ചത്?

പങ്ങശ്ശമേനോൻ: അയാളെക്കൊണ്ടു രാത്രി അല്പം കാര്യം ഉണ്ട്. ഞങ്ങൾക്കു ഒന്നിച്ചു ഒരു ദിക്കിൽ പോകേണ്ടതുണ്ട്. എന്താണമ്മേ നിങ്ങൾ കുണ്ടുണ്ണിമേനോൻ കേൾക്കരുതെന്നു പറഞ്ഞതിന്റെ താല്പര്യം. അയാളു ആളൊരു കുരുത്തംകെട്ട പോക്കിരിതന്നെയാണ്. ഇന്നാളൊരു ദിവസം ആ പട്ടരെത്തല്ലി മുതുക് പൊട്ടിച്ചില്ലെ. എന്നാലും എനിക്കു അയാളോടു ബഹുസ്നേഹമാണ്. എന്തിനും മതി. നല്ല നെഞ്ഞുറപ്പുള്ള കുട്ടിയാണ്.

ഉണിച്ചിരാമ്മ: അയ്യാപ്പട്ടരെ കുണ്ടുണ്ണിയാണു തല്ലിയതു എന്ന് എന്റെ മകൻ എങ്ങിനെയാണ് അറിഞ്ഞത്. അതല്ല ഞാൻ കുണ്ടുണ്ണി കുരുത്തം കെട്ടോനാണെന്നു പറഞ്ഞത്. ഇവിടെ കണക്കല്ലാതെ ആരെങ്കിലും വരുന്നതു കുണ്ടുണ്ണിക്കു നല്ലിഷ്ടല്ല.

പങ്ങശ്ശമേനോൻ: അതു ഞാൻ പണ്ടേ അറിഞ്ഞിരിക്കുന്നു. അതെന്നോടു കുണ്ടുണ്ണിമേനോൻ തന്നെ ഒന്നുരണ്ടു പ്രാവശ്യം പറഞ്ഞിട്ടുണ്ട്. ഞാൻ വന്നതിന് അയാൾക്കു യാതൊരു സുഖക്കേടും ഇല്ല. ഞങ്ങൾ ഒന്നിച്ചല്ലേ വന്നത്. കുണ്ടുണ്ണിമേനോനാണു പട്ടരെ തല്ലിയത് എന്നു ആരാണറിയാത്തത്. അതു നാടൊക്കെ അറിഞ്ഞ ഒരു കാര്യമല്ലെ. അതു സാരല്ല്യോ. നിങ്ങൾ കൊച്ചമ്മാളു അമ്മയെ ഒന്നിങ്ങട്ടു വിളിക്കിൻ. ഞാനൊന്നു ചോദിച്ചോട്ടെ.

ഉണിച്ചിരാമ്മ: കൊച്ചമ്മാളുവോടു പറയാനുള്ളതൊക്കെയും എന്നോടുപറയാം. കാണുന്നതു അവസാനം ആക്കാം. നേരം ഇത്തിര സന്ധ്യാങ്ങു കഴിഞ്ഞോട്ടെ. എന്തിനാ കാണുന്നത്–കാണേണ്ട–തരക്കേടു വിശേഷിച്ചു ഒന്നും കാണില്ല.

പങ്ങശ്ശമേനോൻ: അതിരിക്കട്ടെ. നിങ്ങളിങ്ങോട്ടു വിളിക്കിൻ എനിക്കൊന്നു കാണരുതെ–വിളിക്കിൻ–എനിക്കിത്തിരി തിരക്കുണ്ട്.

ഉണിച്ചിരാമ്മ: അവൾ മുല്ലമാലകെട്ടുന്നു എന്നല്ലെ പറഞ്ഞത്. കെട്ടിക്കഴിഞ്ഞാൽ ഇങ്ങട്ടു വരും. തിരക്കിയാലും മറ്റും കൊച്ചമ്മാളൂനെ കാണില്ല അവൾ കുറെ തന്റേടക്കാരത്തിയാണ്.

പങ്ങശ്ശമേനോൻ: തന്റേടക്കാരത്തിയാണെന്ന് എനിക്കും നല്ല നിശ്ചയമുണ്ട്. അതാണു ഞാനിവിടെ വന്നതുതന്നെ. മുല്ലമാല കുറെ താമസിച്ചിട്ടു കെട്ടാം. ഇങ്ങട്ടുവരാൻ ചെന്നു പറയുവിൻ. നേരംപോക്കു പോരട്ടെ.

ഉണിച്ചിരാമ്മ: അന്നന്നേരം വേണ്ടത് അന്നന്നേരംതന്നെ വേണം. പിന്നേക്കു വെച്ചാൽ ഒന്നും നന്നല്ല. ഒന്നു പകുതിയാക്കീട്ടു പോരാൻ

പാടില്ല. വേണ്ടെങ്കിൽ മുമ്പേതന്നെ വേണ്ടെന്നു വെച്ചുകളേന്നതാണ് നല്ലത്. എന്റെ അപ്പക്ക് എന്താണ് ഇത്ര ഭ്രമം. കുറെ ക്ഷമിച്ചിരിക്കു. എന്നാൽ കാണാം.

പങ്ങശ്ശമേനോൻ: (അല്പം വെറുപ്പോടെ) എന്താണമ്മെ നിങ്ങളിപ്പറയുന്നതിന്റെ താല്പര്യം. നിങ്ങൾക്കു വയസ്സായില്ലെ. ഇനിയും കളിമാറീട്ടില്ലെ. മകളെ ഇങ്ങട്ടു വിളിക്കുന്നുണ്ടൊ ഇല്ലയൊ അല്ലെങ്കിൽ ഞാൻ അങ്ങട്ടുതന്നെ പൊയ്ക്കളയാം. ചെന്നു വിളിച്ചൊണ്ടുവരിൻ.

ഉണ്ണിച്ചിരാമ്മ: (ദേഷ്യഭാവത്തൊടെ അത്ര തിരക്കുണ്ടെങ്കിൽ ഇപ്പക്കാണണ്ട. തിരക്കില്ലാത്ത സമയം നോക്കീട്ടു പിന്നൊരിക്കൽ ഇങ്ങട്ടു വരിൻ. കാണാണ്ടു പാടില്ലെങ്കിൽ വേറെ ആരേങ്കിലും അന്വേഷിച്ചോളിൻ. -ഇവിടെ തരാവില്ല. ഇന്ന് ഏതായാലും തരാവില്ല. ഓ-ഹോ! പോലീസ്സുകാരെ ഞാൻ അറിയും. ഞാൻ കേട്ടിട്ടുണ്ട്. അന്തിയായാൽ ഒരു എരട്ടമുക്കാലും എടുത്തു കോന്തലക്കൽ കെട്ടി കള്ളും കുടിച്ചു കണ്ട ചെറ്റപ്പാട്ടിലും കുടിലിലും ചെന്നു വിളിച്ചു ശകാരിച്ചു നടക്കുന്ന കൂട്ടരാണ്. ആ വകത്തക്കിടിയും കരുത്തും ഇവിടെ കൂടില്ല. ഇവിടെ എല്ലാം മര്യാദപോലെ വേണം. കയ്യിൽ നല്ല പണം ഉണ്ടെങ്കിലേ ഇങ്ങിനെത്തെ ദിക്കിലെല്ലാം വരണ്ടു. ഉരുട്ടും തക്കിടിയും ഇവിടെ കൊണ്ടുവരണ്ട. ഈ മാതിരിക്കാരെ തൊടിക്കകത്തു തന്നെ കടത്തരുത്. ശുദ്ധകള്ളക്കൂട്ടര്. അങ്ങിനെയാട്ടെ. -പൊയ്ക്കോളിൻ. താമസിക്കേണ്ട. ഹോ-ഹോ-ഇതുപറയാനാണില്ലെ തിരക്കിട്ടു വിളിച്ചുവരുത്തിയത്. ആ കുളത്തിന്റെ പടിഞ്ഞാറെ പുറത്തെ കുടിലിൽ എങ്ങാൻ പോയ്ക്കോളൂ.

ഉണിച്ചിരാമ്മയുടെ ഭാവവും പോലീസ്സുകാരെ കൂട്ടത്തോടെ അധിക്ഷേപിച്ചു പറഞ്ഞ വാക്കും ഇതെല്ലാം കണ്ടിട്ടും കേട്ടിട്ടും പങ്ങശ്ശമേനോനു സഹിച്ചുകൂടാത്ത ദ്വേഷ്യംവന്നു. തന്റെ ചുകന്ന കണ്ണ് ഉരുട്ടി മിഴിച്ചു ശരീരം ആസകലം വിറച്ചുംകൊണ്ടു ഇരുന്നദിക്കിൽനിന്ന് എഴുനീറ്റു വലത്തെ കാലുറകൊണ്ടു നിലത്തു രണ്ടുനാലു ഉറക്കെ ചവിട്ടി കാല്ക്കിട്ടിരുന്ന ജോടു കീറി തെറിച്ചുപോയതു കോപാതിരേകം കൊണ്ടു ഈ മനുഷ്യൻ അറിഞ്ഞില്ല. ഉണിച്ചിരാമ്മ ഈ ദുർവാസാവിന്റെ കോപഭാവം കണ്ടു പേടിച്ചു ഇരുന്ന ദിക്കിൽനിന്ന് എഴുനീറ്റു ഓടാൻ ധൈര്യവും ശക്തിയും ഇല്ലാതെ കിടുകിട വിറച്ചു. പങ്ങശ്ശമേനോൻ രണ്ടുനാലു പ്രാവശ്യം ഈ വൃദ്ധയുടെ മുഖത്തു ചവിട്ടാൻ ഭാവിച്ചു എങ്കിലും എന്തോ ഭാഗ്യവശാൽ അതു ചെയ്തില്ല. ഒടുവിൽ കോപം സഹിക്കാരുതാഞ്ഞിട്ടു മുഖത്തുനോക്കിക്കൊണ്ട് ഉച്ചത്തിൽ പറഞ്ഞു-

പങ്ങശ്ശമേനോൻ: എന്താണു മൂത്തുനരച്ച കിഴവി, നീ പറഞ്ഞത്. പോലീസ്സുകാരെ നീ അറിയും ഇല്ലെ. നീ എന്നെ എന്താണു വിചാരിച്ചത്. നിന്റെ കുണ്ടുണ്ണിയും അയ്യാപ്പട്ടരും ആ കേശവൻ എമ്പ്രാന്തിരിയും അല്ല ഞാൻ. നിന്റെ മകളെക്കണ്ടു സന്തോഷിപ്പാൻ വന്നവനാണെന്നൊ പിശാചീ നീ എന്നെ വിചാരിച്ചത്. നോക്ക്; നിന്നെക്കൊണ്ടും മകളെക്കൊണ്ടും ഞാൻ, പോലീസ്സുകാരൻ, ചെറ്റപാട്ടിലും കുടിലിലും കള്ളു

കുടിച്ചു ചെന്നു വിളിക്കുന്ന തെമ്മാടി, എടുക്കുന്ന പണിനോക്ക്. അമ്മയ്ക്കും മകൾക്കും ഞാൻ ആറുമാസത്തെ ചോറെങ്കിലും ജയിലിൽ ഉണ്ടാക്കിത്തരാതെ ഇരിക്കില്ല. ഒരു എരട്ടമുക്കാലല്ല തരാൻ വിചാരിച്ചത്. വൃദ്ധ-നരച്ചി-കുലട-കെട്ടവൾ-ചണ്ഡാലജ്യേഷ്ഠ-നിന്നെക്കണ്ട പാപം തീരണമെങ്കിൽ ഇനി ഗംഗാസ്നാനം ചെയ്യേണം. നിന്റെ മകൾ പുറത്തു വരുമോ എന്നു ഞാൻ നോക്കട്ടെ. മകളെ എന്തിനാണ് കുറ്റം പറയുന്നത്. ഈ ജ്യേഷ്ഠയുടെ വയറ്റിൽ ജനിച്ച്, ഈ കുലടയുടെ മുലപ്പാൽ കുടിച്ച്, ഈ രാക്ഷസിയുടെ ഒന്നിച്ചുപാർത്ത്, ഈ പിശാചിയുടെ ശീലവും നടപ്പും പഠിച്ചിട്ടുള്ള ഈ വാനരിയുടെ മകൾക്കു എങ്ങിനെയാണ് മര്യാദ ഉണ്ടാകുന്നത്. രണ്ടിനേയും ഞാൻ ഈകുറിപഠിപ്പിക്കാതെ വിടില്ല. ഇതു ചെയ്തല്ലാതെ ഈ പങ്ങശ്ശന്റെ ദ്വേഷ്യം അടങ്ങില്ല. അടങ്ങില്ല. നീ നോക്ക് പോലീസ്സുകാരുടെ തോന്ന്യാസം നിന്നെ മനസ്സിലാക്കാതെ ഞാൻ വിടില്ല പനങ്ങാട്ടു പങ്ങശ്ശൻ ജീവനുള്ളന്നും വിടില്ല.

കോലായിൽവെച്ചുള്ള തിരക്കും അസഭ്യമായ വാക്കും ആണയും നിലംപൊടിപൊടിയാക്കുന്ന ചവിട്ടും ഇതെല്ലാം കേട്ടു കൊച്ചമ്മാളു വല്ലാതെ പേടിച്ച് അരണ്ടുപോയി. കുറെനേരത്തേക്കു ഒന്നും ചെയ്വാൻ തോന്നാതെ നിശ്ചേഷ്ടയായിരുന്നതിന്റേശേഷം കയ്യിൽ നിന്നു കിടക്കയിൽ വീണുപോയിട്ടുള്ള മുല്ലമാല ധൈര്യത്തോടെ രണ്ടാമതും എടുത്ത് എടത്തെ കൈത്തണ്ടമേലിട്ടുംകൊണ്ട് ഇതുവരെ ഉണ്ടായിരുന്ന എല്ലാ വിചാരവും പരിഭ്രമവും ഉള്ളിൽ അടക്കി ജയലക്ഷ്മിയെപ്പോലെ അറയിൽനിന്നു പുറത്തുകടന്നു യാതൊരു കുലുക്കവും കൂടാതെ മന്ദസ്മിതാർദ്രമായ മുഖത്തോടും അതിഗംഭീരമായ ഭാവത്തോടും നേരെ ചെന്നു ഉമ്മറത്തെ കോലായിൽനിന്നു. അനവധി മഹാധീരന്മാരെ അരനിമിഷം കൊണ്ട് ജയിച്ചു കീഴടക്കുവാൻ അതിസാമർത്ഥ്യമുള്ള തന്റെ കറുത്തു നീണ്ട മിഴികൊണ്ടു അത്യന്തം ക്രുദ്ധനായി നില്ക്കുന്ന പങ്ങശ്ശമേനോനെ ആപാദചൂഡം ഒന്നു കടാക്ഷിച്ചു കറുത്തു തടിച്ച പുരികക്കൊടിയുടെ മുനകൊണ്ടു അദ്ദേഹത്തെ തിരിച്ചും മറിച്ചും രണ്ടടി കൊടുത്തു. അമ്മയെ അസഭ്യമായ വാക്കു പറഞ്ഞാൽ ഉളുപ്പുള്ള മക്കൾ മുഖത്തടിക്കാതെ വിടുകയില്ലെന്നുള്ളതു പങ്ങശ്ശമേനോനു ഇപ്പോൾ നല്ലവണ്ണം മനസ്സിലായി. അവഗ്രഹം, ചൂളിക മുതലായ മർമ്മസ്ഥാനങ്ങളിൽ അങ്കുശം ഏല്പിക്കപ്പെട്ട ആന പെട്ടെന്നു മുട്ടുകുത്തിപ്പോകുമ്പോലെ ഇദ്ദേഹം ഇവളുടെ ചില്ലകൊണ്ടുള്ള രണ്ടു തല്ലും ഹൃദയഭേദകമായ കടാക്ഷവും ഏറ്റു വല്ലാതെ പരവശനായി ക്ഷണേന പടിയിന്മേൽ കുത്തിരുന്നുപോയി. ഇതുവരെ തകൃതിപാറ്റിയ കോപം എതിലെ പൊയ്ക്കളഞ്ഞു എന്ന് ആരും അറിഞ്ഞില്ല. (പറഞ്ഞതൊക്കെയും അബദ്ധമായിപ്പോയി കുറെ കവിഞ്ഞുപോയി. ഞാൻ എന്തൊരു കഥയില്ലാത്ത ചണ്ഡാലനാണ് വലിയ കഷ്ടമായിപ്പോയി) എന്നിങ്ങനെയുള്ള മനോവിഷാദം ഇദ്ദേഹത്തിന്റെ ഉള്ളിൽ മുഴുവൻ നിറഞ്ഞു നിന്നതുകൊണ്ടു ക്ഷമിക്കണം എന്നുള്ള നാലക്ഷരം പോലും നാവെടുത്തു പറവാൻ ഇദ്ദേഹം ശക്തനല്ലാതെ ആയി. കൊച്ച

മ്മാളു, പൂച്ചയുടെ മുമ്പിൽ കിടന്നുവിറക്കുന്ന ഒരു വൃദ്ധമൂഷികനെപ്പോലെ പരിഭ്രമിച്ചുംകൊണ്ടിരുന്ന തന്റെ അമ്മയെ കൈകൊണ്ടു മെല്ലെ പിടിച്ചെഴുന്നേല്പിച്ചു. 'നിങ്ങൾ പേടിക്കേണ്ടമ്മെ ഇതൊന്നും സാരമില്ല. ഇദ്ദേഹം ബഹുശുദ്ധനാണ്. നല്ല ദയയുള്ള ആളാണ്. നിങ്ങൾ പോയിട്ടു വെറ്റിലത്തട്ട് എടുത്തു കൊണ്ടരിൻ' എന്നു പറഞ്ഞു അമ്മയെ ഒന്നു കൈകൊണ്ടു തടവി അകായിലേക്കു പറഞ്ഞയച്ചു. പിന്നെ പങ്ങശ്ശമേനോന്റെ മുഖത്തു പ്രേമരസം നിറഞ്ഞു വഴിയുന്ന കണ്ണുകൊണ്ടുനോക്കി. മധുരമായ മന്ദസ്മിതം കൊണ്ടു അദ്ദേഹത്തെ മുഴുവനും ഒന്നു തണുപ്പിച്ചു പറഞ്ഞു. എന്താണ് ഹേ! ഇത്ര ദേഷ്യം. അമ്മക്കു വയസ്സുകാലമല്ലേ. തുമ്പില്ലാതെ അമ്മ വല്ലതും പറഞ്ഞിട്ടുണ്ടെങ്കിൽ നിങ്ങൾ, ഹേ ബുദ്ധിശാലികൾ, വലിയ ഭാഗ്യവാന്മാർ ക്ഷമിക്കേണ്ടതല്ലെ. നിങ്ങൾ ഇങ്ങിനെ കോപിച്ചാൽ സാധുക്കളായ ഞങ്ങൾക്കു പിന്നെ ആരാണൊരാശ്രയം! ഞാൻ നിങ്ങൾക്കു തരുവാനായി ഈ മുല്ലമാല കെട്ടിയിരുന്നതുകൊണ്ടാണ് ഇങ്ങട്ടു വരാൻ ഇത്തിരി താമസിച്ചുപോയത്. ഇനി ഇതു നിങ്ങൾക്കു തന്നെ ഇരിക്കട്ടെ എന്നു പറഞ്ഞു മുല്ലമാല എടുത്തു അയാളുടെ കയ്യിൽ കൊടുത്തു. പങ്ങശ്ശമേനോൻ തന്റെ ഉള്ളിൽ നിറഞ്ഞുനില്ക്കുന്ന മനോവിഷാദത്തെ കണ്ണീർ വഴിയായും ദീർഘനിശ്വാസമായും കുറെ അധികം പുറത്തുകളഞ്ഞശേഷം അല്പം ആശ്വസിച്ചു ലജ്ജയോടുകൂടെ കൊച്ചമ്മാളുന്റെ മുഖത്തൊന്നുനോക്കി. മുല്ലമാല എടുത്തു തന്റെ കണ്ണീർകൊണ്ടു കഴുകി കുറെനേരം അതിനെ ചുംബിച്ചു ഒടുവിൽ തന്റെ കയ്യിൽ പിടിച്ചു. വെറ്റിലത്തട്ടു എടുക്കാൻവേണ്ടി പറഞ്ഞയച്ചിട്ടുള്ള ഉണിച്ചിരാമ്മ വരുന്നതു കാണാഞ്ഞിട്ടു കൊച്ചമ്മാളു തന്നെ അതു അറയിൽപോയി ക്ഷണത്തിൽ എടുത്തുകൊണ്ടുവന്നു. ജാതിക്ക, ജാതിപത്രി, വാൽമുളക്, ഏലത്തരി മുതലായ പല ഉപകരണങ്ങളോടുകൂടിയ ഈ വെള്ളിത്തട്ടു പങ്ങശ്ശമേനോന്റെ മുമ്പിൽ പടിയിന്മേൽവെച്ചു കൊടുത്തു. ഇവിടെ ഇരുന്നു മുറുക്കു കഴിക്കുമ്പോഴേക്കു ഞാൻ ഇതാ ക്ഷണത്തിൽ മടങ്ങിവരാം എന്നു പറഞ്ഞു അകത്തേക്കു കടന്നുപോയി. പങ്ങശ്ശമേനോൻ വെള്ളിത്തട്ടു തന്റെ അരികത്തെടുത്തുവെച്ചു പടിയിന്മേൽ തെക്കോട്ടു പൃഷ്ഠവും ഇട്ടു ചാരിയിരുന്നു ബഹുഭംഗിയിൽ ഒരു മുറുക്കു കഴിച്ചു.

7

ഗോവിന്ദന്റെ മടങ്ങിവരവും വഴിയിൽ വെച്ചു കണ്ട മോഹിനിയാട്ടവും

നേരം സന്ധ്യയായി. പലർക്കും പലവിധേന വലിയ തിരക്കായി. നിത്യകർമ്മത്തിൽ നല്ല നിഷ്ഠയും ബുദ്ധിഗുണവും ഉള്ള ബ്രാഹ്മണർ ഊക്കുകഴിപ്പാൻ വേണ്ടി ബദ്ധപ്പെട്ടു കുളങ്ങളിലേക്കു പോയി. ശൃംഗാരികളും സ്ത്രീജിതരുമായ മറ്റു ചില നമ്പൂതിരിമാർ സംബന്ധക്കാരികളുടെയും രഹസ്യക്കാരികളുടെയും കുട്ടികളെ എടുത്തുംകൊണ്ടു അവരുടെ മുറ്റത്തുകൂടി തങ്ങളുടെ പ്രിയജനം കുളികഴിഞ്ഞു വരുന്നതും നോക്കി അങ്ങട്ടും ഇങ്ങട്ടും അഞ്ചും മൂന്നുമായി നടന്നുതുടങ്ങി. സത്രം തോറും നടന്നു സാപ്പാടുകഴിച്ച് ശീട്ടുംകളിച്ച് മാമസം, പിണ്ഡം മുതലായ അടിയന്തിരവും അന്വേഷിച്ച് നാടുനീളെ അലഞ്ഞുനടക്കുന്ന മാതിരി ചില കൂട്ടർ രാത്രിയിലെ ഭക്ഷണത്തിനുവേണ്ടി ഊട്ടുപുരകളിലേക്കു തിരക്കിട്ടു പാച്ചിലായി. ഉദ്യോഗസ്ഥന്മാർ കച്ചേരി, കോടതി മുതലായതു പിരിഞ്ഞു വണ്ടി വഴിയായും കാൽനടയായും സ്വഗൃഹങ്ങളിലേക്കു പോയിത്തുടങ്ങി. കാറ്റു കൊണ്ടു സുഖിപ്പാൻവേണ്ടി യോഗ്യന്മാരായ ചില ധനികന്മാർ വെളിയിൽ ഇറങ്ങി നടന്നു തുടങ്ങി. മദ്യപന്മാർ തങ്ങടെ കക്ഷത്തു ഓരോ ചെറിയ പൊതിയുമായിട്ടു തോർത്തുമുണ്ടുകൊണ്ടു മറച്ചു കള്ളുഷാപ്പിലേക്കു കടന്നുകൂടി. ചിലർ മദ്യപാനം ചെയ്തു മതിമറന്നു തങ്ങളിൽ ശകാരിച്ചു ചാഞ്ചാടിക്കൊണ്ടു കണ്ടമെന്നും വരമ്പെന്നുമുള്ള ഭേദം കൂടാതെ വീണും പിരണ്ടും വീടുകളിലേക്കു യാത്രയായി. സരസന്മാരായ വിടന്മാർ തങ്ങളുടെ പ്രിയജനത്തെ സന്തോഷിപ്പിക്കുവാൻ വേണ്ടി അങ്ങാടിയിലും തോട്ടങ്ങളിലും ചെന്നു മുല്ലപ്പൂവിന്നു വില പറകയായി. കുട്ടികൾ കാലും മുഖവും കഴുകി കോലായിൽ ഇരുന്നു. ഭസ്മം തൊട്ടു ജപത്തിനുള്ള വട്ടമായി. തങ്ങളുടെ യൗവ്വനകാലത്തു ദിവസംപ്രതി രാവുപകൽകൂടി പത്തും പതിനഞ്ചും നമ്പ്ര് നിഷ്പ്രയാസേന വിചാരണചെയ്തു വിധി കൊടുത്തിട്ടുണ്ടായിരുന്ന ചില വൃദ്ധന്മാർ മുൻപു കഴിഞ്ഞ സംഗതികളെ

എണ്ണി കണക്കാക്കുന്നതൊ എന്നു തോന്നുമാറ് രുദ്രാക്ഷമാലയും കയ്യിൽ പിടിച്ച്, ജപിച്ചുതുടങ്ങി. വേശ്യമാർ ദന്തശോധനയും കുളിയും കഴിച്ചു നല്ല വസ്ത്രവും ചുറ്റി അറകളിൽ ചന്ദനത്തിരിയും കത്തിച്ചുവെച്ച് കണ്ണാടിയിൽനോക്കി കോലായിൽ ഇരുന്നു കണ്ണെഴുതി കുറിയിടുകയായി. സൗശീല്യാദിഗുണസമ്പന്നന്മാരായി സതികളായ മാതാക്കന്മാർ തങ്ങളുടെ പൈതങ്ങളെ കുളിപ്പിച്ച് സന്ധ്യക്കുമുമ്പെ ചോറു കൊടുക്കേണ്ടതിനുള്ള ബദ്ധപ്പാടായി. ചിലർ പശുക്കളെ കറപ്പാൻവേണ്ടി പാല്ക്കിഴിയിൽ വെള്ളവും എടുത്തു തൊഴുത്തിന്നരികെ പോകയായി. ശയനഗൃഹം അടിച്ചു വാരുക, ശയ്യാതലം മുട്ടി വിരിക്കുക, മുറുക്കാനുള്ള സാധനം ഒരുക്കിവെക്കുക, കുട്ടിയെ നേർത്തേ തന്നെ മുലകൊടുത്തുറക്കുക, സംബന്ധവീട്ടിൽ പോകേണ്ടുന്ന പുരുഷന്മാർക്ക് ചോറുകൊടുക്കുക ഇങ്ങിനെ പല തിരക്കുകളും ആയി. മേൽ കഴുകുവാനും കുളിപ്പാനും വേണ്ടി പോയിട്ടുള്ള സൗന്ദര്യവതികളായ തരുണിമാർ ജലാശയങ്ങളിൽനിന്നു മടങ്ങി നനഞ്ഞ തോർത്തുമുണ്ടു മടക്കി ഭംഗിയിൽ സ്തനാവരണം ചെയ്തുകൊണ്ടു തങ്ങളുടെ വീടുകളിലേക്കു വന്നുതുടങ്ങി. അകലെയുള്ള ഭാര്യമാരുടെ ഭവനങ്ങളിലേക്കു പകലെ ഊണുകഴിച്ചു മണ്ടുന്ന ചില പുരുഷന്മാരെപ്പോലെ, കാക്ക മുതലായ പക്ഷികൾ തങ്ങളുടെ കൂടുകളിലേക്കു ബദ്ധപ്പെട്ടു പറന്നുപോയിത്തുടങ്ങി. പകൽ മുഴുവനും ഇര തേടി നടന്ന് ഒന്നും കിട്ടാതെ വിശന്നു ക്ഷീണിച്ചു പർവ്വതിഗൈരികങ്ങളിൽ ഉള്ള ജലാശയത്തിന്നരികെ മരത്തണലിൽ കിടന്നുറങ്ങിയിരുന്ന വ്യാഘ്രങ്ങൾ ക്ഷുധിതരായി ഉണർന്നു നാലുപുറവും നോക്കിയപ്പോൾ അസ്താഭിമുഖനായ സൂര്യന്റേയും അതിഗൗരവമായ ആകാശത്തിന്റേയും അളവില്ലാത്ത പ്രഭാമണ്ഡലം ജലാശയത്തിൽ പ്രതിബിംബിച്ചുകണ്ടിട്ടു അതു മുഴുവനും നിറഞ്ഞുകിടക്കുന്നതാണെന്നു ഒരുമിച്ചു പിപാസാർത്ഥന്മാരായി അന്യോന്യം മുരണ്ടു ചീറിയും കൊണ്ടു വയറു നിറയുവോളം ജലപാനം ചെയ്തുതുടങ്ങി. കരുണകൂടാതെ ജനോപദ്രവം അധികം ചെയ്യുന്നവർക്കു അതിദുസ്സഹമായ അനർത്ഥം സംഭവിക്കാതെ ഇരിക്കയില്ലെന്നുള്ള പരമാർത്ഥജ്ഞാനം ജനങ്ങളെ ഗ്രഹിപ്പിക്കാനൊ, അതല്ല പകൽ മുഴുവൻ പ്രവൃത്തി എടുത്തു ക്ഷീണിച്ചതിനാൽ കുളികഴിഞ്ഞു വിശ്രമിപ്പാൻ വേണ്ടിയൊ, എന്തൊ സൂര്യനും പതുക്കെ കടലിൽ അസ്തമിച്ചു. ഭർത്താവിനു വ്യസനവും കഷ്ടതയും നേരിടുമ്പോൾ സതികളായ ദയിതമാരുടെ അവസ്ഥയും ഇതുപ്രകാരമാണു വേണ്ടതെന്നു ഉപദേശിച്ചുംകൊണ്ട് പത്മങ്ങൾ മാനശോഭങ്ങളായി കൂമ്പിത്തുടങ്ങി. പ്രിയവിയോഗഖിന്നമാരായ ചക്രവാകികളുടെ സന്താപാഗ്നിധൂമമൊ എന്നു തോന്നുമാറു ദിക്കെങ്ങും അല്പമായ അന്ധകാരം പരന്നു സ്ത്രീകൾക്കു സന്തോഷവും സൗഭാഗ്യവുമുള്ള കാലങ്ങളിൽ അതിപ്രിയന്മാരാണെന്നു വിശ്വസിപ്പിച്ചുംകൊണ്ടു അവരുടെ അരികെ ചുറ്റിപ്പറ്റിക്കൂടി പല പല സുഖാനുഭൂതിയും ചെയ്തു സഹവസിച്ചുവരുന്ന അതി ധൂർത്തന്മാരായ വിടന്മാർ തങ്ങളുടെ പ്രിയമാർക്കു സംഭവിക്കുന്ന വ്യസനകാലത്തിൽ

അവരെ തിരിഞ്ഞുനോക്കാതെ നിർദ്ദയം ഉപേക്ഷിച്ചു ദയിതാന്തരം നോക്കി ഇറങ്ങിപ്പോകുന്നതുപോലെ ഇതുവരെ എങ്ങും പോകാതെ ഒന്നിച്ചിരുന്നു മധുപാനം ചെയ്തിട്ടുള്ള വണ്ടുകൾ മുകുളിതങ്ങളായ താമരപ്പൂക്കളെ ഉപേക്ഷിച്ച് ഇതരപുഷ്പങ്ങളെ തിരഞ്ഞുംകൊണ്ട് അങ്ങുമിങ്ങും പാഞ്ഞുതുടങ്ങി. തന്നെപ്പോലെയുള്ള ഒരുത്തിയെ തന്റെ മുൻപാകെതന്നെ അവളുടെ വ്യസനകാലത്തിൽ അകാരണമായി നിർദയം വെടിഞ്ഞ് അതി സരസനാണെന്നു നടിച്ചുംകൊണ്ട് അരികെ സേവക്കുവന്നിട്ടുള്ള കൃതഘ്നനായ ഈ വഷളനെ ഒരിക്കലും തന്നോടുകൂടി രമിപ്പാൻ അനുവദിക്കരുതെന്നുള്ള വിചാരവും മര്യാദയും വിട്ടു പ്രവർത്തിക്കുന്ന ഒരു കുലടയെപ്പോലെ കുമുദം അപരാധിയായവണ്ടിനെ അത്യന്തം ആദരവോടെ സ്വീകരിച്ചുതുടങ്ങി. ദിക്കെങ്ങും ഗൃഹംതോറും ദീപപ്രഭ ശോഭിച്ചു. വിശേഷമായ വെള്ളമേലാപ്പുകൊണ്ട് അതിഭംഗിയിൽ വിതാനിച്ചിട്ടുള്ള വലിയൊരു കല്യാണപ്പന്തലിൽ തുടരത്തുടരെ അനേകായിരം ചെറിയ ചെറിയ രസമണികൾ തൂക്കിയതുപോലെ കർപ്പൂശുഭ്രമായ ആകാശത്തിൽ അനവധി നക്ഷത്രങ്ങൾ പ്രകാശിച്ചു. ഇങ്ങിനെ ഏകദേശം രണ്ടുനാഴിക കഴിഞ്ഞതിന്റെ ശേഷം തിരശീലയുടെ മുകളിൽക്കൂടി ഒരു വേഷക്കാരന്റെ കിരീടം കാണുന്നതുപോലെ കിഴക്കുഭാഗത്തുനിന്നു പതുക്കെ ഉദിച്ചുവന്ന ചന്ദ്രബിംബം കണ്ടു തുടങ്ങി. ശീതളയായി സർവാനന്ദസന്ദായിനിയായ ചന്ദ്രിക പതുക്കെപ്പതുക്കെ പ്രസരിച്ചു. കൂരിരുട്ടു ക്രമേണ പിൻവാങ്ങി. മരത്തണലുകളിലും ചില ഇടവഴികളിലും പാഞ്ഞുപോയി ഒളിച്ചുതുടങ്ങി. കാമികളായ ജനങ്ങളുടെ മനസ്സും സമുദ്രവും ഒരുപോലെ ശോഭിച്ചു. ചോലപ്പാടം എന്ന വയലിന്റെ നടുപകുതിയിൽ നമ്മുടെ ഗോവിന്ദനും എത്തി. അവിടെനിന്നു കനകമംഗലത്തേക്കു ഇനിയും പതിനഞ്ചു മയിൽസു ദൂരമുണ്ട്.

ഇവൻ കുഞ്ഞികൃഷ്ണമേനോന്റെ വീട്ടിൽനിന്ന് തിങ്കളാഴ്ച രാവിലെ അഞ്ചുമണിക്കു തന്നെ പുറപ്പെട്ട വഴിക്കു അനാവശ്യമായി ഒരു ദിക്കിലും താമസിക്കാതെ വണ്ടി ഇറങ്ങിയപാടു ഒരു മഠത്തിൽ കയറി ഊണു കഴിച്ചു ബദ്ധപ്പെട്ടു പോരികയാണ് ചെയ്തത്. ഇന്നുതന്നെ മടങ്ങി വീട്ടിലെത്തേണമെന്നുള്ള വിചാരം ഇവന്റെ മനസ്സിൽ ആദ്യം കലശലായുണ്ടായിരുന്നു എങ്കിലും വഴിക്കു കള്ളന്മാരുടെ ഉപദ്രവും ദുർഘടവും ഉള്ളതുകൊണ്ടു രാത്രിസമയം ഏകാകിയായി സഞ്ചരിക്കുന്നതു വെടിപ്പില്ലെന്നു നിശ്ചയിച്ചു വല്ലദിക്കിലും കയറി താമസിച്ചിട്ടു രാവിലെ എഴുന്നേറ്റു പോകാമെന്നാണ് ഇപ്പോൾ തീർച്ചപ്പെടുത്തിയത്. ഇവനെപ്പറ്റി അല്പം ഇവിടെ പ്രസ്താവിക്കാതെ ഇരിക്കുന്നത് അഭംഗിയാണെന്നു തോന്നുന്നു. ഈ ഗോവിന്ദൻ നമ്മുടെ പുത്തൻ മാളികക്കൽ ഗോപാലമേനോന്റെ പരമാപ്തനായ വ്യവഹാരകാര്യസ്ഥനാണ്. സ്വരാജ്യം ഒറ്റപ്പാലം തീവണ്ടി സ്റ്റേഷനിൽ നിന്നു ഏകദേശം പത്തു മയിൽസ് കിഴക്കുവടക്കാണ്. ഏതാണ്ടു ഇരിപത്തഞ്ചുവയസ്സു പ്രായമുണ്ട്. വ്യവഹാരം നടത്താൻ ഇവനേപ്പോലെ പ്രാപ്തിയുള്ള ഒരു പുരുഷനെ കാണ്മാൻ വളരെ പ്രയാസം.

ഗോവിന്ദൻ സ്വന്തം ബുദ്ധികൊണ്ട് ആലോചിച്ചു തെയ്യാറാക്കി കൊണ്ടു ചെല്ലുന്ന കടലാസ്സിൽ യാതൊരു വക്കീലും ഇതുവരെ ഒരക്ഷരമെങ്കിലും തടയുകയോ തിരുത്തുകയോ ചെയ്തിട്ടില്ല. ആൾ വളരെ വിശ്വസ്തനും മര്യാദസ്ഥനുമാണ്. ഏതെങ്കിലും ഒരു വഷളത്വമാകട്ടെ അധികപ്രസംഗമാകട്ടെ ഇവന്റെ അടുക്കെ ഇതേവരെ വന്നിട്ടില്ല. അന്യസ്ത്രീകളെ ഇവന് തന്റെ സോദരിമാരെപ്പോലെയുള്ള സ്നേഹമുണ്ട്. എല്ലാ ചിലവും കഴിച്ചു മാസത്തിൽ പതിനഞ്ചുറുപ്പിക ശമ്പളം കൊടുത്തുവരുന്നു. ന്യായമായ അനുഭവം ഒരു മാസത്തിൽ ശരാശരി വേറയും ഒരു പത്തുറുപ്പികയിൽ കുറയാതെ കിട്ടും. ഇംഗ്ലീഷ്സ്കൂളിൽ ചേർന്നു പഠിച്ചിട്ടില്ലെങ്കിലും കോടതികളിലും അനേകം ഉദ്യോഗസ്ഥന്മാരുടെ ഇടയിലും പലപ്പോഴും ഉള്ള പ്രവേശനംകൊണ്ടു സംസാരിച്ചാൽ കഷ്ടിച്ചു മനസ്സിലാക്കാനും അത്യാവശ്യം ചില കത്തുകൾ എഴുതാനും ഒരുവിധം ശീലമുണ്ട്. സംസ്കൃതത്തിൽ കാവ്യവ്യുല്പത്തി കടുംകട്ടിയാണ്. ശാസ്ത്രപരിജ്ഞാനം വിശേഷിച്ചു യാതൊന്നുമില്ല. ഹിന്ദുസ്ഥാനിയും തമിഴും തെറ്റുകൂടാതെ എഴുതുവാനും സംസാരിപ്പാനും നല്ല വശമുണ്ട്. കയ്യക്ഷരം കണ്ടാൽ അച്ചടിയോ എന്നു സംശയിച്ചു പോകും. സംഗീതത്തിലുള്ള വാസനയും അത്ര തരക്കേടില്ല, മര്യാദകൊണ്ടും കാര്യപ്രാപ്തികൊണ്ടും നാട്ടുകാർക്കും വീട്ടുകാർക്കും ഇവനെ വളരെ സ്നേഹമാണ്.

ഇവൻ ചോലപ്പാടം വയലിന്റെ പടിഞ്ഞാറെ അറ്റത്ത് എത്തിയപ്പോൾ നേരം ഏകദേശം അഞ്ചുനാഴികരാവു ചെന്നു. ഈ വയൽ കിഴക്കുപടിഞ്ഞാറു കുറയാതെ അഞ്ചുമയിൽസ് ദൂരമുണ്ട്. നിരത്തിന്റെ തെക്കുഭാഗം മുഴുവനും ഇപ്പോൾ പുഞ്ചകൃഷി ചെയ്തിട്ടുള്ളതുകൊണ്ടു വെള്ളം ആവശ്യംപോലെ നിറപ്പാനും അധികമുള്ള ദിക്കിൽനിന്നു മുറിച്ചു വാർപ്പാനും അനവധി ജനം ഈ സമയത്ത് അവിടെ കൂടീട്ടുണ്ട്. അവിടെ നിന്നു പിന്നെ ഒരു നാഴിക തെക്കോട്ടു ഇടവഴിയിൽകൂടി പോയാൽ സർക്കാരു നിരത്തിന്മേലാണ് ചെന്നു കൂടുന്നത്. നിരത്തിന്റെ സമീപം എവിടെ എങ്കിലും താമസിക്കാമെന്നു വിചാരിച്ചു ഗോവിന്ദൻ ബദ്ധപ്പെട്ടു പോകുമ്പോൾ തന്റെ വലത്തുഭാഗം കുറെ അകലെ നിന്ന് ഒരു മൃദംഗത്തിന്റെ ശബ്ദം കേൾക്കയുണ്ടായി. ഇത് എന്തായിരിക്കാമെന്നു വിചാരിച്ചു പിന്നേയും നടന്നുകൊണ്ടിരിക്കെ, ചന്ദനത്തൈലം, ലവൺഡർ, പനിനീർ, ഇതുകളുടെ സൗരഭ്യം ഇടകലർന്ന് ഇവന്റെ ഘ്രാണേന്ദ്രിയത്തെ വല്ലാതെ ബുദ്ധിമുട്ടിച്ചുതുടങ്ങി. ഒരടി മുമ്പോട്ടുവെക്കുംതോറും മേല്പറഞ്ഞ വാസന പൊങ്ങിത്തുടങ്ങി. അങ്ങിനെ ഒരു അഞ്ചുമിനിട്ടു കഴിഞ്ഞപ്പോൾ തെക്കുനിന്നു ചിലർ ഇങ്ങട്ടു അടുത്തുവരുന്നതു കണ്ടു. നല്ല ഷർട്ടും, ഗഡിയാൾ ചങ്ങലയും ലേസ് തൊപ്പിയും ശൃംഗാരിപ്പൊട്ടും ചുമലിൽ തൂക്കിയിട്ട പാവുമുണ്ടും കയ്യിൽ വടിയുമായിട്ട് അടുത്തെത്തിയ ഈ കൂട്ടരെ കണ്ടപ്പോൾ ഗോവിന്ദനു കാര്യം മുഴുവനും മനസ്സിലായി. എവിടെയാണ് മോഹിനിയാട്ടം ഉള്ളതെന്നു പതുക്കെ ചോദിച്ചു. എന്താണു താൻ ഒന്നും അറിയില്ലേ. ഇൻസ്പെക്റ്റർ എരേശ്ശമേനോന്റെ വീട്ടിലാണ് ഇന്നത്തെ ആട്ടം.

ഞങ്ങൾ കളിക്കു പോകുന്നവരാണ്. കളി കാണേണമെങ്കിൽ ഒന്നിച്ചു വരാം. വിരോധമില്ല. ഇന്നു പൊടിപാറിയ പൊലിയുണ്ട്. ആടുന്ന കുട്ടികളും ബഹു സുന്ദരികളാണ് എന്നു ഒരാൾ ഇവനോടു പറഞ്ഞു എന്നാൽ ഞാനും ഒന്നിച്ചുവരാം. കളിയും പൊലിയും കാണാമല്ലൊ എന്നുപറഞ്ഞു ഗോവിന്ദനും ഇവരുടെ കൂട്ടത്തിൽ ചേർന്നു. ഗോപാലമേനോനെ ആ ദിക്കുകാർ എല്ലാം നല്ലവണ്ണം അറിയുന്നതുകൊണ്ടു അന്യോന്യമുണ്ടായ സംഭാഷണത്തിൽനിന്നു ഗോവിന്ദനെ ഇവർക്കു നല്ലവണ്ണം മനസ്സിലായി. ഓരോ ലൗകികവർത്തമാനവും പറഞ്ഞുംകൊണ്ട് ഇവർ എരേശ്ശമേനോന്റെ വീട്ടിൽ എത്തി. അപ്പോൾ കളിയുടെ പൂർവ്വാംഗം കലാശിച്ചിട്ടുമാത്രമെ ഉണ്ടായിരുന്നുള്ളു. അവിടെ പല തരത്തിലും കൂടിയുള്ള ജനം ഏകദേശം മുന്നൂറു പേർ വരും. ഭവനം മാളികയുള്ള ഒരു പടിഞ്ഞറ്റപ്പുരയാണ്. കിഴക്കെമുറ്റത്തു വിശേഷമായ ഒരു നെടുമ്പുരയുള്ളതിൽ വെച്ചാണ് കളി. അരങ്ങത്ത് ഏകദേശം പത്തുനാല്പതു ബ്രാഹ്മണരും പത്തറുപതു പ്രമാണികളും ഇരിക്കുന്നുണ്ട്. നെടുമ്പുരയുടെ വടക്കുഭാഗത്ത് തെക്കോട്ടു തിരിഞ്ഞിട്ടാണ് ആടുന്നത്, ഗോവിന്ദന്റെ ഒന്നിച്ചുണ്ടായിരുന്ന സരസന്മാർ വിളക്കിന്റെ ഇടഭാഗം വിരിച്ചിട്ടുള്ള വീരാളിപ്പുല്ലുപായിൽ ഇരിക്കുന്ന ചില ഒന്നേമുക്കാൽ ശൃംഗാരികളുടെ ഇടയിൽ കടന്നു കുത്തിരുന്നു. ഗോവിന്ദനോ വഴിനടന്നു ക്ഷീണിച്ചതുകൊണ്ടും അടുക്കെ ഇരിക്കത്തക്ക വേഷപുഷ്ടി ലേശം ഇല്ലാത്തതുകൊണ്ടും കുറെ അകലെ ഒരു തൂണിന്റെ അടുക്കെചെന്നിരുന്നു. എരേശ്ശമേനോനും താലൂക്കു ശിരസ്തദാർ ശാമുക്കുട്ടിമേനോനും വക്കീൽ ശങ്കരപ്പണിക്കരും കൂടി വിളക്കിന്റെ കിഴക്കു ഭാഗത്തു ഒരു വെള്ളപ്പായിൽ വിശേഷമായ പരവതാനി വിരിച്ചു അതിൽ വടക്കോട്ടു തിരിഞ്ഞിരിക്കുന്നു. ഇവരുടെ മുമ്പിൽ മുറുക്കാനുള്ള സകല സാധനങ്ങളോടുകൂടി ഒരു വെള്ളിത്തട്ടും അതിമനോഹരമായ മൂന്നു പനിനീർവീശിയും എട്ടുപത്തു ലമനേഡ് കുപ്പിയും രണ്ടുമൂന്നു സ്ഫടികപാത്രവും വെച്ചിട്ടുണ്ട്. ഇൻസ്പെക്ടരുടെ ഭാര്യ കല്യാണി അമ്മ എട്ടും പത്തും വയസ്സുപ്രായമുള്ള തന്റെ സുമുഖികളായ രണ്ടു പെണ്മക്കളോടുകൂടി കോലായുടെ വടക്കുഭാഗത്തു കിഴക്കോട്ടുതിരിഞ്ഞു ഒരു പുല്ലുപായിൽ ഇരിക്കുന്നു. അടുക്കെ ചെറുപ്പക്കാരിയായ ഒരു ദാസിയും നില്ക്കുന്നുണ്ട്. കല്യാണിഅമ്മയുടെ ഇപ്പോഴത്തെ സ്ഥിതിയും മുഖവൈവർണ്ണ്യവും കണ്ടാൽ എന്തോ ദുസ്സഹമായ ഒരു വ്യസനവും കഠിനമായ മനോവിചാരവും ഉള്ളപ്രകാരം ശങ്കിക്കാം. ആട്ടം കാണ്മാനൊ അരനാഴികനേരം അവിടെ ഇരിപ്പാനോ ഈ സ്ത്രീക്കു ലേശംപോലും മനസ്വസ്ഥതയൊ സന്തോഷമോ ഉണ്ടെന്നു തോന്നുന്നില്ല. കളിച്ചുനടക്കുന്ന ഒരു കുട്ടിയെ പിടിച്ചുകൊണ്ടന്നു നിർദ്ദയനായ ഒരു എഴുത്തച്ഛന്റെ മുമ്പിൽ ഇരുത്തിയതുപോലെയാണ് ഇപ്പോഴത്തെ ഇരിപ്പ്. കൂടെക്കൂടെ എരേശ്ശമേനോന്റെ മുഖത്തു നോക്കുകയും ദീർഘശ്വാസമിടുകയും കയ്യിൽ ഇരിക്കുന്ന നനഞ്ഞ തോർത്തുമുണ്ടുകൊണ്ട് മുഖം തുടക്കുകയും ചെയ്യുന്നതേ കാണ്മാനുള്ളു. എന്നാൽ എരേശ്ശമേനോന് ആ വക യാതൊരു

ധാരണയും ഇല്ല. അദ്ദേഹം തന്റെ രണ്ടു സ്നേഹിതന്മാരും ഇപ്പോൾ സുരേശ്വരന്മാരായിട്ടിരിക്കയാണ് ചെയ്യുന്നത്. അവർ ഇഹത്തിലുമല്ല പരത്തിലുമല്ല എന്നു പറയത്തക്ക ദിക്കിൽ എത്തിയിരിക്കുന്നു. ഇടത്തും വലത്തും നിന്നു രണ്ടു കാൺസ്റ്റബിൾമാർ വീശുകയും ഒരു കാൺസ്റ്റബിൾ കൂടെക്കൂടെ ഇവർക്കു മുറുക്കാനുണ്ടാക്കി കയ്യിൽ കൊടുക്കുകയും ചെയ്യുന്നു. എല്ലാംകൊണ്ടും ഇതില്പരമായ ഒരു പരമാനന്ദം ഇവർക്കു ഉണ്ടാവാൻ പാടില്ല.

ആടുവാനുള്ള മൂന്നു കുട്ടികളിൽ ഒന്നാമത്തേതിന്ന് ഇരുപത്തിരണ്ടു വയസ്സിൽ ഏതും കുറകയില്ല. ഒന്നോ രണ്ടോ പ്രാവശ്യം മാതാവാകേണ്ടുന്ന വഴിയിൽ പ്രവേശിച്ചപ്പോൾ പകുതി വഴിയിൽവെച്ചു ഇങ്ങോട്ടു തന്നെ പിടിച്ചു കൊണ്ടുപോന്നതിനാൽ മേല്പറഞ്ഞസ്ഥാനം ഇവൾക്കു പ്രത്യക്ഷത്തിൽ കിട്ടാനിട വന്നിട്ടില്ല. മുഖം മിനുക്കി ചുണ്ടിന്നു വർണ്ണപ്പൊടിയും കണ്ണിൽ മഷിയും ഇട്ടു കെട്ടിച്ചമഞ്ഞു നില്ക്കുന്നതു കണ്ടാൽ വങ്കന്മാരായ ചില പുരുഷന്മാരെ വല്ലാതെ അന്ധാളിപ്പിക്കുവാൻ ഇവൾക്ക് നല്ല സാമർത്ഥ്യമുണ്ട്. രണ്ടാമത്തെ പെൺകിടാവിന്ന് ഏകദേശം ഇരുപതു വയസ്സ് പ്രായമുണ്ട്. ശരീരം കുറെ തടിച്ച് കുറുതായി നെറ്റിത്തടം ചുരുങ്ങി പുരികങ്ങൾ തമ്മിൽകൂടി മുഖം വൃത്താകാരമായി ഇടഭാഗം അല്പം കോടി അധരോഷ്ഠങ്ങൾ വല്ലാതെ തടിച്ച് മലർന്നു കഴുത്ത് നീളംകുറഞ്ഞു കവിൾത്തടം തെല്ലു കുഴിഞ്ഞ് ഇങ്ങനെ വേണ്ടതക്ക എല്ലാലക്ഷണവും തികഞ്ഞിട്ടുള്ള ഒരു യുവതിയാണ്. മൂന്നാമത്തെപ്പെണ്ണ് ആകപ്പാടെ തരക്കേടില്ല. താരുണ്യദശയിൽ കടപ്പാൻവേണ്ടി ഒരു കാൽ മുൻപോട്ട് എടുത്തുവച്ചുംകൊണ്ടു നില്ക്കുന്ന പ്രായമാണ്. രംഗശ്രീ നല്ല വണ്ണം ഉണ്ട്. എങ്കിലും ഈ ശ്മശാനകുസുമത്തേപ്പറ്റി എഴുതി തൂവൽ ചീത്തയാക്കുവാൻ എനിക്കു ഇഷ്ടമില്ല. കടത്തിട്ട തോണിപോലെയുള്ള ഇവറ്റയുടെ സൗഭാഗ്യത്തെപ്പറ്റി വിവേകികളായ വായനക്കാർക്കു യാതൊരു ഭ്രമവും ജനിക്കില്ലെന്ന് എനിക്കു നല്ല നിശ്ചയമുണ്ട്. ഇതിൽ ഒന്നും രണ്ടും കുട്ടികളുടെ അച്ഛനാണ് ഈ കളിയുടെ ഉടമസ്ഥൻ. രണ്ടാമത്തെ പെണ്ണിന് ഒഴിവുള്ള സമയം ഒക്കേയും സംബന്ധം ഇതിലേ ഭാഗവതരാണ്. മൃദംഗക്കാരനാണു ആ ചെറിയ പെണ്ണിന്റെ ഭർത്താവ്. രസികശിരോരത്നമായ പണിക്കർക്കു കളി കഴിയുന്നവരെ സംബന്ധം ഒന്നാമത്തേതിനോടുകൂടെയാണ്. യജമാനന്മാരെ സന്തോഷിപ്പിക്കുവാനും വേണ്ടതക്ക ഉപചാരം ചെയ്ത് അവരുടെ സ്നേഹം സമ്പാദിക്കുവാനും ഉടമസ്ഥനായ ഇട്ടീരിനായർക്കു വളരെ കൗശലവും സാമർത്ഥ്യവും കൂടും. ഈ രണ്ടു പെൺകിടാങ്ങളെക്കൊണ്ടു ഈ വൃദ്ധനു നല്ല കാലാനുഭവമുണ്ട്. ആൾ മഹാഭാഗ്യവാനാണ്. ഭഗവൽഭക്തനാണ്. നന്നേ സൗമ്യനാണ്. രസക്കേടായ വാക്ക് ഒരിക്കലെങ്കിലും ഒരു മനുഷ്യനോടു മിണ്ടില്ല. രാവുണ്ടെങ്കിൽ ഇട്ടീരിനായർക്കു രണ്ടും മൂന്നും ഉറുപ്പിക, ഓണപ്പുട കിട്ടാതിരിക്കില്ല. അദ്ദേഹത്തിന്റെ മുഴുവൻ സമ്പാദ്യം ഇത്ര മാത്രമേയുള്ളു. ആ കഥ ഇപ്പോൾ അങ്ങനെ നില്ക്കട്ടെ. കളിയുടെ വട്ടവും കലാശവും എന്റെ വായനക്കാർക്കു അറിവാൻ താല്പര്യമുണ്ടായിരിക്കാം.

ആട്ടം ഏകദേശം എട്ടുമണിക്കുതന്നെ ആരംഭിച്ചിരിക്കുന്നു. പതിനൊന്നു മണിക്കു തീർച്ചയായി കളികഴിയേണമെന്നാണ് എരേശ്ശമേനോന്റെ കല്പന. ഈ വക വിനോദങ്ങളിൽ അധികം ഉറക്കമിളപ്പാൻ അദ്ദേഹത്തിനു വളരെ നീരസമാണ്. അതുകൊണ്ടു ചില്ലറ ആട്ടങ്ങൾ വിശേഷിച്ചു യാതൊന്നുമുണ്ടായില്ല. ആദ്യം മുതൽക്കെ ബഹുരസകരമായ മട്ടിലാണ് ആരംഭിച്ചത്. യോഗ്യന്മാരായ അനവധി ആളുകൾ അരങ്ങത്തു ഇരിക്കുന്നതു കണ്ടിട്ടു മോഹിനിമാർക്കു ഉത്സാഹം വർദ്ധിച്ചു. ഇവരുടെ പാട്ടും അതിമനോഹരമായ ആട്ടവും പുരുഷന്മാരുടെ മനോധൈര്യത്തെ ഇടിപൊടിയാക്കി പാറ്റിക്കളയുന്ന ഹാവംബം മുതലായ ശൃംഗാരചേഷ്ടകളും കാമാസ്ത്രങ്ങളെ കോരിച്ചൊരിയുന്ന കടാക്ഷവീക്ഷണവും മറ്റും കണ്ടു കാണികൾ മുഴുവനും കാമികളായിത്തീർന്നു. ആടുന്ന കുട്ടികളുടെ ശിരസ്സിലും മുഖത്തും കഴുത്തിലും മാറത്തും പുറത്തും എന്നുവേണ്ട മറ്റുപല ദിക്കിലും ശിരസ്തദാരും എരേശ്ശമേനോനും നാഴികയിൽ എട്ടു പ്രാവശ്യം പനിനീർ വീശുന്ന തിരക്കായി. ലമനേഡ് കുപ്പിയുടെ ബൂച്ചെടുക്കുമ്പോഴുള്ള ഒച്ചയും "ബലേഭേഷ്" എന്ന ആശ്ചര്യസൂചകശബ്ദവും രംഗസ്ഥലത്തിൽ കൊള്ളാതെ പുറമെ പ്രവഹിച്ചു. "ബലേ ബലേ" എന്നു പറഞ്ഞുതന്നെ ശാമുക്കുട്ടിമേനോന്റെ ഒച്ച അടച്ചുപോയി. രംഗവാസികളായ എല്ലാ രസികന്മാരും വല്ലാതെ ഭ്രമിച്ച് തന്നെത്താൻ മറന്നു പല ആഭാസത്വവും ഗോഷ്ടിയും പ്രവർത്തിച്ചു. കല്യാണിഅമ്മയുടെ കണ്ണീർ മുഴുവനും അവസാനിച്ചു. കണ്ണുകൾ കലങ്ങി അങ്ങിനെ ഇരിക്കെ പണം പൊലിക്കുന്ന തിരക്കായി. ശാമുക്കുട്ടിമേനോനും ശങ്കരപ്പണിക്കരും തമ്മിൽ മത്സരിച്ചു എട്ടുംപത്തും അരക്കാൽ ഓരോ പ്രാവശ്യം വാരി വിളിവിളിച്ചു പൊലിച്ചുതുടങ്ങി. എരേശ്ശമേനോനും വഴുതിനി തോട്ടത്തിൽ വേലുക്കുട്ടിമേനോനും തങ്ങളിലായി മത്സരം. കട്ടിളപ്പടിക്കൽ കേശവനുണ്ണിനായരും ചിരങ്ങാട്ടു കുട്ടികൃഷ്ണമേനോക്കിയും തമ്മിലേറ്റു. ശിരസ്തദാരുടെ കയ്യിലുണ്ടായിരുന്ന ഉറുപ്പിക മുഴുവനും കലാശിച്ച് ഒടുവിൽ എരേശ്ശമേനോനോടു എട്ടുറുപ്പിക കടം വാങ്ങിട്ടും പൊലിച്ചു. ശങ്കരപ്പണിക്കർക്കു ഒരു ലേശം കുലുക്കമില്ല. മത്സരിച്ചാൽ ഒരു നൂററുറുപ്പിക പൊലിപ്പാൻ താനൊരുങ്ങി വന്നിട്ടുണ്ടെന്നു വീരവാദം പറഞ്ഞു പണസ്സഞ്ചി എടുത്തു തന്റെ മുൻപിൽ വെച്ച് ശാമുക്കുട്ടിമേനോനെ പോർക്കുവിളിച്ചു. ശിരസ്തദാർക്കു കയ്യിൽ പണമില്ലെങ്കിലും കൂടെക്കൂടെ ശുണ്ഠി ഏറിത്തുടങ്ങി. തന്റെ കയ്യിൽ ഉണ്ടായിരുന്ന മുദ്രമോതിരം ഊരി കളി ഉടമസ്ഥൻ ഇട്ടിനായരെ വിളിച്ചു പതിനഞ്ചുറുപ്പികക്കു പണയം വെപ്പാൻ നോക്കി. എരേശ്ശമേനോനും വേറെ രണ്ടുമൂന്നു പേരും അതിനു സമ്മതിക്കാതെ മദ്ധ്യസ്ഥം പറഞ്ഞു ഒരു വിധത്തിൽ പൊലി അവസാനിപ്പിച്ചു. ശിരസ്തദാർ മുപ്പത്തിമൂന്നും ശങ്കരപ്പണിക്കർ മുപ്പത്തിനാലരയും എരേശ്ശമേനോൻ ഇരുപത്തഞ്ചേമുക്കാലും വേലുക്കുട്ടിമേനോൻ ഇരുപത്താറേകാലും ഉറുപ്പിക പൊലിച്ചു. എല്ലാംകൂടി കാൺസ്റ്റബിൾമാരുടെ പട്ടികപ്രകാരമുള്ള സംഖ്യയടക്കം നൂറ്റെഴുപത്തു മൂന്നു

റുപ്പിക പതിനാലണ മോഹനിപ്പണം കൂടാതെ പിരിഞ്ഞു കിട്ടി. ഒരുറുപ്പിക രണ്ടണകൂടി കേശവനുണ്ണിനായരു തട്ടിൽ ഇട്ട് ആകെ സംഖ്യ നൂറ്റി എഴുപത്തിഞ്ചുറുപ്പികയാക്കി. എരേശ്ശമേനോൻ ഉറുപ്പിക മുഴുവനും എടുത്ത് തട്ടോടെ ഇട്ടീരിനായരുടെ കയ്യിൽ കൊടുത്തു. വൃദ്ധന് പരമാനന്ദമായി. പന്ത്രണ്ടടിപ്പാൻ പതിനഞ്ചു മിനുട്ടുമുമ്പെ കളിയും സമർപ്പിച്ചു.

കാണികൾ മുഴുവനും യാത്രപറഞ്ഞും പറയാതേയും മോഹനിമാരുടെ കയ്‌വശം തങ്ങളുടെ മനസ്സും ഏല്പിച്ച് അഞ്ചുമിനുട്ടിനുള്ളിൽ ഇറങ്ങിപ്പോയതുകൊണ്ട് ശാമുക്കുട്ടിമേനോൻ മുതലായ കാമകിങ്കരന്മാർക്കു തങ്ങളുടെ മനോരഥപ്രാപ്തിക്കു യാതൊരു മുടക്കമാകട്ടെ അസ്വാധീനമാകട്ടെ സംഭവിപ്പാൻ പാടില്ലാത്ത സ്വാതന്ത്ര്യവും സാവകാശവും സിദ്ധിച്ചു. കാര്യത്തിന്റെ യാഥാർത്ഥ്യം മുഴുവനും നേർത്തേതന്നെ നല്ല വണ്ണം മനസ്സിലായിരുന്നതുകൊണ്ടു കളി കഴിഞ്ഞ ഉടനെ ഗോവിന്ദൻ മെല്ലെ ഒരു പുല്ലുപായും കയ്ക്കലാക്കി തെക്കേ ഭാഗമുള്ള ആഫീസ്സുമുറിയുടെ കോലായിൽ പോയി കിടന്നുകളഞ്ഞതിനാൽ അവനെക്കൊണ്ടു യാതൊരു ഉപദ്രവും യാതൊരാൾക്കും സിദ്ധിച്ചില്ല. ആട്ടം കഴിഞ്ഞ ഉടനെ എരേശ്ശമേനോൻ രണ്ടു കാൺസ്റ്റബിൾമാരെ വിളിച്ചു കുളിപ്പുരയിൽ കിടപ്പുള്ള രണ്ടു വലിയ ചെമ്പുകുട്ടുകങ്ങളിൽ വെള്ളം കോരി നിറപ്പാൻ കല്പന കൊടുത്തു. തങ്ങളെക്കൊണ്ടും ഓരോ ഉറുപ്പിക നിർബ്ബന്ധമായി പൊലിപ്പിച്ചതിനാൽ ഈറ പിടിച്ചിട്ടുള്ള ഈ കാൺസ്റ്റേബൾമാർക്കു ഇൻസ്പെക്ടരുടെ ഇപ്പോഴത്തെ കല്പന വളരെ നീരസമായിട്ടാണ് തോന്നിയത്. മേലുദ്യോഗസ്ഥന്മാരുടെ സന്തോഷസമ്പാദനത്തിനുവേണ്ടി ലജ്ജാവഹമായ പല ദാസ്യപ്രവൃത്തിയും ചെയ്തുവരുന്നതു തങ്ങളുടെ മുറയാണെന്നു സാധുക്കളായ ചില കീഴുദ്യോഗസ്ഥന്മാരും, അങ്ങനെ ചെയ്യിപ്പിക്കുന്നത് ഒരു ബഹുമാനമാണെന്നു ദുരഭിമാനികളായ ചില മേലുദ്യോഗസ്ഥന്മാരും വിചാരിച്ചുവരുന്നുണ്ട്. വീട്ടിലേക്കാവശ്യമുള്ള വിറകു കീറിക്കൊടുക്കുക, യജമാനന്മാരുടെ ഭാര്യമാർക്കു കുളിപ്പാനും മറ്റും വേണ്ടുന്ന വെള്ളം കോരിനിറക്കുക, കുട്ടികളെ എടുത്തുകൊണ്ടു നടക്കുക, ക്ഷൗരക്കാരനെ വിളിച്ചുകൊണ്ടുവരിക, അലക്കുകാരന്റെ അടുക്കെ വീഴ്പുവസ്ത്രം കെട്ടിക്കൊണ്ടുകൊടുക്കുക, അടിച്ചുവാരുക, എച്ചിൽ എടുത്തു തളിക്കുക, വാഴത്തോട്ടം കൊത്തുക, പൂച്ചെടി നനയ്ക്കുക, പൂന്തോട്ടം വളർത്തുക, സസ്യാദികൾ നട്ടുണ്ടാക്കുക, എണ്ണ തേപ്പിക്കുക, കാൽ തടവുക, മറ്റും പല വേലയും എടുക്കുക ഇതെല്ലാം കീഴുദ്യോഗസ്ഥന്മാരുടെ ന്യായാനുസരണമായ പ്രവൃത്തിയാണെന്ന് അവിവേകികളായ ചില ഉദ്യോഗസ്ഥന്മാർ തെറ്റായി ധരിച്ചു വശായിട്ടുണ്ട്. കീഴുദ്യോഗസ്ഥന്മാരെ അടിമകളെപ്പോലെ വിചാരിച്ചു പീറത്തരം പലതും അവരെക്കൊണ്ടു ചെയ്യിക്കുന്നതു കേവലം അനീതിയും അയുക്തവുമാണെന്നു എരേശ്ശമേനോൻ മുതലായ ധ്വരന്മാർ വിചാരിക്കാതിരിക്കുന്നതു വലിയ കഷ്ടംതന്നെ. "യജമാനപ്രീതിശാസ്ത്രം" എന്നുള്ള പ്രമാണത്തെ അനു

സരിച്ചു കാൺസ്റ്റേബിൾമാർ വെള്ളം കോരി നിറക്കുന്ന മദ്ധ്യേ തങ്ങളിൽ ഓരോന്നും പതുക്കെ പറകയായിരുന്നു.

ഒന്നാമത്തെ കാൺസ്റ്റേബിൾ-കഷ്ടമേകഷ്ടം! മൂപ്പരു ഇത്ര ഇലഭ്യ രാശിയാണെന്നു ഞാൻ ഇതുവരെ വിചാരിച്ചിരുന്നില്ല. പീറകളായ ഈ സ്ത്രീകളെ എന്തിനാണ് ഇത്ര വളരെ ആദരിക്കുന്നത്? പെരുവഴിയിൽ തൂക്കിയ ചെണ്ടപോലെയുള്ള ഇവയുടെ മേൽ ഈവക യോഗ്യന്മാർക്ക് ഇത്ര ഭ്രമമുണ്ടാകുന്നത് വലിയ ആശ്ചര്യംതന്നെ, ഇവരുടെ അവസ്ഥക്കു ഇത് എത്ര ആഭാസത്തമാണ്.

രണ്ടാമൻ: വലിയ ആളുകൾക്ക് എന്തും ചെയ്യാമെന്നല്ലെ വെച്ചിട്ടുള്ളത്? നോം വഷളത്വമാണെന്നു വിചാരിച്ചുവന്ന എന്തെല്ലാം പ്രവൃത്തികളാണ് ഇങ്ങിനത്തെ മഹായോഗ്യന്മാർ അതിജാഗ്രതയോടെ ചെയ്തുവരുന്നത്? പ്രപഞ്ചതന്ത്രത്തിന്നു കേവലം വിപരീതമായ അനേകം പ്രവൃത്തികൾ ഇവർ ചെയ്തും ചെയ്യിച്ചും വരുന്നത് നമുക്കു നിശ്ചയമുള്ള കാര്യമല്ലെ. തന്റെ ഭാര്യ നോക്കിയിരിക്കെ ആരെങ്കിലും ഈവക വഷളത്വം ചെയ്തുകണ്ടിട്ടുണ്ടൊ. പോകുന്നവർക്കും വരുന്നവർക്കും എന്നു വേണ്ടാ സകലർക്കും യാതൊരു ഭേദാഭേദവും കൂടാതെ ഉപയോഗിപ്പാൻ വേണ്ടി പീടികയുടെ മുറ്റത്തു വെച്ചിട്ടുള്ള കോളാമ്പി എടുത്തു ആരെങ്കിലും ഒരു മനുഷ്യൻ ചുംബിച്ചു നോക്കാറുണ്ടൊ?

ഒന്നാമൻ: ആ കഥ എന്തിനാണ് പറയുന്നത്? ശിരസ്തദാരെജമാനൻ ഇന്നു അരങ്ങത്തു വച്ചു എന്തെല്ലാം കോപ്പിറാട്ടിയാണു കാട്ടി കൂട്ടിയത്? കണ്ണിന്റെ മുമ്പിൽ കാണുന്ന സകല സാധനങ്ങളേയും കടിച്ചുതിന്നുന്ന ആട്ടിൻകൂട്ടംപോലെ യാതൊരു വ്യത്യാസവും കൂടാതെ 'പണമെ ഗുണം' എന്നു ദൃഢീകരിച്ചു കണ്ടവരുടെ മടിയിൽ കയറി പലതും മടിവിട്ടു പ്രവർത്തിക്കുന്ന ഇവറ്റയെ കണ്ടിട്ടു ഇത്രയൊക്കെ ഭ്രമിക്കുന്ന യജമാനന്മാരു കുറെ ഭേദവും നിലയും ഉള്ള മറ്റു വല്ല പെണ്ണുങ്ങളേയും കണ്ടാൽ തലകുത്തി മറിഞ്ഞു പൂച്ചക്കരണം കളിച്ച് കാലു പിടിക്കാതെ ഇരിക്കുമെന്നു എനിക്കു തോന്നുന്നില്ല. പുള്ളുപോലെയുള്ള ആ ചെറിയ പെണ്ണിന്റെ പിന്നിൽ പോയി ഞെളിഞ്ഞു നിന്നിട്ട് ശങ്കരപ്പണിക്കരു യാതൊരു ശങ്കയും ഉളുപ്പും കൂടാതെ വീശിക്കൊടുത്തതു കണ്ടില്ലെ? മൂന്നാൾക്കും ഇന്ന് ഒരുപോലെ ഭ്രാന്തുപിടിച്ചുപോയി.

രണ്ടാമൻ: ആ ചുടുകാട് എന്തെങ്കിലും ആയ്ക്കോട്ടെ; എന്നെക്കൊണ്ടു ഒരുറുപ്പിക കൊടുപ്പിച്ചു. അഞ്ചുരാപ്പകൽ ഒരുപോലെ എല്ലുമുറിഞ്ഞു പണിയെടുത്തെങ്കിലേ ഒരു ഉറുപ്പിക കിട്ടുള്ളു. അതു യാതൊരു പകാരവുമില്ലാത്ത ഈ തേവടിശ്ശിക്കളിക്കു കൊടുത്തതു വിചാരിച്ച് എനിക്കു വലിയ വ്യസനമായിരിക്കുന്നു. കൊടുത്തിട്ടില്ലെങ്കിൽ നാളെ വയനാട്ടിലേക്കാണു മാറ്റുന്നത്. ചുട്ടുപോട്ടെ എന്നുവിചാരിച്ചു പേടിച്ചു കൊടുത്തതാണ്.

ഒന്നാമൻ: തന്റെ ഉപകാരത്തിനാണു കളി കളിപ്പിച്ചത്. കളിപ്പിച്ച ആൾക്കും നല്ല ഉപകാരമുണ്ടാകും. ഉപകരിപ്പിക്കാതെ അവർ

ഇന്നുവിടുകയില്ല. വെള്ളംകോരി നിറച്ചോളു. വെറുതെ ഓരോന്നു പറയണ്ട.

രണ്ടാമൻ: അരചുറ്റും പുണ്ണുപിടിച്ച ഈ ജ്യേഷ്ഠകളെ കണ്ടു ഭ്രമിച്ചു തന്നെത്താൻ മറന്നു പണം വാരിപ്പൊലിച്ചതു കണ്ടില്ലെ? തെല്ലു ഭേദമുണ്ടെങ്കിൽ വേണ്ടില്ല. ശുദ്ധ ആഭാസം! ഇവർക്കു പണം മേൽ കിടക്കുന്നുണ്ടൊ? കഷ്ടം! കഷ്ടം!

ഒന്നാമൻ: കണ്ട സാധുക്കളെ പിടിച്ചുവട്ടത്തിലാക്കി ഞെക്കിപിഴിഞ്ഞുണ്ടാക്കുന്ന പണമല്ലെ? പൊലിക്കുന്നതിന്നു ഇവർക്കെന്താണു ചേതം? ഒരു കേസ് കിട്ടിയാൽ പോരെ? കാൺസ്റ്റബിൾമാർ തങ്ങളിൽ ഇങ്ങനെ പലതും പറഞ്ഞു വെള്ളം കോരി നിറച്ചു കഴിയുമ്പോഴെക്കു ഇട്ടീരിനായരും മൂന്നു സ്ത്രീകളും കുളിപ്പുരയിൽവന്നു. കാൺസ്റ്റേബിൾമാർ ഉമ്മറത്തേക്കും പോന്നു. കുളികഴിഞ്ഞു വരുമ്പോഴെക്കു ഇൻസ്പെക്ടർ കുറെ ചായയും പലഹാരവും തയ്യാറാക്കിവെച്ചിട്ടുണ്ടായിരുന്നു. ശിരസ്തദാർക്കും ശങ്കരപ്പണിക്കർക്കും കിടപ്പാൻവേണ്ടി താഴെ രണ്ടു മുറികളിൽ വേണ്ടത്തക്ക ചട്ടം ചെയ്യിച്ചു. അതിൽപിന്നെ ഇട്ടീരിനായരെ വിളിച്ചു എന്തോ ചിലതെല്ലാം സ്വകാര്യം മന്ത്രിച്ചു. കല്പിക്കുംപ്രകാരം എല്ലാം നേരെയാക്കാം എന്നു ആ വൃദ്ധനും സമ്മതിച്ചു. ശാമുക്കുട്ടിമേനോനും ശങ്കരപ്പണിക്കരും എരേശ്ശമേനോന്റെ മുഖത്തുനോക്കി ചിരിച്ചുംകൊണ്ടു തങ്ങൾക്കുവേണ്ടി വിരിച്ചു തെയ്യാറാക്കി വെച്ചിട്ടുള്ള മുറികളിലേക്കു പോയി കണ്ണുംമിഴിച്ചുറങ്ങാതെ കിടന്നു. ഇവരുടെ ഇപ്പോഴത്തെ മനോരാജ്യം എന്തെല്ലാമായിരുന്നു എന്നു ഇവരെപ്പോലെയുള്ള രസികന്മാർക്കു ക്ഷണത്തിൽ മനസ്സിലാക്കാൻ കഴിയുന്നതാണ്. അല്ലാത്തവർക്കു പറഞ്ഞാലും മനസ്സിലാവില്ല. അതുകൊണ്ട് അതിനെപ്പറ്റി ഞാൻ ഇവിടെ യാതൊന്നും പ്രസ്താവിക്കുന്നില്ല. കല്യാണി അമ്മയെ ഇന്നു കലവറമുറിയിൽ അയക്കേണമെന്നുള്ള വിചാരത്തോടുകൂടി എരേശ്ശമേനോൻ മുകളിലേക്കു ബദ്ധപ്പെട്ടു ചെന്നു. ഭർതൃസ്നേഹവും വിനയവും സൗശീല്യാദി ഗുണസമ്പത്തിയും നല്ല സാമർത്ഥ്യവും ഉള്ള ഈ അമ്മ തന്റെ ഭർത്താവു വരുന്ന സമയം മുകളിലെ അറയിൽ ചിന്താഗ്രസ്തയായി മുഖവും താഴ്ത്തി ഇരിക്കയായിരുന്നു. കുട്ടികൾ രണ്ടും വടക്കുഭാഗത്തു വിരിച്ചിട്ടുള്ള ഓരോ കോസടിയിൽ കിടന്ന് ഉറങ്ങുകയും ചെയ്യുന്നു. ഭർത്താവിനെ കണ്ട ക്ഷണത്തിൽ കല്യാണിഅമ്മ അവിടെ നിന്നെഴുനീറ്റു അടുക്കേയുള്ള കട്ടിലിന്റെ പടിഞ്ഞാറെവശം വടക്കോട്ടു നോക്കിക്കൊണ്ടു നിന്നു. എരേശ്ശമേനോൻ അറയിൽ കടന്നപാടു കട്ടിലിന്മേൽ ചെന്നു കുത്തിരുന്നിട്ടു കല്യാണഅമ്മയെ അടുക്കെവിളിച്ചു ചിരിച്ചുംകൊണ്ടു മുഖത്തുനോക്കിപ്പറഞ്ഞു:

എരേശ്ശമേനോൻ: ആട്ടം അവസാനിക്കുന്നതിന്നുമുമ്പായിട്ടുതന്നെ കല്യാണി എന്താണു മുകളിലേക്കു പോന്നുകളഞ്ഞത്. കളി അത്ര രസിച്ചില്ല എന്നുണ്ടൊ? ശാമുക്കുട്ടിമേനോന് ഇന്നത്തെ ആട്ടം വളരെ ബോധിച്ചു ആകപ്പാടെ ഇന്നു ബഹുരസായി.

കല്യാണിഅമ്മ: കുട്ടികൾക്ക് ഉറക്കം തൂക്കുന്നതു കണ്ടിട്ട് അവരേയും കൊണ്ടു മുകളിലേക്കു പോന്നു എന്നല്ലാതെ കളി രസിക്കാഞ്ഞതു കൊണ്ടും മറ്റും പോന്നുകളഞ്ഞതല്ല. ശിരസ്തദാർക്കു മാത്രമല്ല; കളി എല്ലാവർക്കും വളരെരസമായിരിക്കുന്നു എന്നാണ് എനിക്കു തോന്നിയത്. എല്ലാംകൂടി എത്ര ഉറുപ്പിക പൊലിച്ചുകിട്ടി?

എരേശ്ശമേനോൻ: എല്ലാംകൂടി നൂറ്റെഴുപ്പത്തഞ്ചുറുപ്പിക പിരിഞ്ഞു. പൊലി അതിശായി. ബഹുരസായി. ഇയ്യിടയിൽ ഒന്നും ഇങ്ങിനെ ഒരു പൊലിയുണ്ടായിട്ടില്ലെന്നു കളിക്കാർ തങ്ങളിത്തന്നെ പറയുന്നതുകേട്ടു.

കല്യാണിഅമ്മ: പൊലിമാത്രമല്ല, കളിയും ഇത്ര രസം പിടിച്ചിട്ടു ണ്ടായിരിക്കില്ല. നിങ്ങൾ മൂന്നാളും ഉണ്ടായിരിക്കുമ്പോൾ ഇങ്ങിനെയ ല്ലാതെ വരാൻ പാടില്ല.

എരേശ്ശമേനോൻ: നേരം പന്ത്രണ്ടുമണി കഴിഞ്ഞു എനിക്കു ഉറക്കം കലശലായി വന്നു തുടങ്ങി.

കല്യാണിഅമ്മ: എന്നാൽ ഇനി ഉറങ്ങരുതെ? എന്തിനാണു വെറുതെ ഉറക്കു ഒഴിക്കുന്നത്. കിടക്ക മുട്ടി വിരിച്ചിരിക്കുന്നു.

എരേശ്ശമേനോൻ: (മുഖം അല്പം വെളുപ്പിച്ചുംകൊണ്ട്) കല്യാണി മുഷിയരുതെ. ഇത്തിരി കൂടി ഇങ്ങട്ട് അടുത്തുനില്ക്കു ഞാൻ ഒന്നു സ്വകാര്യം പറഞ്ഞോട്ടെ.

കല്യാണിഅമ്മ: മുഷിയാൻ തക്കതാണെങ്കിൽ പറയാത്തതല്ലേ നല്ലത്? ഇപ്പോൾ പറയുന്നതുതന്നെ സ്വകാര്യമാണല്ലൊ. എന്താണെന്നു വെച്ചാൽ പറയാം. എനിക്കു യാതൊരു മുഷിച്ചിലും ഇല്ല.

എരേശ്ശമേനോൻ: ഞാൻ അങ്ങിനെ തീർച്ചപ്പെടുത്തിപ്പോയി. നീ വിരോധം ഒന്നും പറയരുത്.

കല്യാണിഅമ്മ: കാര്യം ഇന്നതാണെന്നു പ്രസ്താവിക്കുന്നതിന്നു മുമ്പായിട്ടു ഞാൻ അങ്ങിനെ തീർച്ചപ്പെടുത്തിപോയി എന്നും മറ്റും പറഞ്ഞാൽ എന്താണു ഉത്തരം പറയേണ്ടത്! ഇവിടുന്നു എന്താണു തീർച്ചപ്പെടുത്തി യത്.

എരേശ്ശമേനോൻ: ഒരു രാത്രിയല്ലെ? ഇന്നു ഇങ്ങിനെ ആയ്ക്കോട്ടെ.

കല്യാണിഅമ്മ: അങ്ങിനെയാണെങ്കിൽ എനിക്കു യാതൊരു വിരോ ധവും ഇല്ല. ഉറക്ക് ഒഴിച്ചാൽ സുഖക്കേട് യാതൊന്നും ഉണ്ടായിരിക്കില്ലെ ന്നാണു വിചാരിക്കുന്നതെങ്കിൽ ഞാൻ ഒന്നും മുടക്കം പറയുന്നില്ല.

എരേശ്ശമേനോൻ: ഞാൻ പറഞ്ഞതു നിനക്കു മനസ്സിലായിട്ടില്ലെ ന്നാണ് തോന്നുന്നത്. മനുഷ്യാവസ്ഥയല്ലെ? ദുർല്ലഭം അങ്ങിനെ എല്ലാം ഉണ്ടാകുന്നതാണ്.

കല്യാണിഅമ്മ: അങ്ങിനെ എല്ലാം ഉണ്ടാകുന്നതാണ്, ഇങ്ങനെ എല്ലാമുണ്ടാകുന്നതാണ് എന്നു പറഞ്ഞാൽ എങ്ങിനെയാണ് കാര്യം മന സ്സിലാകുന്നത്. പരമാർത്ഥം ഇന്നതാണെന്ന് പറയരുതെ?

എരേശ്ശമേനോൻ: കല്യാണി കിടത്തം ഇന്നു കലവറയിൽ ആക്ക ണം. കുട്ടികളും നിന്റെ ഒരുമിച്ചുതന്നെ ഇരിക്കട്ടെ. എനിക്കു അങ്ങിനെ ഒരു താല്പര്യം വന്നുപോയി.

കല്യാണിഅമ്മ: ഇതാണൊ സ്വകാര്യം പറവാനുണ്ടായിരുന്നത്. ഇതിന്നു ഇത്രയൊക്കെ വളച്ചുപിടിച്ചു പറയേണ്ടിയിരുന്നൊ കലവറയിലല്ല കളിക്കാരുടെ ഇടയിൽ പോയ്ക്കിടക്കണം എന്ന് ഇവിടുന്നു പറഞ്ഞാൽ ഞാൻ അതിനും ഒരുക്കമാണല്ലൊ.

എരേശ്ശമേനോൻ: കല്യാണി യാതൊരു വിരോധവും പറകയില്ലെന്ന് എനിക്കു മുമ്പേതന്നെ നല്ല വിശ്വാസമുണ്ട്. അല്ലെങ്കിൽ ഞാനുണ്ടോ മോഹിനിയാട്ടം കളിപ്പിക്കാൻ പോകുന്നു.

കല്യാണിഅമ്മ: അതു ശരിതന്നെ. ഈ വിശ്വാസം ഇവിടേക്കുണ്ടായത് എന്റെ ഭാഗ്യം.

എരേശ്ശമേനോൻ: ഭർത്താക്കന്മാരിൽ ഭക്തിയും സ്നേഹവും ഉള്ള ഭാര്യമാർക്ക് ഇതിനൊന്നും അശേഷം രസക്കേട് ഉണ്ടാകില്ല. അതാണ് പാതിവ്രത്യം എന്നു പറയുന്നത്. കല്യാണി ശീലാവതി വായിച്ചിട്ടില്ലെ. കുഷ്ഠരോഗം പിടിച്ച ആ മുനിയെ ശീലാവതി ഒരു വേശ്യയുടെ ഭവനത്തിങ്കലേക്ക് എടുത്തുകൊണ്ടുപോയ കഥ ഓർമ്മയില്ലെ. ഭർത്താവിനുവേണ്ടി അത്രമേൽ ചെയ്യേണ്ടതാണ്.

കല്യാണിഅമ്മ: കഥ ഓർമ്മ ഉണ്ടായിരുന്നു. പക്ഷേ, ഈ ഒരു പരമാർത്ഥജ്ഞാനം ഇന്നോൾ മാത്രമേ ഉണ്ടായിട്ടുള്ളു. ആ കഥ ഇവിടേക്കു പറ്റുമോ എന്നു സംശയമായിരിക്കുന്നു.

എരേശ്ശമേനോൻ: (ഗഡിയാൾ എടുത്തു നോക്കീട്ടു) നേരം പന്ത്രണ്ടടിച്ചു പതിനേഴുമിനിട്ടായി. ഞാൻ താഴത്തു ചെന്നിട്ടുവേണം ശിരസ്തദാർക്കും ശങ്കരപ്പണിക്കർക്കും ഉറങ്ങുവാൻ. ഇപ്പോൾ ഇനി ഒന്നും സംസാരിപ്പാൻ ഇടയില്ല. എല്ലാം നമുക്കു നാളെ സാവകാശത്തിലാക്കാം.

കല്യാണിഅമ്മ: ചങ്ങാതിമാർ രണ്ടും ഇവിടെത്തന്നെ ഉണ്ടോ! എന്താണ് അവർക്ക് ഉറങ്ങരുതെ. ഒരിക്കൽക്കൂടി ഉറക്കിന്റെ മരുന്നു സേവിപ്പാൻ ഭാവമുണ്ടൊ? എനിക്ക് ഒരു രണ്ട് മിനിട്ടുനേരം സംസാരിപ്പാനുണ്ട്. അത് കഴിഞ്ഞിട്ട് ഞാൻ എന്റെ പാട്ടിൽ പൊയ്ക്കോളാം. എന്നെക്കൊണ്ടു യാതൊരു ഉപദ്രവവും വേണ്ട.

എരേശ്ശമേനോൻ: ബുദ്ധിമുട്ടായി. എന്താണ് ചെയ്യേണ്ടത്! എന്റെ മനസ്സിനു അശേഷം സ്വസ്ഥതയില്ല നേരം പറക്കയാണ് ചെയ്യുന്നത്. എന്നാൽ വേഗം പറഞ്ഞോളൂ.

കല്യാണിഅമ്മ: നിങ്ങൾ മൂന്നുപേരും ഇന്ന് അരങ്ങത്തുവെച്ചു എന്തെല്ലാം മാതിരി ആഭാസത്വമാണ് കാട്ടിക്കൂട്ടിയതു! എത്ര ആളുകൾ നിങ്ങളെ പരിഹസിച്ചിട്ടുണ്ട്! ഇനിയും എത്ര പരിഹസിക്കും!

എരേശ്ശമേനോൻ: എന്താണ് ഞങ്ങൾ ഉടുത്തത് അഴിച്ചിട്ടു അരങ്ങത്തുനിന്നു തുള്ളിട്ടുണ്ടായിരുന്നൊ?

കല്യാണിഅമ്മ: പരിഹാസകരമായ പ്രവൃത്തി ഇത്രമാത്രമേ ഉള്ളു എന്നു വിചാരിക്കുന്നത് ആശ്ചര്യംതന്നെ. ഏറിയകാലം അത്യദ്ധ്വാനം ചെയ്തു സമ്പാദിക്കപ്പെട്ട മാനം, മര്യാദ, യോഗ്യത മുതലായ പുരുഷഗുണങ്ങളെ നിസ്സാരമായ ഈ വക വിഷയങ്ങൾക്കുവേണ്ടി നിസ്സംശയം

ബലികൊടുപ്പാൻ ഒരുങ്ങീട്ടുള്ള നിങ്ങളുടെ ബുദ്ധിവിശേഷതയെപ്പറ്റി ഞാൻ യാതൊന്നും പറവാൻ കാണുന്നില്ല. കാര്യകാര്യം തിരിച്ചറിവാൻ സാമർത്ഥ്യം ഇല്ലാത്ത ചില പടുവങ്കന്മാരുണ്ട്. ആ വകക്കാരാണെങ്കിൽ ഇതെല്ലാമിരിക്കട്ടെ എന്നുവെക്കാം. നിങ്ങളുടെ സ്ഥിതിയൊ അങ്ങിനെ യല്ല. നിങ്ങൾ ഒരു ഒന്നാംക്ലാസു പോലീസ്സ് ഇൻസ്പെക്ടർ. ശാമുക്കുട്ടി മേനോൻ രണ്ടാംക്ലാസ്സു മജിസ്ട്രേട്ടധികാരമുള്ള ഒരു താലൂക്കുശിരസ്ത ദാർ. ശങ്കരപ്പണിക്കർ അസാമാന്യമായ കാര്യപരിചയവും ജനരഞ്ജനയും നല്ല സമ്പാദ്യവും ഉള്ള ഒരു വക്കീൽ. മൂന്നുപേർക്കും വേണ്ടത്തക്ക വിദ്യാ ഭ്യാസവും ലൗകികതന്ത്രങ്ങളിൽ വേണ്ടതിലധികം അറിവും ബുദ്ധിഗാം ഭീര്യവും ഉണ്ടെന്നുള്ളതും തീർച്ചയാണ്. അറിവില്ലാത്ത ജനങ്ങൾക്കു താന്താങ്ങളുടെ പ്രവൃത്തികൊണ്ടും നടവടികൊണ്ടും അറിവ് ഉണ്ടാക്കി ക്കൊടുത്തു ലോകത്തിൽ മാനമര്യാദയെ രക്ഷിച്ചു അക്രമങ്ങളേയും അകൃത്യങ്ങളേയും അകറ്റി രാജ്യത്തിന് ക്ഷേമവും പുഷ്ടിയും വർദ്ധി പ്പിക്കേണ്ടുന്ന, എല്ലാ ഭാരവും വഹിച്ചിട്ടുള്ള നിങ്ങൾക്കു നിങ്ങളുടെ സ്വന്ത മനസ്സിനെ അനീതിക്കും ദുരാചാരത്തിന്നും ഏല്പിച്ചുകൊടുക്കാതെ പാട്ടിൽവെച്ചു നല്ലവണ്ണം നടത്തിപ്പാൻ പ്രാപ്തി ഇല്ലാത്തതു വിചാരിക്കു മ്പോൾ നിങ്ങളുടെ വിദ്യാഭ്യാസം കൊണ്ടും ബുദ്ധിവികാസംകൊണ്ടും എന്തു പ്രയോജനമാണു സിദ്ധിച്ചിട്ടുള്ളത്? നിങ്ങൾ തന്നെ നിങ്ങൾക്ക ശത്രുക്കളായിത്തീർന്നിരിക്കുന്നു എന്നല്ലേ പറയേണ്ടത്. കൃത്യാകൃത്യം അറിഞ്ഞു പ്രവർത്തിക്കാത്ത മനുഷ്യരും പശുക്കളും തങ്ങളിൽ എന്താണു വ്യത്യാസം? ആ വകക്കാർ പുല്ലു തിന്നാതെ ഇരിക്കുന്നതു പശുക്കളുടെ ഭാഗ്യം! നേരംപോക്കും അഹങ്കാരവും ഏറക്കുറെ എല്ലാ മനുഷ്യരിലും ഇല്ലെന്നല്ല ഞാൻ പറയുന്നത്; ആയതു അവസ്ഥാനുസരണം പ്രവൃത്തി ച്ചാൽ മാത്രമേ ഭംഗിയായിരിക്കയുള്ളു. അവനവന്റെ സ്ഥിതിക്കും യോഗ്യ തക്കും വിപരീതമായ യാതൊരു പ്രവൃത്തിയും അറിവുള്ള ജനം യാതൊ രിക്കലും ചെയ്യരുതാത്തതാണ്. ലേശം മാത്രം ഗുണദോഷവിചാരംകൂ ടാതെ നിങ്ങൾ ഇങ്ങിനെ മൂക്കോളം ബ്രാണ്ടിയും കുടിച്ച് അസതികളായ ഈ മോഹനിയാട്ടക്കാരത്തികളെക്കണ്ടു ഭ്രമിച്ചു തന്നെത്താൻ മറന്നു ശുദ്ധമേ മൃഗസ്വഭാവികളായി ചപലന്മാരായി അനേകം ആളുകൾകൂടിയ സഭയിൽവെച്ച് അവരുടെ മേൽ പനിനീർ തളിച്ചും, വിശറി എടുത്തുവീ ശിയും ലമനേഡ് സ്വന്തം കൈകൊണ്ടു പകർന്നുകൊടുത്തു കുടിപ്പിച്ചും മറ്റും ചില ദാസ്യപ്രവൃത്തികൾ ചെയ്തും, ഒച്ചയടക്കുമാറു നിലവിളിച്ചും ചിരിച്ചും ന്യായാനുസരണമായി ചിലവു ചെയ്യേണ്ടുന്ന പണം യാതൊരു കണക്കും വരയും കൂടാതെ അന്യോന്യം മത്സരിച്ചു വാരിപ്പൊലിച്ചും പോരാതെ വന്നപ്പോൾ കടം മേടിച്ചും കിട്ടിയതു മുഴുവനും തട്ടോടെ എടുത്ത് അവറ്റിന്നു ദക്ഷിണകൊടുത്തും, കളി കഴിഞ്ഞ ഉടനെ അവ റ്റയെ കുളി കഴിപ്പിച്ചും ഇങ്ങനെ പലതും പ്രവർത്തിച്ചുവല്ലൊ. ഇതെല്ലാം എത്രകണ്ടു ഭംഗിയായി എന്നാണു വിചാരിക്കുന്നത്. കാണ്മാനുള്ള ആവ ശ്യത്തിന്മേലല്ല കളിപ്പിച്ചതെന്നു ഇവിടുത്തെ വാക്കുകൊണ്ട് എനിക്കു

മനസ്സിലായി. അങ്ങിനെ വേണമെന്നുണ്ടെങ്കിൽതന്നെയും അതിലേക്കു എത്രയോ എളുപ്പമായും ഗോപ്യമായും ഉള്ള അനേകം മാർഗ്ഗങ്ങൾ ഉണ്ടായിരിക്കേ, അവയിൽ ഒന്നും മനസ്സുവെക്കാതെ ഇങ്ങിനെ അത്യന്തം അനുചിതമായി പ്രവർത്തിച്ചിട്ടുള്ളതും ആ പ്രവൃത്തിയെ പൂർത്തിയാക്കുവാൻ നിശ്ചയിച്ചിട്ടുള്ളതും അവിവേകത്തിന്റെ ആധിക്യംകൊണ്ടോ അതല്ലാ അറുവഷളത്വം തലയിൽ കേറിക്കൂടിയതുകൊണ്ടോ എന്താണെന്നു മനസ്സിലാകുന്നില്ല. എന്നാൽ നിസ്സാരമായി ലോകഗർഹിതമായ യാതൊരു കാര്യവും ലേശമാത്രം അറിവുള്ള യാതൊരു മനുഷ്യന്മാരും രഹസ്യമായൊ പരസ്യമായൊ ചെയ്വാൻ ഒരിക്കലും മനസ്സു വെക്കരുതെന്നാണു ഞാൻ ധരിച്ചിട്ടുള്ളത്. ഏകദേശം ഇരുനൂറിൽ അധികം ഉറുപ്പിക ചിലവു ചെയ്തു ഇന്നത്തെ രാത്രിയിൽ പുരുഷാർത്ഥസിദ്ധിക്കായ്ക്കൊണ്ടു പ്രയത്നം ചെയ്യപ്പെട്ടുവരുന്ന പരമാനന്ദസാധകമായ ഈ വസ്തുവിന്റെ വിശിഷ്ടതയെപ്പറ്റി അല്പം ആലോചിക്കുന്നതായാൽ ഞാൻ പറയുന്നതു യുക്തമൊ അയുക്തമൊ എന്ന് എളുപ്പത്തിൽ മനസ്സിലാക്കാവുന്നതാണ്.

ഈ മോഹിനിയാട്ടം സർവ്വജനങ്ങളാലും ആദരണീയമായി സ്തുത്യമായിരിക്കുന്ന ഒരു വിനോദമാണെങ്കിൽ ഇതു മലയാളികളായ നാനാജാതിക്കാരുടെ ഇടയിലും ഒരുപോലെ അഭ്യസിപ്പിച്ചു നടത്തിവരുമായിരുന്നു. ആദായമുള്ള കാര്യങ്ങളിൽ അപമാനമില്ലെങ്കിൽ ആരും വൈമുഖ്യം വിചാരിക്കുന്നതല്ല. എന്നാൽ അതോ കാണപ്പെടുന്നില്ല. ഇവിടെ ചില പ്രദേശങ്ങളിൽ ഉള്ള ശൂദ്രസ്ത്രീകളുടെ ഇടയിൽ മാത്രമേ സമ്പാദ്യസാധകമായ ഈ വിശിഷ്ടവസ്തു വളർത്തിവരുന്നുള്ളൂ. ആയിരം പട്ടിണി ഒന്നായിക്കിടന്നാലും അങ്ങുമിങ്ങും അലഞ്ഞുനടന്നാലും അന്യന്മാർക്കു ദാസ്യപ്രവൃത്തിയോ കൂലിപ്പണിയൊ എടുത്തു അഹോവൃത്തികഴിപ്പാനിടവന്നാലും മലയാളത്തിൽ ശൂദ്രരൊഴികെയുള്ള യാതൊരു ജാതിയും തങ്ങടെ പെൺകുട്ടികളെ മോഹിനിയാട്ടത്തിന്നു കൊടുത്തുവരുമാറില്ലെന്നുള്ളതു നമുക്കു ഏറ്റവും ദൃഷ്ടാന്തപ്പെട്ട ഒരു കാര്യമാണ്. കഥകളി മുതലായ വിനോദങ്ങളിൽ നീചോന്നതവർണ്ണങ്ങളിലുള്ള എല്ലാവർക്കും ആദരവും ആനന്ദവും ഉള്ളതുകൊണ്ട് അത് അഭ്യസിക്കുന്നതിന്നും തന്മൂലം മുതൽ സമ്പാദിക്കുന്നതിന്നും ആഭിജാത്യം യാതൊരാൾക്കും ബാധകമായി കാണപ്പെടുന്നില്ല. പെണ്ണുങ്ങളെകൊണ്ടു നടന്നു ജാത്യാചാരവിരുദ്ധമായി ദ്രവ്യം സമ്പാദിപ്പാൻ മലയാളത്തിൽ നായന്മാരായ നാം ഒരു ജാതിക്കാരൊഴികെ ആരും ഒരുങ്ങിവരുന്നില്ല. ഇതു നിമിത്തം നാം ആബാലവൃദ്ധം അന്യൻമാരുടെ പരിഹാസത്തിന്നും അധിക്ഷേപത്തിന്നും പാത്രമായിത്തീരുകയാണു ചെയ്തിട്ടുള്ളത്. അതുകൊണ്ടു അറിവും മാനവും ഉള്ള എല്ലാ നായന്മാരും കഴിയുമെങ്കിൽ ഒന്നൊത്തുകൂടി ഇനി എങ്കിലും ഇതിനെ നിർത്തൽചെയ്വാൻ രാപ്പകൽ അതിപ്രയത്നം ചെയ്കയാണുവേണ്ടത്. അതല്ലാതെ ഇതിലേക്കു ഉത്സാഹം വർദ്ധിക്കത്തക്ക ഈ വക ദുർമ്മാർഗ്ഗങ്ങളിൽ യോഗ്യന്മാരായ നിങ്ങളിൽ ചിലർ വേഷംകെട്ടിപ്പുറപ്പെടുന്നതു കേവലം അനീതിയാണെന്നു ഞാൻ വ്യസനത്തോടെ

പറയേണ്ടി വന്നിരിക്കുന്നു. അന്യസ്ത്രീവിഷയവും അസാധാരണമായ അനുരാഗവും തന്നിമിത്തമുള്ള ഭ്രമവും ഈ വകക്കാരുടെ നേരെ വിവേകികളായ പുരുഷന്മാർക്ക് ഉണ്ടാവുന്നതാണ്. അത്യാശ്ചര്യം മധുപാന ലോലുപന്മാരായ ഭ്രമരങ്ങൾ അഭിനവങ്ങളായ കുസുമങ്ങളെ അന്വേഷിച്ചു നടക്കുന്നതല്ലാതെ നിർമ്മാല്യമായുപേക്ഷിക്കപ്പെട്ട പുഷ്പങ്ങളുടെ അരികത്തുപോലും പ്രവേശിച്ചുകാണുന്നില്ല. അഹോവൃത്തിക്കു യാതൊരു നിവൃത്തിയും ഇല്ലാഞ്ഞിട്ടു ചില മാതാപിതാക്കന്മാർ തങ്ങളുടെ പെൺകുട്ടികളെ രണ്ടും നാലും സംവത്സരത്തേയ്ക്കു അന്യന്മാരെ മേൽപ്പാട്ടത്തിന് ഏല്പിച്ചു മുൻകൂറായി വിലവാങ്ങി ഈ വക തോന്ന്യാസത്തിനു വിട്ടുകൊടുക്കയാണു ചെയ്യുന്നത്. മാനാപമാനം വിചാരിക്കാതെ ധനസമ്പാദ്യത്തിൽ മാത്രം മനസ്സുവെച്ചു ദാരിദ്ര്യമെന്ന പിശാചിനാൽ ബാധിക്കപ്പെട്ട ചില സ്ത്രീപുരുഷന്മാർക്കു ചുരുങ്ങിയ വിലകൊടുത്തു കൈവശം പണയംമേടിച്ച് ആദായത്തിന്റെ അവസ്ഥയ്ക്കു തക്കവണ്ണം പലവിധ വിക്രയം ചെയ്തു വരുന്ന ചില വങ്കന്മാർ അഗതികളായ ഈ പെൺകുട്ടികളെ തങ്ങളുടെ ശാസനക്കീഴിൽ വെച്ചു പലദിക്കിലും കൊണ്ടുനടന്ന് ഏതെല്ലാംവിധത്തിൽ എന്തെല്ലാം പ്രവൃത്തികളാണു ചെയ്യിച്ചുവരുന്നത്. കഷ്ടമേകഷ്ടം! എറുമ്പു തൊട്ട് ആനയോളം എന്നു പറഞ്ഞുവരുന്ന പ്രകാരം പെട്ടകംപേറി* മുതൽ, ഉടമസ്ഥൻവരെയുള്ള കളിയോഗക്കാരുടെ കല്പനയും ചൊല്ലുംകേട്ട് അവരെ പലവിധത്തിലും ശുശ്രൂഷിച്ച് അവരുടെ ഹിതത്തിനു യാതൊരു വൈമുഖ്യവും കാട്ടാതെ കീഴടങ്ങി നിൽക്കുവാൻ ഇവറ്റ എല്ലായ്പോഴും ബാദ്ധ്യതപ്പെട്ടിരിക്കുന്നു അതോ ഇരിക്കട്ടെ; ഏതെല്ലാം ദിക്കിൽ പോകുന്നുവോ, എവിടെ എല്ലാം കളിയുണ്ടാകുന്നുവൊ, അവിടങ്ങളിലുള്ള യജമാനന്മാരെയും അവരുടെ കാര്യസ്ഥന്മാരേയും സന്തോഷിപ്പിച്ചു സ്വാധീനമാക്കുവാൻ കളിയുടമസ്ഥനുള്ള സകല സാമർത്ഥ്യവും ഈ പെൺകുട്ടികൾ മാത്രമാകുന്നു. ഒരു കളിക്ക് ആയിരമോ പതിനായിരമോ കിട്ടിയാലും വേണ്ടില്ല ഇവർക്കു മുൻപു നിശ്ചയിച്ച ചുരുങ്ങിയ വിലയിൽ ഒരു തുട്ടുപോലും അധികം കൊടുക്കുന്ന ചട്ടം ഇല്ലാതെ അഞ്ചുറുപ്പികയിൽ വല്ലതും അധികസമ്പാദ്യം വേണമെങ്കിലും യോഗ്യന്മാരുടെ ശിപാർശക്കത്ത് ആവശ്യമാണെങ്കിലും ഈ പെൺകുട്ടികൾ തങ്ങളെ ബലി കൊടുക്കയാണു ചെയ്തുവരുന്നത്. കളി കഴിഞ്ഞു സ്വരാജ്യത്തിൽ എത്തിയാൽ പിന്നെ ചുരുങ്ങിയപക്ഷം നാലു മാസമെങ്കിലും ചികിത്സിച്ചല്ലാതെ ഇവറ്റിനു നേരെ നടപ്പാൻ വളരെ പ്രയാസമാണ്. മാസപ്പടിവകപണം മാതാപിതാക്കന്മാരുടെ കണക്കിൽപ്പെട്ടതും അവരെ ബോദ്ധ്യപ്പെടുത്തേണ്ടതും ആകകൊണ്ടു ചികിത്സച്ചിലവിനു വേണ്ടിവരുന്ന സംഖ്യ അന്യായമായ പ്രവൃത്തിയിൽനിന്ന് ഇവറ്റ സ്വന്തം സമ്പാദിക്കേണ്ടതാണ്. കുറവന്റെ ശാസനക്കീഴിൽ നടക്കുന്ന കുരങ്ങിനെപ്പോലെ ഇങ്ങിനെ കഷ്ടപ്പെട്ടു സ്വേച്ഛാനുസരണം യാതൊന്നും ചെയ്‌വാൻ സ്വാതന്ത്ര്യമില്ലാതെ പാത്രാപാത്രവിവേകശൂന്യമാരായി പര

* പെട്ടിചുമട്ടുകാരൻ

ഭൃതമാരായി നടക്കുന്ന ഈ സ്ത്രീകളുടെ മേൽ കൃത്യാകൃത്യവിചാരം കൂടാതെ, പാങ്ങില്ലാതെ ഭ്രമിച്ച് എന്തും പ്രവർത്തിക്കാമെന്ന് ഉറപ്പിച്ചു പോയിട്ടുള്ളതു വളരെ കഷ്ടമായിട്ടുള്ളതാണെന്നു മാത്രമേ എനിക്കു പറവാനുള്ളു. ഞാൻ പറഞ്ഞിട്ടുള്ളതിൽ വല്ല അബദ്ധമൊ അധികപ്രസംഗമൊ ഉണ്ടെങ്കിൽ ആയതു സർവവും ക്ഷമിച്ചുകൊള്ളണം.

കല്യാണിഅമ്മ ഇപ്രകാരം പറഞ്ഞു കണ്ണുനീർ വാർത്തു കരഞ്ഞു എരേശ്ശമേനോന്റെ മുഖത്തു നോക്കി ദീർഘനിശ്വാസംപൂണ്ടു കുട്ടികളെ എടുത്തു താഴത്തു കൊണ്ടുപോയിക്കിടത്തുവാൻവേണ്ടി തന്റെ ദാസിയെ മുകളിലേയ്ക്കു വിളിച്ചു. എരേശ്ശമേനോൻ ഇതെല്ലാം കേട്ടു കുറെ നേരത്തേയ്ക്കു ഇടിവെട്ടിയ മരംപോലെ നിശ്ചേഷ്ടനായി ഇരുന്നുപോയി. അവമാനംകൊണ്ടും ലജ്ജകൊണ്ടും മുഖം മേല്പോട്ടുയർത്തുവാൻ ഇദ്ദേഹം വളരെ പണിപ്പെട്ടു. ഇതിനിടയിൽ ദാസി മുകളിലേക്കു എത്തി കലവറ മുറി അടിച്ചുപാറ്റി ക്ഷണത്തിൽ മടങ്ങിവന്നു കുട്ടികളെ കൊണ്ടുപോയി അവിടെ കിടത്തേണമെന്നു കല്യാണിഅമ്മ ദാസിയോടു പറഞ്ഞപ്പോൾ എരേശ്ശമേനോൻ പതുക്കെ തല ഉയർത്തിക്കൊണ്ടു പറഞ്ഞു: "ഇപ്പോൾ കൊണ്ടുപോകേണ്ട. അവൾ താഴെക്കു പൊയ്ക്കോട്ടെ. നീ പ്രസ്താവിച്ചിട്ടുള്ള സംഗതികൾ ഒക്കെയും പരമാർത്ഥമാണെന്ന് എനിക്കു നല്ലവണ്ണം ബോദ്ധ്യമായിരിക്കുന്നു. എന്റെ ആലോചനക്കുറവുനിമിത്തം ഞാൻ ചെയ്തുപോയിട്ടുള്ളതുമുഴുവനും അബദ്ധമാണെന്നു സമ്മതിക്കുന്നതിൽ എനിക്കു യാതൊരു ലഘുത്വവുമില്ല. കഴിഞ്ഞ സംഗതിയെപ്പറ്റി പറഞ്ഞിട്ടും വ്യസനിച്ചിട്ടും യാതൊരു ഫലവും ഇല്ലല്ലൊ. ദൈവം ഇന്നു മുതൽ എന്നെ അധർമ്മ ഭീരുവാക്കിച്ചെയ്യേണ്ടതിന്നു ഞാൻ പ്രാർത്ഥിക്കുന്നു" എന്നു പറഞ്ഞു അവിടെനിന്നു പതുക്കെ എഴുനീറ്റു താഴെ നില്ക്കുന്ന കാൺസ്റ്റേബിൾമാരിൽ ഒരുത്തനെ മുകളിലേക്കു വിളിച്ച് അവനോടു പറഞ്ഞു: "ഇട്ടീരിനായരോടു ചെന്നുപറക ഞാൻ പറഞ്ഞിരിക്കുന്നു എന്ന്-അരനാഴികപോലും ഇനി ഇവിടെ താമസിക്കേണമെന്നില്ല. പെട്ടിയും എടുത്ത് ഇപ്പോൾതന്നെ ഇവിടെനിന്നു പടിയിറങ്ങി വേറെ വല്ല ദിക്കിലും പോയി ഉറങ്ങിക്കോട്ടെ. ശിരസ്തദാരും ശങ്കരപ്പണിക്കരും ഉറങ്ങീട്ടില്ലെങ്കിൽ മെല്ലെ വിളിച്ചു മുകളിലേക്കു കൊണ്ടുവരൂ!"

കാൺസ്റ്റേബിൾ "ഇതു എന്തൊരത്യാശ്ചര്യമാണു-കൃതയുഗം പിറന്നുവൊ?" എന്നിങ്ങനെ വിചാരിച്ചുകൊണ്ടു താഴത്തിറങ്ങിച്ചെന്ന് ഇട്ടീരിനായരെ വിളിച്ച് പെട്ടിയും എടുത്തു ക്ഷണത്തിൽ പടിയിറങ്ങിപ്പോകണമെന്നു യജമാനൻ കല്പിച്ചിരിക്കുന്നു എന്നു പറഞ്ഞു. ഇട്ടീരിനായർക്കു ഇതു കേട്ടപ്പോൾ താൻ സ്വപ്നം കാണുന്നതോ അതല്ല തന്റെ ബുദ്ധി ഭ്രമിച്ചുപോയതുകൊണ്ടു തോന്നുന്നതൊ പോലീസ്സുകാരന്റെ തോന്ന്യാസമൊ എന്നുള്ള പല സംശയവും മനസ്സിൽ തോന്നിത്തുടങ്ങി. പടിയിറങ്ങി ക്ഷണത്തിൽ പോകണം എന്നു കാൺസ്റ്റേബിൾ പിന്നെയും ശാസിച്ചതുകൊണ്ടു മൃതഗൃഹത്തിൽ നിന്നു ഇറങ്ങിപ്പോകുന്നതുപോലെ ഈ വൃദ്ധനും മക്കളും പെട്ടിയും മദ്ദളവും കളിയോഗക്കാരും നട്ടപ്പാതി

രക്കു ഇറങ്ങിപ്പോയി. മദ്യത്തിന്റെ തൈഷ്ണ്യം നിമിത്തം ശിരസ്തദാരും നമ്മുടെ വക്കീലും ബോധംവിട്ട് ഉറങ്ങിപ്പോയതിനാൽ കാൺസ്റ്റേബിൾ അവരെ വിളിച്ചുണർത്താതെ ക്ഷണത്തിൽ മുകളിൽചെന്നു വിവരം ഇൻസ്പെകടരെ അറിയിച്ചു, കല്പനപ്രകാരം താഴേക്കു പോയി. എരേശ്ശമേനോൻ അറയിൽ ഉണ്ടായിരുന്ന അൾമേര തുറന്ന് അതിൽ താൻ സൂക്ഷിച്ചിട്ടുണ്ടായിരുന്ന വിസ്കിയും ബ്രാണ്ടിയും എടുത്ത് അറയുടെ പടിഞ്ഞാറു ഭാഗമുള്ള ഒരു വലിയ ജനേൽ തുറന്നു കുപ്പിയുടെ കഴുത്ത് ഓരോരോന്നോരോന്നായി മുട്ടിപ്പൊട്ടിച്ചു കീഴ്പ്പെട്ടു നിലത്തു പകർന്നു കളഞ്ഞു. താൻ ചെയ്തിട്ടുള്ള അനീതിയേയും ആഭാസപ്രവൃത്തിയേയും വിചാരിച്ചു വ്യസനിച്ചു കൊണ്ടു കട്ടിലിന്മേൽ തെക്കോട്ടു തിരിഞ്ഞു കിടന്നു. കല്യാണിഅമ്മ, അനേകം സാന്ത്വനവാക്കുകൾ പറഞ്ഞ് അദ്ദേഹത്തെ ശാന്തപ്പെടുത്തി. വിശറി എടുത്ത് വീശിക്കൊണ്ടു അടുക്കെ നിന്നു. ഒടുവിൽ ഉറങ്ങിയെന്നു കണ്ടാറെ കതകും അടച്ചു. താനും കുട്ടികളുടെ അടുക്കെ പോയിക്കിടന്നുറങ്ങി.

നേരം പുലരുവാൻ ഏകദേശം നാലഞ്ചുനാഴിക ഉള്ളപ്പോൾ ഗോവിന്ദൻ കോഴികളുടെ ശബ്ദം കേട്ടു ഞെട്ടിയുണർന്നു ബദ്ധപ്പെട്ടു കനകമംഗലത്തേക്കു പുറപ്പെട്ടു. താൻ കണ്ടിട്ടുണ്ടായിരുന്ന സ്ഥലത്തു കളിയോഗം കാണാതിരുന്നതുകൊണ്ടു പലതും ശങ്കിച്ചു പടിയിറത്തി ആ വഴി കുറെ കിഴക്കോട്ടുവന്നു തെക്കോട്ടുള്ള ഇടവഴിയിൽക്കൂടി സർക്കാർ നിരത്തിന്മേൽ എത്തിച്ചേർന്നു നേരെ പടിഞ്ഞാറോട്ടു നടന്നു. രാവിലെ പത്തുമണിക്കു മുമ്പായിട്ടുതന്നെ പുത്തൻമാളികക്കൽ എത്തി. ഗോപാലമേനോനെക്കണ്ടു വിവരം അറിയിച്ചു മറുപടികൊടുത്തു. പത്തു ദിവസത്തിനുള്ളിൽ കുഞ്ഞികൃഷ്ണമേനോൻ വരുമെന്നുള്ള വർത്തമാനം കേട്ടിട്ടു അവിടെയുള്ള എല്ലാ സ്ത്രീപുരുഷന്മാരും വിശേഷിച്ചു ലക്ഷ്മി അമ്മയും സന്താനങ്ങളും, വർഷാഗമത്തിൽ മേഘശബ്ദം കേട്ട ചാതകങ്ങളെപ്പോലെ അത്യന്തം സന്തുഷ്ടചിത്തന്മാരായി ഭവിച്ചു.

8

അപൂർവമായ ഒരു സമ്മാനം

മല്ലിക്കാട്ടു കുഞ്ഞിശങ്കരമേനോൻ എന്ന ഒരാൾ ബി. എൽ. പരീക്ഷ ജയിച്ച് ഈ കാലത്തു ഹൈക്കോർട്ടിൽ അപ്രെൻടീസായി മദിരാശിയിൽ പാർത്തുവരുന്ന വിവരം മൂന്നാം അദ്ധ്യായത്തിന്റെ ഒടുവിൽ അല്പം പ്രസ്താവിച്ചിട്ടുണ്ടല്ലൊ. ഇദ്ദേഹം അത്യന്തം ബുദ്ധിശാലിയും നീതിജ്ഞനും വളരെ വിവേകിയും ഇംഗ്ലീഷ്ഭാഷയിൽ മാത്രമല്ല, സംസ്കൃതത്തിലും സാമാന്യം നല്ല പാണ്ഡിത്യവും പരിചയവും സിദ്ധിച്ചിട്ടുമുള്ള ഒരു ചെറുപ്പക്കാരനാണ്. അനാവശ്യമായ വല്ല അഹങ്കാരമൊ അധികപ്രസംഗമായ ഏതെങ്കിലും നടവടിയൊ അസ്ഡാളികളായ പല ചെറുപ്പക്കാരിലും പലപ്പോഴും നാം കണ്ടും കേട്ടും ആക്ഷേപിച്ചുംവരുന്ന എന്തെങ്കിലും ഒരു തോന്ന്യാസമൊ നമ്മുടെ സൗഭാഗ്യശാലിയായ ഈ തരുണപുരുഷനെ ഇതുവരെ ബാധിച്ചിട്ടില്ല. ആളുകളുടെ തരാതരം ക്ഷണനേരം കൊണ്ടു കണ്ടറിയത്തക്ക സാമർത്ഥ്യവും ലൗകിക കാര്യങ്ങളിൽ പ്രായത്തെ കവിഞ്ഞുനിൽക്കുന്ന പരിചയവും നിസ്സാരവിഷയങ്ങളിൽ അണുമാത്രം ഭ്രമമുണ്ടാവാനിടകൊടുക്കാത്ത മനോധൈര്യവും അകൃത്യം ചെയ്യുന്നതിലുള്ള ഭയാധിക്യവും അദ്ദേഹത്തിന്റെ നൈസ്സർഗ്ഗിക ഗുണങ്ങളിൽ പ്രധാന ഭാഗങ്ങളാകുന്നു. വിലയേറിയ വിശിഷ്ടസാധനങ്ങൾ സൂക്ഷിച്ചുവെക്കുന്ന പാത്രത്തിനും തദനുരൂപമായ ഭംഗിയും ഉറപ്പും അത്യാവശ്യമാണെന്നു വിചാരിച്ചു പരമകാരുണികനായ ദൈവം ഇദ്ദേഹത്തിന്റെ സൃഷ്ടികാലത്തിൽ പല കൗശലങ്ങളും പ്രവർത്തിച്ചിട്ടുണ്ടെന്ന് അറിവുള്ള ജനം ഒരുപോലെ അഭിപ്രായപ്പെടാതിരിക്കയില്ല. പുരുഷഗുണങ്ങൾ ഏതാണ്ടു മുഴുവനും പരിപൂർണ്ണമായി നില്ക്കുന്ന ഈ യുവാവിനെ കണ്ടാൽ സ്ത്രീപുരുഷന്മാർക്കു ഒരുപോലെ കൗതുകവും മനഃപ്രീതിയും ജനിക്കുമെന്നുള്ളതിന് ലേശം സംശയമില്ല. രൂപസൗന്ദര്യവും മുഖപ്രകാശവും സ്ത്രീകളുടെ ഹൃദയാകർഷണത്തിങ്കൽ അതിസമർത്ഥ

ങ്ങളാകുന്നു. പ്രായവും ഇപ്പോൾ ഇരുപത്തിരണ്ടു വയസ്സിൽ ഒട്ടും അധികമായിട്ടില്ല. ദുർഘടമായ ഈ ദശാസന്ധിയിലാണ് അനേകം പുരുഷന്മാർ വഷളായിപ്പോകുന്നത്. കണ്ടാൽ നല്ല സൗന്ദര്യവും കയ്യിൽ ധാരാളം പണവും ദൂരരാജ്യങ്ങളിലെ അധിവാസവും രക്ഷിതാക്കന്മാരുടെ മേലന്വേഷണക്കുറവും യൗവനത്തിന്റെ പ്രാദുർഭാവവും ആരോഗ്യപ്രാപ്തിയും അവിവേകികളുമായുള്ള സഹവാസവും ഒന്നിച്ചു കൂടുന്ന ദിക്കിൽ അല്പം ചില തരക്കേടുകൾ ഉണ്ടാകാതെയിരിപ്പാൻ വളരെ പ്രയാസമാണ്. വിദ്യാഭ്യാസംകൊണ്ടും സജ്ജനസമ്പർക്കംകൊണ്ടും സിദ്ധിക്കാവുന്ന മനഃപാകതകൊണ്ട് മാത്രമേ മേല്പറഞ്ഞകാലത്തു എളുപ്പത്തിൽ ബാധിക്കുന്ന ചാപല്യത്തെ തടുത്തു നിർത്തുവാൻ കഴികയുള്ളു. ചിലർക്കു വിദ്യാഭ്യാസമുണ്ടായിട്ടും ഫലമില്ല. നിസ്സാരമായ ഓരോ നടവടിയിലും അവസ്ഥയിലും ഗുണദോഷവിചാരംകൂടാതെ വൃഥാ അസ്ഡാളിച്ച് ഇപ്പോഴത്തെ നാഗരീകമാണെന്നും മറ്റും പറഞ്ഞു തർക്കിച്ച് അനാവശ്യമായ പല ഭേദഗതികളും മാറ്റങ്ങളും ഉണ്ടാക്കിത്തീർത്ത് അതാണുവേണ്ടത്, ഇതാണ് നല്ലത് എന്നിങ്ങനെ ഭ്രമിച്ചുവശായി അവസാനം അതും ഇല്ല ഇതും ഇല്ല അമ്മേടെ ദീക്ഷയും ഇല്ല എന്നു പറഞ്ഞമാതിരി യാതൊരു കാര്യത്തിലും സ്ഥൈര്യം ഇല്ലാതെ അന്യന്മാരുടെ പരിഹാസത്തിനും പരിവാദത്തിനും പാത്രമായിത്തീരുകയാണ് ചെയ്തു കാണുന്നത്. ഇതെല്ലാം ഇംഗ്ലീഷ് പഠിക്കുന്നതിനാൽ വരുന്ന ദോഷങ്ങളാണെന്നും മറ്റും അറിവില്ലാത്ത ചില വയോധികന്മാർക്കും വങ്കന്മാരായ മറ്റു ചിലർക്കും പറവാൻ മേല്പറഞ്ഞ നവീനവിദ്വാന്മാരുടെ തോന്ന്യാസം ഒരു പ്രത്യേകകാരണമായിത്തീരുകയാണു ചെയ്യുന്നത്. അതിനെ ഓരോന്നോരോന്നായി എടുത്ത് ഉദാഹരിച്ചു പറയുന്നതായാൽ പലർക്കും പലവിധേന നീരസം ജനിക്കുമെന്നു ഭയപ്പെടുന്നു. അസാധാരണമായ ഗുണം ഉണ്ടെന്നു തീർച്ചയായും അറിഞ്ഞല്ലാതെ അപൂർവ്വങ്ങളായ നടപടികളെ കൈക്കൊള്ളരുതെന്നാണ് എന്റെ അഭിപ്രായം.

ആബദ്ധകൃത്രിമസടാ ജടിലാം സഭിത്തി-
രാരോപിതോമൃഗപതേഃ പദവീംയദിശ്വാ
മത്തേഭകുംഭ തടപാടനലമ്പടസ്യ
നാദംകരിഷ്യതികഥം ഹരിണാധിപസ്യ എന്ന ശ്ലോകത്തിന്റെ താല്പര്യം മേല്പറഞ്ഞ തരക്കാർ മനസ്സിലാക്കേണ്ടതാണെന്നേ ഞാൻ പറയുന്നുള്ളു.

എന്നാൽ നമ്മുടെ കുഞ്ഞിശ്ശങ്കരമേനോൻ ഈവക യാതൊരസ്ഡാളിപ്പും ഇല്ലാത്ത അതിധീരനായ പുരുഷനാണ്. ഇദ്ദേഹവുമായുള്ള സംസർഗ്ഗത്തിന്നും സഹവാസത്തിന്നും നമ്മുടെ മീനാക്ഷിക്കുട്ടിയുടെ ഭ്രാതാവായ അച്യുതമേനോനു സംഗതിവന്നിട്ടുള്ളത് അദ്ദേഹത്തിന്റെ സുകൃതപരിപാകമെന്നു മാത്രമേ പറയേണ്ടതുള്ളു. വേണ്ടത്തക്ക എല്ലാ ഗുണവും തികഞ്ഞിട്ടുള്ള ഒരു സ്നേഹിതനെ കണ്ടെത്തി കയ്ക്കലാക്കുവാൻ ഈ കാലത്ത് അത്യന്തം പ്രയാസമുണ്ട്. സ്നേഹമെന്നൊ സ്നേഹി

തൻ എന്നൊ നാം പറഞ്ഞുവരുന്ന സാധനം തെറ്റുകൂടാതെ എഴുതുവാനും സംസാരിപ്പാനും എളുപ്പത്തിൽ കഴിയുമെങ്കിലും വാസ്തവത്തിൽ അതു ജനഹൃദയത്തിലൊ ജനസമുദായത്തിലൊ ഉണ്ടായിരിക്കുമെന്നു അത്ര വേഗത്തിൽ തീർച്ചപ്പെടുത്തിക്കൂടാവുന്നതല്ല. ഇഷ്ടന്മാരെന്ന് പുറമെ നടിച്ചു മുഖസ്തുതി പറഞ്ഞ്, ഒന്നിച്ചുകൂടി വല്ലതും തെല്ലൊന്നു ഹിതമായി പ്രവർത്തിച്ചു നമ്മെ പാട്ടിലാക്കി വേണ്ടത്തക്ക കാര്യം അനായാസേന സാധിപ്പിക്കുവാൻവേണ്ടി അതിസമർത്ഥന്മാരായ ചില സിദ്ധാർത്ഥകന്മാരുണ്ട്. ആ വകക്കാരെക്കൊണ്ടു സൂക്ഷ്മത്തിൽ ഉപദ്രവമല്ലാതെ യാതൊരുപകാരവും സിദ്ധിക്കുന്നതല്ല. ആപല്ക്കാലത്തു അകത്തും പുറത്തും നിന്നു ഹിതാഹിതം നോക്കി പ്രവർത്തിക്കുന്ന ചന്ദനദാസന്മാർ വളരെ ദുർല്ലഭമേയുള്ളു. ഒന്നിച്ചുപാർക്കു, ഒരുമിച്ചുണ്ണുക, ഒരേ കിടക്കയിൽതന്നെ കിടന്നുറങ്ങുക-ഇതുകൊണ്ടൊന്നും ഒരുത്തനെ സ്നേഹിതനെന്നു വിശ്വസിച്ചുകൂടാ. ഓരോരുത്തരുടേയും മനസ്സും സ്വഭാവവും ഓരോ പ്രകാരമായിരിക്കും. ശീലവും പ്രകൃതിയും നല്ലവണ്ണം ഗ്രഹിക്കാതെ ആളുകളെ വിശ്വസിക്കുന്നതുകൊണ്ടു അനേകംപേർ അത്യാപത്തിൽപെട്ടു നശിച്ചു പോകാറുണ്ട്. ഒന്നോരണ്ടോ പ്രാവശ്യം കണ്ടതുകൊണ്ടൊ കാണുമ്പോഴൊക്കെയും രസകരമായി സംസാരിക്കുന്നതുകൊണ്ടൊ അല്പാല്പം ചില സഹായം ചില സമയങ്ങളിൽ ചെയ്തിട്ടുള്ളതുകൊണ്ടൊ മനുഷ്യരുടെ തരാതരം അറിവാൻ പാടുള്ളതല്ല. സ്നേഹിതന്മാരുടെ ഉത്ഭവവും വളർച്ചയും ഈ കാലത്തു രണ്ടുനാലു പ്രകാരത്തിലാണ്. അത്യാവശ്യമായ വല്ല കാര്യവും എളുപ്പത്തിൽ സാധിക്കേണ്ടതിന്നു നമ്മുടെ സേവകൂടാതെ കഴികയില്ലെന്നു കാണുമ്പോൾ ചില സമർത്ഥന്മാർ രാവും പകലും ഇടവിടാതെ നമ്മുടെ പിന്നാലെ ഒന്നിച്ചുകൂടി പലതും പ്രവർത്തിക്കും. മനോഹിതം സാധിച്ചു എന്നു കണ്ടാൽ ഇവരെ ഒരുവട്ടം കാണ്മാനേ പ്രയാസമായിരിക്കും. ചിലർ നമ്മുടെ അന്തർഗ്ഗതമൊ ഗൂഢകാര്യമൊ മനസ്സിലാക്കേണ്ടതിന്നും ചിലപ്പോൾ നമ്മെ ചക്രം തിരിപ്പിക്കേണ്ടതിന്നും മറ്റുചിലരുമായി ആലോചിച്ചുറച്ചു നമ്മെ ചുറ്റിപ്പറ്റികൂടി അത്യന്തം വിശ്വസ്തന്മാരാണെന്നു വിശ്വസിപ്പിക്കും. തരംകിട്ടുമ്പോൾ പിടിച്ചു കുണ്ടിൽ തള്ളുകയും ചെയ്യും. ഈ വകക്കാരെയാണ് ഈ കാലത്തു അധികം കാണ്മാനുള്ളത്. വേറെ ചില വകക്കാരുണ്ട്-നമ്മുടെ കയ്യിൽ പണമുണ്ടെന്നൊ നമ്മുക്കു യാതൊന്നിനും പരാധീനമല്ലെന്നൊ കാണുമ്പോൾ ആ വകക്കാർ നമ്മുടെ സേവക്കു വന്നു കൂടും. ഈത്തപ്പഴംവെച്ച ദിക്കിൽ ഈച്ചകൾ വന്നു നിറയുംപോലെയാണ് ഈ കൂട്ടരുടെ എല്ലാ അവസ്ഥയും. വല്ല അത്യാപത്തൊ വ്യസനമൊ നേരിടുന്ന കാലത്തു ലേശംപോലും പൂർവ്വസ്മരണ കൂടാതെ ഇവർ നമ്മെ ഉപേക്ഷിച്ചു പൊയ്ക്കളയുമെന്നുമാത്രമല്ല തരമുണ്ടെങ്കിൽ നമ്മുടെ വിരോധികളെ സഹായിക്കുകയും ചെയ്യും. ഇങ്ങിനെയുള്ള മനുഷ്യന്മാരെ വിശ്വസിച്ചു തകരാറിൽ ചെന്നു വീഴുന്നതിനേക്കാൾ കഴിയുമെങ്കിൽ ഇവരുടെ സ്നേഹവും സഹവാസവും കൂടാതെ കഴിപ്പാൻ യത്നിക്കുന്നതാണ്

വളരെ നല്ലത്. ഉള്ളിൽ യാതൊരു കപടമോ ചതിയോ ഇല്ലാതെ നിർമ്മലാത്മാവായിരിക്കുന്ന സ്നേഹിതനേക്കാൾ മഹത്തരമായ യാതൊരു പദാർത്ഥവും ഇഹലോകത്തിലും ഇല്ലെന്നു അനേകം യോഗ്യന്മാർ ഒരുപോലെ അഭിപ്രായപ്പെട്ടിട്ടുള്ളതു വിചാരിച്ചാൽ തത്സമ്പാദനത്തിൽ നാം അത്യന്തം ജാഗരൂകന്മാരായിരിക്കേണ്ടതു മുഖ്യാവശ്യമാകുന്നു. ആളുകളുടെ സ്ഥിതിയും സ്വഭാവവും നല്ലവണ്ണം സൂക്ഷിച്ചറിഞ്ഞു പല കാര്യത്തിലും പരീക്ഷിച്ചുനോക്കി വേണ്ടവണ്ണം മനഃതൃപ്തി വന്നതിൽപിന്നെയാണ് ജനങ്ങളെ വിശ്വസിക്കേണ്ടത്. അതല്ലാതെ മിന്നുന്നതൊക്കെയും പൊന്നല്ല എന്ന പ്രമാണത്തെ അനുസരിച്ചു കാണുന്നവരെ എല്ലാം ചങ്ങാതികളാണെന്നു വിചാരിച്ചുപോകരുത്.

മേൽപ്രസ്താവിച്ച സംഗതികൾ നമ്മുടെ കുഞ്ഞിശ്ശങ്കരമേനോനും അച്ചുതമേനോനും നല്ലവണ്ണം നിശ്ചയമുണ്ടായിരുന്നതുകൊണ്ടും രണ്ടു പേരും നല്ല വിവേകികളും സൂക്ഷ്മഗ്രാഹികളും ആയിരുന്നതുകൊണ്ടും ഇവരുടെ സൗഹാർദ്ദവും സഹവാസവും നല്ലതരത്തിലാണ് വന്നുകൂടീട്ടുള്ളത്. രണ്ടു ദേഹം ഉണ്ടെന്നുള്ള ഏക സംഗതിയിൽ മാത്രമേ ഇവരുടെ കാര്യത്തിൽ ഒരു ഭേദമുണ്ടെന്നു പറയാവൂ. അന്യോന്യം അറിയരുതാത്ത വല്ല സ്വകാര്യമോ തങ്ങളിൽ ആലോചിക്കാത്ത ഏതെങ്കിലും ഒരു വിഷയമൊ എന്നുവേണ്ട ആ വക യാതൊന്നും ഇവരിൽ കാണുന്നതല്ല. ഈ നിലയിൽ എത്തിയ മനുഷ്യന്മാരെയാണു സുകൃതികളെന്നു എല്ലാവരും പറയേണ്ടുന്നത്. കങ്കണംകൊണ്ടു കരവും കരം കൊണ്ടു കങ്കണവും ഏതുപ്രകാരം ശോഭിക്കുന്നുവോ അതുപ്രകാരം അച്യുതമേനോന്റെ സഹവാസംകൊണ്ടു കുഞ്ഞിശ്ശങ്കരമേനോനും കുഞ്ഞിശ്ശങ്കരമേനോന്റെ സഹവാസംകൊണ്ടു അച്യുതമേനോനും ഒരുപോലെ പരമസന്തുഷ്ടന്മാരായിത്തീരുകയാണ് ചെയ്തിട്ടുള്ളത്. കഥാമദ്ധ്യത്തിൽ ഈവക വിഷയത്തെപ്പറ്റി ഇതിലധികം പ്രസ്താവിക്കുന്നതായാൽ ആയതു വായനക്കാർക്കു അരുചിയായി വന്നേക്കുമോ എന്നു ഭയപ്പെട്ടു തല്ക്കാലം ആ ഭാഗത്തിൽനിന്നു മടങ്ങി വീണ്ടും കഥാപ്രസംഗത്തിലേക്കുതന്നെ പ്രവേശിക്കാമെന്നു വിചാരിക്കുന്നു.

പ്രാണസ്നേഹിതന്മാരായ നമ്മുടെ ചെറുപ്പക്കാർ രണ്ടുപേരും ഒരു ദിവസം രാവിലെ പതിവുപ്രകാരം നടപ്പാൻ പോയിട്ടു ഏകദേശം ഏഴരമണി സമയം മടങ്ങി വീട്ടിൽവന്നു പുറത്തെ പൂമുഖത്തിരുന്നു അന്യോന്യം ഓരോ വിഷയത്തെപ്പറ്റി സംസാരിക്കുകയായിരുന്നു. അപ്പോൾ ഒരു തപാൽശിപായി പടികയറി അരികത്തുവന്നു രണ്ടുപേരേയും യഥായോഗ്യം വന്ദിച്ചു കയ്യിലുണ്ടായിരുന്ന ഒരു ചെറിയ കെട്ടും അതോടൊന്നിച്ച് ഒരു എഴുത്തും അച്യുതമേനോന്റെ കയ്യിൽ കൊടുത്തു. അദ്ദേഹം മേല്പറഞ്ഞ കെട്ടിന്റെ മീതെയുണ്ടായിരുന്ന കടലാസ്സുനീക്കി നോക്കിയ ക്ഷണത്തിൽ അതു ഒരു ചെറിയ തകരപ്പെട്ടിയാണെന്നും അതിൽ എന്തോ ഘനമില്ലാത്ത ഒരു സാധനമുണ്ടെന്നും അദ്ദേഹത്തിനു മനസ്സിലാവുകയും കഴിഞ്ഞു. മേൽവിലാസം എഴുതിയ കയ്യക്ഷരംകൊണ്ടു

തന്നെ ലേഖകൻ ഇന്നാളാണെന്നു എളുപ്പത്തിൽ മനസ്സിലായതിനാൽ അച്യുതമേനോൻ പെട്ടി തുറക്കുന്നതിനു മുമ്പായിട്ടു കത്തു പൊളിച്ചു വായിക്കയാണ് ചെയ്തത്. ഓരോവരി വായിക്കുംതോറും ഇദ്ദേഹത്തിന്റെ മുഖത്തുനിന്നു മന്ദസ്മിതം ക്രമോൽക്കർഷേണ പൊഴിയുന്നതും ആനന്ദം അങ്കുരിച്ചുവരുന്നതും മറ്റും കണ്ടിട്ടു കുഞ്ഞിശ്ശങ്കരമേനോന്റെ മനസ്സു സ്വസ്ഥതയെ പ്രാപിച്ചില്ല. പല വിചാരവും ശങ്കയും ഒന്നിച്ചു വളരുവാൻ തുടങ്ങിയതിനാൽ കുഞ്ഞിശ്ശമേനോൻ ഒടുവിൽ ചിരിച്ചും കൊണ്ടു ഇപ്രകാരം പറഞ്ഞു: 'എന്താണു താങ്കൾക്കു പാങ്ങല്ലാത്ത മനസ്സന്തോഷവും മുഖപ്രകാശവും കാണുന്നത്? പരീക്ഷയിൽ ജയിച്ചിട്ടുള്ള വർത്തമാനം കേട്ടിട്ടു വല്ല സ്നേഹിതനും എഴുതി അയച്ചതായിരിക്കുമൊ? വായിച്ചിട്ടും വായിച്ചിട്ടും താങ്കൾക്കു യാതൊരു അലംഭാവവും ഉണ്ടായപ്രകാരം തോന്നുന്നില്ല. ഈ ചെറിയ കത്തു താങ്കൾ എത്ര പ്രാവശ്യമായി വായിച്ചുനോക്കുന്നു? ഞാൻ അറിയരുതാത്ത വല്ല സ്വകാര്യകത്തും അല്ലായിരിക്കാം.' കുഞ്ഞിശ്ശങ്കരമേനോന്റെ അന്തർഗ്ഗതം മനസ്സിലായിട്ടു അച്യുതമേനോൻ സൗമുഖത്തോടെ അദ്ദേഹത്തോടു പറഞ്ഞു: 'താങ്കളുടെ ഊഹം ഏതാണ്ട് അരികത്തുകൂടി പോയതല്ലാതെ കുറിക്കുകൊണ്ടിട്ടില്ല. താങ്കളെ ഗ്രഹിപ്പിക്കരുതാത്ത യാതൊരു സ്വകാര്യവും എനിക്ക് ഇല്ലെന്നു ഞാൻ പലേപ്രാവശ്യവും പറഞ്ഞിട്ടുള്ളതു മറന്നുപോയതിനാലായിരിക്കാം ഇങ്ങിനെ ചോദിപ്പാനിടവന്നത് എന്നു പറഞ്ഞു ചിരിച്ചുംകൊണ്ടു ആ കത്തു വായിച്ചപാട് കുഞ്ഞിശ്ശങ്കരമേനോന്റെ കയ്യിൽ കൊടുത്തു. അദ്ദേഹം ഒന്നാമതായി സൂക്ഷിച്ചുനോക്കിയതു കത്തയച്ച ആളുടെ പേരായിരുന്നു.

താങ്കളുടെ പ്രിയസോദരി മീനാക്ഷിക്കുട്ടി എന്നു ഇംഗ്ലീഷിൽ അത്യന്തം വ്യക്തമായും മനോഹരമായും എഴുതീട്ടുള്ളതുകണ്ടപ്പോൾ തന്നെ കുഞ്ഞിശ്ശങ്കരമേനോന്റെ മനസ്സിൽ അത്യാനന്ദം ഉണ്ടായി. 'പെൺകുട്ടികളെ ഇംഗ്ലീഷ് പഠിപ്പിക്കാമെന്നും പഠിപ്പിക്കേണ്ടതാണെന്നും ഉള്ള വിചാരം ദുർല്ലഭം ചില നാട്ടുകാരുടെ ഇടയിലും കടന്നു കൂടീട്ടില്ലെന്നല്ല. നല്ലതുതന്നെ. അതോ ഇരിക്കട്ടെ. സ്ത്രീകളുടെ കയ്യക്ഷരം ഇത്രയെല്ലാം നന്നായിരിക്കുന്നതാണ് വലിയ ആശ്ചര്യം എന്നിങ്ങനെ വിചാരിച്ചു മന്ദസ്മിതം തൂകിക്കൊണ്ട് ആ എഴുത്ത് അല്പം ഉച്ചത്തിൽ വായിച്ചു. ആയതു താഴെ കാണിച്ചിട്ടുള്ള പ്രകാരമായിരുന്നു.

ഉന്നിദ്രമോദഭരമെന്നുടെ ഭാഗധേയ-
മൊന്നിച്ചുമന്നിലിഹവന്നു പിറന്നപോലെ
മുന്നിൽ ജനിച്ചൊരു ഭവന്തമനന്തശായി
നന്ദാത്മജൻ കരുണയാവതു സർവ്വകാലം.
വാട്ടം വെടിഞ്ഞൊരു പരീക്ഷയിലെന്റെ കുഞ്ഞി-
ജ്യേഷ്ഠൻ സുഖേനജയലക്ഷ്മിയെ വേട്ടവാർത്താം
കേട്ടെന്റെ ചേതസി വളർന്നൊരു മോദഭാരം
കാട്ടാനപോലെ മദമാർന്നുപുളച്ചിടുന്നു.

മങ്ങാതകീർത്തിഭൂവനങ്ങളിലെങ്ങുമേറ്റം
വിങ്ങിച്ചു സംഗത സുഖാബ്ധിയിലങ്ങുമുങ്ങി.
എങ്ങൾക്കു മംഗലമഹർന്നിശമിങ്ങു ഭാഗ്യം
പൊങ്ങിച്ചു വാഴ്ക ഭൂവി നീയൊരു നൂറുവർഷം.

മേൽ എഴുതിയ ശ്ലോകങ്ങൾ ഒരുപ്രാവശ്യമല്ല രണ്ടുപ്രാവശ്യമല്ല മൂന്നുനാലു പ്രാവശ്യം പിന്നേയും പിന്നേയും വായിച്ചു നോക്കീട്ടും കുഞ്ഞിശ്ശങ്കരമേനോന് അശേഷം അലംഭാവം ഉണ്ടായില്ല. ഭാഷാശ്ലോകമാണെങ്കിലും കവിതാവാസനയും സാമർത്ഥ്യവും ഈ ചെറുപ്പകാലത്ത് ഇത്ര അധികമുണ്ടല്ലൊ എന്നു വിചാരിച്ച് ഇദ്ദേഹം അളവില്ലാതെ സന്തോഷിക്കുകയും വിസ്മയിക്കുകയും ചെയ്തു. ഇതുവരെ ഉണ്ടാകാത്ത പല വിചാരവും ഭാവവികാസവും ഇദ്ദേഹത്തെ കടന്നുപിടിച്ചു നട്ടംതിരിക്കുവാൻ ഇപ്പോൾ നല്ലതരമാണെന്നു നിശ്ചയിച്ചു പതുക്കെ അടുത്തുകൂടിത്തുടങ്ങി. ഉള്ളിൽ നിറഞ്ഞുനില്ക്കുന്ന സന്തോഷവും പ്രേമവും ക്രമേണ രോമദ്വാരങ്ങളിൽകൂടി പുറത്തേക്കു പ്രവേശിച്ചതിനാൽ ശരീരം ആസകലം രോമാഞ്ചംകൊണ്ടു. അത് അച്യുതമേനോൻ അറിയാതെ കഴിച്ചുകൂട്ടുവാൻ താരുണ്യശാലിയായ ഈ മനുഷ്യൻ സാമാന്യത്തിലധികം ധൈര്യം നടിച്ചുനോക്കി. എത്രതന്നെ ഉറപ്പിച്ചിട്ടും പ്രേമരസം ഇടയ്ക്കിടയ്ക്ക് തുളുമ്പിപ്പോകാതിരുന്നില്ല. അച്യുതമേനോനുമായി അന്യോന്യം സ്നേഹമായ മുതൽക്ക് ഈ ദിവസംവരെ യാതൊരു സ്വകാര്യവും സൂക്ഷിച്ചുവരാത്ത ഈ ധീരന്ന് ഇന്നുമുതൽ അദ്ദേഹത്തെ അറിയിപ്പാൻ തരമില്ലാത്ത ചില സംഗതികളെ ഗോപ്യമായി വെക്കേണ്ടിവരുമല്ലോ എന്നുള്ള വിചാരവും തന്മൂലം അന്തസ്താപവും കലശലായിത്തീർന്നു. അത്യാശ്ചര്യകരമായ കയ്യക്ഷരവും കവിതാവാസനയും ഇംഗ്ലീഷ് പഠിപ്പും വിചാരിച്ചു വിചാരിച്ച് ഇദ്ദേഹത്തിന്നുണ്ടായിരുന്ന മനസ്സന്തോഷം മെല്ലമെല്ലെ അനുരാഗമായിത്തീരുവാനുള്ള വട്ടമായി. എന്നാൽ അച്യുതമേനോൻ ഈ അവസരത്തിൽ തകരപ്പെട്ടി തുറക്കുന്നതിൽ ഉദ്യുക്തനായിരുന്നതുകൊണ്ട് ഇദ്ദേഹത്തിന്റെ യാതൊരു ഭാവഭേദവും ആ മനുഷ്യന്ന് അറിവാൻ സംഗതി വന്നില്ല. പെട്ടിയിൽ എന്തൊരു സാധനമാണെന്നു നോക്കേണ്ടതിന്നു അച്യുതമേനോനെക്കാൾ അധികം തിരക്കുണ്ടായിരുന്നതു കുഞ്ഞിശ്ശങ്കരമേനോനായിരുന്നു. മൂടിയെടുപ്പാൻ അച്യുതമേനോൻ കിടന്നു ബുദ്ധിമുട്ടുന്നതു കണ്ടിട്ടു കുഞ്ഞിശ്ശങ്കരമേനോൻ അദ്ദേഹത്തിന്റെ കയ്യിൽനിന്നു തകരപ്പെട്ടി പിടിച്ചുപറ്റി അക്ഷമനായിച്ചെയ്ത പരിശ്രമത്താൽ ഒരു പേനക്കത്തിയുള്ളതു നടുവെ പൊട്ടിച്ചു എന്നു പറഞ്ഞാൽ മതിയല്ലൊ. ഏതെങ്കിലും ഒരുവിധേന പെട്ടിയുടെ മൂടിയെടുക്കുന്നതിന്നു പകരം അതിന്റെ മൂടു കുത്തിത്തകർത്ത് ഉള്ളിൽ ഉണ്ടായിരുന്ന സാധനങ്ങൾ പുറത്തേക്കു വലിച്ചെടുത്തു. രണ്ടു തൊപ്പിയും ഒരു ഗഡിയാൾ സഞ്ചിയും മേശമേൽ എടുത്തുവെച്ചു. തൊപ്പിയുടെ ഭംഗിയും അത്യുത്തമകരമായ പ്രവൃത്തി വൈദഗ്ദ്ധ്യവും അവയിൽ ഒന്നിന്മേൽ പി. അച്യുതമേനോൻ എന്നുള്ള ഇംഗ്ലീഷക്ഷരങ്ങൾ അതിമനോ

ഹരമായി തുന്നിപ്പിടിപ്പിച്ചിട്ടുള്ളതും ഗഡിയൻ സഞ്ചിയുടെ നിർമ്മാണത്തിൽ പ്രയോഗിച്ചിട്ടുള്ള അതിസാമർത്ഥ്യവും ഇതെല്ലാം കണ്ടിട്ടു കുഞ്ഞിശ്ശങ്കരമേനോന്റെ മനസ്സിൽ ഇതുവരെ ഉണ്ടായിരുന്ന എല്ലാവിധ വിചാരവും ഇപ്പോൾ പത്തിരട്ടിച്ചു. ശ്ലോകത്തിന്റെ സരളതയും പദവിന്യാസവും കയ്യക്ഷരത്തിന്റെ മാധുര്യവും തുന്നൽപ്പണിയിലുള്ള കൗശലവും അച്യുതമേനോന്റെ പ്രിയസോദരീത്വവും അദ്ദേഹവും താനുമായുള്ള അതിസ്നേഹവും വിചാരിച്ച് ഇദ്ദേഹത്തിന്റെ മനസ്സിൽ അത്യാനന്ദം അനുരാഗമായി മുളച്ചുവരുവാൻ തുടങ്ങി. തൊപ്പിയുടെ അഴകും ഭംഗിയും നോക്കി വിസ്മയിക്കുകയാണെന്നു അച്യുതമേനോനെ ബോധിപ്പിക്കേണ്ടതിന്നു കുറേനേരം അതുനോക്കിക്കൊണ്ടു ഒന്നും മിണ്ടാതെയിരുന്നു. സോദരിയുടെ ഭ്രാതൃസ്നേഹവും ബഹുമാനവും അതിശയിച്ചുനില്ക്കുന്ന ബുദ്ധിസാമർത്ഥ്യവും എല്ലാം പാടെ വിചാരിച്ച് അച്യുതമേനോന്റെ ഹൃദയത്തിലും അത്യാനന്ദവും വാത്സല്യവും വർദ്ധിച്ചു. കണ്ണുകളിൽ ഹർഷാശ്രുക്കൾ നിറഞ്ഞു. തന്റെ പേരോടുകൂടിയ തൊപ്പി താൻ എടുക്കുന്നതിന്നു മുമ്പായിട്ടുതന്നെ മറ്റേത്തൊപ്പിയും ഗഡിയാൾസഞ്ചിയും എടുത്തു കുഞ്ഞിശ്ശങ്കരമേനോന്റെ മുമ്പാകെ മേശപ്പുറത്തുവെച്ചു ചിരിച്ചുംകൊണ്ടു പറഞ്ഞു- 'മീനാക്ഷിക്കുട്ടി അയച്ചിട്ടുള്ള സമ്മാനം താങ്കളുംകൂടി അനുഭവിക്കുന്നതായാൽ ഞാൻ അത്യന്തം കൃതാർത്ഥനായിരിക്കുന്നതാണ്. ഇതു രണ്ടും താങ്കൾക്കിരിക്കട്ടെ. തൊപ്പി രണ്ടെണ്ണം അയച്ചിട്ടുള്ളതു വിചാരിച്ചാൽ ഈ വിചാരം അവൾക്കുംകൂടെ ഉണ്ടായിരുന്നു എന്നു വിശ്വസിക്കാവുന്നതാണ്. എന്നു മാത്രവുമല്ല, രണ്ടും എനിക്കുവേണ്ടി അയച്ചിട്ടുള്ളതല്ലെന്നു നിശ്ചയിപ്പാൻ വേറെയും സംഗതിയുണ്ട്. അതുകൊണ്ട് ഏതുവിധമായാലും ഈ തൊപ്പിയും ഗഡിയാൾസഞ്ചിയും താങ്കൾ സ്വീകരിക്കുമെന്നു വിശ്വസിക്കുന്നു' കുഞ്ഞിശ്ശങ്കരമേനോനും ഇതു കേട്ടപ്പോൾ ഉണ്ടായ സന്തോഷം അനിർവാച്യമാകുന്നു. 'താങ്കളെ കൃതാർത്ഥനാക്കുന്ന കാര്യത്തിൽ എനിക്കു യാതൊരു വൈമുഖ്യവും ഉണ്ടാവാനിടയില്ലാത്തതാണല്ലൊ. ഞാൻ അത്യാദരവോടുകൂടി ഇതാ സ്വീകരിക്കുന്നു' എന്നു പറഞ്ഞു കുഞ്ഞിശ്ശങ്കരമേനോൻ ഗഡിയാൾസഞ്ചിയും തൊപ്പിയും എടുത്തു തന്റെ കയ്യിൽ പിടിച്ചു കുറേനേരെ അതുകളെത്തന്നെ നോക്കി ചിരിച്ചുംകൊണ്ടു പിന്നേയും പതുക്കെപ്പറഞ്ഞു:-

കുഞ്ഞിശ്ശങ്കരമേനോൻ: ഞാൻ മുഖസ്തുതി പറകയാണെന്നു താങ്കൾ വിചാരിക്കരുതേ. താങ്കൾ അത്യന്തം ഭാഗ്യശാലിയാണെന്നുള്ളതിലേക്ക് അശേഷം സംശയമില്ല. വേണ്ടത്തക്ക എല്ലാ ഗുണവും തികഞ്ഞിട്ടുള്ള ഒരു സോദരി താങ്കൾക്കുള്ളതിനെപ്പറ്റി ഞാൻ അളവില്ലാതെ സന്തോഷിക്കുന്നു. താങ്കളുടെ പ്രിയസോദരി വാത്സല്യപൂർവ്വം അയച്ചുതന്നിട്ടുള്ള സമ്മാനം താങ്കളോടു വാങ്ങി അനുഭവിപ്പാൻ എനിക്കു ഭാഗ്യമുണ്ടായല്ലൊ. ശ്ലോകങ്ങൾ വളരെ തരക്കേടില്ല. വാസനാവൈഭവം ശ്ലാഘനീയം തന്നെ. നമ്മുടെ നാട്ടുകാർ സ്ത്രീവിദ്യാഭ്യാസത്തിൽ ഇങ്ങിനേയുള്ള ഏർപ്പാടുകൾ ചെയ്തുവന്നിട്ടുണ്ടായിരുന്നുവെങ്കിൽ മലയാളരാജ്യം

ഇതിന്ന് എത്രയോ മുമ്പായിട്ടുതന്നെ ഉന്നതസ്ഥിതിയെ പ്രാപിക്കുമായിരുന്നു. അറിയാതെയിരിക്കുന്നതു വലിയ വ്യസനം തന്നെ.

അച്യുതമേനോൻ: ശ്ലോകം അത്രവളരെ നന്നായിട്ടില്ലെങ്കിലും അവളുടെ പ്രായവും പഠിപ്പും വിചാരിച്ചാൽ എല്ലാവരും സന്തോഷിക്കേണ്ടതു തന്നെ. കുറെ ദിവസമായിട്ടു കവിതയിൽ അല്പം വാസന കാണുന്നുണ്ട്. ഏതായാലും അഭ്യസിച്ചാൽ ഫലപ്രാപ്തിയുണ്ടാകുമെന്നു വിശ്വസിക്കാവുന്നതാണ്.

കുഞ്ഞിശ്ശങ്കരമേനോൻ: സംസ്കൃതം എന്തെല്ലാം വായിച്ചിട്ടുണ്ട്? ഇപ്പോഴും പഠിക്കതന്നെയല്ലേ ചെയ്യുന്നത്? ഇംഗ്ലീഷ് എത്രണ്ടായി? പഠിപ്പു നിർത്തേണ്ടതിനും മറ്റും തിരക്കായിട്ടില്ലായിരിക്കാം. നമ്മുടെ ഇടയിൽ പെൺകുട്ടികളെ വിദ്യാഭ്യാസം ചെയ്യിപ്പിക്കുന്നതു വളരെ ദുർല്ലഭമാണ്. വല്ലതും എഴുതുവാനും വായിപ്പാനും കഷ്ടിച്ചു വശായി എന്നു കണ്ടാൽ പഠിപ്പ് നിർത്തി പിന്നെ സംബന്ധത്തിന്ന് ആളെ അന്വേഷിച്ചു നടക്കുന്ന തിരക്കായി. കണക്കിലും കയ്യക്ഷരത്തിലും സ്ത്രീകൾക്കു പണ്ടേതന്നെ വലിയ പിണക്കമാണ്. അനുഭവത്തിലും അവസ്ഥയിലും അറുവഷളായി കണ്ട ശൃംഗാരാശ്ലോകങ്ങളും തെമ്മാടിപ്പാട്ടുകളും ചൊല്ലിപ്പിടിപ്പിച്ചു തുമ്പില്ലാത്തരത്തിൽ ബഹുവാസനയുണ്ടാക്കും. ഗൗതമന്റെ ഭാര്യയായ അഹല്യയെ ദേവേന്ദ്രൻ പണ്ടു വ്യഭിചരിച്ചില്ലെ? ചന്ദ്രൻ തന്റെ ഗുരുനാഥന്റെ ഭാര്യയുമായി രമിച്ചില്ലെ? പരാശരമുനി ഒരു മുക്കുവത്തിയെ പിടിച്ചില്ലെ? വിശ്വാമിത്രൻ മേനകയെ പരിഗ്രഹിച്ചില്ലെ? വേദവ്യാസൻ തന്റെ സഹോദരഭാര്യമാരിൽ സന്തത്യുല്പാദനം ചെയ്തില്ലെ? അന്യായമായ കാര്യങ്ങളിൽ പ്രവേശിപ്പാൻ പൂർവന്മാർ നമ്മെ അനുവദിച്ചിട്ടില്ലെങ്കിൽ പ്രായശ്ചിത്തം എന്തിനാണ് അവർ കല്പിച്ചിട്ടുള്ളത്? എന്നിങ്ങനെ അനേകം വഷളത്വങ്ങൾ അടങ്ങിയ പച്ചപാട്ടുകളും രഹസ്യക്കാരേയും സമ്മന്ധക്കാരേയും വശീകരിച്ചു പാട്ടിലാക്കി പണം തട്ടിപ്പറിപ്പാനുള്ള കൗശലങ്ങളെ ഉപദേശിക്കുന്നതായ ചില ശ്ലോകങ്ങളും പെൺകുട്ടികളെ ചെറുപ്പത്തിൽ പഠിപ്പിച്ചുവരുന്നതിനാണു നമ്മുടെ നാട്ടുകാരിൽ മിക്കപേരും സ്ത്രീവിദ്യാഭ്യാസമെന്നുള്ള പേർ കൊടുത്തിട്ടുള്ളത്. അത്യാവശ്യം ചില രഹസ്യക്കത്തുകൾ വായിച്ചു മനസ്സിലാക്കാനും എഴുതുവാനും മാത്രമേ ഇങ്ങിനെയുള്ള വിദ്യാഭ്യാസം സഹായിക്കുന്നുള്ളു. അതുകൊണ്ടാണു പെൺകുട്ടികൾ എഴുത്തുപഠിച്ചാൽ വ്യഭിചാരിണിമാരായിപ്പോകുമെന്നും അവരെ എഴുത്തുപഠിപ്പിക്കരുതെന്നും മറ്റും ഇപ്പോഴും ചില വൃദ്ധന്മാർ പറഞ്ഞുവരുന്നത്.

അച്യുതമേനോൻ: മീനാക്ഷിക്കുട്ടി വിശേഷിച്ചു യാതൊന്നും പഠിച്ചിട്ടില്ലെന്നുതന്നേയാണു പറയേണ്ടത്. ഹിതോപദേശത്തിൽ അവിടവിടെ അച്ഛൻ അടയാളം വച്ചുകൊടുത്തിട്ടുള്ള ചില ഭാഗങ്ങളും ആറോ ഏഴോ സർഗ്ഗം രഘുവംശവും കുറെ പഞ്ചതന്ത്രവും പഠിച്ചതേയുള്ളു. ഇപ്പോഴും രാവിലെ ഈരണ്ടു മണിക്കൂറുനേരം പഠിക്കുന്നുണ്ട്. ഈ ഡിസംബർമാസത്തിൽ മിഡിൾസ്കൂൾ പരീക്ഷക്കു പോവാനും ഭാവമുണ്ടത്രെ.

ഇനിയും മൂന്നു നാലു സംവത്സരം കൂടി വിദ്യാഭ്യാസം ചെയ്യിക്കേണമ ന്നാണ് അച്ഛനും അമ്മാവനുംകൂടി ഇയ്യിടയിൽ തീർച്ചയാക്കീട്ടുള്ളത്. വിട്ടു കളവാൻ ഇപ്പോൾ ഒന്നുംകൊണ്ടും ഭാവമില്ല.

കുഞ്ഞിശ്ശങ്കരമേനോൻ: (ചിരിച്ചുംകൊണ്ടു) അതു വളരെ നല്ലതുത ന്നെ. ഉത്സാഹവും സാമർത്ഥ്യവുമുള്ള കുട്ടികളെ കഴിയുന്നത്ര പഠിപ്പി ക്കേണ്ടതുതന്നെയാണ്. വയസ്സ് എത്ര കണ്ടായി? പഠിക്കാൻതക്ക പ്രായം കവിഞ്ഞിട്ടില്ലല്ലൊ?

അച്യുതമേനോൻ: ഇപ്പോൾ പന്ത്രണ്ടുകഴിഞ്ഞു. പതിമൂന്നു നടപ്പാ ണ്. എന്റെനേരേ അടുത്തതാണ്. എനിക്കു പതിനാറാം വയസ്സ് ഇയ്യിടയി ലല്ലെ കഴിഞ്ഞത്?

കുഞ്ഞിശ്ശങ്കരമേനോൻ: ശരി ശരി. എന്നാൽ അശേഷം സംശയിപ്പാ നില്ല. നല്ല പ്രായമാണ്. ഇനിയും ഒരു നാലു സംവത്സരം ചുരുങ്ങാതെ അവസരമുണ്ട്. എന്നിട്ടാവാം മറ്റുള്ളകാര്യം ആലോചിക്കുന്നത്. അല്ലാ ഞ്ഞാൽ ഇതുവരെ ചെയ്തുവന്നിട്ടുള്ളേയും ഇപ്പോൾ ചെയ്തു വരു ന്നേയും അദ്ധ്വാനത്തിന്നു തക്കതായ ഫലം സിദ്ധിപ്പാൻ പ്രയാസമായി രിക്കും. അതിനിടയിൽ തെല്ലു സംഗീതവും അഭ്യസിക്കുന്നതായാൽ വളരെ നന്നായിരിക്കും.

കുഞ്ഞിശ്ശങ്കരമേനോന്റെ എല്ലാ അന്തർഗ്ഗതങ്ങളും ഇപ്പോൾ പറഞ്ഞി ട്ടുള്ളതിൽ അദ്ദേഹം അറിയാതെ ദൈവഗത്യാ വന്നുകൂടിട്ടീണ്ട്. ആയതു വായനക്കാർ മനസ്സുവെച്ചു വായിക്കുന്നതായാൽ എളുപ്പത്തിൽ മനസ്സി ലാക്കാവുന്നതാണ്. എന്നാൽ കുഞ്ഞിശ്ശങ്കരമേനോന് ഇങ്ങിനെ ഒരു വിചാരം ഉണ്ടെന്നുള്ളത് അച്യുതമേനോൻ സൂക്ഷിക്കാഞ്ഞതുകൊണ്ടും ലൗകികതന്ത്രങ്ങളിൽ ഇതുവരെ താൻ പ്രവേശിക്കുകയൊ പരിചയിക്കു കയൊ ചെയ്തിട്ടില്ലാത്തതുകൊണ്ടും മേല്പറഞ്ഞ സംഭാഷണത്തിന്ന് അദ്ദേഹം യാതൊരു ഗൂഢാർത്ഥവും ധരിച്ചിട്ടുണ്ടായിരുന്നില്ല.

അച്യുതമേനോൻ: സംഗീതം പഠിപ്പിക്കുവാനും അച്ഛൻ പ്രത്യേകം ഒരാളെ നിശ്ചയിച്ചിട്ടുണ്ട്. അവൾക്കു കുറേശ്ശ പാടാൻ വൈയ്ക്കും. വാസ നയും സാധകവും വളരെ തരക്കേടില്ല.

കുഞ്ഞിശ്ശങ്കരമേനോൻ: ആരംഭവും ഏർപ്പാടും അതിശയമായിരിക്കു ന്നു. കുഞ്ഞികൃഷ്ണമേനോനെ ഞാൻ കണ്ടിട്ടില്ല എന്നുമാത്രമേയുള്ളു. അദ്ദേഹത്തെ കണ്ടപോലെയുള്ള പരിചയം എനിക്കു നല്ലവണ്ണം ഉണ്ട്. ആൾ വളരെ യോഗ്യനും കാര്യപ്രാപ്തനും മര്യാദസ്ഥനും ആണെന്നു ഞാൻ പല യോഗ്യന്മാർ മുഖേനയും കേട്ടിട്ടുണ്ട്. അദ്ദേഹത്തെ ഒരിക്കൽ കാണേണമെന്നുള്ള താല്പര്യവും എനിക്കു കലശലായിട്ടുണ്ട്. ഗോപാ ലമേനോന്റെ എല്ലാ അവസ്ഥയും എനിക്കുതന്നെ നല്ല പരിചയമുള്ളതാ ണല്ലൊ. അവർ രണ്ടുപേരും താങ്കളും ഉള്ളപ്പോൾ എല്ലാം ഇങ്ങിനെയ ല്ലാതെ വരാൻ തരമില്ല.

അച്യുതമേനോൻ: ഈസ്റ്റർ കല്പനയിൽ താങ്കൾകൂടി വരുന്നതാ യാൽ അച്ഛനെ കാണ്മാനും മറ്റും നല്ല അവസരമാണല്ലൊ. അച്ഛൻ ആ

സമയം കനകമംഗലത്തുതന്നെ ആയിരിക്കും. ഞങ്ങളുടെ എല്ലാ അവസ്ഥയും താങ്കൾകൂടി അറിഞ്ഞിരിക്കേണ്ടതാണല്ലോ.

കുഞ്ഞിശ്ശങ്കരമേനോൻ ആലോചിക്കയായി. എന്താണ് അച്യുതമേനോൻ 'അച്ഛനെ കാണ്മാനും മറ്റും നല്ല അവസരമാണല്ലോ എന്നു പറഞ്ഞിട്ടുള്ളതിന്റെ താല്പര്യം? എന്റെ അന്തർഗ്ഗതം ഇത്ര ക്ഷണത്തിൽ അച്യുതമേനോനു മനസ്സിലായൊ? അതുവേണ്ടിയില്ലായിരുന്നു. ഞാൻ എന്തൊ വിഡ്ഢിത്വമെല്ലാം പറഞ്ഞിട്ടുണ്ടായിരിക്കണം. ഛീ! കഷ്ടമായിപ്പോയി. എനിക്ക് ഇത്ര ഭ്രമവും പാരവശ്യവും ഉണ്ടെന്ന് എന്റെ സ്നേഹിതനെ അറിയിക്കേണ്ടതില്ലായിരുന്നു. ഇല്ല. അദ്ദേഹം മനസ്സിലാക്കീട്ടുണ്ടായിരിക്കയില്ല. ഞാൻ അങ്ങിനെയൊന്നും പറഞ്ഞിട്ടില്ലല്ലൊ. ഉണ്ടെങ്കിൽ തന്നെ ഇനി എന്താണു നിവൃത്തി? കനകമംഗലത്തേക്കു പോകാതെയിരിപ്പാൻ എന്റെ മനസ്സ് അനുവദിക്കുമെന്നു തോന്നുന്നില്ല. മീനാക്ഷിക്കുട്ടിയെ കാണേണമെന്നുതന്നെയാണ് എന്റെ മോഹം. രൂപലാവണ്യം കൂടിയുണ്ടെങ്കിൽ ഞാൻ ഭാഗ്യവാൻതന്നെ. സംശയമില്ല. സൗന്ദര്യം ഇല്ലാതിരിക്കില്ല. അച്യുതമേനോനെ കണ്ടാൽതന്നെ നിശ്ചയിക്കാവുന്നതാണ്. അദ്ദേഹം പരമസുന്ദരൻ. അതിസുമുഖൻ. മീനാക്ഷിക്കുട്ടിയും ഇതുപ്രകാരമല്ലാതെ വരാൻ പാടില്ല. സൗശീല്യാദിഗുണസമ്പന്നമാരായ സ്ത്രീകൾക്കു സൗന്ദര്യം കൂടി അത്യാവശ്യമാണ്. ഏതായാലും ഒന്നുകാണാതെ കഴികയില്ല. സൗന്ദര്യദർശനം കൂടാതെയുള്ള അനുരാഗത്തിന്നു യാതൊരുറപ്പും ഇല്ല. കണ്ടതിൽപ്പിന്നെ വേണ്ടപോലെ നിശ്ചയിക്കാം എന്നിങ്ങനെ വിചാരിച്ച് അല്പം ലജ്ജാഭാവത്തോടെ കുഞ്ഞിശ്ശങ്കരമേനോൻ പറഞ്ഞു: 'ഒരു സമയം അങ്ങിനെതന്നെ ചെയ്യാം. ഏതെങ്കിലും ആ കാര്യത്തെപ്പറ്റി ആലോചിപ്പാൻ ഇനിയും അവസരമുണ്ടല്ലൊ. തടസ്ഥങ്ങൾ ഒന്നും നേരിടാത്തപക്ഷം ഞാനും ഒന്നിച്ചുവരാം. എന്നാൽ നോം ഇനി കുളിച്ചു ഊണു കഴിപ്പാൻ നോക്ക. നേരം ഒമ്പതുമണിയായി. എനിക്കു ഇന്നു അല്പം നേർത്തേ പോകേണ്ടുന്ന കാര്യം കൂടിയുണ്ട്.'

അപ്രകാരം ആവാമെന്നു നിശ്ചയിച്ചു രണ്ടുപേരും സംസാരം നിർത്തി എഴുനീറ്റ് ഉടുപ്പുമാറ്റി നിത്യത കുളിക്കുംപ്രകാരം തന്നെ ഒന്നിച്ചു കുളിയും ഊണും കഴിച്ച് അച്യുതമേനോൻ തന്റെ ഒരു സ്നേഹിതനെ കാണ്മാൻവേണ്ടി മൈലാപ്പൂരിലേക്കും കുഞ്ഞിശ്ശങ്കരമേനോൻ ഹൈക്കോർട്ടിലേക്കും ഒരുമിച്ചു വണ്ടികയറിപോകയും ചെയ്തു.

9

പങ്ങശ്ശമേനോന്റെ പരിഭ്രമം

ആറാം അദ്ധ്യായത്തിന്റെ ഒടുവിൽ പ്രസ്താവിച്ചിട്ടുള്ള പ്രകാരം ഹെഡ്കാൺസ്റ്റേബിൾ കോലായിൽ ഇരുന്നു സുഖമായി ഒരുവട്ടം മുറുക്കു കഴിച്ചു കൊച്ചമ്മാളുയവിന്റെ അളവില്ലാത്ത രൂപസൗന്ദര്യവും നിശ്ചഞ്ചലമായ മനോഗാംഭീര്യവും വിചാരിച്ചു വിചാരിച്ചു ആനന്ദസമുദ്രത്തിൽ തലകീഴായി വീണുമുങ്ങി കരകാണാതെ വലഞ്ഞു വിവശനായിരിക്കുന്ന മദ്ധ്യെ അവൾ രണ്ടാമതും അകത്തുനിന്നു പുറത്തേക്കു കടന്നുവന്നു. ലാവണ്യാതിശയത്തിന്റെ അധിഷ്ഠാനദേവതയായ ഇവളുടെ മുഖപ്രകാശത്തിന്നും ഭാവത്തിന്നും മുമ്പത്തേതിലും അധികമായ ഒരു മാധുര്യം ഇപ്പോൾ നിശ്ചയമായും കൂടീട്ടുണ്ട്. അവൾ കടന്നുവരുന്ന സമയം ശൃംഗാരരസം പരിവാരങ്ങളോടുകൂടി മുഖരാഗത്തിൽ നിന്നു കൂത്താടുകയും അതു കണ്ടിട്ട് മന്ദാക്ഷംപോയി പതുക്കെ അവളുടെ കണ്ണിൽ ഒളിക്കയും ചെയ്തിട്ടുള്ളപ്രകാരം പങ്ങശ്ശമേനോനു തോന്നിത്തുടങ്ങി. വാസ്തവം പറയുന്നതായാൽ ഇതൊന്നുമല്ല ഉണ്ടായിരുന്നത്. വലത്തെ കയ്യിൽ ഒരു കിണ്ടി വെള്ളവും ഇടത്തേതിൽ ഒരു സ്ഫടികപാത്രം നിറച്ച ചായയും കണ്ണുകളിൽ പ്രേമരസവും മുഖത്തു മന്ദാക്ഷംകൊണ്ടു അതിമനോഹരമായ മന്ദഹാസവും ആയിട്ടാണ് ഇപ്പോൾ പുറത്തേക്കു വന്നിട്ടുള്ളത്. കോലായിൽ കടന്ന ഉടനെ കിണ്ടിയും വെള്ളവും പങ്ങശ്ശമേനോന്റെ അരികത്തു പടിയിൻമേൽ കൊണ്ടുന്നുവച്ചിട്ട് അദ്ദേഹത്തിന്റെ മുഖത്തുനോക്കി ചിരിച്ചുംകൊണ്ടു പതുക്കെ പറഞ്ഞു: 'ഒരുമയുണ്ടെങ്കിൽ ഉലക്കമേലും കിടക്കാം എന്നൊരു പഴഞ്ചൊല്ലുമുണ്ടല്ലൊ. ഞാൻ തെല്ലു ചായ തെയ്യാറാക്കിക്കൊണ്ടന്നിട്ടുണ്ട്. വിരോധമില്ലെങ്കിൽ ഇതു വാങ്ങിക്കഴിക്കാം. എന്നിട്ടു വന്ന കാര്യത്തെപ്പറ്റി വേണ്ടപോലെ പ്രവർത്തിക്കുന്നതാണു നല്ലത്. എനിക്കു ചില സംഗതികൾ ഇവിടെ സാവധാനത്തിൽ കേൾപ്പിപ്പാനും ഉണ്ടായിരുന്നു. അരനാഴികനേരം സംസാരിപ്പാൻ എനിക്കു അനുവാദം

തരുന്നതായാൽ പരമാർത്ഥം മുഴുവനും ഇവിടേക്കു മനസ്സിലാവാനും എന്റെ മനോവ്യസനത്തിനു തൽക്കാലം അല്പം ശാന്തിയുണ്ടാവാനും ഇടവരുന്നതായിരുന്നു. ഇനി എല്ലാം ഇവിടുത്തെ ഹിതംപോലെ ചെയ്യാം എന്നു മാത്രമേ എനിക്കു പറവാനുള്ളു'. കൊച്ചമ്മാളുവിന്റെമേൽ പങ്ങശ്ശമേനോനു ഇപ്പോൾ എത്രകണ്ടു ഭ്രമവും ആസക്തിയും ഉണ്ടെന്നു പ്രസ്താവിക്കുന്നതിനേക്കാൾ ഇദ്ദേഹം കൊച്ചമ്മാളുവിന്റെ വിനോദത്തിനുവേണ്ടി കൊണ്ടുവന്നു വെച്ചിട്ടുള്ള ഒരു യന്ത്രപ്പാവയാണെന്നു പറയുന്നതാണ് വളരെ എളുപ്പമായിട്ടുള്ളത്. ഇവൾ കല്പിക്കുംപ്രകാരം കേട്ടു നടപ്പാൻ നോറ്റുകൊണ്ടു കുത്തിരുന്ന ഈ മഹാനുഭാവൻ ഇവളുടെ അവസാനത്തെ വാചകം കേട്ടപ്പോൾത്തന്നെ കൃതാർത്ഥനാവുക കഴിഞ്ഞിരിക്കുന്നു. ഈ ഭൂലോകമേനകയുടെ കൈകൊണ്ടു കാളകൂടവിഷംതന്നെ കൊടുക്കുന്നതായാലും യാതൊരു വൈമുഖ്യമൊ മടിയൊ കൂടാതെ വാങ്ങിക്കഴിപ്പാൻ ഒരുക്കമുള്ള ഈ മനുഷ്യനു ചായകുടിക്കുന്നതിൽ എന്തൊരു വിരോധമാണ് ഉണ്ടാവാനിരിക്കുന്നത്! പങ്ങശ്ശമേനോൻ മനസ്സുകൊണ്ടു വിചാരിക്കയായി: 'വന്ന കാര്യത്തെപ്പറ്റി എന്താണിനി അന്വേഷിപ്പാനുള്ളത്? കേസ്സു മുഴുവനും ശുദ്ധമേ വ്യാജമാണെന്നും ചില വിരോധികളുടെ ദുർബോധനയിന്മേൽ ആ തെമ്മാടിപ്പട്ടരു കൃത്രിമമായി ചില പരുക്കുകളുണ്ടാക്കി നല്ല തറവാട്ടുകാരിയും ചെറുപ്പക്കാരിയുമായ ഒരു സ്ത്രീയെ അപമാനിപ്പാൻവേണ്ടി മനഃപൂർവ്വം ഇങ്ങനെ ഒരു കേസ്സുകെട്ടിയുണ്ടാക്കി ഒരു ഹരജികൊണ്ടുവന്നിട്ടുള്ളതാണെന്നും നാളത്തന്നെ വെടിപ്പായി റിപ്പോർട്ടു ചെയ്തുകളയാം. ആ കള്ളക്കുണ്ടുണ്ണിയെ കുറെ ഒന്നു പഠിപ്പിക്കേണമെന്നു വിചാരിച്ചിട്ടുണ്ടായിരുന്നു. ഈ കാര്യത്തിൽ അതിനും അശേഷം തരമില്ലാതെയാണു വന്നിട്ടുള്ളത്. ഇരിക്കട്ടെ അതു പിന്നെ ഒരിക്കലാക്കാം. പന്നി പടലിൽ തന്നെയല്ലെ? ഈ ശൃംഗാരലക്ഷ്മി-എന്റെ പ്രാണപ്രിയ-ഈ മഹാസുന്ദരി-കുറ്റക്കാരിയാണെന്നു ജന്മനാ ഞാൻ റിപ്പോർട്ടു ചെയ്യില്ല. എല്ലാം ഇനി ഹിതംപോലെ ചെയ്യാം എന്നു പറഞ്ഞതിന്റെ താല്പര്യം എവിടെ കിടക്കുന്നു! ഹിതംപോലെ ചെയ്താൽ മതി. മറ്റു യാതൊന്നും വേണ്ട. വല്ലതും നാലൊ അഞ്ചൊ അങ്ങട്ടു കൊടുത്തുംകളയാം. അമ്പതു പൗണ്ടു കയ്യിൽ നിരത്തിവെച്ചുകൊടുത്താൽ പോലും ഈ ഒരു സമ്മതം ഇത്രവേഗത്തിൽ കിട്ടുന്നതല്ല. എന്റെ മഹാഭാഗ്യം. ഇന്നാൾ പണിക്കരു എന്റെ ജാതകം നോക്കിയപ്പോൾ പറഞ്ഞിട്ടുള്ളതു യഥാർത്ഥമായ ഫലമാണ്. ഞാൻ വിചാരിക്കുന്ന കാര്യം സാധിക്കാതിരിക്കില്ല. ഒത്ത ജാതകമാണ്. ഇതു എന്തൊരു സൗഭാഗ്യമാണ്! ആളുകൾ തമ്മിൽ തല്ലും പിടിയും കൂടുന്നതു കുറ്റമല്ല. ഞാൻ ഈ സമീപമെങ്ങാനായിരുന്നു പാർക്കുന്നതു എങ്കിൽ ഒരു ഈച്ച പോലും ഈ തൊടിക്കകത്തു കടക്കുന്നതല്ലായിരുന്നു. ഇതു കണ്ടാൽ ആർക്കാണു ഇളകിപ്പോകാത്തത്? വിശ്വാമിത്രനും പരാശരനും മറ്റും പണ്ടു ഭ്രമിച്ചു എന്നു പറയുന്നതു ആശ്ചര്യമല്ല. ഇങ്ങിനത്തെ സൗന്ദര്യം കണ്ടാൽ സാക്ഷാൽ ജഗദീശ്വരനും കൂടി ഭ്രമിച്ചുപോകും. എന്റെ സുകൃതപരിപാകംതന്നെ. ഏതാ

യാലും കോന്തിമേനോനവർകൾക്കു ഗുണം വരട്ടെ. അദ്ദേഹത്തിന്റെ കൃപ കൊണ്ടാണ് എനിക്ക് ഇത്രോടം സാദ്ധ്യമായത്' എന്നിങ്ങനെ വിചാരിച്ചു ചിരിച്ചുംകൊണ്ടു പങ്ങശ്ശമേനോൻ കസവുവേഷ്ടിയെടുത്തു പടിയിന്മേൽ വെച്ചു കിണ്ടിയിലെ വെള്ളം എടുത്തു മുഖം കഴുകി തീർത്ഥവും പ്രസാദവും വാങ്ങുവാൻ ഭാവിക്കുന്നതൊ എന്നു കാണികൾ ശങ്കിക്കുമാറു അത്യാദരവോടെ കൈകാട്ടി. അല്പംകൂടി താമസിക്കട്ടെ ഞാൻ അകത്തുപോയി മറ്റോരു പാത്രംകൂടി എടുത്തുകൊണ്ടുവന്നോട്ടെ' എന്നു പറഞ്ഞു ചായയും പടിയിന്മേൽവെച്ചു വേഗത്തിൽ തന്റെ അറയിൽപോയി ഒരു പാനപാത്രം എടുത്തുകൊണ്ടുവന്നു. അതോ മദിരാശിയിൽനിന്നു അതിമനോഹരമായി പണി ചെയ്യിച്ചു വരുത്തീട്ടുള്ള ഒരു വെള്ളിപ്പാത്രമായിരുന്നു. ഏകദേശം നൂററമ്പതുറുപ്പിക വിലക്കു പോരും. പങ്ങശ്ശമേനോന്റെ മുഖാന്തരം അതു കിണ്ടിയിലെ വെള്ളംകൊണ്ടു ഒന്നുരണ്ടു പ്രാവശ്യം നല്ലവണ്ണം കഴുകിത്തോർത്തിയതിൽപ്പിന്നെ ചായയിൽ മുക്കാലംശം എടുത്തു അതിൽ പകർന്നു ഹെഡ്കാൺസ്റ്റേബിളുടെ കയ്യിൽ കൊടുത്തു ബാക്കിയുള്ളതു മുഴുവനും അവൾ കുടിക്കയും ചെയ്തു. പങ്ങശ്ശമേനോനെ വശീകരിപ്പാൻവേണ്ടി യാതൊരൗഷധവും ചായയിൽ ചേർത്തിട്ടില്ലെന്നു അദ്ദേഹത്തെ ബോദ്ധ്യപ്പെടുത്തുവാൻ വേണ്ടി മാത്രമാണ്. ഇവൾ ഇങ്ങിനെ ഒരു സൂത്രം പ്രയോഗിച്ചിട്ടുണ്ടായിരുന്നത്. എന്നാൽ അദ്ദേഹം ആളൊരു സമർത്ഥനായിരുന്നതുകൊണ്ട് ഇതിനു വേറെ ഒരു ഗൂഢാർത്ഥമാണ് മനസ്സിലാക്കീട്ടുണ്ടായിരുന്നത്. അട്ടയുടെ കണ്ണു ദുഷ്ടിലേ ചെല്ലു എന്നൊരു പഴഞ്ചൊല്ലുണ്ടല്ലൊ.

കൊച്ചമ്മാളുവിന്റെ യുക്തിയുക്തമായ പ്രവൃത്തിയും ഔദാര്യവും വിചാരിച്ചു പങ്ങശ്ശമേനോൻ വൃഥാ അന്ധാളിച്ചു അനേകായിരം മനോരാജ്യങ്ങളുടെ അധീനത്തിൽ തന്റെ മനസ്സിനെ ഏല്പിച്ചുവെച്ചുംകൊണ്ടും അവൾ തന്റെ കയ്യിൽവെച്ചു കൊടുത്തിട്ടുള്ള ചായ താനും കഴിച്ചു പരമസന്തുഷ്ടനായി അവളുടെ മുഖത്തുനോക്കി ഒരു പച്ചപ്പുഞ്ചിരിതൂകി ഇപ്രകാരം പറഞ്ഞു:

പങ്ങശ്ശമേനോൻ: ഞാൻ ഈ വയസ്സിൻകീഴിൽ അനേകം സ്ത്രീകളെ കണ്ടിട്ടും അവരോടു സംസാരിച്ചിട്ടും ഉണ്ട്. എല്ലാ ഗുണവും തികഞ്ഞിട്ടു ഇങ്ങിനെ ഒരു യുവതിയെ ഞാൻ ഇതുവരെ കണ്ടിട്ടില്ല. നിങ്ങൾ ഇപ്പോൾ ചെയ്തിട്ടുള്ളേയും ചെയ്വാൻ പോകുന്നേയും ഉപചാരങ്ങൾക്കു ഞാൻ ആജീവനാന്തം നന്ദിയുള്ളവനായിരിക്കും.

കൊച്ചമ്മാളു: അതു ശരിയാണ്. എല്ലാ ദുർഗുണങ്ങളും തികഞ്ഞിട്ടു ഇങ്ങിനെ ഒരുത്തിയെ കണ്ടിട്ടില്ല എന്നായിരുന്നു പറയേണ്ടത്. കാണ്മാനും പ്രയാസം തന്നെയാണ്.

പങ്ങശ്ശമേനോൻ: കഷ്ടം ദുർഗ്ഗുണം തികഞ്ഞിട്ടൊ! ശിവശിവ! കണ്ണു മുഖത്തുള്ള യാതൊരു മനുഷ്യനും അതു ഒരിക്കലും പറയുന്നതല്ല. സ്ത്രീകളുടെ ഗുണദോഷത്തെപ്പറ്റി തെല്ലൊരു പരിചയം എനിക്കും ഉണ്ടെ. കേവലം വങ്കന്മാരുടെ പട്ടികയിൽ എന്നേയും ചേർക്കരുതെ.

കൊച്ചമ്മാളു: ഈ ദിക്കിൽ എന്നെപ്പോലെയുള്ള മറ്റു യാതൊരു പെണ്ണും ഇല്ലെന്നു നിങ്ങൾക്കു മാത്രമല്ല, ഈ നാട്ടിലുള്ള എല്ലാവർക്കും നല്ല നിശ്ചയമുണ്ട്. അതുകൊണ്ടല്ലെ നിങ്ങൾ ഇവിടെവന്നു ഇങ്ങിനെ ബുദ്ധിമുട്ടുവാൻ സംഗതി വന്നത്? എന്റെ ഗുണംനിമിത്തമല്ലെ ഈ കോലായ ഇങ്ങിനെ പൊടി പൊടിയായത്? ഇനിയും എന്തെല്ലാമാണ് നിങ്ങൾ ചെയ്‌വാൻ വിചാരിച്ചിട്ടുള്ളത് എന്ന് ആരുകണ്ടു?

പങ്ങശ്ശമേനോന് ഇവളുടെ ഇപ്പഴത്തെ വാക്കു വലിയ വ്യസനകര മായിട്ടാണ് തോന്നിയത്. തന്റെ മുഠാളത്വത്തെപ്പറ്റി വല്ലാതെ വിഷാദിച്ചു പിന്നേയും ധൈര്യത്തോടെ പറഞ്ഞു.

പങ്ങശ്ശമേനോൻ: ഛി! ഛി! അതൊന്നും സാരമില്ലെ. കേവലം നിസ്സാരം. സൗന്ദര്യവും മര്യാദയും ഒന്നിച്ചു കാണുമ്പോൾ ഇങ്ങിനെയുള്ള സ്ത്രീകളൊടു പലർക്കും അസൂയയും നീരസവും ഉണ്ടാകുന്നതു സാധാരണമാണ്. ചില പോക്കിരികൾ ധിക്കാരികൾ, ശുദ്ധമേ പെറുക്കികൾ, ധൂർത്തന്മാർ ഇവറ്റയുടെ മനോരഥം സാധിക്കാത്ത വെറുപ്പുകൊണ്ടു വല്ല തോന്ന്യാസവും കാട്ടുന്നത് ആരു കണക്കു വെക്കും? ഇതുകൊണ്ടൊന്നും നിങ്ങൾ ഒരു തൃണത്തോളം കൂട്ടാക്കേണ്ട. നിങ്ങളുടെ മാനം ഞാൻ രക്ഷിച്ചുതരും. നിങ്ങൾ എന്തുപറയുന്നുവോ അതുപ്രകാരം ഞാൻ ചെയ്യാതിരിക്കില്ല. കൊടുങ്ങല്ലൂർ ഭഗവതിതന്നാണ പഴനി വേലായുധനാണ് ഞാൻ ചെയ്യാതിരിക്കില്ല. ഞാൻ സാധാരണ ചില ദിക്കുകളിൽ ചെന്നാൽ പ്രവർത്തിച്ചു വരുന്നതുപോലെ ചില കോപ്പിരാട്ടം കാട്ടിപ്പോയതിന്മേൽ നിങ്ങൾ മുഷിയരുതെ. അബദ്ധം എല്ലാവർക്കും വരുന്നതല്ലെ. വിശേഷിച്ചു ഞാൻ ഒരു മുൻകോപിയാണ്. ചില സ്ഥലത്തു അതു കൂടാതെയും കഴികയില്ല. ഞാനവിടെ വന്നസമയം നിങ്ങൾ പുറത്തുണ്ടായിരുന്നുവെങ്കിൽ ഇതിനൊന്നും അശേഷം ഇടവരുന്നതല്ലായിരുന്നു.

കൊച്ചമ്മാളു: നിങ്ങൾ അധികാരം വിട്ടു യാതൊന്നും പ്രവർത്തിച്ചിട്ടില്ലല്ലൊ? ഞാൻ എന്തിനാണു പിന്നെ മുഷിയുന്നത്? എനിക്കു ഒരു ലേശം മുഷിച്ചിലില്ല.

പങ്ങശ്ശമേനോൻ: എന്നാൽ ഞാൻ കൃതാർത്ഥനായി. നിങ്ങൾക്ക് എന്താണ് എന്നോടു പറവാനുള്ളത്? ഞാൻ അതു കേൾപ്പാനും അതു പ്രകാരം ചെയ്‌വാനും ഒരുക്കമാണല്ലൊ.

കൊച്ചമ്മാളു: എനിക്കു മറ്റൊന്നുമല്ല പറവാൻ. അന്വേഷിപ്പാൻവേണ്ടി നിങ്ങൾ വന്നിട്ടുള്ള കാര്യത്തെപ്പറ്റി മാത്രമാണ്.

പങ്ങശ്ശമേനോൻ: കഷ്ടം! ഇതാണെനിക്കു നിങ്ങളോടുള്ള സുഖക്കേട്. ഇനിയും സംശയം തീർന്നിട്ടില്ലെ? എന്താണ്. ഹെ, എന്നെ വിശ്വാസമില്ലാത്തത്? നിങ്ങളുടെ മാനം ഞാൻ രക്ഷിച്ചുതരും എന്നു മുമ്പേ തന്നെ ശപഥം ചെയ്തുതന്നിട്ടില്ലെ?

കൊച്ചമ്മാളു: നിങ്ങൾ അങ്ങിനെ ഉറപ്പിച്ചിരിക്കുന്നുവെങ്കിൽ ഇന്നു ഇവിടെനിന്നു പോകരുത്. ഊണ് ഇവിടെ തെയ്യാറാക്കുന്നുണ്ട്.

പങ്ങശ്ശമേനോൻ: ആശ്ചര്യം! ഇന്നു ഇവിടെ താമസിപ്പാൻ നിങ്ങൾ

എന്നെ അനുവദിക്കേണമെന്നു ഞാൻ അങ്ങട്ടു അപേക്ഷിക്കേണമെന്ന് ഭാവിച്ചുംകൊണ്ടിരിക്കയാണ്. ഊണില്ലെങ്കിലും വേണ്ടില്ല; നാലുദിവസം ഒരുപോലെ പാർപ്പാൻ ഞാൻ ഒരുക്കമാണ്. നിങ്ങളുടെ ഈ ഒരു സമ്മതം തന്നേയാണ് എനിക്കു ഊണ്.

കൊച്ചമ്മാളു: ഇപ്പോൾ എന്റെ വ്യസനം പകുതി തീർന്നു. ഞാൻ നിശ്ചയിച്ചപ്രകാരംതന്നെ കാര്യം കലാശിക്കുമെന്നു തോന്നുന്നു. ഇനി പറവാനുള്ളതു മുഴുവനും ഊണു കഴിഞ്ഞാൽ പിന്നെ പറഞ്ഞോളാം.

പങ്ങശ്ശമേനോൻ: എന്നാൽ ഞാൻ ആ കാൺസ്റ്റേബിളെ ഇങ്ങട്ടു വിളിക്കട്ടെ. ആ കള്ളക്കുണ്ടുണ്ണിമേനോനും പൊയ്ക്കൊട്ടെ. രാവിലെ ത്തന്നെ വെടിപ്പായി റിപ്പോർട്ടു ചെയ്തുകളയാം. അയ്യാപ്പട്ടർക്കു തല്ലു കൊണ്ട വേദനയുണ്ടെങ്കിൽ രണ്ടുനാലുദിവസം നല്ലവണ്ണം എണ്ണപുരട്ടി ഉഴിഞ്ഞു കുളിച്ചുകളയട്ടെ.

കൊച്ചമ്മാളു: ഓ-ഹൊ- കുണ്ടുണ്ണിമേനോൻ ഇവിടെയുണ്ടൊ? നന്നായി. അയാളെ അയയ്ക്കാൻ വരട്ടെ. ഇങ്ങട്ടു വിളിച്ചാൽ വേണ്ടില്ല. എനിക്കു അയാളെക്കൊണ്ടു തെല്ല് ആവശ്യമുണ്ടായിരുന്നു. അയാളെ വിളിച്ചു കൊണ്ടരാൻ ഒരാളെ അയക്കാനാണു ഞാൻ വിചാരിച്ചിരുന്നത്.

പങ്ങശ്ശമേനോൻ: നിങ്ങൾ അനാവശ്യമായി യാതൊരു വട്ടവും കൂട്ടേണ്ട. എനിക്കു ഊണുതന്നെ വേണമെന്നില്ല. അതു നിങ്ങൾ സമ്മതിക്കില്ലെങ്കിൽ ഒരു കാളനും ഇത്തിരി സംഭാരവും രണ്ടു കപ്പൽമുളകും മാത്രം മതി. വെറുതെ പണം എറിഞ്ഞു കളയണ്ട. ഭക്ഷണകാര്യത്തിൽ തെയ്യാറായി നേരം കളയരുത്. വേഗത്തിൽ ഉറങ്ങാനാണു ശട്ടം കെട്ടേണ്ടത്.

കൊച്ചമ്മാളുവിന്ന് ഇതെല്ലാം കേട്ടപ്പോൾ വല്ലാതെ ചിരിവന്നു. ഇദ്ദേഹത്തിന്റെ പുറപ്പാടും തിരനോക്കും ഇപ്പോഴത്തെ പതിഞ്ഞാട്ടവും മറ്റും വിചാരിച്ചു ഇവൾ വല്ലാതെ ആശ്ചര്യപ്പെട്ടു. എങ്കിലും അതൊന്നും ലേശം പുറത്തുകാട്ടാതെ മന്ദസ്മിതം തൂകിക്കൊണ്ടു പിന്നെയും പറഞ്ഞു:

കൊച്ചമ്മാളു: ഉറക്കിന്റെ കാര്യത്തിൽ തരക്കേടില്ലാതാക്കിയാൽ പോരെ? എട്ടുമണിക്കുതന്നെ ഉറക്കത്തിന്നു വേണ്ടതത്ക്ക ചട്ടം ചെയ്തു കളയാം. അതുകൊണ്ടു സുഖക്കേടുവേണ്ട. എല്ലാം ക്ഷണത്തിൽ നിവൃത്തിക്കാം. കുളിക്കണ്ടെ? വഴി നടന്നതിനാൽ വിയർത്തിട്ടുണ്ടായിരിക്കാം.

പങ്ങശ്ശമേനോൻ: കുളിക്കാതെ ഏതായാലും പാടില്ല. അല്ലാഞ്ഞാൽ ഉറക്കിന്നു ലേശം സുഖമുണ്ടാകയില്ല. കുളിക്കുന്നത് ഏതു സംഗതി കൊണ്ടും നല്ലതാണല്ലോ. ചിറയിലെ വെള്ളവും നന്ന്. പിന്നെ എന്തിനാണു മടിക്കുന്നത്.

കൊച്ചമ്മാളു: എന്നാൽ ഒരുമിച്ചുവന്ന ആളെ ഇങ്ങട്ടു വിളിക്കരുതെ? കുണ്ടുണ്ണിമേനോനും ഇരിക്കട്ടെ. അയാളോടു ഇത്തിരി ഒന്നു നല്ലോണം പറഞ്ഞേക്കണം.

പങ്ങശ്ശമേനോൻ: എരേമ്മൻ നായരെ! ഇങ്ങട്ടുവരൂ. കുണ്ടുണ്ണിമേനോനും വരട്ടെ. നേരം സന്ധ്യയായിത്തുടങ്ങി.

എരേമ്മൻനായരും കുണ്ടുണ്ണിമേനോനും ഈ അവസരത്തിൽ ഉള്ളു

ക്കിനുജപിച്ചു കയ്യിൽപിടിച്ചുംകൊണ്ട് ഇരിക്കയല്ലായിരുന്നു. ഇടവഴിയിൽ ഇറങ്ങിയമുതല്ക്കേ കാര്യത്തിന്റെ പരമാർത്ഥം അറിവാൻവേണ്ടി എരേമ്മൻ നായരു പല സൂത്രങ്ങളും പല വിദ്യകളുമെടുത്തു പ്രയോഗിച്ചു നോക്കി. എന്നാൽ അതൊന്നും കുണ്ടുണ്ണിമേനോന്റെ അടുക്കെ ഒരു അണുവോളം ഫലിച്ചില്ല അയാൾ രാജ്യം മുടിക്കുന്ന കള്ളനാണത്രേ. ഒന്നൊരണ്ടോ പ്രാവശ്യം ജേൽശിക്ഷയുംകൂടി അനുഭവിച്ചിട്ടുണ്ട്. ആൾ ബഹു പോക്കിരിയും നിർദ്ദയനും ദേവേന്ദ്രനെപ്പോലും ബഹുമാനമില്ലാത്തവനും ആണ്. പങ്ങശ്ശമേനോനല്ല പറങ്ങോടശ്ശമേനോൻ താൻ തന്നെ ചോദിച്ചാലും ഇയ്യാൾ നേരു പറയുമെന്ന് ആരും വിചാരിക്കേണ്ട. ഈ വികൃതിയെ ഈ നാട്ടുകാർക്കു മുഴുവനും ബഹു ഭയമുണ്ട്. എന്തുചെയ്യുന്നതിനും ഒരു ലേശം ധൈര്യക്ഷയമോ ലജ്ജയൊ ഇല്ലാത്ത ഒരു രാക്ഷസനാണ്. കൊച്ചമ്മാളുവിനെ ഇത്ര വഷളാക്കിത്തീർത്തത് ഈ ദുഷ്ടജന്തുവാണ്. ഈയ്യാൾ പറയുന്നതിനെ നിരസിച്ചു നടപ്പാൻ ഇവൾക്കു അശേഷം ധൈര്യമില്ല. ശങ്കരനെമ്പ്രാന്തിരി ഇവനെ തന്റെ പാട്ടിൽ വെച്ചുകൊണ്ടു നടക്കയാണു ചെയ്യുന്നത്. കുണ്ടുണ്ണിമേനോന്റെ സമ്മതം മുൻകൂട്ടി വാങ്ങിയല്ലാതെ അസ്തമിച്ചാൽപ്പിന്നെ കടവത്തെ തൊടിക്കകത്തു കടപ്പാൻ യാതൊരാൾക്കും ഉറക്കയില്ല. ഇങ്ങിനെ എല്ലാം ഇരിക്കുന്ന ഇയ്യാളെ എരേമ്മൻ നായരു ഒടുവിൽ ഒന്നു ചെണ്ടകൊട്ടിച്ചു സാമദാനങ്ങൾകൊണ്ടു ഒരു പ്രയോജനവും ഇല്ലെന്നു കണ്ടാറെ എരേമ്മൻ നായരു പിന്നെയും ഒരു വിദ്യയെടുത്തു. അതു പറ്റുമെങ്കിൽ പറ്റട്ടെ അല്ലെങ്കിൽ പോട്ടെ എന്നുമാത്രം വിചാരിച്ചു പ്രയോഗിച്ചതാണ്. എരേമ്മൻനായരു ചോദിക്കയായി: 'അല്ലെ–കുണ്ടുണ്ണിമേനോനെ! നിങ്ങളെത്രവട്ടം ശിക്ഷിച്ചിട്ടുണ്ട്? ഏതെല്ലാം കാര്യത്തിലാണ് നിങ്ങൾ ജേലിൽ കിടന്നിട്ടുണ്ടായിരുന്നത്? അതും ഇല്ലെന്നു പറഞ്ഞോളിൻ. സർക്കാർ രേഖയിൽപെട്ട കാര്യം മറെച്ചുവെപ്പാൻ ഭാവമുണ്ടെങ്കിൽ അതുതന്നെ ഒരു കുറ്റമായിരിക്കും. ഹെഡ്കാൺസ്റ്റേബിൾക്കു നിങ്ങളെ നല്ലവണ്ണം അറിയാം. വല്ലതും തെല്ലൊന്നു ചിലവുചെയ്തു നിങ്ങൾ നിങ്ങടെ പാട്ടിൽ പൊയ്ക്കോളിൻ. വേണ്ടാത്ത വെട്ടിക്കൂട്ടത്തിൽപെട്ടു നട്ടം തിരിയണ്ട. കുപ്പകിളയ്ക്കുംതോറും ഓട്ടിന്റെ കണ്ടം കാണാതിരിക്കില്ല. ഉറുപ്പിക പോയാൽ പിന്നെയും പ്രയത്നംചെയ്തു സമ്പാദിക്കാം. മാനംകെട്ടുപോയാൽ നാം പിന്നെ ഇരുന്നിട്ട് എന്താണ്? പത്തുറുപ്പിക ചിലവു ചെയ്യുമെങ്കിൽ ഞാൻ എല്ലാം നേരെയാക്കിത്തരാം. നിങ്ങൾക്കു നല്ല പുതിയ മനസ്സുണ്ടെങ്കിൽമാത്രം ചിലവു ചെയ്താൽ മതി. ഈ കാര്യത്തിൽ നിങ്ങൾ ഇത്തിരി ബുദ്ധിമുട്ടാനാണ് ഇടയുള്ളത്. മൂപ്പരു നിങ്ങളെ ചാർജ്ജ് വെക്കാനാണ് ഭാവം. ചാർജ്ജ് വെക്കുന്നപക്ഷം വെടിമരുന്നിനു തീ കൊടുത്തപോലെ ശിക്ഷ കുടുങ്ങിയതുതന്നെ. കഴിയുമെങ്കിൽ ഒഴിഞ്ഞു പോവാൻ നോക്കിക്കോളിൻ.' എരേമ്മൻ നായർ പറഞ്ഞതുകേട്ടപ്പോൾ കുണ്ടുണ്ണിമേനോൻ മനസ്സുകൊണ്ടു വിചാരിച്ചുതുടങ്ങി. 'കൊച്ചമ്മാളു ഒരു സമയം നേരെല്ലാം ആ കുരിപ്പിനോടു പറയാനും മതി. ആ കണ്ടമാല വലിയ ശുണ്ഠിക്കാര

നാണ്. എന്നെപ്പിടിച്ചു വട്ടത്തിലാക്കാൻ മടിക്കില്ല. വല്ലതും നാലഞ്ചുറുപ്പിക ഈ കഴുവിനു കൊടുത്തുകളയാം. ഒരുവിധത്തിൽ തെറ്റിപ്പോകുന്നതുതന്നെയാണു നല്ലത്. ഇവനെച്ചുട്ടുപോട്ടെ. അഞ്ചുറുപ്പിക ഇവന്റെ പിണ്ഡച്ചിലവിലേക്കുവേണ്ടി കൊടുത്തുകളയാം' എന്നിങ്ങനെ വിചാരിച്ചു വേഗം തന്റെ കോന്തലഴിച്ചു നേർത്തെ അയ്യാപ്പട്ടരു കൊടുത്തിട്ടുണ്ടായിരുന്ന നാലുറുപ്പികയും വിരലിന്മേലുണ്ടായിരുന്ന തമ്പാക്കു മോതിരവുംകൂടി എരേമ്മൻ നായരുടെ കയ്യിൽവെച്ചു കൊടുത്തിട്ടു പറഞ്ഞു- 'ഇത്രമാത്രമേ തല്ക്കാലം ഞാൻ വിചാരിച്ചാൽ നിവൃത്തിയുള്ളു. പോരാത്തതു ഒക്കെയും ഞാൻ പിന്നെയൊരിക്കൽ തരാതെ ഇരിക്കില്ല. ഇതു നിങ്ങൾ സ്വന്തം എടുത്തോളിൻ. ഹഡ്കാൺസ്റ്റേബിളോട് ഒന്നും പറയണ്ട. ഞാൻ എന്റെ പാട്ടിൽ പൊക്കോട്ടെ. എന്നെ എന്തിനാണു വെറുതെ ഉപദ്രവിക്കുന്നത്? നിങ്ങളാണ ഞാൻ ഈ കാര്യം ഒറക്കത്തുകൂടി അറിയില്ല. നിങ്ങൾക്കു താല്പര്യമുണ്ടെങ്കിൽ ഞാൻ ഒരു കാര്യംകൂടി ചെയ്തു തരാം. അതു വേറെവിധത്തിൽ നിങ്ങൾക്ക് ഈ ജന്മം സാധിക്കയില്ല. നിങ്ങൾ ഒരു കാൽ പയിസ ചിലവു ചെയ്യണ്ട' എന്നുപറഞ്ഞ് എന്തോ ചിലതു ചെവിട്ടിൽ മന്ത്രിച്ചു. എരേമ്മൻനായർക്കു ആകപ്പാടെ ബഹുസന്തോഷമായി. കുണ്ടുണ്ണിമേനോന്റെ മന്ത്രം നല്ല കണക്കിൽപറ്റി. എരേമ്മൻനായരുടെ ഇതുവരെയുള്ള എല്ലാമാതിരിയും ഒന്നുമാറി. അദ്ദേഹം കുണ്ടുണ്ണിമേനോന്റെ കൈപിടിച്ചു ചിരിച്ചുംകൊണ്ടു മോതിരം അയാളുടെ വിരലിന്മേൽ തന്നെയിട്ടു ഇപ്രകാരം പറഞ്ഞു; ഇരിക്കട്ടെ; നിങ്ങൾ ഭ്രമിക്കാതിരിക്കിൻ. ഹെഡ്കാൺസ്റ്റേബിൾക്കു ഈ കാര്യത്തിൽ നിങ്ങളുടെ ഒരു പുല്ലുപോലും മുറിക്കാൻ കഴികയില്ല. നിങ്ങളോടു എന്തുതന്നെ ചോദിച്ചാലും എത്രതന്നെ കണ്ണുരുട്ടിയാലും നിങ്ങൾ ഒരു തൃണത്തോളം കൂട്ടാക്കണ്ട. അന്വേഷിച്ചു വിവരത്തിനു റിപ്പോർട്ടു ചെയ്കയല്ലാതെ മൂപ്പർക്ക് ഈ കാര്യത്തിൽ മറ്റു യാതൊരധികാരവുമില്ല. കുറ്റം വിസ്തരിക്കേണ്ടതും തീർച്ച ചെയ്യേണ്ടതും മജിസ്ട്രേട്ട് എജമാനന്റെ പ്രവൃത്തിയാണ്. ഇദ്ദേഹത്തിന്റെ തൊള്ളപ്പിട്ടിന്നൊന്നും നിങ്ങൾ കുഴങ്ങണ്ട. ഹെഡ്കാൺസ്റ്റേബിളുടെ റിപ്പോർട്ടിന്ന് ആരാണ് വിലവെച്ചിട്ടുള്ളത്? അതിലും വിശേഷിച്ച് ഇദ്ദേഹം രണ്ടു കൈകൊണ്ടും വാങ്ങുന്ന ഒരാളാണെന്നു മജിസ്ട്രേട്ടെജമാനനുതന്നെ നല്ല വിശ്വാസമുണ്ടത്രെ. എന്തുതന്നെ കിട്ടിയാലും ഈ ഹെഡ്കാൺസ്റ്റേബൾ ഒരു കാശുപോലും ഞങ്ങൾക്കാർക്കും തരുന്ന ചട്ടമില്ല. 'അടികൊള്ളാൻ ചെണ്ടയും പണം കെട്ടാൻ മാരാരും' എന്ന മാതിരി അങ്ങട്ടും ഇങ്ങട്ടും മണ്ടി ബുദ്ധിമുട്ടാൻ ഞങ്ങളും കിട്ടുന്നതു മുഴുവനും കയ്ക്കലാക്കാൻ മൂപ്പരും ആണ്. നിങ്ങളെ തകരാറാക്കാനാണ് പുറപ്പാടെങ്കിൽ ഞാൻ ഒരു കൗശലം പറഞ്ഞുതരാം. എമ്പ്രാന്തിരിയോടു എഴുപത്തഞ്ചുറുപ്പിക കൈക്കൂലി വാങ്ങിയിരിക്കുന്നു എന്നു നാലഞ്ചാളെ സ്വാധീനം പിടിച്ചു നിങ്ങളും ഒരന്യായം കൊണ്ടു ചെല്ലിൻ. കാണട്ടെ കളി. നിങ്ങൾ മിണ്ടാതിരിക്കിൻ. മൂപ്പരു തലകുത്തി മറിയുന്നതു ഞാൻ കാണിച്ചുതരാം. ഈ ചാടുന്നതൊന്നും നിങ്ങൾ കാര്യമാക്കേണ്ട. കൊച്ച

മ്മാളു കണ്ടാൽ ഒട്ടുഭേദമല്ലെ. അദ്ദേഹം ഇപ്പോൾ പട്ടിപോലെയാവും. കണ്ടില്ലെ മൂപ്പരുടെ ശൃംഗാരിപുറപ്പാടും അന്വേഷിപ്പാൻ വന്ന സമയവും. ഇവിടെ കടന്നു വീഴാൻ ഒരു ഹേതു കിട്ടാഞ്ഞിട്ടു കിടന്നു പിടക്കമായിരുന്നു. ഇനിക്കുറെ നാളത്തേക്കു ഇവിടുന്നു പോകുമെന്നും മറ്റും വിചാരിക്കേണ്ട. അടുപ്പു ചുഴറ്റിയിട്ട പൂച്ചയെപ്പോലെ ഇനി ഇവിടുന്നു വിടില്ല. പത്തൊ പതിനഞ്ചൊ ഉരുൾ വിശേഷമോതിരമുണ്ടായിരുന്നു. ആ വിരലിന്മേൽ കണ്ട രണ്ടുരുൾ മാത്രമേ ഇനി ബാക്കിയുള്ളു. അത് ഇന്നു കൊച്ചമ്മാളുനും കൊടുക്കും. അവൾക്കു എല്ലാംകൊണ്ടും നല്ല കാലം തന്നെ.

ഇങ്ങിനെ പറഞ്ഞുകൊണ്ടിരിക്കുമ്പോളാണ് പങ്ങശ്ശമേനോൻ വിളിച്ചിട്ടുണ്ടായിരുന്നത്. എരേമ്മൻനായരു ഉറുപ്പിക ഒരുകണ്ടം കടലാസ്സിൽ ചുരുട്ടി അടിക്കുപ്പായത്തിന്റെ കീശയിലിട്ടു കുണ്ടുണ്ണിമേനോനെ മുമ്പിൽ നടത്തിക്കൊണ്ടു പങ്ങശ്ശമേനോന്റെ അരികെചെന്നു ഓച്ഛാനിച്ചുനിന്നു. അപ്പോൾ പങ്ങശ്ശമേനോൻ കുണ്ടുണ്ണിമേനോനെ അരികത്തുവിളിച്ചു അല്പം സന്തോഷഭാവത്തോടെ ചിരിച്ചുംകൊണ്ടു പറഞ്ഞു:

പങ്ങശ്ശമേനോൻ: കുണ്ടുണ്ണിമേനോൻ യാതൊന്നും പരിഭ്രമിക്കണ്ട. കാര്യം എന്തെങ്കിലും ആട്ടെ. അതെല്ലാം നമുക്കു വെടിപ്പാക്കാം ഞാൻ ഇന്നു പോണില്ലെന്നാണ് വിചാരിക്കുന്നത്. നേരം അസമയമായി. കൊച്ചമ്മാളു അമ്മ ഉണ്ണാനും ക്ഷണിച്ചിട്ടുണ്ട്. അതുകൊണ്ടു ഇന്നു ഇവിടത്തന്നെ പാർത്തുകളയാം. എന്താ കുണ്ടുണ്ണിമേനോൻ ഒന്നും മിണ്ടാത്തത്? ഞാൻ ഇന്നു പോണില്ലെന്നു വെച്ചതുകൊണ്ടു കുണ്ടുണ്ണിമേനോനു വല്ല വിരോധവും ഉണ്ടൊ?

കുണ്ടുണ്ണിമേനോൻ: നാരായണ! നാരായണ!! എന്താണ് ഇങ്ങിനെ കല്പിക്കുന്നത്? എനിക്കു വിരോധമൊ? എനിക്കുള്ള സന്തോഷം പറഞ്ഞാലൊടുങ്ങില്ല. ഇന്നു പോവാനയക്കരുതെന്നു ഞാൻ ആദ്യംതന്നെ വിചാരിച്ച കാര്യമായിരുന്നു. അതിലേക്കു ഭാവിച്ചപ്പോൾ യജമാനൻ എന്തോ ശങ്കിച്ചു വെറുതെ കലശൽ കൂടിയതുകൊണ്ടു ഞാൻ ഭയപ്പെട്ടു പിന്നെ ഒന്നും മിണ്ടാതിരുന്നതാണ്.

പങ്ങശ്ശമേനോൻ: കഷ്ടംതന്നെ! ഞാൻ കുണ്ടുണ്ണിമേനോനോടും ഇവിടുത്തെ അമ്മയോടും വെറുതെ ഇത്തിരി ശണ്ഠയിട്ടുപോയി. ആളെ അറിയാഞ്ഞാൽ അങ്ങിനെയെല്ലാം വരുന്നതാണ്. കുണ്ടുണ്ണിമേനോന് അതുകൊണ്ടു എന്റെ നേരെ വല്ല സുഖക്കേടും ഉണ്ടൊ?

കുണ്ടുണ്ണിമേനോൻ: ശിവശിവ! എനിക്കു സുഖക്കേടോ? ആരോടു? ഇന്നു പോണില്ലെന്നു വെച്ചതു എനിക്കു വലിയ സന്തോഷമായി. എല്ലാ വിവരവും യജമാനനെ അറിയിക്കാലൊ.

പങ്ങശ്ശമേനോൻ: എരേമ്മൻനായരെ, നമുക്കൊന്നിച്ചു നാളെ രാവിലെ പോകാം. വന്നകാര്യം എല്ലാം ഇന്നു രാത്രികൊണ്ടുതന്നെ നമുക്കു വെടിപ്പാക്കിക്കളയാം. ദുർഘടം ഓരോന്നും തീർന്നുപോട്ടെ.

എരേമ്മൻനായര് ഇതെല്ലാം കേട്ടു മനസ്സുകൊണ്ടു വിചാരിച്ചുതു

ടങ്ങി. 'കഷ്ടം! മൂപ്പരു കൊച്ചമ്മാളുവിന്റെ വലയിൽ കുടുങ്ങിപ്പോയി! മട്ടെല്ലാം എത്രവേഗം കൊണ്ടുമാറിപ്പോയി? ഞാനെന്തിനാണു വെറുതെ താമസിക്കുന്നത്? വന്നകാര്യം ഇന്നത്തെ രാത്രികൊണ്ടു വെടിപ്പാക്കുന്നതു തന്നെ. സംശയിക്കേണ്ട, അതിനുള്ള പുറപ്പാടല്ലെ കാണുന്നത്. ഇത് എന്തോരിളിച്ചവായനാണു; പണം വാങ്ങുന്നതായിരുന്നെങ്കിൽ ഒരു നിമിഷംകൊണ്ടു വല്ലതും ഇരുന്നുറുപ്പികയിൽ കുറയാതെ കിട്ടുമായിരുന്നു. അതുമുമ്പിനാൽ വാങ്ങിക്കീശയിൽ ഇട്ടിട്ടല്ലെ ഇതെല്ലാം ആലോചിക്കേണ്ടത്? മനുഷ്യന്മാർക്ക് ഉളുപ്പില്ലാഞ്ഞാൽ എന്തോരു നിവൃത്തിയാണ്? ആയ്ക്കോട്ടെ. എനിക്കെന്താണു ചേതം? ഞാൻ ഏതായാലും വെറുതെ ആയിട്ടില്ല. നാലുറുപ്പിക കിട്ടീട്ടുണ്ട്. അത്രയെങ്കിലും ആയി. മൂപ്പരു ഇന്നു ആരെ എല്ലാമാണു തൊഴുതു കുമ്പിടാൻ പോകുന്നതു എന്നു എനിക്കു മനസ്സിലാകുന്നില്ല.' എന്നിങ്ങനെ വിചാരിച്ചു എരേമ്മൻനായരു പറഞ്ഞു–

എരേമ്മൻനായര്: എനിക്കു സ്റ്റേഷനിൽ ഇന്നു പാറാവുണ്ടല്ലൊ നാളെ രാവിലെക്കു ഞാൻ ഇവിടെ എത്തിയാൽ പോരെ? പാറാവു മുടക്കംചെയ്തതുകൊണ്ടു വല്ല ആക്ഷേപവും വന്നാൽ അതു തരക്കേടല്ലേ?

പങ്ങശ്ശമേനോൻ: ആരാണ് ആക്ഷേപിക്കാൻ പോണത്? ആക്ഷേപിക്കേണ്ടവൻ ഞാനല്ലെ? താനിന്നു പാറാവിനു പോകണ്ട. നമുക്കു ഒന്നിച്ചു പോകാം. താനില്ലാഞ്ഞാൽ ഒന്നും തരമാവില്ല.

ഇങ്ങിനെ പറഞ്ഞുകൊണ്ടിരിക്കുന്ന മദ്ധ്യേ കൊച്ചമ്മാളു കുണ്ടുണ്ണി മേനോനെ അകത്തേക്കു വിളിച്ചു ചിലതെല്ലാം സംസാരിപ്പാൻ തുടങ്ങി 'അതുതന്നെയാണു വേണ്ടത്. ഞാൻതന്നെ പോയ്ക്കളയാം. ക്ഷണത്തിൽ ഞാൻ മടങ്ങിവരാം.' ഇങ്ങിനെ കുണ്ടുണ്ണിമേനോൻ ഇടക്കിടക്കു പറഞ്ഞിട്ടുള്ള മറുപടി എങ്ങിനെയൊ പങ്ങശ്ശമേനോൻ കേട്ടു. തന്നെ സൽക്കരിപ്പാൻ വേണ്ടി വല്ലതിനും പറഞ്ഞയക്കയാണെന്നു വിചാരിച്ചു ഈ വിഡ്ഢി ഇരുന്ന ദിക്കിൽനിന്നു വിളിച്ചുപറഞ്ഞുതുടങ്ങി. 'ഹേ കുണ്ടുണ്ണിമേനോൻ! എനിക്കു യാതൊന്നും ആവശ്യമില്ല. വെറുതെ പണം ചെലവു ചെയ്യണ്ട. നിങ്ങൾ ഇങ്ങട്ടു വരിൻ. ഞാൻ ഒന്നു പറഞ്ഞോട്ടെ എനിക്കു ഒരു സാധനവും വേണ്ട. നിങ്ങളാണ വേണ്ട' ഇങ്ങിനെ തിരക്കു കൂട്ടിത്തുടങ്ങി. അങ്ങിനെയിരിക്കേ കുണ്ടുണ്ണിമേനോനും അയാളുടെ വഴിയെ കൊച്ചമ്മാളുവും കോലായിലേക്കു കടന്നുവന്നു. ഹെഡ്കാൺസ്റ്റേബിൾ രണ്ടാമതും നൊടിഞ്ഞുതുടങ്ങി. 'ഛി! ഛി!! ഇതൊന്നും ആവശ്യമില്ല. നിങ്ങളെ ഉപദ്രവിക്കാനല്ല ഞാനിവിടെ വന്നിട്ടുള്ളത്. എനിക്കു കൊച്ചമ്മാളു അമ്മേടെ കൈകൊണ്ടു ഒരുപിടി ചോറു കിട്ടിയാൽമതി. അതു എനിക്കു അമൃതിനേക്കാൾ അതിരസമുള്ളതായിരിക്കും. ഹെ! കുണ്ടുണ്ണിമേനോൻ, താങ്കൾ വൃഥാ അങ്ങുമിങ്ങും മണ്ടി നട്ടം തിരിച്ചിലുണ്ടാക്കണ്ട' പങ്ങശ്ശമേനോൻ ഈ പറഞ്ഞതൊന്നും എരേമ്മൻനായർക്കു അശേഷം രസമായില്ല. അയാൾ മനസ്സുകൊണ്ടു ശകാരിച്ചുതുടങ്ങി. 'തനിക്കു വേണ്ടെങ്കിൽ വേണ്ടുന്ന ആളുകൾ ആയ്ക്കോളും. ഓ ഹൊ. വേണ്ടാത്ത മനുഷ്യൻ. എനിക്കറിയാം. എന്തിനാണു വമ്പുപറയുന്നത്. ഞാൻ അറിഞ്ഞവമ്പല്ലെ?

എനിക്ക് അതെങ്കിലും ഇത്തിരി കഴിക്കരുതെ? മറ്റുള്ള എല്ലാ സുഖവും ഇന്നു താനായ്ക്കോളു' എരേമ്മൻ നായര് ഇങ്ങിനെ ഓരോന്നു വിചാരിച്ചു പങ്ങശ്ശമേനോനെ മനസ്സിൽ ശപിച്ചുംകൊണ്ടു നില്ക്കുമ്പോൾ കുണ്ടുണ്ണിമേനോൻ അയാളെ വിളിച്ചു അകത്തേക്കു കൊണ്ടുപോയിട്ടു സ്വകാര്യം പറഞ്ഞു.

കുണ്ടുണ്ണിമേനോൻ: നേർത്തെത്തന്നതു ഇങ്ങട്ടുതന്നെ കാണട്ടെ. ചിലതെല്ലാം മേടിച്ചു കൊണ്ടുവരേണ്ടതുണ്ട്. തല്ക്കാലം ഇവിടെ മറ്റു പണമില്ല. നാളെ പോകുമ്പോൾ ഞാൻതന്നെ അതു തിരികെത്തരാം. വേഗം തരിൻ ഞാൻ പൊയ്ക്കോട്ടെ.

എരേമ്മൻനായര്: 'യാതൊന്നുംവേണ്ട' എന്നല്ലെ മൂപ്പരു പറഞ്ഞിട്ടുള്ളത്? അതു കേൾക്കാതെ നിങ്ങൾ പോയിട്ടു വല്ലതും കൊണ്ടന്നു വെച്ചാൽ മൂപ്പരു മുഷിയാതിരിക്കയില്ല. പിടിച്ചതിലെ മുറിക്കുന്ന ഒരു മനുഷ്യനാണ് അദ്ദേഹം. വെറുതെ പണം ചിലവിട്ടു സുഖക്കേടുണ്ടാക്കുന്നത് എന്തിനാണ്? അദ്ദേഹത്തിന്ന് ഇന്നു ഈ വകക്കൊന്നും ആവശ്യമില്ല്യെ? നിങ്ങൾ ഒരു ദിക്കിലും പോകണ്ടെ.

കുണ്ടുണ്ണിമേനോൻ: കൊച്ചമ്മാളുഅമ്മ അതുകൂടാതെ കഴികയില്ലെന്നു പറഞ്ഞു ബുദ്ധിമുട്ടിക്കുന്നു. വേകുന്ന പുരയിന്നു വാരുന്നതു ലാഭം. ഇത്തിരിയെല്ലാം നമുക്കും ആവരുതൊ? ഞാൻ പോട്ടെ. പറഞ്ഞു താമസിപ്പാൻ തരമില്ല. പണം കാണട്ടെ.

എരേമ്മൻനായര്: കൊച്ചമ്മാളു അമ്മയുടെ ആവശ്യമാണെങ്കിൽ പണം ആയമ്മ തരില്ലെ? നിങ്ങളുടെ പണം എന്തിനാണു ചിലവു ചെയ്യുന്നതു? നാളരാവിലെ തിരികെത്തരാനും വാങ്ങാനും എല്ലാം പ്രയാസമായിരിക്കും. അതു ഒരു സമയം മൂപ്പര് അറിഞ്ഞെന്നും വന്നേക്കാം. വേറെ വല്ല വിധത്തിലും നിവൃത്തിച്ചോളിൻ.

കുണ്ടുണ്ണിമേനോൻ: (അല്പം വെറുപ്പോടെ) കളിപോട്ടെ, എന്റെ ഉറുപ്പിക തരിൻ. മടങ്ങിത്തന്നിട്ടില്ലെങ്കിൽ അത്ര കണക്കു വെച്ചാൽമതി. എന്റെ പണവും വാങ്ങിക്കൊണ്ടു മിണ്ടാതെ പൊക്കളയാമെന്നു നിങ്ങൾക്കു തോന്നിയല്ലെ? കുണ്ടുണ്ണിയെ നിങ്ങളാരും അറിയില്ല ഞാനൊരു കാശും തരില്യെ. പണം മടക്കിത്തന്നിട്ടില്ലെങ്കിൽ നിങ്ങൾ പറഞ്ഞ എല്ലാവിവരവും ഞാൻ ഇപ്പോൾ ഹെഡ്കാൺസ്റ്റേബിളോടു ചെന്നു പറയും. തരുന്നുണ്ടൊ ഇല്ലയോ?

എരേമ്മൻനായര് പ്രയോഗിച്ചിട്ടുണ്ടായിരുന്ന കൗശലം മുളച്ചുവന്ന പാടുതന്നെ ഉണങ്ങിപ്പോയി. അയാൾക്കു ആകപ്പാടെ പരിഭ്രമമായി. 'ഇവൻ എന്നെ പറ്റിച്ചു കിട്ടിയതു അങ്ങട്ടുതന്നെ കൊടുക്കേണ്ടിവന്നല്ലൊ? ഇതു മൂപ്പരുണ്ടാക്കിത്തീർത്ത സൊല്ലയല്ലേ? ഈ ശനിയെ അടുക്കെ വിളിച്ചു താളം പറയേണ്ടുന്ന ആവശ്യം ഉണ്ടായിരുന്നൊ? അതല്ലെ ഇവർ ഇപ്പോൾ ഇത്ര മുമ്പോട്ടുവെച്ചത്? ഈ ഗുരുത്വം കെട്ടോനെ വിശ്വസിച്ചു ചിലതെല്ലാം പറഞ്ഞുപോയല്ലൊ? ഞാനല്ലെ എല്ലാംകൊണ്ടും ഇപ്പോൾ അറുവഷളനായത്? ഇവനെ നായ പറിച്ചുപോട്ടെ–ഒടുക്കത്തിലെ കുരുപ്പു

എന്നെത്തോല്പിച്ചുവല്ലൊ? നിന്നെച്ചുട്ടുപോട്ടെ' എന്നിങ്ങനെ ശപിച്ചും കൊണ്ടു എരേമ്മൻനായര് തന്റെ കുപ്പായക്കീശയിൽനിന്നു പണം എടുത്തു കുണ്ടുണ്ണിമേനോനു കൊടുത്തു. കുണ്ടുണ്ണിമേനോൻ അതു വാങ്ങി ചിരിച്ചുംകൊണ്ടു രണ്ടാമതും കോലായിൽ കടന്നുവന്നു. 'വേഗം മടങ്ങിവരാം' എന്നു പറഞ്ഞു മുറ്റത്തിറങ്ങിപ്പോയി. എരേമ്മൻനായര് കുട്ടി ചത്തി കുരങ്ങിനെപ്പോലെ വിഷണ്ണനായിട്ടു കോലായിലും വന്നുനിന്നു. അപ്പോൾ കൊച്ചമ്മാളു പങ്ങശ്ശമേനോന്റെ മുഖത്തുനോക്കി പതുക്കെ പറഞ്ഞു.

കൊച്ചമ്മാളു: ഊണ് എമ്പ്രാന്തിരി പാർക്കുന്ന മഠത്തിലാക്കുന്നതിനു വിരോധമില്ലല്ലൊ? അല്ലാത്തപക്ഷം ഞാൻ തന്നെ അടുക്കളയിലേക്കു പോകേണ്ടിവരും അമ്മക്കു പ്രായമായതുകൊണ്ടു രാത്രിസമയം വെയ്ക്കുന്നതിനും മറ്റും പ്രയാസമാണ്. കുളിയും ഊണും കഴിഞ്ഞു എട്ടുമണിക്കു മുമ്പായി ഇങ്ങട്ട് എത്തിക്കളയുന്നതാണ് നല്ലത്. അതു മനസ്സില്ലെങ്കിൽ ഇവിടെത്തന്നെ തയ്യാറാക്കാം. എമ്പ്രാന്തിരിയുടെ അടുക്കേ ഞാൻ നേർത്തേതന്നെ ആളെ അയച്ചു ഊണു തെയ്യാറാക്കിച്ചിട്ടുണ്ട്.

പങ്ങശ്ശമേനോൻ: ഞാൻ പത്തുദിവസം ഒരുപോലെ പട്ടിണികിടന്നാലും വേണ്ടില്ല. ഈ രാത്രിസമയം അടുക്കളയിൽ പോയി ബുദ്ധിമുട്ടാൻ ഞാൻ നിങ്ങളെ ഒരിക്കലും സമ്മതിക്കില്ല. ഊണ് എമ്പ്രാന്തിരിയുടെ അടുക്കെത്തന്നെ ആയ്ക്കളയാം. അതുകൊണ്ടു എനിക്കു യാതൊരു സുഖക്കേടുമില്ല. ഉറങ്ങാനിങ്ങട്ടല്ലെ വരുന്നത്? അതിൽ ഉപേക്ഷ വന്നുപോകരുത്. എന്നാൽ മതി. എമ്പ്രാന്തിരിയെക്കൊണ്ടു ഉപദ്രവം ഉണ്ടാകയില്ലല്ലൊ?

കൊച്ചമ്മാളു: അദ്ദേഹത്തെക്കൊണ്ടു യാതൊരു തരക്കേടും വരില്ല. അദ്ദേഹവും ഇങ്ങട്ടു ഒരുമിച്ചു പോന്നോട്ടെ. ഇവിടെ എത്തിയാൽ എല്ലാം ഞാൻ വേണ്ടപോലെ പ്രവർത്തിച്ചോളാം. അയാൾ പരമശുദ്ധനാണ്. എന്റെ ഹിതത്തിനു യാതൊരു വിപരീതവും ആ മനുഷ്യൻ കാണിക്കില്ല. ഇങ്ങൊത്തത് അങ്ങിഷ്ടം എന്ന് ഇവിടേയ്ക്കു മനസ്സിലായാൽ പോരെ? എന്നാൽ ഇനി കൂടുന്ന വേഗത്തിൽ കുളി കഴിക്കുന്നതാണു നല്ലത്. ഉറക്കിന്നു തരക്കേടാക്കരുതെന്നും നേർത്തേതന്നെ പറഞ്ഞിട്ടുണ്ടല്ലൊ?

കൊച്ചമ്മാളു ഇപ്രകാരം പറഞ്ഞു തന്റെ ഒരു ചെറിയ ഭൃത്യനെ വിളിച്ചു പങ്ങശ്ശമേനോനു ചുറ്റുവാൻ ആവശ്യമുള്ള അലക്കുമുണ്ടും മറ്റും എടുത്ത് അവന്റെ കയ്യിൽ കൊടുത്ത് ഏല്പിച്ചു. ഒരു പാനീസ്സിൽ തിരി കൊളുത്തി അതോടുകൂടെ അവനെ പങ്ങശ്ശമേനോന്റെ ഒരുമിച്ചയച്ചു. കൊച്ചമ്മാളുവിനെ പിരിഞ്ഞു എട്ടുമണിവരെയിരിക്കേണ്ടിവരുമല്ലൊ എന്നുള്ള വിചാരം പങ്ങശ്ശമേനോന്റെ മനസ്സിൽ വലിയ സുഖക്കേടിനെ ജനിപ്പിച്ചു എങ്കിലും കഴിയുന്ന വേഗത്തിൽ മടങ്ങി എത്തിക്കളയാമെന്ന് ഒരു വിധേന ധൈര്യപ്പെട്ട് എരേമ്മൻനായരോടു മേൽപ്പറഞ്ഞ ഭൃത്യനോടും ഒരുമിച്ചു കുളിപ്പാൻ വേണ്ടി കനകമംഗലം ചിറയിലേക്കു പോയി.

10

പുരുഹൂതൻ നമ്പൂതിരിപ്പാടും ഗോപാലമേനോനും തമ്മിലുണ്ടായ ശണ്ഠയും സംഭാഷണവും

ഒരുദിവസം പകൽ മൂന്നു മണിക്കുശേഷം നമ്മുടെ ഗോപാലമേനോൻ മുകളിൽ തെക്കുഭാഗമുള്ള തളത്തിൽ ഒരു ചാരുകസേലയിന്മേൽ കിടന്നു തന്റെ അടുക്കെ നില്ക്കുന്ന ഗോവിന്ദനുമായി എന്തോ ഒരു വ്യവഹാരസംഗതിയെപ്പറ്റി സംസാരിക്കയായിരുന്നു. ഇദ്ദേഹത്തിന്റെ അവസ്ഥയെപ്പറ്റി അല്പമെങ്കിലും എന്റെ വായനക്കാരെ അറിയിക്കേണ്ടത് അത്യന്തം ആവശ്യമായിരിക്കുമെന്നു വിശ്വസിക്കുന്നു. ഗോപാലമേനോൻ ലക്ഷ്മി അമ്മയുടെ അടുത്ത സഹോദരനും തറവാട്ടിലെ കാരണവനും ആണെന്നു വായനക്കാർ ധരിച്ചിട്ടുണ്ടായിരിക്കുമല്ലൊ. ആൾ ബഹുദീർഘനും സുമുഖനും സൗഭാഗ്യശാലിയും ആണ്. ഇപ്പോൾ ഇരുപത്തെട്ടുവയസ്സുമാത്രമേ പ്രായമായിട്ടുള്ളു. കാര്യപ്രാപ്തിയും വകതിരിവും ബുദ്ധിഗാംഭീരവും മനോധൈര്യവും ഇദ്ദേഹത്തിനു ധാരാളം ഉണ്ട്. കണക്കല്ലാതെ ഒരു മനുഷ്യനേയും ലേശംപോലും ഭയപ്പെടുകയില്ല. എല്ലാ കാര്യങ്ങൾക്കും നല്ല തന്റേടവും നിലയും യോഗ്യന്മാരിൽ ബഹുമാനവും ഭക്തിയും സമജീവികളിൽ കാരുണ്യവും കലശലായുണ്ട്. ചെറുപ്പമാണെങ്കിലും നല്ല അടക്കവും മര്യാദയും വേണ്ടത്തക്ക ഒതുക്കവും പാകതയും ഉണ്ടായിട്ട് ഇങ്ങിനെ ഒരു മനുഷ്യനെ കാണുവാൻ ബഹുപ്രയാസമാണ്. ഗൃഹസ്ഥനാണെന്നു വരികിലും ഇതുവരെ ഭാര്യവെച്ചിട്ടില്ല. പലപ്പോഴും പലരും ഇതിനെപ്പറ്റി ആലോചിച്ചിട്ടും മുപ്പതു വയസ്സു കഴിഞ്ഞല്ലാതെ സംബന്ധം വെക്കുന്നതല്ലെന്നു മുടക്കം പറഞ്ഞു താമസിച്ചുവരികയാണു ചെയ്യുന്നത്. കുടുംബസ്നേഹം മരുമക്കത്തായ തറവാട്ടുകാർ ഇദ്ദേഹത്തോടു കണ്ടുപഠിക്കേണ്ടതാണ്. ഭൂരിദ്രവ്യസ്ഥനും അനാവശ്യമായി ഒരു കാശുപോലും ചിലവുചെയ്യാത്തവനും വേണ്ടുന്ന ദിക്കിൽ ബഹു ധാരാളിയും ആകുന്നു. അദ്ദേഹത്തിനെ എത്രകണ്ടു സ്നേഹവും ബഹുമാനവും ഉണ്ടൊ അത്രകണ്ടു ഭയവും ഈ വീട്ടുകാർക്കുണ്ട്. ഗോപാല

മേനോന്റെ ശബ്ദംകേട്ടാൽ പൂച്ചയുടെ കരച്ചിൽകേട്ട എലികളെപ്പോലെ ഈ വീട്ടിലുള്ള യാതൊരു മനുഷ്യന്മാരും ശബ്ദിക്കുകയൊ പുറത്തേക്കു വരികയൊ ഇല്ല. ദ്വേഷ്യം വരുവാൻ ബഹുപ്രയാസമാണ്. അഥവാ വന്നു പോയാൽപിന്നെ നരസിംഹമൂർത്തിയെപ്പോലെയാണ്. ജ്യേഷ്ഠത്തിയായ ലക്ഷ്മിഅമ്മക്കു പോലും ഇദ്ദേഹത്തിന്റെ മുമ്പാകെ വരാനൊ സംസാരിപ്പാനൊ ബഹു ശങ്കയാണ്. എല്ലാവരിലും ഒരുപോലെ സ്നേഹവും വാത്സല്യവും ഉണ്ടെങ്കിലും മീനാക്ഷിക്കുട്ടിയെ ഇദ്ദേഹം തന്റെ പ്രാണനെപ്പോലെയാണ് വിചാരിച്ചുവരുന്നത്. അവളെ പലപ്പോഴും അടുക്കേ വിളിച്ചു വല്ലതും സംസാരിക്കാഞ്ഞാൽ ഇദ്ദേഹത്തിന്നു ലേശം സുഖമില്ല. അവളുടെ ശരീരസുഖത്തെപ്പറ്റിയും വിദ്യാഭ്യാസത്തെപ്പറ്റിയും രാപ്പകൽ ബഹു ശുഷ്കാന്തിയുണ്ട്. അനാവശ്യമൊ അയുക്തമൊ ആയുള്ള യാതൊരു വിഷയങ്ങളിലും ഈ മനുഷ്യന്റെ മനസ്സു പ്രവേശിക്കുകയില്ല. സദാകാര്യപുരുഷൻ, സദാ ഗംഭീരസത്വൻ. സംസ്കൃതം, തമിഴ്, ഹിന്ദുസ്ഥാനി ഈ മൂന്നു ഭാഷകൾ ഇദ്ദേഹത്തിന്നു നല്ലവണ്ണം ശീലമുള്ളതുകൊണ്ടു അനേകം പുസ്തകങ്ങൾ വായിച്ചു ബുദ്ധിക്കു നല്ല വികാസവും മനസ്സിന്നു വേണ്ടത്തക്ക സമാധാനവും വന്നിട്ടുണ്ട്. ഇംഗ്ലീഷ് അറിഞ്ഞുകൂടായെന്നു സാമാന്യം യാതൊരാൾക്കും ഇദ്ദേഹത്തിന്റെ നടപടികൊണ്ടൊ കാര്യബോധംകൊണ്ടൊ ഒരിക്കലും മനസ്സിലാക്കാൻ കഴിയില്ല.

ഗോപാലമേനോൻ ഗോവിന്ദനുമായി സംസാരിച്ചുകൊണ്ടിരിക്കുന്ന മദ്ധ്യെ അദ്ദേഹത്തിന്റെ ഭൃത്യരിൽ ഒരുവനും വായനക്കാർക്കു മുമ്പേ തന്നെ പരിചയമുള്ളവനും ആയ കിട്ടുണ്ണി മുകളിലേക്കു കയറിവന്നു ഗോവിന്ദനെ കൈകൊണ്ടു മാടിവിളിച്ചു കുറെ അകലത്തു കൊണ്ടുപോയിട്ടു ഇപ്രകാരം പതുക്കെപ്പറഞ്ഞു: കരുവാഴമനയ്ക്കലെ രണ്ടാംകൂറു നമ്പൂതിരിപ്പാടുണ്ടു താഴെ പൂമുഖത്തു എഴുന്നള്ളിപാർക്കുന്നു. യജമാനനെക്കണ്ടു എന്തൊ ചിലതു സംസാരിപ്പാനുണ്ടുപോൽ. പുറത്തു ആരേയും കാണാഞ്ഞിട്ടു കോലായിൽകൂടി അങ്ങട്ടും ഇങ്ങട്ടും നടന്നുകൊണ്ടു കളിക്കുന്നു. മീനാക്ഷിക്കുട്ടി അമ്മേടെ കാര്യംകൊണ്ടു വല്ലതും ആലോചിപ്പാൻവേണ്ടി എഴുന്നെള്ളിയതാണെന്നാണു എനിക്കു തോന്നുന്നത്. പൂമുഖത്തു വന്നുകയറിയപാട് യജമാനനെക്കണ്ടു ചോദിക്കുന്നതിനു മുമ്പായിട്ടു മീനാക്ഷിക്കുട്ടി ഇവിടെയില്ലെ? ഇഷ്ക്കോളു പഠിക്കാൻ പോയിട്ടുണ്ടൊ? എന്നൊക്കെയാണ് അന്വേഷിച്ചത്. ഇതിന്നുമുമ്പു ഒരു പ്രാവശ്യം എന്നെ ചിറക്കൽ കണ്ടപ്പോഴും ഈ സംഗതിയെപ്പറ്റിത്തന്നേയാണ് എന്നോടു ചോദിച്ചിട്ടുണ്ടായിരുന്നത്. ഇന്നു നല്ല ഒതുങ്ങിയ മട്ടിലാണ്. എഴുന്നെള്ളീട്ടുള്ളത്. യാതൊരു ഗോഷ്ടിപ്പുറപ്പാടും ഇല്ല. ഈ വിവരം യജമാനനെ ഒന്നു കേൾപ്പിച്ചേക്കിൻ. വന്നതു എന്തിനെങ്കിലും ആയ്ക്കോട്ടെ; നോക്കതറിഞ്ഞിട്ടെന്താണ്?' നമ്പൂരിപ്പാടു വന്നിട്ടുള്ള വിവരം ഗോവിന്ദൻ വേഗത്തിൽചെന്നു ഗോപാലമേനോനോടു പറഞ്ഞു. അദ്ദേഹം അപ്പോൾതന്നെ അവിടെനിന്നു എഴുനീറ്റു മെതിയടി കസേലയുടെ അരികത്തുതന്നെ ഇട്ടു വായിൽ ഉണ്ടായിരുന്ന വെറ്റില തുപ്പി മുഖം കഴുകി

ത്തുടച്ചു വേഗത്തിൽ താഴത്തിറങ്ങി വളരെ ആദരവോടും വിനയത്തോടും കിഴക്കെ പൂമുഖത്തേക്കു കടന്നുചെന്നു. നമ്പൂതിരിപ്പാടു അപ്പോൾ അവിടെ ഉണ്ടായിരുന്ന ഒരു കസേലമേൽ ഇരുന്നിട്ടു കിഴക്കെ മുറ്റത്തെ ലതാഗൃഹത്തിന്റെയും പൂച്ചെടികളുടെയും അഴുകും സൗന്ദര്യവും നോക്കി വിസ്മയിക്കയായിരുന്നു. ഗോപാലമേനോൻ കടന്നുച്ചെന്നപാടു നമ്പൂതിരപ്പാടിനെ യഥായോഗ്യം തൊഴുതു ഉപചാരംചെയ്തു. ഭക്തിയൊടും ബഹുമാനത്തോടും കുറെ അകലെ ഗോപാലമേനവന്റെ പിന്നാലെത്തന്നെ പൂമുഖത്തേക്കു വന്നു. മുറുക്കാനുള്ള സാധനം നമ്പൂതിരിപ്പാടിന്റെ അടുക്കെ കൊണ്ടുവെച്ചു. തൊഴുതു അവനും വിനയപൂർവ്വം അവിടെ നിന്നും ലക്ഷ്മിഅമ്മയും തന്റെ രണ്ടു സഹോദരിമാരോടുകൂടി മെല്ലെ വന്നു. കിഴക്കെത്തളത്തിലെ ഒരു ജനേലിന്നരികെ നിന്നു. പുരുഹൂതൻ നമ്പൂരി ചിരിച്ചുംകൊണ്ടു തന്റെ അരികത്തുള്ള ഒരു കസേലയിന്മേൽ ഇരിപ്പാൻവേണ്ടി ഗോപാലമേനവനോടു രണ്ടുമൂന്നു പ്രാവശ്യം ഒരുപോലെ ആവശ്യപ്പെട്ടിട്ടും അദ്ദേഹം ഇരിക്കാത്തതുകൊണ്ടു ഒടുവിൽ ഇങ്ങനെ പറഞ്ഞു. 'ഗോപാലനു അശേഷം നിന്നു ശീലമുണ്ടായിരിക്കില്ല. നോം വന്നതുകൊണ്ടു ബുദ്ധിമുട്ടേണമെന്നു യാതൊരാവശ്യവും ഇല്ല. ഇവിടെയിരിക്കാം. യാതൊരു തരക്കേടും ഇല്ല. ബഹുമാനവും ഭക്തിയും ഈവക ആളുകളെ കണ്ടാൽ വേണ്ടതുതന്നെ . അതെല്ലാം മനസ്സിലും വാക്കിലും ആണ് മുഖ്യമായി വേണ്ടത്. മനസ്സിൽ ബ്രാഹ്മണഭക്തി നല്ലവണ്ണം ഉണ്ടായാൽതന്നെ ഭേദമായി. ആന്തരത്തിൽ മനസ്സുകൊണ്ടു നിന്ദിക്കുന്ന ചില കൂട്ടരുണ്ട്. അവർ പുറമെ പാണനെപോലെ അടിയൻ, ഇറാൻ എന്നിങ്ങനെ പറഞ്ഞു തൊഴുതു പുറമെ ബഹുഭക്തി കാട്ടുന്നതുകൊണ്ടു എന്താണ് പ്രയോജനം? ഗോപാലന്റെ സ്ഥിതി അങ്ങിനെയല്ലെന്നു നോക്കു നല്ല വിശ്വാസമായിരിക്കുന്നു. അതുകൊണ്ടു ഗോപാലനു നമ്മുടെ ഒന്നിച്ചുതന്നെയിരിക്കാം. ഒരു വിരോധവും ഇല്ല. ഗോപാലൻ ഇരിപ്പാൻ ഭാവമില്ലെങ്കിൽ നോമും ഇരിക്കാൻ വിചാരിക്കുന്നില്ല. ഗോപാലൻ ഇരുന്നല്ലാതെ നോം ഇരിക്കില്ല.' എന്നു പറഞ്ഞു അവിടെ എഴുനീറ്റുനിന്നു. 'തിരുമനസ്സുകൊണ്ടു അവിടെ എഴുന്നെള്ളിയിരിക്ക. അടിയൻ ഇരുന്നോളാം, എന്നു പറഞ്ഞു ഗോവിന്ദനെ അയച്ചു ഒരു പുല്ലുപായ് എടുപ്പിച്ചു കൊണ്ടുവരീച്ചു നിലത്തിട്ടു നമ്പൂതിരിപ്പാടിനെ തൊഴുതുംകൊണ്ടു അതിൽ ഇരുന്നു. ഗോപാലമേനോൻ ഇരുന്നു എന്നു കണ്ടാറെ നമ്പൂതിരിപ്പാടും കസേലമേൽ ഇരുന്നു ചിരിച്ചുകൊണ്ടു സംസാരിപ്പാൻ തുടങ്ങി.

പുരുഹൂതൻനമ്പൂരി: ഗോപാലനെ കാണണമെന്നു ഇശ്ശി ദിവസമായി വിചാരിക്കുന്നു. അതു ഇന്നു സാധിച്ചു. നോം ഇതുവരെ ഇവിടെ വരികയൊ ഗോപാലനെക്കണ്ടു സംസാരിക്കയൊ ചെയ്കയുണ്ടായിട്ടില്ല. ഗോപാലന്റെ ഭവനം നല്ല ശിക്ഷയായിരിക്കുന്നു. ഈ വള്ളി പടർന്നുകിടക്കുന്നതു നോക്കു നന്ന് ബോധിച്ചു. അതിശായിരിക്കുന്നു. അതിന്റെ ഉള്ളിൽ പോയി അരനാഴിക ഇരിക്കണം എന്നൊരു മോഹം. നോക്കു

ഇതുപോലെ ഒന്നു ഇല്ലത്തെ കിഴക്കെമുറ്റത്തു ഉണ്ടാക്കാൻ കഴിയൊ എന്നു ഒന്നു പരീക്ഷിക്കണം.

ഗോപാലമേനോൻ: തിരുമനസ്സിലേക്കു അടിയന്റെ കുപ്പാട്ടിലേക്കു എഴുന്നെള്ളാൻ തോന്നിയതു അടിയന്നു വലിയ സുകൃതംതന്നെ.

പുരുഹൂതൻനമ്പൂരി: നമ്മുടെ സുകൃതം എന്നുതന്നെ പറയാം. ഒരു വിരോധവും ഇല്ല കേട്ടൊ? ഈ വക സ്ഥലം കാണാൻതന്നെ സുകൃതം വേണം. അസ്സൽ സ്ഥലം. ഒന്നാന്തരായിരിക്കുന്നു. നോക്കു ഇല്ലത്തും ചില ഭേദഗതികൾ വരുത്തേണമെന്നു തോന്നിപ്പോകുന്നു ഇതു കണ്ടിട്ട്.

ഗോപാലമേനോൻ: തിരുമനസ്സിൽ വിശേഷിച്ചു വല്ല കാര്യവും ഉണ്ടായിട്ടൊ ഇങ്ങട്ടു എഴുന്നള്ളിയതെന്നു അറിഞ്ഞില്ല.

പുരുഹൂതൻനമ്പൂരി: നല്ല ശിക്ഷ. വിശേഷിച്ചു വല്ല കാര്യവും വേണൊ ഇവിടെയെല്ലാം വരാൻ? വരുന്നതുതന്നെ വിശേഷവിധി! വന്നാലും വിശേഷവിധി തന്നെ. എങ്കിലും നോം ഇപ്പോൾ വന്നതു ഗോപാലന്റെ ഭവനംകണ്ടു പൊയ്ക്കളയാം എന്നു വിചാരിച്ചിട്ടാണ്. ഒരു കാര്യംകൊണ്ടു അന്വേഷിപ്പാൻ വേറെ ഒരാൾ ഏല്പിച്ചിട്ടും ഉണ്ട്. ഇതുരണ്ടും അല്ലാതെ വിശേഷിച്ചു മറ്റു ഒന്നും ഇല്ല കേട്ടൊ. നോം ഈ വീട്ടിന്റെ ഉള്ളിൽകടന്നു എല്ലാം ഒന്നു നോക്കുന്നതു ഗോപാലനും സമ്മതം തന്നെയല്ലെ?

ഗോപാലമേനോൻ: ഉള്ളിൽകടന്നു വീട്ടുപണി നോക്കുന്നതിന്നു അടിയന്നു യാതൊരു വിരോധവും ഇല്ല. തിരുമനസ്സിൽ അങ്ങിനെ ഒരു താല്പര്യമുണ്ടെങ്കിൽ വീട്ടുപണി കടന്നു കാണാം.

പുരുഹൂതൻനമ്പൂരി: ഗോപാലൻ നല്ല ശിക്ഷയാണ്. നോം ഗോപാലനെ ഇത്രയൊന്നും കരുതീട്ടില്ല. എന്നാൽ നോം ഒന്നാമതായി അതു കഴിച്ചുവന്നളയാം. എന്നിട്ടാവാം മറ്റെക്കാര്യംകൊണ്ടു പറയന്നത്. ഈ നില്ക്കുന്ന ഇവൻ ഗോപാലന്റെ അനുജനോ എന്നൊരു ശങ്ക.

ഗോപാലമേനോൻ: അടിയന്റെ അനുജനല്ല. വല്ല വ്യവഹാരവും മറ്റും ഉള്ള സമയം കോടതിക്കു പറഞ്ഞയപ്പാൻവേണ്ടിയും മറ്റും താമസിപ്പിച്ചു വരുന്നവനാണ്.

പുരുഹൂതൻനമ്പൂരി: അതുവ്വൊ? കാര്യസ്ഥനാണല്ലെ? മിടുക്കൻതന്നെ. ഇങ്ങിനെയുള്ള രസികന്മാരെത്തന്നെയാണ് കാര്യസ്ഥന്മാരാക്കേണ്ടത്. നോക്കു ഇല്ലത്തു ഒരു കാര്യസ്ഥനുണ്ട്. പറങ്ങോടനെ ഗോപാലൻ അറിയില്ലെ? ശുദ്ധ ഭോഷൻ. വിടുവിഡ്ഢി. ഒരു കെട്ടു താക്കോൽ മടിക്കുത്തിൽ തൂക്കിയിട്ടു മുറുക്കിക്കൊണ്ടു നടക്കാനല്ലാതെ ഒരു വസ്തുന് ആ വങ്കൻ കൊള്ളില്ല. ഇവൻ രസികൻതന്നെ. ഇങ്ങനത്തെ ഒരു കാര്യസ്ഥനെ നോക്കു വരുത്തിത്തരാൻ കഴിയൊ ഗോപാലന്? എന്തു കൊടുക്കണമെന്നു വെച്ചാൽ നോം കൊടുത്തളയാം. എടൊ രസികൻ! തന്റെ പേരെന്താണ്? കണ്ടു എന്നാണില്ലെ?

ഗോവിന്ദൻ: (നമ്പൂരിയുടെ വിഡ്ഢിത്വത്തെപ്പറ്റി മനസ്സുകൊണ്ടു ചിരിച്ചുംകൊണ്ടു) അടിയന്റെ പേരു ഗോവിന്ദൻ എന്നാണ്.

പുരുഹൂതൻനമ്പൂരി: അതുവ്വൊ? പേരു നല്ല ശിക്ഷതന്നെ. ഗോപാലനു തക്ക കാര്യസ്ഥനാണു ഗോവിന്ദൻ. നി ഇശ്ശ്രി ദിവസായില്ലെ ഗോപാലന്റെ കാര്യസ്ഥനായിട്ട്? നിണക്കു എന്തുണ്ടു ശമ്പളം?

ഗോവന്ദൻ: അടിയൻ അഞ്ചാറു സംവത്സരമായിട്ടു ഇവിടത്തന്നെയാണു താമസം. എല്ലാംകൂടി അടിയനു പത്തിരുപത്തഞ്ചുറിപ്പികയിൽ കുറയാതെ അനുഭവമുണ്ട്.

പുരുഹൂതൻനമ്പൂരി: ആ ഇളിഭ്യൻ പറങ്ങോടന് ഇല്ലത്തുനിന്നു പത്തുനാല്പതുറുപ്പികയിൽ കുറയാതെയുണ്ട് അനുഭവം. ഗോവിന്ദന് ഇരുപത്തഞ്ചുറുപ്പികേയുള്ളു ഇല്ലെ? ഗോവിന്ദൻ നോക്കിരിക്കട്ടെ. ഗോപാലൻ വേറെ ഒരു കാര്യസ്ഥനെ വരുത്തിക്കോളു. ഗോവിന്ദനു നോം അമ്പതുറുപ്പിക ഉണ്ടാക്കിത്തരും. കേട്ട്വാ? അല്ലെങ്കിൽ ഗോവിന്ദൻ നോം രണ്ടാളുടേയും കാര്യസ്ഥനായിരിക്കട്ടെ. എടയുള്ളപ്പോൾ എല്ലാം അങ്ങട്ടു വന്നാൽ മതി. ഗോവിന്ദനെ കാര്യസ്ഥനാക്കിയാൽ വേണ്ടില്ല എന്നൊരു മോഹം.

ഗോവിന്ദനെ കാര്യസ്ഥനാക്കി സേവപിടിച്ചാൽ കാര്യത്തിനെല്ലാം എളുപ്പമുണ്ടാകുമെന്നു വിചാരിച്ചിട്ടാണു നമ്പൂരിപ്പാടു ഇങ്ങിനെ ഒരു കൗശലം പ്രയോഗിച്ചു നോക്കിയത്. അതല്ലാതെ അവന്റെ യാതൊരു ഗുണവും അറിഞ്ഞിട്ടല്ല ഇദ്ദേഹം ഇങ്ങിനെ സംസാരിച്ചത്. ഗോപാലമേനോനു ഇദ്ദേഹത്തിന്റെ വിഡ്ഢിത്വം നല്ലവണ്ണം മനസ്സിലായി എങ്കിലും നമ്പൂരിപ്പാടിനെ കഴിയുന്നേടത്തോളം സുഖക്കേടുകൂടാതെതന്നെ പറഞ്ഞയക്കേണമെന്നു വിചാരിച്ചു പതുക്കെ ചിരിച്ചുംകൊണ്ടു പറഞ്ഞു-

ഗോപാലമേനോൻ: തിരുമനസ്സിലെ കാര്യസ്ഥനു പത്തുനാല്പതുറുപ്പിക കിട്ടുന്നത് ഒരു കൊല്ലം കൊണ്ടാണെന്നാണ് അടിയൻ കേട്ടിട്ടുള്ളത്-ഗോവിന്ദൻ ഉണർത്തിച്ചത് അവന്നു മാസംതോറും കിട്ടുന്ന ശമ്പളമാണ്. കൊല്ലത്തിൽ അവന്നു എല്ലാ ചിലവും കഴിച്ചു മുന്നൂറുപ്പികയിൽ കുറയാതെ സമ്പാദ്യമുണ്ട്.

പുരുഹൂതൻനമ്പൂരി: (ആശ്ചര്യത്തോടുകൂടി) അതുവ്വൊ! ഒരു മാസത്തിലെ അനുഭവമാണില്ലെ ഇരുപത്തഞ്ചുറുപ്പിക? ഒന്നാന്തരം ശമ്പളം! നോം വിചാരിച്ചാൽ അത്രയൊന്നും കൊടുക്കാൻ സാധിക്കില്ല. ഗോവിന്ദൻ ഗോപാലനു തന്നെയിരിക്കട്ടെ. കാര്യസ്ഥന് ഇരുപത്തഞ്ചുറുപ്പിക മാസംപ്രതി കൊടുക്കാനൊ? നല്ല ശിക്ഷ! ആർക്കു സാധിക്കും. നോക്കു പറങ്ങോടൻ തന്നെ മതി-പറഞ്ഞുകൊടുത്താൽ അവൻ എല്ലാം അതാതിന്റെ തരംപോലെ പ്രവർത്തിച്ചുവരാറുണ്ട്.

ഗോപാലമേനോൻ: തിരുമനസ്സിലേക്കു തൽക്കാലം പറങ്ങോടൻ തന്നെ മതി. ഗോവിന്ദൻ ഇല്ലാഞ്ഞാൽ അടിയന്നും കുറെ തരക്കേടുണ്ട്. പുതുതായി ഒരുത്തനെ അന്വേഷിച്ചു കൊണ്ടന്നാലും മറ്റും പന്തിയാവില്ല.

പുരുഹൂതൻനമ്പൂരി: അതു ഗോപാലൻ പറഞ്ഞതു ശരിയാണ്. അങ്ങിനെതന്നെ ആയ്ക്കളയാം. എന്നാൽ ഗോവിന്ദനുംകൂടി ഒരുമിച്ചുവരൂ. നോം അകത്തെല്ലാം ഒന്നു നോക്കിക്കളയാം. ഗോപാലൻ ഇവിടെ

ത്തന്നെ ഇരിക്കു. നോം ക്ഷണത്തിൽ മടങ്ങിവരാം. ഗോവിന്ദനുംകൂടി ഉണ്ടായാൽ എല്ലാം നല്ലോണം കാണാം.

ഗോവിന്ദൻ: അടിയനു തിടുക്കമായി ഒരു ദിക്കിൽ പോകേണ്ടതുണ്ടായിരുന്നു. വീട്ടുപണി കാണുന്നതിലേക്ക് അടിയൻ വേണമെന്നില്ലല്ലോ.

പുരുഹൂതൻനമ്പൂരി: നോം എല്ലാം ഒന്നു നോക്കിക്കണ്ടിട്ടു പോയാൽ പോരെ ഗോവിന്ദന്? ക്ഷണത്തിൽ ആയ്ക്കളയാം. കാണേണ്ടുന്ന ആവശ്യം മാത്രമേ ഉള്ളു.

ഗോപാലമേനോൻ: അടിയനുംകൂടി ഒന്നിച്ചു വന്നുകളയാം. ഗോവിന്ദന് അശേഷവും താമസിപ്പാൻ തരമില്ല. ഇപ്പോൾതന്നെ പോകേണ്ടതുണ്ട്.

പുരുഹൂതൻനമ്പൂരി: എന്നാൽ ഗോവിന്ദൻ മടങ്ങിവന്നിട്ടാവാം നോക്കു വീട്ടുപണി കാണുന്നത്. വേഗം മടങ്ങിവരില്ലെ ഗോവിന്ദൻ? നോം അതുവരെ താമസിച്ചുകളയാം. ഗോവിന്ദനും കൂടിയില്ലാഞ്ഞാൽ നോക്കു വീട്ടിന്റെ ഉള്ളിൽ കടപ്പാനും എല്ലാം ഹിതംപോലെ കാണ്മാനും മറ്റും അത്ര തരമില്ല. ഗുണമാകട്ടെ ദോഷമാകട്ടെ ഉടമസ്ഥൻ കേൾക്കേ പറയുന്നതു വെടിപ്പില്ലെന്നാണു നോം വിചാരിക്കുന്നത്. അങ്ങിനെതന്നെയല്ലെ? എന്നാൽ ഗോവിന്ദനെ പറഞ്ഞയക്കാൻ താമസിക്കേണ്ട. അവൻ മടങ്ങി വന്നിട്ടുവേണം നോക്കു അകത്തു കടന്നു നോക്കാൻ.

നമ്പൂതിരിപ്പാട്ടിന്റെ അന്തർഗ്ഗതം ഇന്നതാണെന്നു ഗോപാലമേനോനു നല്ലവണ്ണം മനസ്സിലായി. 'ഒരുവിധത്തിൽ ഈ ധൂർത്തനെ ഇവിടെനിന്നു പറഞ്ഞയച്ചാൽ മതി.' എന്നുള്ള വിചാരം കലശലായി. ഇതുവരെ ഉണ്ടായിരുന്ന ആദരവും ബഹുമാനവും ഇദ്ദേഹത്തിന്റെ മനസ്സിൽ തീരെ അസ്തമിച്ചു ദ്വേഷ്യവും വെറുപ്പും ഉള്ളിൽക്കിടന്നു കുതർന്നുതുടങ്ങി. എങ്കിലും അദ്ദേഹത്തെ മുഷിപ്പിക്കുന്നതു വെടിപ്പില്ലെന്നു വിചാരിച്ച് യാതൊരു നീരസഭാവവും പുറത്തേക്കു കാണിച്ചില്ല. ഗോവിന്ദൻ പോവാനുള്ള ഭാവത്തിൽ കുടയെടുപ്പാൻവേണ്ടി എന്നു പറഞ്ഞു അകത്തുകടന്നു. ഗോപാലമേനോൻ കാണത്തക്ക സ്ഥിതിയിൽ കിഴക്കുവടക്കുവശമുള്ള ജനേലിന്നരികെ അകായിൽനിന്നു. ഗോവിന്ദൻ പടിഞ്ഞാറെ പടിയിറങ്ങിപ്പോയി എന്നു വിചാരിച്ചു നമ്പൂതിരിപ്പാടു പിന്നെയും സംസാരിപ്പാൻ തുടങ്ങി.

പുരുഹൂതൻനമ്പൂരി: ഗോവിന്ദൻ വരുന്നതിനിടയിൽ നോം മറ്റേ കാര്യം പറഞ്ഞുകളയാം. മറ്റൊരാളുടെ ആവശ്യമാണ്. നോം അദ്ദേഹം പറഞ്ഞയച്ചിട്ടുവന്നു. എന്നുമാത്രമേയുള്ളു. ഗോപാലനും ഈ തറവാട്ടിന്നും ഗുണകരമായ ഒരു കാര്യം അന്വേഷിച്ചു തീർച്ചയാക്കാൻ മാത്രമാണു വന്നിട്ടുള്ളത്.

ഗോപാലമേനോൻ: വല്ല ഉഭയവും ചാർത്തിത്തരാമെന്നു വല്ലവരും കേൾപ്പിച്ചിട്ടുണ്ടായിരിക്കാം. അനാവശ്യമായ ദ്രവ്യച്ചിലവു കൂടാതെ കഴിയുമെങ്കിൽ നല്ലതുതന്നെ.

പുരുഹൂതൻനമ്പൂരി: (ചിരിച്ചുംകൊണ്ട്) ഉഭയത്തിന്റെ കാര്യംതന്നെയാണ്. പക്ഷേ, അങ്ങട്ടു ചാർത്തിത്തരാനല്ല ഭാവിക്കുന്നത് ഗോപാലനോടു

ചാർത്തി വാങ്ങിക്കളയാമെന്നാണു വിചാരിക്കുന്നത്. ഒരു കാശും ഗോപാലൻ ചെലവുചെയ്യണ്ട. ഗോപാലൻ പറയുന്ന സംഖ്യ മുൻകൂറായി തന്നുകളയാം.

ഗോപാലമേനോൻ: (നമ്പൂതിരിയുടെ യുക്തി ലേശം ഓർമ്മിക്കാതെ) ഏതു ഉഭയം ചാർത്തിക്കിട്ടേണമെന്നാണു വിചാരിക്കുന്നത്? ആർക്കാണു ആവശ്യം? ചാർത്താനുള്ള കാലം ആയിട്ടില്ലല്ലൊ. മുൻകുടിയാനെ ഒഴിപ്പിക്കുന്നതു അടിയന് അശേഷം രസമില്ലാത്ത കാര്യമാണ്.

പുരുഹൂതൻനമ്പൂരി: നോം ആവശ്യപ്പെടുവാൻ പോകുന്ന ഉഭയം ഇതുവരെ കുടിയാനെ ഏല്പിച്ചിട്ടില്ലെന്നാണു കേട്ടത്. അഥവാ ഉണ്ടെങ്കിൽതന്നെ ഒഴിപ്പിച്ചുകൊടുക്കാതിരിക്കാൻ പാടില്ല. ആവശ്യപ്പെടുന്ന ആൾ അത്ര യോഗ്യനും ഭൂരിദ്രവ്യസ്ഥനും ആയ ഒരു വലിയ ജന്മിയാണ്.

ഗോപാലമേനോൻ: (കാര്യം ലേശം മനസ്സിലാക്കാതെ) വിവരം മുഴുവനും അറിഞ്ഞല്ലാതെ അടിയനു മറുവടി പറവാൻ തരമില്ല. ഏതു ഉഭയമാണ്? ആരാണ് ആവശ്യപ്പെടുന്നത്? എന്നു വെളിവായി അരുളിച്ചെയ്തു കേട്ടേ അടിയനു മറുവടി പറവാൻ പാടുള്ളു.

പുരുഹൂതൻനമ്പൂരി: നല്ല ശിക്ഷ. ഗോപാലനോടു ഇത്രയൊക്കെ പറഞ്ഞാൽ മതിയെന്നു വിചാരിച്ചാണു നോം ഇങ്ങനെ സംസാരിച്ചത്. നമ്പൂരാരുടെ സഹവാസം ഗോപാലനു കുറയും. അതുകൊണ്ടാണ് നോം സംസാരിച്ച ക്ഷണത്തിൽ മനസ്സിലാകാഞ്ഞത്. ഇനി നോം വെളിവായിത്തന്നെ പറഞ്ഞു കളയാം. ഗോപാലൻ കന്മനെ കുബേരൻ നമ്പൂരിയെ അറിയില്ലെ? ആൾ നല്ല ശിക്ഷയാണ്. മിടുക്കനാണ് കേട്ട്വാ?

ഗോപാലമേനോൻ: (മനസ്സിൽ പലതും ശങ്കിച്ചുംകൊണ്ടു) കുബേരൻ എഴുന്നള്ളിയടത്തെ അടിയൻ പലപ്പോഴും കണ്ടിട്ടുണ്ടെങ്കിലും നല്ല പരിചയമില്ല. അവിടത്തെ സ്വന്താവശ്യമായിരിക്കാം ഇപ്പോൾ അരുളിച്ചെയ്തത്. അവിടേക്കു എന്തിനാണ് ഇതെല്ലാം? മറ്റു വല്ലവരുടേയും ആവശ്യമായിരിക്കാം.

പുരുഹൂതൻനമ്പൂരി: ഗോപാലൻ അങ്ങിനെയൊന്നും സംശയിക്കേണ്ട. കന്മനേടെ സ്വന്തം ആവശ്യത്തിന്നു തന്നെയാണ്. കന്മന താൻതന്നെ ഗോപാലന്റെ അടുക്കലേക്കു പുറപ്പെട്ടിട്ടുണ്ടായിരുന്നു. നോം എല്ലാം ഗോപാലനെക്കൊണ്ടു ശരിയാക്കി വരാം എന്നു പറഞ്ഞു കന്മനയെ നോം ആണ് താമസിപ്പിച്ചത്.

ഗോപാലമേനോൻ: ഇനി ഇന്നതാണെന്നും കൂടി അരുളിച്ചെയ്തു കേട്ടാൽ വേണ്ടില്ല. വസ്തുവിന്റെ വിവരം അറിഞ്ഞല്ലാതെ തീർച്ച പറവാൻ തരമില്ല.

പുരുഹൂതൻനമ്പൂരി: ഇത്രോടം ഗോപാലനു മനസ്സിലായല്ലൊ? ഇനി നോം വിവരം പറയാം. ഗോപാലന്റെ ഉടപ്പിറന്നോളുടെ മകളായിട്ട് ഒരു പെൺകിടാവില്ലെ ഇഷ്കോളു പഠിക്കുന്നു? ഒരു മുറിക്കുപ്പായം ഇട്ടു മീതെ മാടിപ്പുതച്ചുംകൊണ്ടു നടക്കുന്ന ഒരു വെളുത്ത പെണ്ണ്. നല്ല പുരികവും മുഖവുമായിട്ട്. ആ പെൺകിടാവു ഇതിനിടയിൽ ഒരുദിവസം ഇഷ്കോളു

പഠിച്ചുപോരുന്ന സമയം കന്മനയും നോമുംകൂടി ചിറയ്ക്കൽ നിൽക്കയായിരുന്നു. ഞങ്ങൾ രണ്ടുപേരും ആ പെണ്ണിനെ കണ്ടിട്ട അമ്പരന്നു പോയി. എങ്കിലും കന്മനക്ക് ആ പെണ്ണിന്റെ മേലുള്ള ഭ്രമം വലിയ കലശലായിരിക്കുന്നു. പോരെങ്കിൽ നോം പറഞ്ഞു പൊക കടത്തിയിട്ടും ഉണ്ട്. സംബന്ധം കന്മന ആയ്ക്കളയാമെന്നു തന്നെയാണ് അവസാനം തീർച്ചയാക്കീട്ടുള്ളത്. കന്മനോടെ സംബന്ധം ഒട്ടും തരക്കേടില്ല കേട്ട്വോ? ആൾ കടുകട്ടിയാണ്. വേണ്ട പണവും ഉണ്ട്. ഒന്നിനും അശേഷം ഞെരുക്കം കാണില്ല. ഈ ഒരു സംബന്ധംകൊണ്ട് ഇവിടെ എത്രയൊ സുകൃതം വർദ്ധിക്കും. ഇപ്പോൾതന്നെ സംബന്ധം നടത്തുന്നതാണെങ്കിൽ പത്തൊ അഞ്ഞൂറോ കന്മന ഒന്നായിട്ടു ചിലവു ചെയ്യാനൊരുക്കമുണ്ട്. അത്ര അധികം ഭ്രമം ഉണ്ട് കന്മനക്ക്. കന്മനയുടെ സംബന്ധം ആ പെണ്ണിന്നു നല്ല ചേർച്ചയുണ്ട്. പെണ്ണും നല്ല ശിക്ഷയാണ്; സംബന്ധക്കാരനും അശേഷം തരക്കേടില്ല. കണ്ടാലും നല്ല കോമളനാണ്. പണവും ധാരാളമുണ്ട്. ബഹുധാരാളിയും ആണ്. ഇതു മൂന്നും ഉണ്ടായാൽ മറ്റെല്ലാം തന്നാലെതന്നെ വന്നുകൂടിക്കോളും. ഗോപാലനു സമ്മതമുണ്ടെങ്കിൽ ഇന്നു തന്നെ നോം കന്മനയെക്കൊണ്ടന്നു കാര്യം നടത്തിത്തരാം. ഗോപാലന്റെ തറവാട്ടിൽ നമ്പൂരാരുടെ സംബന്ധം ഇല്ലാത്തതിനാലുള്ള കുറവും ഇതുകൊണ്ടു തീരും. ഇന്നുമുതൽ അത്യന്തം ശ്രേയസ്സും സുകൃതവും വർദ്ധിക്കയും ചെയ്യും. എന്താണ് ഗോപാലൻ മനസ്സുകൊണ്ടു ആലോചിക്കുന്നത്? പൂർണ്ണസമ്മതം തന്നെയല്ലെ?

നമ്പൂരിപ്പാട്ടിന്റെ തുമ്പില്ലാത്ത സംസാരം കേട്ടിട്ടു ഗോപാലമേനോനു സഹിക്കരുതാത്ത ദ്വേഷ്യംവന്നു ഇദ്ദേഹത്തോടു ഒന്നും പറയാതെ എഴുനീറ്റു പൊയ്ക്കളയുകയൊ അതല്ല പടിയിറങ്ങി പോയ്ക്കൊളാൻ പറകയൊ എന്താണു വേണ്ടു എന്നിങ്ങനെ കുമ്പിട്ടിരുന്നു മനസ്സുകൊണ്ടു ആലോചിച്ചു തുടങ്ങി. പാറുക്കുട്ടി അകത്തുനിന്നു ലക്ഷ്മിയമ്മയോടും നാണിയമ്മയോടും പതുക്കെ പിറുപിറുക്കയായി: 'മീനാക്ഷിക്കുട്ടിക്ക് കൊണ്ടുവന്നിട്ടുള്ള സംബന്ധം കേട്ടില്ലെ? ആ നമ്പൂരിയെ നമുക്കു ഒരിക്കലും വേണ്ട. ശുദ്ധമേ കോമാളിയാണ്, നമ്പൂരിയുടെ സംബന്ധവും മറ്റും നോക്കു പറ്റില്ല. കേട്ടില്ലെ? ജ്യേഷ്ഠന്റെ മുഖത്തുനോക്കി ഈ ഇരപ്പാളി നമ്പൂരി പെണ്ണിനെക്കൊണ്ടു പറഞ്ഞത്? എന്നോടായിരുന്നു ഈ വിധം പറഞ്ഞതെങ്കിൽ ഞാൻ മുഖത്തൊരു തുപ്പുകൊടുക്കും. തുമ്പില്ലാതെ എന്തെങ്കിലും പറയാനൊ? ജ്യേഷ്ഠൻ ക്ഷമിച്ചുകളഞ്ഞത് ആശ്ചര്യംതന്നെ. വലിയേട്ടത്തി ജ്യേഷ്ഠനെ ഇങ്ങട്ടുവിളിക്കിൻ. ആ നമ്പൂരിയോട് ഒന്നുംപറയാത്തതാണ് നല്ലത്. പൊയ്ക്കോട്ടെ ദുർഘടം. വീട്ടുപണി കാണണം എന്നു പറഞ്ഞതു മനസ്സിലായില്ലെ? ഇങ്ങിനത്തെ ധൂർത്തന്മാരോടു സംസാരിക്കാനെ പോകരുത്.' പാറുക്കുട്ടി ഇങ്ങിനെ അകത്തുനിന്നു തിരക്കു കൂട്ടിക്കൊണ്ടിരിക്കുന്നമദ്ധ്യേ ഗോപാലമേനോൻ തന്റെ കോപത്തെ മുഴുവനും സംഹരിച്ചു നീളമുള്ള തന്റെ കുടുമ്മയഴിച്ചു രണ്ടാമതും കുടഞ്ഞുകെട്ടി ഇടത്തെ കൈകൊണ്ടു അതിവിശാലമായ നെറ്റി

ത്തടം തുടച്ചു പുരുഹൂതൻ നമ്പൂരിയുടെ മുഖത്തുനോക്കി താഴ്മയോടെ പിന്നെയും പറഞ്ഞു.

ഗോപാലമേനോൻ: അങ്ങുന്നു ഇപ്പോൾ ആലോചിച്ച കാര്യത്തെപ്പറ്റി ക്ഷണത്തിൽ യാതൊരു മറുവടിയും പറവാൻ അടിയന്നു തരമില്ലാതെ വന്നിരിക്കുന്നു. മറ്റു ചിലരുമായി ആലോചിക്കേണ്ടതും കൂടിയുണ്ട്. നാലഞ്ചുദിവസങ്ങൾക്കുള്ളിൽ വേണ്ടത്തക്കവരുമായി കണ്ടാലോചിച്ചു വിവരം അറിയിക്കാം.

പുരുഹൂതൻനമ്പൂരി: ഇതിനെപ്പറ്റി എന്താണു ഇത്രയെല്ലാം ആലോചിപ്പാനുള്ളത്? എല്ലാസംഗതികൊണ്ടും ഇത്ര തരമായ ഒരു സംബന്ധം ഈ ജന്മനാ മറ്റൊരു വിധത്തിലും സാധിക്കുന്നതല്ല. അന്യോന്യം ചേർച്ചയൊ തരമൊ ഇല്ലാത്ത കാര്യത്തിൽ മാത്രമേ ആലോചിച്ചു നിശ്ചയിക്കേണ്ടതുള്ളു.

ഗോപാലമേനോൻ: അനേകം ദുർഘടങ്ങളും മുടക്കങ്ങളും ഉള്ള ഈ കാര്യം ഒരിക്കലും നടക്കുന്നതല്ലെന്നാണ് അടിയന്റെ തീർച്ചയായ അഭിപ്രായം. നടക്കാത്ത ഒരു വിഷയത്തെപ്പറ്റി അധികം ഉത്സാഹിക്കാത്തതും പ്രസ്താവിക്കാത്തതുമാണ് നല്ലത് എന്നു തോന്നുന്നു.

പുരുഹൂതൻനമ്പൂരി: (ചിരിച്ചുംകൊണ്ടു) നല്ലശിക്ഷ. ഇതു നന്നില്ലെങ്കിൽ പിന്നെ ഏതു കാര്യമാണു നടക്കാൻ പോകുന്നത്? ഗോപാലൻ മനസ്സുങ്കിൽ ഇന്നുരാത്രികൊണ്ടു നോം നടത്തിച്ചു തരാം. നടക്കില്ലെന്നു വിചാരിച്ചു ഗോപാലൻ ലേശം വ്യസനിക്കണ്ട. ആ ഭാരം നോം ഏറ്റു. മറ്റു വല്ല പ്രതിബന്ധങ്ങളും ഉണ്ടൊ? ഉണ്ടെങ്കിൽ അതു കേൾക്കട്ടെ അതു നോം നിർവ്വഹിച്ചുതരും. ഇന്നുതന്നെ ആയ്ക്കോട്ടെ. അതാണു വളരെ നല്ലത്. നോം നിർവ്വഹിച്ചുതരും. നോം മദ്ധ്യസ്ഥനായ അവസ്ഥക്കു അങ്ങിനെ ആയെങ്കിലെ നോക്കു മാനമുള്ളു.

ഗോപാലമേനോൻ: (നമ്പൂരിയുടെ ജാള്യത്തേയും ദുരാഗ്രഹത്തേയും പറ്റി മനസ്സിൽ അല്പം നിന്ദാഭാവത്തോടെ) തിരുമനസ്സുകൊണ്ടു ആലോചിക്കുന്ന പ്രകാരമുള്ള യാതൊരു മുടക്കത്തെപ്പറ്റിയുമല്ല അടിയൻ പ്രസ്താവിച്ചിട്ടുള്ളത്. ആ കാര്യത്തിൽ അശേഷം കുണ്ഠിതവും ഇല്ല. നടക്കില്ല എന്നു അടിയൻ ഉണർത്തിച്ചതു വേറെ സംഗതികൊണ്ടാണ്. ഒന്നാമത് ആ പെണ്ണിന്നു സംബന്ധം ആലോചിക്കേണ്ടുന്ന കാലംതന്നെ ആയിട്ടില്ല. ഇപ്പോൾ പത്തൊ പന്ത്രണ്ടൊ വയസ്സു പ്രായമേ ആയിട്ടുള്ളു. ഇനിയും നാലു സംവത്സരം കഴിഞ്ഞല്ലാതെ സംബന്ധത്തിന്നു ഭാവംതന്നെയില്ല.

പുരുഹൂതൻനമ്പൂരി: ഗോപാലൻ ഈ പറഞ്ഞതു നോക്കു അശേഷം ബോധിച്ചിട്ടില്ല. ആ പെൺകിടാവിന്നു സംബന്ധക്കാരനെ ആക്കേണ്ടുന്ന കാലം അതിക്രമിക്കയാണു ചെയ്തിട്ടുള്ളത്. സ്ത്രീകൾക്കു യൗവനം ആരംഭിക്കുന്നതിന്നു മുമ്പായിട്ടു സംബന്ധക്കാരനെ ഉണ്ടാക്കരുതെന്നു പറയുന്നതു കേവലം അബദ്ധവും ഭോഷത്വവുമാണ്. വേണ്ടത്തക്ക അടക്കവും മര്യാദയും ഭർത്താവിൽ സ്നേഹവും വിശ്വാസവും ഒരുത്തിക്കു

വേണമെന്നുണ്ടെങ്കിൽ ചെറുപ്പകാലത്തിൽതന്നെ ഒരു ഭർത്താവിന്റെ രക്ഷയിലും കല്പനക്കീഴിലും ഇരുന്നു ശീലിക്കേണ്ടതാകുന്നു. അല്ലാഞ്ഞാൽ ഒരുവിധത്തിലും നേരെയാകുന്നതല്ല. പ്രായം തികഞ്ഞതിൽ പിന്നെ സംബന്ധം വെക്കുന്നതായാൽ അവൾ ഭർത്താവിന്റെ ഹിതത്തിന്നും കല്പനക്കും ഒതുങ്ങി വിശ്വാസവും ബഹുമാനവും ഉള്ളവളായിത്തീരുന്നതു വളരെ ദുർലഭമാണ്. ചെറുപ്പകാലത്തിൽ എടുത്തുവളർത്തപ്പെടുന്ന സിംഹം, പുലി മുതലായ ദുഷ്ടമൃഗങ്ങളെപ്പോലും മെരുക്കി ഹിതപ്രകാരം നമുക്കു കൊണ്ടുനടപ്പാൻ കഴിയുന്നതാണ്. വളർച്ചവന്ന ഒരു തത്തയെപ്പോലും നമുക്കു ഇണക്കമുള്ളതായിവെപ്പാൻ എത്ര പ്രയാസമുണ്ട്. വല്ല വള്ളികളും മുളച്ചു പടരുവാൻ ഭാവിക്കുന്ന സമയംതന്നെ ഒരു മരത്തോടു ചേർത്തുവെക്കുന്നതായാൽ അതു എത്ര വേഗത്തിൽ അതിന്മേൽ ചുറ്റിപ്പറ്റികയറി കെട്ടികൂടി പൂത്തുതളിർത്തു ശോഭിക്കുവാൻ സംഗതിവരുന്നു? നിലത്തോ മറ്റോ പടരുവാൻ വിട്ടിട്ടുള്ള ലതകളെ ഫലപുഷ്പങ്ങൾ ഉണ്ടാകേണ്ടുന്ന സമയം പിടിച്ചുവലിച്ചെടുത്തു അതിവിശേഷമായ മരത്തോടു തന്നെ ചേർത്തുകെട്ടുന്നതായാൽ പോലും ഒരിക്കലെങ്കിലും അതു ആദ്യം പ്രസ്താവിച്ച വള്ളിയെപ്പോലെ വെച്ചുകെട്ടപ്പെടുന്ന മരത്തോടു ചേർന്നു വരുമെന്നു ആരും വിചാരിക്കേണ്ട. ഇതുപ്രകാരംതന്നെയാണു സ്ത്രീകളുടെ അവസ്ഥയും. ചെറുപ്പത്തിലുണ്ടാകുന്ന സംബന്ധത്തിന്നുമാത്രമേ വേണ്ടത്തക്ക എല്ലാ ഗുണവും സിദ്ധിക്കയുള്ളു അതുകൊണ്ടു സംബന്ധം ഇപ്പോൾതന്നെ നടത്തേണമെന്നാണു നോം തീർച്ചയായും അഭിപ്രായപ്പെടുന്നത്.

ഗോപാലമേനോൻ: ഈ ഒരഭിപ്രായത്തോടു അടിയൻ ഒരിക്കലും യോജിക്കുന്നതല്ല. കുട്ടിപ്രായത്തിൽ സംബന്ധക്കാരനെ ഉണ്ടാക്കുന്നതു കൊണ്ടു ഭാര്യാഭർത്താക്കന്മാർക്കു പലവിധമായ ദോഷങ്ങൾ സംഭവിക്കയാണ് ചെയ്തുകാണുന്നത്. സ്ത്രീയുടെ തറവാടുള്ളന്നും ഈ ദോഷം വിട്ടുപോകുന്നതും പ്രയാസമാണ്.

പുരുഹൂതൻനമ്പൂരി: (പരിഹാസമായിട്ടു) അതുവ്വൊ? അതൊന്നു കേൾക്കേണ്ടതു തന്നെയാണ്. എന്തെല്ലാം ദോഷങ്ങളാണ് ഉണ്ടാവാനിരിക്കുന്നത്?

ഗോപാലമേനോൻ: ഒന്നാമതു സ്ത്രീക്കു; സ്വാഭാവികമായ വളർച്ചക്കു ഹാനിയും ശക്തിക്ഷയവും ക്ഷീണവും ബുദ്ധിക്കു മന്ദതയും നാനാവിധമായ രോഗവും അകാലവാർദ്ധക്യവും ചിലപ്പോൾ അപമൃത്യുവും സംഭവിക്കയാണ് ചെയ്തുകാണുന്നത്. എത്രതന്നെ ദേഹപുഷ്ടിയും ശക്തിയും ഉള്ളതാണെന്നു വരികിലും കുട്ടിപ്രായത്തിൽ പിടിച്ചു വണ്ടിക്കു കെട്ടുകയൊ കണ്ടങ്ങളിൽ പൂട്ടുകയൊ ചെയ്തുവരുന്ന മൂരിക്കുട്ടന്മാരുടെ പിൻകാലത്തെ അവസ്ഥയും ബലക്ഷയവും എല്ലാവർക്കും നിശ്ചയമുള്ളതാണല്ലൊ. കാലാനുസരണമായി വളർന്നു പ്രായേണ വികസിക്കേണ്ടതായ ഏതെങ്കിലും ഒരു പുഷ്പം ക്ഷമകൂടാതെ ബലമായി പിടിച്ചു വിടർത്തുന്നതായാൽ അതിന്നു പലവിധമായ കേടുകൾ സംഭവി

പ്പാനും നൈസ്സർഗ്ഗികമായ അഴകും വാസനയും തീരെ നശിച്ചുപോവാനും ഇടയുള്ളതാണ്. രണ്ടാമതു; ബലഹീനമായി രക്തപുഷ്ടി കുറഞ്ഞു ക്ഷീണിച്ചു സദാ രോഗങ്ങൾക്കു അധീനയായി വ്യാകുല ചിത്തയായിരിക്കുന്ന സ്ത്രീയുടെ സന്താനങ്ങളും മാതാവിനെപ്പോലെ തന്നെ ക്ഷീണിച്ചുതളർന്നു ഉത്സാഹമൊ ബുദ്ധിസാമർത്ഥ്യമൊ കൂടാതെ നിത്യോപദ്രവകാരികളായിത്തീരുകയാണ് ചെയ്യുന്നത്. ഈ ദോഷം തറവാടുള്ളന്നും പ്രബലമായിത്തന്നെയിരിക്കും. ശരീരം മെലിഞ്ഞു ശക്തിക്ഷയം വന്നിട്ടുള്ള പശുക്കളുടെ കുട്ടികളെ ദിവസംപ്രതി നാം കണ്ടുവരുമാറില്ലെ? മൂന്നാമതു; അന്യോന്യാനുരാഗം ബലപ്പെട്ടുനിന്നെങ്കിൽമാത്രമേ ഭാര്യാഭർത്താക്കന്മാർക്കു സന്തോഷവും മനസ്സ്വസ്ഥതയും ഉണ്ടാവാൻ ഇടയുള്ളു. ചെറുപ്പകാലത്തിൽ സംബന്ധക്കാരനെ ഉണ്ടാക്കുന്നതുകൊണ്ടു അന്യോന്യമുള്ള അനുരാഗത്തിന്നും പ്രേമത്തിന്നും വളരെ കുറവുവന്നുകൂടുന്നു. സ്ത്രീക്കു പിന്നീടു യൗവനം ആരംഭിക്കുമ്പോഴക്കു അവൾ തന്റെ ഭർത്താവിന്നു അനുരൂപയല്ലെന്നൊ അവൾക്കു ഭർത്താവ് അനുരൂപനല്ലെന്നൊ വരുവാനാണ് സംഗതിയുള്ളത്. അതുനിമിത്തം മനോരഞ്ജനയൊ മനസംതൃപ്തിയൊ മനസ്സന്തോഷമൊ കൂടാതെ ദമ്പതിമാർക്ക് അന്യോന്യം സ്വൈരക്കേടു വർദ്ധിക്കുവാനും ദുർമ്മാർഗ്ഗങ്ങളിൽ മനസ്സു പ്രവേശിച്ചു വ്യഭിചാരം ഉണ്ടാവാനും ദുഷ്പ്രജകൾ ജനിച്ചു വംശം നശിപ്പിക്കുവാനും മറ്റും പ്രത്യേകം സംഗതി വന്നുകൂടുന്നു. നാലാമതു; ശൈശവത്തിൽ സംബന്ധം ഉണ്ടാക്കുന്നതിൽ സ്ത്രീക്കു വേണ്ടത്തക്ക യാതൊരു വിദ്യാഭ്യാസത്തിനും നിവൃത്തിയില്ലാതെവരുന്നു. വിദ്യാഭ്യാസമില്ലാത്ത സ്ത്രീകളും പശുക്കളും തമ്മിൽ യാതൊരു വ്യത്യാസവും ഇല്ലെന്നാണ് മഹാന്മാരുടെ അഭിപ്രായം.

പുരുഹൂതൻനമ്പൂരി: ഗോപാലൻ പറഞ്ഞിട്ടുള്ള ചിലതെല്ലാം ശരി തന്നെയാണെന്നു വരികിലും ചിലതു ശുദ്ധമേ അസംബന്ധമാണ്. പെണ്ണുങ്ങളെ എഴുത്തു പഠിപ്പിച്ചിട്ടു എന്തൊരു പ്രയോജനമാണുള്ളത്. ശുദ്ധമേ തോന്ന്യാസികളായി ഭർത്താക്കന്മാർക്കും വീട്ടിലുള്ള പുരുഷന്മാർക്കും അടങ്ങാതെ ഇഷ്ടാനുസരണം വ്യഭിചരിച്ചു നാടു പൊട്ടയാക്കാനല്ലാതെ മറ്റെന്തൊരു കാര്യമാണുള്ളതു? വിദ്യാഭ്യാസം എത്രോണ്ടു ഒരുത്തിക്കുണ്ടോ അത്രോണ്ടു അവൾക്കു വ്യഭിചാരം വർദ്ധിച്ചാണു കാണുന്നത്. സംബന്ധക്കാരനെ ഒരു പുല്ലോളം കൂട്ടാക്കില്ല. വീണയും തംബുരുവും എടുത്തു പാട്ടുംപാടി കണ്ടവരുടെ കഴുത്തിൽകേറി കളിപ്പാനല്ലാതെ അവൾക്കു യാതൊരു കാര്യത്തിലും ശ്രദ്ധയുണ്ടാകില്ല. വേണ്ടാത്ത ഇങ്കിരിയസ്സും പരിന്തിരിയസ്സും പഠിപ്പിച്ചിട്ടു എന്തൊരു ഗുണമാണുള്ളത്? കലെക്കട്ടർ സായ്‌വിന്റെ പണി കിട്ടാനോ? കുപ്പായവും ഇട്ടു മാടിപ്പുതച്ചു നടപ്പാനും രഹസ്യക്കത്തു വായിച്ചു മനസ്സിലാക്കാനും അവസരം നോക്കി തന്റെ ജാരന്മാർക്കു എഴുതി അയപ്പാനും മറ്റുമല്ലാതെ യാതൊരു കാര്യവും ഇല്ല. ഇവറ്റയെ എഴുത്തു ശീലിപ്പിക്കുന്നതുകൊണ്ടു നാട്ടിൽ വ്യഭിചാരത്തിന്റെ വിത്തു വിതക്കയാണു ചെയ്തുവരുന്നത്.

ഗോപാലമേനോൻ: ഈ അഭിപ്രായത്തോടു അടിയൻ കേവലം വിരോധിയാണ്. വേണ്ടത്തക്ക അറിവും ബുദ്ധിക്കു വികാസവും കൃത്യാകൃത്യങ്ങളെ വേർതിരിച്ചു കാണിപ്പാനുള്ള വിവേകവും മനസ്സിന്നുപാകതയും വിദ്യാഭ്യാസംകൊണ്ടു മാത്രമേ സിദ്ധിപ്പാൻ കഴികയുള്ളു എന്നും വിദ്യാഭ്യാസമില്ലാത്തവർ ശുദ്ധമേ മൃഗപ്രായന്മാരാണെന്നും വിദ്യാധനത്തിന്നു തുല്യമായി യാതൊരു ധനവും ഇല്ലെന്നും അനേകം യോഗ്യന്മാർ അഭിപ്രായപ്പെട്ടിട്ടുള്ളതിനോടു യോജിച്ചു പുരുഷന്മാർ വിദ്യാഭ്യാസം ചെയ്തു മേല്പറഞ്ഞ ഗുണങ്ങളെ അനുഭവിച്ചുവരുന്നതു വിചാരിച്ചാൽ തഞ്ജന്യമായ സകല ഗുണങ്ങളും സ്ത്രീകൾക്കും ഉണ്ടാവുമെന്നു വിചാരിക്കാതെ ഇങ്ങനെ ദൂഷണം പറയുന്നതു കേവലം അബദ്ധമാകുന്നു. സ്ത്രീകൾ സംഭോഗസാധകമായ ഒരു യന്ത്രം മാത്രമാണെന്നു വിചാരിച്ചു ഇപ്രകാരം പറയുന്നതു അജ്ഞാനത്തിന്റേയും അസൂയയുടേയും ആധിക്യം കൊണ്ടു മാത്രമാണ്. പ്രപഞ്ചത്തിന്റെ അധിഷ്ഠാനം സ്ത്രീകളാകുന്നതുകൊണ്ടു പുരുഷന്മാരെക്കാൾ വേണ്ടത്തക്ക വകതിരിവും മര്യാദയും അറിവും ഇവർക്കാണു വേണ്ടത്. സന്തതികളെ ഉല്പാദിപ്പാനും സംഭോഗസുഖം അനുഭവിപ്പാനും മാത്രമേ ഇവരെക്കൊണ്ടു ഉപയോഗമുള്ളു എന്നു വിചാരിക്കുന്നതായാൽതന്നെയും സ്ത്രീകൾക്കു വിദ്യാഭ്യാസം എത്രയോ ആവശ്യമായിട്ടുള്ളതാകുന്നു മൂഢകളായ സ്ത്രീകളുടെ സന്താനങ്ങളും കേവലം മൂഢബുദ്ധികളായി വിവേകശൂന്യങ്ങളായിത്തീരുവാനേ തരമുള്ളു. കുട്ടികൾ ചുരുങ്ങാതെ ഏഴെട്ടുസംവത്സരം മാതാവിന്റെ രക്ഷയിലും ലാളനയിലും മാത്രം ഇരുന്നുവരുന്നതാകകൊണ്ടു അവളുടെ ഗുണദോഷങ്ങളെ അവറ്റയും അനുഭവിക്കാതെയിരിപ്പാൻ നിവൃത്തിയില്ല. മര്യാദയും വകതിരിവും അമ്മയ്ക്കുണ്ടെങ്കിൽ അവളുടെ മക്കളും മര്യാദയും വകതിരിവും ഉള്ളവരായിത്തീരുമെന്നുള്ളതിന്നു സംശയമില്ല. മര്യാദയില്ലാത്തവളുടെ സന്താനങ്ങളെ അതുപ്രകാരംതന്നെ മര്യാദയില്ലാതെ കാണുകയും ചെയ്യുന്നതാണ്. അത്രയുമല്ല കാര്യകാര്യപരജ്ഞാനവും വിദ്യാഭ്യാസവും ആലോചനശക്തിയും മറ്റും ഉള്ള ഒരു പുരുഷന്നു ഇലോകത്തിൽ ഭാര്യാസംബന്ധമായ വല്ല സുഖവും വേണമെങ്കിൽ അവൾക്കും വേണ്ടത്തക്ക എല്ലാ യോഗ്യതയും വകതിരിവും മുഖ്യാവശ്യമാകുന്നു. ശുദ്ധമെ പരമമുറാളയായി പശുപ്രായയായ ഭാര്യയിൽനിന്നു ഗുണസമ്പന്നനായ ഭർത്താവിന്നു എന്തൊരു സൗഖ്യവും സന്തോഷവുമാണ് ഉണ്ടാവാനിരിക്കുന്നത്? നാഴികയിൽ നാല്പതുപ്രാവശ്യം സ്വൈരക്കേടും സഹിപ്പാൻ പാടില്ലാത്ത വ്യസനവും അല്ലെ അനുഭവം? ഒരു രാജ്യത്തിൽ ക്ഷേമവും പുഷ്ടിയും വർദ്ധിക്കുന്നതും ക്ഷയിക്കുന്നതും സ്ത്രീകളുടെ വകതിരിവിന്റെ ഉൽകൃഷ്ടതപോലെയും നികൃഷ്ടതപോലെയും ആകുന്നു. വിദ്യാഭ്യാസംകൊണ്ടു സ്ത്രീകൾ താന്തോന്നികളായി വ്യഭിചാരിണികളായിത്തീരുമെന്നു പറയുന്നതു കേവലം അന്യായമാകുന്നു ശീലാവതി, സീത, ചന്ദ്രമതി, ദമയന്തി മുതലായ സ്ത്രീകൾക്കു വേണ്ടത്തക്ക വിദ്യാഭ്യാസം പരിപൂർണ്ണമായിട്ടും അവർ

പാതിവ്രത്യം, ഭർതൃവിശ്വാസം, വിനയം മുതലായ സൽഗുണങ്ങളെ അണുമാത്രം വിട്ടുകളഞ്ഞപ്രകാരം ആരും പറഞ്ഞു കേൾക്കുന്നില്ല. ഇപ്പോൾ നാം കണ്ടുവരുന്ന സാധാരണ പടുവേശ്യമാർ യാതൊരു വിദ്യാഭ്യാസമൊ വിവേകമോ ഇല്ലാതെ കേവലം മൃഗസ്വഭാവത്തിൽ കാലക്ഷേപം ചെയ്തുവന്ന മുഠാളസ്ത്രീകളാണ്. ഈ സംഗതികൊണ്ടു തന്നെ വ്യഭിചാരത്തിന്റെ ഉത്ഭവം വിദ്യാഭ്യാസത്തിൽ നിന്നല്ലന്ന് എളുപ്പത്തിൽ ഗ്രഹിക്കാവുന്നതാണ്. എന്നാൽ വിദ്യാഭ്യാസം എന്നു പറയപ്പെടുന്നതു എന്താണെന്നുതന്നെ മിക്കപേർക്കും മനസ്സിലായിട്ടില്ലെന്നാണു തോന്നുന്നത്. വല്ലതും ഒന്നോ രണ്ടോ ഭാഷ എഴുതുവാനും വായിപ്പാനും കഷ്ടിച്ചു ശീലിക്കുന്നതിന്നോതെല്ലു പാടുവാൻമാത്രം വശമുള്ളതിന്നൊ പുരുഷന്മാരുടെ മുമ്പിൽനിന്നു അർദ്ധനഗ്നമാരായി യാതൊരു ലജ്ജയൊ ശങ്കയൊ കൂടാതെ കണ്ണുകൊണ്ടും മുഖംകൊണ്ടും ഓരോ വികൃതിവേഷം കാട്ടി ചുമടുവെച്ചു ചാടിക്കളിച്ച് അന്ധാളികളായി പടുവങ്കന്മാരായ ചില പുരുഷന്മാരെ ഭ്രമിപ്പിച്ചു വശീകരിക്കുന്നതിന്നൊ ഇതിനൊന്നിനുമല്ല ഞാൻ സ്ത്രീവിദ്യാഭ്യാസമെന്നു പേർ പറഞ്ഞുവരുന്നത്. ഇവയിൽ മിക്കതും സ്ത്രീകളെ വഷളാക്കിത്തീർക്കുന്ന സാധനങ്ങളാണെന്നു എനിക്കും അഭിപ്രായമുണ്ട്. കൃത്യാകൃത്യങ്ങളേയും ഉപദേശിച്ചു ഭർതൃപരിചരണം, ബാലരക്ഷണം, ഗൃഹകൃത്യം ഇതുകളിൽ വേണ്ടത്തക്ക പരിചയം ഉണ്ടാക്കി ലൗകിക വിഷയങ്ങളിലും രാജ്യതന്ത്രങ്ങളിലും സാമാന്യമായ അറിവു സമ്പാദിച്ചു ബുദ്ധിവികാസവും മനഃപാകതയും ഉണ്ടാക്കി ആജീവനാന്തം ഒരു സ്ത്രീയെ മഹാഭാഗ്യശാലിനിയായിച്ചെയ്യുന്നതിനാണ് ഞാൻ സ്ത്രീവിദ്യാഭ്യാസമെന്നു പേർ വിളിച്ചുവരുന്നത്. എന്നാൽ മേല്പറഞ്ഞ എല്ലാ ഗുണങ്ങളും എളുപ്പത്തിൽ സിദ്ധിക്കുവാൻ മറ്റുള്ള ഭാഷകളെക്കാൾ ഇംഗ്ലീഷ് ഭാഷ വളരെ സൗകര്യമുള്ളതാകകൊണ്ടും വിദ്യാഭ്യാസത്തിൽ പുരുഷന്മാരെപ്പോലെ അധികം സമയവും തരവും സ്ത്രീകൾക്കു സിദ്ധിപ്പാൻ പ്രയാസമായതുകൊണ്ടും ഇംഗ്ലീഷ് വിദ്യാഭ്യാസം സ്ത്രീകൾക്കു അത്യാവശ്യമായിട്ടുള്ളതാണെന്നു വിശ്വസിച്ച് അതിലേക്കു പരിശ്രമം ചെയ്യിച്ചുവരുന്നതല്ലാതെ കലക്ടരുടെയോ സെഷ്യൻ ജഡ്ജിയുടെയോ ഉദ്യോഗം കിട്ടേണ്ടതിനല്ല ആ പെണ്ണിനെ ഞങ്ങൾ ഇംഗ്ലീഷ് പഠിപ്പിച്ചുവരുന്നത്. ഏതായാലും നാലുസംവത്സരംകൂടി വിദ്യാഭ്യാസം ചെയ്യിച്ചതിൽ പിന്നെ യൗവനദശയിൽ എല്ലാ സംഗതികൊണ്ടും അവൾക്കു അനുരൂപനായ ഒരു ഭർത്താവിനെ ഉണ്ടാക്കിക്കൊടുക്കുന്നതു മാത്രമല്ലാതെ അതിനിടയിൽ ദേവേന്ദ്രൻ താൻതന്നെ വന്നുചോദിക്കുന്നതായാലും ഞാനൊ അവളുടെ അച്ഛനൊ ജീവനോടെയുണ്ടെങ്കിൽ ഒരിക്കലും സമ്മതിക്കുന്നതല്ല.

പുരുഹൂതൻനമ്പൂരി: എന്നാൽ കന്മനയെ അതുവരെ നോം പറഞ്ഞു താമസിപ്പിച്ചോളാം. ഇപ്പോൾതന്നെ കന്മന ഓരോ ദിവസം ഓരോ സംവത്സരംപോലെയാണു കഴിച്ചുകൂട്ടുന്നത്. ആ പെണ്ണിനു കന്മനതന്നെ മതി. ആൾ ബഹു രസികനാണ്. സമർത്ഥനാണ്. അതുവരെ എല്ലാം ഉപായ

ത്തിലായ്ക്കോട്ടെ. നാലു സംവത്സരം കഴിഞ്ഞിട്ടുമതി സംബന്ധം.

ഗോപാലമേനോൻ: (സഹിച്ചുകൂടാത്ത വെറുപ്പോടെ) 'ഉപായത്തിൽ' എന്നു പറഞ്ഞതു ഗോപാലന്റെ വീട്ടിൽ നടക്കുകയില്ല. ആലോചിക്കാതെ അസംബന്ധം സംസാരിക്കുന്നതു സുഖക്കേടിന്നു കാരണമായിരിക്കും. സംബന്ധക്കാരന്റെ കാര്യത്തിലും കുറെ ആലോചിക്കേണ്ടതുണ്ട്. ധനികനായതുകൊണ്ടോ ധാരാളിയായതുകൊണ്ടോ സുഭഗനായതുകൊണ്ടോ മാത്രം മതിയായി വരുന്നതല്ല. അവളുടെ എല്ലാ അവസ്ഥക്കും പറ്റിയ തരമുള്ള ഒരു ഭർത്താവിനെ കിട്ടണമെന്നു ഞങ്ങളുടെ അത്യാഗ്രഹം. വകതിരിവില്ലാത്ത മനുഷ്യനിൽനിന്ന് ഇവളെക്കൊണ്ടു ധനം സമ്പാദിക്കേണമെന്നു ഞാൻ വിചാരിക്കുന്നില്ല. അതുപ്രകാരം ചെയ്യേണ്ടുന്ന ആവശ്യവും ഇല്ല.

പുരുഹൂതൻനമ്പൂരി: ഗോപാലനു മുഷിച്ചിൽ വേണ്ട. കേട്ട്വോ. നോം പറഞ്ഞതു ഗോപാലനു മനസ്സിലാവാഞ്ഞിട്ടാണ്. ഉപായത്തിലായ്ക്കോട്ടെ എന്നു നോം പ്രസ്താവിച്ചതു സംബന്ധം വേറെ എങ്ങും ഉണ്ടാക്കാതെ അങ്ങീനെയിങ്ങനെ എവിടുന്നെങ്കിലും കഴിച്ചോട്ടെ എന്നു മാത്രമാണ്. അസംബന്ധം പറവാൻ നോം അത്ര വിഡ്ഢിയാണ്? കന്മനയും ആ പെണ്ണും തമ്മിൽ തരവും ചേർച്ചയും ഉണ്ടോ എന്നു ഗോപാലൻ കന്മനയുമായിട്ടു രണ്ടു നാഴികനേരം സംസാരിച്ചാൽ മനസ്സിലാകും. കന്മന മിടുമിടുക്കനാണ്. കന്മനക്കു ഇങ്ങിനെ തോന്നിയതു ഗോപാലന്റെ മഹാഭാഗ്യം എന്നേ നോം പറയുന്നുള്ളു.

ഗോപാലമേനോൻ: സംബന്ധകാര്യത്തിൽ ഇനിയും ഒരു വലിയ വൈഷമ്യം ഇരിക്കുന്നുണ്ട്. ഉയർന്ന ജാതിക്കാരുമായുള്ള സംബന്ധം സ്വജാതിയിൽ യാതൊരാളേയും കിട്ടില്ലെന്നു തീർച്ച വന്നതിൽ പിന്നെ ആലോചിക്കണമെന്നാണ് അടിയൻ തീർച്ചപ്പെടുത്തീട്ടുള്ളത്. നമ്പൂരിമാർക്കോ പട്ടന്മാർക്കോ ഈ ജന്മം ആ പെണ്ണിനെ സംബന്ധത്തിന്നു കൊടുക്കരുതെന്നാണ് അടിയൻ വിചാരിച്ചുവരുന്നത്. ആ വക സംബന്ധം ഈ തറവാട്ടിൽ ഇതുവരെയുണ്ടായിട്ടില്ലെന്നു മാത്രമല്ല, ഇനി ഉണ്ടാവാനും പ്രയാസമാണ്.

പുരുഹൂതൻനമ്പൂരി: ഗോപാലന്റെ ബുദ്ധിയും ആലോചനയും തലകീഴ്പോട്ടാണില്ലെ? ബ്രാഹ്മണസംബന്ധം ഇല്ലാത്ത തറവാട്ടിൽ എന്തൊരു ഗുണമാണുള്ളത്? ബ്രാഹ്മണരുടെയും നമ്പൂരാരുടെയും നേരെ ഗോപാലനു എന്താണിത്ര വിരോധം വന്നിട്ടുള്ളതു ബ്രാഹ്മണദ്വേഷം കുലക്ഷയകരമാണെന്നു ഗോപാലൻ ഇനിയും മനസ്സിലാക്കീട്ടില്ലെ?

ഗോപാലമേനോൻ: അടിയൻ ഈ പറഞ്ഞിട്ടുള്ളതൊന്നും ബ്രാഹ്മിണദ്വേഷംകൊണ്ടോ ബ്രാഹ്മണനിന്ദ മനസ്സിൽ ഉള്ളതുകൊണ്ടോ അല്ല ബ്രാഹ്മണഭക്തിയും ബഹുമാനവും കുറെ അധികമായതുകൊണ്ടുമാത്രമാണ്. ഇപ്പോൾ ആചരിച്ചുവരുന്ന പ്രകാരമുള്ള സംബന്ധം കേവലം അശാസ്ത്രീയവും പാപകരവുമാണെന്നാണ് അടിയൻ മനസ്സിലാക്കീട്ടുള്ളത്- അതുകൊണ്ടാണ് ഇങ്ങിനെ മുടക്കം പറയുന്നത്.

പുരുഹൂതൻനമ്പൂരി: നല്ലശിക്ഷ. അശാസ്ത്രീയമൊ? ഇങ്ങിനെയാണില്ലെ മനസ്സിലാക്കിയത്. ശാസ്ത്രീയം തന്നെയാണ് കേട്ട്വാ? അശാസ്ത്രീയമായ കാര്യത്തിൽ നമ്പൂരാരു പ്രവേശിക്കുമെന്നു വിചാരിക്കുന്നതു ശുദ്ധമേ വിഡ്ഢിത്വമാണ്.

ഗോപാലമേനോൻ: കാര്യം പറയുന്നതിന് ഇവിടേക്കു മുഷിച്ചില്ലല്ലൊ? പക്ഷേ, അടിയൻ യാതൊന്നും കേൾപ്പിക്കുന്നില്ല.

പുരുഹൂതൻനമ്പൂരി: യാതൊരു മുഷിച്ചിലും ഇല്ല. ഗോപാലനു പറയാനുള്ളതു മുഴുവനും പറയാം.

ഗോപാലമേനോൻ: ആചരിച്ചു വരുന്ന ഈവക സംബന്ധമൊ സംഭോഗമോ മന്വാദി സ്മൃതികൾക്കു തീരെ വിരുദ്ധമായിട്ടുള്ളതാണ്. അങ്ങിനെ ചെയ്തുവരുന്ന ബ്രാഹ്മണൻ പാതിതവും നരകവും ഭുജിക്കേണ്ടിവരുമെന്നും പറഞ്ഞുകേൾക്കുന്നുണ്ട്. കാമാതുരൻ എങ്കിലും ഒരു ബ്രാഹ്മണനെ പതിതനാക്കിത്തീർപ്പാൻ മനഃപൂർവ്വം ഇടവരുത്തുന്നതു കഠിനമായ പാപമാണെന്നും ആ പാപം തറവാട്ടിലെ പൂർവസുകൃതത്തെപ്പോലും നശിപ്പിച്ചുകളയുമെന്നും ആണ് അടിയൻ വിശ്വസിച്ചിട്ടുള്ളത്. ബ്രാഹ്മണനെ നശിപ്പിക്കുന്നതിന്ന് അതിദാരുണമായ ബ്രഹ്മഹത്യാപാപം ഉണ്ടെന്നു പറയുന്നതു പരമാർത്ഥമാണെങ്കിൽ ബ്രാഹ്മണ്യം നശിപ്പിക്കുന്നതിനു പാപം ഇല്ലെന്നു വരാൻ പാടില്ലാത്തതല്ലെ? ഇങ്ങിനെയുള്ളതിനെ അറിഞ്ഞുംകൊണ്ട് തല കാട്ടിക്കൊടുക്കുന്നതു കേവലം അക്രമവും ദുരാഗ്രഹവുമാകുന്നു. ഇതിന്നു യാതൊരു പാപവും ഇല്ലെങ്കിൽ ഒരു ബ്രാഹ്മണനെ പിടിച്ചു കുടുമ്മ ചെത്തി പൂണൂൽ അറുത്തു ഗോമാംസം ഭക്ഷിപ്പിക്കുന്നതിനും പാപമുണ്ടാവാൻ പാടില്ല.

പുരുഹൂതൻനമ്പൂരി ഗോപാലന്റെ സ്മൃതിയും ശാസ്ത്രവും നമുക്കു കേൾക്കേവേണ്ട. വേദവ്യാസൻ മുതലായ ചില തപസ്വീശ്വരന്മാർ ശൂദ്രസ്ത്രീസംഗം ചെയ്തിട്ടുണ്ടെന്നും അതുമൂലം അവർക്കു യാതൊരു പാതിത്യമൊ പാപമൊ സിദ്ധിച്ചിട്ടില്ലെന്നും മറ്റുമുള്ള കഥ ഗോപാലന്റെ സ്മൃതിയിൽ ഇതുവരെ കണ്ടിട്ടും കേട്ടിട്ടുമില്ലായിരിക്കാം. ശൂദ്രരുടെ സ്മൃതി പരിചയം ഇത്രയൊക്കേയുണ്ടാവാൻ പാടുള്ളു.

ഗോപാലമേനോൻ: ശൂദ്രസ്ത്രീസംഭോഗത്തിൽ അതിഭ്രാന്തന്മാരായ ചില ബ്രാഹ്മണരും ബ്രാഹ്മണസംഭോഗം ശ്രേയസ്കരമാണെന്നും സുകൃതമാണെന്നും തെറ്റായി ധരിച്ചുവശായിട്ടുള്ള ചില ശൂദ്രരും ഇങ്ങിനെ പ്രതിവാദിച്ചു എന്നെ സർവാപരാധിയാക്കിത്തീർപ്പാൻ ശ്രമിക്കാതിരിക്കയില്ലെന്നു ഞാൻ മുമ്പേതന്നെ ആലോചിച്ചിട്ടുള്ളതാണ്. യോഗാഭ്യാസം ശീലിച്ചിട്ടുള്ള ചില മഹാത്മാക്കൾ പാഷാണം, ഗന്ധകം, ഹരിദാലം മുതലായവയെ ഭക്ഷിക്കുന്നതു കണ്ടിട്ടു സാധാരണ ജനങ്ങളും അതുപ്രകാരം ചെയ്‌വാൻ ഒരുങ്ങുന്നതായാൽ അനുഭവിപ്പാനിരിക്കുന്ന ഫലം പറയേണമെന്നില്ലല്ലോ അനേകായിരം സംവത്സരം നിരാഹാരന്മാരായി തപസ്സു ചെയ്തു അഷ്ടൈശ്വര്യസിദ്ധിയും നിഷ്കന്മഷത്വവും നിഗ്രഹാനുഗ്രഹശക്തിയും ലഭിച്ച് അത്യന്തം ദിവ്യന്മാരായ യതീശ്വരന്മാരുടെ ഓരോ അവ

സ്ഥയെ ഉദാഹരണമായെടുത്തു ലജ്ജകൂടാതെ വ്യവഹരിക്കുന്ന ഇപ്പോഴത്തെ മനുഷ്യന്മാരോടു ആ വക സംഗതിയെപ്പറ്റി യാതൊരുത്തരവും പറയാതിരിക്കുന്നതാണു വളരെ നല്ലത്.

പുരുഹൂതൻനമ്പൂരി: ഗോപാലൻ എന്തുതന്നെ പറഞ്ഞാലും വേണ്ടില്ല; യോഗ്യന്മാർ പണ്ടുപണ്ടെ നടന്നും നടത്തിച്ചും വരുന്ന കാര്യങ്ങൾ അബദ്ധമാണെന്നു പറയുന്നതു ശുദ്ധമേ അധികപ്രസംഗമാണ്.

ഗോപാലമേനോൻ: അകൃത്യം ആരുതന്നെ ചെയ്താലും കൃത്യമായിരിക്കുമെന്നു എനിക്കു തോന്നുന്നില്ല. ശാസ്ത്രനിഷിദ്ധമായ മദ്യപാനം, കളവ്, വ്യഭിചാരം, മുതലായ കർമ്മങ്ങൾ എട്ടൊപത്തൊ മഹായോഗ്യന്മാർ ചെയ്തിട്ടുള്ളതുകൊണ്ടൊ പത്തൊ അമ്പതൊ പേർ ഇപ്പോഴും ചെയ്തുവരുന്നതുകൊണ്ടൊ ആ വക നീചകർമ്മങ്ങൾ സ്വീകാരയോഗ്യങ്ങളെന്നൊ പ്രശസ്തങ്ങളെന്നൊ ഒരിക്കലും പറഞ്ഞുകൂടാ. പരശുരാമൻ മാതാവിനെ വധിച്ചില്ലെ? പരാശരമുനി ഒരു മുക്കുവത്തിയെ പരിഗ്രഹിച്ചില്ലെ? വേദവ്യാസൻ തന്റെ സഹോദരഭാര്യമാരിൽ പുത്രോല്പാദനം ചെയ്തില്ലെ? പാണ്ഡവന്മാരഞ്ചുപേരുംകൂടി ഒരു ഭാര്യയെ വെച്ചില്ലെ? എന്നിങ്ങനെ പറഞ്ഞുംകൊണ്ട് ഈ കാലത്തും മാതൃവധം, നീചസ്ത്രീസംഭോഗം മുതലായതു ചെയ്തുതുടങ്ങിയാൽ പിന്നെത്തെ കഥ പറയേണ്ടതില്ലല്ലൊ.

പുരുഹൂതൻനമ്പൂരി: ശൂദ്രസ്ത്രീസംഭോഗം നമ്പൂരാർക്കു ആവാമെന്നും അതുകൊണ്ടു യാതൊരു ദോഷവും ഇല്ലെന്നും ശ്രീപരശുരാമൻ വിധിച്ചിട്ടുള്ളതാണെന്നും ഗോപാലൻ കേട്ടിട്ടില്ലെ? നമ്പൂരാരുടെ ആവശ്യാർത്ഥം പരശുരാമസ്വാമി ദേവലോകത്തിൽനിന്നു ദേവസ്ത്രീകളേ കൊണ്ടുവന്നു കേരളത്തിൽ പാർപ്പിച്ചുവെന്നും അവരുടെ സന്താനങ്ങളാണ് കേരളത്തിൽ ഇപ്പോൾ കാണുന്ന മിക്ക ശൂദ്രന്മാരെന്നും അവർക്കു പരദേശശൂദ്രരേക്കാൾ വളരെ ആഭിജാത്യവും ഉൽകൃഷ്ടതയും ഉണ്ടെന്നും അതുകൊണ്ടു കേരളബ്രാഹ്മണർക്കു ശൂദ്രസ്ത്രീസംഭോഗം ആവാമെന്നും ഇനിയെങ്കിലും ഗോപാലൻ മനസ്സിലാക്കേണ്ടതാണ്.

ഗോപാലമേനോൻ: ഈ പ്രസ്താവം യുക്തിക്കും അനുഭവത്തിന്നും കേവലം വിരുദ്ധമായിട്ടുള്ളതാണെന്നു മൂക്കുകീഴ്പട്ടുള്ള സകല മനുഷ്യന്മാരും സമ്മതിക്കുന്നതാണ്. ബ്രാഹ്മണരുടെ സംഭോഗസുഖത്തിന്നു വേണ്ടി പരശുരാമൻ ദേവസ്ത്രീകളെ കൊണ്ടുവന്നു കേരളത്തിൽ പാർപ്പിച്ചിട്ടുണ്ടായിരുന്നുവെങ്കിൽ അവർക്കും അവരുടെ സന്താനങ്ങളായ ഞങ്ങൾക്കും അന്നുമുതൽ ഇന്നുവരെ നീചത്വവും അശുദ്ധവും ഉണ്ടായിരിപ്പാൻ ഒരിക്കലും പാടുള്ളതല്ല. ദേവസ്ത്രീകളേയോ അവരിൽ തങ്ങൾക്കുണ്ടായ സന്താനങ്ങളേയോ തൊട്ടാൽ കേരളബ്രാഹ്മണർക്കു മറ്റുള്ള ബ്രാഹ്മണരേക്കാൾ വിശേഷവിധിയായി സ്നാനം വേണമെന്നു പറയുന്നതു തീരെ അസംബന്ധവും അബദ്ധവുമല്ലെ?

പുരുഹൂതൻനമ്പൂരി: ആദ്യകാലത്തിൽ യാതൊരു ശുദ്ധവും വർജ്ജിച്ചു വന്നിട്ടുണ്ടായിരുന്നില്ല. കാലക്രമേണ മറ്റുള്ള താണജാതിക്കാ

രുമായി ഇടചേർന്നു ഭക്ഷ്യാഭക്ഷ്യങ്ങളിൽ യാതൊരു വ്യവസ്ഥയുമില്ലാതെ കേവലം ശൂദ്രവൃത്തിയെ അനുസരിച്ചതുകൊണ്ടു മാത്രം പിന്നീടു നീചത്വം സംഭവിച്ചതാണെന്നും അതുകൊണ്ടാണത്രെ തീണ്ടൽ വർജ്ജിച്ചുവരുവാൻ സംഗതി വന്നിട്ടുള്ളതെന്നും മനസ്സിലാക്കേണ്ടതാണ്.

ഗോപാലമേനോൻ: ഇങ്ങിനെയാണെങ്കിൽ ഇതു സർവധാ അബദ്ധമാകുന്നു. നീചജാതിക്കാരുമായുള്ള മേളനംകൊണ്ടൊ നിഷിദ്ധാന്നം ഭക്ഷിച്ചുപോയതുകൊണ്ടോ നീചവൃത്തിയെ അനുസരിച്ചതുകൊണ്ടോ ജാതിഭ്രംശം വന്നിട്ടുള്ള ഏതെങ്കിലും ഒരു കുലീനസ്ത്രീയേയൊ അവളുടെ സന്താനങ്ങളെയോ ഉന്നതജാതിക്കാരോ സമജാതിക്കാരോ ഒരിക്കലും സ്വീകരിച്ചു വരുന്നപ്രകാരം കാണുന്നില്ല. അങ്ങിനെ സ്വീകരിക്കാമെന്നുണ്ടെങ്കിൽ സ്മാർത്തന്മാർ മുതലായവർ ഒന്നിച്ചുകൂടി വിചാരണചെയ്തു പുറത്തു നീക്കിയിട്ടുള്ള സ്വസ്ത്രീകളിൽ കേരളബ്രാഹ്മണർ ലേശംപോലും വൈമുഖ്യം വിചാരിച്ചു വരേണ്ടതില്ല. ഹിതാനുസരണം സ്വീകരിക്കാവുന്നതാണ്. അത്രയുമല്ല, സംഭോഗത്തിന്നു ആവശ്യം വരുന്ന സമയങ്ങളിൽ മാത്രം ദേവസ്ത്രീകളാണെന്നു വിചാരിച്ചുവരുന്നതല്ലാതെ മറ്റുള്ള എല്ലാ സമയങ്ങളിലും കേവലം ശൂദ്രസ്ത്രീയായിട്ടു തന്നെയാണ് ഭാവിച്ചും പ്രവർത്തിച്ചും കാണുന്നത്. രാത്രികാലങ്ങളിൽ ദേവസ്ത്രീകളാണെന്നു ഭാവിച്ചു വരുന്നതുകൊണ്ടായിരിക്കാം ശൂദ്രസ്ത്രീസംഭോഗത്തിലും മറ്റും കേരളബ്രാഹ്മണർക്കു അശുദ്ധി ബാധിക്കാത്തത്. മേല്പറഞ്ഞ ഭാവനശക്തികൊണ്ടു ശൂദ്രസ്ത്രീഗമനം ഉൽകൃഷ്ടമായി തീരുമെങ്കിൽ ഈ കാലത്തു ഇത്രയൊന്നും ബുദ്ധിമുട്ടേണ്ടുന്ന ആവശ്യമേ ഇല്ല. ബോധ്യമുള്ള ദിക്കിൽ പോകാവുന്നതും സ്വേഛാനുസരണം ചെയ്യാവുന്നതും പ്രവൃത്തികാലത്തിൽ ദേവസ്ത്രീയെന്നോ വേളികഴിച്ച അന്തർജ്ജനമെന്നോ ഭാവിച്ചു പരിശുദ്ധന്മാരായി തീരാവുന്നതും ആണ്. ഇങ്ങിനെയുള്ള പരമോപദേശവും ഭാവനശക്തിയും ഉള്ളതുകൊണ്ടായിരിക്കാം ചില യോഗ്യന്മാർ ഈ കാലത്തും നിഷിദ്ധസ്ത്രീസംഭോഗത്തിൽ അത്യന്തം ശ്രദ്ധാലുക്കളായി ഭ്രമിച്ചുവശായിട്ടുള്ളത്. എന്നാൽ കേരളരാജ്യത്തിന്റെ രക്ഷക്കുവേണ്ടി പരദേശത്തുനിന്നു അനേകായിരം ശൂദ്രരെ കൊണ്ടുവന്നു പല സ്ഥാനമാനങ്ങളും കൊടുത്തു കേരളത്തിൽ പാർപ്പിച്ചു എന്നും മറ്റും കേരളോല്പത്തി മുതലായ ചില ഗ്രന്ഥങ്ങളിൽ സ്പഷ്ടമായി പ്രസ്താവിച്ചു കാണുന്നുണ്ട്. അവരും ക്രമേണ ദേവകളായി തീർന്നിട്ടുണ്ടായിരിക്കാം. കേരളം സ്വർഗ്ഗസദൃശം എന്നു ചിലർ പറഞ്ഞു വന്നിട്ടുള്ളത് ഈ ഒരു സംഗതികൊണ്ടോ എന്നു സംശയമായിരിക്കുന്നു. ഈ എല്ലാ സംഗതികൊണ്ടും ദേവസ്ത്രീ എന്നവാക്കിന്നു ഇവിടെ യാതൊരു വിലയും കൊടുപ്പാൻ പാടില്ലെന്നാണ് എനിക്കു തോന്നുന്നത്. അക്രമവും അനുചിതവുമായുള്ള ഒരു കാര്യത്തിന്നും എത്രതന്നെ പഴക്കം സിദ്ധിച്ചാലും അതു യുക്തമെന്നോ ഉചിതമെന്നോ വരുത്തിക്കൂടാവുന്നതല്ല. ശാസ്ത്രനിഷിദ്ധമായ ശൂദ്രസ്ത്രീഗമനം കൊണ്ടു ബ്രാഹ്മണന് ഏതുപ്രകാരം നീചത്വവും നരകവും സിദ്ധിക്കുന്നുവോ അതുപ്രകാരംതന്നെ

അതിൽനിന്നുണ്ടാകുന്ന സന്താനങ്ങൾക്കും ആ ദോഷം ബാധിക്കുമെന്നാണ് വിശ്വസിക്കേണ്ടത്.

പുരുഹൂതൻനമ്പൂരി: അതു നല്ല ശിക്ഷ! ശൂദ്രസ്ത്രീകളിൽ ഈയ്യുള്ളയാളുകൾ പ്രവേശിക്കുന്നതുകൊണ്ടു നോക്കല്ലാതെ നിങ്ങൾക്കും പാപമുണ്ട്. ഇല്ലേ? ഇനി എന്തെല്ലാണ് ഗോപാലനു പറവാനുള്ളത്? എല്ലാം പറഞ്ഞു തീർത്തുകളയു

ഗോപാലമേനോൻ: പ്രസ്താവിപ്പാൻ ഭാവിച്ച അവസ്ഥക്കു ഇനി മുഴുവനും പ്രസ്താവിച്ചുകളയാമെന്നുതന്നെയാണ് വിചാരിക്കുന്നത്. ശൂദ്രസ്ത്രീസ്പർശം ഇരിക്കട്ടെ; ശൂദ്രഗൃഹത്തിൽ പ്രവേശിക്കുന്നതുകൊണ്ടു തന്നെ അത്യുൽകൃഷ്ടന്മാരായ കേരളബ്രാഹ്മണർക്കു അശുദ്ധിവരുമെന്നല്ലെ വെച്ചിട്ടുള്ളത്. അശുദ്ധനായ ബ്രാഹ്മണന്റെ ബീജത്തിന്നും അപ്പോളശുദ്ധി ബാധിക്കാതിരിപ്പാൻ പാടില്ലാത്തതല്ലെ. അശുദ്ധിബീജത്തിൽ നിന്നുണ്ടാകുന്ന സന്താനങ്ങളുടെ ശുദ്ധത്തെപ്പറ്റി പ്രസ്താവിക്കേണ്ടുന്ന ആവശ്യമേയില്ല. ഇങ്ങനെയുള്ള സന്താനങ്ങൾ നീചസന്താനങ്ങൾ എന്നാണ് പൂർവ്വികന്മാർ വിധിച്ചു കാണുന്നത്. അതും ഇരിക്കട്ടെ. പാത്രദൂഷ്യംകൊണ്ടു അത്യന്തം വിശിഷ്ടങ്ങളായ സാധനങ്ങൾ സ്വാഭാവികസ്ഥിതിയെ വിട്ടു കേവലം വഷളായിപ്പോകുമാറുണ്ടെന്ന് എല്ലാവർക്കും വിശ്വാസംവന്നിട്ടുള്ള അവസ്ഥയാണല്ലോ. ഓട്ടുപാത്രത്തിൽ ഒഴിക്കുന്ന തയിർ കിളർത്തു ചീത്തയായിപ്പോകുന്നതുപോലെ നീചയോനിയിൽ പതിക്കുന്ന ഉത്തമ ബീജം അത്യന്തം നീചമായി ദുഷിച്ചുപോകയാണു ചെയ്യുന്നത് അല്ലാത്തപക്ഷം ശൂദ്രസ്ത്രീയിൽ ബ്രാഹ്മണോല്പന്നങ്ങളായ സന്താനങ്ങൾ ശൂദ്രരേക്കാൾ താണവരാണെന്നു മന്വാദിസ്മൃതികളിൽ വിധിച്ചു കാണ്മാൻ ഇടയില്ലാത്തതാണ്. ഇതുകൂടാതെ ലൗകികവിരുദ്ധമായ ഒരു വലിയ ദോഷം കൂടിയുണ്ട്.

പുരുഹൂതൻനമ്പൂരി: സ്മൃതി എല്ലാം ഒരു സ്ഥലത്തുവെച്ച് ഗോപാലൻ ലൗകികത്തിലേക്കാണില്ലെ കടപ്പാൻ വിചാരിക്കുന്നത്? ബ്രാഹ്മണസംബന്ധം ലൗകികത്തിന്നു വിരുദ്ധമാണൊ? ഈ ഒരു കാര്യം ഇതുവരെ ആരും പറഞ്ഞുകേട്ടിട്ടില്ല. ശാസ്ത്രത്തിന്നും നാട്ടുനടപ്പിന്നും എല്ലാം വിരോധമാണില്ലെ നമ്പൂരാരുടെ പ്രവേശനം?

ഗോപാലമേനോൻ: അതിന്നു യാതൊരു സംശയവും ഇല്ല. മേൽപറഞ്ഞ സംഭോഗത്തിൽ നിന്നുണ്ടാകുന്ന സന്താനങ്ങൾക്കു പിതൃക്രിയക്കു യാതൊരു അർഹതയും ഇല്ലെന്നു തീർച്ചപ്പെടുത്തിവെച്ചിട്ടുള്ളതുകൊണ്ടു അവരെ സന്താനങ്ങൾ എന്നു വിചാരിപ്പാൻ പാടില്ലാത്തതാണ്. പിതാവിന്റെ ശേഷക്രിയക്ക് അർഹതയില്ലാത്ത മക്കളെ അദ്ദേഹത്തിന്റെ മലമൂത്രാദികളിൽ ഒന്നാണെന്നു മാത്രമല്ലാതെ പുത്രന്മാരെന്നു ശബ്ദിക്കാനെ പാടില്ലെന്നാണു ഞാൻ കേട്ടിട്ടുള്ളത്. സ്വന്തം സന്താനങ്ങളെ കൈകൊണ്ടു തൊട്ടുപോയാൽ മൂക്കുപിടിച്ചു മുന്നൂറുമുങ്ങി സഹസ്രാവൃത്തി ജപിച്ചല്ലാതെ പരിശുദ്ധന്മാരാകയില്ലെന്നു പറഞ്ഞു അതുപ്രകാരം അനുഷ്ടിച്ചു വരുന്ന നിങ്ങളെ സംബന്ധകാര്യത്തിൽ വേറെ വല്ല നിവൃത്തിയും

ഉണ്ടെങ്കിൽ ഈ തൊടിക്കകത്തു കടത്താതിരിക്കണമെന്നാണ് ഞാൻ നിശ്ചയിച്ചിട്ടുള്ളത്. തുമ്പില്ലാത്ത ഈവിധം രഹസ്യവും പരസ്യവുമല്ലാത്ത സംബന്ധംകൊണ്ടു ഇനിയും അനേകം ദോഷങ്ങൾ സംഭവിപ്പാനിടയുള്ളതാകകൊണ്ടു ശാസ്ത്രനിഷിദ്ധമായ ഈ മാതിരി ബ്രാഹ്മണസംബന്ധം ഒരിക്കലും വിഹിതമായിട്ടുള്ളതല്ലെന്നാണ് ഞാൻ വിചാരിക്കുന്നത്. ഈ സംഗതിക്കുവേണ്ടി ഇനിമേൽ ഇവിടെ കടക്കാതിരിക്കേണമെന്നു മാത്രമേ ഞാൻ അപേക്ഷിക്കുന്നുള്ളു. മുറിക്കുപ്പായം ഇട്ടു മൂടിപ്പുതച്ചു നടക്കുന്ന ആ വെളുത്തപെൺകിടാവിനെ ഈ ജന്മം ഞാൻ കാണാൻപോലും കൊടുക്കില്ലെന്നു കുബേരൻ നമ്പൂരിപ്പാടിനെ അറിയിക്കാം. പരമാർത്ഥസംഗതികളെ പ്രസ്താവിച്ചതുകൊണ്ടു എന്റെ നേരെ യാതൊരു മുഷിച്ചിലും കൂടാതെ ഇരിക്കേണ്ടത് ഇവിടുത്തെ ഭാരമാകുന്നു എന്നു പ്രത്യേകം താഴ്മയോടെ അറിയിക്കുന്നു.

ഗോപാലമേനോൻ ഇപ്രകാരം പറഞ്ഞു ഇരുന്ന ദിക്കിൽ നിന്നു എഴുന്നേറ്റു നമ്പൂരിപ്പാടിനെ തൊഴുതുംകൊണ്ടു അവിടെ നിന്നു. ഗോവിന്ദനുണ്ടായ സന്തോഷം എത്രയാണെന്നു പറവാൻ പ്രയാസം. ഈ സംസാരം അകത്തുനിന്നിരുന്ന സ്ത്രീകളിൽ പാറുക്കുട്ടിക്കാണു വളരെ രസം പിടിച്ചത്. ഇവൾക്കു സാധാരണമായി നമ്പൂതിരിമാരെ മനസ്സുകൊണ്ടു കുറെ പുച്ഛമാണ്. അതു ചെറുപ്പകാലത്തിന്റെ തിളപ്പുകൊണ്ടു തോന്നീട്ടുള്ളതും അല്ല. ഇവരുടെ ലജ്ജാകരമായ നടവടിയും തോന്ന്യാസവും കണ്ടിട്ടു മനസ്സിൽ ഒരു വെറുപ്പു തോന്നിപ്പോയതിനാൽ മാത്രം ഉണ്ടായിട്ടുള്ളതാണ്. ‘മീനാക്ഷിക്കുട്ടി ഇവിടെ ഉണ്ടായിരുന്നുവെങ്കിൽ ജ്യേഷ്ഠൻ ഈ പറഞ്ഞിട്ടുള്ളതെല്ലാം അവൾക്കും കേൾക്കായിരുന്നുവല്ലൊ. ഇതെല്ലാം സ്ത്രീകൾ കേൾക്കേണ്ടതും മനസ്സിലാക്കേണ്ടതും ആണ്. ജ്യേഷ്ഠൻ ഇത്രയൊക്കെ പറയുമെന്നു ഞാൻ വിചാരിച്ചിരുന്നില്ല’ എന്നിങ്ങനെ പാറുക്കുട്ടി അകത്തുനിന്നു പതുക്കെ മന്ത്രിച്ചുതുടങ്ങി. നമ്പൂരിയെ മുഷിച്ചിലാക്കേണ്ടതില്ലായിരുന്നു. വൃഥാ ബ്രാഹ്മണകോപം സമ്പാദിക്കേണ്ടുന്ന ആവശ്യമുണ്ടായിരുന്നില്ല. അതുകൊണ്ടു മേലിൽ എന്തെല്ലാമാണ് വരുന്നത് എന്നു ആർക്കറിയാം. ലക്ഷ്മിഅമ്മയുടെ മനസ്സിൽ ഇങ്ങിനെയുള്ള വിഷാദമുണ്ടായി. ‘ജ്യേഷ്ഠനു ദേഷ്യം വന്നാൽ നിവൃത്തിയില്ലാ. എന്നാലും ഇത്ര അധികം പറയേണ്ടതില്ലായിരുന്നു. നമ്പൂരിപ്പാടിന്റെ മുഖം വല്ലാതെ കറുത്തുവശായതുനോക്കു. കഷ്ടായിപ്പോയി. അദ്ദേഹം ജ്യേഷ്ഠനെ ശപിച്ചേച്ചു പോകുമൊ എന്നു ഭയമായിരിക്കുന്നു. എന്തൊരു ജ്യേഷ്ഠനാണ്. ബ്രാഹ്മണരോടു ഇങ്ങിനെ എല്ലാം പറയാമൊ?’ എന്നിപ്രകാരം നാണിഅമ്മയും പതുക്കെ പിറുപിറുത്തുതുടങ്ങി.

ഗോപാലമേനോന്റെ സംസാരവും മുഖഭാവവും കണ്ടിട്ടു പുരുഹൂതൻ നമ്പൂരിക്കു ആകപ്പാടെ സഹിച്ചുകൂടാത്ത ദേഷ്യം വന്നു. താൻ വിചാരിച്ചുവന്നകാര്യം ഈ സ്ഥിതിയിൽ കലാശിക്കുമെന്നു അദ്ദേഹം ഒരിക്കലും വിചാരിച്ചിട്ടുണ്ടായിരുന്നില്ല. ആശാഭംഗംകൊണ്ടു ക്രോധപരവശനായി അദ്ദേഹം അവിടെനിന്നെഴുന്നേറ്റു ഗോപാലമേനോന്റെ മുഖത്തുനോക്കി

കുറെ ഉച്ചത്തിൽ പറഞ്ഞു: 'തന്നെപ്പോലെ കാര്യബോധവും സ്മൃതിസിദ്ധാന്തവും ശീലമുള്ള ശൂദ്രര് ഈ മലയാളത്തിൽ ഇനിയും നാലഞ്ചുപേരുംകൂടി ഉണ്ടാകുന്നതായാൽ നമ്പൂരാരുടെ കാര്യം വലിയ മോശംതന്നെ. സന്യാസിക്കാനെ പിന്നെ നിവൃത്തിയുള്ളു. എന്തു സ്മൃതിസിദ്ധാന്തമാണു തനിക്കു നിശ്ചയമുള്ളത്. നീ സ്മൃതി കണ്ടിട്ടുണ്ടൊ? മന്വാദിസ്മൃതിയിൽ അങ്ങിനെ പറഞ്ഞിരിക്കുന്നു ഇങ്ങിനെ പറഞ്ഞിരിക്കുന്നു-എന്നൊക്കെ അധികപ്രസംഗം പറഞ്ഞതല്ലാതെ നിനക്കു ഒരൊറ്റ സ്മൃതി ചൊല്ലാൻ കഴിഞ്ഞൊ? ഗോകർണ്ണം മുതൽ കന്യാകുമാരിവരെയുള്ള ഈ കേരളരാജ്യത്തിൽ പരശുരാമനും ശങ്കരാചാര്യരുംകൂടി പണ്ടേക്കുപണ്ടെ നടത്തിച്ചുവന്നിട്ടുള്ള ഈ സമ്പ്രദായം ഇതുവരെ ആരെങ്കിലും അബദ്ധമാണെന്നു പറഞ്ഞൊ. യോഗ്യന്മാർ നടന്നുവരുന്ന നടപടി തെറ്റാണെന്നു പറവാൻ നിനക്കു ലജ്ജയില്ലല്ലോ. നിന്റെ മരുമകളെ നമ്പൂരാർക്കുകൊടുപ്പാൻ മനസ്സില്ലെങ്കിൽ കൊടുക്കേണ്ട. കണ്ട ചട്ടക്കൊ വെള്ളക്കൊ ആർക്കെങ്കിലും കൊടുത്തൊ. നോക്കു വേണ്ട. ഈവക തോന്ന്യാസവും അധികപ്രസംഗവും പറവാൻ നിനക്കു അധികാരവും ആവശ്യവും ഇല്ലെന്നു നീ നല്ലവണ്ണം സൂക്ഷിച്ചൊ. ഇരിക്കട്ടെ. നോം ഒരു നമ്പൂരി, ഗോപാലൻ ഒരു ശൂദ്രൻ. അതു നിശ്ചയംതന്നെ. അല്ലേ? നോം രണ്ടു പേരും തമ്മിലാണ് വാദിപ്പാൻ പോകുന്നത്. കന്മനക്കു ആ പെണ്ണിനെ ആവശ്യമുണ്ടായിട്ടല്ല; എങ്കിലും ആ അധികപ്രസംഗിപ്പെണ്ണിനെ ഒരു ദിവസമെങ്കിലും ഇല്ലത്തുകൊണ്ടുപോയി പാർപ്പിപ്പാൻ കഴിയുമൊ എന്നു നോം ശ്രമിച്ചുനോക്കട്ടെ. ഇല്ലംവക സ്വത്തുമുഴുവൻ വിറ്റിട്ടെങ്കിലും ഇതിന്റെശേഷം നിന്നോടു നോം ചോദിക്കാതെ ഇരിക്കില്ല" എന്നു പറഞ്ഞു മുറ്റത്തിറങ്ങി. ഗോവിന്ദൻ അപ്പോൾ പുറത്തുകടന്നു വന്നിട്ടില്ലായിരുന്നുവെങ്കിൽ ഗോപാലമേനോൻ ഇദ്ദേഹത്തെ വെറുതെ അയക്കയില്ലായിരുന്നു. വല്ലതും രണ്ടുനാലെങ്കിലും ദക്ഷിണകൊടുക്കേണമെന്നായിരുന്നു ആ മനുഷ്യന്റെ താല്പര്യം. ദേഷ്യം സഹിക്കരുതാഞ്ഞിട്ടു ഗോപാലമേനോൻ ഇര വഴുതിയ നരിയെപ്പോലെ കുറെ എല്ലാം കുതർന്നുനോക്കി-എങ്കിലും ഗോവിന്ദൻ പിടിച്ചുവെച്ചുകളഞ്ഞു. നമ്പൂരിപ്പാടു വായിൽ തോന്നിയതു പറഞ്ഞുകൊണ്ടു പടിയും ഇറങ്ങിപ്പോയി. സ്കൂൾ പിരിഞ്ഞു പടിഞ്ഞാറെ പടികയറി അപ്പോഴേക്കു മീനാക്ഷിക്കുട്ടിയും വന്നു. തന്റെ വാത്സല്യത്തിനും അതിപ്രിയത്തിന്നും ഇരിപ്പിടമായ ഇവളെ കണ്ടപ്പോൾ ഗോപാലമേനോന്റെ കണ്ണുകളിൽ വെള്ളം നിറഞ്ഞു. എങ്കിലും മനശ്ചാഞ്ചല്യം യാതൊന്നും പുറത്തുകാണിക്കാതെ ധൈര്യം കലർന്നു വേഗത്തിൽ മാളികയുടെ മുകളിലേക്കു കയറിപ്പോയി.

പുരുഹൂതൻ നമ്പൂരി നന്ദരാജാക്കന്മാരുടെ ഭോജനശാലയിൽ നിന്നു പുറത്താക്കിയ ചാണക്യനെപ്പോലെ കോപാന്ധനായി അവിടെനിന്നു പടിയിറങ്ങി ചിറയുടെ കിഴക്കുഭാഗത്തു എത്തിയപ്പോഴെക്കു കുബേരൻനമ്പൂരിയും ക്ഷേത്രത്തിന്റെ വടക്കെ ഗോപുരവും ഇറങ്ങി ബദ്ധപ്പെട്ടു അരികത്തുവന്നു. പുരുഹൂതൻനമ്പൂരിയുടെ മുഖഭാവംകൊണ്ടുതന്നെ കാര്യം

അപകടമായിട്ടാണ് കലാശിച്ചത് എന്നു കുബേരൻ നമ്പൂരിക്കു മനസ്സിലായി. എങ്കിലും രണ്ടുപേരുംകൂടി കുറെ അകലെ പോയിനിന്നു അന്യോന്യം സംസാരിപ്പാൻ തുടങ്ങി. പുത്തൻ മാളിക്കൽ പോയതും അകത്തു കടപ്പാൻ അനുവദിക്കാതെ ഗോപാലമേനോൻ തന്നെ അവമാനിച്ചതും യാതൊരു ബഹുമാനവും കൂടാതെ ഒരുമിച്ചിരുന്നു സാധാരണ നടവടിയും വിനയവും വിട്ടു അധികപ്രസംഗമായി സംസാരിച്ചതും നമ്പൂരിമാരെ കൂട്ടത്തോടെ ശകാരിച്ചതും മീനാക്ഷിക്കുട്ടിയെ കാണാൻപോലും കൊടുക്കില്ലെന്നു ധിക്കാരം പറഞ്ഞതും തന്നെ അടിപ്പാൻ ഭാവിച്ചതും താൻ തക്കതായ മറുപടി പറഞ്ഞു ശപഥംചെയ്തു ഇറങ്ങിപ്പോയിട്ടുള്ളതും ഇങ്ങനെ ഉള്ളതും ഇല്ലാത്തതും തരംപോലെ കൂട്ടിച്ചേർത്തു കുബേരൻ നമ്പൂരിയെ പറഞ്ഞു ധരിപ്പിച്ചു. അദ്ദേഹത്തിന്ന് ഇതെല്ലാം കേട്ടപ്പോൾ അസാമാന്യമായ വ്യസനവും ഇച്ഛാഭംഗവും ഈറയും അരിശവും കണ്ണീരും തൊണ്ടവിറക്കലും എല്ലാം പാടെ ഒന്നിച്ചുണ്ടായി. ഗോപാലമേനോനെ ചതിച്ചിട്ടോ വശീകരിച്ചിട്ടൊ മരണക്രിയചെയ്തു നശിപ്പിച്ചിട്ടൊ ഏതു വിധമെങ്കിലും മീനാക്ഷിക്കുട്ടിയെ കയ്ക്കലാക്കാമെന്നു രണ്ടുപേരുംകൂടി നിശ്ചയിച്ചു. പണംകൊണ്ടു സാഘിപ്പിക്കാമെങ്കിൽ പതിനായിരം ഉറുപ്പിക ചെലവുചെയ്‌വാൻ താൻ ഒരുക്കമുണ്ടെന്നും കുബേരൻ നമ്പൂരി തന്റെ സ്നേഹിതനോടു വാഗ്ദത്തംചെയ്തു. രണ്ടാളുംകൂടി ഇതിലേക്കു വേണ്ടുന്ന പല വിദ്യകളും അതുമുതൽക്കു പലരുടേയും സഹായത്തോടുകൂടി ആലോചിച്ചുതുടങ്ങി.

11

കുഞ്ഞികൃഷ്ണമേനോൻ മുതലായവരുടെ വരവ്

കഴിഞ്ഞ അദ്ധ്യായത്തിൽ പ്രസ്താവിച്ച സംഗതികൾ സംഭവിച്ചിട്ടുണ്ടായിരുന്നതിന്റെ പിറ്റേദിവസം രാവിലെ കുഞ്ഞുകൃഷ്ണമേനോനു ഒരു ടെലിഗ്രാം അയപ്പാൻ വേണ്ടി ഗോവിന്ദൻ കമ്പിആപ്പീസിലേക്കു പോവാനുള്ള ഒരുക്കത്തോടുകൂടി ഗോപാലമേനോന്റെ അരികത്തുചെന്നു. അദ്ദേഹം അപ്പോൾ ചായയുംകഴുച്ചു മാളികമുകളിൽ ഇരിക്കയായിരുന്നു. ഗോവിന്ദനെ കണ്ട ഉടനെ അവിടെനിന്നു എഴുന്നീറ്റു താഴത്തിറങ്ങി കിഴക്കെ പൂമുഖത്തുവന്നിരുന്നിട്ടു മീനാക്ഷിക്കുട്ടിയെ വിളിച്ചുകൊണ്ടു വരുവാൻവേണ്ടി പറഞ്ഞു. ആ സമയം അവൾ പടിഞ്ഞാറെ ഭാഗത്തുള്ള ചാരുപടിയിന്മേൽ ഇരുന്നു ക്ഷേത്രഗണിതം വായിക്കുകയായിരുന്നു. ഗോപാലമേനോൻ വിളിക്കുന്നു എന്നു കേട്ടക്ഷണത്തിൽ അവൾ പുസ്തകം അവിടെവെച്ചു എഴുനീറ്റു ബദ്ധപ്പെട്ടു പൂമുഖത്തേക്കുചെന്നു. ഗോപാലമേനോൻ തന്റെ അതിപ്രിയയായ മരുമകളെ അരികത്തുവിളിച്ചു പുറത്തു തലോടിക്കൊണ്ടു പറഞ്ഞു: 'പണ്ണെ! നിന്റെ അച്ഛൻ വരാമെന്നു പറഞ്ഞിട്ടുണ്ടായിരുന്ന ദിവസങ്ങളൊക്കെയും കഴിഞ്ഞു. നിശ്ചയിച്ച പ്രകാരം വരാതെയിരിപ്പാൻ പ്രത്യേകിച്ചു വല്ല മുടക്കവും സംഭവിച്ചിട്ടുണ്ടോ എന്നു സംശയമായിരിക്കുന്നു. അല്ലാത്തപക്ഷം അദ്ദേഹം വരാതിരിക്കയില്ലായിരുന്നു. അതുകൊണ്ടു ഗോവിന്ദനെ ഇപ്പോൾ കമ്പി ആഫീസിലയച്ചു ഒരു ടെലഗ്രാം അടിപ്പിക്കാമെന്നു വിചാരിക്കുന്നു. എനിക്കു ഇംഗ്ലീഷുഭാഷ അറിഞ്ഞുകൂടാത്തതുകൊണഅടു അതു അയയ്ക്കേണ്ടുന്നമാതിരി നല്ല നിശ്ചയമില്ല. ഗോവിന്ദനും എനിക്കു പറ്റിയ കാര്യസ്ഥൻതന്നെ. നീ ഇംഗ്ലീഷ് രണ്ടുനാലു സംവത്സരമായല്ലോ പഠിച്ചുവരുന്നു. ടെലിഗ്രാം അയപ്പാൻ ശീലമുണ്ടെങ്കിൽ വേണ്ടതക്ക പ്രകാരം ഒന്നു എഴുതി ഇപ്പോൾതന്നെ ഗോവിന്ദൻവശം അയയ്ക്കു. മറ്റൊന്നും വിചാരിച്ചു മുഖം ചീത്തയാക്കേണ്ട. ഇതുകേട്ടപ്പോൾ മീനാക്ഷി

ക്കുട്ടിയുടെ മനസ്സിൽ പാങ്ങല്ലാത്ത ഒരു പരിഭ്രമവും വിചാരവും ഉണ്ടായി. തന്റെ അച്ഛന്നു വല്ല ശരീരസുഖക്കേടും ബാധിച്ചിട്ടുണ്ടായിരിക്കും എന്നുള്ള ചിന്ത മനസ്സിൽ കടക്കുമ്പോഴേക്കു കണ്ണിൽ വെള്ളം നിറഞ്ഞു എന്നുമാത്രമല്ല, ആയതു മുഖത്തുകൂടി പലവഴിയായൊഴുകി തുള്ളി തുള്ളിയായി റവുക്കയിൽ ഇറ്റിറ്റു വീഴുകയും ചെയ്തു. അഭിനവമായി വികസിച്ചു നിൽക്കുന്ന സരോരുഹത്തിന്മേൽ തുഷാരം പതിച്ചാൽ ഏതു പ്രകാരമോ അതുപ്രകാരം അതിപ്രസന്നമായി വിങ്ങിക്കൊണ്ടിരുന്ന അവളുടെ മുഖത്തു ക്ഷണനേരംകൊണ്ട് ഒരു വൈവർണ്ണ്യവും മ്ലാനതയും ബാധിച്ചു. ഇതെല്ലാം കണ്ടപ്പോൾ ഗോപാലമേനോന്റെ മനസ്സിലും കുറച്ചു കുണ്ഠിതമുണ്ടായി. എങ്കിലും അദ്ദേഹം അത്യന്തം ധൈര്യശാലിയായിരുന്നതുകൊണ്ടു തന്റെ മനോവൈവശ്യം ലേശംപോലും പുറത്തു കാണിക്കാതെ അവളെ തന്റെ മടിയിൽ പിടിച്ചിരുത്തി തോർത്തുമുണ്ടു കൊണ്ട് കണ്ണീർതുടച്ചു മൂർദ്ധാവിൽ രണ്ടുമൂന്നുരു ചുംബിച്ചു പതുക്കെ പറഞ്ഞു: 'നീ എന്തൊരു ഭോഷയാണ്! സ്ത്രീസാധാരണമായ ചാപല്യം നിനക്കെങ്കിലും അല്പം കുറഞ്ഞിരിക്കേണമെന്നു വിചാരിച്ചിട്ടല്ലെ ബുദ്ധി വികാസം വരത്തക്കതു പലതും ഞാൻ നിന്നെ ശീലിപ്പിച്ചു വരുന്നത്? എന്നിട്ടും അനാവശ്യമായി കണ്ണീരൊലിപ്പിച്ചു മുഖം വഷളാക്കിത്തീർപ്പാൻ നിനക്കു അശേഷം ലജ്ജയില്ലാത്തത് വലിയ ആശ്ചര്യംന്നെ. കഷ്ടമെ കഷ്ടം! നിനക്കു ഇത്ര ജളത്വവും ഭീരുത്വവും ഉണ്ടെന്നു ഞാൻ ഇതുവരെ വിചാരിച്ചിട്ടുണ്ടായിരുന്നില്ല. നിന്റെ അച്ഛന്നു യാതൊരു സുഖക്കേടും ഇല്ല. ഇന്ന് ഇവിടെ എത്തും. നീ കരയാതിരിക്കൂ. നീ വിഡ്ഢിത്തം ഒന്നും കാട്ടാതെ ധൈര്യപ്പെടൂ. നിന്റെ അച്ഛനും ജേഷ്ഠനും ഇന്ന് ഉച്ചയ്ക്കു മുമ്പെ ഇവിടെ കുളിപ്പാൻ തക്കവണ്ണം എത്താതെയിരിക്കയില്ല. അവർ വിശന്നുംകൊണ്ടുവരുന്ന സമയം അവർക്കു കൊടുപ്പാൻവേണ്ടി നീ വല്ലതും ശേഖരിച്ചു വെച്ചിട്ടുണ്ടോ? ഇല്ലെങ്കിൽ ക്ഷണത്തിൽ പോയി വല്ലതും തെയ്യാറാക്കുവാൻ നോക്കൂ. കരയുന്നതു നമുക്കു പിന്നെയാവാം. ഇങ്ങിനെ ഓരോന്നു പറഞ്ഞു സമാധാനപ്പെടുത്തിക്കൊണ്ടിരിക്കുന്ന മദ്ധ്യെ കിഴക്കേ ഇടവഴിയിൽക്കൂടി ഒരു വണ്ടിവരുന്ന ശബ്ദം കേട്ടു. 'ഇനി കരയണമെന്നില്ല. മൂപ്പര് എത്തിപ്പോയി. ഞാൻ ചെന്നു നോക്കട്ടെ' എന്നു പറഞ്ഞു ഗോവിന്ദൻ പടിക്കലേക്കു ഓടി. വണ്ടി വരുന്ന ശബ്ദം കേട്ടപ്പോൾതന്നെ മീനാക്ഷിക്കുട്ടിയുടെ മനഃകുണ്ഠിതം ഏതാണ്ടു തീർന്നു എന്നുതന്നെ പറയാം. നിഷ്പ്രഭമായി വാടിയിരുന്ന ഇവളുടെ മുഖത്തു ക്രമേണ ഒരു പ്രസന്നതയും വെളിച്ചവും വന്നുകൂടിത്തുടങ്ങി. വണ്ടിയിൽ ആരാണു വരുന്നത് എന്നു നോക്കുവാൻ ഗോവിന്ദന്റെ മുമ്പിൽ ഓടി എത്തേണമെന്നുള്ള താല്പര്യം മീനാക്ഷിക്കുട്ടിയെ കുറെ ഉത്സാഹിപ്പിച്ചുനോക്കി എങ്കിലും ഗോപാലമേനോന്റെ നേരെ ഇവൾക്കുള്ള ശങ്ക ഇവളെ പിടിച്ചു നിർത്തിക്കളഞ്ഞു. ഗോപാലമേനോൻ ഉടനെതന്നെ ഇവളുടെ കൈ പിടിച്ചുംകൊണ്ടു മുറ്റത്തേക്കു ഇറങ്ങിയതിനാൽ ഇവളുടെ മനോരഥത്തിന്ന് അല്പം ആശ്വാസമായി. രണ്ടുപേരും ഏകദേശം നടവ

ഴിക്കു നേരെ എത്തിക്കഴിയുമ്പോഴേക്കു വണ്ടിയിൽ കയറി വന്നിട്ടുണ്ടായിരുന്നവരും തങ്ങളുടെ സാമാനങ്ങളും പടിപ്പുരയുടെ കോലാമൽ എത്തി.

ഗോപാലമേനോന്റെ സാന്ത്വന വാക്കിനാലും വണ്ടിവരുന്ന ശബ്ദം കേട്ടതിനാലും ശങ്കിച്ച് തല്ക്കാലം വാങ്ങിനിന്നിട്ടുണ്ടായിരുന്ന കണ്ണുനീർ മീനാക്ഷിക്കുട്ടിയുടെ നേത്രങ്ങളിൽ ഹർഷാരൂപേണ രണ്ടാമതും വന്നു നിറയുവാൻ സംഗതി സിദ്ധിച്ചതിനാൽ സന്തോഷിച്ചു. 'എന്റെ ജ്യേഷ്ഠനും അച്ഛനും ഇതാ ഒരുമിച്ചുതന്നെ വന്നിരിക്കുന്നു' എന്നു പറഞ്ഞുംകൊണ്ടു പടിക്കലേക്കു അവൾ ഓടിച്ചെല്ലുവാൻ ഭാവിച്ചു. എങ്കിലും ഗോപാലമേനോൻ അവളെ അതിന്ന് അനുവദിക്കാതെ പിന്നെയും സാവധാനത്തിൽ അവളോടു പതുക്കേ പറഞ്ഞു. 'നീ എന്തിനാണ് ഇത്രയെല്ലാം ബദ്ധപ്പെടുന്നത്? അവരെല്ലാവരും ഇങ്ങട്ടല്ലെ വരുന്നത്? നീ എന്തിനാണ് അങ്ങട്ടു ഓടി ബുദ്ധിമുട്ടുന്നത്? നീ മുമ്പു കാണാത്ത ഒരു ചെറുപ്പക്കാരൻകൂടി അവരുടെ ഒന്നിച്ചു വരുന്നതുകണ്ടില്ലെ? നിന്റെ ഈ ഓട്ടവും ചാട്ടവും കണ്ടാൽ അദ്ദേഹം എന്തെല്ലാം വിചാരിക്കും. ഞാൻ അങ്ങട്ടു ചെന്നു നിന്റെ അച്ഛനെ ആദരിച്ച് ഇങ്ങട്ടു കൂട്ടിക്കൊണ്ടു വരുമ്പോഴേക്കു നീ രണ്ടു കസേലകൂടി എടുത്തു പൂമുഖത്തുകൊണ്ടു വെപ്പിക്കു. ചായയും മറ്റും ക്ഷണത്തിൽ തെയ്യാറാക്കേണമെന്നു നിന്റെ അമ്മയോടും ചെന്നു പറക, ഇപ്രകാരം പറഞ്ഞു മീനാക്ഷിക്കുട്ടിയെ തിരികെ അയച്ചിട്ടു ഗോപാലമേനോൻ ചിരിച്ചുംകൊണ്ടു വേഗത്തിൽ പടിക്കലേക്കു ചെന്നു. എല്ലാവരും അന്യോന്യം കുശലപ്രശ്നം ചെയ്തുംകൊണ്ടു നാലഞ്ചു മിനിട്ടുനേരം പടിക്കൽതന്നെ നിന്നു സംസാരിച്ചു. സാമാനങ്ങൾ നിറച്ചിട്ടുള്ള പെട്ടികളും മറ്റും ശിപായി കോമൻനായര് എടുത്തും എടുപ്പിച്ചും കോലാമേൽ കൊണ്ടുവെപ്പിച്ചു.

മീനാക്ഷിക്കുട്ടി അകായിൽപോയി അവിടെനിന്നു വിശേഷമായ രണ്ടു കസേലകൾ എടുത്തു വേഗത്തിൽ പൂമുഖത്തു കൊണ്ടുവെച്ചു. തന്റെ അച്ഛനും മറ്റും വന്നിട്ടുണ്ടെന്നുള്ള വർത്തമാനം ഓടിച്ചെന്നു തന്റെ അമ്മയോടു പറഞ്ഞു. ലക്ഷ്മിഅമ്മ ഈ സമയത്തു വടക്കുഭാഗത്തെ കോലായിൽ ഇരുന്നു പല്ലു തേക്കുക ആയിരുന്നു. ഭർത്താവും മകനും വന്നിട്ടുണ്ടെന്നു കേട്ടപ്പോൾ ഇവർക്കുണ്ടായ പരമാനന്ദവും അനുരാഗവും വാത്സല്യവും ഇത്രയെന്നു പറഞ്ഞറിയിപ്പാൻ ലക്ഷ്മിയമ്മയൊഴികെ യാതൊരാൾ വിചാരിച്ചാലും സാധിക്കുന്നതല്ല. പല്ലുതേപ്പു നിർത്തി ക്ഷണത്തിൽ മുഖം കഴുകി അവിടെനിന്നെഴുന്നേറ്റു. എങ്കിലും വിചാരിച്ച കാര്യം നിവർത്തിക്കുന്നതിൽ മുടക്കം ചെയ്വാനായിട്ട് ഇടയിൽ ചിലർ കടന്നുകൂടി. കെട്ടിവെക്കുംതോറും തലമുടി അഴിഞ്ഞുപോകുന്നതിനാൽ കുറേനേരം ബുദ്ധിമുട്ടുണ്ടായി. അപ്പോൾ വസ്ത്രബന്ധവും അതിനാൽ കഴിയുന്നത്ര ഉപദ്രവിക്കേണമെന്നു വിചാരിച്ചു കീഴ്പോട്ടു പോകുവാൻ ശ്രമിച്ചുതുടങ്ങി. ഇതുരണ്ടും കണ്ടപ്പോൾ നേത്രങ്ങൾ ചലിക്കുവാനും അധരം വിറക്കുവാനും ശരീരം രോമാഞ്ചം കൊൾവാനും എന്നുവേണ്ടാ മറ്റും ചില അംഗങ്ങൾ കാലോചിതമായ അവസ്ഥാന്തരത്തെ കാണിപ്പാൻ തുടങ്ങി.

തല്ക്കാലം തൽസ്ഥാനങ്ങളിൽത്തന്നെ അടങ്ങിയിരിക്കേണ്ടതിന്ന് ഇവരോടു പ്രത്യേകം അപേക്ഷിച്ചതിൽപിന്നെ നാണിയമ്മയെ വിളിച്ചു മീനാക്ഷിക്കുട്ടിയുടെ അച്ഛനും അപ്പയും വന്നിട്ടുണ്ടുപോൽ എന്നു പറഞ്ഞു അടുക്കളയിൽ വേണ്ടതെല്ലാം ചട്ടം ചെയ്വാൻ ആ അമ്മയെ ഭരമേല്പിച്ചു തന്റെ അറയിൽ പോയി വെറ്റിലത്തട്ടും എടുത്തുകൊണ്ടു പുറത്തേക്കു കടന്നു. അപ്പോഴേക്കു പാറുക്കുട്ടിയും കുളികഴിഞ്ഞു പടിഞ്ഞാറെ പടികയറി ഓടിക്കൊണ്ടെത്തി. 'ഞാനും വരട്ടെ ഏട്ടത്തീ, നോക്കു ഒന്നിച്ചു പുറത്തെത്തളത്തിലേക്കു പോകുന്നതാണു നല്ലത്. ഞാൻ ഇതാ ഈറൻ വീഴ്ത്തോട്ടെ.' അവൾ തന്റെ അറയിൽ കടന്നു വേഗത്തിൽ ഒരു അലക്കുവസ്ത്രം എടുത്തു ചുറ്റി തോർത്തു മുണ്ടെടുത്തു മക്കനയിട്ടു പുറത്തുകടക്കുന്നതിനു മുമ്പായിട്ടുതന്നെ ലക്ഷ്മിഅമ്മയും മീനാക്ഷിക്കുട്ടിയും അവർ വിചാരിച്ച ദിക്കിൽ എത്തിയിരുന്നു. പാറുക്കുട്ടിയുംവന്ന് അവരുടെ അടുക്കെ കിഴക്കെ വലിയ തളത്തിൽ ഇടത്തുഭാഗമുള്ള ജനേലിന്നരികെ കിഴക്കോട്ടു നോക്കിക്കൊണ്ടു നിന്നു. കുഞ്ഞികൃഷ്ണമേനോൻ, കുഞ്ഞിശ്ശങ്കരമേനോൻ, ഗോപാലമേനോൻ, അച്യുതമേനോൻ ഇവർ നാലുപേരും ക്രമപ്രകാരം മുമ്പിലും പിറകിലുമായി വന്ന് ഇതിനിടയിൽ പൂമുഖത്തു എത്തി. അവിടെയുള്ള ഓരോ കസേലമേൽ മുൻപറഞ്ഞ മൂന്നുപേരും വന്നിരുന്ന് അന്യോന്യം ഓരോ യോഗക്ഷേമങ്ങളെക്കുറിച്ചു സംസാരിച്ചുതുടങ്ങി. അച്യുതമേനോൻ വന്നപാടെ അകത്തുകടന്നു അമ്മയെക്കണ്ടു കണ്ണിന്നും മനസ്സിന്നും സന്തോഷം നൽകി അത്യാദരവോടെ കുശലം ചോദിച്ചു അടുക്കയുള്ള ഒരു കസേലമേൽ ഇരുന്നു. ഇതിനിടയിൽ കുഞ്ഞികൃഷ്ണമേനോന്റെ ഒരുമിച്ചുവന്നിട്ടുള്ള താലൂക്കു കോൽക്കാരൻ കോമൻനായർ പെട്ടികളും മറ്റും സാമാനങ്ങളും വാലിയക്കാരെക്കൊണ്ടു പിടിപ്പിച്ചു അകായിലേക്കു കൊണ്ടുവന്നുവെച്ച് ലക്ഷ്മിഅമ്മയുടെ അടുക്കെവന്നു ഓച്ഛാനിച്ചുനിന്നു. ലക്ഷ്മിഅമ്മ കോമൻനായരോടു വഴിയാത്രയെപ്പറ്റി കുറഞ്ഞൊന്നു സംസാരിച്ചതിൽപ്പിന്നെ അയാൾ പിന്നെയും പൂമുഖത്തേക്കുതന്നെ കടന്നുപോയി. പാറുക്കുട്ടി അച്യുതമേനോന്റെ അരികത്തു ചെന്നുനിന്നിട്ടു ചിരിച്ചുംകൊണ്ടു പതുക്കെ ചോദിച്ചു:

പാറുക്കുട്ടി: അപ്പേ! നിങ്ങളുടെ ഒരുമിച്ചുവന്നിട്ടുള്ള ആ മനുഷ്യൻ ഏതാണ്? നിന്റെ ഒന്നിച്ചു മദിരാശിയിൽനിന്നു വന്നതാണൊ?

അച്യുതമേനോൻ: അതെ ഒന്നിച്ചുവന്നാളാണ്. ഞാൻ അദ്ദേഹത്തിന്റെ ഒന്നിച്ചാണ് ഇയ്യിടയിൽ പാർത്തുവരുന്നത്.

മീനാക്ഷിക്കുട്ടി: ജ്യേഷ്ഠാ, മല്ലിക്കാട്ടു കുഞ്ഞിശ്ശങ്കരമേനോൻ എന്നു പറയുന്നാൾ ഇദ്ദേഹാണൊ?

പാറുക്കുട്ടി: നിനക്കെങ്ങിന അദ്ദേഹത്തിന്റെ പേർ മനസ്സിലായി. ഞാൻ ഈ പേർ കേട്ടതേയുള്ളു.

മീനാക്ഷിക്കുട്ടി: ജ്യേഷ്ഠൻ എനിക്കു എഴുതീട്ടുണ്ടായിരുന്ന എഴുത്തിൽ ഉണ്ടായിരുന്നു.

പാറുക്കുട്ടി: അപ്പ എനിക്കു യാതൊരെഴുത്തും അയക്കില്ല. അതു കൊണ്ടല്ലെ ഞാൻ അദ്ദേഹത്തെ അറിയാതിരുന്നത്.

മീനാക്ഷിക്കുട്ടി: എളേമ്മക്ക് ഇപ്പോൾ മനസ്സിലായില്ലെ. അതുപോരെ? മുമ്പെ അറിയാഞ്ഞതുകൊണ്ടു എളേമ്മക്കു വല്ല തരക്കേടും ഉണ്ടായി ട്ടുണ്ടൊ?

പാറുക്കുട്ടി: അറിയാഞ്ഞതുകൊണ്ടു ഏതാൻ ഉണ്ടായിട്ടാണ്? അറി ഞ്ഞതുകൊണ്ടു നിനക്കെന്താണ് ഉണ്ടായതു?

ലക്ഷ്മിഅമ്മ: പതുക്കെ പറയിൻ. പൂമുഖത്തു ആളുകൾ ഇരിക്കു ന്നതു ഓർമ്മയില്ലെ? ഇതെല്ലാം ഇപ്പോൾതന്നെ സംസാരിച്ചു തീർക്കേ ണമെന്നുണ്ടൊ? പാറുക്കുട്ടി ഇങ്ങട്ടുവരൂ. ചായക്കു വെള്ളം അടുപ്പത്തു വെച്ചിട്ടുണ്ടൊ എന്നു നോക്കി വാ. ക്ഷണത്തിൽ ആകണം എന്നു ചെന്നു പറ.

ഇങ്ങിനെ പറയുന്നമദ്ധ്യെ അപ്പുക്കുട്ടൻ കിഴക്കെ പടികയറി ഓടി ക്കൊണ്ടുവന്നു. ഇവൻ ലക്ഷ്മിഅമ്മയുടെ ഒടുവിലത്തെ മകനാണെന്നു വായനക്കാരെ ഓർമ്മപ്പെടുത്തേണ്ടതില്ലല്ലൊ. ഇപ്പോൾ എട്ടുവയസ്സു പ്രായമേ ആയിട്ടുള്ളു. വളരെ സാമർത്ഥ്യവും ജാഗ്രതയും ഉള്ള ഒരു കുട്ടി യാണ് ഇവൻ. കുഞ്ഞികൃഷ്ണമേനോനെ കണ്ട ക്ഷണത്തിൽ ഓടി അരി കത്തു ചെന്നു അദ്ദേഹത്തിന്റെ മടിയിൽ കയറിയിരുന്നു. മാറത്തുംകഴു ത്തിലും രണ്ടുനാലുപ്രാവശ്യം ചുംബിച്ചു. എന്തോ ചിലതെല്ലാം അദ്ദേ ഹത്തോടു സ്വകാര്യം പറഞ്ഞു പിന്നെ കുപ്പായക്കീശയിൽനിന്നു അദ്ദേ ഹത്തിന്റെ ഗഡിയാൾ എടുത്തു കയ്യിൽ പിടിച്ചു തിരിച്ചും മറിച്ചും നോക്കി അദ്ദേഹത്തോടു പറഞ്ഞു.

അപ്പുക്കുട്ടൻ: ഇതു എനിക്കുവേണം അച്ഛാ! ജ്യേഷ്ഠനു നിങ്ങൾ ഒന്നു വാങ്ങിക്കൊടുത്തില്ലെ? ഒന്ന് എനിക്കു വാങ്ങിത്തരേണമെന്ന് അച്ഛൻ ഇതുവരെ വിചാരിച്ചില്ലല്ലൊ? അതുകൊണ്ട് ഇതു ഞാൻ ഇനി ഒരിക്കലും തരില്ല. ഇങ്ങിനത്തെ പക്ഷഭേദം അച്ഛൻ ഇനി ഒരിക്കലും കാട്ടരുത്.

കുഞ്ഞികൃഷ്ണമേനോൻ: നീ ഗഡിയാൾ ഇട്ടു നടക്കേണ്ടുന്ന ഒരു ത്തനായൊ? കുട്ടികൾക്കു ഗഡിയാൾ എന്തിനാണ്? ഉണ്ടായാൽതന്നെ ക്ഷണത്തിൽ കേടുവരുത്തിക്കളയും. കൊണ്ടുനടക്കേണ്ടുന്ന പ്രായം ആയാൽ അപ്പക്കു വാങ്ങിക്കൊടുത്തപ്രകാരംതന്നെ അന്നു ഞാൻ നിനക്കും വാങ്ങിത്തരും.

അപ്പുക്കുട്ടൻ: ഈ ഉപായം പറഞ്ഞതുകൊണ്ടൊന്നും അപ്പുക്കുട്ടൻ ഗഡിയാൾ തരില്ല. കേടുവരുത്താതെ സൂക്ഷിപ്പാൻ എനിക്കു ശീലമുണ്ട്. ജ്യേഷ്ഠൻ ഇവിടെ വന്നാൽ പോകുന്നവരെ ഞാനല്ലെ ജ്യേഷ്ഠന്റെ ഗഡി യാൾകൊണ്ടു നടക്കുന്നതും അതിന്നു താക്കോൽ കൊടുക്കുന്നതും?

കുഞ്ഞികൃഷ്ണമേനോൻ: നിനക്ക് ഇതു തരുന്നതായാൽ മീനാക്ഷി ക്കുട്ടിക്കും ഒന്നു വേണ്ടിവരും. രണ്ടാൾക്കും ഉടനെ ഞാൻ ഓരോന്നു വാങ്ങി അയക്കുന്നുണ്ട്.

അപ്പുക്കുട്ടൻ: ഇതുവരെ വാങ്ങി അയച്ചിട്ടില്ലല്ലൊ. ഏട്ടത്തിക്കു പിന്നെ

ഒന്ന് അയച്ചുകൊടുക്കിൻ. ഇത് എനിക്കുതന്നെ വേണം. ഞാൻ ഒരിക്കലും തരില്ല.

കുഞ്ഞിശ്ശങ്കരമേനോൻ: (ഇതുകേട്ടു ചിരിച്ചുംകൊണ്ടു) നീ ഒരിക്കലും കൊടുക്കണ്ട. ഞങ്ങൾക്ക് എല്ലാവർക്കും ഗഡിയാൾ ഉള്ള അവസ്ഥക്കു ഒന്നു നിനക്കു നിശ്ചയമായി വേണ്ടതാണ്. അച്യുതമേനോനു വാങ്ങിക്കൊടുത്തിട്ടുള്ളതു വിചാരിച്ചാൽ ഇതിന്നു മുമ്പേ തന്നെ ഒന്നു നിനക്കും വാങ്ങി അയക്കേണ്ടതായിരുന്നു. കിട്ടിയത് ഇനി നിനക്കും ഇരിക്കട്ടെ.

അപ്പുക്കുട്ടൻ: (ചിരിച്ചുംകൊണ്ടു സ്വകാര്യം) അച്ഛ,ാ ഇദ്ദേഹം ഏതാണ്! എന്നെ ശുണ്ഠിപിടിപ്പിക്കാനുവേണ്ടി പറയുന്നതു കേട്ടില്ലെ? ഞാൻ ഇദ്ദേഹത്തെ ഇതിന്നുമുമ്പ് ഒരിക്കലും കണ്ടിട്ടില്ല-ആരാണ്?

കുഞ്ഞികൃഷ്ണമേനോൻ: (സ്വകാര്യം അപ്പുക്കുട്ടന്റെ ചെവിട്ടിൽ) ഇദ്ദേഹത്തിന്റെ ഒന്നിച്ചാണു നിന്റെ ജ്യേഷ്ഠൻ പാർത്തുവരുന്നത്. വളരെ യോഗ്യനായ ഒരാളാണ്. ചെറുപ്പക്കാരനാണെന്നു വിചാരിച്ചു നീ തോന്ന്യാസം യാതൊന്നും പറയരുതെ.

അപ്പുക്കുട്ടൻ: ഇപ്പോൾ എനിക്കു മനസ്സിലായി. കുഞ്ഞിശ്ശങ്കരമേനോൻ എന്നു പറയുന്നാൾ ഇദ്ദേഹാണില്ലേ? ആൾ അശേഷം തരക്കേടില്ല. മിടുക്കൻതന്നെ-എനിക്കു നല്ലോണം ബോധിച്ചു.

കുഞ്ഞികൃഷ്ണമേനോൻ: കുഞ്ഞിശ്ശങ്കരമേനോൻ കേട്ടില്ലേ അപ്പുക്കുട്ടൻ പറയുന്നത്? എന്നു പറഞ്ഞു കഴിയുമ്പോഴക്ക് അപ്പുക്കുട്ടൻ കുഞ്ഞികൃഷ്ണമേനോന്റെ വായ് തന്റെ ചെറിയ കൈകൊണ്ട് പൊത്തി അല്പം രസക്കേടു ഭാവിച്ചുംകൊണ്ടു പറഞ്ഞു.

അപ്പുക്കുട്ടൻ: എന്താണച്ഛാ? സ്വകാര്യം വല്ലതും പറഞ്ഞാൽ അതു പുറത്തു പറയുന്നത്? എനിക്കു നിങ്ങളുടെ ഗഡിയാൾ വേണ്ട-ഇതാ നിങ്ങൾതന്നെ എടുത്തോളിൻ. (ഗഡിയാൾ കുപ്പായക്കീശയിൽ തന്നെ ഇട്ടു കുറെ മുഷിച്ചിലോടെ കുമ്പിട്ടിരുന്നു.)

കുഞ്ഞിശ്ശങ്കരമേനോൻ: എടൊ അപ്പുക്കുട്ടൻ നീ ഇങ്ങട്ടു വാ. ഞാൻ ഒന്നു ചോദിക്കട്ടെ-നിനക്ക് എന്റെ ഗഡിയാൾ തരട്ടെ?

അപ്പുക്കുട്ടൻ: എനിക്കു ഇപ്പോൾ ആവശ്യമില്ല. ഈ ഗഡിയാൾ കേടു വരുന്ന കാലത്തു നിങ്ങൾ ഒന്നു തന്നാൽ ഞാൻ വാങ്ങിക്കൊള്ളാം. ഇപ്പോൾ വാങ്ങുന്നത് ഏതായാലും ഭംഗിയല്ല.

കുഞ്ഞിശ്ശങ്കരമേനോൻ: അതു കേടുവരുന്നകാലത്തു പകരം തരുവാൻ ഞാൻ ഇവിടെ ഉണ്ടായിരിക്കുമെന്ന് എങ്ങിനെയാണു നിശ്ചയിക്കുന്നത്? അതുകൊണ്ടു ഇപ്പോൾത്തന്നെ തരുന്നതും വാങ്ങുന്നതുമാണ് നല്ലത്.

അപ്പുക്കുട്ടൻ: നിങ്ങൾ ഇന്നുവന്നു നാളെ പൊയ്ക്കളയുന്ന ഒരാളല്ലെന്നാണ് എനിക്കു തോന്നിയത്. കൂടെക്കൂടെ ഇനി ഇവിടെ വരാതിരിക്കുമൊ. ഇല്ലെങ്കിൽ എനിക്കു ഗഡിയാളും വേണ്ട.

ഇങ്ങിനെ സംസാരിക്കുന്ന മദ്ധ്യേ അപ്പുക്കുട്ടനെ ലക്ഷ്മിഅമ്മ അകായിലേക്കു വിളിച്ചു മുറുക്കാൻ കൊടുത്തയച്ചു. എല്ലാവരും കോലായിൽ

ഇരുന്ന് ഒരിക്കൽ മുറുക്കി. അപ്പോഴെക്കു ചായയും പലഹാരവും തെയ്യാറാക്കി വാലിയക്കാരൻ അകത്തെ വട്ടമേശയിൽ കൊണ്ടന്നുവെച്ചു. അച്യുതമേനോൻ ഈ വിവരം കോലായിൽചെന്നു പറഞ്ഞു. എല്ലാവരും അവിടെ നിന്നു എഴുന്നേറ്റു കാലും മുഖവും കഴുകി അകത്തു കടന്നു മേശയുടെ ചുറ്റുമിട്ടിട്ടുണ്ടായിരുന്ന കസേലകളിന്മേൽ ഇരുന്ന് അന്യോന്യം സംസാരിച്ചും രസിച്ചുംകൊണ്ടു ചായയും പലഹാരവും കഴിച്ചു വിശ്രമിപ്പാൻ തുടങ്ങി. കുഞ്ഞികൃഷ്ണമേനോൻ തന്റെ ഒരുമിച്ചു മീനാക്ഷിക്കുട്ടിയും കൂടെ ഇല്ലാത്തതിനാൽ സംഭവിച്ച സുഖക്കുറവിനെ നിവാരണം ചെയ്‌വാൻ വേണ്ടി മേല്പറഞ്ഞ തളത്തിൽ വടക്കുഭാഗത്തു ലക്ഷ്മിഅമ്മയുടെ സമീപത്ത് അത്യുത്സുകയായി നിൽക്കുന്ന മീനാക്ഷിക്കുട്ടിയെ കൈകൊണ്ടു മാടിവിളിച്ച് അരികത്തുനിർത്തി മന്ദസ്മിതം തൂകി പതുക്കെ വാത്സല്യപ്രേമരസങ്ങളോടു കൂടി ഓരോ വർത്തമാനം ചോദിച്ചു തുടങ്ങി.

കുഞ്ഞികൃഷ്ണമേനോൻ: മകളെ! ഞാൻ വന്നിട്ടു കുറെ നേരമായില്ലെ? ഇതുവരെ നീ എന്റെ അടുക്കെ വരാതിരിപ്പാൻ എന്താണു കാരണം?

മീനാക്ഷിക്കുട്ടി: അത് അച്ഛനുതന്നെ അറിഞ്ഞുകൂടെ? ഇതിന്നു മുമ്പ് ഇങ്ങിനെയൊന്നും കണ്ടിട്ടില്ലല്ലൊ? അച്ഛൻ വരുമ്പഴൊക്കെ ഞാൻ അച്ഛന്റെ അടുക്കെ എത്താതിരുന്നിട്ടുണ്ടൊ?

കുഞ്ഞികൃഷ്ണമേനോൻ: ഇന്നെന്താണ് ഒരു വിശേഷവിധി സംഭവിച്ചത്? എഴുതി അയച്ചിട്ടുണ്ടായിരുന്നപ്രകാരം ഞാൻ എത്തുവാൻ താമസിച്ചു പോയതുകൊണ്ടോ?

മീനാക്ഷിക്കുട്ടി: വരാൻ താമസിച്ചതുകൊണ്ട് മുഷിഞ്ഞ് അകത്തു തന്നെ നില്പാൻ എനിക്ക് അത്രയും വിഭാഗതയില്ലെ? കാരണം അച്ഛനു തന്നെ അറിയാം.

കുഞ്ഞിശങ്കരമേനോൻ: (ചിരിച്ചുംകൊണ്ട്) ഞാനുംകൂടി ഒരുമിച്ചുണ്ടായതുകൊണ്ടായിരിക്കാം പുറത്തു വരാതിരുന്നത്. അതാണു കാരണമെങ്കിൽ ഇപ്പോഴും ആയെയൊരു തടസ്ഥം അങ്ങിനെതന്നെയല്ലെ നിൽക്കുന്നത്.

മീനാക്ഷിക്കുട്ടി ഇതിന്നു യാതൊരുത്തരവും പറയാതെയും കുഞ്ഞിശ്ശങ്കരമേനോന്റെ മുഖത്തു ദൃഷ്ടിമാത്രംപോലും അർപ്പണം ചെയ്യാതെയും സലജ്ജയായി മുഖം താഴ്ത്തിക്കൊണ്ടുനിന്നു.

കുഞ്ഞികൃഷ്ണമേനോൻ: ഇദ്ദേഹം ആരാണെന്നു നീ അറിഞ്ഞുവൊ?

മീനാക്ഷിക്കുട്ടി: എന്താണച്ഛാ, കേട്ടാലും എനിക്ക് മനസ്സിലാവില്ലെ? ജ്യേഷ്ഠൻ ഒരുമിച്ചു താമസിക്കുന്ന വിവരം മുമ്പേതന്നെ അറിഞ്ഞിരിക്കുന്നു. അച്ഛനു ഇനി എന്നു പോണം? അതു കേൾക്കട്ടെ.

കുഞ്ഞിശ്ശങ്കരമേനോൻ മനസ്സുകൊണ്ടു വിചാരിക്കയായി: 'എന്റെ വർത്തമാനം പറയുന്നതിലും കേൾക്കുന്നതിലും ഇവൾക്കുലേശം രസമില്ലെന്നാണ് തോന്നുന്നത്. സംസാരിച്ചുകൊണ്ടിരുന്ന വിഷയംതന്നെ മാറി

ക്കളഞ്ഞു. എനിക്കോ അങ്ങിനെയല്ലല്ലൊ. എന്താണ് മീനാക്ഷിക്കുട്ടി? ഇങ്ങിനെയായാൽ മതിയൊ? നിന്നോടു സംസാരിപ്പാൻ എനിക്ക് എത്ര കൗതുകം ഉണ്ട്.'

കുഞ്ഞികൃഷ്ണമേനോൻ: എനിക്കു നാലഞ്ചുദിവസം കഴിഞ്ഞിട്ടു പോയാൽമതി. അതിരിക്കട്ടെ, നീ അപ്പക്ക് ഇയ്യിടയിൽ ഒരു എഴുത്തയക്കയുണ്ടായൊ?

മീനാക്ഷിക്കുട്ടി: ജ്യേഷ്ഠനു ഞാൻ കൂടെക്കൂടെ എഴുത്തയക്കാറുണ്ട്. അതുപ്രകാരം നാലഞ്ചുദിവസം മുമ്പെയും ഒന്ന് എഴുതീട്ടുണ്ട്.

കുഞ്ഞികൃഷ്ണമേനോൻ: ആ വക എഴുത്തിനെപ്പറ്റിയല്ല ഞാൻ ചോദിച്ചത്. നീ ഇയ്യിടയിൽ അപ്പക്കു മൂന്നു ശ്ലോകം ഉണ്ടാക്കി അയച്ചു എന്നു കേട്ടു. ഒരു ശ്ലോകം ആ കൂട്ടത്തിൽ എനിക്കും അയക്കരുതാഞ്ഞൊ?

മീനാക്ഷിക്കുട്ടി: അച്ഛനോട് ഈ വിവരം ആരാണ് പറഞ്ഞത്? ജ്യേഷ്ഠന്റെ പണി തന്നെയാണ്. പോരുന്നസമയം വഴിക്കു മറ്റൊന്നും പറവാൻ കണ്ടില്ലായിരിക്കാം.

അച്യുതമേനോൻ: ഞാൻ ഈ വർത്തമാനം അച്ഛനോടു ശബ്ദിച്ചിട്ടേ ഇല്ല. നീ എന്നോടു വെറുതെ ശഠിക്കേണ്ട. ഓരോന്നു പറയുന്നകൂട്ടത്തിൽ ഈ വിവരം കുഞ്ഞിശ്ശങ്കരമേനോനാണ് പ്രസ്താവിച്ചത്.

മീനാക്ഷിക്കുട്ടി: ഞാൻ വല്ലതും എഴുതി അയക്കുന്നതു ജ്യേഷ്ഠൻ എന്തിനാണ് മറ്റൊരാളെ കാണിക്കുന്നത്? അങ്ങിനെയാട്ടെ. ഇനി ഒരെഴുത്തും ഞാൻ ജ്യേഷ്ഠന് അയക്കില്ല.

കുഞ്ഞിശ്ശങ്കരമേനോൻ പിന്നെയും ചിന്തിക്കയായി.; 'എന്നേ വിഷമെ! ഇതും പിഴയായൊ? ഈ അല്പകാര്യം നിമിത്തം നിനക്കു മുഷിച്ചിലും ആയോ? കഷ്ടമേ കഷ്ടം! ഇങ്ങിനെയെല്ലാം വരുമെന്നു ഞാൻ സ്വപ്നേപി വിചാരിച്ചിട്ടുണ്ടായിരുന്നില്ല പക്ഷേ, ഞാൻ ശബ്ദിക്കയില്ലായിരുന്നു.'

ഗോപാലമേനോൻ: മീനാക്ഷിക്കുട്ടി അയച്ചു എന്നു പറയുന്ന ശ്ലോകങ്ങൾ അപ്പ തോന്നിച്ചിട്ടുണ്ടോ*? ഉണ്ടെങ്കിൽ കേൾക്കട്ടെ ചൊല്ലൂ.

അച്യുതമേനോൻ: ഞാൻ തോന്നിച്ചിട്ടില്ല. അത് എന്റെ എഴുത്തുപെട്ടിയിലുണ്ട്. (എന്നു പറഞ്ഞു പെട്ടിതുറന്നു എഴുത്തുകൊണ്ടുവന്നു ഗോപാലമേനോന്റെ കയ്യിൽകൊടുത്തു. ഗോപാലമേനോൻ അതു വായിച്ചുനോക്കി ചിരിച്ചുംകൊണ്ടു പറഞ്ഞു.)

ഗോപാലമേനോൻ: ഇവൾ കവിതക്കാരത്തിയാണെന്നുള്ള വിവരം എനിക്കു ഇപ്പോൾ മാത്രമേ മനസ്സിലായിട്ടുള്ളു. തരക്കേടില്ല. അതും വലിയ സന്തോഷംതന്നെ. എങ്കിലും കുറേകൂടി വല്ലതും പഠിച്ചിട്ടു മതിയായിരുന്നു ഇതിലേക്കുള്ള ശ്രമം.

ലക്ഷ്മിഅമ്മ: (അല്പം അങ്ങട്ട് അടുത്തു ചെന്നിട്ട്) അപ്പേ! ആ എഴുത്ത് ഇങ്ങട്ടു വാങ്ങിത്തരൂ. ഞാൻ ഒന്നു വായിച്ചു നോക്കട്ടെ. ഇവൾ ഈ വർത്തമാനം എന്നോട് ഇതുവരെ മിണ്ടീട്ടില്ല.

കുഞ്ഞികൃഷ്ണമേനോൻ: മകളേ! നീ ശ്ലോകം അയച്ചത് അബദ്ധമായിപ്പോയി എന്നല്ല ഞങ്ങൾ പറയുന്നതിന്റെ താല്പര്യം. സന്തോഷം കൊണ്ട് അതിനേപ്പറ്റി അന്വേഷിക്കുന്നതാണ്. ഏതായാലും നീ എനിക്ക് ഒരു ശ്ലോകം ഉണ്ടാക്കി അയക്കാഞ്ഞതു നന്നായിട്ടില്ല.

മീനാക്ഷിക്കുട്ടി: അച്ഛന് എന്തിനാണ് ഇങ്ങിനത്തെ പീറ ശ്ലോകം? ഞാൻ കുറേക്കൂടി പഠിക്കട്ടെ. അച്ഛന് അയക്കുന്നത് എന്നിട്ടാവാം.

കുഞ്ഞികൃഷ്ണമേനോൻ: ശ്ലോകത്തിന്റെ കാര്യം നമുക്കു അങ്ങിനെയാക്കാം. നിണക്കു തൊപ്പി തുന്നുവാൻ നല്ല ശീലമുണ്ടല്ലോ? അപ്പക്ക് അയച്ചുകൊടുത്തമാതിരി ഒരു തൊപ്പി എനിക്കു അയച്ചുതരാഞ്ഞതു ഭംഗിയായോ?

മീനാക്ഷിക്കുട്ടി: അച്ഛൻ ഇങ്ങട്ടുവരുമെന്നു പറഞ്ഞിട്ടല്ലെ ഞാൻ അങ്ങട്ടു അയക്കാതിരുന്നത്? പോകുന്നതിനിടയിൽ ഒന്നോ രണ്ടോ തുന്നുവാൻ ഞാൻ വിചാരിച്ചാൽ സാധിക്കുന്നതല്ലെ?

കുഞ്ഞികൃഷ്ണമേനോൻ: ഇരിക്കട്ടെ. നിന്റെ പഠിപ്പിന്റെ കാര്യം ഏതെല്ലാം സ്ഥിതിയിലാണ് ഇരിക്കുന്നത്? ഈ ഡിസംബർമാസത്തിൽ മിഡിൽസ്കൂൾ പരീക്ഷക്കു പോകുന്നതാണല്ലോ? എല്ലാ വിഷയങ്ങളിലും നിണക്ക് എത്രണ്ടുപരിചയമുണ്ടെന്നു നോക്കേണ്ടതിന്നു ഈ അവസരത്തിൽ നിന്നെ പരീക്ഷിക്കാമെന്നു വിചാരിക്കുന്നു. സംസ്കൃതം ഞാൻതന്നെ ആയ്ക്കളയാം.

കുഞ്ഞിശ്ശങ്കരമേനോൻ: ഇംഗ്ലീഷിലും കണക്കിലും ഞാൻ പരീക്ഷിച്ചുനോക്കാം. മറ്റുള്ളതിൽ എല്ലാം അച്യുതമേനോൻ പരീക്ഷിക്കും.

മീനാക്ഷിക്കുട്ടി: എന്നാൽ അതുംകൂടി ജ്യേഷ്ഠനു തന്നെ ആവരുതെ? അച്ഛനും ജ്യേഷ്ഠനുംകൂടി പരീക്ഷിക്കുന്നതാണ് എനിക്കു ബോദ്ധ്യം.

കുഞ്ഞികൃഷ്ണമേനോൻ: നിന്റെ ബോദ്ധ്യം നോക്കീട്ടല്ലല്ലോ പരീക്ഷിക്കുന്നത്? കുഞ്ഞിശ്ശങ്കരമേനോൻ പറഞ്ഞപ്രകാരം തന്നെയാകട്ടെ. അതാണ് വളരെ നല്ലത്. എനിക്കും അതുതന്നെയാണു സമ്മതം. ഒരു തരക്കേടുമില്ല.

മീനാക്ഷിക്കുട്ടി: അച്ഛന് അതാണു താല്പര്യമെങ്കിൽ അങ്ങിനെ തന്നെ ആയ്ക്കോട്ടെ. എനിക്കു വിരോധമില്ല.

കുഞ്ഞികൃഷ്ണമേനോൻ: എന്നാൽ അങ്ങിനെയാട്ടെ. ഇനിയെല്ലാം കുളിയും ഊണും കഴിഞ്ഞതിൽപിന്നെ നിശ്ചയിക്കാം. നീ പോയി വെയിലിന്നുമുമ്പെ കുളികഴിച്ചു ക്ഷേത്രത്തിൽ പോയി തൊഴുതു മടങ്ങിവരാൻ നോക്കൂ.

മീനാക്ഷിക്കുട്ടിയെ പറഞ്ഞയച്ചു പിന്നെയും അവിടെയിരുന്നു കുറേ നേരം ഓരോ വിഷയത്തെപ്പറ്റി ഗോപാലമേനോനുമായി സംസാരിച്ച് ഏകദേശം പത്തു മണിയെന്നു കണ്ടാറെ അവിടെനിന്ന് എഴുനീറ്റ് എല്ലാവരും കൂടി പൂമുഖത്തു കടന്നു ഉടുപ്പുമാറ്റി കുളികഴിപ്പാൻവേണ്ടി മുറ്റത്തിറങ്ങി പടിഞ്ഞാറെ പടികടന്ന് അതിലേതന്നെ ചിറയിലേക്കു പോയി.

12

ഒരത്യത്ഭുതം

കുഞ്ഞികൃഷ്ണമേനോൻ മുതലായവർ കുളികഴിഞ്ഞു മടങ്ങിവരേണമെങ്കിൽ നന്നെ ചുരുങ്ങിയപക്ഷം ഒരു മണിക്കൂറുനേരമെങ്കിലും കൂടാതെ കഴികയില്ലെന്നാണ് തോന്നുന്നത്. മടങ്ങിവന്നാൽ തന്നെയും കുറെതാമസം പിന്നെയും ഉണ്ടാവാൻ ഇടയുണ്ട്. ഊണുകഴിഞ്ഞല്ലാതെ പ്രസ്താവയോഗ്യമായ യാതൊരു കാര്യഭാഗത്തിലും അദ്ദേഹം പ്രവേശിക്കുന്നതല്ലെന്ന് ഇതിന്നു മുമ്പത്തെ അദ്ധ്യായത്തിൽനിന്നു നമുക്കു മനസ്സിലായിട്ടുള്ളതാണല്ലൊ. അതുകൊണ്ട് ഒമ്പതാം അദ്ധ്യായത്തിൽ നാം പറഞ്ഞുവെച്ചിട്ടുള്ള സംഗതികളെ ഈ അവസരത്തിൽ മുഴുവനാക്കിക്കളയുന്നതാണ് കുറെ യുക്തമായിട്ടുള്ളത് എന്നു വിശ്വസിക്കുന്നു. അത്രയുമല്ല, അരനിമിഷംപോലും വെറുതെ കളയരുതെന്നുള്ള മനോവിചാരക്കാരനും ദുരാഗ്രഹിയും ആയ പങ്ങശ്ശമേനോന്റെ ചുമതല കഴിയുന്ന വേഗത്തിൽ നിവൃത്തിയാക്കി അദ്ദേഹത്തെ തന്റെ പാട്ടിലേക്കു പറഞ്ഞയച്ചാൽ നമുക്കു പിന്നെ സൈ്വരക്കേടു യാതൊന്നും കൂടാതെ നമ്മുടെ കഥയെ നേരെ കൊണ്ടുവരുവാനും നല്ല എളുപ്പമുണ്ടാകും. ഇങ്ങിനെ ചെയ്യുന്നതിലും തെല്ലൊരു വൈഷമ്യം കാണുന്നു. പങ്ങശ്ശമേനോന്റെ അത്യാർത്തിയെപ്പറ്റി എന്തെങ്കിലും പ്രസ്താവിക്കേണമെങ്കിൽ മുമ്പിനാൽ കൊച്ചമ്മാളുവിന്റെ താല്ക്കാലികസ്ഥിതിയെക്കുറിച്ച് അല്പം പറയാതിരിപ്പാൻ നിവൃത്തി കാണുന്നില്ല.

ഹെഡ്കാൺസ്റ്റേബിൾ കുളിയും ഊണും കഴിച്ചുവരുവാൻ വേണ്ടി പോയ ഉടനെ അദ്ദേഹത്തിന്റെ അനുരാഗദേവതയായ ഇവൾ വേഗത്തിൽ ഭക്ഷണം കഴിച്ചു സന്നദ്ധയായി തന്റെ അറയിൽ കടന്ന് ഒരു വിളക്കും കൊളുത്തിവെച്ച് ഉണിച്ചിരമ്മയെ അരികത്തുവിളിച്ച് സ്വകാര്യം പറഞ്ഞു. “അമ്മെ! ഹെഡ്കാൺസ്റ്റേബിൾ ക്ഷണത്തിൽ ഊണുകഴിച്ചു മടങ്ങിവരും. അദ്ദേഹം വരുന്നതിനു മുമ്പായിട്ടു ചിലതെല്ലാം ശരിയാക്കി വെക്കേ

ണ്ടതുണ്ട്. വന്നാൽ പിന്നെ അതിനൊന്നും അശേഷം തരവും സമയവും ഉണ്ടാകയില്ല. ഞാൻ അതെല്ലാം ഇപ്പോൾതന്നെ ചട്ടമാക്കിക്കളയാം. അദ്ദേഹത്തിന്റെ മുഖാന്തരം അത്യാവശ്യമായ ഒരു സംഗതികൂടി പറഞ്ഞു തീർച്ചപ്പെടുത്തേണ്ടതാകകൊണ്ട് നമ്മളുടെ ചില പരിചയക്കാരെക്കൂടി ഇങ്ങട്ടു വിളിച്ചുകൊണ്ടു വരുവാൻവേണ്ടി ഞാൻ കുണ്ടുണ്ണിമേനോനെ പറഞ്ഞയച്ചിട്ടുണ്ട്. കോമൻനായരുടെ ഒരുമിച്ച് അയ്യാപ്പട്ടരും വരും. അവരെയെല്ലാം യഥാക്രമം ആദരിച്ച് ഉപചാരം ചെയ്‌വാൻ എനിക്ക് അവസരമില്ലാത്തതുകൊണ്ടു ജ്യേഷ്ഠന്മാർ വന്നാൽ ഊണുംകഴിച്ച് ഇറങ്ങിപ്പോയ്ക്കളയരുതെന്ന് ഞാൻ പ്രത്യേകം പറഞ്ഞിരിക്കുന്നു എന്നു പറയണം. നിങ്ങളും ഉമ്മറത്തേക്കുതന്നെ പൊയ്ക്കോളിൻ. എമ്പ്രാന്തിരി വന്നാൽ എല്ലാ കാര്യത്തിനും തകരാറുണ്ടാവാൻ ഇടയുള്ളതുകൊണ്ട് ഞാൻ ഇതിന്റെ വാതിൽ താഴുതിടാനാണു ഭാവിക്കുന്നത്. അദ്ദേഹവും കോലായമേൽത്തന്നെ ഇരിക്കട്ടെ. ഞാൻ പുറത്തേക്കു വരുവന്നവരെ ആരോടും പോയിക്കളയരുത് എന്നു പ്രത്യേകം പറയണം. ഞാൻ ഇതിൽ ഉണ്ടെന്ന് എമ്പ്രാന്തിരിയോടു പറയണ്ട. അദ്ദേഹം അത് അറിഞ്ഞാൽ വാതുക്കൽവന്നു വിളികൂട്ടി ബുദ്ധിമുട്ടിക്കും. വേറെ വല്ല ഉപായവും പറഞ്ഞോളിൻ." ഉണിച്ചിരാമ്മ തന്റെ മകളുടെ കൗശലവും യുക്തിയും വിചാരിച്ചു സന്തോഷിച്ച് അങ്ങിനെ തന്നെയെന്നു പറഞ്ഞു പുറത്തേക്കു പോന്നു. കൊച്ചമ്മാളു വാതിൽ അടച്ചു തഴുതും ഇട്ടു അറയിൽ ഇരുന്ന് എന്തൊ ചിലതെല്ലാം ഗൂഢമായി പ്രവർത്തിച്ചുകൊണ്ടിരുന്നു.

പങ്ങശ്ശമേനോൻ, ശങ്കരനെമ്പ്രാന്തിരി താമസിക്കുന്ന മഠത്തിൽനിന്നു പരമാനന്ദകരമായി ഊണു കഴിച്ചു തടിയും ഉറപ്പിച്ചു സന്തോഷിച്ച് ഉറക്കിന്ന് അങ്ങട്ടുതന്നെ പൊയ്ക്കളയുന്നതാണു സുഖം എന്നു പറഞ്ഞ് എരേമ്മൻനായരോടും സഹായത്തിന്നുവേണ്ടി ഒരുമിച്ച് പോന്നിട്ടുള്ള ഭൃത്യനോടും അനവധി മനോരാജ്യത്തോടും വലിയ തിരക്കോടും ഒരുമിച്ച് ഏകദേശം എട്ടുമണിക്കുശേഷം എരേമ്മൻ നായരെക്കൊണ്ട് ഒരുറാന്തലും മുമ്പിൽപിടിപ്പിച്ചു തോരണയുദ്ധത്തിലെ രാവണനെപ്പോലെ കൊച്ചമ്മാളുവിന്റെ അരികിലേക്കു യാത്രയായി. ശങ്കരെനമ്പ്രാന്തിരിയെ ഇന്നു ഗോപി തൊടീക്കണമെന്നുള്ള ദുർമ്മോഹം നിമിത്തം അദ്ദേഹം ഒരുമിച്ചുപോരികയൊ അദ്ദേഹത്തിനെ ഇനി ഇന്നു കണ്ണുകൊണ്ടു കാണുകയൊ ചെയ്യരുതെന്നായിരുന്നു ഈ പച്ച പ്രഭുവിന്റെ മുഖ്യ താല്പര്യം. എങ്കിലും ക്ഷണിക്കാതെ ഇരിക്കുന്നതു കേവലം മൂഢത്വവും വഷളത്വവുമാണെന്നു ഭയപ്പെട്ടു മനമില്ലാത്ത മനസ്സോടെ ഒന്നു ക്ഷണിച്ചു. എമ്പ്രാന്തിരി ഒരുമിച്ചുവന്നാലും തരക്കേടു യാതൊന്നും വരില്ല' എന്നു കൊച്ചമ്മാളു വാഗ്ദത്തം ചെയ്തിട്ടില്ലെങ്കിൽ അദ്ദേഹത്തെ ഈ മനുഷ്യൻ ഈ ജന്മം ക്ഷണിക്കുന്നതല്ലായിരുന്നു. എന്നാൽ ഈ സാധു ബ്രാഹ്മണൻ അന്യന്മാരുടെ കളവും തഞ്ചവും കണ്ടു മനസ്സിലാക്കുവാൻ ലേശം സാമർത്ഥ്യമില്ലാത്ത ഒരു ശുദ്ധാത്മാവായതുകൊണ്ടു പങ്ങശ്ശമേനോന്റെ അന്തർഗ്ഗതം യാതൊന്നും ഇയ്യാൾക്കു മനസ്സിലായിരുന്നില്ല. ഉദ്യോഗസ്ഥന്മാർ വളരെ

അറിവും പഠിപ്പും ഉള്ളവരാകകൊണ്ട് അവർക്ക് അന്യസ്ത്രീകളിൽ ആസക്തിയും ഭ്രമവും ഉണ്ടായിരിക്കില്ലെന്നായിരുന്നു ഈ പരമവിഡ്ഢിയുടെ വിശ്വാസം. ഉറക്കിന്ന് അങ്ങട്ടുതന്നെ പൊയ്ക്കളയുന്നതാണു സുഖം എന്നു കേട്ടപ്പോൾ ഹെഡ്കാൺസ്റ്റേബിൾ തന്റെ സ്വന്തം ഭവനത്തിലേക്കാണു പോകുന്നത് എന്നായിരുന്നു ഈ മനുഷ്യൻ ധരിച്ചിട്ടുണ്ടായിരുന്നത്. അതുകൊണ്ടു ഒന്നിച്ചുപോകാതെ കഴിപ്പാൻ വേണ്ടി ഇദ്ദേഹം പല ഒഴികഴിവുകളും പറഞ്ഞു പങ്ങശ്ശമേനോനെ കബളിക്കാൻ നോക്കി. കാര്യത്തിന്റെ പരമാർത്ഥം മനസ്സിലായിരുന്നുവെങ്കിൽ പാനീസ്സു എടുത്തു മുമ്പിൽ നടക്കുന്ന ഉദ്യോഗം എരേമ്മൻനായർക്ക് ഇയ്യാൾ ഒരിക്കലും കൊടുക്കുന്നതല്ലായിരുന്നു. ഏതായാലും ഇതുകേട്ടപ്പോൾ പങ്ങശ്ശമേനോന്റെ മനസ്സിൽ ഒരു തണുപ്പ് വ്യാപിച്ചു. എല്ലാം തന്റെ ശുക്രദശയുടെ ഫലമാണെന്നുതന്നെ മനസ്സിൽ നല്ലവണ്ണം ഉറപ്പിച്ചു. ഈ ദുർഘടക്കാരൻ പോരാഞ്ഞതു തന്നെ വലിയ ഉപകാരം. പോന്നാൽ ഏതുവിധത്തിലും നട്ടം തിരിച്ചിലാണ്. ഇനി ഇന്നു ദേവേന്ദ്രനെക്കൂടി ഭയപ്പെടേണ്ട. ഭാഗ്യവാന്മാർ മണ്ണു വാരിപ്പിടിച്ചാലും അതു പൊന്നായിരിക്കും എന്നിങ്ങനെ വിചാരിച്ചു പങ്ങശ്ശമേനോൻ തന്റെ ഭാഗ്യാതിരേകത്തെപ്പറ്റി പ്രശംസിച്ചുകൊണ്ട് ഉള്ള സമയം ഇനിയെങ്കിലും വെറുതെ കളയരുതെന്നു നിശ്ചയിച്ചു ബദ്ധപ്പെട്ടുനടന്നു. കൊച്ചമ്മാളുവിനെ പിരിഞ്ഞിരിക്കുമ്പോൾ പങ്ങശ്ശമേനോന്ന് ഓരോ മിന്നിട്ട് ഓരോ മണിക്കൂറായിട്ടും ഒന്നിച്ചിരിക്കുമ്പോൾ ഓരോ മണിക്കൂറ് ഓരോ മിന്നിട്ടായിട്ടും തോന്നുന്നതുകൊണ്ടാണ് ഇത്ര അധികം തിരക്കിട്ടോടുന്നത്. സമയത്തിന്റെ കാര്യത്തിൽ ഈ മനുഷ്യന് സൈ്വരക്കേടുതന്നെ. വേഗം നടക്കാഞ്ഞിട്ടു എരേമ്മൻനായരെ ഒരു പടി ശകാരിച്ചു. അയാൾക്കും പാങ്ങല്ലാത്ത ശുണ്ഠിപിടിച്ചു. ഓടാനല്ലാതെ പറക്കാൻ എന്നാലാവതല്ല; ഈ കമ്പക്കാരനെക്കൊണ്ടു ബുദ്ധിമുട്ടിയല്ലോ' എന്നിങ്ങനെ മനസ്സുകൊണ്ട് ഓരോന്നു പിറുത്തുപിറുത്തുതുടങ്ങി. ഈ കഥ ഇങ്ങിനെ നിൽക്കട്ടെ. നോം ശങ്കരനെമ്പ്രാന്തിരിയുടെ പുറപ്പാട് എന്തെല്ലാമാണെന്നു നോക്കാം.

പങ്ങശ്ശമേനോൻ അദ്ദേഹത്തിന്റെ സ്വന്തം വീട്ടിലേക്കല്ല കടവത്തെക്കാണ് പോകുന്നത് എന്നു എമ്പ്രാന്തിരിക്കു പിന്നെയാണ് മനസ്സിലായത്. 'അയ്യോ! എന്നെ പറ്റിച്ചോ? താൻ ആളൊരു ചില്ലറക്കാരനല്ല' എന്നും പറഞ്ഞുംകൊണ്ടു ക്ഷണത്തിൽ വെളക്കൂതി. മഠത്തിന്റെ വാതലും അടച്ചുപൂട്ടി പങ്ങശ്ശമേനോൻ എത്തുന്നതിനു മുമ്പായി അവിടെ ചെന്നു പറ്റിക്കളയണമെന്നു നിശ്ചയിച്ചു നേർവഴിയിൽകൂടി പോകുന്നതു തരക്കേടാണെന്നു കണ്ടിട്ട് തെക്കുഭാഗമുള്ള വേലിയും തകർത്തു ദുർഘടമായ ഒരു കുണ്ടുവഴിയിൽ മറിഞ്ഞുവീണ് അതിലേതന്നെ യാതൊരു വെളിച്ചവും കൂടാതെ തിരക്കിട്ട് ഓടി പങ്ങശ്ശമേനോനെ വഴിയിൽ കണ്ടുമുട്ടുമെന്നു ശങ്കിച്ചു കോണി കയറിച്ചെല്ലാതെ പടിഞ്ഞാറെ വശംനേർത്തേതന്നെ താൻ കണ്ടുപിടിച്ചിട്ടുള്ള എളുപ്പവഴിയിൽകൂടി കയറി മറിഞ്ഞു പതുക്കെ വന്നു വടക്കേ മുറ്റത്തിറങ്ങി ഉണിച്ചിരാമ്മയെ മെല്ലെ വിളിച്ചു വാതിൽ തുറ

പ്പിച്ച് ഒരു വിധേന അകത്തു കടന്നുവീണു. അറയുടെ വാതിൽ തഴുതിട്ട തിനോടുകൂടി വിളക്കിന്റെ പ്രകാശം വാതിലിന്റെ വിള്ളലിൽകൂടി പുറ ത്തേക്ക് അല്പാല്പമായി വരുന്നതും കണ്ടപ്പോൾ അദ്ദേഹത്തിന്റെ മന സ്സിൽ ശങ്കയും പരിഭ്രമവും കൂടി ഒന്നായി കൂത്താടിത്തുടങ്ങി. ഉള്ളിൽ വല്ലവരും ഉണ്ടൊ എന്നറിവാൻ വേണ്ടി കുറെനേരം വാതുക്കൽ ചെവി പാർത്തുനിന്നു. യാതൊരു ശബ്ദവും കേൾക്കാഞ്ഞാറെ അതിൽ വിശേ ഷിച്ചു ആരും ഉണ്ടായിരിക്കില്ല എന്നു തീർച്ചപ്പെടുത്തി. അപ്പോൾ ഉണി ച്ചിരാമ്മയും അടുത്തുവന്നു. 'പങ്ങശ്ശോന്നെ തോല്പിക്കാൻവേണ്ടി കൊച്ച മ്മാളു വയറ്റിൽ വേദനയാണെന്നു നടിച്ചുകൊണ്ടു കിടക്കയാണു ചെയ്യു ന്നത്. അങ്ങുന്നു കോലായിൽ ഇരിക്കാനാണ് എന്നോടു പറഞ്ഞത്. അ പ്പുവും കുഞ്ഞിരാമനും കോലായിൽ ഉണ്ട്. വേറേയും ഉണ്ട് നാലഞ്ചാൾ. പങ്ങശ്ശോൻ കോലായിൽ കിടന്നുകഴിഞ്ഞിട്ടാവാം ഇങ്ങട്ടു വരുന്നത്. അല്ലാ ഞ്ഞാൽ അയാൾ വല്ലതും ശങ്കിക്കും. കോലായിൽത്തന്നെ പോയിരിക്കിൻ' എന്നു പറഞ്ഞു എമ്പ്രാന്തിരിയെ ഉമ്മറത്തേക്ക് ഉന്തിയയച്ചു. തന്നെ കോലായിൽ കണ്ടാൽ ഹെഡ്കാൺസ്റ്റേബിൾ എന്തു ശങ്കിക്കുമൊ എന്നു വിചാരിച്ചു കുറെ മടിച്ചു. എങ്കിലും വരുന്നതെല്ലാംവരട്ടെ എന്ന് ഒടുവിൽ തീർച്ചപ്പെടുത്തി പതുക്കെ പുറത്തുകടന്ന് അവിടെയുള്ള പടിയിന്മേൽ കയറി ഇരുന്നു. കോലായിൽ ആകപ്പാടെ ഏഴെട്ടുപേർ ഇരിക്കുന്നുണ്ടാ യിരുന്നു. അപ്പു എന്നും കുഞ്ഞുരാമൻ എന്നും ഉണിച്ചിരാമ്മ പറഞ്ഞിട്ടു ള്ളതു തന്റെ രണ്ടുപുത്രന്മാരെക്കൊണ്ടാണെന്നു വായനക്കാർ അറിഞ്ഞി രിക്കേണ്ടതാണ്. ഇവർ കൊച്ചമ്മാളുവിന്റെ കല്പനപ്രകാരം കോലായിൽ ഇരിക്കയാണു ചെയ്യുന്നത്. എല്ലാവരും അന്യോന്യം ഓരോന്നു പറഞ്ഞു രസിച്ചുംകൊണ്ടിരിക്കുന്ന മദ്ധ്യേ നമ്മുടെ അഴകുരാവണനും എത്തി. ഒന്നിച്ച് വരുവാൻ തരമില്ലെന്നു പല ഒഴിവുകഴിവും പറഞ്ഞിട്ടുള്ള എമ്പ്രാ ന്തിരി താൻ എത്തുന്നതിന്നു മുമ്പായിവന്നു പടിയിന്മേൽ ഇരിക്കുന്നതു കണ്ടപ്പോൾ പങ്ങശ്ശമേനോനു സാമാന്യത്തിലധികം വെറുപ്പുണ്ടായി. എങ്കിലും കോലായിൽ അധികം ആളുകൾ ഇരിക്കുന്നതും നില്ക്കുന്നതും കണ്ടിട്ട് അദ്ദേഹം യാതൊരു നീരസഭാവവും പുറത്തുകാണിക്കാതെ ചിരിച്ചുംകൊണ്ട് അവിടെ ഉണ്ടായിരുന്ന കസേലയിന്മേൽ ചെന്നു കുത്തി രുന്നു. അപ്പോഴെക്കു വെറ്റിലത്തട്ടും എടുത്തുകൊണ്ട് ഉണിച്ചിരാമ്മയും വന്നു. എരേമ്മൻനായര് ചെന്നു തന്റെ യജമാനന്റെ അരികത്തു നിന്നു. ശങ്കരനെമ്പ്രാന്തിരിയുടെ മനസ്സിൽ കലശലായ രണ്ടു വിചാരം കടന്നു കൂടി. 'ഒന്നിച്ചുപോരാത്തതിനെപ്പറ്റി ഹെഡ്കാൺസ്റ്റേബിൾ ചോദിക്കുന്ന തായാൽ എന്താണീശ്വരാ ഒരു സമാധാനം പറയേണ്ടത്? ഹെഡ്കാൺ സ്റ്റേബിൾ മുഷിഞ്ഞൊ? ഇങ്ങിനെ ചിന്തിച്ചു പരിഭ്രമിക്കുന്ന മദ്ധ്യേ അദ്ദേഹം ഒരു നല്ല സമാധാനം കണ്ടുപിടിച്ചു. ചോദിച്ചെങ്കിൽ പറയാമെന്നു നിശ്ച യിച്ചു ധൈര്യത്തോടെയിരുന്നു. കൂട്ടിൽ പിടിച്ചിട്ട മെരുവിനെപ്പോലെ പങ്ങ ശ്ശമേനോന്റെ മനസ്സു നാലുപാടും പാഞ്ഞുതുടങ്ങി. കൊച്ചമ്മാളുവിനെ കാണാഞ്ഞതിലുള്ള സുഖക്കേടു കൂടക്കൂടെ വർദ്ധി

ച്ചു. എമ്പ്രാന്തിരിയുടെ നേരേയുള്ള ഈറ അതിലും കലശലായി. മനോരാജ്യം ഇതു രണ്ടിന്റേയും മീതെ വന്നു നിന്നു. ആകപ്പാടെ ഇദ്ദേഹത്തിന്റെ മനസ്സു ഉമിത്തീ പുകയുന്നതുപോലെ പുകഞ്ഞുതുടങ്ങി. ഏതെങ്കിലും കസേലമേൽ കുത്തിരുത്തം കൊള്ളാതായി. ഇദ്ദേഹം മനസ്സുകൊണ്ടു വിചാരിക്കയായി. 'ഈ പോക്കിരികൾ എന്തിനാണ് ഈ രാത്രിസമയം ഇവിടെ വന്നുകൂടിയത്? എനിക്കു സൈ്വരക്കേട് ഉണ്ടാക്കാൻ തന്നെ. ഇവറ്റ എപ്പോഴാണീശ്വരാ ഇറങ്ങിപ്പോകുന്നത്? ബുദ്ധിമുട്ടായല്ലൊ? ഇവറ്റയുടെ മട്ടുകണ്ടിട്ട് ഇയ്യിടെയൊന്നും പോവാനുള്ള ഭാവമില്ലെന്നാണു തോന്നുന്നത്. ഇനി എപ്പോഴാണിന്ന് ഉറങ്ങുവാനവസരം? ഈ എമ്പ്രാന്തിരി ശുദ്ധമേ കള്ളനാണ് ഇയ്യാൾ ഞാൻ എത്തുന്നതിന്നു മുമ്പായി ഇവിടെ വന്നു കൂടിയതു കണ്ടില്ലെ! ഈ കള്ളനാണ് ഇവരെയെല്ലാം ഇവിടെ കൂട്ടിക്കൊണ്ടുവന്നത്. ഇരിക്കട്ടെ. ഇവനെ ഞാൻ ഇന്നു ഗോപി തൊടീക്കാതിരിക്കില്ല. എന്തു വന്നാലും വേണ്ടില്ല. ആ കുണ്ടുണ്ണിമേനോനെയും ഇവിടെ കാണുന്നില്ലല്ലൊ. ആ വിദ്വാൻ ഉണ്ടെങ്കിലും എല്ലാറ്റിനും വളരെ എളുപ്പമുണ്ടായിരുന്നു. നേർത്തെപോയിട്ട് ഇനിയും മടങ്ങിവന്നിട്ടില്ലെന്നാണു തോന്നുന്നത്. എന്തോ വാങ്ങിക്കൊണ്ടുവരാൻ പോയതു തന്നെയാണ്. ഈ ദിക്കിൽ നല്ല നാടനും കൂടി കിട്ടാൻ ബഹുപ്രയാസമാണ്. ഇങ്ങിനത്തെ ഒരു ഇരപ്പുരാജ്യം ഞാൻ കണ്ടിട്ടില്ല. മേൽ പകർന്നാൽ കൂടി നാറാത്ത പച്ചവെള്ളംപോലത്തെ ഈ എരപ്പ് ആർക്കു വേണം? കുണ്ടുണ്ണിമേനോൻ ഒരു സമയം ഷാപ്പിലേക്കുതന്നെ പോയിട്ടുണ്ടായിരിക്കും. അയാൾക്ക് എന്റെ സ്നേഹം വല്ലവിധത്തിലും സമ്പാദിക്കണമെന്നുണ്ട്. ആൾ ബഹുകള്ളനാണ്. അതേ തരക്കേടുള്ളു. എങ്കിലും കിടന്നോട്ടെ. ഒരു കള്ളനേയും വെക്കണം സ്വാധീനത്തിൽ. അയാൾ താമസിക്കാതെവന്നാൽ മതിയായിരുന്നു. അയാൾ വരുമ്പോഴേക്ക് ഇവറ്റയും എറങ്ങിപ്പോകണം. എന്നാൽ എന്റെ കാര്യം പിന്നെ ശുഭംതന്നെ. ആകപ്പാടെ കണ്ടേടത്തു കൊച്ചമ്മാളൂനും കുറേശ്ശ കൂടാതെ കഴികയില്ലെന്നാണു തോന്നുന്നത്. ഇത്തിരി അവളുംകൂടി കഴിക്കുന്നതായാൽ എത്ര വളരെ രസമുണ്ടായിരിക്കും?' പങ്ങശ്ശമേനോൻ ഇങ്ങിനെ പലതും വിചാരിച്ചും സന്താപിച്ചും വെറുത്തും സന്തോഷിച്ചും തന്നെത്താൻ മറന്നു കുത്തിത്തിരിക്കുന്ന മദ്ധ്യേ കുണ്ടുണ്ണിമേനോൻ എത്തി. പങ്ങശ്ശമേനോന്റെ മനസ്സിന്ന് അല്പം സമാധാനവും ഉണ്ടായി. താൻ ഊഹിച്ച കാര്യം ശരിയൊ എന്ന് അറിവാൻ വേണ്ടി ഇദ്ദേഹം ആ പരമവികൃതിയെ അടുക്കെ മാടിവിളിച്ചു. എന്താണെടൊ പോയ കാര്യം സാധിച്ചൊ എന്നു സ്വകാര്യം ചോദിച്ചു. 'ഞാൻ പോയാലുണ്ടൊ സംശയം?' എന്നു അയാളും മറുപടി പറഞ്ഞു. അങ്ങിനെയിരിക്കെ കോമൻനായരും അയ്യാപ്പട്ടരും കൂടി കയറിവന്നു. അയ്യാപ്പട്ടരെ കണ്ടപ്പോൾ കാര്യം തങ്ങളിൽ പറഞ്ഞു സന്ധിപ്പിക്കുവാൻവേണ്ടി കൊണ്ടുവന്നിട്ടുള്ളതാണെന്നു എല്ലാവരും വിശ്വസിച്ചു. ശങ്കരനെമ്പ്രാന്തിരിക്കും മനസ്സിൽ അല്പം സന്തോഷവും സമാധാനവും ഉണ്ടായി. എന്നാൽ എമ്പ്രാന്തിരിയുടെ ദർശനം പട്ടർക്ക് അത്ര സന്തോ

ഷമായില്ല. 'എന്റെ മുമ്പാകെ വേണമെന്നില്ലായിരുന്നു. ഇത്രയൊന്നും ഞാൻ ആവശ്യപ്പെട്ടിട്ടുണ്ടായിരുന്നില്ല. എമ്പ്രാന്തിരിയെ പുറത്താക്കീട്ട് എന്നെ സംബന്ധത്തിന്നാക്കണം എന്നുമാത്രമേ ഞാൻ കുണ്ടുണ്ണിമേനോനോടു ആവശ്യപ്പെട്ടിരുന്നുള്ളു. ഇത്രയൊക്കെ ഘോഷിക്കേണ്ടതില്ലായിരുന്നു' എന്നു അയ്യാപ്പട്ടരും 'കാര്യം ഏതെങ്കിലും ഒരു വിധത്തിൽ സന്ധിച്ചുപോട്ടെ. എന്നാൽ സ്വൈര്യത്തിൽ കിടന്നു ഉറങ്ങിക്കൊള്ളാലൊ' എന്നു ശങ്കരനെമ്പ്രാന്തിരിയും 'ഇതൊന്നും ഇന്നു വേണ്ടായിരുന്നു. നാളെ രാവിലെയായിരുന്നു നല്ലത്' എന്നു പങ്ങശ്ശമേനോനും 'കൊച്ചമ്മാളു ഇന്ന് എന്തെല്ലാണു ചെയ്‌വാൻ പോകുന്നത്; ഞാൻ അറിഞ്ഞില്ല' എന്നു ഉണിച്ചിരാമ്മയും 'നേരം ഒമ്പതുമണിയായി; ഇനി എപ്പോഴാണ് ഇവിടുന്നു പോവാൻ സാധിക്കുന്നത്' എന്നു കൊച്ചമ്മാളുവിന്റെ ജേഷ്ഠന്മാരും 'മൂപ്പരുടെ കാര്യം ആകപ്പാടെ ഇന്ന് ഊർദ്ധ്വം തന്നെ തിര നീക്കി കടലാടാൻ പ്രയാസം തന്നെ' എന്നു എരേമ്മൻനായരും ഇങ്ങിനെ പലരും പലവിധം വിചാരിച്ചുതുടങ്ങി. അപ്പോൾ കണ്ടു അകത്തുനിന്നു ഒരാൾ പുറത്തേക്കു കടന്നുവരുന്നത്.

ശരീരം ആസകലം ഭസ്മംകൊണ്ടു പൂശി കഴുത്തിലും മറ്റുള്ള അംഗസന്ധികളിലും രുദ്രാക്ഷം ധരിച്ച് ആപാദചൂഡം കഷായവസ്ത്രംകൊണ്ടു മൂടി ഇടത്തെ ചുമലിൽ പിൻഭാഗം ഒരു പുള്ളിമാൻതോൽ തൂക്കിയിട്ടു വലത്തേ കയ്യിൽ ഒരു പളുങ്കുമാലയും ഇടത്തേതിൽ ഒരു ജലപാത്രവും പിടിച്ചു 'ഹരേ വിശ്വംഭരാ' എന്നു ജപിച്ചുംകൊണ്ടു കോലായിൽവന്നു നിന്നു. അവിടെ കൂടിയിരുന്ന എല്ലാവരും അത്യന്തം വിസ്മയിച്ചു. ഇതു ആരാണെന്നു മനസ്സിലാകാതെ ഭക്തിയോടും വിനയത്തോടും എഴുനീറ്റു നിന്ന് എല്ലാവരും സൂക്ഷിച്ചുനോക്കിത്തുടങ്ങി. മുഖം കഷായവസ്ത്രംകൊണ്ടു മൂടിയിരുന്നതിനാൽ യാതൊരാൾക്കും ഒരു ലേശം മനസ്സിലായില്ല. കടന്നുവന്നപാട് എല്ലാവരോടും ഇരിപ്പാൻവേണ്ടി കൈകൊണ്ടു ആംഗ്യംകാട്ടി. പങ്ങശ്ശമേനോന്റെ മുൻഭാഗത്തു കോലായിൽ ജലപാത്രം വെച്ചു മാൻതോൽ എടുത്തു നിലത്തിട്ടു തെക്കോട്ടു തിരിഞ്ഞ് അതിൽ ഇരുന്നു. എല്ലാവരും ഇരുന്നു എന്നു കണ്ടാറെ കൈകൊണ്ടു മൂടുപടം മെല്ലെ നീക്കിക്കളഞ്ഞു ഇപ്പോഴാണു കാര്യം വെളിവായത്-'അയ്യൊ എന്റെ പൊന്നുമകളൊ ഇത്' എന്നുപറഞ്ഞു നിലവിളിച്ച് ഉണിച്ചിരാമ്മ നെഞ്ഞത്തടിച്ചു നിലത്തുവീണു. പിന്നെ ഉണ്ടായതൊന്നും പറയാത്തതാണ് നല്ലത്. എല്ലാവരുടേയും കൊതികെട്ടു. കൊത്തിമുറിച്ചാൽപോലും ഒരു തുള്ളി രക്തം ഈ കൂടിയവരിൽ ആരെങ്കിലും ഒരാളുടെ മുഖത്തു കാണില്ല. എല്ലാവരും അത്യന്തം വിഷണ്ണന്മാരായി തങ്ങളെ മറന്നു കണ്ണീർവാർത്തു നെടുവീർപ്പിട്ടു എന്തുവേണ്ടു എന്നറിയാതെ കുമ്പിട്ടിരുന്നു. പങ്ങശ്ശമേനോന്റെ മനോവ്യഥ പറഞ്ഞാൽ ഒടുങ്ങില്ല. എന്തെല്ലാം മനോരാജ്യത്തോടുകൂടിയാണ് ഈ മനുഷ്യൻ ഊണുംകഴിച്ചു ഓടികൊണ്ടു വന്നിട്ടുണ്ടായിരുന്നത്! തനിക്കു ഇപ്പോൾ ശുക്രദശപോയിട്ടു മൂത്ത ശനിപ്പിഴയാണ്. ഇങ്ങിനത്തെ നിർഭാഗ്യക്കക്ഷി ഭൂമിയിൽ ഇല്ലെന്നു

തന്നെ പറയാം. ഈ സാധുവിന്റെ ഇപ്പോഴത്തെ നിലകണ്ടാൽ ആരും വ്യസനിക്കാതിരിക്കയില്ല. ഇവർ എല്ലാവരും ഇത്തിരിനേരം ഈ സ്ഥിതിയിൽതന്നെ നില്ക്കട്ടെ. അതിനിടയിൽ വായനക്കാർ അറിവാനിച്ഛിക്കുന്ന മറ്റൊരു സംഗതിയെ ചുരുക്കത്തിൽ പ്രസ്താവിച്ചുകളയാം. കൊച്ചമ്മാളുവിനെ ഈ നിലയിൽ കാണ്മാൻ ഇടവരുമെന്ന് ആ രാജ്യക്കാർ മാത്രമല്ല, വായനക്കാരും വിചാരിച്ചിട്ടുണ്ടായിരിക്കയില്ല. ഇവൾക്കു ഇങ്ങിനെയുള്ള വേഷം ധരിപ്പാൻ ഇത്ര ക്ഷണത്തിൽ എങ്ങിനെ മനസ്സുവന്നു എന്നു ഇവിടെ പറയാതിരിപ്പാൻ തരമില്ലാതെ വന്നിരിക്കുന്നു.

അയ്യാപ്പട്ടരെ ചതിയായി ക്ഷണിച്ചുവരുത്തി പൂർവ്വസ്മരണയെന്നതു തീരെ വെടിഞ്ഞു ലേശംമാത്രം കരുണകൂടാതെ അകാരണമായി അരക്കാശിന്നു വിലയില്ലാത്ത രണ്ടു നീചന്മാരെക്കൊണ്ടുതല്ലി അവമാനിപ്പിച്ചു പറഞ്ഞയച്ചതിൽപിന്നെ അതുവളരെ കഷ്ടമായി പോയിരിക്കുന്നു എന്നുള്ള വിചാരം ഇവളുടെ മനസ്സിൽ തോന്നി. തന്റെ ദുരാചാരത്തേയും ദുഷ്കർമ്മശക്തിയേയുംപറ്റി വളരെ വ്യസനമുണ്ടായി. അതുമുതൽ അന്തസ്താപവും വ്യഥയും ഇവളുടെ മനസ്സിൽ അങ്കുരിച്ചു എങ്കിലും അയ്യാപ്പട്ടരു, തന്റെയും സംബന്ധക്കാരൻ ശങ്കരനെമ്പ്രാന്തിരിയുടെയും മേൽ അടികലശവും ഉപദ്രവവും ചുമത്തി പോലീസന്ന്യായം കൊടുത്തിരിക്കുന്നു എന്നും ഒന്നും അറിയാത്ത എമ്പ്രാന്തിരിയെക്കൂടി പ്രതിചേർത്തിട്ടുള്ളതു പടുവികൃതിയും മൂർഖനും ആയ കുണ്ടുണ്ണിമേനോന്റെ ദുസ്സാമാർത്ഥ്യശക്തിയിലാണെന്നും അന്വേഷണത്തിനു പോലീസ്സുകാർക്കു കല്പന കൊടുത്തിരിക്കുന്നു എന്നും അവർ രണ്ടുമൂന്നു ദിവസത്തിനുള്ളിൽ അന്വേഷണത്തിന്നു വരുമെന്നും കേട്ടപ്പോളാണ് ഇവളുടെ എല്ലാ ഭാവത്തിനും ഒരു പകർച്ചവന്നത്. അതികഠിനമായ തന്റെ ദുർന്നടപ്പും മനഃകർക്കശ്യവും ധിക്കാരവും സാഹസപ്രവൃത്തിയും, അനുഭവിച്ചു വരുന്നേയും അനുഭവിപ്പാൻ പോകുന്നേയും അവമാനവും അപരാധവും ഇതെല്ലാം ആകപ്പാടെ വിചാരിച്ചു വിചാരിച്ചു, വിഷാദിച്ചു സ്നാനാശനങ്ങളിൽപോലും അത്യന്തം വിരക്തിയായി കലുഷിതമായ പങ്ങശ്ശമേനോൻ അന്വേഷണത്തിന്നു വന്നതിന്റെ തലേദിവസം രാത്രി വ്യസനക്രാന്തയായി തളർന്നുകൊണ്ടു കിടന്നുറങ്ങുമ്പോൾ പന്ത്രണ്ടു സംവത്സരംമുമ്പെ മരിച്ചുപോയിട്ടുണ്ടായിരുന്ന തന്റെ അച്ഛനെ ഇവൾ സ്വപ്നംകണ്ടു. അദ്ദേഹം സ്വപ്നത്തിൽ തന്റെ അരികത്തുവന്നു അനേകം സാരമാർഗ്ഗങ്ങളെ തനിക്കു ഉപദേശിച്ചുപോയിട്ടുള്ളപ്രകാരം ജാഗ്രത്തിൽ അവൾക്കു ഓർമ്മവരികയും വിശ്വാസം സിദ്ധിക്കുകയും ചെയ്തതുകൊണ്ടു നാം പ്രസ്താവിച്ചുവെച്ച സംഗതികൾ സംഭവിച്ച ദിവസം രാവിലെ അവൾ ഈ വിവരം യാതൊന്നും ഒരു മനുഷ്യനോടും മിണ്ടാതെ കാക്കനൂർ മനക്കൽ ഹരിജയന്തൻ എന്ന വലിയ നമ്പൂരിപ്പാടവർകളെ ചെന്നുകണ്ടു തന്റെ പൂർവ്വചരിത്രവും കഷ്ടസ്ഥിതിയും സ്വപ്നാവസ്ഥയും എല്ലാം അദ്ദേഹത്തെ അറിയിച്ചു സാഷ്ടാംഗം കാല്ക്കൽ വീണു നമസ്കരിച്ചു. സർവാപരാധങ്ങളും സർവപാപങ്ങളും അകറ്റി തന്നെ കരുണയോടുകൂടെ പരിപാലിക്കേണ

മെന്നു കണ്ണുനീർവാർത്തുംകൊണ്ടു അപേക്ഷിച്ചു. ആശ്രിതന്മാരിൽ അതിവാത്സല്യവും സമജീവികളിൽ അനുകമ്പയും മനഃപാകതയും ഉള്ള വൃദ്ധനും സുശീലനുമായ ഈ ബ്രാഹ്മണശ്രേഷ്ഠൻ ഇവളുടെ അന്തസ്താപവും വിനയവും കണ്ടു കരുണാർദ്രചിത്തനായിട്ടു അവളെ ആശ്വസിപ്പിച്ചു മേലിൽ വേണ്ടുന്നതായ നടവടിയെപ്പറ്റി ചില സാരോപദേശം ചെയ്തു അതുപ്രകാരം അനുഷ്ഠിപ്പാൻ മനസ്സും ഭക്തിയും ഉണ്ടെങ്കിൽ പ്രായശ്ചിത്തം ചെയ്തു പരിശുദ്ധയാക്കി സ്വപുത്രിയെപ്പോലെ പരിരക്ഷണം ചെയ്യുന്നുണ്ടെന്നു ശപഥം ചെയ്തു വ്രതാനുഷ്ഠാനത്തിന്നു വേണ്ടപ്പെട്ട ഉപകരണങ്ങളും കൊടുത്തു തിരിയെ പറഞ്ഞയച്ചിട്ടുണ്ടായിരുന്നു. പങ്ങശ്ശമേനോൻ അന്വേഷണത്തിന്നു വന്നതുകണ്ടപ്പോൾ തന്റെ മനോരഥവും ഇന്നുതന്നെ സാധിപ്പിക്കേണമെന്നു നിശ്ചയിച്ചാണു ഇവൾ അദ്ദേഹത്തോടു വളരെ രസകരമായി സംസാരിച്ചതും അദ്ദേഹത്തെ ഉണ്ണാൻ ക്ഷണിച്ചതും. എന്നാൽ ഈ അന്തർഗ്ഗതവും ആരംഭവും ഇതുവരെ യാതൊരാൾക്കും മനസ്സിലായിരുന്നില്ല. പങ്ങശ്ശമേനോൻ കുളിപ്പാൻവേണ്ടി പോയ ഉടനെ ഊണുകഴിച്ചു തന്റെ അറയിൽപോയി വാതിൽ അടച്ചിരുന്നു ചെയ്തിട്ടുള്ള പരിശ്രമം ഇന്നതായിരുന്നു എന്നു വായനക്കാരോടു ഇനി പ്രസ്താവിക്കേണ്ടതില്ലല്ലൊ. ഇവൾ സർവ്വാംഗം ഭസ്മം തേച്ചതും കാഷായവസ്ത്രം ഉടുത്തതും രുദ്രാക്ഷം ധരിച്ചതും ഇതൊന്നുമല്ല കാണികൾക്കു വ്യസനത്തെ ഉണ്ടാക്കിയത്. അതിമനോഹരമായി നീണ്ടിരുണ്ട് അഗ്രം ചുരുണ്ടു ഇവളുടെ തലമുടി ഒരു ഇഴപോലും വെച്ചേക്കാതെ കണ്ണാടിയിൽ നോക്കി കത്രികകൊണ്ടു ഇവൾ ഖണ്ഡിച്ചുകളഞ്ഞതാണു സഹിപ്പാൻ പാടില്ലാത്ത മനോവേദനയേയും മഹാ വ്യസനത്തേയും ഉണ്ടാക്കിത്തീർത്തത്. ഈ വ്യസനം ഇവളെ വല്ല വിധേനയും ഒരു പ്രാവശ്യം കണ്ടവർക്കല്ലാതെ പറഞ്ഞാൽ നല്ലവണ്ണം മനസ്സിലാകില്ല.

മൂടുപടം എടുത്ത ഉടനെ കൊച്ചമ്മാളു തന്റെ കക്ഷത്തിൽ നിന്നു ഒരു വെള്ളിച്ചെല്ലം എടുത്തു അരികെ വീണു വിലാപിക്കുന്ന തന്റെ അമ്മയുടെ മുമ്പിൽവെച്ചു എല്ലാവരുടെ മുഖത്തും ഒന്നുനോക്കി അശേഷം കുലുക്കമൊ പരിഭ്രമമൊ കൂടാതെ ഇപ്രകാരം പറഞ്ഞു: 'എന്റെ ഇപ്പോഴത്തെ സ്വരൂപവും ആരംഭവും കണ്ടിട്ട് നിങ്ങൾ എല്ലാവരും വല്ലാതെ വ്യസനിക്കുന്നുണ്ടായിരിക്കാം. ഇതെല്ലാം കാലസ്വരൂപനായ ദൈവത്തിന്റെ വിലാസമാണെന്നു വിചാരിച്ചു സന്തോഷിക്കയാണു വേണ്ടത്. ഇതുവരെ നിങ്ങൾ എല്ലാവരുടേയും കണ്ണിന്നും മനസ്സിനും അത്യാനന്ദത്തെ ജനിപ്പിക്കുന്ന ഒരു പെൺകിടാവായിരുന്നു. ഇപ്പോൾ നിങ്ങൾക്കു ഈ വിധം കാണ്മാനും ഞാൻതന്നെയല്ലെ സംഗതിവരുത്തിയത്? ഇതിന്റെ കാരണം അറിയുമ്പോൾ നിങ്ങൾക്കു എന്റെമേൽ സന്തോഷവും ബഹുമാനവും തോന്നുവാനേ ഇടയുള്ളു. ഞാൻ ഏകദേശം നാലുസംവത്സരമായിട്ടു അടുത്തുപ്രദേശങ്ങളിൽ ഏറ്റവും ശ്രുതിപ്പെട്ടനിലയിൽ ഇരുന്നു വളരെ പേരുകൾ സമ്പാദിച്ചിട്ടുള്ള ഒരുത്തിയാണെന്നു നിങ്ങൾക്കു നല്ലവണ്ണം അറി

വുള്ളതാണല്ലൊ. എന്നെ അറിയാത്തവരും എന്നെ വന്നുകാണാത്തവരും എനിക്കു വല്ലതും കൊണ്ടന്നു തരാത്തവരും ഈ ദിക്കിൽ വളരെ ചുരുക്കമെയുള്ളു. എല്ലാവിധ ദുഷ്കൃതങ്ങൾക്കും ഞാൻ ഒരു താഴികക്കുടമായി നിൽക്കുകയാണു ചെയ്യുന്നത്. ഈ ചുരുങ്ങിയ കാലത്തിന്നിടയിൽ എല്ലാവകയുംകൂടി രണ്ടുമൂവ്വായിരം ഉറുപ്പികയുടെ മുതൽ രാപ്പകൽ അതിപ്രയത്നം ചെയ്തു സമ്പാദിച്ചിട്ടും ഉണ്ട്. എന്റെ അമ്മക്കും ഈ ജ്യേഷ്ഠന്മാർക്കും എന്റെ ഈ ദേഹമല്ലാതെ യാതൊരു സ്വത്തും ഇല്ല. അതുകൊണ്ടു കാലോചിതമായി വേണ്ടിവരുന്ന എല്ലാവിധ സഹായവും സൗകര്യവും ഇവർ അറിഞ്ഞും അറിയാതെയും എനിക്കു ചെയ്തും ചെയ്യിച്ചും വരാറുണ്ട്. ഇവരുടെ സഹായം എല്ലാകാര്യത്തിന്നും മതിയായ്‌വരികയില്ലെന്നു കണ്ടിട്ടാണ് ഈ ശങ്കരനെമ്പ്രാന്തിരിയുംകൂടി വന്നുചേർന്നത്. ഇദ്ദേഹം ആദ്യംരണ്ടു സംവത്സരത്തോളം എന്റെ ദല്ലാളായി നിന്നു വ്യാപാരത്തിൽ എനിക്കു വലിയ ലാഭവും പലെ ആദായങ്ങളും ഉണ്ടാക്കിത്തന്നിരിക്കുന്നു. അതിൽപിന്നെ ഏകദേശം രണ്ടുകൊല്ലമായിട്ടു എന്റെ സംബന്ധക്കാരനുംകൂടിയാണ്. ഇവർ നാലുപേരുംകൂടിച്ചെയ്തിട്ടുള്ള ഉപകാരംകൊണ്ടാണ് ഞാൻ ഇപ്പോൾ ഈ നിലയിൽ പ്രവേശിപ്പാൻ സംഗതിവന്നിട്ടുള്ളത്. എനിക്കു ഏകദേശം ബുദ്ധിവെച്ചമുതൽക്കു എന്റെ ജ്യേഷ്ഠന്മാർ അസ്തമിച്ചാൽ ഒരു നാഴികപോലും ഇവിടെ താമസിച്ചിട്ടുള്ളപ്രകാരം എനിക്കു തോന്നുന്നില്ല. സന്ധ്യക്കുമുമ്പെ ഊണുംകഴിച്ച് സംബന്ധവീട്ടിലേക്കു പോകയാണു ഇതുവരെയുള്ള പതിവ്. ഇന്നു ഞാൻ വേറെ ഒരു സംഗതി പറഞ്ഞു താമസിപ്പിച്ചതുകൊണ്ടുമാത്രം ഇവിടെ കാണ്മാൻ സംഗതിവന്നതാണ്. എനിക്കും അമ്മക്കും ബോധിച്ചപ്രകാരം ചെയ്യുന്നതു ഇവർക്കു പൂർണ്ണസമ്മതമാണ്. എനിക്കു അമ്മയും ഗുരുനാഥനും ചങ്ങാതിയും സഹായിയും എല്ലാം എന്റെ അമ്മ തന്നെയാണ്. അമ്മയുടെ ഉപദേശംകൊണ്ടും വാത്സല്യംകൊണ്ടും സഹായംകൊണ്ടുമാണ് ഞാൻ ഇത്രവേഗത്തിൽ ഇത്ര പ്രസിദ്ധയായിത്തീർന്നത്. എന്റെ സംബന്ധക്കാരൻ എല്ലാവരിലുംവെച്ചു ഏറ്റവും സരസനാണ്. പത്തുദിവസത്തേക്കു ഇവിടെ കയറിവരരുതു എന്നു ഞാൻ കല്പിപ്പാൻ പതിനൊന്നാം ദിവസമല്ലാതെ ഈ തൊടിയിലേക്കു കടക്കുമാറില്ല. ഇവർ നാലുപേരും കൂടാതെ മറ്റു അനേകംപേർ എനിക്കു സഹായികളുണ്ടെങ്കിലും പിന്നെ പറയത്തക്ക യോഗ്യന്മാർ ഈ നില്ക്കുന്ന കോമൻനായരും കുണ്ടുണ്ണിമേനോനും ആണ്. ഇവരുടെ കല്പനക്കൊ ഹിതത്തിനൊ യാതൊരു വിരോധവും ഞാൻ പറയാറില്ല. അത്ര ശങ്കയും ഭയവും ഉണ്ടാകത്തക്ക പല വിദ്യകളും ഇവർ എന്റെനേരെ പ്രയോഗിച്ചു ഫലിപ്പിച്ചു വെച്ചിട്ടുണ്ട്. ഇവരുടെ നിർബന്ധവും ഭീഷണിയും സഹിപ്പാൻ നിവൃത്തിയില്ലാഞ്ഞിട്ടാണു ഞാൻ ഈ കഴിഞ്ഞ ഏകാദശിനാൾ രാത്രി അത്യന്തം വിശ്വസ്തനും ഉപകാരിയും ഞാൻനിമിത്തം കടക്കൊള്ളിയും ആയ ഈ അയ്യാപ്പട്ടരെ ഇവിടെ ക്ഷണിച്ചുവരുത്തി ചതിയായി അടുക്കളയിൽ ഇട്ടു ഈ രാക്ഷസന്മാരെക്കൊണ്ടു പ്രഹരം കഴിപ്പിച്ചതും. സാധുവായ എമ്പ്രാന്തിരി

ഈ കാര്യം യാതൊന്നും അറിയില്ല. ഞാൻ അടുക്കെ നിന്ന് ഈ കുണ്ടുണ്ണി മേനോനെക്കൊണ്ടും കോമൻനായരെക്കൊണ്ടും തല്ലിക്കയാണു ചെയ്തത്. ഇവർ പറയുന്നതായാൽ കൊലക്കുറ്റം ചെയ്‌വാൻ പോലും എനിക്കു ധൈര്യക്ഷയം ഇല്ല. എന്റെ പൂർവ്വസ്ഥിതിയെല്ലാം ഇങ്ങിനെയാണ്. ഇവരിൽ ആർക്കെങ്കിലും ഒരാൾക്കു തന്റെ മകളെന്നൊ സോദരിയെന്നൊ സംബന്ധക്കാരിയെന്നൊ സമസൃഷ്ടിയെന്നൊ തെല്ലൊരു വിചാരവും സ്നേഹവും ഉണ്ടായിരുന്നുഎങ്കിൽ ഇപ്രകാരം ഞാൻ സകല ജനങ്ങളുടേയും പരിഹാസത്തിന്നും അപവാദത്തിന്നും പാത്രമായി നരകാഗ്നിക്കു വിറകായി കേവലം നിർല്ലജ്ജയായ ഒരു പടുവേശിയായി വരുന്നതല്ലായിരുന്നു.'

കൊച്ചമ്മാളു ഇങ്ങിനെ പറഞ്ഞു തന്റെ അമ്മയേയും ജ്യേഷ്ഠന്മാരേയും ചൂടുചൂടെനോക്കി നെടുവീർപ്പിട്ടു കണ്ണുനീർവാർത്തു വിലപിച്ചു തുടങ്ങി: 'അയ്യൊ! സർവ്വസാക്ഷിയായ ജഗദീശ്വര! അയ്യോ! പരമകാരുണികനായ വിശ്വംഭര! അയ്യൊ! സർവ്വാന്തര്യമിയായ ലോകപിതാവെ! ചണ്ഡാലിയായ ഈ കൊച്ചമ്മാളുവിനെ എന്തു ചെയ്‌വാനാണു ഭാവിച്ചിരിക്കുന്നത്? ഈ മഹാപാപം ഭുജിച്ചു തീർക്കാൻ എനിക്കു എത്രജന്മം വേണ്ടിവരും? ഏതെല്ലാം നീചയോനികളിലാണു ഞാൻ ജനിക്കേണ്ടത്? എന്റെ അച്ഛൻ ജീവനോടെ ഉണ്ടായിരുന്നു എങ്കിൽ ഈ മഹാപാപം ഭുജിപ്പാൻ എനിക്കു ഒരിക്കലും സംഗതിവരുന്നതല്ലായിരുന്നു. രണ്ടു സംവത്സരംകൂടി കഴിഞ്ഞാൽ മകളെ! നിന്നെ ഞാൻ ഒരുമിച്ചു കൊണ്ടുപോയി വേണ്ടതെല്ലാം പഠിപ്പിക്കുന്നതാണ് എന്ന് എന്റെ അച്ഛൻ മരിക്കുന്നതിന്റെ പതിനഞ്ചുദിവസം മുമ്പെ ഒരിക്കൽ എന്നെ മടിയിൽ എടുത്തു ഇരുത്തി ആശ്ലേഷം ചെയ്തുംകൊണ്ടു പറഞ്ഞിട്ടുണ്ടായിരുന്നു. എന്റെ മഹാപാപശക്തികൊണ്ടു അതിനൊന്നും എനിക്കു സംഗതിവന്നില്ല. വകതിരിവില്ലാത്ത എന്റെ അമ്മയുടെ കയ്യിൽ അകപ്പെട്ടു പോയതു കൊണ്ടല്ലെ ഞാൻ ഇങ്ങനെ ദുരിതം അനുഭവിക്കേണ്ടിവന്നത്. നിഷ്കാരണമായി എത്ര ജനങ്ങളെ അവമാനിച്ചു! എത്ര ചെറുപ്പക്കാരെ ഞാൻ വഷളാക്കിത്തീർത്തു! ഞാൻ നിമിത്തം പണ്ടു പണ്ടേയുള്ള എത്ര തറവാടുകൾ നശിച്ചുപോയി! എത്ര സ്ത്രീകളെ ഞാൻ നിരാധാരമാരാക്കി! എത്ര ആളുകളെ ഞാൻ കടക്കാരാക്കി! ഈ മഹാപാപശാന്തിക്കു എന്തൊരു പ്രായശ്ചിത്തമാണു ഞാൻ ചെയ്യേണ്ടത്! എന്റെ അമ്മയെപ്പോലെ ഇത്ര കുടിലയായിട്ടു മറ്റു യാതൊരമ്മമാരേയും കണുന്നതല്ല. അല്ലയൊ അമ്മെ, നിങ്ങൾ അല്ലെ എന്നെ ഇത്ര വഷളാക്കിത്തീർത്തത്! കുട്ടിക്കാലംമുതൽക്കേ നിങ്ങൾ എന്നെ നല്ലതു ശീലിപ്പിച്ചിരുന്നു എങ്കിൽ നിങ്ങളുടെ ഈ കൊച്ചമ്മാളു എന്തൊരു ഭാഗ്യമുള്ള മകളായിരിക്കുമായിരുന്നു! നിങ്ങളുടെ അന്ത്യകാലത്തിൽ കണ്ണുനീർ വാർത്തുംകൊണ്ട് അടുക്കെയിരുന്നു കഞ്ഞിവെള്ളം കോരിത്തന്നു മരിപ്പിക്കേണ്ടുന്നവളായ നിങ്ങളുടെ ഈ മകളെ നിങ്ങൾ ഇങ്ങിനെ ആക്കിയല്ലൊ! അയ്യൊ ദൈവമെ, ഈ വ്യസനം ഞാൻ ആരോടു പറയേണ്ടു! അമ്മക്കു വകതിരിവില്ലാത്തതൊ ഇരിക്കട്ടെ; സ്ത്രീസ്വഭാവം

കൊണ്ടു ഒരു സമയം അങ്ങിനെ വന്നേക്കാം. അല്പം വിഭാഗതയും അവമാനത്തിൽ തെല്ലുഭയവും അന്യന്മാരുടെ പരിഹാസത്തിൽ കുറച്ചു ദൈന്യവും എന്റെ ജ്യേഷ്ഠന്മാർക്കു ഉണ്ടായിരുന്നു എങ്കിൽ അതുമതിയായിരുന്നു. ഇവരുടെ അവസ്ഥ അമ്മയുടേതിലും ബഹുചിത്രമല്ലെ! വീട്ടിൽ നടന്നുവരുന്ന യാതൊരു കാര്യവും അന്യന്മാർ പറഞ്ഞു പരിഹസിക്കുന്നതു കേട്ടാൽപോലും അന്വേഷിക്കാത്ത പുരുഷന്മാർ മറ്റു വല്ലവരും ഉണ്ടൊ? നിങ്ങളുടെ ഉടപ്പിറന്നവളല്ലെ ഈ കൊച്ചമ്മാളു! എന്റെ നടവടിയെപ്പറ്റി നിങ്ങളുടെ മുഖാന്തരം അന്യന്മാർ ദുഷിക്കുമ്പോൾ മിണ്ടാതെ തലയും താഴ്ത്തി നിൽക്കുകയല്ലാതെ നിങ്ങൾക്ക് എന്തെങ്കിലും ഒന്നു പറവാൻ നിവൃത്തിയുണ്ടൊ? എന്റെ നിർഭാഗ്യശക്തിയും പൂർവ്വജന്മത്തിൽ ചെയ്തിട്ടുള്ള പാപപരിപാകവും എന്നല്ലാതെ നിങ്ങളെ കുറ്റം പറഞ്ഞിട്ടു യാതൊരു ഫലവും ഇല്ല. ഈ അവമാനം സഹിച്ചും കൊണ്ടു ഭൂമിയിൽ ഇരിക്കുന്നതിനെക്കാൾ മരിച്ചുകളയുന്നതാണ് വളരെ നല്ലത്. മരിച്ചാലും സ്വൈരക്കേടിന്നു വർദ്ധനതന്നെ. ജീവകാലത്തിൽ അവമാനം ഭൂമിയിൽ മാത്രമേ ഉള്ളു. മരിച്ചാൽ രണ്ടുദിക്കിലും ഒരുപോലെ അനുഭവിക്കും. ഭൂമിയുള്ളന്നും ഈ അപരാധം തീരുന്നതല്ല. എത്രകാലത്തോളം ഭൂമിയിൽ ഈ സ്വൈരക്കേടു നിൽക്കുന്നുവൊ അത്രകാലത്തോളം പരത്തിലും സ്വൈരക്കേടുതന്നെ. അതുകൊണ്ടു ജീവഹാനിവരുത്താനും മനസ്സുവരുന്നില്ല. അതിനാൽ ഭൂമിയിൽത്തന്നെ ഇരുന്നു പ്രായശ്ചിത്തം ചെയ്തു പാപനാശം ചെയ്‌വാനാണു ഞാൻ നിശ്ചയിച്ചിട്ടുള്ളത്. ദുർദ്ദരമായ വ്രതാനുഷ്ഠാനംകൊണ്ടും പ്രായശ്ചിത്തം കൊണ്ടും തീർത്ഥസ്നാനം, ജപം ഇത്യാദികൊണ്ടും പാപം നശിച്ചു പരിശുദ്ധയാകുമെന്നു കാക്കനൂർ മനക്കൽ ഹരിജയന്തൻ നമ്പൂരിപ്പാടവർകൾ ഇന്നു രാവിലെ എനിക്കു ഉപദേശം തന്നിട്ടുണ്ട്. കരുണാശാലിയും സാത്വികനുമായ ആ മഹാത്മാവ് അരുളിച്ചെയ്യും പ്രകാരം അണുവോളം വീഴ്ചവരുത്താതെ വ്രതാനുഷ്ഠാനം ചെയ്തു നിഷ്ക്കന്മഷയായി സതിയായി കാലക്ഷേപം ചെയ്‌വാനാണ് എന്റെ ഇപ്പോഴത്തെ ആരംഭം. എന്നെ മഹാപാതകിയും ചണ്ഡാലിയും ആക്കിത്തീർപ്പാൻ രാപ്പകൽ അത്യുത്സാഹം ചെയ്തുവന്നിട്ടുള്ള നിങ്ങളെ എന്റെ മുമ്പിൽ നിർത്തി യോഗ്യനായ ഒരു പുരുഷന്റെ മുഖാന്തരം ഈ എല്ലാ സംഗതികളും പറഞ്ഞുതീർക്കണമെന്നു വിചാരിച്ചിട്ടാണു ഞാൻ ഇന്നു ഉച്ചക്കുശേഷം പല യുക്തിയും വഞ്ചനയും പ്രയോഗിച്ചു നിങ്ങളെ എല്ലാവരെയും ഇവിടെ ക്ഷണിച്ചു നിർത്തിയത്. അതുകൊണ്ടു നിങ്ങൾ ആരും എന്റെ നേരെ അണുമാത്രം മുഷിച്ചിൽ കൂടാതെ എന്നെ അനുഗ്രഹിക്കേണ്ടതിന്നു ഞാൻ വിനയത്തോടെ അപേക്ഷിക്കുന്നു. മാനാവമാനം എന്നുള്ള വിചാരം ലേശം കൂടാതെ രാപ്പകൽ ദുഷ്കർമ്മം ചെയ്തു ജനാപവാദവും മഹാപാതകവും സമ്പാദിച്ചു തലകീഴായി നരകത്തിൽ വീഴാൻ ഒരുങ്ങി നില്ക്കുന്ന എനിക്കു ക്രിമിനൽശിക്ഷ അനുഭവിക്കുന്നതിൽ അശേഷം വ്യസനമോ ഭയമൊ ഇല്ല. എന്നാൽ നിർദ്ദോഷിയും ശുദ്ധനുമായ ഈ എമ്പ്രാന്തിരിയെ ഈ കാര്യ

ത്തിൽ വൃഥാ ശിക്ഷിപ്പിക്കരുതെന്നു മാത്രമേ ഞാൻ അപേക്ഷിക്കുന്നുള്ളു. നിരപരാധികളെ അറിഞ്ഞുംകൊണ്ടു കഷ്ടത്തിലാക്കുവാൻ ശ്രമിച്ചുവരുന്ന അപരാധികളെയാണ് പിടിച്ചു നല്ലവണ്ണം ശിക്ഷിക്കേണ്ടത്. സുകൃതദുഷ്കൃത്യങ്ങൾ ഒഴികെ മറ്റു യാതൊന്നും മനുഷ്യനു തുണയായിരിക്കയില്ലെന്നും നിസ്സാരമായ പ്രാപഞ്ചികസുഖത്തിന്നുവേണ്ടി അകൃത്യം പ്രവർത്തിക്കുന്നതു ഭോഷത്വമാണെന്നും സത്യവും മര്യാദയും ഒരു കാലത്തും ഉപേക്ഷിക്കരുതെന്നും ഇന്നലെ രാത്രി സ്വപ്നത്തിൽ എന്റെ അച്ഛനും ഇന്നു രാവിലെ ജാഗ്രത്തിൽ പരിശുദ്ധാത്മാവായ നമ്പൂതിരിപ്പാടവർകളും ഒരുപോലെ എന്നെ ഉപദേശിച്ചിട്ടുള്ളതു ഞാൻ ശിലാരേഖയെപ്പോലെ എന്റെ മനസ്സിൽ ഉറപ്പിച്ചിരിക്കുന്നു.'

കൊച്ചമ്മാളു ഇങ്ങിനെ പറഞ്ഞുകൊണ്ടിരിക്കുന്ന മദ്ധ്യേ വയോധികന്മാരായ രണ്ടു പുരുഷന്മാരും വൃദ്ധയായ ഒരു സ്ത്രീയും കയറിവന്നു. അവർ മുറ്റത്തു ഇറങ്ങിനിന്നിട്ടു കൊച്ചമ്മാളുവിനെവിളിച്ചു അല്പം ഉച്ചത്തിൽ ഇങ്ങിനെ പറഞ്ഞു: 'ഇന്നു രാവിലെ വലിയ നമ്പൂതിരിപ്പാടവർകൾ നിന്നോടു കല്പിച്ചിട്ടുള്ള പ്രകാരം ഇനിമേൽ നടപ്പാൻ നീ ഒരുക്കമുണ്ടെങ്കിൽ ഇപ്പോൾ തന്നെ നീ ഞങ്ങളുടെ ഒരുമിച്ചു മനയ്ക്കലേക്കു പോരുവാൻ കൽപിച്ചിരിക്കുന്നു. നിശ്ചയിച്ചപ്രകാരമുള്ള വ്രതം ആരംഭിപ്പാൻ വേണ്ടത്തക്ക ഒരുക്കങ്ങൾ അവിടെ തെയ്യാറാക്കീട്ടുണ്ടെന്നും അതുകൊണ്ടു താമസംകൂടാതെ ഇവിടെനിന്നു പോരണമെന്നും വിശേഷിച്ചും തിരുമനസ്സുകൊണ്ടു അരുളിചെയ്തിരിക്കുന്നു.' കൊച്ചമ്മാളു ഈ കല്പന കേട്ട ഉടനെ അവിടെനിന്നു എഴുനീറ്റു അമ്മയുടെ കാക്കൽ മൂന്നുപ്രാവശ്യം നമസ്കരിച്ചു തന്റെ ജ്യേഷ്ഠന്മാരെയും തൊഴുതു കാൽപിടിച്ചു എല്ലാവരോടും പ്രത്യേകം പ്രത്യേകം യാത്രയയപ്പിച്ചു. 'ഞാൻ പോകുന്നു. ഇനി എല്ലാം എന്റെ യോഗംപോലെയും അച്ഛന്റെ കാരുണ്യംപോലെയും വരട്ടെ' എന്നു പറഞ്ഞു തന്റെ ചെല്ലവും എല്ലാ താക്കോലുകളും അമ്മയുടെ മുമ്പിൽവെച്ചു പിന്നേയും അമ്മയെ നമസ്കരിച്ചു മുറ്റത്തിറങ്ങി നമ്പൂരിപ്പാടയച്ചിട്ടുള്ള ആളുകളുടെ ഒന്നിച്ചു മനക്കലേക്കു പോയി.

ഇവിടുത്തെ ഇപ്പോഴത്തെ അവസ്ഥ കണ്ടാൽമാത്രമേ മനസ്സിലാകയുള്ളു. ഉള്ളപ്രകാരം പറഞ്ഞറിയിപ്പാൻ ഈ ജന്മം എന്നെക്കൊണ്ടു സാധിക്കുന്നതല്ല. ഉണിച്ചിരാമ്മയും തന്റെ രണ്ടു പുത്രന്മാരും കൊച്ചമ്മാളുവിനെ വിളിച്ചു നിലവിളികൂട്ടി ഒടുവിൽ മൃതപ്രായന്മാരായി നിലത്തുപതിച്ചു. ശങ്കരനെമ്പ്രാന്തിരിയുടെ തോർത്തുമുണ്ടു പിഴിഞ്ഞുനോക്കിയാൽ മൂഴക്കു കണ്ണീരിൽ ഒരു തുള്ളിപോലും കുറയാതെ കിട്ടും. പങ്ങശ്ശമേനോനുള്ള കുണ്ഠിതവും വിഷാദവും പറഞ്ഞാൽ ഒടുങ്ങില്ല. ഈ സങ്കടാവസ്ഥ കണ്ടനുഭവിപ്പാൻ തനിക്കുംകൂടി സംഗതിവന്നല്ലോ എന്നു പറഞ്ഞു കരഞ്ഞുതുടങ്ങി അയ്യാപ്പട്ടര് ഇരുന്ന ദിക്കിൽതന്നെ സ്തംഭിച്ചു വീണു. കോമൻനായരും കുണ്ടുണ്ണിമേനോനും ഏതിലേ പൊയ്ക്കളഞ്ഞു എന്നു ഇവിടെ കൂടിയവരിൽ യാതൊരാളും അറിഞ്ഞില്ല. എല്ലാവരും ഒരുപോലെ വിഷണ്ണന്മാരായി ഒന്നും മിണ്ടാൻ വഹിയാതെ കുമ്പിട്ടിരുന്നു.

ഒടുവിൽ പങ്ങശ്ശമേനോൻ അല്പം ധൈര്യംകലർന്നു പതുക്കെ ഉണിച്ചിരാമ്മയുടെ അരികത്തു ചെന്നിരുന്നു. അനേകം ശാന്തവാക്കുകൾ പറഞ്ഞു ആ വൃദ്ധയെ അല്പം ആശ്വസിപ്പിച്ചു ഒരു വിധേന അകത്തേക്കു കൈപിടിച്ചു കൊണ്ടുപോയി ഒരു കട്ടിലിന്മേൽ കിടത്തി. കൊച്ചമ്മാളുവിന്റെ ജ്യേഷ്ഠന്മാരും തങ്ങളുടെ അമ്മക്കു തുണയായിട്ടു അന്നു അവിടെത്തന്നെ താമസിച്ചു. കോലായിൽ ഉണ്ടായിരുന്നവർ ഓരോന്നായി പങ്ങശ്ശമേനോനോടു യാത്രപറഞ്ഞു ഇറങ്ങിപ്പോയി. പങ്ങശ്ശമേനോനു നേർത്തേതന്നെ. ഉറങ്ങണമെന്നുള്ള മോഹവും തീർന്നു. അദ്ദേഹം പിന്നെയും കുറെനേരം കുണ്ഠിതത്തോടുംകൂടി അവിടെ ഇരുന്നതിന്റെ ശേഷം അയ്യാപ്പട്ടരോടും എമ്പ്രാന്തിരിയോടും ഒരുമിച്ചുള്ള കാൺസ്റ്റേബിളോടും ഒരുമിച്ചു ഇറങ്ങിപ്പോയി. പോകുന്നവഴിക്കു ഓരോ സങ്കടാവസ്ഥയെ പറഞ്ഞു പരിതപിച്ചുംകൊണ്ടു എല്ലാവരും അയ്യാപ്പട്ടരുടെ മഠത്തിൽ എത്തി അന്നത്തെ രാത്രി ഒരു സംവത്സരംപോലെ കഴിച്ചുകൂട്ടി. പിറ്റേന്നാൾ രാവിലെ നാലുപേരുംകൂടി കോന്തിമേനോൻ അവർകളെ ചെന്നുകണ്ടു എല്ലാ വിവരവും അദ്ദേഹത്തെ അറിയിച്ചു. ഒടുവിൽ അന്യായം നടത്തുവാൻ മനസ്സില്ലെന്നു പറഞ്ഞു അയ്യാപ്പട്ടരു ഹരജിയും മടക്കി മേടിച്ചു. എമ്പ്രാന്തിരി നാലഞ്ചുദിവസം പ്രയാസേന കഴിച്ചുകൂട്ടിയതിന്റെശേഷം ശാന്തിപ്രവൃത്തിക്കു വേറെ ഒരു എമ്പ്രാന്തിരിയെ ബതൽവെച്ചു കനകമംഗലത്തേക്കു ഇനി മടങ്ങിവരില്ല എന്ന നിശ്ചയത്തോടുകൂടി തന്റെ സ്വന്തരാജ്യത്തിലേക്കുതന്നെ പോയി. കൊച്ചമ്മാളുവിന്റെ വ്രതാനുഷ്ഠാനവും ഗംഗാസ്നാനം മുതലായ സൽകർമ്മങ്ങളും മേലിൽ അതുനിമിത്തം സിദ്ധിച്ച നന്മകളും വേറെ ഒരദ്ധ്യായത്തിലേക്കു നിർത്തിവെക്കേണ്ടി വന്നിരിക്കുന്നു.

13

പുത്തൻ മാളികയ്ക്കൽവച്ചുണ്ടായ വലിയൊരു കാര്യാലോചന

നാം പ്രസ്താവിച്ചുവരുന്ന സംഗതികൾ സംഭവിച്ചിട്ടുള്ള കാലത്തു പുത്തൻ മാളികയ്ക്കൽ നമ്മുടെ കഥാനായികയായ മീനാക്ഷിക്കുട്ടി കൂടാതെ വേറെയും മൂന്നു പെൺകുട്ടികൾ ഉണ്ടായിരുന്നു. അവരിൽ കാർത്ത്യായനിയും മാധവിയും നാണിയമ്മയുടെ പുത്രിമാരും എല്ലാവരിലും ഇളയവളായ കൊച്ചുലക്ഷ്മി പാറുക്കുട്ടിഅമ്മയുടെ രണ്ടാമത്തെ സന്താനവും ആകുന്നു. മീനാക്ഷിക്കുട്ടിയും നാണിയമ്മയുടെ സീമന്തപുത്രിയായ കാർത്ത്യായിനിയും തമ്മിൽ പ്രായംകൊണ്ടു ആറുമാസത്തെ മൂപ്പിളമ മാത്രമേയുള്ളു. മാധവിയും കൊച്ചുലക്ഷ്മിയും ചെറിയ കുട്ടികളാകകൊണ്ടു താലികെട്ടു കല്യാണം അവർക്കു ഇതുവരെ കഴിഞ്ഞിട്ടുണ്ടായിരുന്നില്ല. നാണിയമ്മയുടെ ഭർത്താവും ഭൂരിദ്രവ്യസ്ഥനും ബഹുധാരാളിയും ആയ രാമുക്കുട്ടിമേനോൻ മേല്പറഞ്ഞ രണ്ടു കുട്ടികളുടെ താലികെട്ടടിയന്തിരം കൂടുന്ന വേഗത്തിൽ കഴിച്ചുകൂട്ടണമെന്നുള്ള താല്പര്യത്തോടുകൂടി ഇപ്പോൾ നാലഞ്ചുമാസമായിട്ടു ഗോപാലമേനോനെ തിരക്കിക്കൊണ്ടിരിക്കയാണു ചെയ്യുന്നത്. സോമേശ്വരം സബ്റജിസ്ട്രാരും വടക്കെ മലയാളത്തിൽ ശ്രുതിപ്പെട്ട ഒരു വലിയ തറവാട്ടുകാരനും പാറുക്കുട്ടിയുടെ ഭർത്താവും ആയ കെ. സി. കരുണാകരൻ നമ്പ്യാരു മേൽ പ്രസ്താവിച്ച വിഷയത്തെപ്പറ്റി ഇതുവരെ യാതൊന്നും പറയുകയുണ്ടായിട്ടില്ല. കൊച്ചുലക്ഷ്മിക്കു മൂന്നുവയസ്സുമാത്രമേ പ്രായമായിട്ടുള്ളു എന്നു വിചാരിച്ചതുകൊണ്ടായിരിക്കാം ഇദ്ദേഹം രാമുക്കുട്ടിമേനോനെപ്പോലെ തിരക്കു കൂട്ടാതിരിക്കുന്നത്. എന്നാൽ രാമുക്കുട്ടിമേനോന്റെ മനസ്സിൽ ഇതു കൂടാതെ വേറെയും വലിയൊരു താല്പര്യമുണ്ടത്രേ. കാർത്ത്യായനിയുടെ സംബന്ധവും കൂടി ഈ സംവത്സരംതന്നെ നടത്തേണമെന്നുള്ള മോഹമാണ് വളരെ കലശലായിട്ടുള്ളത്. മീനാക്ഷിക്കുട്ടിയുടെ കാര്യം നിവർത്തിക്കുന്നതിനു മുമ്പായിട്ടു തന്റെ ഈ അഭിലാഷം സാധിപ്പിക്കുന്നതു സാധാ

രണ്ണ നാട്ടുനടപ്പിനു വിപരീതമായിട്ടുള്ളതാണെന്നു വിചാരിച്ച് ആയതു വേഗത്തിൽ കഴിപ്പിക്കേണ്ടതിന്നുവേണ്ടി കുഞ്ഞികൃഷ്ണമേനോനെ വരുത്തി ആലോചിക്കണമെന്നു ഇദ്ദേഹം നാലഞ്ചുപ്രാവശ്യമായി ഗോപാലമേനോനോട് ആവശ്യപ്പെട്ടുവരുന്നു. മകളുടെ സംബന്ധകാര്യത്തിൽ രാമുക്കുട്ടിമേനോനെക്കാൾ അധികം ഉത്സാഹിക്കേണ്ടതു കുഞ്ഞുകൃഷ്ണമേനോനാണ്. പ്രായവും വളർച്ചയും ആലോചിക്കുന്നതായാൽ മീനാക്ഷിക്കുട്ടിക്കു എല്ലാംകൊണ്ടും ഇപ്പോൾ സംബന്ധത്തിനു നല്ല സമയമാണ്. ഇവൾ പുത്തൻമാളികയ്ക്കൽ വളർത്തിവരപ്പെട്ട ഒരു പെൺകിടാവല്ലായിരുന്നുവെങ്കിൽ ഇതിന്നു എത്രയൊ മുമ്പായിട്ടുതന്നെ സംബന്ധവും മറ്റു ചിലതും കഴിഞ്ഞുപോയിട്ടുണ്ടായിരിക്കണം. കാലാവസ്ഥയും നാട്ടുനടപ്പും അങ്ങിനെയാണ് അധികവും കണ്ടുവരുന്നത്. എന്നാൽ കാര്യത്തിന്റെ യഥാർത്ഥം പറയുന്നതാണങ്കിൽ കാർത്ത്യായനിക്കു ഇനിയും ആറേഴു സംവത്സരത്തേക്കു സംബന്ധക്കാരനെ ആലോചിക്കേണ്ടുന്ന ആവശ്യമേയില്ല. ആകപ്പാടെ നോക്കിയാൽ ഈ പെണ്ണ് ഒരു കാരെളയുടെ സ്വഭാവമാണ്. നീളുകയും ഇല്ല, തടിക്കുകയും ഇല്ല. നിതൃത ചെറുതായി വരികയാണ് ചെയ്യുന്നത്. അരണയെതിന്ന പൂച്ചയെപ്പോലെ ദിവസംപ്രതി ക്ഷീണിച്ചു ക്ഷീണിച്ചു ഏകദേശം ഇപ്പോൾ കഷായം കുറുക്കി അരിക്കാറായ മട്ടിൽ എത്തിയിരിക്കുന്നു. നിവൃത്തിയുള്ള പക്ഷം ഇവൾ സംബന്ധക്കാരനെ ഉണ്ടാക്കാതെയിരിക്കുന്നതാണ് വളരെ ഉത്തമം. ഇവൾ പത്തുദിവസം എഴുനീറ്റു നടന്നിട്ടുണ്ടെങ്കിൽ പിന്നെ പതിനഞ്ചുദിവസത്തേക്കു തല പൊങ്ങിക്കുന്ന ചട്ടമേയില്ല. മാസത്തിൽ ഇരുപത്തെട്ടു ദിവസം പട്ടിണിയും രണ്ടുദിവസം ഏകാദശിനോമ്പും എന്നു പറഞ്ഞുവരുന്ന സ്ഥിതിയിലാണ് ഇവളുടെ രോഗവും വിദ്യാഭ്യാസവും. ഇങ്ങിനെയെല്ലാമായിട്ടും ഇവളുടെ സംബന്ധകാര്യത്തിൽ രാമുക്കുട്ടിമേനോനുള്ള ബദ്ധപ്പാടു പറഞ്ഞാൽ തീരുന്നതല്ല. കുഞ്ഞികൃഷ്ണമേനോൻ വന്നതിൽ പിന്നെ അദ്ദേഹവുമായാലോചിച്ചു വേണ്ടത്തക്കപ്രകാരം ചെയ്യാമെന്നു പറഞ്ഞു ഗോപാലമേനോൻ ഇദ്ദേഹത്തെ ഒരു വിധേന താമസിപ്പിച്ചുവരികയാണ് ചെയ്തിട്ടുള്ളത്. ഇദ്ദേഹത്തിന്റെ നിർബന്ധവും തിരക്കും സഹിപ്പാൻ പാടില്ലാഞ്ഞിട്ടാണ് ഒന്നാം അദ്ധ്യായത്തിൽ നാം പ്രസ്താവിച്ചിട്ടുള്ള പ്രകാരം ഗോപാലമേനോൻ ഒരെഴുത്തോടുകൂടി ഗോവിന്ദനെ കുഞ്ഞികൃഷ്ണമേനോന്റെ അരികത്തേക്കു അയച്ചിട്ടുണ്ടായിരുന്നത്. അദ്ദേഹം ഇപ്പോൾ വന്നിട്ടുള്ളതും പ്രത്യേകിച്ചു ഈ കാര്യത്തിനു വേണ്ടി മാത്രമാണ്. താലികെട്ടടിയന്തിരം ഈ കൊല്ലംതന്നെ നിവർത്തിച്ചുകളയേണമെന്നു ഗോപാലമേനോന്റെ മനസ്സിലും താല്പര്യമുണ്ട്. എന്നാൽ സംബന്ധം ഇപ്പോൾ നടത്തിക്കുന്നതിൽ കുറെ രസക്കേടും കാര്യമായുണ്ട്.

കുഞ്ഞികൃഷ്ണമേനോൻ വന്നിട്ടുണ്ടായിരുന്ന ദിവസംതന്നെ ഏകദേശം സന്ധ്യയോടുകൂടി രാമുക്കുട്ടിമേനോനും അദ്ദേഹത്തിന്റെ പിന്നാലെ തന്നെ കരുണാകരൻ നമ്പ്യാരും എത്തി. നാണിയമ്മയുടേതും പാറുക്കു

ട്ടിയുടേയും മുഖത്തിന്നു സ്വാഭാവികമായ പ്രകാശവും വന്നുകൂടി. കുഞ്ഞികൃഷ്ണമേനോന്റെ മുഖാന്തരം കുഞ്ഞിശ്ശങ്കരമേനോൻ ഇവർക്ക് പരിചയക്കാരനും ആയി. ഇവർ എല്ലാവരും അന്യോന്യം ഓരോ നാട്ടുവർത്തമാനങ്ങളും വ്യവഹാരസംഗതികളും അന്വേഷിച്ചും പറഞ്ഞും കൊണ്ടു കുറെനേരം കഴിച്ചതിൽപിന്നെ ഏകദേശം ഒമ്പതുമണിക്കു മുമ്പായിട്ടു സുഖമായൂണുകഴിച്ചു കാറ്റുകൊണ്ടിരിപ്പാൻവേണ്ടി മുകളിലേക്കുപോയി. കുഞ്ഞിശ്ശങ്കരമേനോൻ തന്റെ ചുരുങ്ങിയ സംഭാഷണത്തിൽ കാണിച്ചിട്ടുണ്ടായിരുന്ന അത്യത്ഭുതമായ ബുദ്ധിഗാംഭീര്യവും വാക്സാമർത്ഥ്യവും അസാധാരണമായ വിനയവും മര്യാദയും കണ്ടിട്ട് എല്ലാവർക്കും ഇദ്ദേഹത്തിന്റെ മേൽ അസാമാന്യമായ സ്നേഹവും അപൂർവ്വമായ ബഹുമാനവും അത്യാനന്ദവും ഉണ്ടായി. എങ്കിലും രാമുക്കുട്ടിമേനോനാണ് തന്നെത്താൻ മറന്നു അളവില്ലാതെ സന്തോഷിച്ചുപോയത്. ഇതുകുറെ ആശ്ചര്യപ്പെടത്തക്ക കാര്യമാണ്. സാമാന്യക്കാരേയും ഈ മനുഷ്യൻ അശേഷം ബോദ്ധ്യമാവാറില്ല. താൻ ഒരു വലിയ സമർത്ഥനാണെന്നും തന്നെപ്പോലെ കലാപിയായി വേറെ യാതൊരാളും ഇല്ലെന്നും ഇദ്ദേഹത്തിന്നു നല്ല വിശ്വാസമുണ്ട്. വിശേഷിച്ചു ഇപ്പോഴത്തെ ചെറുപ്പക്കാരുടെ നടവടിയും പുതിയ നാഗരീകവും സംസാരവും രാമുക്കുട്ടിമേനോനു അല്പമെങ്കിലും രസിച്ചുവരുമാറില്ല. പിന്നെപ്പിന്നെ ജനിച്ചുവളരുന്ന കുട്ടികൾക്കു ഗുരുത്വവും മര്യാദയും കുറഞ്ഞുകുറഞ്ഞാണ് കണ്ടുവരുന്നതെന്നു ഇദ്ദേഹം നേരം പുലർന്നാൽ പത്തുപ്രാവശ്യമെങ്കിലും പറയാതിരിക്കുമാറില്ല. 'ഇങ്ങിനെയുള്ള ചെറുപ്പക്കാരുടെ തോന്ന്യാസവും അധികപ്രസംഗവും വർദ്ധിച്ചു വരുന്നതിനു തക്കവണ്ണം രാജ്യത്തിൽ മഴ കുറഞ്ഞും ഇടിയും കാറ്റും കലശലായും കൃഷി ക്ഷയിച്ചും ദാരിദ്ര്യം വർദ്ധിച്ചും മഹാരോഗം ബാധിച്ചും ജനങ്ങൾക്കു അല്പായുസ്സായും ദുഷ്ടജന്തുക്കളെ കൊണ്ടുള്ള ഉപദ്രവം ഏറിയും നാടു നശിച്ചു തുടങ്ങിയതു കാണുന്നില്ലെ?' എന്നിങ്ങനെ രാമുക്കുട്ടിമേനോൻ പല സമയവും കഥ കൂടാതെ പറയുന്ന ഒരു മനുഷ്യനാണ്. എന്നാൽ തന്റെ അവസ്ഥ ബഹു വിശേഷമാണത്രെ. കയ്യിൽ ധാരാളം പണമുണ്ടെന്നുള്ള ഒരു വലിപ്പമല്ലാതെ മറ്റെല്ലാം മോശത്തിലാണ്. ബുദ്ധിക്കു വികാസമൊ ഗുണദോഷങ്ങളെ തിരിച്ചറിവാനുള്ള സാമർത്ഥ്യമൊ വകതിരിവൊ ഇതൊന്നും ഇദ്ദേഹത്തിനു ഇല്ലന്നുതന്നെ പറയാം. പത്തൊഅമ്പതൊ സുഭാഷിതശ്ലോകം വാലുംതലയുംകൂടാതെ മനസ്സിലാക്കീട്ടുള്ളതിന്നു പുറമെ കുറെ കീർത്തനശ്ലോകങ്ങളും രാമായണത്തിലും ഭാരതത്തിലുംകൂടി ഒക്കപ്പാടെ പത്തുനൂറുശീലുകളും പഠിച്ചിട്ടുണ്ട്. വിദ്യാഭ്യാസം ഇത്രമാത്രമേ ഈ മനുഷ്യന്നുള്ളു. നാട്ടുപുറങ്ങളിൽ കിടന്നു സാധുക്കളായ കുടിയാന്മാരെ പിഴിഞ്ഞെടുത്തു വേണ്ടാത്ത ദുരഭിമാനത്തിനും ദുർവ്യവഹാരത്തിന്നുംവേണ്ടി രാപ്പകൽ ഒരുപോലെ തല്ലുകൂടി വേണ്ടുന്നദിക്കിൽ ഒരു കാശുപോലും ചിലവുചെയ്യാതെ അനാവശ്യമായ കാര്യത്തിന്നുവേണ്ടി പണം വാരി എറിയുന്ന ചില നാട്ടുപ്രമാണികളുടെ കൂട്ടത്തിൽ ഇദ്ദേഹം എല്ലാം കൊണ്ടു ബഹുയോഗ്യനാണ്.

താൻ ഏർപ്പെടുന്ന കാര്യം ജയിക്കണമെന്നുള്ള ശാഠ്യം വലിയ കലശലായുണ്ട്. നന്മയായാലും വേണ്ടില്ല തിന്മയായാലും വേണ്ടില്ല, ഈ കാലത്തിനും അവസ്ഥക്കും ലേശം പറ്റാത്തതായാലും വേണ്ടില്ല, പൂർവ്വാചാരവും നടപടിയും അണുവോളം തെറ്റിനടപ്പാൻ പാടില്ലെന്നുതന്നെയാണു രാമുക്കുട്ടിമേനോന്റെ പിടിത്തം. ഗോപാലമേനോനെത്തന്നെയും ഇദ്ദേഹത്തിന്നു നല്ല പക്ഷമല്ല. അതിലും വിശേഷിച്ചു മീനാക്ഷിക്കുട്ടിയുടെ ഇംഗ്ലീഷുപഠിപ്പും പൂർവ്വാചാരവിരുദ്ധമായ സ്തനാവരണവും ഇതൊന്നും ഈ മനുഷ്യന്നു അശേഷം രസമായിട്ടില്ല. പലപ്പോഴും അതിനെക്കുറിച്ചു നാണിയമ്മയോടു ദുഷിച്ചു പറയാറുണ്ട്. ഭാര്യയിൽ ആസക്തിയും സ്നേഹവും സാധാരണയിൽകുറെ അധികമായതുകൊണ്ടു മാത്രമാണ് ഇദ്ദേഹം യാതൊരു സുഖക്കേടും പുറമെ കാണിക്കാതിരുന്നത്. അറിവും വിഭാഗതയും ഇല്ലാത്ത മനുഷ്യർക്കു അധികപ്രസംഗമുണ്ടായാൽ പിന്നത്തെ കഥ പറയണമെന്നില്ലല്ലൊ. എങ്കിലും കുഞ്ഞിശ്ശങ്കരമേനോനെ രാമുക്കുട്ടിമേനോനു നല്ലവണ്ണം ബോധിച്ചു എന്നു പറഞ്ഞാൽ കഴിഞ്ഞല്ലൊ. എല്ലാവരുംകൂടി മുകളിൽ കുത്തിരുന്നു പിന്നെയും ഓരോ സംഗതിയെപ്പറ്റി സംസാരിച്ചുകൊണ്ടിരിക്കുന്ന മദ്ധ്യെ രാമുക്കുട്ടിമേനോൻ കുഞ്ഞികൃഷ്ണമേനോന്റെ മുഖത്തുനോക്കി ഇപ്രകാരം പറഞ്ഞു:

രാമുക്കുട്ടിമേനോൻ: നോം എല്ലാവരും ഇവിടെ ഇങ്ങിനെ ഒന്നിച്ചു കൂടുവാൻ സംഗതി വന്നിട്ടുള്ള അവസ്ഥക്കു ഗോപാലമേനോൻ താങ്കൾക്കു എഴുതിയയച്ച കാര്യവുംകൂടി ഇപ്പോൾ തന്നെ ആലോചിച്ചു തീർച്ചപ്പെടുത്തിക്കളയുന്നതാണ് വളരെ നല്ലതെന്നു തോന്നുന്നു. ഈ മേടമാസം പതിമൂന്നാം തീയതി താലികെട്ടാൻ ഒരു നല്ല മുഹൂർത്തമുണ്ട്. ഇവിടുത്തെ രണ്ടു കുട്ടികളെ കല്യാണം ആ ദിവസംതന്നെ ആക്കേണമെന്നാണു ഞാൻ വിചാരിക്കുന്നത്. ഈ സംവത്സരത്തിൽ പിന്നെ മുഹൂർത്തമില്ല. ഇതുകൂടാതെ വേറെയും ഒരു സംഗതികൊണ്ടു ആലോചിപ്പാനുണ്ട്. മീനാക്ഷിക്കുട്ടിക്കും കാർത്ത്യായനിക്കും എകദേശം കുട്ടിപ്രായം കഴിഞ്ഞുവല്ലോ; ആ കാര്യത്തെപ്പറ്റി എന്താണു വിചാരിക്കുന്നത്? അതും ഈ അവസരത്തിൽതന്നെ നിവൃത്തിക്കേണ്ടതാണ്. നീ കാലതാമസം ചെയ്യുന്നതു ഭംഗിയില്ല.

കുഞ്ഞികൃഷ്ണമേനോൻ: കല്യാണം ഏതായാലും കഴിപ്പിക്കേണ്ടതുതന്നെ. താങ്കളുടെ ഹിതപ്രകാരം ചെയ്യാമെന്നാണു ഞാനും വിചാരിക്കുന്നത്. കരുണാകരൻനമ്പ്യാർക്കും ഗോപാലമേനോനും മനസ്സാണെങ്കിൽ ഈ മേടത്തിൽ തന്നെ ആക്കുന്നതിന്നു യാതൊരു വിരോധവും ഇല്ല.

രാമുക്കുട്ടിമേനോൻ: മറ്റേ കാര്യംകൊണ്ടു എന്താണ് ഒന്നും പറയാതെ ഇരുന്നത്.

കുഞ്ഞികൃഷ്ണമേനോൻ: അതു രണ്ടാമതായി പ്രസ്താവിച്ച സംഗതിയല്ലെ? ഒന്നാമത്തെ കാര്യം തീർച്ചപ്പെടുത്തിയതിൽ പിന്നെ രണ്ടാ

മത്തെ സംഗതിയെപ്പറ്റി ആലോചിക്കാമെന്നു വിചാരിച്ചു മാത്രമാണു യാതൊന്നും പറയാതിരിക്കുന്നത്.

രാമുക്കുട്ടിമേനോൻ: അതു ശരിതന്നെ-ഞാൻ അത്ര ആലോചിച്ചില്ല. അങ്ങിനെയാവാം.

കരുണാകരൻനമ്പ്യാരു: ഇത്രയൊക്കെ തിരക്കിട്ട് ഈ സംവത്സരം തന്നെ ഈ അടിയന്തരം നിവൃത്തിക്കേണ്ടുന്ന ആവശ്യം എന്താണെന്നു എനിക്കു മനസ്സിലാകുന്നില്ല. മാധവിക്കു അഞ്ചുവയസ്സും കൊച്ചുലക്ഷ്മിക്കു മൂന്നു വയസ്സും മാത്രമേ ഇപ്പോൾ പ്രായമായിട്ടുള്ളു. ഏകദേശം തന്നെത്താൻ അറിയത്തക്ക പ്രായമെങ്കിലും ആയല്ലാതെ പെൺകുട്ടികൾക്കു താലി കെട്ടരുതെന്നാണു ഞാൻ വിചാരിക്കുന്നത്. വേണ്ടത്തക്ക പ്രകാരം ആലോചിച്ചു പ്രവർത്തിക്കുവാൻ നമുക്കു ഇനിയും ധാരാളം അവസരമുണ്ടല്ലോ.

രാമുക്കുട്ടിമേനോൻ: കല്യാണം കഴിക്കുന്നതു വളരെ ചെറുപ്പത്തിൽതന്നെ ആയിരിക്കണം. സംബന്ധത്തിന്നു ഇത്തിരി മുതിർന്നാലും തരക്കേടില്ല. കുട്ടിപ്രായത്തിൽ കല്യാണവും ഏകദേശം വളർന്നു എന്നു കണ്ടാൽ പിന്നെ സംബന്ധവും ഇതാണു നാട്ടുനടപ്പ്. അതുകൊണ്ട് ഈ അടിയന്തരം നടത്താൻ തക്കസമയം ഇതുതന്നെയാണ്.

കരുണാകരൻനമ്പ്യാരു: സംബന്ധവും താലികെട്ടും ഒരുമിച്ചാക്കുന്നതിന്നു വല്ല വിരോധവും ഉണ്ടൊ? കല്യാണപ്പന്തലിൽവെച്ചു ഭർത്താവിനെക്കൊണ്ടു താലികെട്ടുന്നതല്ലെ വളരെ മാനവും വെടിപ്പുമുള്ള കാര്യം.

രാമുക്കുട്ടിമേനോൻ: അത് ഒരിക്കലെങ്കിലും സാധിക്കുന്ന ഒരു കാര്യമല്ല. കുടുംബം അധികമുള്ള ചില വലിയ തറവാടുകളിൽ ചിലപ്പോൾ പത്തും ഇരുപത്തഞ്ചും പെൺകുട്ടികളെ ഒരുമിച്ചു കെട്ടാനുണ്ടായി എന്നുവരാം. എല്ലാറ്റിന്നും ഒരേപ്രാവശ്യംതന്നെ സംബന്ധക്കാരെ കിട്ടാനും അവരെക്കൊണ്ടു താലികെട്ടാനും ഈ ജന്മം സാധിക്കുന്നതല്ല. സംബന്ധക്കാരനെ കല്യാണച്ചിലവിലേക്കുള്ള അങ്ങാടിസ്സാമാനങ്ങളോടുകൂടി വിലകൊടുത്തു മേടിക്കുന്നതല്ലല്ലൊ? അങ്ങിനെയാണെങ്കിൽ ഒരു സമയം സാധിച്ചു എന്നു വന്നേക്കാം. വിചാരിച്ചാൽ യാതൊരു നിവൃത്തിയും ഇല്ലാത്ത കാര്യത്തെപ്പറ്റി വൃഥാ പറഞ്ഞിട്ട് എന്താണുഫലം.

കരുണാകരൻനമ്പ്യാരു: ഒരു തറവാട്ടിൽ ജനിച്ചിട്ടുള്ള എല്ലാ പെൺകുട്ടികൾക്കും ഒരേദിവസംതന്നെ കല്യാണം കഴിക്കണമെന്നുള്ള ശാഠ്യം വിട്ടുകളയുന്നതായാൽ ഈ ജന്മംകൊണ്ടുതന്നെ അതു സാധിപ്പിക്കാവുന്ന കാര്യമാണ്. സംബന്ധക്കാര് ഉണ്ടെന്നു കാണുന്ന കുട്ടികൾക്കുമാത്രം കെട്ടിയാൽമതി. മറ്റുള്ളവർക്കു സംബന്ധക്കാർ വരുന്ന സമയം ആവാമെന്നു വെച്ചേക്കണം. ഇങ്ങിനെ ചെയ്യുന്നതായാൽ യാതൊരു പ്രയാസവും ഇല്ല. ഭർത്താവുതന്നെ താലികെട്ടിയെന്നും വരും.

രാമുക്കുട്ടിമേനോൻ: സംബന്ധക്കാരൻ വരുന്നകാലത്തു മാത്രം ഓരോന്നിനെ പിടിച്ചു താലികെട്ടിക്കാമെന്നുവെച്ചാൽ അതുനിമിത്തം ഉണ്ടാവാനിരിക്കുന്ന ബുദ്ധിമുട്ടും അനർത്ഥവും പറഞ്ഞാൽ തീരുന്നത

ല്ല. സാമാന്യം ഭേദമായിട്ട് ഒരു കല്യാണം കഴിച്ചുകൂട്ടണമെങ്കിൽ നന്ന് ചുരുങ്ങിയപക്ഷം എല്ലാവകയുംകൂടി അഞ്ഞൂററുറുപ്പികയിൽ ഒരു കാശു കുറഞ്ഞാൽ മതിയാവുന്നതല്ല. ഒരു തറവാട്ടിൽ പത്തു പെൺകുട്ടികളാണ് ജനിച്ചതെങ്കിൽ ഈ കണക്കുപ്രകാരം അയ്യായിരം ഉറുപ്പിക അവരുടെ കല്യാണച്ചിലവിലേക്കു തന്നെ വേണ്ടിവരും. കാലാനുഭവം കുറഞ്ഞ ഒരു തറവാടാണെങ്കിൽ വസ്തു കാണത്തിനു വെച്ചുകൊടുക്കുകയൊ കയ്‌വശം പണയം ചാർത്തികൊടുക്കുകയൊ ചെയ്തല്ലാതെ കാശും കടം കിട്ടുമെന്നു വിചാരിക്കേണ്ട. ഇങ്ങിനെയായാൽ മരുമക്കത്തായവഴിക്കാരുടെ തറവാടു നശിച്ചു പുരയുടെ ജഗതിക്കല്ലു പറിച്ചു വിറ്റുപോവാൻ മറ്റു യാതൊരു കാരണവും ആവശ്യമില്ല.

കരുണാകരൻനമ്പ്യാരു: അനാവശ്യമായി പണം വാരി എറിഞ്ഞുകളയുന്നതിന്നു അല്പം വ്യസനമോ കുടുംബസ്നേഹമൊ ഉണ്ടെങ്കിൽ കല്യാണം കഴിക്കുന്നതുകൊണ്ടു യാതൊരു തറവാടും നശിച്ചുപോവാൻ ഇടവരുന്നതല്ല. അവരുടെ പുഷ്ടിക്കുതക്ക ചിലവുമാത്രമെ ചെയ്യാവു എന്ന് ഒന്നാമതായി ഒരു നിശ്ചയം ചെയ്താൽ മാത്രംമതി. വല്ലതും പത്തുനാല്പതുറുപ്പിക ചിലവുചെയ്യുന്നപക്ഷം ഈ അടിയന്തരം വളരെ വെടിപ്പായും മാനമായും നിവർത്തിക്കാവുന്നതാണ്. അടിയന്തരം കഴിച്ചു അഭിമാനം സമ്പാദിപ്പാൻവേണ്ടി പണം കടംവാങ്ങി തോന്ന്യാസമായി ചിലവുചെയ്യുന്നതിനോളം വഷളത്വവും ഭോഷത്വവും വേറെ യാതൊന്നുമില്ല. ചിലവുചെന്ന കാര്യത്തിൽ യാതൊരു വ്യവസ്ഥയും ഇല്ലാത്തതുകൊണ്ടാണ് മിക്ക തറവാടും കടംപിടിച്ചു നശിച്ചു പോകുന്നത്. ഈ മലയാളരാജ്യത്തിൽ മാത്രമല്ലല്ലൊ പെൺകുട്ടികൾ ഉണ്ടാകുന്നതും അവർക്കു പ്രത്യേകം പ്രത്യേകമായി കല്യാണം കഴിച്ചുവരുന്നതും. കല്യാണം കഴിക്കുന്നതിലല്ല എനിക്കുള്ള ശാഠ്യം. ഭർത്താവിനെക്കൊണ്ടുമാത്രമെ താലി കെട്ടിക്കാവു എന്നാണ് ഞാൻ പറയുന്നതിന്റെ താല്പര്യം.

രാമുക്കുട്ടിമേനോൻ: സംബന്ധക്കാരൻ വരുന്നവരെ കല്യാണം കഴിക്കാതെ കാത്തുംകൊണ്ടിരിക്കണമെന്നു വെക്കുന്നതായാൽ പിന്നെ കല്യാണം വേണമെന്നില്ല. മിക്ക പെൺകുട്ടികൾക്കും ഓരോ കുപ്പായം തുന്നിച്ചുകൊടുത്താൽ മതിയാവുന്നതാണ് ഈ അടിയന്തരം ഋതുസ്നാനത്തിന്നു മുമ്പായി വേണ്ടതാണെന്നും വല്ല സംഗതിവശാലും ഇതിന്നു മുടക്കംവന്നു ഋതുവാകുന്നപക്ഷം ആ സ്ത്രീയെ ജാതിഭ്രഷ്ടായി നിർത്തണമെന്നും വിധിയുണ്ട്. എന്നാൽ ഈ രാജ്യാചാരപ്രകാരം സാധാരണയായി സ്ത്രീകൾക്കു സംബന്ധക്കാരുണ്ടാകുന്നത് അധികവും അവരുടെ യൗവനകാലത്തിൽ മാത്രമാണ്. പരദേശസമ്പ്രദായത്തെ അനുസരിച്ചുള്ള ശൈശവസംബന്ധം വളരെ ദുർല്ലഭം മാത്രമെയുള്ളു. ചില സ്ത്രീകൾക്കു നിർഭാഗ്യവശാൽ ജീവാവസാനംവരെ സംബന്ധക്കാരനെ കിട്ടാതേയും വരാറുണ്ട്. സംബന്ധക്കാരൻ ഉണ്ടാകാത്തതുകൊണ്ടു നമ്മുടെ സ്ത്രീകൾക്കു യാതൊരപരാധവും ബാധിക്കുന്നതും അല്ല. ഋതുസ്നാനം ഒന്നാമതായിട്ടു കഴിയുന്നതിനുമുമ്പായി കല്യാണം കഴിച്ചു താലികെട്ടാതിരു

ന്നാൽ മാത്രമെ ദോഷമുള്ളു. അതുകൊണ്ടു സംബന്ധക്കാരൻ താലി കെട്ടണമെന്നു പറയുന്നതു നടക്കാത്ത കാര്യമാണ്.

കരുണാകരൻനമ്പ്യാരു: നമ്മുടെ ഈ ഭാരതഖണ്ഡത്തിൽ പണ്ടു പണ്ടേ നടന്നുവരുന്ന സമ്പ്രദായവും നടവടിയും ആലോചിച്ചാൽ ഞാൻ പറയുന്നതു കേവലം യുക്തമാണെന്നു സമ്മതിക്കേണ്ടതാണ്. സ്ത്രീകളുടെ മംഗല്യസൂത്രം വിശേഷമുഹൂർത്തത്തിന്നു ഭർത്താക്കന്മാരുടെ കൈകൊണ്ടു കെട്ടണമെന്നാണ് നമ്മുടെ പൂർവ്വന്മാർ നിശ്ചയിച്ചിട്ടുള്ളത്. മലയാളികളായ നാം ഒരു കൂട്ടരൊഴികെ മറ്റുള്ള എല്ലാ ജാതിക്കാരും അതുപ്രകാരമാണു ചെയ്തുവരുന്നത്. നമുക്കും അങ്ങിനെ ചെയ്യുന്നതിനു എന്തൊരു വിരോധമാണുള്ളത്? ധർമ്മശാസ്ത്രത്തെ അനുസരിച്ചു നടക്കണമെന്നുള്ള വിചാരത്തോടുകൂടി നാം അല്പം മനസ്സുവെച്ചു ഉത്സാഹിക്കുന്നതായാൽ നമ്മുടെ സ്ത്രീകൾക്കു ഭർത്താക്കന്മാരെ കിട്ടുവാനും അവരെക്കൊണ്ടു ന്യായാനുസരണമായി താലികെട്ടിക്കുവാനും അത്ര പ്രയാസമുണ്ടെന്ന് എനിക്കു തോന്നുന്നില്ല. അഥവാ അതുപ്രകാരം ചെയ്വാൻ സംഗതിവശാൽ വല്ല മുടക്കവും സിദ്ധിക്കുന്ന ദിക്കിൽ മലയാളത്തിലെ നമ്പൂതിരിമാരുടെ നടവടിയെ നമുക്കും അനുസരിക്കാവുന്നതാണ്. കുലീനന്മാരായ അവരുടെ ഇടയിൽ ഈവക യാതൊരു വൈഷമ്യവും ഇല്ല. പ്രഥമാർത്തവത്തിന്നു മുമ്പായിട്ടൊ അതല്ല അതിന്നുശേഷമായിട്ടൊ വിവാഹം ഏതു സമയവും ആവാമെന്നു വെച്ചിട്ടുണ്ട്. ആ ചട്ടം നമ്മളും പിന്തുടരുന്നതായാൽ കാര്യങ്ങൾക്കു എത്ര വെടിപ്പും സൗകര്യവും ഉണ്ടാവാനിടയുണ്ട്. കടംവാങ്ങി ചെലവു ചെയ്തു വെറുതെ ഈ ഒരടിയന്തരം നടത്തേണ്ടുന്ന ആവശ്യമേയില്ല.

രാമുക്കുട്ടിമേനോൻ: ശൂദ്രസ്ത്രീകൾക്കു സംബന്ധക്കാർ താലികെട്ടണമെന്നു യാതൊരു ദിക്കിലും യാതൊരു നിശ്ചയവും ഇല്ല. പരദേശത്തുള്ള ശൂദ്രന്മാരും നമ്മെപ്പോലെ കല്യാണം മുമ്പെ കഴിപ്പിച്ചിട്ടു സംബന്ധക്കാരനെ പിന്നെ എപ്പോഴെങ്കിലുമാണ് അന്വേഷിച്ചേർപ്പെടുത്തുന്നത്. താലികെട്ടുന്ന കാര്യത്തിൽ അവർക്കു ശാഠ്യമേയില്ല. ചില പെൺകുട്ടികൾക്കു അവറ്റയുടെ അമ്മമാരാണ് താലികെട്ടുന്നത്. രണ്ടു സംവത്സരം മുമ്പെ ഞാനൊരു പ്രാവശ്യം കോയമ്പത്തൂരിൽ പോയിട്ടുണ്ടായിരുന്ന സമയം ഒരു ദിക്കിൽ രണ്ടു നാലു പെൺകുട്ടികളെ അവരുടെ അമ്മ താലികെട്ടിക്കുന്നതു ഞാൻ എന്റെ കണ്ണുകൊണ്ടു കണ്ട കാര്യമാണ്.

കരുണാകരൻനമ്പ്യാരു: (ചിരിച്ചുംകൊണ്ടു) പരദേശങ്ങളിൽ ചില പെൺകുട്ടികൾക്കു തങ്ങളുടെ മാതാക്കന്മാർ താലികെട്ടി കല്യാണം കഴിച്ചുവരുന്നു എന്നു പ്രസ്താവിച്ചതു പരമാർത്ഥമാണ്. പക്ഷേ, അതു എങ്ങിനെയുള്ള കൂട്ടരാണെന്നും അവർ അങ്ങിനെ ചെയ്വാൻ പ്രത്യേകിച്ചു വല്ല കാരണവും ഉണ്ടൊ എന്നും അന്വേഷിച്ചിട്ടും അറിഞ്ഞിട്ടും ഉണ്ടായിരിക്കയില്ല. നാം ഇവിടെ തേവിടിശ്ശികൾ എന്നു പറഞ്ഞുവരുന്ന ഒരു ജാതിക്കാരില്ലെ? അവരെ പരദേശത്തു ദാസിമാരെന്നു പറയും. അവരുടെ പ്രവൃത്തിയും നടപടിയും ഞാൻ പറയേണ്ടുന്ന ആവശ്യമില്ലല്ലൊ. അവർക്കു

പെണ്മക്കളുണ്ടായാൽ അമ്മമാരാണ് താലികെട്ടിവരുന്നത്. ന്യായമായ ഒരു ഭർത്താവിനെ ഉണ്ടാക്കേണ്ടുന്ന ആവശ്യം തീരെ ഇല്ലാത്തതുകൊണ്ടു ഇങ്ങിനെ ചെയ്തുവരുന്നതാണ്. മലയാളികളായ നമ്മളും പരദേശദാസിമാരും ഈ കാര്യത്തിൽ ഒരുപോലെയാണ്. മേല്പറഞ്ഞ ജാതിക്കാരൊഴികെ യാതൊരു ഹിന്തുക്കളും ഹിമവൽ സേതുപര്യന്തം ഇങ്ങിനെയുള്ള ദുരാചാരത്തെ അനുഷ്ഠിച്ചുവരുന്നില്ലെന്നാണ് എന്റെ ഉത്തമവിശ്വാസം. അത്യന്തം ജുഗുപ്സാവഹമായ ഈ സമ്പ്രദായം നാം ഇനിയും വിടാതെ മുറുക്കെപ്പിടിച്ചിട്ടുള്ളതു കാര്യത്തിന്റെ ഗുണദോഷജ്ഞാനം ഇല്ലാത്തതിനാൽ മാത്രമാണ്.

രാമക്കുട്ടിമേനോൻ: (അല്പം ലജ്ജയോടും വെറുപ്പോടുംകൂടി) കല്യാണം കഴിച്ചു താലികെട്ടുന്നത് അവമാനമാണെന്നാണില്ലെ ആപ്പാടെ നമ്പ്യാർ തീർച്ചപ്പെടുത്തീട്ടുള്ളത്? എന്നാലിതു പണ്ടു പണ്ടെ മലയാളികളുടെ ഇടയിൽ അനുഷ്ഠിച്ചുവരുവാൻ വിശേഷവിധിയായി വല്ല കാരണവും ഉണ്ടായിരിക്കേണ്ടതാണ്. ഇതിൽ എന്താണ് ആഭാസത്വം? ഇത് എന്തിനായിട്ടു നടപ്പാക്കിവന്നു?

കരുണാകരൻനമ്പ്യാരു: അനേകായിരം സംവത്സരമായിട്ടു മലയാളികളായ നമ്മുടെ ഇടയിൽ നടന്നും നടത്തിച്ചും വരുന്ന ഈ താലികെട്ടു കല്യാണംകൊണ്ട് അനാവശ്യമായ ദ്രവ്യനഷ്ടവും അപവാദവും അല്ലാതെ വാസ്തവത്തിൽ നമുക്കു മറ്റു യാതൊരു ഫലവും ഇല്ലെന്നാണ് എനിക്കു തോന്നുന്നത്. പൂർവന്മാർ നടത്തി വന്നിട്ടുള്ളതാകകൊണ്ട് യാതൊരു വ്യത്യാസവും കൂടാതെ നമ്മളും അനുഷ്ഠിച്ചു വരേണ്ടതാണെന്നുമാത്രം വിശ്വസിച്ച് ഈ അടിയന്തിരം നിവൃത്തിച്ചുവരുന്നു എന്നല്ലാതെ ഇതിന്റെ ഉദ്ദേശവും അനുഭവവും എന്തായിരിക്കുമെന്നു മിക്കപേരും ഇതുവരെ ആലോചിച്ചിട്ടില്ലെന്നു അവരുടെ ഇപ്പോഴത്തെ നടവടികൊണ്ടും പ്രവൃത്തികൊണ്ടും നമുക്ക് ഊഹിപ്പാൻ കഴിവുള്ളതാണ്. സ്ത്രീകൾക്ക് യൗവ്വനം ആരംഭിക്കുന്നതിന്നു മുമ്പായിട്ട് വിവാഹമുഹൂർത്തം നോക്കി ശാസ്ത്രാനുസരണം യോഗ്യതയുള്ള ഒരു പുരുഷനെക്കൊണ്ടു താലി കെട്ടിച്ചു കല്യാണം പൂർത്തിയാക്കുന്നതു വിചാരിച്ചാൽ ഇതു വിധിപ്രകാരമുള്ള വിവാഹം കഴിപ്പിക്കുകയാണെന്നു എല്ലാവരും ഒരുപോലെ സമ്മതിക്കുമെന്നു തോന്നുന്നു. വേളികഴിപ്പാൻ ഉചിതമായിട്ടുള്ള ശുഭസമയത്ത് സ്ത്രീയുടെ കഴുത്തിൽ മംഗല്യസൂത്രം ധരിപ്പിച്ചു കാലോചിതമായി നടത്തിവരേണ്ടുന്ന മറ്റും ചില കർമ്മങ്ങളെ ക്രമപ്രകാരം ചെയ്തു വിവാഹം സമ്പൂർണ്ണമാക്കീട്ടുള്ള പുരുഷൻ അവളുടെ ഭർത്താവാണെന്നുള്ളതിലേക്കും യാതൊരു സംശയമില്ല. കയ്വശമില്ലെങ്കിൽ കടംവാങ്ങി ആവശ്യത്തിലധികം പണച്ചിലവുചെയ്തു കോലാഹലമായി അടിയന്തിരംകഴിച്ചു ചാർച്ചയിലും ചേർച്ചയിലും ഉള്ള എല്ലാവരും അറിയക്കേൾക്കെ നാം ക്ഷണിച്ചുവരുത്തി നമ്മുടെ സോദരിയുടെയൊ മരുമകളുടെയോ ഭർത്താവാക്കിവെച്ചു വരുന്ന ഈ പുരുഷനെ അടിയന്തരം മുഴുവനായതിൽപിന്നെ യാതൊരു മടിയും ലജ്ജയും കൂടാതെ വേണ്ടപ്പെട്ട പണംകൊടുത്തു വിവാ

ഹബന്ധം വേർപെടുത്തി പറഞ്ഞയച്ചു ബോധ്യമുള്ള വേറെ ഒരു ഭർത്താവിനെയോ സംബന്ധക്കാരനെയോ നിശ്ചയിച്ചു വരികയല്ലെ ചെയ്യുന്നത്? പണവും കൊടുത്തു പരിചുകേടു കൊള്ളുന്നതായ ഈ അടിയന്തരം നിമിത്തം അന്യന്മാർക്കു പരിഹസിപ്പാനും ആക്ഷേപിപ്പാനും നല്ല തരമായിരിക്കുന്നു. ഏതെങ്കിലും ഒരു ജാതിക്കാരുടെ ഇടയിൽ ഇത്ര ആഭാസമായ ഒരു നടവടി കാണ്മാൻ പ്രയാസമാണ്. മലയാളികൾക്കു വിവാഹബന്ധമൊ ഭാര്യഭർത്തൃത്വമൊ ഇല്ലെന്നും അവർ പണം കൊടുത്തു വ്യഭിചാരം വിലക്കു വാങ്ങി നടത്തിവരുന്നവരാണെന്നും മറ്റും പരദേശികൾക്കു പരിഹസിക്കുവാൻ ഇത് പ്രത്യേകിച്ചും ഒരു കാരണമായിത്തീർന്നിരിക്കുന്നു. ഇങ്ങിനെയുള്ള അപവാദവും അപമാനവും സമ്പാദിച്ചു സ്വരൂപിച്ചു വെക്കുവാൻ വേണ്ടിയാണ് മിക്കപേരും തറവാട്ടുമുതൽ വിറ്റും പോരാതെ വരുന്നതു കടം മേടിച്ചും കല്യാണം കഴിപ്പാൻ അത്യുത്സാഹം ചെയ്തു വരുന്നത്. എന്നാൽ ഈ അടിയന്തരം തന്നെ പലദിക്കിലും പലപ്രകാരമായിട്ടാണു നടത്തിവരുന്നത്. താലികെട്ടു കല്യാണം എന്നു പറഞ്ഞാൽ തറവാട്ടിലുള്ള പെൺകുട്ടികളുടെ വകയായി എട്ടും പത്തും സംവത്സരം കൂടുമ്പോൾ അതാതു തറവാട്ടിന്റെ ആസ്തിക്കും അഭിമാനത്തിന്നും തക്കവണ്ണം ഒന്നും രണ്ടും ആയിരം ഉറുപ്പിക ചെലവുചെയ്തു കോലാഹലമായി സദ്യകഴിച്ചു വരുന്നു ഒരു പഴയ സമ്പ്രദായമാണെന്നു മാത്രമെ ചില പ്രദേശക്കാർ മനസ്സിലാക്കീട്ടുള്ളു. മറ്റു ചിലർ ധരിച്ചുവശായിട്ടുള്ളതു നല്ല ഒരു മുഹൂർത്തത്തിന്നു പെൺകുട്ടികളുടെ കഴുത്തിൽ വല്ലവരെക്കൊണ്ടും വല്ല വിധത്തിലും ഒരു ചരടു കെട്ടിക്കണമെന്നു മാത്രമാകുന്നു. ഇത്രമാത്രമല്ലാതെ ഈ താലികെട്ടു കല്യാണത്തിന്റെ മുഖ്യമായ ഉദ്ദേശവും താല്പര്യവും മിക്കജനങ്ങൾക്കും ഒരു ലേശം മനസ്സിലായിട്ടില്ല. ചില ദിക്കുകളിൽ എത്ര പെൺകുട്ടികൾക്കു താലികെട്ടുവാൻ ഉണ്ടൊ അത്ര പുരുഷന്മാരും വേണമെന്നാണ് നിശ്ചയം. പുരുഷന്മാരുടെ കാര്യത്തിൽ തരാതരം കുറയുമെന്നുള്ള ഒരു ദൂഷ്യവും കെട്ടുകഴിഞ്ഞ പ്രവർത്തിച്ചുവരുന്ന ചട്ടവും അല്ലാതെ താലികെട്ടിക്കുന്ന കാര്യത്തിൽ ഇവർക്കു കുറെ അധികം വകതിരിവും തെല്ലൊരു പരിഷ്കാരവും ഉണ്ടെന്നുതന്നെ പറയേണ്ടതാണ്. ഇവർ താലികെട്ടുന്ന പുരുഷനെ സ്ഥിരമായി ഭർത്താവാക്കുന്നതായാൽ ഇവരുടെ പ്രവൃത്തിക്കു യാതൊരു ദൂഷ്യവും പിന്നെ പറവാനുണ്ടാകയില്ല. മറ്റു ചില ദിക്കുകളിൽ പെൺകുട്ടികൾ എത്രതന്നെ ഉണ്ടായിരുന്നാലും വേണ്ടില്ല കെട്ടുവാൻ ഒരു പുരുഷൻ മാത്രമെ ഉണ്ടാകയുള്ളു. എല്ലാകുട്ടികളുടെ കഴുത്തിലും ആ ഏക പുരുഷൻ ഒന്നായിട്ടു ചരടു കെട്ടുന്നതായാൽ ജന്മസാഫല്യം വന്നു എന്നാണ് ഇവർ വിചാരിച്ചു വരുന്നത്. താലികെട്ടിന്റെ ഉദ്ദേശം വിവാഹമാണെന്നുള്ള ധാരണ ഒരു ലേശമെങ്കിലും ഇവർക്കു ഉണ്ടായിരുന്നുവെങ്കിൽ തറവാട്ടിലുള്ള എല്ലാ പെൺകുട്ടികൾക്കും കൂടി ഒരു ഭർത്താവിനെ നിശ്ചയിക്കുന്നതായ ഈ മൃഗധർമ്മത്തിന്നു വേണ്ടി അനവധി ദ്രവ്യം ചിലവു ചെയ്യുന്നതല്ലായിരുന്നു. അഭിമാനികളെന്നു നടിച്ചുവരുന്ന ചില

വലിയ തറവാട്ടുകാരുടെ ഇടയിൽ പെൺകുട്ടികൾക്കു കല്യാണപ്പന്തലിൽവെച്ചു താലി കെട്ടുവാൻ ചില നമ്പൂരിമാരെ പ്രത്യേകം ഏർപ്പെടുത്തി വന്നിട്ടുണ്ട്. ഇണങ്ങനെക്കൊണ്ടു താലികെട്ടിക്കുന്നതും തറവാട്ടിൽ ബ്രാഹ്മണസംബന്ധം ഉണ്ടാകുന്നതും ഈ മഹാനുഭാവന്മാർക്കു വലിയ ലഘുത്വമാണ്. കെട്ടുവാൻ തയ്യാറാക്കിവെച്ചിട്ടുള്ള പെൺകുട്ടികൾ എത്രതന്നെ ഉണ്ടായാലും വേണ്ടില്ല ഭർത്താവാകുവാൻ പാടില്ലെന്നു വെച്ചിട്ടുള്ള ഈ ഒരു നമ്പൂരി ഇവരെ മുഴുവനും താലികെട്ടിക്കുന്നതു ശ്രേയസ്കരമാണത്രേ. ജ്യേഷ്ഠത്തിക്കും അനുജത്തിക്കും അമ്മയ്ക്കും മക്കൾക്കും എന്നുവേണ്ട തറവാട്ടിൽ ഉള്ളവർക്കു മുഴുവനും നമ്പൂരിക്കു താലികെട്ടാമെന്നാണ് വെച്ചിട്ടുള്ളത്. എന്നാൽ എല്ലാവർക്കും നമ്പൂരി താലികെട്ടുന്നുണ്ടോ അതും ഇല്ല. കുട്ടികളുടെ എണ്ണം കുറെ അധികമുണ്ടെന്നു കണ്ടാൽ നമ്പൂരിയുടെ കെട്ടിന്റെ മട്ടു കടുകട്ടിയായിരിക്കും. രണ്ടോ നാലോ കുട്ടികളുടെ കഴുത്തിൽ അദ്ദേഹം കുറെ അകലേനിന്നു ചരടെറിഞ്ഞു പിടിപ്പിക്കുമ്പോഴേക്കു ശേഷമുള്ളവർക്കു മുഴുവനും അദ്ദേഹത്തിന്റെ ഒന്നിച്ചുവന്നിട്ടുള്ള ഇട്ടിക്കോരൻ കെട്ടുകഴിക്കും. ഇട്ടിക്കോരനെക്കൊണ്ടു മതിയാകാതെവരുന്ന ദിക്കിൽ അടുക്കെ നിൽക്കുന്നവരാരായാലും തരക്കേടില്ല. 'എല്ലാർക്കും ആയില്ലേ?' എന്നു നമ്പൂരി ചോദിക്കുമ്പോഴേക്കു 'ഇറാൻ' എന്നു മറുപടി പറയേണ്ടതിന്നു ബദ്ധപ്പെട്ടു വല്ലവരും കെട്ടിത്തീർക്കയാണു ചെയ്യുന്നത്. മറ്റു ചിലർ സദ്യ കഴിപ്പാൻ വകയില്ലെന്നു കണ്ടാൽ പെൺകുട്ടികളെ അമ്പലത്തിൽ കൊണ്ടുപോയി ശാന്തിക്കാരൻ എമ്പ്രാന്തിരിയെക്കൊണ്ടോ അദ്ദേഹത്തിന്റെ കല്പനപ്രകാരം കഴകക്കാരൻ വാരിയരെക്കൊണ്ടോ താലികെട്ടിക്കയാണ് ചെയ്തുവരുന്നത്. വലിയ തറവാടുകളിൽ പാർത്തുവരുന്ന ദാസികളുടെ പെൺമക്കൾക്കു ആ വക തറവാടുകളിലെ വലിയമ്മയാണ് സാധാരണയായി താലികെട്ടിവരുന്നത്. ഇങ്ങനെ പല ദിക്കിലും പല പ്രകാരത്തിൽ ചേഷ്ടിച്ചുവരുന്ന ഈ താലികെട്ടു കല്യാണംകൊണ്ടു ആന്തരത്തിൽ അവമാനവും അപവാദവും അനാവശ്യമായ ദ്രവ്യനഷ്ടവും അല്ലാതെ യാതൊരു ഫലവും ഇല്ലാത്തതുകൊണ്ടു ഇനിമേൽ സംബന്ധക്കാരനെ കൊണ്ടല്ലാതെ താലികെട്ടിക്കരുതെന്നു നാം എല്ലാവരും ആലോചിച്ചു ഒരു നിശ്ചയം ചെയ്തു അതുപ്രകാരം നടത്തണമെന്നാണ് ഞാൻ വിചാരിക്കുന്നത്.

രാമുക്കുട്ടിമേനോൻ: (ചിരിച്ചുംകൊണ്ടു കുഞ്ഞികൃഷ്ണമേനോന്റെ മുഖത്തുനോക്കീട്ട്) കരുണാകരൻ നമ്പ്യാരുടെ പ്രസംഗം കേട്ടില്ലെ? ഇതിനെപ്പറ്റി എന്താണ് താങ്കൾ വിചാരിക്കുന്നത്? ഇദ്ദേഹം കൊണ്ടുവന്നിട്ടുള്ള സംഗതികൾ മുഴുവനും പരമാർത്ഥമാണ്. ഇതെല്ലാം കേട്ടിട്ടു എനിക്കു വല്ലാത്ത ലജ്ജയായിരിക്കുന്നു. ഇങ്ങിനെയല്ലെ കാര്യം ആലോചിക്കാഞ്ഞാൽ വരുന്ന തരക്കേട്?

കുഞ്ഞികൃഷ്ണമേനോൻ: കരുണാകരൻ നമ്പ്യാരു പ്രസ്താവിച്ചിട്ടുള്ള പ്രകാരം നമ്മുടെ താലികെട്ടു കല്യാണം ലൗകികധർമ്മത്തിനു

കേവലം വിരുദ്ധമായിട്ടുള്ളതാണെന്നു ക്ഷണത്തിൽ സമ്മതിക്കാതിരിപ്പാൻ നിവൃത്തികാണുന്നില്ല. ഇതിനെപ്പറ്റി ഞാൻ കുറെ ദിവസമായി ആലോചിച്ചുവരുന്നു. ജനസമുദായത്തിൽ വളരെക്കാലമായിട്ടു നടത്തിവരാറുള്ള സമ്പ്രദായമാകയാൽ ഇതിൽ വേണ്ടത്തക്ക പരിഷ്ക്കാരം ചെയ്‌വാൻ കുറെ അദ്ധ്വാനവും പ്രയാസവും ഉണ്ട്. ഏതായാലും നാം ഇതിനെപ്പറ്റി ഒന്നു നല്ലവണ്ണം ആലോചിക്കേണ്ടതു തന്നെയാണ്.

ഗോപാലമേനോൻ: സാവധാനത്തിൽ ആലോചിച്ചു വേണ്ടത്തക്ക പ്രകാരം പ്രവർത്തിക്കുവാൻ നമുക്കു ധാരാളം അവസരമുണ്ടല്ലോ. സബ്റജിസ്ട്രാർ പറഞ്ഞിട്ടുള്ളപ്രകാരം കല്യാണം ഇനിയും രണ്ടുനാലു സംവത്സരം കഴിഞ്ഞിട്ടുമാത്രം നിവൃത്തിച്ചാൽ മരുമകൾക്ക് താലികെട്ടുന്നത് ഭർത്താവുതന്നെ ആയിരിക്കണം. അല്ലാഞ്ഞാൽ അശേഷം വെടിപ്പില്ലെന്നാണു ഇപ്പോൾ എനിക്കും തോന്നുന്നത്. പണ്ടത്തേതൊന്നും ഈ കാലത്തു നടക്കില്ല. മുൻകാലങ്ങളിൽ പാടില്ലെന്നുവെച്ചിട്ടുള്ള അനേകം കാര്യങ്ങൾ നാമിപ്പോൾ ഏർപ്പെടുത്തി നടത്തിവരുന്നില്ലെ? ജനങ്ങളുടെ ഇടയിൽ ദിവസംപ്രതി അറിവും നാഗരികവും വർദ്ധിച്ചുവരുന്ന ഈ കാലത്ത് ഈവക ദുരാചാരങ്ങൾ കേവലം ത്യാജ്യങ്ങളാണെന്നുള്ളതിലേക്കു ലേശം സംശയമില്ല. ഇതിൽ വേണ്ടത്തക്ക ഭേദഗതികൾ നാം നിശ്ചയമായിട്ടും ചെയ്യേണ്ടതു തന്നെയാണ്. കഴിഞ്ഞുപോയ സംഗതിയെപ്പറ്റി ഇനി വിഷാദിച്ചിട്ടു ഫലമില്ലല്ലൊ.

രാമുക്കുട്ടിമേനോൻ: നമ്മുടെ കുഞ്ഞിശ്ശങ്കരമേനോൻ ഇതിനെപ്പറ്റി യാതൊന്നും ഇതുവരെ പറഞ്ഞുകേട്ടില്ല. അദ്ദേഹത്തിന്റെ അഭിപ്രായം എന്താണെന്നു കേൾപ്പാൻ എനിക്കു വളരെ താല്പര്യമുണ്ട്. ഒന്നും പറയാതെയിരിക്കുന്നത് ഏതായാലും ഭംഗിയല്ല.

കുഞ്ഞിശ്ശങ്കരമേനോൻ: ഈ വക വിഷയത്തെപ്പറ്റി എനിക്കു വിശേഷിച്ചു യാതൊരു പരിചയവും ഇല്ല. രാജ്യാചാരസമ്പ്രദായങ്ങളെപ്പറ്റി നല്ലവണ്ണം പരിജ്ഞാനമുള്ളവർക്കല്ലാതെ യാതൊരഭിപ്രായവും പറവാൻ സാധിക്കുന്നതല്ല. എങ്കിലും കരുണാകരൻനമ്പ്യാരു പ്രസ്താവിച്ചിട്ടുള്ളതു മുഴുവനും പരമാർത്ഥമാണെന്നാണു എനിക്കും തോന്നുന്നത്. ലൗകികവിരുദ്ധമായി നാം ആചരിച്ചുവരുന്ന താലികെട്ടു കല്യാണത്തിൽ വേണ്ടത്തക്ക പരിഷ്ക്കാരങ്ങൾ ചെയ്യേണ്ടുന്നതു അത്യാവശ്യംതന്നെ. എന്നാൽ അതിന്റെ ഒരുമിച്ചു ഒരു നിശ്ചയംകൂടി ചെയ്യുന്നതായാൽ വളരെ നന്നായിരിക്കുമെന്നാണ് ഞാൻ വിചാരിച്ചിരിക്കുന്നത്. ഭർത്താവിനെക്കൊണ്ടു താലികെട്ടിക്കണമെന്നാണല്ലൊ നമ്പ്യാർ പ്രസ്താവിച്ചിട്ടുള്ളത്. അതു നിശ്ചയമായിട്ടും വേണ്ടതുതന്നെ. എങ്കിലും ശൈശവവിവാഹം കൊള്ളരുതെന്നാണു അനേകം യോഗ്യന്മാരുടെ അഭിപ്രായം. ഋതുസ്നാനത്തിന്നു മുമ്പായി താലികെട്ടണമെന്നും അതു ഭർത്താവിന്റെ കൈകൊണ്ടു കെട്ടേണ്ടതാണെന്നും വരുമ്പോൾ ശൈശവകാലത്തിൽതന്നെ വിവാഹം വേണ്ടിവരുമെന്നു തീർച്ചയായിരിക്കുന്നു. അതു കുറെ അയുക്തമാണെന്നാണ് ഞാൻ വിചാരിക്കുന്നത്.

ഗോപാലമേനോൻ: കുഞ്ഞിശ്ശങ്കരമേനോൻ പറഞ്ഞിട്ടുള്ളത് വാസ്തവമാണ്. ചെറുപ്പകാലത്തിൽതന്നെ പെൺകുട്ടികൾക്കു ഭർത്താവിനെ നിയമിക്കുന്നത് ഒരിക്കലും വെടിപ്പില്ലെന്നുള്ള ശാഠ്യക്കാരനാണ് ഞാൻ. നമുക്കും ഇതരരാജ്യങ്ങളിലുള്ള ജനങ്ങളെപ്പോലെ താരുണ്യത്തിൽ മാത്രമേ വിവാഹം പാടുള്ളു എന്നൊരു നിശ്ചയം ചെയ്യുന്നതായാൽ അതുകൊണ്ടു എന്താണൊരു ദൂഷ്യമുള്ളത്? അങ്ങിനെയായാൽ സ്ത്രീകൾക്കു വിദ്യാഭ്യാസം ചെയ്‌വാനും മറ്റും വളരെ തരവും എളുപ്പവും ഉണ്ടാകും.

കുഞ്ഞികൃഷ്ണമേനോൻ: കാര്യം അതു ശരിയാണെങ്കിലും എളുപ്പത്തിൽ സാധിപ്പിക്കത്തക്കതല്ല. അപ്പോൾ ഋതുസ്നാനത്തിനുശേഷമേ കല്യാണം കഴിപ്പാൻ പാടുള്ളു എന്നു തീർച്ചയാക്കേണ്ടിവരും. അതിൽ ജനസമുദായം അത്രവേഗത്തിൽ യോജിക്കുമെന്നു തോന്നുന്നില്ല. അതു പൊതുവിൽ അത്യന്തം ഗുണകരമാണെന്നുവരികിലും ലൗകികത്തിന്നും ശാസ്ത്രത്തിന്നും തീരെ വിരുദ്ധമായതുകൊണ്ടു കേവലം ദുസ്സാദ്ധ്യമായ്‌വരാനാണു ഇടയുള്ളത്. അതുകൊണ്ടു ബാലദശയുടെ ആരംഭകാലം നോക്കി എല്ലാ സംഗതികൊണ്ടും കന്യകയ്ക്ക് അനുരൂപനായ ഒരു ഭർത്താവിനെക്കൊണ്ടു യഥായോഗ്യം താലികെട്ടിച്ചു താരുണ്യത്തിൽ വിവാഹം കഴിക്കുന്നതാണു വളരെ യുക്തമായിട്ടുള്ളത്. ഇങ്ങിനെ ചെയ്യുന്നതായാൽ തന്നെയും ഇപ്പോഴത്തേതിനെക്കാൾ വളരെ ഉൽകൃഷ്ടമായിരിക്കും.

രാമുക്കുട്ടിമേനോൻ: ഉത്സാഹിച്ചാൽ ഇതു ഒരുവിധേന നിവൃത്തിക്കാവുന്നതാണ്. ഗോപാലമേനോൻ പറഞ്ഞത് ഒരിക്കലും നടക്കുന്നതല്ല. പല തകരാറുകളും ഉണ്ടാവാനാണ് ഇടവരുന്നത്. ശാസ്ത്രത്തിന്നു വിരോധമായിട്ട് ആരും ഒന്നും ആലോചിക്കരുത്. അങ്ങിനെ ചെയ്യുന്നതിനാണ് തോന്ന്യാസമെന്നുള്ള പേർ.

കുഞ്ഞിശ്ശങ്കരമേനോൻ: (കുഞ്ഞികൃഷ്ണമേനോന്റെ മുഖത്തുനോക്കി) ഇപ്പോൾ പ്രസ്താവിച്ച വിധമായാൽ വളരെ തരക്കേടില്ല. എങ്കിലും ഭാര്യാഭർത്തൃത്വത്തിന്ന് അത്ര ബലമുണ്ടോ എന്നു ദുർല്ലഭം ചിലർ ശങ്കിച്ച് ആക്ഷേപിക്കാതിരിക്കില്ല. ദമ്പതിമാരുടെ അനുരാഗം പ്രായേണ കൃത്രിമമായിരിക്കേണ്ടിവരും. ഭാര്യാഭർത്താക്കന്മാരിൽ സ്വാഭാവികമായ അനുരാഗവും പ്രേമവും ജനിച്ചു സ്ഥിരമായി വർദ്ധിക്കേണമെങ്കിൽ വിവാഹം താരുണ്യത്തിൽ വേണമെന്നാണ് ചിലരുടെ അഭിപ്രായം.

കുഞ്ഞികൃഷ്ണമേനോൻ: ഈ അഭിപ്രായത്തോടു ഞാൻ അത്ര അധികം യോജിക്കുന്നില്ല. ഭാര്യാഭർത്തൃത്വത്തിന്ന് ആലോചിക്കപ്പെട്ടുവരുന്ന സ്ത്രീപുരുഷന്മാർ അന്യോന്യം എല്ലാ അവസ്ഥകൊണ്ടും അനുരൂപന്മാരായിരിക്കത്തക്കവരൊ അല്ലയൊ എന്നു രക്ഷിതാക്കന്മാർ അല്പം മനസ്സുകൊടുത്തു സൂക്ഷിച്ചാൽ മതിയാവുന്നതാണ്. അനുരൂപന്മാരാണെങ്കിൽ അനുരാഗം തന്നാലെതന്നെ മുളച്ചു വരുന്നതാണ്. അതല്ലാതെ നാഗരിക സമ്പന്നന്മാരായ ചില യൂറോപ്യന്മാരുടെ ഇടയിൽ ആചരിച്ചു വരുന്ന വിവാഹസമ്പ്രദായം ഈ മലയാളരാജ്യത്തിൽ ഇപ്പോൾ തന്നെ നടത്തി

ക്കളയാമെന്നു വിചാരിച്ചു പ്രവർത്തിക്കുന്നതായാൽ ആയതു ശുദ്ധമേ ആഭാസവും ആക്ഷേപകാരണവും ആയിരിക്കും. ദേശകാലങ്ങൾക്ക് ഉചിതമല്ലാത്ത യാതൊരു പ്രവൃത്തിയും ചെയ്വാൻ ഉത്സാഹിക്കരുത്. നാഗരികവും സ്ത്രീ വിദ്യാഭ്യാസവും വർദ്ധിച്ചു ജനസമുദായത്തിൽ ബുദ്ധിക്കു പരിഷ്കാരവും പാകവും വരുന്ന സമയം കാലക്രമേണ ആവക സമ്പ്രദായത്തിലും പ്രവേശിക്കാമെന്നല്ലാതെ ബദ്ധപ്പെട്ടാൽ തരമാവുന്നതല്ല.

കുഞ്ഞികൃഷ്ണമേനോന്റെ ഈ അഭിപ്രായം കുഞ്ഞിശ്ശങ്കരമേനോൻ ഒരു ഉപദേശമായിട്ടാണ് ധരിച്ചിട്ടുള്ളത്. കാര്യം ഇതു യഥാർത്ഥമാണെന്നുതന്നെ അദ്ദേഹം വിശ്വസിച്ചു. തന്റെ മനോരഥപ്രാപ്തിക്കുവേണ്ടി ഇനിമേൽ ചെയ്വാൻ പോകുന്ന പ്രയത്നത്തിൻമേൽ പ്രസ്താവിച്ച ഉപദേശത്തിന്നു വിരോധമായി യാതൊന്നും പ്രവർത്തിക്കരുതെന്നു നിശ്ചയിച്ചു. താലികെട്ടുകല്യാണവും കാർത്ത്യായിനിയുടെ സംബന്ധവും ഏതായാലും രണ്ടു സംവത്സരത്തേക്കു വേണ്ട എന്ന് രാമുക്കുട്ടിമേനോനും നിശ്ചയിച്ചു. എല്ലാവരും പിന്നെയും അവിടെത്തന്നെ ഇരുന്ന് ഈ സംഗതിയെപ്പറ്റി അന്യോന്യം സംസാരിച്ചു ഏകദേശം പതിനൊന്നു മണിയായതിൽപിന്നെ കുഞ്ഞികൃഷ്ണമേനോൻ മുതലായവർ മൂന്നുപേരും അവരവരുടെ അറകളിലേക്ക് ഉറങ്ങുവാൻ പോയി. കുഞ്ഞിശ്ശങ്കരമേനോനും അച്യുതമേനോനും മുകളിലെ തളത്തിൽതന്നെ വിശേഷമായി വിരിച്ചു തെയ്യാറാക്കി വെച്ചിട്ടുള്ള ഓരോ കട്ടിലിന്മേൽ കിടന്നുറങ്ങി. ഗോപാലമേനോൻ അദ്ദേഹത്തിന്റെ സ്വന്തം അറയിലും പോയി കിടന്നു.

14

മീനാക്ഷിക്കുട്ടിയുടെ സംഗീതം

വിവേകിയും സൗമ്യനുമായ നമ്മുടെ കുഞ്ഞിശ്ശങ്കരമേനോൻ പുത്തൻമാളികക്കൽ അല്പദിവസം മാത്രമേ താമസിച്ചിട്ടുണ്ടായിരുന്നുള്ളു എങ്കിലും, അവിടെയുള്ള എല്ലാവർക്കും ഇദ്ദേഹത്തിന്റെമേൽ അത്യാദരവും സന്തോഷവും അധികമായ സ്നേഹവും ഉണ്ടായി. കാമ്യരൂപന്മാരായ ഈ വിധം ചെറുപ്പക്കാരിൽ വേണ്ടത്തക്ക മര്യാദയും വിനയവും ശ്ലാഘനീയമായ ഗുണബുദ്ധിയും ഒതുക്കവും ഉണ്ടെന്ന് കണ്ടാൽ ജനസമുദായത്തിൽ ബഹുമാനവും കൗതുകവും അങ്കുരിക്കുന്നത് ആശ്ചര്യമല്ലല്ലൊ. വകതിരിവും ബുദ്ധിവികാസവും ഉള്ള മാതാപിതാക്കന്മാരുടെ രക്ഷയിൽ ഇരുന്നു ശൈശവം മുതൽക്കേ അവരുടെ നടപ്പും മര്യാദയും കണ്ടുപഠിച്ച് അതിൽപിന്നെ മഹത്തരമായ വിദ്യാഭ്യാസംകൊണ്ടും ദുർല്ലഭമായ സജ്ജനസമ്പർക്കംകൊണ്ടും ബുദ്ധിക്കു പരിഷ്കാരവും മനസ്സിന്നു പാകതയും അകൃത്യത്തിൽ അതിഭയവും ലഭിക്കുന്നതായാൽ ഈ കാലത്ത് അനേകം കുഞ്ഞിശ്ശങ്കരമേനോന്മാരെകണ്ടു സന്തോഷിക്കുവാൻ നമുക്കു യാതൊരു പ്രയാസവും ഇല്ല. വിദ്വാന്മാരെവിടെയും പൂജ്യന്മാരാണെന്നല്ലേ വെച്ചിട്ടുള്ളത്. എങ്കിലും കുഞ്ഞിശ്ശങ്കരമേനോന്റെ വരവും അധിവാസവും രണ്ടുമൂന്നു ദിവസത്തേക്കു മീനാക്ഷിക്കുട്ടിയുടെ മനസ്സിൽ അല്പമായ രസക്കേടിന്നും കുണ്ഠിതത്തിന്നും കാരണമായിത്തീരുകയാണ് ചെയ്തിട്ടുള്ളത്. അതിന്നു ലഘുവായ രണ്ടൊ മൂന്നൊ സംഗതികൾ ഉണ്ടായിരുന്നില്ലെന്നുമില്ല.

കുഞ്ഞികൃഷ്ണമേനോൻ വരുന്ന സമയങ്ങളിൽ ഒക്കെയും ഇതിന്നുമുമ്പ് ഇവൾ അദ്ദേഹത്തിന്റെ ഒരുമിച്ചിരുന്ന് ഊണുകഴിക്കുമാറുണ്ടായിരുന്നു. ഒരു നേരമെങ്കിലും വല്ല സംഗതിവശാലും അതിന്നു മുടക്കം വരുന്നതായാൽ പിന്നെ ഒരുമിച്ചുണ്ണുന്നവരേക്കും ഇവളുടെ മനസ്സിന്നു ലേശംപോലും സുഖമൊ സന്തോഷമോ ഉണ്ടാകുമാറില്ല. ഇപ്പോഴത്തെ

വരവിൽ മുമ്പൊരിക്കൽ കണ്ടിട്ടും കൂടിയില്ലാത്ത ഈ ചെറുപ്പക്കാരനും കൂടി ഉണ്ടായിരുന്നതു കൊണ്ടു അദ്ദേഹം വന്നതിൽപിന്നെ ഒരു പ്രാവശ്യമെങ്കിലും കിഴുക്കടപതിവുപ്രകാരം ഇവൾക്ക് ഒരുമിച്ചിരുന്നുണ്ട് കഴിപ്പാൻ സാധിച്ചിരുന്നില്ല.

ഇതിന്നുപുറമെ ഈ യുവാവു മിക്കസമയങ്ങളിലും കുഞ്ഞികൃഷ്ണമേനോന്റെ അരികത്തുതന്നെയിരുന്ന് എന്തെങ്കിലും ഓരോ വിഷയങ്ങളെപ്പറ്റി അത്യന്തം രസകരമായി സംസാരിച്ചു കാലംകളയുന്നതുകൊണ്ട് ഇവൾക്കു സ്വേച്ഛാനുസരണം തന്റെ അച്ഛന്റെ അടുക്കെ ചെല്ലാനും അദ്ദേഹത്തെ ചാരിയും ഉരുമ്മിയും തൊട്ടും തലോടിയുംകൊണ്ട് അരികത്തുതന്നെ നില്പാനും വല്ലതും തെല്ലൊന്നു ശങ്കവിട്ടു തരത്തിൽ സംസാരിപ്പാനും അദ്ദേഹത്തിൽനിന്നുണ്ടാവുന്ന ലാളനാശ്ലേഷങ്ങളെ കൂടെക്കൂടെ അനുഭവിച്ചു സുഖിപ്പാനും ഇവൾക്കു മുമ്പത്തെപ്പോലെയുള്ള ധൈര്യമൊ തരമോ സ്വാതന്ത്ര്യമൊ ഈ പ്രാവശ്യം ഉണ്ടായിരുന്നില്ല. ഇച്ഛാഭംഗം കൊണ്ടു കുലുഷിതചിത്തയായി കുണ്ഠിതയായ ഇവൾക്ക് ഇതുരണ്ടും കൂടാതെ കൂനിൽകുരു എന്നപോലെ ദുസ്സഹമായ മറ്റൊരു ബുദ്ധിമുട്ടും കൂടി സംഭവിച്ചിട്ടുണ്ടായിരുന്നു. അപ്പുക്കുട്ടൻ കൂടെക്കൂടെ ഇവളുടെ അരികത്തു വന്നുനിന്നിട്ടു മറ്റുള്ളവർ കേൾക്കെയും ചിലസമയം കേൾക്കാതെയും കുഞ്ഞിശ്ശങ്കരമേനോന്റെ സൗന്ദര്യത്തേയും യോഗ്യതയേയും പറ്റി സ്തുതിച്ചു പറകയും ഇവളോടു അഭിപ്രായം ചോദിക്കയും ചെയ്ക പതിവായിരുന്നു. ആ സമയം വല്ലവരും യദൃച്ഛയാ അന്യോന്യം നോക്കുകയൊ ചിരിക്കുകയൊ വല്ലതും സ്വകാര്യം പറയുകയൊ ചെയ്യുന്നതു കണ്ടാൽ എല്ലാവരും തന്നെ ഉദ്ദേശിച്ചു കണ്ണുകൊണ്ടും മുഖംകൊണ്ടും തങ്ങളിലോരോന്നു ഗൂഢമായി സംസാരിക്കുന്നതാണെന്നും അപ്പുക്കുട്ടൻ തന്നെ ശുണ്ഠിപിടിപ്പിക്കുവാൻവേണ്ടി മറ്റുള്ളവരുടെ ഉപദേശപ്രകാരം ഇങ്ങിനെ പറഞ്ഞു പരിഹസിക്കുന്നതാണെന്നും വൃഥാ ശങ്കിച്ചു ഇവൾ കുറേശ്ശ വെറുപ്പും കോപവും പുറമെ കാണിപ്പാനും മടിച്ചിട്ടുണ്ടായിരുന്നില്ല. ഇതിന്നെല്ലാറ്റിനും കാരണഭൂതൻ കുഞ്ഞിശ്ശങ്കരമേനോനാണെന്നു വിചാരിച്ച് ഇദ്ദേഹത്തിന്റെ മുമ്പിൽകൂടി കടന്നുപോവാൻ പോലും ഇവൾക്കു കുറേശ്ശ ലജ്ജയും മടിയും ഉണ്ടായിത്തുടങ്ങി. എങ്കിലും സൗഭാഗ്യശാലിയായ ഈ തരുണപുരുഷനെപ്പറ്റി അസാധാരണമായ ബഹുമാനവും അപൂർവ്വമായ ഭക്തിയും അഭിനവമായ സ്നേഹവും ഇവളുടെ മനസ്സിൽ അങ്കുരിച്ചു ക്രമേണ വളരുവാൻ തുടങ്ങീട്ടുണ്ടായിരുന്നു. ഇദ്ദേഹം തന്റെ ഭാഗ്യാതിരേകത്തിന്നധിഷ്ഠാനമായി നില്ക്കുന്ന അച്യുതമേനോന്റെ പ്രാണസ്നേഹിതനാണെന്നുള്ള വിശ്വാസം ഇവളുടെ മനസ്സിൽ പ്രബലപ്പെട്ടിരിക്കുമ്പോൾ ഇങ്ങിനെയുള്ള സ്നേഹവും ബഹുമാനവും ഇവളുടെ മനസ്സിൽ തോന്നീട്ടുള്ളത് അത്ര ആശ്ചര്യമല്ല. അഥവാ അത്യന്തം രമണീയങ്ങളായ വസ്തുക്കൾ ജ്ഞാനേന്ദ്രിയങ്ങൾക്കു ഗോചരങ്ങളായി വരുമ്പോൾ പ്രകൃതിസിദ്ധമായ ജന്തുധർമ്മത്തെ അനുസരിച്ചു ജനഹൃദയത്തിൽ ആനന്ദം ഉണ്ടായിവരുന്ന പ്രകാരം ഇവളുടെ മനസ്സിലും ആഹ്ലാദം ജനിച്ചിട്ടുള്ള

താണെന്നു വ്യവഹരിച്ചു തീർച്ചപ്പെടുത്തുന്നതായാൽ തന്നെയും അതു സ്വാഭാവികമായ മനോവികാരമാണെന്നുള്ള ഏക സംഗതികൊണ്ട് ആ കാര്യത്തിലും ആശ്ചര്യമുണ്ടെന്നു പറഞ്ഞുകൂടാ. എന്നാൽ മനസ്സിൽ അത്യന്തം സ്നേഹത്തോടും ഭക്തിയോടുംകൂടി ദൃഢീകരിച്ചു വെച്ചിട്ടുള്ള ഒരു വസ്തുവിന്റെ ഗുണോൽക്കർഷത്തെപ്പറ്റി അന്യന്മാർ സ്തുതിച്ചുപറയുന്നതു കേൾപ്പാനൊ ആ വസ്തുവിന്റെ പ്രത്യക്ഷദർശനം അനുഭവിപ്പാനൊ കേവലം വിരക്തി വരുന്നുണ്ടെങ്കിൽ ആ കാര്യം ആശ്ചര്യമായിട്ടുള്ളതുതന്നെയാണ്. അതുകൊണ്ടു കുഞ്ഞിശ്ശങ്കരമേനോനെ സ്തുതിച്ചുപറയുന്നതിലും അദ്ദേഹത്തെ കാണുന്നതിലും ഇവൾക്കു വൈരാഗ്യം വന്നിട്ടുള്ളതു വിചാരിക്കുമ്പോൾ അതിന്നു പ്രത്യേകം വല്ല സംഗതിയും ഉണ്ടെന്നു ഊഹിപ്പാൻ അല്പം വഴിയുണ്ട്. ഏതായാലും ഇവൾ കുറച്ചു നേരത്തേക്കു ഇങ്ങിനെതന്നെ നില്ക്കട്ടെ. നാം കുഞ്ഞിശ്ശങ്കരമേനോന്റെ തല്ക്കാലസ്ഥിതിയെ പറ്റിയും തെല്ലൊന്നു പ്രസ്താവിക്കേണ്ടതാണല്ലൊ.

മീനാക്ഷിക്കുട്ടിയെ കാണണമെന്നും അവളുടെ രൂപസൗന്ദര്യം തന്റെ കണ്ണിന്നും മനസ്സിന്നും രുചികരമായി തോന്നുന്നപക്ഷം അവളുടെ സ്നേഹം സമ്പാദിപ്പാൻ തന്നാൽ കഴിയുന്നത്ര പരിശ്രമം ചെയ്യണമെന്നും നിശ്ചയിച്ചിട്ടാണ് ഇദ്ദേഹം മറ്റൊരു സംഗതിയെ വൃഥാ മുമ്പിൽ നിർത്തിക്കൊണ്ടു മുമ്പു യാതൊരു പരിചയവും ഇല്ലാത്ത ഈ കനകമംഗലത്തേക്കു ഈ അവസരത്തിൽ തന്റെ സ്നേഹിതനോടുകൂടി ചാടിപ്പുറപ്പെട്ടു വന്നിട്ടുള്ളത്. ബുദ്ധിവിശേഷവും വിവേകവും ഉള്ള ഇവളുടെ കാന്തിമാധുര്യം അത്യന്തം പരിഷ്കൃതമായ തന്റെ മനസ്സിൽ അനുരാഗം ജനിപ്പിക്കത്തക്കവണ്ണം അത്ര ലളിതമായിരിക്കുമൊ എന്നുള്ള ഒരു വിചാരം മാത്രമേ ഇദ്ദേഹത്തിന്നു ഇങ്ങോട്ടുള്ള വഴിയാത്രയിൽ വിശേഷവിധിയായി മനസ്സിൽ ഉണ്ടായിരുന്നുള്ളു. എന്നാൽ കാമുകന്മാരുടെ ഹൃദയമാകുന്ന കാരിരുമ്പിൻ ഖണ്ഡത്തെ ആകർഷിക്കുവാൻ കേവലം അയസ്കാന്തമായി ഭവിച്ചിട്ടുള്ള ഇവളുടെ രൂപം ഇദ്ദേഹത്തിന്റെ നേത്രങ്ങൾക്ക് എപ്പോൾ അമൃതാഞ്ജനമായിത്തീർന്നുവൊ അപ്പോൾതന്നെ മുഴുവൻ ഭാവത്തിനും ഒരു പകച്ചവന്നു പോയിരിക്കുന്നു. ഇവൾ തനിക്കനുരൂപയായിത്തീരുമൊ എന്നുള്ള വിചാരംപോയിട്ടു താൻ ഇവൾക്കനുരൂപനായിരിക്കുമൊ എന്നുള്ള ചാഞ്ചല്യവും വൈവശ്യവും ഇദ്ദേഹത്തിന്റെ മനസ്സിൽ അങ്കുരിക്കയാണ് ചെയ്തിട്ടുള്ളത്. തന്റെയും ഇവളുടെയും യോഗ്യതയെപ്പറ്റി വിചാരിക്കുമ്പോൾ ഒരു കാകനും കളഹംസിയും തമ്മിലുള്ള അന്തരത്തെക്കാട്ടിൽ അല്പമെങ്കിലും അധികമല്ലാതെ ഒരു ലേശം കുറകയില്ലെന്നു വിചാരിച്ചു ഇദ്ദേഹം അസ്വസ്ഥനായിത്തീർന്നു. ഏതായാലും ഇവളുടെ അന്തർഗ്ഗതം മനസ്സിലാക്കണമെന്നു വിചാരിച്ചു ഇദ്ദേഹം ചില കൗശലങ്ങൾ എടുത്തു പ്രയോഗിച്ചുനോക്കി. അതൊന്നും അവളുടെ നേരെ ലേശം ഫലിച്ചില്ല. കുഞ്ഞികൃഷ്ണമേനോനുമായി നിശ്ചയിച്ചിട്ടുള്ളപ്രകാരം ഇവളെ പരീക്ഷിപ്പാൻ സംഗതി വരുന്നപക്ഷം വല്ലവിധേനയും ഇവളുമായി സംസാരിച്ചു പരിചയമാകുവാൻ ഇടയുണ്ടാകുമെന്നു വിചാരിച്ചു

ഒന്നു രണ്ടു ദിവസത്തോളം അത്യാഗ്രഹത്തോടെ കാത്തുനിന്നു. എന്നാൽ അദ്ദേഹം അതിനെക്കുറിച്ചു പിന്നെ യാതൊന്നും പറയാതിരുന്നതു കൊണ്ടു അങ്ങോട്ടു ചെന്നു ഓർമ്മപ്പെടുത്തുന്നതും അനുവാദം ചോദിക്കുന്നതും ശങ്കാസ്പദവും ഘനക്ഷയവുമായി വന്നേക്കാമെന്നു വിചാരിച്ചു ഈ വിഷയത്തെപ്പറ്റി യാതൊരു പരിശ്രമവും ചെയ്‌വാൻ ഇദ്ദേഹത്തിനു ലേശവും ധൈര്യമുണ്ടായില്ല. കൂടക്കൂടെ തന്റെ മനസ്സിൽ ഇങ്ങിനെ വിചാരിക്കയായി.

ലോകത്തിൽ അത്യന്തം മനോഹരങ്ങളായും രമണീയങ്ങളായും ഇരിക്കുന്ന അനവധി വസ്തുക്കൾ ഉണ്ടെങ്കിലും അവയിൽ ചിലതു സാദ്ധ്യവും മറ്റു ചിലതു അസാദ്ധ്യവും ആണെന്നു നിശ്ചയമാണല്ലൊ. അസാദ്ധ്യമായ ഒരു വസ്തുവെക്കണ്ടു ഭ്രമിച്ച കാര്യത്തിന്റെ വൈഷമ്യം യാതൊന്നും ആലോചിക്കാതെ ആ വസ്തുവിന്നുവേണ്ടി ബുദ്ധിമുട്ടുന്നതു വിവേകികളായ മനുഷ്യന്മാർക്ക് അശേഷം ഉചിതമായിട്ടുള്ളതല്ല. വൃഥാ മനോരാജ്യം വിചാരിച്ച് അന്തസ്താപമുണ്ടാക്കീട്ടു പ്രയോജനമെന്താണ്. ഇവളുടെ ലാവണ്യാതിശയവും ശിക്ഷാവൈചിത്ര്യവും ബുദ്ധിസാമർത്ഥ്യവും പ്രഗത്ഭതയും മറ്റും വിചാരിക്കുമ്പോൾ ഇവൾക്ക് എന്റെമേൽ പ്രേമമുണ്ടാകുമെന്നൊ എനിക്ക് അതിനുമാത്രം യോഗ്യതയും ഭാഗ്യവും ഉണ്ടെന്നൊ തോന്നുന്നില്ല. ഇങ്ങട്ട് അല്പമെങ്കിലും പ്രേമമൊ അനുരാഗമൊ ഇല്ലാത്ത സ്ത്രീകളെ കണ്ടു ഭ്രമിച്ച് അകാലജലദോദയം കണ്ട ചാതകങ്ങളെപ്പോലെ അന്ധാളിച്ച് ഒടുവിൽ നിരാശപ്പെട്ട് വെറുതെ മനസ്സു പുണ്ണാക്കുന്നത് കേവലം അന്ധത്വമാണല്ലൊ. ഇങ്ങിനെയുള്ള തത്ത്വബോധം ഉണ്ടായിട്ടും എന്റെ മനസ്സിനെ കുറച്ചെങ്കിലും സ്വസ്ഥതയിൽ നിർത്തുവാൻ പ്രയാസമായി വന്നിട്ടുള്ളത് ആശ്ചര്യം തന്നെ.

പ്രഭവതി മനസിവിവേകൊ
വിദുഷാമപി ശാസ്ത്രസംഭവസ്താവൽ
നിപതന്തി ദൃഷ്ടിവിശിഖാ
യാവന്നേന്ദീവരാക്ഷീണാം

എന്നു ശ്രീകൃഷ്ണമിശ്രൻ അഭിപ്രായപ്പെട്ടിട്ടുള്ളതു പരമാർത്ഥമാണെന്നു തോന്നുന്നു. എന്നാൽ അങ്ങിനെ വിചാരിപ്പാനും ഇവിടെ തരം കാണുന്നില്ല. ഇവളുടെ ദൃഷ്ടിവിശിഖം എന്റെമേൽ പതിച്ചിട്ടില്ലല്ലൊ. ദർശനമാത്രത്താൽ തന്നെ എന്റെ മനസ്സ് ഇത്ര അധികം ക്ഷോഭിച്ചിട്ടുള്ളതു വിചാരിക്കുമ്പോൾ കടാക്ഷാവലോകനങ്ങൾ ഉണ്ടായിരുന്നാലത്തെ കഥ പറയേണ്ടതേയില്ലല്ലൊ. ഇവളുടെ രൂപം അത്യന്തം രമണീയമെന്ന് ആരാണ് സമ്മതിക്കാത്തത്. ആശ്ചര്യംതന്നെ.

കൊണ്ടലിണ്ടലൊടു മണ്ടുമാറു നിറ-
മാണ്ടുനീണ്ട കുചഭംഗിയും,
വണ്ടിനോടു സമമായിരുണ്ടഥ ചുരുണ്ടു-
നിൽക്കുമളകാഭയും,
തൊണ്ടി കണ്ടു വെറി പൂണ്ടവണ്ടുബത

മണ്ടുമോരധരശോഭയും,
പണ്ടിവണ്ണമൊരു കണ്ടിവാർകുഴലി-
യാൾക്കു കണ്ടതറിവില്ലമേ

അത്രയുമല്ല,

മുല്ലബാണനുടെ വില്ലുതൻവിരുതു തല്ലിവെല്ലുവതിനന്വഹം
മല്ലിടുന്ന കുനുചില്ലിവല്ലിയഴകാർന്നമല്ലനയനങ്ങളും
ഫുല്ലപത്മരുചി മെല്ലവേ കവരുമുല്ലസന്മുഖവുമോമന-
പ്പല്ലുമീദൃശമമാനുഷീകമതിനില്ലകില്ലൊരണുവോളവും.

ഇങ്ങിനെ ലോകവാസികളെ മുഴുവനും അനായാസേന മോഹിപ്പിച്ചു കീഴടക്കുവാൻ അത്യന്തം വിദഗ്ദ്ധമായ ഇവളുടെ രൂപസൗന്ദര്യം കണ്ടിട്ടു എന്റെ മനസ്സിൽ ഇങ്ങനെയുള്ള ചാപല്യവും പാരവശ്യവും ഉണ്ടായതു സ്വാഭാവികമായ മനോധർമ്മമെന്നല്ലാതെ മറ്റൊന്നും വിചാരിച്ച് ആശ്ചര്യപ്പെടാനില്ല. പാരവശ്യത്തിനുള്ള കാരണം ഇത്രമാത്രമല്ല.

അനാഘ്രാതം പുഷ്പം കിസലയമലൂനം കരരുഹൈ-
രനാവിദ്ധംരത്നം മധുനവമനാസ്വാദിതരസം
അഖണ്ഡം പുണ്യാനാം ഫലമിവചുതദ്രൂപമനഘം
നജാനേ ഭോക്താരം കമിഹസമുപസ്ഥാസ്യതിവിധിഃ

ഈയൊരു വിചാരമാണ് എനിക്കു ദുസ്സഹമായ മനോവേദനയെ ഉണ്ടാക്കിത്തീർക്കുന്നത്. ഏതോ ഒരു സുകൃതശാലിയായ പുരുഷനെ ദൈവം ഇവൾക്കുവേണ്ടി അത്യന്തം പണിപ്പെട്ടു സൃഷ്ടിച്ചു വെച്ചിട്ടുണ്ട്. ആ പുണ്യവാന്റെ അനുഭോഗസാധകമായ ഈ കാന്തിവിശേഷം മന്ദഭാഗ്യനായ എനിക്കു അനുഭവിപ്പാൻ കിട്ടണമെന്നു വിചാരിക്കുന്നതു കേവലം ദുർമ്മോഹശക്തിയും ഭോഷത്തവും മാത്രമാണ്. അതുകൊണ്ടു ഇനി കഴിയുന്നവേഗത്തിൽ ഇവിടെനിന്നു പൊയ്ക്കളവാൻ നോക്കുന്നതാണ് കുറെ ഭേദം. ഇവളെ ലഭിക്കത്തക്ക യോഗ്യതയിൽ ഏതാനൊരംശം പോലും എനിക്കുണ്ടെന്നു തോന്നുന്നില്ല. എങ്കിലും ദൈവം എനിക്കു തീരെ പ്രതികൂലമില്ലാത്തപക്ഷം ഇവളെ കണ്ടപ്പോൾ തുടങ്ങി എന്റെ മനസ്സിൽ അങ്കുരിച്ചു വളരുന്ന പ്രകാരംതന്നെ അല്പമായ പ്രേമം ഇവളുടെ മനസ്സിലും ഉണ്ടാവാൻ പാടില്ലെന്നില്ലല്ലോ. അങ്ങിനെ വരുന്നതായാൽ എന്റെ മനോരഥപ്രാപ്തിക്കു എന്താണിത്രയൊക്കെ വൈഷമ്യം വിചാരിപ്പാനുള്ളത്. ഞങ്ങൾ രണ്ടുപേർക്കും അന്യോന്യം പ്രേമമുണ്ടെന്നു കണ്ടാൽ ഇവളുടെ രക്ഷിതാക്കന്മാരായ പുരുഷന്മാരും അതിന്നു വിരോധമായി പ്രവർത്തിക്കുന്നവരല്ല. മറ്റുള്ളവരുടെ വിരോധമാകട്ടെ സമ്മതമാകട്ടെ പിന്നെ ഈ കാര്യത്തിൽ അത്ര കൂട്ടാക്കേണ്ടുന്ന ആവശ്യവും ഇല്ല. ഊരാളുടെ സമ്മതം കിട്ടിയാൽ ശാന്തിക്കാരന്റേയും കഴകക്കാരന്റേയും വിരോധം ആരെങ്കിലും കണക്കിൽവെച്ചു വരാറുണ്ടോ. അതുകൊണ്ടു ഇവളുടെ സ്നേഹം ഈ അവസരത്തിൽതന്നെ വല്ല വിധേനയും സമ്പാദിപ്പാൻ കഴിയുമോയെന്നു പരീക്ഷിച്ചു നോക്കണം. സാധിക്കുമെങ്കിൽ സാധിക്കട്ടെ, അല്ലെങ്കിൽ പോട്ടെ. ഇതു അകൃത്യമായ ഒരു കാര്യമല്ലല്ലോ.

മീനാക്ഷിക്കുട്ടിയെ കണ്ടമുതൽക്കു ഇങ്ങിനെയുള്ള പല വിചാരങ്ങൾക്കും മനോരാജ്യത്തിന്നും കുഞ്ഞിശ്ശങ്കരമേനോന്റെ തരുണമായ ഹൃദയം തരപ്പെട്ട ഒരു സങ്കേതമായി ഭവിക്കയാണു ചെയ്തിട്ടുള്ളത്. എങ്കിലും അവയിൽ അണുമാത്രംപോലും അന്യന്മാർക്കു മനസ്സിലാക്കുവാൻ അശേഷം സംഗതിവന്നില്ല. അദ്ദേഹം ആവക യാതൊരു വിചാരത്തേയും പുറത്തേക്കു കടപ്പാൻ അനുവദിക്കാതെ ധൈര്യമാകുന്ന ശൃംഖലയാൽ ഏറ്റവും ദൃഢമായി ബന്ധിച്ചു തന്റെ ഹൃദയമാകുന്ന പഞ്ജരത്തിൽ ഇട്ടു അടച്ചുപൂട്ടി പുറമെ എല്ലായ്പോഴും പ്രസന്നഭാവം പൂണ്ട് സമുദ്രംപോലെ ഗംഭീരസത്ത്വനായിട്ടു പുത്തന്മാളികക്കൽ ഒരു വിധേന സുഖമായിട്ടുതന്നെ രണ്ടുമൂന്നുദിവസം പാർത്തു. താൻ വന്നിട്ടുള്ളതിന്റെ മൂന്നാമത്തെ ദിവസം ഏകദേശം നാലുമണി സമയം കരുണാകരൻ നമ്പ്യാരോടും അച്യുതമേനോനോടും കൂടി ചുറ്റുമുള്ള പ്രദേശങ്ങൾ കാണ്മാൻവേണ്ടി പുറപ്പെട്ടുപോയി. കനകമംഗലം കോവിലകം, അതിന്റെ കിഴക്കുഭാഗമുള്ള വിഷ്ണുക്ഷേത്രം, അങ്ങാടി, ചന്തസ്ഥലം, സബ്റജിസ്ട്രാഫീസ്സ് മുതലായ പല എടുപ്പുകളും സ്ഥലങ്ങളും കാഴ്ചകളും മറ്റും കണ്ടു അന്യോന്യം പല വിനോദവാക്കുകളും പറഞ്ഞു സന്തോഷിച്ചുംകൊണ്ടു മടങ്ങി പുത്തൻമാളികക്കൽ എത്തുമ്പോഴേക്കു മണി ഏഴടിക്കുന്നതുകേട്ടു. മൂന്നുപേരും കൂടിവന്നു മുറ്റത്തിറങ്ങിയ ക്ഷണത്തിൽതന്നെ കുഞ്ഞിശ്ശങ്കരമേനോന്റെ മനസ്സിൽ അപൂർവ്വമായ ആനന്ദം ജനിച്ചുതുടങ്ങി. അകത്തുനിന്നു തംബുരു ശ്രുതികൂട്ടുന്നപ്രകാരംതോന്നി. എല്ലാവരും വേഗത്തിൽ വന്നു കിഴക്കെ തളത്തിലേക്കു കടന്നു. അവിടെ അപ്പോൾ രണ്ടു ഭാഗവതരന്മാർ നിലത്തു വിരിച്ചിട്ടുള്ള പുല്ലുപായിൽ പടിഞ്ഞാറോട്ടു തിരിഞ്ഞും കുഞ്ഞികൃഷ്ണമേനോനും ഗോപാലമേനോനും കൂടി ഭാഗവതരന്മാരുടെ മുൻഭാഗം പടിഞ്ഞാറെ ചുമരിന്നരികെ ഒരു പുല്ലുപായിൽ കിഴക്കോട്ടു തിരിഞ്ഞും മീനാക്ഷിക്കുട്ടി ഇവരുടെ വലത്തുഭാഗത്തും പാടാനുള്ള ഒരുക്കത്തോടുകൂടി വടക്കോട്ടു തിരിഞ്ഞും ഇരിക്കയായീരുന്നു. ഇവൾക്കു സഹായമായിട്ടു ലക്ഷ്മിഅമ്മയും കൂടി അരികത്തു ഇരിക്കുന്നുണ്ട്. രാമുക്കുട്ടിമേനോൻ അന്നുരാവിലെതന്നെ പോയിട്ടുണ്ടായിരുന്നതുകൊണ്ടു ഈ വിനോദത്തിൽ ചേരുവാൻ അദ്ദേഹത്തിന്നു കഴിഞ്ഞിട്ടുണ്ടായിരുന്നില്ല. രണ്ടു ഭാഗവതന്മാരുണ്ടെന്നു പറഞ്ഞിട്ടുള്ളതിൽ ഒരാൾ ഇവിടെ സംഗീതം അഭ്യസിപ്പിച്ചു പാർക്കുന്നാളും മറ്റെയാൾ അദ്ദേഹത്തിന്റെ ഒരു സംബന്ധത്തിൽ പെട്ടാളും ആയിരുന്നു. കുഞ്ഞിശ്ശങ്കരമേനോനും മറ്റും കടന്നുവന്ന ഉടനെ അടുക്കെ വിരിച്ചുവെച്ചിട്ടുള്ള പുല്ലുപായിൽ ഇരിപ്പാൻ വേണ്ടി കുഞ്ഞികൃഷ്ണമേനോൻ ചിരിച്ചുംകൊണ്ടു ആംഗ്യംകാട്ടി. അതുപ്രകാരം അവർ ഇരുന്നു കഴിഞ്ഞതിൽപിന്നെ അന്യോന്യം അല്പമായ സംഭാഷണം ഉണ്ടായി.

കുഞ്ഞികൃഷ്ണമേനോൻ: നിങ്ങൾ മടങ്ങി എത്താൻ താമസിച്ചതുകൊണ്ടാണു ഞങ്ങൾ ഇതേവരെ പാട്ടിന്നു ആരംഭിക്കാഞ്ഞത്. വന്നി

ട്ടാവാം എന്നു വിചാരിച്ചു നിങ്ങളെ കാത്തും കൊണ്ടിരിക്കയാണ്. എന്തായിരുന്നു ഇത്ര അധികം താമസം?

കുഞ്ഞിശ്ശങ്കരമേനോൻ: പറയത്തക്കവണ്ണം ഒന്നും ഉണ്ടായിരുന്നില്ല -ഈ ദിക്കിലുള്ള ചില വിശേഷസ്ഥലങ്ങളും എടുപ്പുകളും നടന്നു കാണ്മാൻവേണ്ടി ഇത്തിരി താമസിച്ചു.

ഗോപാലമേനോൻ: ഈ പ്രദേശം കുഞ്ഞിശ്ശങ്കരമേനോന് എത്രോണ്ട് ബോധിച്ചു? നിങ്ങൾക്കാർക്കും ഞങ്ങളുടെ ഈ വക ഉൾരാജ്യം അശേഷം രസമാവില്ല.

കുഞ്ഞിശ്ശങ്കരമേനോൻ: ഇതു വളരെ കൗതുകമുള്ള ഒരു പ്രദേശം തന്നെ. പട്ടണങ്ങളിൽ അധികമായി പരിചയിച്ചു വന്നിട്ടുള്ള ചിലർക്കു നാട്ടുപുറം അത്ര രസമായി തോന്നുകയില്ലെങ്കിലും ഈ പ്രദേശം ബോദ്ധ്യമാവാത്ത ആളുകൾ ഇല്ലെന്നാണു എനിക്കു തോന്നുന്നത്. ഇതിന്നു പട്ടണത്തിന്റെ ഏതാണ്ടു എല്ലാ ലക്ഷണങ്ങളും ഉണ്ട്. കേവലം ഒരു നാട്ടുപുറമാണെന്നു ഒരിക്കലും പറഞ്ഞുകൂടാ.

കരുണാകരൻനമ്പ്യാർ: എനിക്കു പട്ടണത്തെക്കാൾ അധികം ബോധിച്ചിട്ടുള്ളത് ഉൾരാജ്യമാണ്. പട്ടണത്തിൽ പാർക്കുന്നതു എനിക്കു ബഹു സുഖക്കേടായിട്ടാണ് തോന്നിയത്.

കുഞ്ഞികൃഷ്ണമേനോൻ: അതു ഉൾരാജ്യത്തോടുള്ള അതിസ്നേഹം കൊണ്ടായിരിക്കണം. പരമാർത്ഥം പറയുന്നതായാൽ പട്ടണങ്ങളിലുള്ള സുഖവും സൗകര്യവും നാട്ടുപുറങ്ങളിൽ ഒരിക്കലും സിദ്ധിക്കയില്ലെന്നാണ് എന്റെ വിശ്വാസം.

കരുണാകരൻനമ്പ്യാർ: (ചിരിച്ചുംകൊണ്ടു) അതു പട്ടണത്തിൽ അധികം താമസിച്ചിട്ടുള്ളതുകൊണ്ടു തോന്നിപ്പോയതായിരിക്കണം എന്നു എനിക്കും പറയാവുന്നതല്ലെ? വാസ്തവം പറകയാണെങ്കിൽ, ഞാൻ പറഞ്ഞിട്ടുള്ളതാണ് ശരി.

കുഞ്ഞികൃഷ്ണമേനോൻ: ഈ വിഷയങ്ങളെപ്പറ്റി നാം പലപ്പോഴും പലദിക്കിൽനിന്നും സംസാരിച്ചു വന്നിട്ടുള്ളതല്ലെ. പിഷ്ടപോഷണം ചെയ്യുന്നേതുകൊണ്ടു എന്താണു പ്രയോജനം?

കുഞ്ഞിശ്ശങ്കരമേനോൻ: ഈ കാര്യത്തെപ്പറ്റി ആക്ഷേപിപ്പാൻ ഇപ്പോൾ ഏതായാലും ഭാവമില്ല. പാട്ടുകേൾപ്പാൻ ഇരിക്കുന്നതിന്റെ മദ്ധ്യേ ഇതിനെപ്പറ്റി ഇത്രോടം സംസാരിച്ചതുതന്നെ ഭംഗിയായിട്ടില്ല.

ഇവർ ഇങ്ങിനെ സംസാരിച്ചുകൊണ്ടിരിക്കുന്നതിനിടയിൽ മീനാക്ഷിക്കുട്ടിയുടെ ഗുരുനാഥനായ ഹരിഹരഭാഗവതർ തംബുരു ശ്രുതികൂട്ടി മീനാക്ഷിക്കുട്ടിയുടെ മുമ്പിൽ വെച്ചുകൊടുത്തു. പാട്ടിൽ അത്യുത്സാഹവും ശുഷ്കാന്തിയും ഉള്ള ഇവൾക്ക് ഇന്നു വളരെ വിരക്തിയും സുഖക്കേടും ഉള്ള പ്രകാരമാണ് കാണുന്നത്. പാടുവാൻ വേണ്ടി വിളിച്ചപ്പോൾ തന്നെ അല്പം ഉപേക്ഷ പറഞ്ഞിട്ടുണ്ടായിരുന്നു. അതു കുഞ്ഞികൃഷ്ണമേനോൻ സമ്മതിക്കാഞ്ഞതുകൊണ്ട് ഒരു വിധേന വന്നു ഇരുന്നതാണ്. ഇപ്പോൾ കുഞ്ഞിശ്ശങ്കരമേനോന്റെ മുമ്പിലിരുന്നു പാടുന്നതിൽ ഇവൾക്കു

സാമാന്യത്തിലധികം മടിയും ലജ്ജയും ഉണ്ടായി. വയറ്റിൽ വേദനയാണെന്നൊ തലവേദനയാണെന്നോ മറ്റൊ പറഞ്ഞ് എഴുനീറ്റു പൊക്കളവാൻ ഭാവിച്ചു. എങ്കിലും കുഞ്ഞികൃഷ്ണമേനോൻ അടുക്കെയുള്ളതുകൊണ്ട് അതിനൊന്നും നിവൃത്തിയില്ലെന്നും കളവും ചതിയും കഴിയുന്നേടത്തോളം കാട്ടാതെ ഇരിക്കേണ്ടതാണെന്നും നിശ്ചയിച്ചു ധൈര്യക്ഷയവും ശങ്കയും കൂടാതെ ഇവൾ തന്റെ വാസനാസാമർത്ഥ്യങ്ങളെ പ്രാപ്തിക്കടുത്തപ്രകാരം പ്രകാശിപ്പിച്ചുതുടങ്ങി. ഭാഗവതരന്മാരുടെ സഹായത്തോടുകൂടി ഇവൾ ഏകദേശം ഒരു മണിക്കൂറുനേരം പാടി. എല്ലാവർക്കും ബഹുരസം തോന്നി. എങ്കിലും ഇവളുടെ സാധകവും അഭ്യാസശിക്ഷയും ഗ്രഹണശക്തിയും കണ്ടിട്ടു കുഞ്ഞിശ്ശങ്കരമേനോനുണ്ടായ സന്തോഷവും ആദരവും ഇത്രയാണെന്നുപറവാൻ എന്നാൽ കേവലം പ്രയാസം തന്നെ. പാട്ടു നിൽക്കട്ടെ ഇനി ഫിഡിൽവായന ഇത്തിരികേട്ടാൽ വേണ്ടില്ല; എന്നിങ്ങനെ ഈ മനുഷ്യൻ തിരക്കു കൂട്ടിത്തുടങ്ങി. ഇദ്ദേഹത്തിന്ന് സംഗീതത്തിൽ വല്ലാത്ത ഭ്രമമുണ്ടെന്ന് എല്ലാവർക്കും ബോദ്ധ്യമായി. ഫിഡിൽ വായിപ്പാൻ തനിക്ക് അശേഷം ശീലമില്ലെന്ന് ഇവൾ ഒന്നുരണ്ടു പ്രാവശ്യം കുഞ്ഞികൃഷ്ണമേനോനോടു പറഞ്ഞു നോക്കി. അതൊന്നും അദ്ദേഹം സമ്മതിക്കാഞ്ഞതിനാൽ ഒടുക്കം ഇവൾ ഫിഡിൽ എടുത്തു കുറേശ്ശേ വായിച്ചുതുടങ്ങി. എന്നാൽ ഈ ഫിഡിൽ വളരെ പഴക്കമുള്ളതും വെടിപ്പുകെട്ടതും ആകകൊണ്ടു തന്റെ സാമർത്ഥ്യം ഹിതാനുസരണം അതിന്മേൽ പ്രയോഗിച്ചു കാണിപ്പാൻ ഇവൾ വല്ലാതെ ബുദ്ധിമുട്ടി. ഇവളുടെ നൈരാശ്യവും ബുദ്ധിക്ഷയവും കണ്ടിട്ടു കുഞ്ഞിശ്ശങ്കരമേനോൻ അവിടെനിന്നു എഴുനീറ്റു തന്റെ പെട്ടിപോയി തുറന്ന് അതിൽനിന്ന് അത്യന്തം മേത്തരമായ ഒരു പുതിയ ഫിഡിൽ എടുത്തുകൊണ്ടന്നു താൻതന്നെ അതു വിശേഷമായി തന്ത്രിമുറുക്കി ശ്രുതികൂട്ടിനോക്കി മീനാക്ഷിക്കുട്ടിയുടെ മുമ്പിൽ വെച്ചുകൊടുത്തിട്ട് ഇങ്ങിനെ പറഞ്ഞു: “ആ ഫിഡിലിനു പെൻഷ്യൻകൊടുത്തു പിരിക്കേണ്ടുന്ന കാലം ആയിരിക്കുന്നു. വാർദ്ധക്യം നിമിത്തം അതിന്റെ മുഖത്തുനിന്നു യാതൊരു ശബ്ദവും വിചാരിച്ചവണ്ണം പുറത്തേക്കു വന്നു കാണുന്നില്ല. ഒരു പ്രവൃത്തിയുടെ ഗുണം ശരിയായി കാണിക്കേണമെന്നുണ്ടെങ്കിൽ പ്രവൃത്തിപ്പാനുള്ള സാധനവും കുറെ നന്നായിരിക്കണം. എന്നാൽ ഇതിന്നു പഴക്കമൊ, കേടൊ യാതൊന്നും ഇല്ല. ഇയ്യിടെയിൽ കൽക്കത്താവിൽനിന്നു പുതുതായി വരുത്തിയതാണ്. കുഞ്ഞിശങ്കരമേനോനു സംഗീതത്തിലും ഫിഡിലിലും പരിചയമുണ്ടെന്നു അച്യുതമേനോൻ ഒഴികെ ആരും ധരിച്ചിട്ടുണ്ടായിരുന്നില്ല. അദ്ദേഹം ഫിഡിൽ എടുത്തുകൊണ്ടുവന്നു ശ്രുതികൂട്ടുന്നതിൽ കാണിച്ച വേഗതയും സാമർത്ഥ്യവും കണ്ടിട്ടു ഭാഗവതരന്മാർ വളരെ അത്ഭുതപ്പെട്ടു. ഈ വേലകൊണ്ട് വളരെ കാലമായിട്ട് ഉപജീവനം കഴിച്ചുവരുന്ന ഹരിഹരഭാഗവതർക്കുംകൂടി ഇത്ര വേഗതയില്ല. മീനാക്ഷിക്കുട്ടിയുടെ മനസ്സിൽ സന്തോഷം, സ്നേഹം, ബഹുമാനം, വിസ്മയം, ഇങ്ങിനെയുള്ള പല മനോവികാരങ്ങളും ഒരുമിച്ചുണ്ടായി.

ഉള്ളിൽ നിറഞ്ഞു പുറമെ തുളുമ്പുന്ന മന്ദാക്ഷപ്രേമങ്ങളോടുകൂടി ഇവൾ ഫിഡിൽ എടുത്ത് ഇടത്തേക്കയ്യിലും ചുമരിലും മാറത്തുമായി ചേർത്തു വായിപ്പാൻ നോക്കിയപ്പോൾ ശരീരം ആസകലം രോമാഞ്ചം നിറഞ്ഞു. അകൃതങ്ങളായ ചില വികാരങ്ങൾ ഇവൾ അറിയാതെതന്നെ പുറത്തേക്കു വന്നുതുടങ്ങി. എങ്കിലും ഏകദേശം അരമണിക്കൂറുനേരം ഇവൾ അന്ത്യന്തം മധുരമായും മനോഹരമായും ഫിഡിൽ വായിച്ചതിൽപിന്നെ തന്റെ അരികിൽ ഇരിക്കുന്ന ലക്ഷ്മിഅമ്മയുടെ കർണ്ണത്തിൽ ചിലതെല്ലാം മന്ത്രിച്ചു. ഇവളുടെ മനോവിചാരം ഇന്നതാണെന്നു അപ്പോൾ കുഞ്ഞി കൃഷ്ണമേനോനു മനസ്സിലായി. അദ്ദേഹം കുഞ്ഞിശങ്കരമേനോന്റെ മുഖത്തുനോക്കി മന്ദസ്മിതത്തോടു ഇപ്രകാരം പറഞ്ഞു:

കുഞ്ഞികൃഷ്ണമേനോൻ: താങ്കൾക്കു സംഗീതത്തിലും നല്ല പരിചയമുണ്ടെന്നാണ് എന്റെ വിശ്വാസം. താങ്കളുടെ പാട്ടും ഫിഡിൽ വായനയും കേൾപ്പാൻ എല്ലാവർക്കും വളരെ മോഹമുണ്ട്. അതുകൊണ്ടു ഇനി അല്പനേരം താങ്കളുടെ വകയാട്ടെ.

കുഞ്ഞിശ്ശങ്കരമേനോൻ: എനിക്കു പാടാനും മറ്റും അശേഷം ശീലമില്ല. ഫിഡിൽ എടുത്തു ശ്രുതി കൂട്ടാനും അല്പം ചിലത് ഇംഗ്ലീഷ് സമ്പ്രദായത്തിൽ വായിപ്പാനും ശീലിച്ചതേയുള്ളു. അറിയുന്നതു പ്രയോഗിക്കുന്ന കാര്യത്തിൽ എനിക്കു മടിയും ഇല്ല.

ലക്ഷ്മിഅമ്മ: ഇംഗ്ലീഷ്മട്ടിൽ ഫിഡിൽ വായിക്കുന്നതും പാടുന്നതും ഞാൻ ഇതുവരെ കേട്ടിട്ടില്ല. വളരെ രസമുണ്ടെന്ന് ചിലർ പറയുന്നതു മാത്രം കേട്ടിട്ടുണ്ട്. ഇത്തിരി കേൾക്കേണ്ടതു തന്നെയായിരുന്നു.

അച്യുതമേനോൻ: (ചിരിച്ചുംകൊണ്ടു) അമ്മ ഇംഗ്ലീഷ് പാട്ടു കേൾക്കാത്തതു ആശ്ചര്യമല്ലല്ലൊ. ഇംഗ്ലീഷ്കാരെ കാണാത്തവർതന്നെ ഈ ദിക്കിൽ എത്ര പേരുണ്ട്? വെള്ളക്കാർക്കു വാലുണ്ടെന്നും മറ്റുമല്ലെ മിക്കതും നാട്ടുകാർ മനസ്സിലാക്കിവെച്ചിട്ടുള്ളത്?

കുഞ്ഞികൃഷ്ണമേനോൻ: നാട്ടുപുറങ്ങളിലുള്ള വിഡ്ഢിത്തം പറഞ്ഞാലവസാനമില്ല. ഞാൻ ഒരു രണ്ടു സംവത്സരംമുമ്പെ ഒരു ജമാവന്തി കാര്യത്തിൽ ഒരു ഭൂമിനോക്കുവാൻ വേണ്ടി പോയിട്ടുണ്ടായിരുന്നു. വണ്ടിയിൽ കയറി ഒരു ഉൾനാട്ടിൽകൂടി കടന്നുപോകുമ്പോൾ ചില സ്ത്രീകൾ ആ വഴിക്കു വരികയായിരുന്നു. വണ്ടി മുമ്പെകാണാത്ത കൂട്ടരാണ്. കാളകൾ വലിച്ചുകൊണ്ടുനടക്കുന്ന ഈ മാതിരിപുര ഞാൻ ഇന്നാണ് എന്റെ കണ്ണുകൊണ്ടു കണ്ടത എന്നിങ്ങനെ ആ കൂട്ടത്തിൽ നിന്നു ഒരുത്തി ആശ്ചര്യത്തോടെ പറയുന്നതു കേൾക്കയുണ്ടായി. അതുകൊണ്ടു വെള്ളക്കാർക്കു വാലുണ്ടെന്നോ കൊമ്പുണ്ടെന്നോ മറ്റൊ നാട്ടുപുറത്തുള്ളവർ പറയുന്നതിൽ അത്ഭുതം വിചാരിക്കാനില്ല.

അച്യുതമേനോൻ: വണ്ടികാണാത്ത വകക്കാരും ഉണ്ടൊ നാട്ടുപുറങ്ങളിൽ! ആശ്ചര്യം തന്നെ.

ലക്ഷ്മിഅമ്മ: ഇത്രയൊന്നും പരിഹസിക്കേണമെന്നില്ല. അകത്തുനിന്നു പുറത്തുകടപ്പാൻ സ്വാതന്ത്ര്യമില്ലാത്ത ഞങ്ങൾ വണ്ടികാണുന്നതും

ഇംഗ്ലീഷ് പാട്ടു കേൾക്കുന്നതും എങ്ങിനെയാണ്? ഏതായാലും കുഞ്ഞിശ്ശങ്കരമേനോന്റെ പാട്ട് ഇത്തിരി കേട്ടേ കഴിയൂ.

കുഞ്ഞിശ്ശങ്കരമേനോൻ: എന്റെ ഫിഡിൽ വായനകേട്ടാൽ ഇനി ഫിഡിൽവായന കേൾപ്പാനേ താല്പര്യമുണ്ടാകില്ല. അത്ര വിശേഷമാണ്. എങ്കിലും അറിയുന്നതു ഞാൻ കേൾപ്പിക്കാം.

എന്നുപറഞ്ഞു മീനാക്ഷിക്കുട്ടിയുടെ മുമ്പിൽ ഉണ്ടായിരുന്ന പഴയ ഫിഡിൽ ഏന്തിയെടുത്തു രണ്ടാമതും നല്ലവണ്ണം ശ്രുതികൂട്ടി ഭംഗിവരുത്തി കണ്ണുകൊണ്ടും മുഖംകൊണ്ടും കഴുത്തുകൊണ്ടും യാതൊരു ഗോഷ്ടിയും കാട്ടാതെ അതിമനോഹരമായി പല രാഗങ്ങളും അതാതിന്റെ നിയമപ്രകാരം ആലോചിച്ച് ഏകദേശം ഒരു മുക്കാൽ മണിക്കൂറുനേരം ഫിഡിൽ വായിച്ചു. അവിടെ കൂടിയിരുന്ന സ്ത്രീപുരുഷന്മാരെല്ലാവരും അത്യന്തം വിസ്മയിച്ചു നിമേഷരഹിതന്മാരും നിശ്ചഞ്ചലന്മാരുമായി ഇദ്ദേഹത്തിന്റെ വായനയിൽ ലയിച്ചു തന്നെത്താൻ മറന്നുപോയി. എന്റെ ഫിഡിൽവായന കേട്ടാൽ ഇനിമേൽ ഫിഡിൽവായന കേൾപ്പാൻ മനസ്സുണ്ടാകില്ല എന്നു ഇദ്ദേഹം പറഞ്ഞിട്ടുള്ളതു യഥാർത്ഥമാണെന്നു എല്ലാവർക്കും ഒരുപോലെ അഭിപ്രായമായി. ഭാഗവതരന്മാരുടെ മനസ്സിൽ അധികമായ ആദരവും അല്പമായ അസൂയാഭാവവും മുഖത്തു അത്യന്തം ലജ്ജയും നിറഞ്ഞു. ഇദ്ദേഹം ഉള്ള ദിക്കിൽ ഇരുന്നു ഫിഡിൽ വായിച്ചു യോഗ്യത ലഭിപ്പാൻ സാമാന്യക്കാരും ഇനിമേൽ മോഹിക്കേണ്ട എന്നിങ്ങനെ മനസ്സിൽ വിചാരിച്ച് വിഷണ്ണന്മാരായിത്തീർന്നു. മീനാക്ഷിക്കുട്ടിക്ക് ആകപ്പാടെ ഒരു പരിഭ്രമമാണുണ്ടായത്. ഇദ്ദേഹം നാളെയൊ മറ്റന്നാളൊ ഇവിടെനിന്നു പൊക്കളയുമല്ലോ? പത്തുദിവസംകൂടി ഇവിടെ താമസിച്ചാൽ വേണ്ടില്ലായിരുന്നു' എന്നിങ്ങിനെയുള്ള ചിന്ത കലശലായിത്തുടങ്ങി. കുഞ്ഞിശ്ശങ്കരമേനോൻ ഫിഡിൽ വായനയിൽനിന്നു വിരമിച്ചു ഫിഡിൽ താൻ എടുത്ത ദിക്കിൽതന്നെവെച്ചു ചിരിച്ചുംകൊണ്ടു പറഞ്ഞു: 'ഈ പഴയ ഫിഡിൽ അല്ലായിരുന്നുവെങ്കിൽ ഇതിലും ഇത്തിരി ഭേദമായിട്ടു വായിക്കാമായിരുന്നു. എനിക്കു എത്രൊക്കെ ശീലമുള്ളു. ഈ വിദ്യയിൽ പ്രത്യേകിച്ചു പരിശ്രമംചെയ്യാത്തതുകൊണ്ടു വാലുംതലയും കൂടാതെ ചിലതെല്ലാം ഞാനും കാട്ടിക്കൂട്ടിയെന്നു മാത്രമേയുള്ളു.' ഇദ്ദേഹത്തിന്റെ ഇപ്രകാരമുള്ള വാക്കുകൾകേട്ടിട്ടു എല്ലാവർക്കും വലിയ ബഹുമാനം തോന്നി. പാട്ട് അവസാനിച്ച ഉടനെ മീനാക്ഷിക്കുട്ടി തന്റെ കയ്യിൽ ഉണ്ടായിരുന്ന പുതിയ ഫിഡിൽ കുഞ്ഞിശ്ശങ്കരമേനോന്റെ മുമ്പാകെ വെപ്പാൻ ഭാവിച്ചപ്പോൾ അദ്ദേഹം ഇങ്ങനെ പറഞ്ഞു: 'കുട്ടികൾക്കു തങ്ങളുടെ വിദ്യാഭ്യാസത്തിൽ അത്യുത്സാഹവും സന്തോഷവും ജനിക്കേണ്ടതിന്നു വല്ലതും സമ്മാനം കൊടുക്കേണ്ടുന്നതു യുക്തമാകകൊണ്ടു, ഈ ഫിഡിൽ നന്ദിപൂർവ്വം ഞാൻ സമ്മാനമായിത്തന്നിട്ടുള്ളതാണ്. തിരികെ സ്വീകരിക്കുന്നതു എനിക്കു വളരെ കുറവായുള്ള ഒരു കാര്യമാണ്' മീനാക്ഷിക്കുട്ടി ഇതു കേട്ടപ്പോൾ തന്റെ അച്ഛന്റെയും അമ്മയുടേയും ഭാവം എന്താണെന്നറിവാൻ വേണ്ടി അവരുടെ മുഖത്തു ഔൽസുക്യത്തോടെ

നോക്കി. അപ്പോൾ കുഞ്ഞികൃഷ്ണമേനോന് ഇവളുടെ അന്തർഗ്ഗതം മനസ്സിലായി. അദ്ദേഹം ചിരിച്ചുംകൊണ്ടു പറഞ്ഞു: 'സ്നേഹം തരുന്നതിനെ വാങ്ങുന്നതിന്നു യാതൊരു വിരോധവും ഇല്ല. തിരികെ സ്വീകരിക്കുന്നതു കുറവാണന്നല്ലെ കുഞ്ഞിശ്ശങ്കരമേനോൻ പറയുന്നത്. മകളെ! നീ നിമിത്തം അദ്ദേഹത്തിന്നു യാതൊരു കുറവും വേണ്ട. അദ്ദേഹത്തിന്റെ ഔദാര്യത്തിന്നു നന്ദി പറഞ്ഞു ഫിഡിൽ നീ തന്നെ എടുത്തുകൊൾക. അദ്ദേഹം ഇനിയൊരിക്കൽ വരുന്ന സമയം ഫിഡിൽ വായനയിൽ നീ അത്യുത്സാഹം കാണിച്ചിട്ടുണ്ടെന്നു ബോദ്ധ്യം വരുത്തണം.' മീനാക്ഷിക്കുട്ടി കുഞ്ഞിശ്ശങ്കരമേനോന്റെ മുഖത്തുനോക്കി മന്ദാക്ഷമധുരമായി പതുക്കെ നന്ദിപറഞ്ഞു ഫിഡിൽ തന്റെ അമ്മയുടെ കയ്യിൽ കൊടുത്ത് അവിടെനിന്നു എഴുനീറ്റു രണ്ടാമതും കുഞ്ഞിശ്ശങ്കരമേനോനെ ഒന്നു കടാക്ഷിച്ചു ലക്ഷ്മിഅമ്മയോടുംകൂടി അകത്തേക്കു കടന്നുപോയി. കുഞ്ഞിശ്ശങ്കരമേനോന്റെ മനസ്സിൽ ഇതുമുതൽ അല്പമായ സമാധാനവും ഉത്സാഹവും ഉണ്ടായി താൻ കേവലം നിർഭാഗ്യനല്ലെന്നു വിചാരിച്ചു സന്തോഷിപ്പാൻ തുടങ്ങി.

15

കുഞ്ഞിശങ്കരമേനോന്റെ പ്രതിഗമനവും മീനാക്ഷിക്കുട്ടി മീനാക്ഷിയായതും

പാട്ടും ഫിഡിൽവായനയും കഴിഞ്ഞതിന്റെ പിറ്റെന്നാൾ രാവിലെ ലക്ഷ്മിഅമ്മയും തന്റെ സഹോദരിമാരുംകൂടി പുത്തൻമാളികക്കലെ വടക്കുഭാഗമുള്ള വരാന്തയിൽവെച്ചു അല്പമായ ഒരു സംഭാഷണം ഉണ്ടായി. ഇവർ പറയുന്നതു ഏകദേശം കേൾക്കത്തക്കവിധത്തിൽ ഇവരുടെ ഏതാണ്ടു സമീപത്തിൽതന്നെ മീനാക്ഷിക്കുട്ടിയും ഉണ്ടായിരുന്നു എങ്കിലും ഇവർ സംസാരിച്ചുകൊണ്ടിരുന്ന വിഷയത്തിൽ തനിക്ക് ലേശംപോലും കൗതുകമോ, ശ്രദ്ധയോ ഇല്ലെന്നുള്ള നാട്യത്തോടെ ഇവൾ കൊച്ചുലക്ഷ്മിയെ വിളിച്ചു തന്റെ അരികത്തിരുത്തി പന-നന-പല-പാല എന്നിങ്ങനെ ഒരു കല്പലകമേൽ എഴുതി അവളെക്കൊണ്ടു ചൊല്ലിച്ചും നോക്കി എഴുതിച്ചും കൂടെക്കൂടെ ഓരോന്നു ചോദിച്ചും അവളെ ഉല്ലസിപ്പിച്ചുംകൊണ്ടു അവിടെ കുത്തിരുന്നു. എന്നാൽ ഇവളുടെ കണ്ണുകൾ മാത്രമേ കൊച്ചുലക്ഷ്മിയുടെ അരികത്തുണ്ടായിരുന്നുള്ളു. ചെവികളും മനസ്സും മുഴുവൻ ശ്രദ്ധയും മറ്റവരുടെ സംഭാഷണഗ്രഹണത്തിലേക്കു നേർന്നുവെക്കയാണ് ചെയ്തിട്ടുള്ളത്. അതുകൊണ്ടു പന-നന എന്നു കൊച്ചുലക്ഷ്മി അഞ്ചൊആറൊ പ്രാവശ്യം ഒരുപോലെ നിലവിളിച്ചു പറഞ്ഞാലുംകൂടി ഇവൾ കേൾക്കാതെ കണ്ടായി. പല എന്നതു തല എന്നു വായിച്ചാലും പന എന്നതു മന എന്നു ചൊല്ലിയാലും ഒരു സമയം ഒന്നും മിണ്ടാതെ ഇരുന്നാലും മീനാക്ഷിക്കുട്ടി കൂടെക്കൂടെ 'ശരി' ശരി എന്നു അനുസരിച്ചു വരികയായി. മനസ്സും ശ്രദ്ധയും അന്യവിഷയത്തിൽ പ്രവേശിച്ചിരിക്കുമ്പോൾ ഇത്രയെങ്കിലും പറ്റിച്ചിട്ടുള്ളത് ആശ്ചര്യം തന്നെ. എന്നിട്ടും മറ്റവർ സംസാരിക്കുന്നതു മുഴുവൻ ക്രമപ്രകാരം കേട്ടു മനസ്സിലാക്കുവാൻ ഇവൾക്കു സാധിച്ചില്ല. ഇവർ സംസാരിച്ചു കൊണ്ടിരിക്കുന്നതു കുഞ്ഞിശ്ശങ്കരമേനോനെപ്പറ്റിയാണെന്നു മാത്രമേ ഇവൾക്കു മനസ്സിലായിരുന്നുള്ളു. ഇവൾ അവിടെയും ഇവിടെയും ഓരോ വാക്കു

ഇടക്കിടെ കേൾക്കുന്നതുകൊണ്ടു ഇതിലധികം എങ്ങിനെയാണു മന സ്സിലാക്കുന്നത്? ഏതായാലും ഇവളുടെ കാര്യം ഇപ്പോൾ ഇങ്ങിനെ നിൽക്കട്ടെ. നാം മറ്റവരുടെ സംഭാഷണം എന്താണെന്നു സൂക്ഷിക്ക. ഓരോന്നും പറഞ്ഞുകൊണ്ടിരിക്കുന്ന മദ്ധ്യേ ലക്ഷ്മിഅമ്മ അത്യന്തം പ്രസന്നഭാവത്തോടെ നാണിയമ്മയുടെ മുഖത്തുനോക്കി ഇങ്ങനെ പറഞ്ഞു:

ലക്ഷ്മിഅമ്മ: കുഞ്ഞിശ്ശങ്കരമേനോൻ എല്ലാ സംഗതികൊണ്ടും അപ്പക്കു തരംചേർന്ന ഒരു സ്നേഹിതൻ തന്നെ. അദ്ദേഹത്തിന്നു എല്ലാ റ്റിലും നല്ല പരിചയമുണ്ട്. എല്ലാവരോടും നല്ല സ്നേഹവും ഐക്യവും ഉണ്ടെന്നുതന്നെയല്ല വളരെ മര്യാദയും തന്റേടവും കൂടിയുണ്ട്. അധിക പ്രസംഗം ഒരിത്തിരിയെങ്കിലും അരികത്തുകൂടി പോയിട്ടില്ല. ചെറുപ്പക്കാ രായാൽ ഇങ്ങിനെയിരിക്കണം!

നാണിയമ്മ: ജ്യേഷ്ഠത്തിയുടെ അഭിപ്രായം തന്നെയാണ് എനിക്കും ഉള്ളത്. ആൾ വളരെ യോഗ്യനാണ്; അദ്ദേഹത്തിനു അറിഞ്ഞുകൂടാത്തതു ഒന്നും ഇല്ല. ഇതെല്ലാം പഠിക്കാനെപ്പഴായിരുന്നു സമയം? എല്ലാംകൊണ്ടും നല്ല തരപ്പെട്ട ഒരാളാണ്.

പാറുക്കുട്ടി: കുഞ്ഞിശ്ശങ്കരമേനോൻ ഇന്നലെ മീനാക്ഷിക്കുട്ടിക്കു കൊടുത്ത ഫിഡിൽ നോക്കിയോ നാണിയേട്ടത്തീ.

നാണിയമ്മ: ഞാൻ നോക്കീട്ടില്ലേ. എന്താണു നോക്കാനുള്ളത്? നീ നോക്കിയിരുന്നോ?

പാറുക്കുട്ടി: ഞാൻ അതു ഇന്നലത്തന്നെ എടുത്തു നോക്കീട്ടുണ്ടാ യിരുന്നു. അതു നാണിയേട്ടത്തികൂടി കാണേണ്ടതാണ്.

ലക്ഷ്മിഅമ്മ: എന്താണ് അതിനു രണ്ടു കൊക്കുണ്ടോ? വലിയ വിശേഷവിധി പറയുന്നു! പാറുക്കുട്ടിക്കു അതു അത്ര ബോധിച്ചില്ലെ ന്നുണ്ടോ? ദാനം കിട്ടിയ പശുവിന്റെ പല്ലു പിടിച്ചു നോക്കേണ്ടുന്ന ആവ ശ്യമെന്താണ്?

നാണിയമ്മ: പാറുക്കുട്ടി പണ്ടേതന്നെ ആമാടക്കു പുഴുക്കുത്തുണ്ടോ എന്നു നോക്കുന്ന ഒരുത്തിയാണ്. ഞാനതു നോക്കീട്ടില്ലെങ്കിലും അതു വളരെ വിശേഷമായ ഒരു ഫിഡിലാണെന്നാണ് എനിക്കു തോന്നിയത്.

പാറുക്കുട്ടി: അതിന്നു കൊക്കുണ്ടെന്നും ചിറകുണ്ടെന്നും മറ്റും ഞാൻ പറഞ്ഞില്ലല്ലൊ. അതു കാണേണ്ടുന്ന ഒരു സാധനമാണെന്നു മാത്രമല്ലെ ഞാൻ പറഞ്ഞത്. അതു നിങ്ങൾ നല്ലവണ്ണം സൂക്ഷിച്ചുനോക്കുന്നതാ യാൽ കുഞ്ഞിശ്ശങ്കരമേനോനെപ്പറ്റി ഇനിയും ചിലതെല്ലാം പറയാതിരി ക്കയില്ല. അതാണു ഞാൻ പറഞ്ഞതിന്റെ താല്പര്യം.

നാണിയമ്മ: മീനാക്ഷിക്കുട്ടിക്കു ഇങ്ങിനെയുള്ള സമ്മാനം എത്ര പ്രാവശ്യം സ്കൂളിൽനിന്നു കിട്ടീട്ടുണ്ട്? ഇതിനെന്താണു വല്ല എഴുത്തും ഉണ്ടോ? നിണക്കു ഓരോന്നു വേണ്ടെങ്കിലും പിറുപിറുത്തോണ്ടിരിക്കണം.

പാറുക്കുട്ടി: നാണിയേട്ടത്തി അതു കണ്ടിട്ടുണ്ടായിരുന്നുവെങ്കിൽ ഇത്രയൊന്നും ഒരിക്കലും പറയില്ല. നിങ്ങൾ അതു എടുത്തൊണ്ടുവരിൻ. വിശേഷവിധി എന്താണെന്നു ഞാൻ കാട്ടിത്തരാം.

നാണിയമ്മ: (മീനാക്ഷിക്കുട്ടിയെ വിളിച്ചിട്ടു) നിണക്കു സമ്മാനം കിട്ടിയ ഫിഡിൽ ഒന്നു കണ്ടോട്ടെ; നീ പോയി അതു ഇങ്ങട്ടു എടുത്തു കൊണ്ടുവരൂ.

മീനാക്ഷിക്കുട്ടി: എളേമ്മക്കു അതു കണ്ടിട്ടു എന്താണു വേണ്ടത്? ഞാൻ അതു എടുത്തുകൊണ്ടു വരുമ്പഴക്കു കൊച്ചുലക്ഷ്മി വിചാരിച്ച ദിക്കിൽ എത്തും. ഞാൻ അവളെ ഇത്തിരി കൂടി പഠിപ്പിച്ചോട്ടെ. എന്നിട്ടു എടുത്തുകൊണ്ടുവന്നാൽപോരെ?

പാറുക്കുട്ടി: കൊച്ചുലക്ഷ്മി ഓടിപ്പോയെങ്കിൽ ഞാൻ പിടിച്ചു കൊണ്ട ത്തരും. നീ പോയി അതു എടുത്തുകൊണ്ടുവരൂ. നാണി ഏട്ടത്തി അതൊന്നു കണ്ടോട്ടെ.

മീനാക്ഷിക്കുട്ടി അവിടെനിന്നു എഴുനീറ്റു ലക്ഷ്മിഅമ്മയുടെ അറയിൽ ഒരു വട്ടമേശയുടെ മുകളിൽ വെച്ചിട്ടുണ്ടായിരുന്ന ഫിഡിൽ പെട്ടിയോടുകൂടെ എടുത്തുകൊണ്ടുവന്നു. നാണിയമ്മയുടെ മുമ്പിൽവെച്ചിട്ടു പിന്നെയും കൊച്ചുലക്ഷ്മിയുടെ അരികത്തു ചെന്നു കുത്തിരുന്നു മുമ്പത്തെപ്പോലെ അവളെ പഠിപ്പിക്കയായി. നാണിയമ്മ പെട്ടിയിൽനിന്നു ഫിഡിലെടുത്തു തിരിച്ചും മറിച്ചും ഒന്നുരണ്ടുപ്രാവശ്യം നോക്കി. അപ്പോൾ പാറുക്കുട്ടി ചിരിച്ചുംകൊണ്ടു പിന്നെയും പറഞ്ഞു:

പാറുക്കുട്ടി: നാണിയേട്ടത്തി യാതൊന്നും കാണുന്നില്ലെ അതിന്മേൽ?

നാണിയമ്മ: ഞാൻ ഒരു മണ്ണാങ്കട്ടയും കാണുന്നില്ല! നിന്റെ കണ്ണു കൊണ്ടുനോക്കിയാൽ വല്ലതും കാണുമായിരിക്കാം.

പാറുക്കുട്ടി: നാണിയേട്ടത്തി അതിന്മേൽ ചില അക്ഷരങ്ങൾ കാണുന്നില്ലെ? അതിനും വേണോ എന്റെ കണ്ണ്.

നാണിയമ്മ: പാറുക്കുട്ടി ഇങ്ങിനെയാണില്ലെ മനസ്സിലാക്കിയതു? അതു അക്ഷരങ്ങളാണെന്നു ആരാണ് പറഞ്ഞത്? നല്ല ചിത്രം! ഈ കാണുന്നതു ഇതിന്റെ നമ്പ്രാണ്. ബിലാത്തിസ്സാമാനത്തിന്മേലെല്ലാം ഇങ്ങിനെയുള്ള നമ്പ്ര് ഉണ്ടാകാതിരിക്കില്ല. ഇതു കണ്ടിട്ടാണില്ലെ നീ ഇത്രയെല്ലാം തിരക്കു കൂട്ടിയത്. വേണ്ടില്ല വേണ്ടില്ല; ശുദ്ധ വിഡ്ഢിത്തം.

പാറുക്കുട്ടി: (ചിരിച്ചുംകൊണ്ടു) പണ്ടു ഏതോരു കുറുപ്പ് ആനയെ കണ്ടിട്ട് ഇന്നലത്തെ ഇരുട്ടിന്റെ ഒരു കഷണമാണ് എന്നു പറഞ്ഞിട്ടുണ്ടായിരുന്നു. അതുപോലെയാണ് നാണിയേട്ടത്തി പറയുന്നത്.

നാണിയമ്മ: ഏതൊ ഒരു നമ്പ്യാരാണെന്നു പറഞ്ഞൊ. അതാണ് നല്ലത് എന്തിനാണു കുറുപ്പാണെന്നു പറയുന്നത്.

പാറുക്കുട്ടി: നമ്പ്യാരാണെങ്കിൽ നമ്പ്യാരായ്ക്കൊട്ടെ എനിക്കെന്താണ്? കൊച്ചുലക്ഷ്മിയുടെ അച്ഛനല്ല. അതു നിശ്ചയംതന്നെ. നാണിയേട്ടത്തി എന്തിനാണ് ദ്വേഷ്യപ്പെടുന്നത്?

നാണിയമ്മ: ദേഷ്യം വരില്ലെ ഇങ്ങിനത്തെ തോന്ന്യാസം പറഞ്ഞാൽ

ഇതു എഴുത്താണെന്നു പറയുന്ന നീയല്ലേ വിഡ്ഢി. മുഖത്തു കണ്ണുള്ള മനുഷ്യരാരെങ്കിലും ഇതു എഴുത്താണെന്നു പറയുമോ?

പാറുക്കുട്ടി: (പിന്നെയും ചിരിച്ചുംകൊണ്ടു) ഇംഗ്ലീഷ് പഠിക്കാഞ്ഞാൽ ഇങ്ങിനെയെല്ലാം വിചാരിച്ചുപോകുന്നതു സാധാരണയാണ്.

നാണിയമ്മ: പാറുക്കുട്ടി ഇയ്യിടയിലല്ലേ ബി.എ. പരീക്ഷ ജയിച്ചതു! അവിടന്നു വിഡ്ഢിത്തം ഒന്നും പറയില്ല. ആൾ ബഹു സമർത്ഥയല്ലേ.

പാറുക്കുട്ടി: ഞാൻ ബി.എ. പരീക്ഷയൊന്നും ജയിക്കണ്ട. അതു എന്താണെന്നു കഷ്ടിച്ചു മനസ്സിലാക്കുവാൻ മാത്രം ഞാനും ഇയ്യിടയിൽ ഇത്തിരി പഠിച്ചിട്ടുണ്ട്. നാണിയേട്ടത്തിക്കും ഇത്തിരി പഠിക്കരുതാഞ്ഞോ? എന്നാൽ ഇതിനൊന്നും അശേഷം സംഗതിയില്ലായിരുന്നുവല്ലോ?

നാണിയമ്മ: കൊമ്പു വെളുത്തതുകൊണ്ടു ആന വയസ്സനായിപ്പോയി' എന്നു നീയ്യും അത്ര വിചാരിക്കേണ്ട. ഞാൻ ഇംഗ്ലീഷ് പഠിക്കാഞ്ഞതും മറ്റും നീ കൂട്ടാക്കേണ്ട. ഇതെല്ലാം കണ്ടാൽ എനിക്കും മനസ്സിലാകും. ഇംഗ്ലീഷ് പഠിക്കാത്തവരെല്ലാം നിസ്സാരന്മാരാണില്ലേ? ഇംഗ്ലീഷ് പഠിച്ചാൽ സർവജ്ഞന്മാരായി. പോട്ടെ പോട്ടെ. ഇംഗ്ലീഷ് പഠിച്ചവരേയും പഠിക്കാത്തവരേയും എല്ലാം എനിക്കറിയാം. ഇംഗ്ലീഷ് പഠിച്ചവരിൽ അനവധി മുട്ടാളന്മാരും പഠിക്കാത്തവരിൽ വളരെ സമർത്ഥന്മാരും ഉണ്ട്. അതൊന്നും ഇവിടെ എടുത്തു വിളമ്പിക്കേണ്ടുന്ന ആവശ്യമില്ല.

പാറുക്കുട്ടി: നാണിയേട്ടത്തി എന്തിനാണ് മുഷിയുന്നത്. നിങ്ങൾ മീനാക്ഷിക്കുട്ടിയെ വിളിച്ചുചോദിക്കിൻ. എന്നാൽ ആരു പറയുന്നതാണ് ശരിയെന്നു വേഗത്തിൽ തീർച്ചപ്പെടുത്താലൊ?

നാണിയമ്മ: എനിക്കു അശേഷം ഇല്ല മുഷിച്ചിൽ. കേട്ടാൽ കേട്ടതിന്റെ ഉത്തരം ഞാൻ പറയാതെയും മറ്റും ഇരിക്കില്ല.

ലക്ഷ്മിഅമ്മ: നിങ്ങൾ കുറേനേരമായല്ലൊ അന്യോന്യം വ്യവഹരിക്കുന്നു? അതു അക്ഷരമാണെങ്കിൽ തന്നെയെന്താണ്. അവിടെയിരിക്കട്ടെ. അരിഞ്ഞരിഞ്ഞു വിശേഷം പറവാൻ പാറുക്കുട്ടിക്കു ബഹു വാസനയാണ്.

പാറുക്കുട്ടി: എന്തു പറഞ്ഞാലും ഒടുവിൽ കുറ്റക്കാരത്തി പാറുക്കുട്ടിയായിരിക്കും. നൊണ്ണിനെളിയതു പിണ്ണാക്ക്. ഞാൻ പറഞ്ഞതു ഒടുവിൽ ശരിയാണെന്നു തോന്നാതിരിക്കയില്ല.

നാണിയമ്മ: മീനാക്ഷിക്കുട്ടി! നീ ഇത്രേടം ഒന്നു വന്നിട്ടു പൊയ്ക്കൊ. ഇതു എന്താണെന്നു നോക്കൂ. ഈ ഫിഡിലിന്മേൽ എന്തോ ഒന്നു കാണുന്നുണ്ട്.

മീനാക്ഷിക്കുട്ടി വേഗത്തിൽ എഴുനീറ്റു നാണിയമ്മയുടെ അരികത്തേക്കു വന്നു. എന്തോ ഒന്നു കാണുന്നുണ്ട് എന്നു കേട്ടപ്പോൾ ഇവൾക്കു അല്പം പരിഭ്രമമാണുണ്ടായത്. ഫിഡിലിന്നു വല്ല പൊട്ടൊ കേടൊ സംഭവിച്ചിട്ടുണ്ടെന്നു വിചാരിച്ചിട്ടാണ് ഇവൾ ക്ഷണത്തിൽ എഴുനീറ്റ് വന്നത്. അരികത്തു വന്നുനിന്ന ഉടനെ ലക്ഷ്മിഅമ്മ അവളോടു പറഞ്ഞു:

ലക്ഷ്മിഅമ്മ: മകളേ! അതിന്മേൽ ഒരു എഴുത്തോ മുദ്രയൊ എന്തോ

ഒന്നു കാണുന്നുണ്ട്. എനിക്കും നാണിക്കും അതു ശുദ്ധമേ തിലുങ്കാണ്. എന്താണെന്നു നീ വായിച്ചുനോക്കൂ.

മീനാക്ഷിക്കുട്ടി: (ഫിഡിൽ വാങ്ങി നോക്കീട്ടു അല്പം ലജ്ജയോടും വിസമയത്തോടും കൂടി) ഇതു എഴുത്തുതന്നെയാണ്. മുദ്രയും മറ്റും അല്ല.

പാറുക്കുട്ടി: ഇപ്പോൾ ഞാൻ പറഞ്ഞതു എങ്ങിനെ! എത്ര നേരമായി നാണിയേട്ടത്തി വെറുതെ എന്നോടു ശണ്ഠയിടുന്നു?

നാണിയമ്മ: അത് ശരിതന്നെടൊ. നീ ജയിച്ചു ഞാൻ തോറ്റു. നിനക്കു സന്തോഷമാകട്ടെ. എനിക്കും അത്രേ താല്പര്യമുള്ളു.

ലക്ഷ്മിഅമ്മ: എന്താണു അതിന്മേൽ എഴുതീട്ടുള്ളത്. നീ വായിക്കൂ. ഞങ്ങൾ കേൾക്കട്ടെ.

മീനാക്ഷിക്കുട്ടി: ഇതു ഏതോ ഒരു സ്ത്രീയുടെ പേരാണ്. ഇന്നലെ ഒരു മണിക്കൂറിലധികം നേരം എന്റെ കയ്യിലായിരുന്നു ഇത്. എന്നിട്ടും ഞാൻ ഇതു കണ്ടില്ല. എളേമ്മേടെ കണ്ണു വല്ലാത്ത കണ്ണുതന്നെ. ഇതു നോക്കിക്കാണ്മാൻ എളേമ്മക്കു എപ്പഴായിരുന്നു അവസരം.

നാണിയമ്മ: അതിരിക്കട്ടെ. നീ അതൊന്നു വായിയ്ക്ക്. ആരുടെ പേരാണെന്നു ഞങ്ങൾ നോക്കട്ടെ.

മീനാക്ഷിക്കുട്ടി: ഫിഡിൽ വല്ല ദാസിമാരുടേതും ആയിരിക്കാം. ലേലത്തിലൊ മറ്റൊ വിറ്റുപോയപ്പോൾ അദ്ദേഹം വിലകൊടുത്തു മേടിച്ചതായിരിക്കണം. അല്ലാത്തപക്ഷം ഈ ഒരു പേരുണ്ടാവാൻ യാതൊരു കാരണവും ഇല്ല.

ലക്ഷ്മിഅമ്മ: ആരുടെതാണ്? എവിടുന്നു കിട്ടിയതാണ്? ഇതൊന്നും ഞങ്ങൾക്കു അറിയേണ്ടതില്ല. അതു എന്തെങ്കിലും ആയിക്കോട്ടെ. അതു വായിച്ചു കേട്ടാൽ മതി ഞങ്ങൾക്ക്.

മീനാക്ഷിക്കുട്ടി: എന്താണുവായിക്കാൻ? ഞാൻ പറഞ്ഞില്ലെ? ഏതൊ ഒരു സ്ത്രീയുടെതാണിത്.

നാണിയമ്മ: ഒരു സ്ത്രീയുടെ പേരാണെങ്കിൽ അതു കേൾക്കട്ടെ. നീ എന്തിനാണു മടിക്കുന്നത്?

മീനാക്ഷിക്കുട്ടി: (അല്പം ലജ്ജാഭാവത്തോടെ) ഇതിന്മേൽ എഴുതിക്കാണുന്നതു മീനാക്ഷിയെന്നാണ്. ഇതു ആരുടേതാണുപോൽ? എനിക്കു ഈ പേരുള്ളതു വേണ്ടാ. അദ്ദേഹം തന്നെ കൊണ്ടുപോട്ടെ.

പാറുക്കുട്ടി: നീ എന്തിനാണ് നേർവഴിയൊക്കെ ഇത്രയൊക്കെ വളച്ചുപിടിച്ചു പോകുന്നത്? ഇതു നിന്റെ പേരാണെന്നുതന്നെ പറയരുതെ? ദാസിയുടെതാണ്, ലേലത്തിൽ കൊണ്ടതാണ്, കാണത്തിന്നു വെപ്പിച്ചതാണ് എന്നും മറ്റും പറയേണ്ടുന്ന ആവശ്യമെന്താണ്?

മീനിക്ഷിക്കുട്ടി: (മുഖം താഴ്ത്തിക്കൊണ്ട്) എന്റെ പേരാണെങ്കിൽ മീനാക്ഷിക്കുട്ടി എന്നല്ലെ വേണ്ടിയിരുന്നത്? ഇതു എന്റെ പേരല്ല. എനിക്കുവേണ്ട. ആരെങ്കിലും എടുത്തോട്ടെ.

പാറുക്കുട്ടി: അതു നിന്റെ പേരാണല്ലൊ? നീ കുട്ടിയായതുകൊണ്ടു ഇപ്പോൾ എല്ലാവരും നിന്നെ മീനാക്ഷിക്കുട്ടിയെന്നു വിളിക്കുന്നതാണു

കണക്ക്. നിന്റെ ജാതകത്തിലെ പേര് മീനാക്ഷിയെന്നാണല്ലോ? നിന്നെ കുട്ടിയെന്നുംകൂടി വിളിക്കുന്നത് അദ്ദേഹത്തിന്നു അത്ര രസമില്ലായിരിക്കാം. വല്ലതും ഒരു ആറുമാസംകൂടി കഴിഞ്ഞാൽ മീനാക്ഷിക്കുട്ടിയെന്നു നിന്നെ ആരാണ് വിളിക്കാൻ പോണത്.

മീനാക്ഷിക്കുട്ടി: അദ്ദേഹത്തിന്റെ രസം നോക്കീട്ടാണോ എന്റെ പേരിട്ടത്? അദ്ദേഹത്തിന്നു രസിക്കുന്നില്ലെങ്കിൽ രസിക്കേണ്ട. വലുതായവർക്കു ആർക്കും ഇങ്ങിനത്തെ പേരില്ലെ? എന്നാൽ എളയമ്മ എങ്ങിനെയാണ് ഇപ്പോഴും പാറുക്കുട്ടിയായത്?

പാറുക്കുട്ടി: ദുർല്ലഭം ചിലർക്കു അങ്ങിനേയും ഇല്ലെന്നില്ല. നീ എന്തിനാണ് ഇത്രയൊക്കെ പേശുന്നത്? ഇതു നിന്റെ പേരുതന്നെയാണ്.

മീനാക്ഷിക്കുട്ടി: ഇതു കൽക്കത്താവിൽനിന്നു പുതുതായി വരുത്തിയതാണെന്നല്ലേ അദ്ദേഹം ഇന്നലെ പറഞ്ഞിട്ടുള്ളത്? പിന്നെ എങ്ങിനെയാണ് എന്റെ പേരാണെന്നു എളേമ്മ പറയുന്നത്? എന്റെ പേരോടുകൂടി ഫിഡിൽ ഉണ്ടാക്കിവെക്കുന്ന പണിയല്ലെ അവിടെ?

പാറുക്കുട്ടി: പുതുതായി വരുത്തിയതാണെന്നു പറഞ്ഞതു കൊണ്ടു തന്നെയാണ് ഇതു നിന്റെ പേരാണെന്നുള്ള നിശ്ചയം. അല്ലെങ്കിൽ ഒരു സമയം നീ പറഞ്ഞപോലെയും ഊഹിക്കാമായിരുന്നു.

മീനാക്ഷിക്കുട്ടി: അങ്ങിനെ വിചാരിപ്പാൻ അശേഷം സംഗതിയില്ല ല്ലൊ. വല്ലതും പറഞ്ഞാൽ ഒരു ദിക്കിൽ യോജിക്കേണ്ടെ? വെറുതെ പറഞ്ഞിട്ടു എന്താണ് ഫലം?

പാറുക്കുട്ടി: ഈ കാര്യത്തിനു യോജിപ്പില്ലെങ്കിൽ പിന്നെ ഏതു കാര്യത്തിന്നാണു യോജിപ്പുണ്ടാവാൻ പോകുന്നത്? അദ്ദേഹം ഇതു നിണക്കു തരുവാൻവേണ്ടി കൽക്കത്താവിൽനിന്നു പ്രത്യേകം പണിചെയ്യിച്ചു വരുത്തീട്ടുള്ളതാണെന്നു വിചാരിക്കരുതേ?

മീനാക്ഷിക്കുട്ടി: അദ്ദേഹത്തിന്നു ഇതല്ലെ പണി? ഇവിടെ വന്നതുകൊണ്ടു അവസ്ഥക്ക് കുറയരുതല്ലൊ എന്നു വിചാരിച്ചു ഇങ്ങിനെ ഒന്നു തന്നു എന്നു മാത്രമേ ഉള്ളു. കൽക്കത്താവിൽ എഴുതിയയച്ചു ഇങ്ങിനെ മുൻകൂട്ടി ഉണ്ടാക്കിച്ചതാണെന്നും മറ്റും വിചാരിപ്പാൻ എന്തെങ്കിലും ഒരു കാരണം വേണ്ടെ? ഇതു ആരു വിശ്വസിക്കും?

പാറുക്കുട്ടി: കാരണം ഇല്ലെങ്കിൽ അദ്ദേഹം ഇവിടെ വരില്ലല്ലോ. വന്നതുകൊണ്ടുതന്നെ നിശ്ചയിക്കാവുന്നതല്ലേ?

മീനാക്ഷിക്കുട്ടി: വരാൻമാത്രം കാരണം ഉള്ളതുകൊണ്ടായില്ലല്ലൊ? മുൻകൂട്ടി ഇങ്ങിനെ ഒന്നു ഉണ്ടായിരിക്കാനുംകൂടി വല്ലതും ഒരു കാരണം വേണ്ടേ?

പാറുക്കുട്ടി: അപ്പയും അദ്ദേഹവുമായിട്ടു വളരെ സ്നേഹമാണെന്നുള്ളതു തീർച്ചയല്ലേ? നീ സംഗീതം ശീലിക്കുന്ന വിവരം അപ്പ പ്രസ്താവിച്ചിട്ടുണ്ടായിരിക്കാം. ഇവിടെ വന്നാൽ നിന്റെ പാട്ടുകേൾപ്പാൻ സംഗതി വരുന്നതാകകൊണ്ട് ഇതു നിണക്കു തരേണ്ടതിന്നു മുമ്പേതന്നെ ഉണ്ടാക്കിച്ചുവരുത്തി വെച്ചിട്ടുള്ളതായിരിക്കണം.

മീനാക്ഷിക്കുട്ടി: എന്നാൽ എന്റെ പേരു മുഴുവനും ഉണ്ടാകാതെയിരിപ്പാൻ ഇടയില്ലാത്തതാണ്. അദ്ദേഹത്തിന്നു എന്റെ പേരു മാറ്റേണ്ടുന്ന ആവശ്യമെന്താണ്?

പാറുക്കുട്ടി: അതു ഞാൻ ഇതിന്നുമുമ്പേ തന്നെ പറഞ്ഞില്ലെ? നിന്നെ കുട്ടിയെന്നു വിളിക്കുന്നതു അദ്ദേഹത്തിന്നു രസമില്ലാത്തതുകൊണ്ടായിരിക്കാമെന്ന്.

മീനാക്ഷിക്കുട്ടി: എന്നാൽ ജ്യേഷ്ഠൻ ഈ വർത്തമാനം എന്നോട് പറയാതിരിക്കയില്ലായിരുന്നു. ഈ വിവരം യാതൊന്നും പറഞ്ഞില്ലല്ലൊ.

പാറുക്കുട്ടി: അപ്പ അറിഞ്ഞിട്ടില്ലായിരിക്കാം. ഇവിടെ എത്തിയതിൽപിന്നെ പ്രസ്താവിക്കാമെന്നു വിചാരിച്ചു അദ്ദേഹം അപ്പയെ അറിയിച്ചില്ലായിരിക്കണം.

ലക്ഷ്മിഅമ്മ: പാറുക്കുട്ടി പറഞ്ഞതു തന്നെയാണ് ശരി. ഇതു അദ്ദേഹം മുൻകൂട്ടി വരുത്തിവെച്ചിട്ടുള്ളതാണ്. ആള് ബഹുസമർത്ഥനും മുൻകരുതലുള്ളവനുംതന്നെ.

മീനാക്ഷിക്കുട്ടി: ഇതു എനിക്കു തരാൻവേണ്ടി ആലോചിച്ചു വരുത്തിയതാണെന്നു നിങ്ങൾ തീർച്ചപ്പെടുത്തുന്നപക്ഷം എന്റെ ഫിഡിലിന്നും എനിക്കും മേലാൽ ഒരു പേരുതന്നെ ആയിരിക്കണം. അല്ലാഞ്ഞാൽ ബഹു അഭംഗിയാണ്.

ലക്ഷ്മിഅമ്മ: അതിന്നും യാതൊരു തരക്കേടും ഇല്ല. നിന്നെ ഞങ്ങൾ ഇന്നുമുതൽക്കു മീനാക്ഷിയെന്നുതന്നെ വിളിച്ചു കളയാം. നിന്റെ അച്ഛനോടും ഈ വിവരം ഞാൻ പറഞ്ഞുകളയാം.

നാണിയമ്മ: അതുതന്നെയാണ് നല്ലത്. കുട്ടിപ്രായം കഴിഞ്ഞിട്ടു പിന്നെയും കുട്ടിയെന്നു വിളിക്കുന്നതു കുറെ അഭംഗിതന്നെയാണ്.

പാറുക്കുട്ടി: അതു അങ്ങിനെയാക്കാം. ഇനി ഞാനൊന്നു പറയട്ടെ. കുഞ്ഞിശ്ശങ്കരമേനോന്റെ ഈ ഔദാര്യത്തിന്നു നമ്മൾ അദ്ദേഹത്തിന്നു നന്ദിയുള്ളവരാണെന്നു കാണിക്കേണ്ടതല്ലെ? എന്തെങ്കിലും ഒരു സമ്മാനം അദ്ദേഹത്തിന്നും കൊടുക്കേണ്ടതാണ്. എങ്കിലേ നമുക്കു മാനമുള്ളു.

ലക്ഷ്മിഅമ്മ: അതു കാര്യംതന്നെയായിരുന്നു. എന്തൊരു സമ്മാനമാണ് നാം അദ്ദേഹത്തിനു കൊടുക്കേണ്ടത്. അതു ആരെങ്കിലും കണ്ടാലും കേട്ടാലും ചിതമുള്ളതായിരിക്കണ്ടെ?

പാറുക്കുട്ടി: ഞാനതിനൊരു വഴി കണ്ടിട്ടുണ്ട്. വിശേഷമായ തങ്കക്കസവുവെച്ച ഒരു തൊപ്പി തുന്നി അദ്ദേഹം പോകുന്നസമയം കൊടുത്താൽ മതി. എന്നാൽ പകരത്തിന്ന് പകരമായി.

മീനാക്ഷിക്കുട്ടി: അതെല്ലാം വലിയ നട്ടംതിരിച്ചിലാണ്: തൽക്കാലം സാധിക്കില്ല. ഒന്നാമതു അതിനു കസവും മേത്തരം ശീലയുംവേണ്ടെ? അതു എവിടുന്നാണ്? രണ്ടാമതു വളരെ ബുദ്ധിമുട്ടി പണിയെടുത്തല്ലാതെ അദ്ദേഹം പോകുമ്പോൾ കൊടുപ്പാൻ സാധിക്കില്ല. വരുന്നോർക്കും പോണോർക്കും എല്ലാം തൊപ്പി തുന്നി സമ്മാനം കൊടുക്കാൻ എന്നെക്കൊണ്ടു സാധിക്കില്ല. അദ്ദേഹം അദ്ദേഹത്തിന്റെ പാട്ടിനു പൊയ്ക്കോട്ടെ. ഇപ്പഴു യാതൊന്നും കൊടുക്കണ്ട.

ലക്ഷ്മിഅമ്മ: ഛരി-ഛരി-അതു വെടിപ്പില്ല. നിശ്ചയമായിട്ടും കൊടുക്കണം. സമ്മാനം ഞാൻ വരുത്തിച്ചുതരും. രണ്ടു നാലു മാതിരി വിശേഷമായ കസവു എന്റെ കൈവശത്തിൽതന്നെ ഇരിപ്പുണ്ട്.

പാറുക്കുട്ടി: തൊപ്പീടെ പണി എന്നാലിപ്പത്തന്നെ നോക്കാം. വിശേഷമായ ഒരുമാതിരി വില്ലൂസ് കൊച്ചുലക്ഷ്മിയുടെ അച്ഛൻ ഇയ്യിടയിൽ മദിരാശിയിൽ നിന്നു വരുത്തീട്ടുള്ളത് എന്റെ പെട്ടിയിൽ ഇരിക്കുന്നുണ്ട്. ആവശ്യമുള്ളത് അതിൽനിന്നു മുറിച്ചെടുക്കാം.

മീനാക്ഷിക്കുട്ടി: (തന്റെ ഉത്സാഹഭാവത്തെ മറച്ചുവെച്ചും കൊണ്ടു) അദ്ദേഹത്തിനു ഒരു തൊപ്പി സമ്മാനം കൊടുക്കത്തക്ക യോഗ്യത എനിക്കെന്താണുള്ളത്? ഇതെല്ലാം അഭംഗിയായിത്തീരാനാണു ഇടയുള്ളത്.

പാറുക്കുട്ടി: നിനക്കുള്ള യോഗ്യത മതി. അദ്ദേഹം അതു ഭംഗിയായിതന്നെ വിചാരിക്കും. നീ വെറുതെ ശാഠ്യം പറയണ്ട.

ലക്ഷ്മിഅമ്മ: നീ അത്ര അധികം ആലോചിക്കേണ്ടുന്ന ആവശ്യമില്ല! പക്ഷേ അതു ഞാൻ കൊടുത്തോളാം. അദ്ദേഹത്തിന്ന് നീ കൊടുക്കണമെന്നില്ല.

മീനാക്ഷിക്കുട്ടി: അതിന്നു തരക്കേടില്ല. അമ്മതന്നെ അതു അദ്ദേഹത്തിന്ന് കൊടുത്തോളണെ. ഞാൻ അതു പണിചെയ്തു അമ്മേടെ കയ്യിൽ തരും. കൊടുക്കുന്നതു അമ്മതന്നെ ആയ്ക്കോളണം.

ലക്ഷ്മിഅമ്മ: അതു അങ്ങിനെ ആക്കാം. തൊപ്പി ഒന്നാന്തരായിരിക്കണം.

മീനാക്ഷിക്കുട്ടി: ഒന്നാന്തരായാലും വേണ്ടില്ല. രണ്ടാന്തരായാലും വേണ്ടില്ല. അറിയുമ്പോലെ തുന്നാനെ ഞാൻ വിചാരിച്ചാൽ സാധിക്കയുള്ളു.

ലക്ഷ്മിഅമ്മയും പാറുക്കുട്ടിയും അപ്പോൾതന്നെപോയി പെട്ടിതുറന്നു കസവും വില്ലൂസും എടുത്തുകൊണ്ടുവന്നു. മീനാക്ഷിക്കുട്ടി അതിൽനിന്നു ഒരു തൊപ്പിക്കു കണക്കാക്കി മുറിച്ചെടുത്തു. അപ്പോൾ നാണിയമ്മ ചിരിച്ചുംകൊണ്ടു പറഞ്ഞു:

നാണിയമ്മ: തൊപ്പി തുന്നാമെന്നും കൊടുക്കാമെന്നും വെച്ചുവല്ലൊ? ഇനി ഞാൻ ഒന്നു പറഞ്ഞോട്ടെ. ഫിഡിലിന്മേൽ അദ്ദേഹം മനപൂർവ്വമായി മീനാക്ഷിയെന്നുള്ള പേർ ചേർപ്പിച്ചിട്ടുള്ളതു വിചാരിച്ചാൽ തൊപ്പിയിന്മേൽ ശങ്കരമേനോൻ എന്നു നമ്മളും ഉണ്ടാക്കിയാൽ വേണ്ടില്ല. കുട്ടി അദ്ദേഹത്തിന്നു രസമായിത്തോന്നീട്ടില്ലെങ്കിൽ കുഞ്ഞി നമുക്കും രസമായിട്ടില്ലെന്നു അദ്ദേഹത്തെ നാം അറിയിക്കേണ്ടതല്ലെ?

പാറുക്കുട്ടി: (ചിരിച്ചുംകൊണ്ടു) നാണിയേട്ടത്തി പറഞ്ഞതു എനിക്കു വളരെ രസംപിടിച്ചു. ഒറ്റക്ക് ഉലക്ക കുട്ടിയും പോയ്ക്കോട്ടെ; കുഞ്ഞിയും പൊയ്ക്കോട്ടെ. മീനാക്ഷിക്കു ശങ്കരമേനോൻ മാത്രംമതി. അതു അദ്ദേഹത്തിനെ മനസ്സിലാക്കേണ്ടതു തന്നെയാണ്.

മീനാക്ഷിക്കുട്ടി: (അത്യന്തം ദ്വേഷ്യം നടിച്ചുംകൊണ്ട്) എനിക്കു തൊപ്പി തുന്നാനും കഴികയില്ല. കുപ്പായം തുന്നാനും കഴികയില്ല. ആരെ

ക്കൊണ്ടെങ്കിലും തുന്നിച്ചോളിൻ. എളേമ്മ തോന്ന്യാസം പറയുന്നതു കേട്ടില്ലെ? എന്തെങ്കിലും ഒന്നു നോടിഞ്ഞോണ്ടിരിക്കണം. എളേമ്മയ്ക്കു വെറുതെ ഇരിക്കുന്നതു വലിയ സുഖക്കേടാണ്. എന്നെക്കൊണ്ടു യാതൊന്നും പറയേണ്ട. ഞാനൊട്ടു തൊപ്പിയും തുന്നുന്നില്ല.

പാറുക്കുട്ടി: ഇതെന്തു നട്ടംതിരിച്ചിലാണീശ്വര! ഞാൻ വല്ല തോന്ന്യാസവും പറഞ്ഞൊ? മീനാക്ഷിയെന്നു ഫിഡിലിന്മേൽ കാണുന്ന അവസ്ഥയ്ക്കു തൊപ്പിയിന്മേൽ ശങ്കരമേനോൻ എന്നുണ്ടായാൽ മതിയെന്നല്ലെ ഞാനൊരബദ്ധം പറഞ്ഞുപോയത്? നീ അതിന്നു തെറ്റായി വല്ലതും ധരിച്ചിട്ടുണ്ടെങ്കിൽ അതിന്നു ഞാനോ പണയം? നൊണ്ണിനു എളിയതു പിണ്ണാക്ക് എന്നു നീയും മനസ്സിലാക്കീട്ടുണ്ടില്ലെ? ആര് എന്തുതന്നെ പറഞ്ഞാലും കുറ്റം പാറുക്കുട്ടിക്കാണ്. ഇതു നല്ല ചിത്രം.

മീനാക്ഷിക്കുട്ടി: വല്ലതും കേട്ടാൽ കുറേശ്ശേ എനിക്കും മനസ്സിലാകും. വീണദിക്കിൽ നിന്ന് ഇപ്പോളെന്തിനാണ് ഉരുളാൻ നോക്കുന്നത്? എന്തിനാണു മുമ്പേതന്നെ വേണ്ടാത്ത കുസൃതി പറയാൻ പോണത്.

ലക്ഷ്മിഅമ്മ: പാറുക്കുട്ടിയുടെ നേരെ എന്തിനാണ് നീ വെറുതെ ശഠിക്കുന്നത്! അവൾ ഈ പറഞ്ഞതിൽ യാതൊരു കുസൃതിയും ഇല്ല. അവൾ പട്ടാങ്ങാണ് പറഞ്ഞത്. ഞങ്ങൾ നിന്നെ വാത്സല്യമായി കുട്ടിയെന്നു വിളിച്ചുവരുന്നതു അദ്ദേഹം വിട്ടുകളഞ്ഞതു വിചാരിച്ചാൽ അദ്ദേഹത്തിന്റെ പേരിൽ കുഞ്ഞി എന്നുള്ളതു നീയും വിട്ടുകളയണമെന്നേ പാറുക്കുട്ടി പറഞ്ഞതിന്നു അർത്ഥമുള്ളു. നീ അതിന്നു വൃഥാ കോപിച്ചതു തെറ്റിപ്പോയിരിക്കുന്നു.

ലക്ഷ്മിഅമ്മ ഇങ്ങനെ പലതും പറഞ്ഞു മീനാക്ഷിക്കുട്ടിയെ ഒരുവിധേന സമാധാനപ്പെടുത്തി താൻ ഏല്പിച്ചിട്ടുള്ള പ്രവൃത്തിയിൽ ജാഗ്രതയും ഉത്സാഹവും ജനിപ്പിച്ചു പാറുക്കുട്ടിയുടെ നേരെ ഭാവിമുഷിച്ചിലും തീർത്തു തൊപ്പിതുന്നുവാൻ വേണ്ടി അവളുടെ മുറിയിലേയ്ക്കു പറഞ്ഞയച്ചു. കുഞ്ഞിശ്ശങ്കരമേനോനു കൊടുപ്പാൻവേണ്ടി മീനാക്ഷിക്കുട്ടി തൊപ്പി തുന്നുന്നുണ്ടെന്നുള്ള വിവരം മറ്റു യാതൊരാളും അറിഞ്ഞിട്ടുണ്ടായിരുന്നില്ല. പിറ്റെ ദിവസം ഉച്ചയ്ക്കു മുമ്പായിട്ടുതന്നെ ഇവൾ തൊപ്പിയുടെ പണി മുഴുവനും തീർത്തു എന്നു മാത്രമല്ല, ശില്പവിദ്യയിൽ തനിക്കുള്ള സാമർത്ഥ്യം മുഴുവനും അതിന്മേൽ കാണിക്കുകയും ചെയ്തിട്ടുണ്ടായിരുന്നു. തൊപ്പിയുടെ പണി മുഴുവനായ ഉടനെ ഇവൾ അതു ലക്ഷ്മിഅമ്മയുടെ കയ്യിൽ കൊണ്ടന്നു കൊടുത്തു. അദ്ദേഹത്തിന് ഇതു അമ്മതന്നെ കൊടുത്തോളിൻ എന്നു പറഞ്ഞു. ലക്ഷ്മിഅമ്മയും അതുപ്രകാരംതന്നെ അനുവദിച്ചു.

കുഞ്ഞിശ്ശങ്കരമേനോൻ ഇവിടെ എല്ലാംകൂടി അഞ്ചുദിവസം താമസിച്ചു ആറാംനാൾ രാവിലെ മദിരാശിക്കു പോവാനുള്ള ഒരുക്കമായി. അച്യുതമേനോനും താനുംകൂടി പ്രഭാതത്തിനുതന്നെ കുളികഴിച്ചു ക്ഷേത്രത്തിൽപോയി തൊഴുതു മടങ്ങിവന്നു. ഏകദേശം ഏഴരമണി സമയം ഊണുംകഴിച്ചു വണ്ടിക്കാരൻ വരുന്നതും കാത്തുനിന്നു. ഇദ്ദേഹം

ഇവിടെ അല്പകാലം മാത്രമെ പാർത്തിട്ടുണ്ടായിരുന്നുള്ളു എങ്കിലും അതിനിടയിൽ എല്ലാവർക്കും വലിയൊരു പരിചയക്കാരനായി തീരുകയാണ് ചെയ്തിട്ടുള്ളത്. അച്യുതമേനോനെ ഈ വീട്ടുകാർക്കു എത്രൊണ്ടു വാത്സല്യമുണ്ടോ അത്രോണ്ടു സ്നേഹം ഇദ്ദേഹത്തിനേയും ഉണ്ടായിരുന്നു. അതുകൊണ്ടു ഇവരുടെ യാത്ര അവിടെയുള്ള എല്ലാവർക്കും ഒരുപോലെ മനോവ്യസനത്തിനു കാരണമായിത്തീർന്നു. തന്റെ യാത്രയെപ്പറ്റി അല്പമായ കുണ്ഠിതം കുഞ്ഞിശ്ശങ്കരമേനോന്റെ മനസ്സിലും ഇല്ലാതെ പോയിട്ടില്ല. നാലഞ്ചുദിവസം ഒരുപോലെ പാർത്തിട്ടും ഒരുനേരമെങ്കിലും മീനാക്ഷിക്കുട്ടിയുമായി മുഖമിട്ടു സംസാരിപ്പാൻ ഇദ്ദേഹത്തിനു സാധിക്കാതിരുന്നതാണ് കുണ്ഠിതത്തിനുള്ള മുഖ്യകാരണം. ലക്ഷ്മിഅമ്മയുമായി സംസാരിച്ചിട്ടുണ്ടായിരുന്ന കൂട്ടത്തിൽ ഒന്നൊരണ്ടൊ പ്രാവശ്യം രണ്ടും നാലും വാക്ക് ഇവളും പ്രത്യുത്തരമായി പറഞ്ഞിട്ടുണ്ടായിരുന്നു എങ്കിലും അതുകൊണ്ടു ലേശംപോലും ഇദ്ദേഹത്തിന്റെ അത്യാർത്തി പിടിച്ച മനസ്സിനു വിശപ്പ് തീർന്നിട്ടുണ്ടായിരുന്നില്ല. വല്ലതും ഒന്നു രണ്ടു നാഴികനേരം ഇവളുമായി സ്വച്ഛന്ദം സംഭാഷണം ചെയ്യണമെന്നായിരുന്നു ഇദ്ദേഹത്തിന്റെ മോഹം. അതു ഈ പ്രാവശ്യം സാധിക്കുമെന്നു എനിക്കു തോന്നുന്നില്ല. പുറപ്പെടേണ്ടുന്ന സമയം ഏകദേശം അടുത്തെത്തി. വണ്ടിക്കാരൻ കിഴക്കേ ഇടവഴിയിൽ വണ്ടികൊണ്ടുന്നുനിർത്തി. പെട്ടിയും സാമാനങ്ങളും എടുപ്പിച്ചു ഗോവിന്ദൻ വണ്ടിയിൽകൊണ്ടു വെപ്പിച്ചുതുടങ്ങി. പുറപ്പെടുവാൻ ഏകദേശം കാലമായെന്നു കണ്ടപ്പോൾ കുഞ്ഞികൃഷ്ണമേനോനും കരുണാകരൻ നമ്പ്യാരും ഗോപാലമേനോനുംകൂടി മുകളിൽനിന്നു ഇറങ്ങി കിഴക്കെ പൂമുഖത്തു വന്നു ഇനി അധികം താമസിക്കരുതെന്നു പറഞ്ഞു. കുഞ്ഞിശ്ശങ്കരമേനോനും അച്യുതമേനോനുംകൂടി അകത്തേയ്ക്കു കടന്നു യാത്രാനുരൂപമായ ഉടുപ്പ് ധരിച്ചു പുറപ്പെടുവാൻ ഭാവിക്കുമ്പഴക്കു ലക്ഷ്മിഅമ്മയും തന്റെ സഹോദരിമാരും മീനാക്ഷിക്കുട്ടിയും വേറെയുള്ള കുട്ടികളും എല്ലാവരും പുറത്തളത്തിലേക്കു കടന്നുവന്നു. ലക്ഷ്മിഅമ്മ കടന്നുവന്നപാടു തന്റെ കയ്യിൽ ഉണ്ടായിരുന്ന അതിമനോഹരമായ ഒരു കസവു തൊപ്പി കുഞ്ഞിശ്ശങ്കരമേനോനു കൊടുത്തു ചിരിച്ചുംകൊണ്ടു പറഞ്ഞു: 'നിങ്ങളുടെ തലയിൽ വെക്കത്തക്ക യോഗ്യത ഇതിനു ഉണ്ടായിട്ടില്ല. എങ്കിലും ഞങ്ങളുടെ ഓർമ്മയ്ക്കുവേണ്ടി ചെയ്തിട്ടുള്ള ഒരു ഉപചാരമാണ്. അപ്പയും നിങ്ങളുമായുള്ള സ്നേഹവും വിശ്വാസവും മദ്ധ്യാഹ്നത്തിനുശേഷമുള്ള സൂര്യന്റെ നിഴൽപോലെ ആജീവനാന്തം വർദ്ധിച്ചുകാണ്മാൻ ദൈവം നമുക്കു സംഗതി വരുത്തട്ടെ. കൂടക്കൂടെ ഞങ്ങളുടെ പരാധീനതയുംമറ്റും അന്വേഷിക്കേണ്ടതിനു അപ്പയുടെ ഒരുമിച്ചു ഇതുപ്രകാരംതന്നെ വന്നുകാണ്മാൻ ഞങ്ങൾക്കു വളരെ ആഗ്രഹമുണ്ട്'. കുഞ്ഞിശ്ശങ്കരമേനോൻ തൊപ്പിയുടെ ഭംഗിയും ലക്ഷ്മിഅമ്മയുടെ വാത്സല്യവും വിചാരിച്ചു അത്യന്തം സന്തോഷപരവശനായി തന്റെ തലയിൽ ഉണ്ടായിരുന്ന തൊപ്പിയെടുത്തു പുറത്തളത്തിലെ മേശയുടെ മുകളിൽ വെച്ചു

മീനാക്ഷിക്കുട്ടിയുടെ സമ്മാനമാണെന്നു തനിക്കു പൂർണ്ണവിശ്വാസം വന്നിട്ടുള്ള കസവു തൊപ്പി അത്യാദരവോടെ തന്റെ തലയിൽ ഇട്ടു ലക്ഷ്മിഅമ്മയുടെയും മീനാക്ഷിക്കുട്ടിയുടേയും മുഖഭാവത്തെ സൂക്ഷിച്ചു ചിരിച്ചുംകൊണ്ടു പറഞ്ഞു: നിങ്ങളുടെ ഈ ഉപചാരത്തിനും പുത്രാനുരൂപമായ വാത്സല്യത്തിനും വില മതിപ്പാൻ പാടില്ലാത്ത ഈ ഉപദേശത്തിനും എനിക്കു സംഗതിവന്നിട്ടുള്ളതിനാൽ ഞാൻ നിങ്ങൾക്കു എല്ലായ്പോഴും കടപ്പെട്ടവനാകുന്നു. കൂടക്കൂടെ വരുവാനും നിങ്ങളുടെ വാത്സല്യം അനുഭവിച്ചു സന്തോഷിപ്പാനും കാലസ്വരൂപനായ ജഗദീശ്വരൻ കടാക്ഷിക്കട്ടെ. നിങ്ങൾ ഈ ചെയ്തിട്ടുള്ള ബഹുമാനത്തിനു പ്രത്യുപചാരം ചെയ്‌വാൻ ഞാൻ കേവലം അപ്രാപ്തനാകുന്നു'. കുഞ്ഞിശ്ശങ്കരമേനോനു കൊടുത്തിട്ടുള്ള സമ്മാനവും അദ്ദേഹത്തോടു അതിമധുരമായി സംസാരിച്ചതും അച്യുതമേനോനു വളരെ സന്തോഷമായി. തന്റെ അമ്മയുടെ ഔദാര്യവും മര്യാദയും വിചാരിച്ചു അദ്ദേഹം മനസ്സുകൊണ്ടു അത്യന്തം ആദരിച്ചു. രണ്ടുപേരും തങ്ങളുടെ വഴിയാത്രയെപ്പറ്റി പിന്നെയും ലക്ഷ്മി അമ്മയോടു കുറേനേരം സംസാരിച്ചു. അതില്പിന്നെ കുഞ്ഞിശ്ശങ്കരമേനോൻ എല്ലാരോടും പ്രത്യേകം പ്രത്യേകം യാത്രയയപ്പിച്ചു മീനാക്ഷിക്കുട്ടിയുടെ മുഖത്തുനോക്കി മന്ദസ്മിതംചെയ്തുംകൊണ്ടു പറഞ്ഞു:

കുഞ്ഞിശ്ശങ്കരമേനോൻ: ഉപേക്ഷകൂടാതെ ഉത്സാഹിച്ചു പഠിച്ചു ബുദ്ധിക്കും മനസ്സിനും വേണ്ടത്തക്ക പരിഷ്കാരവും പാകതയും വരുത്തി അത്യന്തം ഭാഗ്യവതിയായി മാതാപിതാക്കന്മാർക്കു സന്തോഷവും ശ്രേയസ്സും ദിവസംപ്രതി വർദ്ധിപ്പിച്ചു മലയാളത്തിലെ ശൂദ്രസ്ത്രീകളുടെ ഇടയിൽ മഹത്തരമായ ഭൂഷണമായിതീർന്നു കാണ്മാൻ ദൈവം സംഗതി വരുത്തുമെന്നു വിശ്വസിക്കുന്നു. മിഡിൽസ്കൂൾ പരീക്ഷയിൽ ഒന്നാമതായി ജയിക്കേണ്ടതിനു അല്പംകൂടി മനസ്സുവെച്ചു വായിക്കേണ്ടതാണെന്നു പ്രത്യേകിച്ചു പറയേണ്ടതില്ലല്ലോ? തൊപ്പി തുന്നുന്നതും മറ്റും കുറച്ചുദിവസത്തേക്കു നിർത്തിവെച്ചാൽ വേണ്ടില്ലെന്നു തോന്നുന്നു.

മീനാക്ഷിക്കുട്ടി: (സസ്മിതം മുഖം താഴ്ത്തിക്കൊണ്ടു) ജ്യേഷ്ഠൻ ഇനി ഇങ്ങോട്ടു എപ്പഴുണ്ടാകും? കൂടെക്കൂടെ എനിക്ക് എഴുത്തയക്കാതിരിക്കരുതേ.

അച്യുതമേനോൻ: ഇങ്ങട്ടു ഇനി എപ്പഴാണ് വരാൻ അവസരം എന്നു നിണക്കുതന്നെ അറിഞ്ഞുകൂടെ? കോടതി പൂട്ടുന്നസമയം ഇങ്ങട്ടുണ്ടാകും. അതിനിടയിൽ വരുന്നതു സംശയമാണ്.

മീനാക്ഷിക്കുട്ടി: കോടതി പൂട്ടാൻ ഇനിയും രണ്ടു രണ്ടരമാസം കഴിയണ്ടെ? അതിന്നിടയിൽ ജ്യേഷ്ഠനു ഒരു പ്രാവശ്യം കൂടി ഇങ്ങട്ടു വരുന്നതിനു എന്താണ് തരക്കേട്?

ലക്ഷ്മിഅമ്മ: അതു നടക്കാത്ത കാര്യമാണ്. വരാനും പോവാനും എത്ര ബുദ്ധിമുട്ടുണ്ട്? എത്ര പണം ചിലവു ചെയ്യണം? കോടതി പൂട്ടുന്നതിനു മുമ്പായിട്ടു വരേണ്ടിവന്നാൽ ഞാൻ എഴുതിയയക്കും. അല്ലാതെ വരണ്ട.

മീനാക്ഷിക്കുട്ടി: എന്നാൽ മദിരാശിയിൽ എത്തിയ ഉടനെ എല്ലാ വിവരത്തിനും എഴുത്തയക്കാതിരിക്കരുതെ. എനിക്കു പ്രത്യേകം എഴുത്തയക്കണം.

കുഞ്ഞിശ്ശങ്കരമേനോൻ: അച്യുതമേനോൻ എഴുതിയാൽ മതിയല്ലൊ.

ലക്ഷ്മിഅമ്മ: അപ്പയുടെ എഴുത്തും നിങ്ങളുടെ എഴുത്തും ഞങ്ങൾക്കു ഒരുപോലെയാണ്.

മീനാക്ഷിക്കുട്ടി: ഞാൻ ജ്യേഷ്ഠനോടാണ് എഴുത്തയക്കാൻ പറഞ്ഞിട്ടുള്ളത്.

പാറുക്കുട്ടി: വേറെ ആരും എഴുത്തയച്ചാൽ നീ വാങ്ങില്ലെ?

മീനാക്ഷിക്കുട്ടി: മറ്റു ആരോടും ആവശ്യപ്പെട്ടില്ലല്ലൊ? എല്ലാവരും എഴുത്തയച്ചാൽ എളേമ്മ വാങ്ങ്വൊ?

കുഞ്ഞിശ്ശങ്കരമേനോൻ: അക്കാര്യം പൊക്കൊട്ടെ. എന്നാൽ ഞങ്ങൾ ഉള്ളസമയം കളയാതെ പോയിവരട്ടെ. നിങ്ങളും കൂടക്കൂടെ വിവരത്തിന് എഴുത്തയക്കുമല്ലൊ.

ലക്ഷ്മിഅമ്മ: എന്നാൽ ഇനി ഉടനെ കാണ്മാൻ സംഗതിവരട്ടെ. വഴിക്കു യാതൊരു ബുദ്ധിമുട്ടും കൂടാതെ സുഖമായി മദിരാശിയിൽ എത്തി വിവരത്തിനു എഴുത്തയക്കുമാറാകട്ടെ.

കുഞ്ഞിശ്ശങ്കരമേനോനും അച്യുതമേനോനും അപ്രകാരം തന്നെ എന്നു പറഞ്ഞു കോലായിൽ കടന്നു പൂമുഖത്തു വന്നു കുഞ്ഞികൃഷ്ണമേനോനോടും മറ്റും കുറെനേരം സംസാരിച്ച് അവരോടു ഒന്നിച്ചു പടിപ്പുരയിലേക്കു പോയി. കുഞ്ഞികൃഷ്ണമേനോൻ അച്യുതമേനോനെ അടുക്കെ വിളിച്ചു സ്വകാര്യം ചിലതു സംസാരിച്ചു വഴിയാത്രക്കും മറ്റും ആവശ്യമായിട്ടു അമ്പതുറുപ്പികയുടെ ഒരു മദിരാശി നോട്ടും ഇരുപതുറുപ്പികയും കൊടുത്തു. ഒരുമിച്ചു തീവണ്ടിസ്റ്റേഷൻവരെ പോകേണ്ടതിനു ശിപായി കോമൻനായരെയും കൂടി ഇവരുടെ ഒന്നിച്ചയച്ചു. കുഞ്ഞിശ്ശങ്കരമേനോൻ എല്ലാവരോടും യാത്രപറഞ്ഞു തന്റെ പ്രിയസ്നേഹിതനായ അച്യുതമേനോനോടൊന്നിച്ചു വണ്ടി കയറി കനകമംഗലം ചിറയുടെ വടക്കുഭാഗമുള്ള നിരത്തിന്മേൽ കൂടി ശാകുന്തളം ഒന്നാം അങ്കത്തിന്റെ അവസാനത്തിൽ കൊടുത്തിട്ടുള്ള ശ്ലോകവും മനസ്സുകൊണ്ടുരുക്കഴിച്ചു ആ വഴിയെതന്നെ മദിരാശിക്കുപോയി. കുഞ്ഞിശ്ശങ്കരമേനോൻ പോയതിന്റെ പിറ്റേദിവസം മുതല്ക്കു മീനാക്ഷിക്കുട്ടി മാതാപിതാക്കന്മാരുടെയും ഗോപാലമേനോന്റെയും പൂർണ്ണാനുവാദത്തോടുകൂടി മീനാക്ഷിയെന്നുള്ള ജാതകപ്പേർ തന്നെ സ്ഥിരമായി സ്വീകരിച്ചു. സ്കൂൾരജിസ്ട്രർ മുതലായതിലും വേണ്ടപ്പെട്ട ഭേദഗതികൾ വരുത്തി കുഞ്ഞികൃഷ്ണമേനോനും കരുണാകരൻനമ്പ്യാരും പിന്നെയും നാലഞ്ചുദിവസം പുത്തൻമാളികക്കൽ സുഖമായി പാർത്തശേഷം അവരവരുടെ അധികാരസ്ഥലങ്ങളിലേക്കു പോയി.

16

ദുഷ്കർമ്മഫലവും പ്രായശ്ചിത്തവും

അത്യന്തം രമണീയമായ യൗവനത്തിന്റെ ആദ്യദശയിൽ തന്നെ ഈ കഥയിലെ ഉപനായികയായ കൊച്ചമ്മാളു അതുവരെയുള്ള തന്റെ എല്ലാ അവസ്ഥക്കും നടപടിക്കും തീരെ വിപരീതമായി വിഷയസൗഖ്യം കേവലം വിഷപ്രായമാണെന്നു ദൃഢമായി വിശ്വസിച്ചു തന്റെ വൃദ്ധയായ അമ്മയേയും അഗതികളായ രണ്ടു ജ്യേഷ്ഠന്മാരെയും ഉപേക്ഷിച്ചു തന്നിൽ അനുരാഗവശന്മാരായ അനേകം പുരുഷന്മാർ വ്യസനിച്ചു കണ്ണീർ വാർത്തു നോക്കിക്കൊണ്ടിരിക്കെ രാത്രികാലത്തു കാക്കനൂർ മനക്കലേക്കു ഇറങ്ങിപ്പോയിട്ടുള്ള വിവരം ഇതിന്നുമുമ്പു പ്രസ്താവിച്ചിട്ടുണ്ടല്ലൊ. ഇവൾ പ്രാപഞ്ചികമായ സുഖാനുഭോഗത്തിൽ അത്യുത്സാഹവും അതിശ്രദ്ധയും കാണിച്ചു വന്നിരുന്ന കാലത്തു ഇവളുടെ ആശ്രിതന്മാരൊ പരിചയക്കാരൊ സ്നേഹിതന്മാരോ ആയിത്തീരേണ്ടതിനു അനവധി മഹാരഥന്മാർ രാപ്പകൽ അതിപ്രയത്നം ചെയ്തു വന്നിട്ടുണ്ടായിരുന്നു. കനകമംഗലം ചിറയെടുത്തു കടവത്തെ തൊടിയിൽ കൊണ്ടന്നു വെക്കണമെന്നൊ ദേവലോകത്തുപോയി ഇന്ദ്രാണിയുടെ കർണ്ണാഭരണം കൊണ്ടന്നു കൊടുക്കണമെന്നൊ ഇവൾ ആവശ്യപ്പെടുന്നതായാൽ ജനങ്ങൾ യാതൊരു ഉപേക്ഷയും ധൈര്യക്ഷയവും കാട്ടാതെ ആ കാലത്തു അതിലേക്കും ഒരുങ്ങി പുറപ്പെടുമായിരുന്നു. ആ സമയം മഴയെന്നും മഞ്ഞെന്നും ചളിയെന്നും വെള്ളമെന്നും മറ്റുമുള്ള വിചാരം മിക്ക രസികന്മാരുടെ മനസ്സിലും അസ്തമിച്ചുപോയിരുന്നു. പണമില്ലാത്ത മനുഷ്യർ ശുദ്ധമെ പിണമാണ് എന്നുള്ള പഴഞ്ചൊല്ലു യഥാർത്ഥമായിട്ടുള്ളതാണെന്നു ആ കാലത്താണ് മിക്ക ജനങ്ങൾക്കും ബോധ്യം വന്നിട്ടുണ്ടായിരുന്നത്. കട്ടിട്ടൊ കടംവാങ്ങീട്ടൊ തറവാട്ടു സ്വത്തു കാണത്തിന്നു വെച്ചിട്ടൊ വേറെവല്ല അകൃത്യവും പ്രവർത്തിച്ചിട്ടോ ഏതു വിധത്തിലും കൈവശം പണമില്ലാതിരിപ്പാൻ പാടില്ലെന്നായിരുന്നു അധികപക്ഷക്കാ

രുടെയും അഭിപ്രായം. യഥാശക്തി രണ്ടുംനാലും കൈക്കലാക്കി അതും കൊണ്ടുചെന്നു ഇവളെ ഭജിച്ചു പ്രത്യക്ഷമാക്കി കൃതാർത്ഥന്മാരകേണ്ട തിന്നു അന്തിക്കും ഇരുട്ടത്തും പാതിരക്കും പുലർച്ചക്കും കടവത്തെ അകത്തും കോലായിലും മുറ്റത്തുമായിട്ടു കാലക്ഷേപം ചെയ്‌വാൻ അന്നു വളരെ ആളുകൾ ഉണ്ടായിരുന്നു, കുത്തിരുന്നും നിന്നും ഇവളുടെ മൂലമന്ത്രം ഉച്ചരിച്ചു കേശാദിപാദം ധ്യാനിച്ചും കുണ്ടുണ്ണിമേനോൻ മുത ലായ ദുഷ്ടപിശാചുക്കളുടെ തല്ലും കുത്തും ഭയപ്പെട്ടുകൂടാതെ കഴിപ്പാൻ അവർക്കു കോഴിയും കപ്പയും കൂട്ടി വേണ്ടപ്പെട്ട ബലികൊടുത്തും ഇങ്ങിനെ കാലം കഴിച്ചവരുന്നവരും ആ കാലത്തു ചുരുക്കമല്ലായിരുന്നു. എന്നാൽ കൊച്ചമ്മാളു തന്റെ ഉദ്യോഗം രാജികൊടുത്ത മുതൽക്കു മാങ്ങായും തീർന്നു മാവിന്റെ കീഴിലുണ്ടായിരുന്ന തിരക്കും തീർന്നു എന്ന മാതിരി കടവത്തുവീട്ടിലെ ആഘോഷവും നേരംപോക്കും സകലവും അവ സാനിച്ചു. അതിൽപിന്നെ ആരെങ്കിലും ഒരുത്തൻ ആ തൊടിക്കുള്ളിൽ കാലെടുത്തു വെക്കുകയൊ പലപ്പോഴും പലവിധത്തിലും മുമ്പു സഹാ യിച്ചുവന്നിട്ടുണ്ടായിരുന്ന ഉണിച്ചിരാമ്മയെ വന്നുകാണുകയൊ ആ വൃദ്ധക്കു യഥാശക്തി വല്ലതും സഹായിക്കുകയൊ ഈ വക യാതൊന്നും ചെയ്കയുണ്ടായില്ല. അവിവേകികളായ കാമികളും മധുഭ്രാന്തന്മാരായ വണ്ടുകളും ഉപകാരസ്മരണ കൂടാതെ പ്രവർത്തിച്ചുവരുന്നവരാണെന്നു എല്ലാവർക്കും അറിവുള്ളതാണല്ലൊ. അതോ അങ്ങിനെയിരിക്കട്ടെ നിർഭാ ഗ്യകക്ഷിയായ ഉണിച്ചിരാമ്മയുടെ അരിഷ്ടതയും കഷ്ടവും പറഞ്ഞാൽ അവസാനിക്കില്ല.

ഈ അമ്മയുടെ സുഖവും ഭാഗ്യവും ഓജസ്സും ശ്രീയും എല്ലാം കൊച്ചമ്മാളുവിന്റെ ഒരുമിച്ചുതന്നെ ഇറങ്ങിപ്പൊക്കളകയാണു ചെയ്തിട്ടു ള്ളത്. എന്നാൽ ഈ വൃദ്ധയെ നല്ലവണ്ണം നോക്കി രക്ഷിച്ചുകൊണ്ടു നട പ്പാൻ പ്രാപ്തിയുള്ള രണ്ടു ആൺമക്കളില്ലെ എന്നു വല്ലവരും ചോദിക്കു മായിരിക്കാം. അവരുള്ളതും ഇല്ലാത്തതുംകൂടി വിചാരിച്ചുനോക്കിയാൽ ഇല്ലാത്തതാണു കുറെ ഭേദം. യാതൊരു തുമ്പും വഴിയും ഇല്ലാത്ത രണ്ടു അവതാരമൂർത്തികളാണ്. കൊച്ചമ്മാളുവിനു പ്രായം വെക്കുന്നവരെ അമ്മ യുടെ പെൻഷൻകൊണ്ടും അതിൽപിന്നെ പെങ്ങളുടെ ഉദ്യോഗത്തിൽ നിന്നു കിട്ടിവന്നിട്ടുണ്ടായിരുന്ന ശമ്പളം കൊണ്ടുമാണ് ഇവർ ഇതുവരെ ക്കും ഒരുവിധേന ഒത്തും ഒപ്പിച്ചും പോന്നിട്ടുണ്ടായിരുന്നത്. ഏകയോഗ ക്ഷേമമായി കഴിഞ്ഞുവന്ന ഇവർക്കുള്ള മുഴുവൻ സ്വത്തു കൊച്ചമ്മാളു ഒരുത്തിയായിരുന്നു. ഇവൾ ഇത്രകാലത്തെ ഇങ്ങനത്തെ വേണ്ടാസനം പ്രവർത്തിക്കുമെന്നു ഇവർ സ്വപ്നേപി വിചാരിച്ചിരുന്നില്ല. അതുകൊണ്ടു ഇവർ ഇതുവരെ യാതൊരു പ്രവർത്തിയും എടുക്കാതെ രാവിലെ കുളിച്ചു നിത്യവെള്ളയും ചുറ്റി ചന്ദനക്കുറിയും ഇട്ടു രണ്ടുപ്രാവശ്യവും മൃഷ്ട മായി സാപ്പാടു കഴിച്ചു മെതിയടിയും ചവിട്ടി അൽപ്പാക്കുകുടയും പിടിച്ചു വടിയും വീശി തെമ്മാടികളുടെ യജമാനന്മാരായി കഞ്ചാവും വലിച്ചു കള്ളുംകുടിച്ചു പകിടയും കളിച്ചു നടക്കയാണ് ചെയ്തിട്ടുള്ളത്. ക്ഷൗര

ക്കൂലി ആദിയായിട്ടു എല്ലാ അത്യാവശ്യങ്ങളും ഇവറ്റക്കു ഇവൾ കൊടുത്തുവരികയായിരുന്നു. ഇനി നിതൃതക്കു ആരാണ് കൊടുപ്പാനുള്ളതെന്നു ദൈവത്തിന്നുമാത്രം അറിയാം. കൊച്ചമ്മാളു ഇതുവരെ സമ്പാദിച്ചിട്ടുള്ളതു മുഴുവനും അമ്മയുടെ കൈവശത്തിലുണ്ടല്ലൊ? അതുകൊണ്ടു പത്തിന്നു അഞ്ചുകണ്ടു ഒരു വിധേന കഷ്ടിമുഷ്ടിയായി നിവർത്തിച്ചു പോകാം എന്നായിരുന്നു ഇവർ വിചാരിച്ചു വെച്ചത്. സൂക്ഷിച്ചു ചിലവു ചെയ്യുന്നതായാൽ ഇവരുടെ നിതൃതയ്ക്കുമാത്രം ഇവൾ സമ്പാദിച്ചു വെച്ചിട്ടുണ്ടായിരുന്നു എന്നാൽ അതനുഭവിപ്പാനും വേണ്ടേ കുറച്ചൊരു ഭാഗ്യം! കൊച്ചമ്മാളു പോയിട്ടു നാലൊഅഞ്ചൊദിവസം കഴിഞ്ഞതിൽ പിന്നെ ഒരു ദിവസം രാത്രി ഇവർ രണ്ടുപേരും സംബന്ധവീട്ടിലേക്കു പോയിട്ടുണ്ടായിരുന്ന വിവരം അറിഞ്ഞു കുണ്ടുണ്ണിമേനോന്റെ സഹായത്തോടുകൂടി കള്ളന്മാർ കടന്നു അവിടെയുള്ള സകല സാധനങ്ങളും കവർച്ച ചെയ്തുകൊണ്ടു പൊക്കളഞ്ഞു. രണ്ടു കട്ടിലും അതിന്മേൽ കിടക്കകളും നാലഞ്ചുകഷണം പഴയ ഒന്നരയും ഒരു മാടമ്പിവിളക്കും മാത്രമേ ബാക്കി വെച്ചിട്ടുണ്ടായിരുന്നുള്ളു. ഹെഡ്കാൺസ്റ്റേബിൾ പങ്ങശ്ശമേനോൻ ഈ കവർച്ചക്കേസു തുമ്പുണ്ടാക്കുവാൻവേണ്ടി തന്നാൽ കഴിയുന്നത്ര ശ്രമിച്ചു നോക്കി. കുണ്ടുണ്ണിമേനോനെ പിടിച്ചു സ്റ്റേഷനിൽ കൊണ്ടുപോയിട്ടിട്ടു എണ്ണം പറഞ്ഞ പല വിദ്യകളും പ്രവർത്തിച്ചു. നാലുറുപ്പിക തിരികെ വാങ്ങിയതുകൊണ്ടുണ്ടായിരുന്ന പരിഭവം എരേമ്മൻ നായരു കൈകൊണ്ടു വീട്ടി. എന്തുതന്നേ ചെയ്തിട്ടും അറ്റകണ്ണിയും ഇല്ല വീണ നിലവും ഇല്ല എന്നു പറഞ്ഞമാതിരി യാതൊരു വിവരവും ഉണ്ടായില്ല. എന്തു ചെയ്യും? കഷ്ടകാലം വന്നു തലയിൽ കയറീട്ടുള്ള കൂട്ടരെ നന്നാക്കിവെപ്പാൻ ആരു വിചാരിച്ചാലാണ് നിവൃത്തി? ഉണിച്ചിരാമ്മയും തന്റെ പുത്രന്മാരും വേണ്ടടത്തോളം ബുദ്ധിമുട്ടിലായി. നിതൃതക്കു യാതൊരു നിവൃത്തിയും ഇല്ലാഞ്ഞിട്ടു ഒടുവിൽ കട്ടിൽ രണ്ടും പുത്തൻ മാളികക്കലെ വ്യവഹാരകാര്യസ്ഥനായ മട്ടിക്കാവിൽ ഗോവിന്ദനു മുപ്പത്തഞ്ചുറുപ്പികക്കു വിറ്റു. ആ ഉറുപ്പിക കൊണ്ടു അഞ്ചാറുമാസത്തോളം ഒരു വിധേന ജീവനെ രക്ഷിച്ചു. ഉണിച്ചിരാമ്മ ഇപ്പോൾ അനുഭവിച്ചുവരുന്ന സങ്കടപ്പാടു കണ്ടാൽ അതൃന്തം നിർദ്ദയന്മാരായ ജനങ്ങളുടെ ഹൃദയം പോലും അലിഞ്ഞു പോകാതിരിക്കയില്ല. ഈ അമ്മ തനിക്കു യൗവനം വച്ചമുതൽ ദാരിദ്ര്യവും കഷ്ടതയും എന്താണെന്നു ഇതുവരെ അറിഞ്ഞിട്ടുണ്ടായിരുന്നില്ല. ഇപ്പോൾ ദാരിദ്ര്യത്തിന്റെ അകവുംപുറവും നല്ലവണ്ണം മനസ്സിലായിട്ടു കനകമംഗലത്തു ഇങ്ങിനെ യാതൊരാളും ഇല്ലെന്നുതന്നെ പറയാം. നേരം പ്രഭാതത്തിന് കഞ്ഞി, പലമാതിരി ഉപദേശങ്ങളോടുകൂടി മദ്ധ്യാഹ്നത്തിന്നു സുഖമായൊരൂണു, നാലുമണിക്കു മുമ്പായി ഒരു പലഹാരം, രാത്രിയിൽ അത്താഴം ഇങ്ങിനെ ദിവസംപ്രതി പരമാനന്ദമായി ഭക്ഷണം കഴിച്ചുവന്നിരുന്നതു പോയിട്ടു ഇപ്പോൾ ഒരു നേരം വല്ലതും തെല്ലൊന്നു കഴിച്ചിട്ടുണ്ടെങ്കിൽ പിന്നെ രണ്ടു നേരത്തേക്കു ശുദ്ധമെ ഏകാദശി നോമ്പാണെന്നു തന്നെ പറയണം. തലയിൽ തേപ്പാൻ ക്ഷീര

ബലം എണ്ണയും മേൽപുരട്ടുവാൻ ധാന്വന്തരം കുഴമ്പും മുമ്പു നിത്യത ഉപയോഗിച്ചു വന്നിട്ടുണ്ടായിരുന്ന ഈ വൃദ്ധ ഇപ്പോൾ മാസത്തിൽ രണ്ടു പ്രാവശ്യം തലയിൽ എണ്ണ പൊത്തുന്ന കാര്യംതന്നെ വളരെ സംശയത്തിലാണ്. രാവിലെയും വൈകുന്നേരവും ചുറ്റിയ വസ്ത്രം പതിവായി മാറ്റി വരുമാറുള്ളതു പോയിട്ടു ആഴ്ചയിലൊരിക്കലെങ്കിലും വസ്ത്രം മാറ്റുവാൻ നിവൃത്തിയില്ലാതായി. മുമ്പു ശരീരപുഷ്ടിയും നല്ല തേജോഗുണവും യോഗ്യതയും ഉണ്ടായിരുന്ന ഈ അമ്മ ഇപ്പോൾ ലേശംപോലും രക്തപ്രകാശം കൂടാതെ ഒണങ്ങിച്ചുളിഞ്ഞു കണ്ണുനട്ടു മുഖത്തുപോലും എല്ലു പുറപ്പെട്ടു കരളും കുഴിഞ്ഞു വയറും പുറത്തെ എല്ലോടുപറ്റി നടുവൊടിഞ്ഞു ക്ഷീണിച്ചിട്ടുള്ളതുകണ്ടാൽ ഏതു ധൈര്യശാലിക്കും കണ്ണീർവരാതെ ഇരിക്കില്ല. ഇങ്ങിനെ ഏറിയ ദൃഷ്ടാന്തങ്ങൾ ദിവസം പ്രതി കണ്ടിട്ടും അനുഭവിച്ചിട്ടും അകൃത്യം പ്രവർത്തിപ്പാൻ മനുഷ്യർക്കു പിന്നെയും മനസ്സും ധൈര്യവും വരുന്നതാണ് വലിയ അത്ഭുതം! അരമയിൽ ദൂരം പോകണമെങ്കിൽ കുതിരവണ്ടി കൂടാതെ നിവൃത്തിയില്ലെന്നു പറഞ്ഞു വന്നിരുന്ന എത്ര യോഗ്യന്മാർ വണ്ടിവലിച്ചുകൊണ്ടു നടക്കുന്നു! അകത്തിരിക്കുന്ന സമയംകൂടി സ്വർണ്ണംകൊണ്ടുള്ള ഗഡിയാളും ചങ്ങലയും മെഡിലും ധരിച്ചു വന്നിട്ടുണ്ടായിരുന്ന എത്ര ആളുകൾ മരത്താലി കഴുത്തിൽകെട്ടി നിരത്തിടിക്കുന്നു. ലോകത്തിൽ പല മാതിരി ദുഃഖങ്ങൾ ഉണ്ടെന്നുവരികിലും ഉയർന്ന സ്ഥിതിയിൽ നിന്നു കഷ്ടതയിൽ പെടുന്നതിനോളം വലിയ സങ്കടം മറ്റു യാതൊന്നും ഇല്ല. മുമ്പു പരിചയിക്കാത്തേയും അറിയാതേയും അരിഷ്ടതയും ദുഃഖവും അനുഭവിക്കേണ്ടി വരുന്നതൊ ഇരിക്കട്ടെ; ജനങ്ങളുടെ മുഖത്തു നോക്കുന്നതും ജനാപവാദം സഹിക്കേണ്ടിവരുന്നതും ആണ് വലിയ വ്യസനം. ചാർച്ചയിലും ചേർച്ചയിലും ഉള്ള ആളുകളുടെ മുഖഭാവം കാണുമ്പോളുണ്ടാകുന്ന അന്തസ്താപവും വിരോധികളുടെ പ്രസന്നത കാണുമ്പോളുണ്ടാകുന്ന മനോവ്യഥയും വിചാരിച്ചാൽ ദേഹം തൽക്ഷണം വെന്തുപോകും. ഈ ഉണിച്ചീരാമ്മയെ ഈ സ്ഥിതിയിൽ കാണ്മാനിടവരുമെന്നു യാതൊരു മനുഷ്യരും വിചാരിച്ചിട്ടുണ്ടായിരുന്നില്ല. അവരവർ ചെയ്യുന്ന കർമ്മങ്ങളുടെ ഫലം അനുഭവിക്കാതെ പോകുമെന്നു ആരും വിചാരിക്കേണ്ട. ഗുണം, ചെയ്താൽ ഗുണം. ദോഷം ചെയ്താൽ ദോഷം. ഇതു നാം അനുഭവിക്കാതിരിക്കില്ല.

എന്നാൽ ഈ അമ്മയുടെ കഷ്ടകാലം ഇതുകൊണ്ടു മുഴുവനായോ? ഇല്ല. ഇങ്ങിനെ അരിഷ്ടപ്പെട്ടു കാലക്ഷേപം ചെയ്തു വരുന്ന കാലത്തു ഒരുദിവസം രാവിലെ കോലായിൽ കത്തിച്ചുവെച്ചിട്ടുണ്ടായിരുന്ന മാടമ്പി വിളക്കിലെ തിരി ഒരുകാക്ക വന്നു കൊത്തിക്കൊണ്ടുപോകുമ്പോൾ കഷ്ടകാലശക്തിയാൽ അതു പുരയുടെ മുകളിൽവീണു. മെല്ലെ തീപിടിച്ചു പുര മുഴുവനും വെന്തു വെണ്ണീറായി. ഇതിലധികം സങ്കടം ഇനി എന്താണീശ്വരാ അനുഭവിക്കേണ്ടത്? എല്ലാറ്റിനും ഉടമയായിട്ടു കരുതിവെച്ചിരുന്ന ഒരു മകളുള്ളതു സന്യസിച്ചുകളഞ്ഞു. ഇത്തിരി വല്ലതും ഇവൾ സമ്പാദിച്ചു വെച്ചതു കള്ളന്മാരും കൊണ്ടുപോയി. പട്ടിണികിടന്നാലും

ഒരു ദിക്കിൽ കേറിക്കിടന്നു മരിപ്പാനുതകുന്നതായ പുരയും തീ വെന്തു പോയി. ഇരന്നു നടന്നിട്ടെങ്കിലും ഒരു വിധേന ജീവനെ രക്ഷിക്കാം. ഇരിപ്പാൻ ഒരു ഭവനമില്ലാത്തതിന്നു എന്തൊരു നിവൃത്തിയാണുള്ളത്? വല്ലതും നാലുറുപ്പികയുണ്ടെങ്കിൽ ഒരു ചെറ്റയെങ്കിലും വെച്ചുകെട്ടാമായിരുന്നു. നാലുറുപ്പിക പോയിട്ടു നാലുകാശിനു ഒരു വഴിവേണ്ടെ? അന്തിയോളം അരിയിരന്നു അന്തിക്കു തീയ്യിരക്കേണ്ടതെന്ന കൂട്ടത്തിലായ ഈ അമ്മക്കു മേല്പോട്ടുനോക്കിയാൽ ആകാശവും കീഴ്പെട്ടു നോക്കിയാൽ ഭൂമിയും. ഇതുമാത്രമേ ഇനി ഒരു ഗതിയുള്ളു. അന്യന്മാരുടെ മുറ്റത്തും ഇറയത്തും ചെന്നുനിന്നു കഞ്ഞിവെള്ളം ഇരന്നുവാങ്ങി കുടിച്ചു ഇവിടെ കിടന്നു ബുദ്ധിമുട്ടുന്നതിനേക്കാൾ വല്ലദിക്കിലുംപോയി മരിച്ചുകളയുന്നതാണ് വളരെ നല്ലതെന്നു അമ്മയും പുത്രന്മാരും കൂടി നിശ്ചയിച്ചു. ഭവനം വെന്തു പോയതിന്റെ പിറ്റേന്നാൾ രാത്രി കനകമംഗലം ഉപേക്ഷിച്ചു മൂന്നുപേരും കൂടി എങ്ങോട്ടൊ പൊക്കളഞ്ഞു.

ഉണിച്ചിരാമ്മയുടേയും പുത്രന്മാരുടേയും അവസ്ഥയൊ ഇങ്ങിനെയായല്ലൊ. ഇനി കടവത്തെ തൊടിയുടെ ഇപ്പോഴത്തെ സ്ഥിതിയും കൂടി അല്പം പ്രസ്താവിച്ചുകളയാം. കൊച്ചമ്മാളുവിന്റെ കാലത്തു ഈ തൊടി വാഴാൻ തെയ്യാറാക്കിവെച്ചിട്ടുള്ള കന്നിനിലംപോലെ ഒരിത്തിരി പുല്ലൊ പൊടിയൊ ഇല്ലാതെ ബഹു മോടിയിൽ നാലുഭാഗവും മതിൽ കിളച്ചു വിശേഷമായി വേലികെട്ടി ചുറ്റും മെഴുകി നന്നാക്കി ഭംഗിയായി വെച്ചുവരികയായിരുന്നു. ഇപ്പോൾ മതിലെല്ലാം ഇടിഞ്ഞുതകർന്നു വേലിയുടെ നാമംപോലും ഇല്ലാതെ ഇടവഴിയും തൊടിയും തിരിച്ചറിവാൻ കഴിവില്ലാതവണ്ണം അത്യന്തം ജീർണ്ണമായി വള്ളിയും പടലും അരിപ്പൂ ചെടികളും മുളച്ചുവളർന്ന് അഗ്നിബാധയാൽ കരിഞ്ഞുകിടക്കുന്ന ചുമരിന്റെ മീതെ കെട്ടിപ്പടർന്നു കാണുന്നവർക്കു ഭയം തോന്നത്തക്കവിധം അത്ര മലിനമായി കിടക്കുന്നു. കാടും പടലും ഒഴിച്ചു ബാക്കി വല്ലതും ഉണ്ടെങ്കിൽ സമീപസ്ഥന്മാർ ഇപ്പോൾ മറപ്പുരയായി ഉപയോഗിച്ചു വരികയുമാണ് ചെയ്യുന്നത്. മുമ്പു രാത്രിസമയം ഇവിടെവച്ച് അത്യന്തം മനോഹരമായ പാട്ടും വീണാഗാനവും ഉണ്ടായിരുന്നു. ഇപ്പോൾ അതിനുപകരം കുറുക്കന്റെ ഓരിവിളിയും നത്തിന്റെ കരച്ചിലും കൂമന്റെ മൂളലും അസ്തമിച്ചാൽ മുട്ടാതെകണ്ടു കേൾപ്പാനുണ്ട്. മുമ്പു യോഗ്യരും സമ്പന്നരുമായ പുരുഷന്മാർ മാത്രം താമസിച്ചുവന്നിട്ടുണ്ടായിരുന്ന മുറികൾ ഇപ്പോൾ വീണഴിഞ്ഞു താറുമാറായി കിടക്കുന്നതുകൊണ്ടു കുറുക്കന്മാർ കയ്യേറി കയ്‌വശപ്പെടുത്തി അവറ്റയുടെ സൂതികാഗൃഹമായി ഉപയോഗിച്ചുവരുന്നു. മുമ്പു വിശേഷമായ മേലാപ്പുകൊണ്ടു അതിഭംഗിയിൽ വിതാനിച്ചു വെച്ചിട്ടുണ്ടായിരുന്ന മുറികളിൽ ഇപ്പോൾ എട്ടുകാലികൾ മാറാല കെട്ടിയിരിക്കുന്നു. അറകളിൽ പണ്ടു രസക്കുടുക്കകൾ തൂക്കീട്ടുണ്ടായിരുന്നതിനുപകരം ഇപ്പോൾ വേട്ടാളന്റെയും കടന്നലിന്റെയും കൂടുകളാണുള്ളത്. മുമ്പു മുറികളിൽ പലമാതിരി പെട്ടികൾ നിരത്തിവെച്ചിട്ടുണ്ടായിരുന്നു. ഇപ്പോൾ അതിനുപകരം അവിടവിടെ കരടിപ്പുറ്റുകൾ പൊങ്ങിക്കിട

ക്കുന്നു. മുമ്പ് കൊച്ചമ്മാളു ഓവറയായി ഉപയോഗിച്ചുവന്നിട്ടുണ്ടായിരുന്നതു ഇപ്പോൾ കടവാതിലുകൾ അവറ്റയുടെ പള്ളിയറയായി ഉപയോഗപ്പെടുത്തിയിരിക്കുന്നു. പണ്ടു പുലരുന്നവരെ വിളക്കുകത്തിക്കൊണ്ടിരുന്നതിനുപകരം ഇപ്പോൾ മിന്നാമിനുങ്ങയെക്കൊണ്ടുള്ള പ്രകാശം ധാരാളമായുണ്ട്. ഇങ്ങിനെയെല്ലാമാണ് കടവത്തെ തൊടിയുടെയും ഭവനത്തിന്റെയും ഇപ്പോഴത്തെ സ്ഥിതി. ഇനി കൊപ്പമ്മാളുവിനെപ്പറ്റിയും അറിഞ്ഞേടത്തോളം പറയാം.

ഇവൾ സദ്വൃത്തനും ദയാശീലനും ആയ ഹരിജയന്തൻ നമ്പൂരിപ്പാടിനെ എപ്പോൾ ശരണം പ്രാപിച്ചുവോ അപ്പോൾ തുടങ്ങി ഇവളുടെ ദുഷ്ക്കർമ്മശക്തിക്കു ക്ഷയവും മനസ്സിന്നു വികാസവും അങ്കുരിച്ചു വളർന്നു തുടങ്ങിയിരിക്കുന്നു. സാത്വികനും സമചിത്തനും ആയ ഈ മഹാബ്രാഹ്മണനു ദിവസംപ്രതി ഇവളുടെമേൽ വാത്സല്യവും വർദ്ധിച്ചു. ഇദ്ദേഹം ഊണു കഴിഞ്ഞാൽ പിന്നെ നിത്യത ഓരോ മണിക്കൂറുനേരം ഇവളുടെ അരികത്തു വന്നിരുന്നു ഗോപനീയങ്ങളായ സദാചാരവാക്യങ്ങളും ആത്മജ്ഞാനത്തിനു വേണ്ടപ്പെട്ട ചില സാരോപദേശങ്ങളും ഇവളെ ഗ്രഹിപ്പിച്ചു ബുദ്ധിക്കു പരിഷ്കാരവും അകൃത്യങ്ങളിൽ ഭയവും ദൈവത്തിൽ ഭക്തിവിശ്വാസവും ജീവിപ്പിച്ചു. ഇവൾ മനക്കൽ എത്തിച്ചേർന്ന രാത്രിയിൽതന്നെ സർവ്വാംഗം പുറ്റുമണ്ണു തേച്ചു കുളികഴിപ്പിച്ചു മന്ത്രശുദ്ധമായ നവകലശം ആടി ദേഹശുദ്ധിവരുത്തി, പഞ്ചഗവ്യം സേവിപ്പിച്ചു വൃതാനുഷ്ഠാനത്തിനുവേണ്ടത്തക്ക ഉപദേശം കൊടുത്തു ഏല്പിച്ചു. ഇവളുടെ സഹായത്തിനു വൃദ്ധമാരായ രണ്ടു വൃഷലിമാരെയും നിശ്ചയിച്ചു. അവൾ ആദ്യത്തെ ഒരു മാസം രാത്രിയിൽ അന്നഭക്ഷണം കൂടാതെ നിലം ഗോമയംകൊണ്ടു മെഴുകി അതിൽ ശയിച്ചുപോന്നു. രണ്ടാംമാസത്തിൽ നിത്യത ഒരു പ്രാവശ്യംമാത്രം ഊണു കഴിച്ചു കല്പം സേവിച്ചു ദേഹത്തിലുള്ള ദുഷ്ടും ദുർമ്മേദസ്സും കളഞ്ഞു. അതിൽപിന്നെ ഒരു ദിവസം ഉപവാസവും ഒരുദിവസം മൂഴക്കു വരിയരിച്ചോറും ആയിട്ടു മൂന്നാമത്തെ മാസം കഴിച്ചുകൂട്ടി. നാലാംമാസത്തിൽ രണ്ടുദിവസം ജലാഹാരവും ഒരു ദിവസം ഒരിക്കൽ നീവാരഭക്ഷണവും ചെയ്തു. അഞ്ചാം മാസത്തിൽ ആഴ്ചയിൽ ഒരു നേരം അന്നഭക്ഷണവും ഒരു നേരം രണ്ടു കദളിപ്പഴവും കഴിച്ചു കാലക്ഷേപം ചെയ്തു. ആറാംമാസത്തിൽ വേറെ ഒരു വ്രതം ആരംഭിച്ചു. വെളുത്തവാവുന്നാൾ പതിനഞ്ചുരുള ചോറും പിറ്റെന്നാൾ പതിനാലുരുളയും അതിന്റെ പിറ്റന്നാൾ പതിമൂന്നുരുളയും ഇങ്ങിനെ ദിവസംപ്രതി ഓരോ ഉരുള കുറച്ചു കുറച്ചു അമാവാസിനാൾ ഉപവസിച്ചു. ശുക്ലപക്ഷത്തിലെ പ്രതിപദംനാൾ ഒരു ഉരുളയും ദ്വിതീയനാൾ രണ്ടു ഉരുളയും ഇങ്ങിനെ ദിവസംപ്രതി ഓരോ ഉരുള കണ്ടു വർദ്ധിപ്പിച്ചു. വെളുത്തവാവുന്നാൾ പിന്നെയും പതിനഞ്ചു ഉരുള ഭക്ഷിച്ചു. ആറു മാസം ഇങ്ങിനെ കഴിച്ചുവന്നതിന്റെശേഷം അന്നം തീരെ ഉപേക്ഷിച്ച് ശാകഭക്ഷണം ചെയ്തു. ശരീരം മെലിഞ്ഞു കൃശമായി ദുർമ്മേദസ്സും ദുരഭിമാനവും തീരെ നശിച്ച് ആത്മജ്ഞാനവും മനഃശുദ്ധിയും പ്രകാശിച്ചു കൊച്ച

മ്മാളു ക്രമേണ നിഷ്കന്മഷയായി തീർന്നു. മുമ്പു പരപുരുഷന്മാരുടെ ഗുണങ്ങളെപ്പറ്റി പ്രശംസിച്ചു വന്നിട്ടുണ്ടായിരുന്ന ഇവളുടെ നാവു ഇപ്പോൾ ഈശ്വരനാമം ഉച്ചരിക്കുന്നതിലും അകൃത്യങ്ങളും അന്യപുരുഷസംഗത്തിലും സദാ പ്രവർത്തിച്ചു വന്നിട്ടുണ്ടായിരുന്ന മനസ്സ് ദൈവധ്യാനത്തിലും ജാരന്മാരെ ആലിംഗനംചെയ്തു സന്തോഷിപ്പിക്കുന്നതിൽ ഉദ്യുക്തങ്ങളായിരുന്ന കൈകൾ ജഗദീശ്വരനെ അർച്ചിക്കുന്നതിലും, ശൃംഗാരികളും രസികന്മാരുമായ പുരുഷന്മാരുടെ സല്ലാപനങ്ങളിൽ സശ്രദ്ധങ്ങളായിരുന്ന കർണ്ണങ്ങൾ ഈശ്വരകഥാശ്രവണത്തിങ്കലും ഇങ്ങിനെ സർവേന്ദ്രിയങ്ങളും സർവ്വകരണങ്ങളും എല്ലായ്പോഴും ദൈവപരങ്ങളായിട്ടുതന്നെ വെച്ച്, താനും ഈ കാണുന്ന സകല ചരാചരങ്ങളും ജലബുൽബുദംപോലെ ക്ഷണഭംഗുരങ്ങളാണെന്നും നിസ്സാരമായ പ്രപഞ്ചസൗഖ്യം കേവലം ത്യാജ്യമാണെന്നും ദൃഢമായി ഉറപ്പിച്ചു. കൊച്ചമ്മാളു ഇങ്ങിനെ ഒരു സംവത്സരവും ഏഴുമാസവും കാക്കനൂർ മനക്കൽതന്നെ പാർത്തു. അങ്ങിനെയിരിക്കെ ഒരു ദിവസം വിദ്യയിലും വയസ്സിലും തപശ്ശക്തിയിലും അത്യന്തം വൃദ്ധനും ജിതേന്ദ്രിയനും ശാന്തനും ജനനംമുതൽ നിർവ്യാജബ്രഹ്മചാരിയും കരുണാത്മാവുമായ ഹരിജയന്തൻ നമ്പൂതിരിപ്പാട് ഇവളെ തന്റെ അരികത്തു വിളിച്ചു സന്തോഷിച്ചുംകൊണ്ടു പറഞ്ഞു: 'നിന്റെ അപൂർവ്വമായ ഭക്തിവിശേഷവും വ്രതാനുഷ്ഠാനത്തിൽ കാണിച്ചു വന്നിട്ടുള്ള നിഷ്ഠയും മനഃശുദ്ധിയും കണ്ടിട്ടു നമ്മുടെ മനസ്സിൽ ആനന്ദവും വാത്സല്യവും അളവില്ലാതെ വർദ്ധിച്ചിരിക്കുന്നു. നിന്റെ പാപം മുഴുവനും നശിച്ചു നീ ഇപ്പോൾ പരിശുദ്ധയായി. ഇന്നുമുതൽ ദുർദ്ധരങ്ങളായ വ്രതങ്ങളൊന്നും അനുഷ്ഠിക്കേണ്ടുന്ന ആവശ്യമില്ല. നിന്നെ ആജീവനാന്തം ഒരു താപസിയായി വെക്കേണ്ടുന്ന പ്രയോജനവും ഇല്ല. ഗംഗാസ്നാനം മുതലായ ചില സൽക്കർമ്മങ്ങൾകൂടി ചെയ്തുകഴിഞ്ഞാൽ മഹാപാപം മുഴുവനും നശിച്ചു നീ അത്യന്തം പാവനയായിരിക്കും. നിരാധാരയായിരിക്കുന്ന നിന്നെ തനിയെ തീർത്ഥസ്നാനത്തിന്ന് അയപ്പാൻ നോം വിചാരിക്കുന്നില്ല. നോം കൂടി ഒരുമിച്ചു പുറപ്പെട്ടുകളയാം. ഈ കാലത്തു ഗംഗാസ്നാനംചെയ്തു വരുവാനും മറ്റും യാതൊരു പ്രയാസവും ഇല്ല. കയ്യിൽ പണമുണ്ടെങ്കിൽ അവനവന്റെ ഹിതപ്രകാരം യാതൊരു ബുദ്ധിമുട്ടും കൂടാതെ പോയിവരാവുന്നതാണ്. എന്നാൽ അങ്ങിനെയുള്ള സഞ്ചാരത്തിൽ നമുക്കു ലേശം മനസ്സുവരുന്നില്ല. കാൽനടയായിത്തന്നെ കാശിയിൽ എത്തി സ്നാനംചെയ്തു വരണമെന്നാണു നമുക്കുള്ള ആഗ്രഹം. വഴിയിൽ യാതൊരു മുടക്കമോ അനർത്ഥമോ കൂടാതെ നമ്മുടെ ഹിതം സാധിക്കുമെന്നും നമുക്കു നല്ല വിശ്വാസമുണ്ട്. അതുകൊണ്ടു മറ്റന്നാൾ പ്രഭാതത്തിന്നു പുറപ്പെടുവാൻ തക്കവണ്ണം നീ ഒരുങ്ങിനിന്നുകൊൾക.

തന്നെ ഗംഗാസ്നാനം കഴിച്ചു പരിശുദ്ധയാക്കേണ്ടതിന്നു നമ്പൂരിപ്പാടുകൂടി ഒരുമിച്ചു പുറപ്പെടുവാൻ നിശ്ചയിച്ചിരിക്കുന്നു എന്നു കേട്ടപ്പോൾ കൊച്ചമ്മാളുവിന്റെ മനസ്സിൽ ഉണ്ടായ സന്തോഷം ഉള്ളിൽ നിറഞ്ഞു ജലപ്രായേണ കണ്ണുകളിൽകൂടി പുറമെ പ്രവഹിച്ചു നമ്പൂരിപ്പാടിന്റെ

കാൽക്കൽ സാഷ്ടാംഗം നമസ്കരിച്ചു വിനീതയായി തൊഴുതു ഇവൾ തൊണ്ട വിറച്ചുകൊണ്ടു പതുക്കെ പറഞ്ഞു: “മഹാപാപം ഭുജിച്ചു ലോക നിന്ദ്യയായി അഗതിയായ അടിയന്റെ സകല പാപങ്ങളും നശിച്ചിരിക്കുന്നു. ലോകത്തിൽ ഇനിയും അധികകാലം ജീവിച്ചിരുന്നു നിസ്സാരമായ പ്രപഞ്ചസുഖം അനുഭവിക്കണമെന്നു അടിയനു അശേഷം മോഹമില്ല. അറിവില്ലാത്തതിനാൽ പല പ്രകാരത്തിലും ചെയ്തുപോയിട്ടുള്ള പാപങ്ങൾ വേരറുത്തു പരഗതിയുണ്ടാക്കിത്തരേണമെന്നേ ഒരു പ്രാർത്ഥനയുള്ളു. വഴിയിൽനിന്നു മരിച്ചു പോകുന്നതിനു വ്യസനമോ മടങ്ങി എത്തുന്നതിൽ സന്തോഷമോ അടിയന്നു ഇതു രണ്ടും ഇല്ല.' കൊച്ചമ്മാളു ഈ പറഞ്ഞിട്ടുള്ളതു നമ്പൂരിപ്പാടിന്നു വളരെ സന്തോഷമായി. കണ്ണിൽ നിറഞ്ഞു നിൽക്കുന്ന ഹർഷാശ്രുക്കൾ തുടച്ചു ഇടത്തെ കൈകൊണ്ടു യജ്ഞസൂത്രം പിടിച്ചും 'പുത്രീ! നിനക്കു മേൽക്കുമേൽ നന്മയും അന്ത്യത്തിൽ പരഗതിയും സിദ്ധിക്കും' എന്നു പറഞ്ഞു രണ്ടു കൈകൊണ്ടും അവളെ അനുഗ്രഹിച്ചു.

നിശ്ചയപ്രകാരംതന്നെ ഹരിജയന്തൻ നമ്പൂരിപ്പാടും കൊച്ചമ്മാളുവുംകൂടി ഗംഗാസ്നാനത്തിന്നു പുറപ്പെട്ടു ഇവളെ ഇതുവരെ പരിചരിച്ചു വന്നിട്ടുണ്ടായിരുന്ന വൃഷലികൾ രണ്ടുപേരും, വിശ്വസ്തന്മാരും മര്യാദസ്ഥന്മാരുമായ രണ്ടു ഭൃത്യന്മാരും ഇവരുടെ ഒന്നിച്ചുപോയി. ഇവർ മലയാളരാജ്യംവിട്ടു പരദേശത്തു കടന്നു കാവേരിയിൽ സ്നാനംചെയ്തു ശ്രീരംഗം, മധുര മുതലായ പുണ്യക്ഷേത്രങ്ങളിൽ ഒന്നും രണ്ടും ദിവസം താമസിച്ച് ആവഴി രാമേശ്വരത്തു എത്തി. സേതുദർശനവും അവിടെയുള്ള വിശുദ്ധ തീർത്ഥങ്ങളിൽ സ്നാനവും കഴിച്ചു രാമേശ്വരമൂർത്തിയെ വന്ദിച്ചു മൂന്നുദിവസം അവിടെ താമസിച്ചതിൽപിന്നെ നാലാന്നാൾ രാവിലെ അവിടെനിന്നു പുറപ്പെട്ടു പടിഞ്ഞാറെ കടൽക്കരയിൽകൂടി സഞ്ചരിച്ചു ഗോകർണ്ണക്ഷേത്രത്തിൽ എത്തി. അവിടുന്നു വടക്കോട്ടുപോയി. നർമ്മദാ, തപതി മുതലായ നദികൾ കടന്നു, ആ വഴി ദ്വാരകയിൽ എത്തി കുറെദിവസം അവിടെ താമസിച്ചു. പിന്നെ അവിടെനിന്നു പുറപ്പെട്ടു ഹരിദ്വാരം, കുരുക്ഷേത്രം, അയോദ്ധ്യ, ചിത്രകൂടം, പ്രയാഗ എന്നീ വിശിഷ്ട സ്ഥലങ്ങളിലെല്ലാം പോയി തീർത്ഥസ്നാനം, ക്ഷേത്രോപവാസം മുതലായതു കഴിച്ചു ഒടുവിൽ കാശിയിൽ എത്തിച്ചേർന്നു. ഗംഗാസ്നാനംകഴിച്ചു, വിശ്വനാഥക്ഷേത്രത്തിൽ ഭജിച്ച് അനേക സൽക്കർമ്മങ്ങൾ ചെയ്തു ഒരാഴ്ചയോളം അവിടെ താമസിച്ചതിൽപിന്നെ, അവിടെനിന്നു പുറപ്പെട്ടു, മഹാനദിതീരത്തിൽകൂടി വന്നു ജഗന്നാഥക്ഷേത്രത്തിൽ എത്തി. അവിടെ അനേകം സന്ന്യാസികളും ഭിക്ഷുക്കളും വൈരാഗികളും തീർത്ഥയാത്രക്കാരും വന്നു താമസിച്ചിട്ടുള്ള ഒരു താവളത്തിൽ സന്ധ്യസമയം ഇരുവരും ചെന്നുചേർന്നു. ചിലർ സ്വയം പാകംചെയ്തു ഭക്ഷിച്ചും ചിലർ ഉപവസിച്ചും ഓരോ ദിക്കിൽ കടന്ന് പലതും സംസാരിക്കുന്ന കൂട്ടത്തിൽ ആരോ ചിലർ മലയാളഭാഷ സംസാരിക്കുന്നതു നമ്മുടെ ഹരിജയന്തൻ നമ്പൂരിപ്പാടു കേട്ടു. എന്നാൽ വഴി നടന്നു അത്യന്തം ക്ഷീണിച്ചിട്ടുണ്ടാ

യിരുന്നതിനാലും അന്നത്തെ ഉപവാസത്തിനാലും കൊച്ചമ്മാളു ബോധം വിട്ടു ഉറങ്ങിപ്പോയതുകൊണ്ടു മേല്പറഞ്ഞവരുടെ സംസാരം അവൾക്കു കേൾപ്പാനെ കഴിഞ്ഞില്ല. നമ്പൂരിപ്പാടു കിടന്നിട്ടുണ്ടായിരുന്ന സ്ഥലത്തു നിന്നെഴുന്നേറ്റു ഇവരുടെ സമീപത്തുചെന്നു കുത്തിരുന്ന് ഓരോ വർത്ത മാനം ചോദിച്ചു തുടങ്ങി.

നമ്പൂരിപ്പാട്-കൂട്ടരെ നിങ്ങൾ സംസാരിക്കുന്നതു കേട്ടിട്ടു മലയാളിക ളാണെന്നു തോന്നുന്നു. എവിടെയാണ് നിങ്ങൾ? എവിടുന്നാണ് ഇപ്പോൾ വരുന്നത്? എങ്ങട്ടാണു പോവാൻ വിചാരിക്കുന്നത്?

അവരിൽ ഒന്നാമൻ: ഞങ്ങളുടെ രാജ്യം തെക്കേ മലയാളമാണ്. കാശിക്കു പോയിരുന്നു. ഇനി ഈ വഴി രാമേശ്വരത്തുകൂടി പോകണമെ ന്നാണ് താല്പര്യം. നിങ്ങൾ എവിടുന്നാണ്? നിങ്ങളും ഒരു മലയാളിയാ ണെന്നു തോന്നുന്നു.

നമ്പൂരിപ്പാട്: ഇരിക്കട്ടെ. എന്റെ എല്ലാ വർത്തമാനവും ഞാൻ വഴിയെ പറയാം നിങ്ങൾ തെക്കെ മലയാളത്തിൽ എവിടെയാണ്? എത്രകാലമായി പോന്നിട്ട്?

രണ്ടാമൻ: ഞങ്ങൾ പോന്നിട്ടു ഒന്നര സംവത്സരത്തിലധികമായി. നിങ്ങൾ തെക്കേ മലയാളത്തിൽ എവിടെയെല്ലാമറിയും.

നമ്പൂരിപ്പാട്: ഞാൻ തെക്കേ മലയാളത്തിൽ പല ദിക്കിലും അറിയും.

ഒന്നാമൻ: നിങ്ങൾ കനകമംഗലം എന്ന ഒരു പ്രദേശം കേട്ടിട്ടുണ്ടോ?

നമ്പൂരിപ്പാട്: കേട്ടിട്ടും ഉണ്ട്. കണ്ടിട്ടും ഉണ്ട്. അവിടെ പാർത്തിട്ടും ഉണ്ട് നിങ്ങൾ കനകമംഗലക്കാരാണോ?

മൂന്നാമൻ: നിങ്ങൾ കനകമംഗലത്തു എവിടെയെല്ലാമറിയും? പുത്തൻമാളികക്കൽ അറിയുമോ?

നമ്പൂരിപ്പാട്: പുത്തന്മാളികക്കൽ, പുതുക്കോട്ട, മുല്ലത്തൊടി, മണാ ശ്ശേരി, മാണിക്കോത്ത്, ഈ വീടുകളെല്ലാം നല്ലവണ്ണം അറിയും.

ഒന്നാമൻ: ഞങ്ങളുടെ വീട് മണാശ്ശേരിയുടെ സമീപത്താണ്.

നമ്പൂരിപ്പാട്: നിങ്ങളെല്ലാരും കനകമംഗലത്തു ഉള്ളവർതന്നെയൊ? നിങ്ങളുടെ വീട്ടുപേരു എന്താണ്?

മൂന്നാമത്തെ ആൾ: ഞങ്ങൾ മൂന്നാളും കനകമംഗലത്തുതന്നെ യാണ്, നിങ്ങൾ കടവത്തു എന്നൊരു വീടു കേട്ടിട്ടുണ്ടൊ?

നമ്പൂരിപ്പാട്: കേട്ടിട്ടുണ്ട്. രണ്ടു രണ്ടര സംവത്സരം മുമ്പെ ആ വീട്ടിലെ സ്ത്രീയല്ലെ സർവ്വവും ഉപേക്ഷിച്ചു സന്യസിച്ചിട്ടുള്ളത്? നിങ്ങളും ആ സ്ത്രീയും തമ്മിൽ വല്ല സംബന്ധവും ഉണ്ടൊ?

മൂന്നാമത്തെ ആൾ: ഞാൻ അവളുടെ ഭാഗ്യംകെട്ട അമ്മയും ഇവര് കൂടിപ്പിറന്ന ജേഷ്ഠന്മാരുമാണ്. അവൾ പൊക്കളഞ്ഞ വ്യസനംകൊ ണ്ടാണ് ഞങ്ങൾ നാടും വീടും സകലവും ഉപേക്ഷിച്ചു ഇങ്ങിനെ തീർത്ഥ യാത്രചെയ്തു നടക്കുന്നത്. അവളെ ഒരുനോക്കു കണ്ടിട്ടു വേണ്ടിയിരുന്നു എനിക്കു മരിക്കാൻ. ഇതുമാത്രമെ എനിക്കു ഇനിയൊരു മോഹമുള്ളു. (എന്നു പറഞ്ഞു കുമ്പിട്ടിരുന്നു കരഞ്ഞു തുടങ്ങി)

മേൽ പ്രസ്താവിച്ച കൂട്ടരു ആരാണെന്നു എന്റെ വായനക്കാർക്കു ഈ സംസാരം ആരംഭിച്ചപ്പോൾതന്നെ മനസ്സിലായിട്ടുണ്ടെന്നു വരികിലും നമ്പൂരിപ്പാട് ഇപ്പോൾ മാത്രമെ ഇവരെ അറിഞ്ഞിട്ടുള്ളു. ഇവരുടെ പാരവശ്യവും വിഷാദവും കരച്ചിലും കണ്ടിട്ടു ആ മഹാത്മാവിന്നു ഇവരുടെ മേൽ അധികമായിട്ടു കനിവുതോന്നി. അഗതികളായ ഇവരേയും ഒന്നിച്ചു കൂട്ടിക്കൊണ്ടുപോയി തന്റെ രക്ഷയിൽ ഇരുത്തി ഇനിമേൽ നല്ല വഴിക്കാക്കണമെന്നുള്ള വിചാരം കലശലായി. ഇങ്ങിനെ ദയയുള്ള ഒരു മനുഷ്യനെ ഈ മലയാളത്തിൽ കാണില്ല. പരസങ്കടം ഇദ്ദേഹത്തിന്നു കണ്ടു കൂടാത്തതിനാൽ നിരാധാരയായി വ്യസനിച്ചു കൊണ്ടിരുന്ന ആ വൃദ്ധയെ ആശ്വസിപ്പിച്ചു പിന്നെയും വർത്തമാനം ചോദിച്ചു.

നമ്പൂരിപ്പാട്: ആ സ്ത്രീ നിങ്ങളെ ഉപേക്ഷിച്ചു പൊക്കളഞ്ഞതു വിചാരിച്ചാൽ നിങ്ങൾക്കു വ്യസനിപ്പാൻ ഒരു സംഗതിയും ഇല്ലല്ലൊ ദയയും വിഭാഗതയും ഇല്ലാത്ത മക്കളെക്കുറിച്ചു മാതാപിതാക്കന്മാർ വ്യസനിക്കുന്നതല്ലെ വിഡ്ഢിത്തം. ഇങ്ങട്ടു സ്നേഹിക്കുന്നതുകൊണ്ടു എന്താണു പ്രയോജനം?

ഉണിച്ചിരാമ്മ: ഞങ്ങളുടെ നിർഭാഗ്യംകൊണ്ടു തുമ്പില്ലാത്തരം കൊണ്ടും അറിവില്ലായ്മകൊണ്ടും സംഭവിച്ച മഹാപാപം നശിപ്പാൻവേണ്ടി സന്യസിച്ച് അവൾ കാക്കനൂർ മനക്കലെ വലിയ നമ്പൂരിപ്പാടിന്റെ രക്ഷയിൽ ഇരിക്കുന്നു എന്നല്ലാതെ ഞങ്ങളെ ഉപേക്ഷിച്ചു യാതൊരു തോന്ന്യാസത്തിന്നും പോയിട്ടുള്ളതല്ലല്ലൊ. തോന്ന്യാസം ചെയ്തതും ചെയ്യിച്ചതും ഭാഗ്യം കെട്ട ഈ ഞാനും എന്റെ മക്കളും കൂടിയാണ്. അവളെ എന്തിനാണ് വെറുതെ കുറ്റം പറയുന്നത്. അവൾ നന്നായിരിക്കട്ടെ ഈശ്വര! നിങ്ങൾ ആ നമ്പൂരിപ്പാടിനെ അറിയൊ? അദ്ദേഹം സാക്ഷാൽ ദൈവം പോലെയുള്ള ഒരു മനുഷ്യനാണ്.

നമ്പൂരിപ്പാട്: അദ്ദേഹത്തെ ഞാൻ അറിയുമ്പോലെ ഇന്നു ഭൂമിയിൽ യാതൊരാളും അറിയില്ല. ആ സ്ത്രീയെ അദ്ദേഹം ജീവാവസാനം വരെ നല്ലവണ്ണം രക്ഷിക്കാതിരിക്കില്ല.

ഉണിച്ചിരാമ്മ: നിങ്ങൾ എഴുന്നെള്ളിയെടുത്തു ഈയ്യിടയിൽ എങ്ങാൻ കണ്ടിട്ടുണ്ടായിരുന്നുവൊ? എന്റെ മകളെ കൊണ്ടു എന്തു പറഞ്ഞു?

നമ്പൂരിപ്പാട്: അദ്ദേഹത്തിന്നു ഞാനറിയാത്ത യാതൊരു സ്വകാര്യവും ഇല്ല. എനിക്കും അദ്ദേഹത്തിന്നും ഒരു പ്രാണൻ തന്നെയാണ്. ആ സ്ത്രീക്കുവേണ്ടി അദ്ദേഹം എന്തും ചെയ്വാനൊരുക്കമാണ്. അവളെ ഗംഗാസ്നാനം ചെയ്യിപ്പിക്കാൻ വേണ്ടി അദ്ദേഹവുംകൂടി ഒരുമിച്ചു പോന്നിട്ടുണ്ടല്ലൊ.

ഉണിച്ചിരാമ്മ: നിങ്ങൾ അതു എങ്ങിനെ അറിഞ്ഞു. എന്റെ മകൾ ഗംഗാസ്നാനത്തിന്നു പോന്നിട്ടുണ്ടെന്ന്?

നമ്പൂരിപ്പാട്: ഞങ്ങൾ ഒരുമിച്ചാണ് പോന്നതുതന്നെ. പിന്നെ അറിവാൻ വല്ല പ്രയാസവും ഉണ്ടൊ?

ഉണിച്ചിരാമ്മ: (അത്യന്തം ഉൽക്കണ്ഠയോടെ) എന്നാൽ എന്റെ മകൾ

ഇപ്പോൾ ഏതൊരു ദിക്കിലുണ്ടായിരിക്കും? എനിക്കു ഒരുനോക്കു കാണേണ്ടിയിരിക്കുന്നു.

നമ്പൂരിപ്പാട്: കാണണമെങ്കിൽ വളരെയൊന്നും പ്രയാസമില്ല. അവൾ നിങ്ങളുടെ സമീപംതന്നെ എത്തീട്ടുണ്ട്. വേണമെങ്കിൽ ഞാൻ തന്നെ കാട്ടിത്തരാമല്ലോ.

ഉണിച്ചിരാമ്മ: എന്നാൽ നിങ്ങൾക്കു വലിയ ഗുണമുണ്ട്. ദൈവമാണ് നിങ്ങളെ എന്റെ അടുക്കെ അയച്ചത്; ഞാൻ ഈ പെടുന്ന കഷ്ടപ്പാടു കണ്ടിട്ടു. ഇനി ഇന്നു തന്നെ ഞാൻ മരിച്ചാലും വേണ്ടില്ല.

നമ്പൂരിപ്പാട്: അവളെ ഞാൻ നിങ്ങൾക്കു കാട്ടിത്തരാം. പക്ഷേ, നിങ്ങൾ ഒന്നു വേണ്ടതുണ്ട്. വല്ലതും പറഞ്ഞു നിലവിളിക്കില്ലെന്നും നമ്പൂരിപ്പാടിന്റെ കല്പനകേട്ടു മേലാൽ അതു പ്രകാരം നടക്കുമെന്നും ഒരു നിശ്ചയം ചെയ്യേണ്ടിവരും.

ഉണിച്ചിരാമ്മ: കാശി വിശ്വനാഥനാണ, ഈ ഗംഗാതീർത്ഥത്താണ, എന്റെ പൊന്നുമകളാണ, അദ്ദേഹം ഞങ്ങളോടു ഇപ്പോൾ മരിച്ചുകളയണമെന്നു പറഞ്ഞാൽ ഞങ്ങൾ അതിനും കൂടി അശേഷം മടിക്കില്ല.

നമ്പൂരിപ്പാട്: നിങ്ങൾ എന്നാൽ ഇവിടെത്തന്നെയിരിക്കിൻ. ഞാൻ മടങ്ങി വരുന്നവരേയ്ക്കും കണ്ണടച്ചു രാമനാമം ജപിച്ചുകൊണ്ടിരിക്കണം. എന്നാൽ ഒരു നാഴികക്കുള്ളിൽ അവളെ കാണ്മാൻ സംഗതി വരും.

ഉണിച്ചിരാമ്മയും തന്റെ പുത്രന്മാരും അപ്രകാരംതന്നെ നാമം ജപിച്ചുകൊണ്ടിരുന്നു. നമ്പൂരിപ്പാടു മടങ്ങി താൻ മുമ്പുകിടന്നിട്ടുണ്ടായിരുന്ന സ്ഥലത്തേക്കും പോന്നു. അദ്ദേഹം ചെറിയൊരു കൂടാരത്തിന്നുള്ളിൽ ഒരു കമ്പിളിയിൽ കിടന്നുറങ്ങുന്ന കൊച്ചമ്മാളുവിനെ പതുക്കെ വിളിച്ചുണർത്തി ഇപ്രകാരം പറഞ്ഞു: 'പുത്രീ! നീ എഴുനേറ്റിരിക്കൂ. നോം നിന്നോടു സന്തോഷകരമായ ഒരു വർത്തമാനം പറയട്ടെ. നിന്റെ അമ്മയും ജ്യേഷ്ഠന്മാരും ഗംഗാസ്നാനം ചെയ്തു മടങ്ങി ഇവിടെ എത്തീട്ടുണ്ട്. നോം അവരുമായി ഒരു നാഴികനേരത്തോളം സംസാരിക്കയുണ്ടായി. ആ വൃദ്ധയുടെ വാക്കും കരച്ചിലും കണ്ടിട്ടു നമ്മുടെ മനസ്സു അലിഞ്ഞുപോയി. ശാന്തയും വിനീതയുമായ അവളെ രക്ഷിക്കാഞ്ഞാൽ നമ്മുടെ മനസ്സിനു ലേശം സുഖമുണ്ടാകയില്ല. അറിവില്ലായ്കയാൽ ചെയ്തുപോയിട്ടുള്ള പാപങ്ങൾ മുഴുവനും ഇപ്പോൾ നശിച്ചു മനസ്സിന്നു ശുദ്ധിയും പാകതയും വന്നിരിക്കുന്നു. അതുകൊണ്ടു അവരെക്കൂടി ഒന്നിച്ചുകൂട്ടിക്കൊണ്ടുപോയി രക്ഷിക്കണമെന്നാണു നമ്മുടെ ആഗ്രഹം. നീയും ഇന്നുമുതൽ യാതൊരു വെറുപ്പും നീരസവും കൂടാതെ, അവരെ അഭിനന്ദിച്ചു ശുശ്രൂഷിക്കേണ്ടതാണു. മാതാപിതാക്കന്മാരെ ഒരു വിധത്തിലും നമുക്കു ഉപേക്ഷിപ്പാൻ പാടുള്ളതല്ല. അവർ എന്തുതന്നെ ചെയ്താലും നാം അതെല്ലാം സഹിച്ചു ക്ഷമകൊണ്ടും നതികൊണ്ടും അവരെ നല്ല വഴിയിൽ പ്രവേശിപ്പിച്ചു ക്രമപ്രകാരം ശുശ്രൂഷിച്ചു രക്ഷിക്കാതിരുന്നാൽ അതിൽപരമായ മഹാപാപം മറ്റുയാതൊന്നും ഇല്ല. അവർക്കു നമ്മെപ്പോലെ ബുദ്ധിവികാസവും അറിവും വകതിരിവും ഇല്ലെന്നു വരികിലും

അവരെ വിട്ടുകളയുന്നതു വലിയ കഷ്ടമാണ്. അതുകൊണ്ടു നീ നിന്റെ അമ്മയെ അത്യാദരവോടെ സ്വീകരിച്ചു യാതൊരു വൈമുഖ്യവും അപ്രിയവും കാട്ടാതെ ജീവാവസാനംവരെ രക്ഷിച്ചു അമ്മയുടെ അന്ത്യകാലത്തിലെ അനുഗ്രഹത്തിന്നു പാത്രമായിരിക്കണം. ധർമ്മാർത്ഥകാമങ്ങൾക്കു വിരോധംവരാതെ ഐഹികം ഭുജിക്കുന്നതായാൽ അതുതന്നെ അന്ത്യമായ പുരുഷാർത്ഥത്തിനു കാരണമായിരിക്കും. അന്യന്മാർ കേട്ടാൽ രസിക്കാത്തതും അന്യന്മാർ അറിയരുതെന്നു നാം വിചാരിച്ചുവരുന്നതും അന്യന്മാർ നമ്മോടു ചെയ്യുന്നതായാൽ നമുക്കു ഹിതമാവാത്തതും ആയ യാതൊരു പ്രവൃത്തിയും വിചാരിക്കയോ പറകയോ ചേഷ്ടിക്കയൊ ചെയ്യരുതെന്നു ദൃഢമായുറപ്പിച്ചു അനുഷ്ഠിച്ചുവരുന്നതിൽ അധികമായ ഒരു ധർമ്മം ഇഹത്തിൽ യാതൊന്നും ഇല്ലെന്നു നീ വിശ്വസിച്ചുകൊൾക. എന്നാൽ ഇഹത്തിലും പരത്തിലും ഒരുപോലെ സുഖിച്ചിരിപ്പാൻ സംഗതിവരും. ഇതത്രേ ഏറ്റവും രഹസ്യമായ ഉപദേശം. "കൊച്ചമ്മാളുവിനോടു ഇപ്രകാരം പറഞ്ഞു അവളെ ധൈര്യപ്പെടുത്തി നമ്പൂരിപ്പാടു തന്റെ ഭൃത്യരിൽ ഒരുവനെ വിളിച്ചു ഉണിച്ചിരാമ്മയേയും പുത്രന്മാരേയും കൂട്ടിക്കൊണ്ടുവരുവാൻ കല്പനകൊടുത്തു. രാമനാമം ജപിച്ചു കൊണ്ടിരുന്ന ഒരു വൃദ്ധയും രണ്ടു മക്കളും ആണ് എന്നു നമ്പൂരിപ്പാടു അടയാളം പറഞ്ഞുകൊടുത്തതിനാൽ ഭൃത്യനു അവരെ കണ്ടറിവാൻ യാതൊരു വൈഷമ്യവും ഉണ്ടായില്ല. അവൻ കല്പനപ്രകാരം മേൽ പറഞ്ഞ മൂന്നുപേരേയും വേഗത്തിൽ വിളിച്ചുകൊണ്ടുവന്നു. അമ്മയും പുത്രന്മാരും നമ്പൂരിപ്പാടിനെ കണ്ട ക്ഷണത്തിൽ അദ്ദേഹത്തിന്റെ കാല്ക്കൽ വീണു നമസ്കരിച്ചു എഴുനേറ്റു വിനീതന്മാരായി തൊഴുതുംകൊണ്ടുനിന്നു. അപ്പോൾ കൊച്ചമ്മാളുവും ബദ്ധപ്പെട്ടു പുറത്തേയ്ക്കു കടന്നുവന്നു. തന്റെ അമ്മയേയും ജ്യേഷ്ഠന്മാരെയും വന്ദിച്ചു ഉപചാരംചെയ്തു കുശലം ചോദിച്ചു. നമ്പൂരിപ്പാടിന്റെ കല്പനപ്രകാരം ഇവരെല്ലാവരും അദ്ദേഹത്തിന്റെ മുമ്പിൽ നിലത്തിരുന്നു അതിൽപിന്നെ ഉണിച്ചിരാമ്മ ആദ്യംമുതൽ അതുവരെയുള്ള തന്റെ സകല ചരിത്രവും സഹവാസദോഷവും ദുഷ്ക്കർമ്മശക്തിയും അതുനിമിത്തം താൻ അനുഭവിച്ച അനവധി കഷ്ടപ്പാടും ഓരോന്നോരോന്നായി പറഞ്ഞു നമ്പൂരിപ്പാടിനെ ധരിപ്പിച്ചു. ധർമ്മാധർമ്മം അറിയാതെ അകൃത്യം പ്രവർത്തിക്കുന്നതിനാൽ ജനസമുദായത്തിൽ നേരിടുന്ന അത്യാപത്തും അനർത്ഥവും വിചാരിച്ചു ഹരിജയന്തൻ നമ്പൂരിപ്പാടിന്നു വളരെ വ്യസനം ഉണ്ടായി. നമ്പൂരിപ്പാടിന്റെ സമബുദ്ധിയും ശാന്തസ്വഭാവവും ജന്തുവിഷയമുള്ള അനുകമ്പയും മറ്റും കണ്ടിട്ട് ഇവർ അത്യന്തം വിസ്മയിച്ചു, സന്തോഷസമുദ്രത്തിൽ വീണു മുഴുകി കരകാണാതെ വലഞ്ഞുവശായി അന്യോന്യം ഓരോന്നു സംസാരിച്ചുംകൊണ്ട് ഏകദേശം അർദ്ധരാത്രിയോളം കഴിച്ചുകൂട്ടിയതിൽ പിന്നെ എല്ലാവരും അവിടെത്തന്നെ കിടന്നു സുഖമായുറങ്ങി.

നേരം പുലർന്നു വെളിച്ചമായ ഉടനെ നമ്പൂരിപ്പാടും ഇവരും സ്നാനാശനങ്ങൾ കഴിച്ചു സന്തുഷ്ടന്മാരായി അവിടെനിന്നു പുറപ്പെട്ടു, ആ വഴി

സമുദ്രതീരത്തിൽകൂടി സഞ്ചരിച്ചു ഗോദാവരി, കൃഷ്ണ, താമ്രപർണ്ണി മുതലായ നദികൾ ലംഘിച്ച് അനേകം പുണ്യക്ഷേത്രങ്ങളും വിശിഷ്ട സ്ഥലങ്ങളും കണ്ടു രണ്ടാമതും രാമേശ്വരത്തെത്തി കാശീഗംഗകൊണ്ട് രാമേശ്വരനെ അഭിഷേകം കഴിച്ചു സമുദ്രസ്നാനം ചെയ്തു പാപ നിർമ്മോക്ഷം വരുത്തി പരിശുദ്ധന്മാരായി കന്യാകുമാരി വഴിയായി തിരുവനന്തപുരത്തുകൂടി വന്ന് ഒരു സംവത്സരവും പതിനൊന്നുമാസവും കഴിഞ്ഞതിൽപിന്നെ എല്ലാവരുംകൂടി കാക്കനൂർ മനക്കൽ എത്തിച്ചേർന്നു. എത്തിയ ദിവസം തന്നെ കാലഭൈരവപ്രീതിയും പിതൃദേവപ്രസാദവും വരുത്തി. കൊച്ചമ്മാളുവും തന്റെ അമ്മയും ജ്യേഷ്ഠന്മാരും ഹരിജയന്തൻ നമ്പൂരിപ്പാടിന്റെ രക്ഷയിലും വാത്സല്യത്തിലും കുറെ ദിവസത്തോളം മനക്കൽതന്നെ താമസിച്ചു. അതിൽപിന്നെ നമ്പൂരിപ്പാടു വിശേഷമായി ഒരു ഭവനം പണിചെയ്യിച്ച് ആവശ്യമുള്ള സകലസാധനങ്ങളും സംഭരിച്ച് യാതൊരു പരാശ്രയവും കൂടാതെ സുഖമായി നിത്യവൃത്തി കഴിപ്പാൻ മാത്രം കാലത്താൽ ആദായമുള്ള നിലം പറമ്പുകൾ ചാർത്തിക്കൊടുത്തു കൊച്ചമ്മാളുവിനെ ആ ഭവനത്തിൽ പാർപ്പിച്ചു തന്റെ പുത്രിയെപ്പോലെ രക്ഷിച്ചു. ഇവളുടെ ജ്യേഷ്ഠന്മാർ രണ്ടു പേരേയും മനവക ഓരോ കളത്തിലെ കാര്യസ്ഥന്മാരായും നിശ്ചയിച്ചു. അതിന്റെശേഷം അനുരൂപനായ ഒരു ഭർത്താവിന്ന് ഇവളെ കല്യാണം കഴിച്ചുകൊടുക്കണമെന്നുള്ള താല്പര്യത്തോടുകൂടി അതിലേക്കുള്ള ഉത്സാഹമായി.

17

ഭാനുവിക്രമൻ എന്ന യുവരാജാവ്

കുഞ്ഞിശ്ശങ്കരമേനോൻ പോയതിൽപിന്നെ തന്റെ നാമാവസാനത്തിൽ ഉണ്ടായിരുന്ന കുട്ടി എന്ന രണ്ടക്ഷരം ഉപേക്ഷിച്ചു ജാതകസിദ്ധമായ നാമധേയത്തെത്തന്നെ സ്ഥിരമായി അംഗീകരിച്ചുവന്നിട്ടുള്ള ഈ കഥയിലെ പ്രധാന നായികയായ മീനാക്ഷി ആദ്യത്തെ പ്രാവശ്യം തന്നെ മിഡിൽ സ്കൂൾ പരീക്ഷയിൽ അഗ്രാസനം മറ്റാർക്കും കൊടുക്കാതെ ജയം പ്രാപിച്ചു. ഇവൾ തന്റെ പതിമൂന്നാമത്തെ വയസ്സിൽ മേൽ പറഞ്ഞ പരീക്ഷ ബഹുമാനപുരസ്സരം ജയിച്ചിട്ടുള്ളതുകൊണ്ടു അത്യന്തം സന്തുഷ്ടനായ കനകമംഗലം കോവിലകത്തെ വലിയ തമ്പുരാൻ തിരുമനസ്സുകൊണ്ടു ഇരുനൂറ്റമ്പതുറുപ്പിക വിലക്കുള്ള ഒരു കൂട്ടം സ്വർണ്ണ കടകം സ്കൂളിൽവെച്ച് പല മഹാന്മാരും കാൺകെ ഇവൾക്കു സമ്മാനം കൊടുത്തു. ജനസമുദായത്തിൽ നാഗരികവും പരിഷ്കാരവും വർദ്ധിക്കേണ്ടതിന്നു പ്രധാന കാരണമായി നിൽക്കുന്ന സ്ത്രീവിദ്യാഭ്യാസം കനകമംഗലത്തു കഴിയുന്നത്ര പുഷ്ടി വരുത്തേണമെന്നുള്ള അത്യാഗ്രഹത്തിന്മേൽ ഉദാരശീലനായ ഈ തമ്പുരാനവർകൾ കാലംതോറും ഇതിലേക്കു വേണ്ടി അനവധി ദ്രവ്യം ചിലവുചെയ്തുവരിക പതിവായിരുന്നു. പരോപകാരതല്പരനായ ഇദ്ദേഹത്തെപ്പോലെ ഇനിയും ചില മഹാന്മാർ ഇങ്ങിനെയുള്ള സദ്വിഷയങ്ങളിൽ പ്രവർത്തിക്കുന്നതായാൽ മലയാളികളായ നാം അനുഭവിപ്പാനിടവരുന്ന ഗുണാതിരേകം അനിർവ്വചനീയമാകുന്നു. എന്നാൽ ഉയർന്നതരം പരീക്ഷക്കു പഠിക്കത്തക്ക ക്ലാസ്സുകൾ കനകമംഗലം സ്കൂളിൽ ഏർപ്പെടുത്തീട്ടില്ലാതിരുന്നതുകൊണ്ടു മിഡിൽസ്കൂൾ പരീക്ഷ കഴിഞ്ഞതിൽപിന്നെ മീനാക്ഷിയുടെ ഇംഗ്ലീഷ് പഠിപ്പിന്നു കേവലം മുടക്കംവരുമെന്നുതന്നെയായിരുന്നു എല്ലാവരുടെയും മനോവിചാരം. പഠിപ്പിന്നു തരക്കേടുവരുന്ന സംഗതിയെപ്പറ്റി ഇവൾക്കും വളരെ വ്യസനം

ഉണ്ടായി. സൗഭാഗ്യവതിയായ ഇവളെ അന്യദിക്കിൽ അയച്ചു വിദ്യാഭ്യാസം ചെയ്യിക്കുവാൻ ഇവളുടെ രക്ഷിതാക്കന്മാർക്കു അസാമാന്യമായ ധൈര്യക്ഷയവും മടിയും ഉണ്ടായിരുന്നു. വിദ്യാഭ്യാസത്തിന്നുവേണ്ടി ദൂരരാജ്യങ്ങളിൽപോയി അധിവസിച്ചുവരുന്ന കുട്ടികളിൽ അനേകംപേർ ശുദ്ധമേ വികൃതികളും തോന്ന്യാസികളുമായിത്തീരുന്നതു സാധാരണമായി കണ്ടുവരുന്നതുകൊണ്ടും ഇവളെ പറഞ്ഞയക്കുന്ന കാര്യത്തിൽ അനേകം ദുർഘടങ്ങൾ നേരിടുവാൻ ഇടവന്നേക്കാമെന്നു ഭയപ്പെട്ടതുകൊണ്ടും ഇംഗ്ലീഷ് പഠിച്ചില്ലെങ്കിലും വേണ്ടില്ല, അന്യദിക്കിൽ പറഞ്ഞയപ്പാൻ പാടില്ല എന്നുതന്നെയായിരുന്നു പുത്തൻ മാളികക്കൽ ഉള്ള എല്ലാവരുടേയും അഭിപ്രായം. ഈ കാര്യത്തിൽ കുഞ്ഞുകൃഷ്ണമേനോനും അശേഷം മനസ്സുണ്ടായാരുന്നില്ല. എങ്കിലും ഇവളുടെ ഗുണോൽക്കർഷത്തിൽ അത്യന്തം ശ്രദ്ധയും ശുഷ്കാന്തിയും വഹിച്ചുവരുന്ന ഗോപാലമേനോൻ മേല്പറഞ്ഞ പാഠകശാലയിൽ ഒരു ക്ലാസ്സുംകൂടി വെച്ചുകിട്ടുവാൻവേണ്ടി തന്നാൽ കഴിയുംപോലെ ഉത്സാഹിച്ചു നോക്കീട്ടും തല്ക്കാലം അസാദ്ധ്യമാണെന്നു കണ്ടതിന്റെ ശേഷം അതിലെ ഒന്നാം ഉപാദ്ധ്യായിനിയുമായാലോചിച്ച് ഒടുവിൽ ചില ഏർപ്പാടുകൾ ചെയ്തു. മീനാക്ഷിയിൽ അപൂർവമായ വാത്സല്യവും സ്നേഹവും ഉള്ള ഈ ഉപാദ്ധ്യായിനി ഗോപാലമേനോനുമായി ചെയ്ത നിശ്ചയപ്രകാരം ദിവസംപ്രതി പുത്തൻമാളികക്കൽ വന്നു വയിന്നേരത്തെ നാലുമണിമുതൽ ആറുമണിവരെ ഈരണ്ടു മണിക്കൂറുനേരം ഇവളെ അത്യുത്സാഹത്തോടെ പഠിപ്പിച്ചുവന്നു. സുശീലയും സൗമ്യയുമായ ഈ ഉപാദ്ധ്യായിനിയുടെ ശിക്ഷാ നൈപുണ്യവും ഇവളുടെ മഹത്തരമായ ബുദ്ധിഗാംഭീര്യവും അത്യാശ്ചര്യകരമായ ഗ്രഹനശക്തിയും അച്യുതമേനോനിൽനിന്ന് പല പ്രാവശ്യവുമായി സിദ്ധിച്ചിട്ടുള്ള വിലയേറിയ സഹായവും ഇതുകൾ എല്ലാംകൂടി ഇവളെ തന്റെ പതിനഞ്ചാമത്തെ വയസ്സിൽ രണ്ടാമതും ഒരു പരീക്ഷ ജയിപ്പാൻ സംഗതിവരുത്തി സ്ത്രീകൾക്കുവേണ്ടി ഗവർമ്മേണ്ടിൽനിന്നു പ്രത്യേകം നിയമിച്ചു നടത്തിവരുന്ന ഈ ഉയർന്നതരം പരീക്ഷ ജയിച്ചതിന്റെ ശേഷം വ്യുല്പത്തിയും ബുദ്ധിവികാസവും ലൗകിക കാര്യങ്ങളെപ്പറ്റിയുള്ള പരിചയവും വർദ്ധിപ്പിക്കേണ്ടതിനു അച്യുതമേനോൻ മദിരാശിയിൽനിന്നു പലമാതിരി ഇംഗ്ലീഷ് പുസ്തകങ്ങൾ വാങ്ങി കൂടക്കൂടെ ഇവൾക്കു അയച്ചുകൊടുത്തുകൊണ്ടിരുന്നു. ആ വക പ്രബന്ധങ്ങൾ യാതൊരുപേക്ഷയും കൂടാതെ പതിവായി വായിച്ചുവന്നതു നിമിത്തം ഇംഗ്ലീഷ് ഭാഷയെ തെറ്റുകൂടാതെ എഴുതുവാനും ഒരു യൂറോപ്യൻ ഉപാദ്ധ്യായനിയുടെ കീഴിൽ പഠിച്ചു വന്നതിനാൽ ഉച്ചാരണശുദ്ധിയോടുകൂടി വെടിപ്പായി സംസാരിക്കുവാനും സാധാരണ ഗദ്യപുസ്തകങ്ങൾ വർത്തമാനക്കടലാസ്സുകൾ ഇതുകൾ വായിച്ചു താല്പര്യം ഗ്രഹിക്കുവാനും ഇവൾക്കു കാലക്രമേണ വേണ്ടത്തക്ക പാണ്ഡിത്യം സിദ്ധിച്ചു. ഇതുപ്രകാരംതന്നെ സംസ്കൃതഭാഷയിലും സംഗീതത്തിലും

ഇവൾ സാമാന്യം നല്ല വിദുഷിയായിത്തീർന്നു. വിദ്യാഭ്യാസംകൊണ്ടു പരിഷ്കൃതമായ ഇവളുടെ ബുദ്ധിവിശേഷം ശാണോല്ലീഢമായി അത്യന്തം ശോഭാവഹമായ ഒരു ദിവ്യരത്നംപോലെ ഏറ്റവും പ്രകാശമാനമായി വികാസം പ്രാപിച്ചു. യോഗ്യന്മാരിൽ ബഹുമാനവും ഗുരുഭൂതന്മാരിൽ വിനയവും ഭക്തിയും അഗതികളിൽ കരുണയും ആശ്രിതന്മാരിൽ വാത്സല്യവും ധൂർത്തന്മാരിൽ വൈമുഖ്യവും ജീവികളിൽ സമബുദ്ധിയും ഗൃഹഭരണത്തിൽ സാമർത്ഥ്യവും അന്യായമായ ധനവ്യയത്തിൽ വ്യസനവും ആഭരണങ്ങളിൽ ഭ്രമമില്ലായ്മയും അധർമ്മത്തിൽ അതിഭയവും ഇങ്ങിനെയുള്ള സൽഗുണങ്ങൾക്കു ഇവളുടെ ഹൃദയം മനോഹരമായ ഒരു കേളീരംഗമായിത്തീർന്നു. കാഠിന്യം, കാർഷ്ണ്യം, കളവു, കുടിലത ഈ നാലു ദുർഗുണങ്ങൾ സാധാരണ പതിവുപ്രകാരം ഇവളേയും വഷളാക്കിത്തീർക്കണമെന്നുള്ള വിചാരത്തോടുകൂടി അന്തർഭാഗത്തിൽ കടന്നുകൂടുവാൻ വേണ്ടി പഴുതിനോക്കിക്കൊണ്ട് ചുറ്റും നടന്നുകളിക്കുമ്പോൾ ലാവണ്യം അവയെ എത്തിപ്പിടിച്ചു. കാഠിന്യത്തെ കുചദ്വന്ദ്വത്തിങ്കലും, കാർഷ്ണ്യത്തെ തലമുടിയിലും കളവിനെ കണ്ണുകളിലും കുടിലതയെ കേശാഗ്രത്തിങ്കലും ചേർത്തു ബന്ധിച്ചതിനാൽ ഇതുകൾ നാലും ഇവളുടെ ദേഹത്തിന്നു ഭൂഷണങ്ങളായി ഭവിക്കയാണു ചെയ്തിട്ടുള്ളത്. വർണ്ണഹീനമായ കാരിരുമ്പുപോലും രസസമ്പർക്കംകൊണ്ടു സുവർണ്ണമായി കാണപ്പെടുന്നത് നമുക്ക് പ്രത്യക്ഷമായിട്ടുള്ളതാണല്ലൊ. അതുകൊണ്ടു സുഗുണികളിൽ ചേരുന്ന ദുർഗ്ഗുണികളും സുഗുണികളായിത്തന്നെ തീരുമെന്നു വിശ്വസിക്കേണ്ടതാണ്. സപ്തർഷികളുമായുള്ള സഹവാസം നിമിത്തം വാത്മീകിക്കും ഹരിജയന്തൻ നമ്പൂരിപ്പാടിനെക്കൊണ്ടു കൊച്ചമ്മാളുവിന്നും സിദ്ധിച്ചിട്ടുള്ള നന്മകൾ ഇതിന്നു മതിയായ ദൃഷ്ടാന്തങ്ങളാണെന്നു വിശ്വസിക്കുന്നു.

പരനിന്ദ, പരപുരുഷാസക്തി, പരദ്രവ്യാഗ്രഹം, പാരുഷ്യം, പൈശൂന്യം ഇവയിൽ രണ്ടുമൂന്നെങ്കിലും ഇല്ലാത്ത സ്ത്രീകളെ കാണ്മാൻ ഈകാലത്തു വളരെ പ്രയാസമാണ്. സ്ത്രീഗുണം എന്നു പറയപ്പെടുന്നതു സഹജമായും കൃത്രിമമായും ഇരിക്കുന്ന സൗന്ദര്യം ഒന്നുമാത്രമാണെന്നു വിടവൃത്തികളായ ചില പുരുഷന്മാർ വകതിരിവുകൂടാതെ തെറ്റായി ധരിച്ച് വല്ലാതെ അന്ധാളിച്ചുവരുന്നുണ്ട്. വേണ്ടത്തക്ക മര്യാദയും മനഃശുദ്ധിയും ഗുണദോഷജ്ഞാനവും ഇല്ലാത്ത ഒരു സ്ത്രീ എത്രതന്നെ രൂപസൗന്ദര്യമുള്ളവളായാലും മായകുരണ്ഡമായ അവളുടെ സൗഭാഗ്യത്തിനു യാതൊരു വിലയും കൊടുപ്പാൻ പാടില്ലെന്നാണ് ഞാൻ വിചാരിക്കുന്നത്. സ്ത്രീകളുടെ ഗുണങ്ങളിൽ രൂപസൗന്ദര്യം ഈ കാലത്ത് വിശേഷിച്ചും മുഖ്യമായിട്ടുള്ളതും അല്ലെന്നല്ല ഞാൻ വാദിക്കുന്നത്. സൗന്ദര്യം അത്യന്തം വിലയേറിയതുതന്നെ. എങ്കിലും ബുദ്ധിവികാസവും മനഃപാകതയും ഇല്ലാത്ത സ്ത്രീകളുടെ അഴകും മോടിയും അവർക്കും അവരുടെ ഭർത്താക്കന്മാർക്കും അവളിൽനിന്നുണ്ടാകുന്ന സന്താന

ങ്ങൾക്കും എന്നുമാത്രമല്ല അവളുടെ വംശത്തിന്നും രാജ്യത്തിന്നും ഒരുപോലെ അപമാനവും അനർത്ഥവും ഉണ്ടാക്കിത്തീർക്കയാണ് ചെയ്തു കാണുന്നത്. വിവേകശൂന്യന്മാരായ സ്ത്രീകളുടെ സൗന്ദര്യത്തെപ്പറ്റി ഇനിയും ഒന്നുകൂടി പറയാം.

കറയും കാലുഷ്യവും സഹജമായി നില്ക്കുന്ന ചെമ്പുകൊണ്ടു പണിചെയ്തു സ്വർണ്ണംമുക്കി നിറംപിടിപ്പിച്ചു സ്വച്ഛമായികൊണ്ടുനടക്കുന്ന ചില പുതുമാതിരി ആഭരണങ്ങൾ ഈ കാലത്തു പലരും ഉപയോഗിച്ചു വരുന്നത് എന്റെ വായനക്കാർക്ക് ധാരാളം അറിവുള്ളതാണല്ലൊ. ആ വക മുക്കുപണ്ടങ്ങൾ കാഴ്ചയിൽ സ്വർണ്ണാഭരണത്തേക്കാൾ അധികം പ്രകാശമുള്ളതും യോഗ്യതയും ശ്ലാഘ്യതയും ഉള്ള ജനങ്ങളുടെ ദേഹത്തിന്മേൽ കണ്ടാൽ മാറ്റേറിയ ദിവ്യാഭരണങ്ങളാണെന്നുതന്നെ മിക്ക പേരും നിശ്ശങ്കം വിശ്വസിച്ചു അതിശയിച്ചുപോകുന്നതും ഉപയോഗത്തിൽ യാതൊരു വ്യത്യാസവും ഇല്ലെന്ന് അനുഭവരസികന്മാർക്കു ദൃഷ്ടാന്തപ്പെട്ടു വരുന്നതും ആണെങ്കിലും സൂക്ഷ്മഗ്രാഹികളായ മനുഷ്യരുടെ ദൃഷ്ടിയിൽ അതുകൾ കേവലം നിസ്സാരസാധനങ്ങളായിത്തന്നെ ഇരിക്കയാണല്ലൊ ചെയ്യുന്നത്. വസ്തുവിന്റെ ഗുണവും വിലയും അറിഞ്ഞും അറിയാതെയും ഈവക മുക്കുപണ്ടങ്ങളെ കണ്ടുഭ്രമിക്കുന്നതും ഇതുകളിൽ അത്യാസക്തിയും കൗതുകവും കാണിച്ചുവരുന്നതും കേവലം അനുചിതമായിട്ടുള്ളതാണ്. ഗുണദോഷവിചാരം ലേശമെങ്കിലും കൂടാതെ നാഗരികസമ്പന്നമാരായ സതികളാണെന്നു നടിച്ച് അധികപ്രസംഗം കാട്ടി നടു ഞെളിച്ചുംകൊണ്ടു നടക്കുന്ന മിക്ക ഉർവശികളും മേല്പറഞ്ഞ മുക്കുപണ്ടങ്ങളും തമ്മിൽ അനുഭവത്തിൽ യാതൊരു ഭേദവും ഇല്ലെന്നാണ് എന്റെ അഭിപ്രായം. ഉടലിൽ അഴുക്കോ ചേറോ പുരളാതെ സദാ തുടച്ചു മിനുക്കി വർണ്ണപ്പൊടിയിട്ടു വെയിലും തീയ്യും കൊള്ളിക്കാതെ നേരിയ വെള്ളവസ്ത്രങ്ങളിൽ പൊതിഞ്ഞു സൂക്ഷിച്ചുകൊണ്ട് നടക്കുന്നതായാൽ അന്തർഭാഗം അത്യന്തം ജീർണ്ണമായും മലിനമായും ബഹിർഭാഗം അനേകം കൃത്രിമവിലാസങ്ങളെക്കൊണ്ടു കോമളമായും കമനീയമായും ഇരിക്കുന്ന മേല്പറഞ്ഞ രണ്ടു മാതിരി പണ്ടങ്ങളും താല്ക്കാലികമായ മനസ്സന്തോഷത്തിന്നും തൃപ്തിക്കും വേണ്ടപോലെ ഉപയോഗപ്പെടുത്താമെന്നുള്ളതിന്നു സംശയമില്ല. എന്നാൽ പുറമെ കാണപ്പെടുന്ന പ്രകാശവും അനുഭോഗികളുടെ കണ്ണിൽ പൊടിയിടുവാൻ തക്ക രമണീയതയും പരീക്ഷകന്റെ മുമ്പിൽ എത്തുന്നവരയ്ക്കും മാത്രമേ നിലനില്ക്കയുള്ളു. ഉരക്കല്ലിന്മേൽ ഉരച്ചുനോക്കുന്ന ക്ഷണത്തിൽ ഉള്ളിൽ കിടക്കുന്ന സകല ദൂഷ്യങ്ങളും ഒന്നിച്ചു പുറത്തുചാടാതെ ഇരിക്കയില്ല. അപ്പോൾ മാത്രമേ കാര്യത്തിന്റെ യഥാർത്ഥം മുഴുവനും മനസ്സിലാകയുള്ളു. അതുകൊണ്ട് പുറമേയുള്ള ഭംഗിമാത്രം കണ്ടു മോഹിച്ച് ഉള്ളിൽ കറയും കളങ്കവുമുള്ള മുക്കുപണ്ടങ്ങളെ സ്വർണ്ണാഭരണങ്ങളാണെന്ന് അന്ധാളിച്ചു യാതൊരുത്തരും ആലോചനകൂടാതെ വാങ്ങി അവസാനം അബദ്ധക്കുഴിയിൽ

തലകുത്തി വീണുപോകരുതെ. കണ്ടാൽ തിരിച്ചറിവാൻ സാമർത്ഥ്യമി ല്ലെങ്കിൽ അറിവും പരിചയവുമുള്ള ജനങ്ങളോട് അന്വേഷിച്ചിട്ടെങ്കിലും പ്രകൃതാവസ്ഥ മനസ്സിലാക്കേണ്ടതാണ്.

എന്നാൽ അഴകും അഹമ്മതിയും അധികമായി ദീക്ഷിക്കാതെ ഗൃഹ കൃത്യം, ഭർത്തൃശുശ്രൂഷ, ബാലപരിചരണം ഇത്യാദികളിൽ സദാ ശ്രദ്ധ വെച്ചു മാനവും മര്യാദയും വിലയ്ക്കുവില്ക്കാതെ കാലക്ഷേപം ചെയ്തു വരുന്ന ചില സ്ത്രീകളുണ്ട്. അവർ ദാരിദ്ര്യംകൊണ്ടും പലവിധമായ കാര്യ ഗൗരവംകൊണ്ടും ചിലപ്പോൾ ഉപേക്ഷകൊണ്ടും മേൽ പ്രസ്താവിച്ച സുമുഖികളെപ്പോലെ വെടിപ്പും വൃത്തിയും ഇല്ലാത്തവരാണെന്നു വരി കിലും അവരിൽ മിക്കപേരുടേയും പ്രകൃതാവസ്ഥ വിചാരിച്ചാൽ ഇവർ തമ്മിൽ അജഗജാന്തരം വ്യത്യാസമുണ്ടെന്നു ദൃഷ്ടാന്തപ്പെടും. ചേറും ചളിയും നിറഞ്ഞു നിറം കുറഞ്ഞ് അല്പം മലിനമായി കാണപ്പെടുന്നു ണ്ടെങ്കിലും സ്വർണ്ണാഭരണമാണെങ്കിൽ അതു മുക്കുപണ്ടത്തേക്കാൾ നിശ്ച യമായിട്ടും പ്രാധാന്യമുള്ളതായിരിപ്പാനേ പാടുള്ളു. അന്തസ്സിദ്ധമായ യാതൊരു ഗുണവും ഇല്ലാതെ വൃത്തികെട്ട വിരൂപികളാണെങ്കിൽ അവർ ഒരു വസ്തുവിനും കൊള്ളാത്ത മരപ്പണ്ടങ്ങളാണെന്നു ഞാൻതന്നെ സമ്മ തിച്ചുകളയാം. മര്യാദയും വകതിരിവും ഒരുത്തിക്കു സുലഭമായുണ്ടെങ്കിൽ അതുതന്നെയാണ് അവളുടെ പ്രധാന ഗുണമായി ഗണിച്ചു വരേണ്ടുന്നത്. അതൊടുകൂടി അവൾക്കു വേണ്ടത്തക്ക രൂപസൗന്ദര്യവും വെടിപ്പും വൃത്തിയും ഉണ്ടെന്നു വന്നാൽ അവൾ എല്ലാംകൊണ്ടും അത്യന്തം ഭാഗ്യ ശാലിനിയും മാന്യയുമാണെന്നുള്ളതിന്നു യാതൊരു സംശയവും ഇല്ല. അതല്ലാതെ സൗന്ദര്യം ഒന്നുമാത്രമാണ് സ്ത്രീകൾക്ക് പ്രധാന ഗുണ മെന്നു വിചാരിക്കുന്നത് ഏറ്റവും ഭോഷത്വവും അബദ്ധവുമാണെന്നു പറ യാതിരിപ്പാൻ യാതൊരു നിവൃത്തിയും കാണുന്നില്ല.

എന്നാൽ മീനാക്ഷിയുടെ പ്രകൃതമോ ഇതു രണ്ടു പ്രകാരവും അല്ലാ യിരുന്നു. ഇവൾ അന്തർഭാഗത്തിങ്കലും ബഹിർഭാഗത്തിലും നിരന്തരം ഒരുപോലെ പ്രകാശമാനമായി വിലയേറിയ ശുദ്ധ സ്വർണ്ണംകൊണ്ട് അതി മനോഹരമായി പണിചെയ്തു നിറംകാച്ചി യാതൊരു മാലിന്യമോ നിറ ക്കേടോ ബാധിക്കാതെ ഭംഗിയിൽ സൂക്ഷിച്ചുവരുന്ന അപൂർവ്വമായ ദിവ്യാ ഭരണം പോലെ വിദ്യാഭ്യാസംകൊണ്ടും സഹവാസഗുണംകൊണ്ടും സ്വച്ഛമായും പരിഷ്കൃതമായും ഇരിക്കുന്ന അന്തഃകരണങ്ങളോടും അള വില്ലാത്ത കാന്തിപൂരത്തോടും കൂടി ഗുണവാന്മാരും സാരജ്ഞന്മാരുമായ രക്ഷിതാക്കന്മാരുടെ കീഴിൽ ശൈശവം മുതൽക്കേ വളർന്നു വന്നിട്ടുള്ള ഒരു യുവതിയാകുന്നു. ഇവളെപ്പറ്റി ഇതിലധികം പ്രസ്താവിക്കുന്നത് അനാ വശ്യമാണെന്നു കരുതി തല്ക്കാലം കഥാഭാഗത്തിലേക്ക് തന്നെ പ്രവേ ശിക്കാമെന്ന് വിചാരിക്കുന്നു. മീനാക്ഷിക്കു ഇപ്പോൾ പതിനേഴു വയസ്സു പ്രായമായി. താരുണ്യം മതിമറന്നു മദിച്ച് ആപാദചൂഡം അതിസ്പഷ്ട മായി പ്രസരിച്ചു കാമോദ്ദീപനത്തിന്നു കാരണഭൂതങ്ങളായ എല്ലാ അവ

യവങ്ങൾക്കും പ്രായേണ മാധുര്യവും കാലോചിതമായ വളർച്ചയും സൗന്ദര്യവും കൂടിത്തുടങ്ങി കാണികളുടെ മനസ്സിന്നും കണ്ണിന്നും അത്യാനന്ദവും കൗതുകവും ദിവസംപ്രതി വർദ്ധിച്ചു. കാമികളുടെ ഹൃദയം കാമബാണത്തിന്നു ലക്ഷ്യമായിട്ടും ഭവിച്ചു. താരുണ്യവതികളായ സുമുഖികളായ ചില സ്ത്രീകളുടെ മനസ്സിൽ നീരസവും അസൂയയും അങ്കുരിച്ചു വളരുവാനും തുടങ്ങി. യോഗ്യന്മാരും സമ്പന്നന്മാരുമായ അനേകം പുരുഷന്മാർ ഇവളുടെ ഭാര്യാത്വം ലഭിച്ചു കൃതാർത്ഥന്മാരാകേണ്ടതിന്നു രാപ്പകൽ ഭഗീരഥപ്രയത്നം ചെയ്കയായി. ചിലർ ഗോപാലമേനോന്റേയും മറ്റു ചിലർ കുഞ്ഞുകൃഷ്ണമേനോന്റെയും അരികത്തേക്ക് എല്ലാംകൊണ്ടും തരപ്പെട്ട മധ്യസ്ഥന്മാരെ അയച്ചു ഇവളുടെ സംബന്ധത്തെപ്പറ്റി ആലോചിപ്പിയ്ക്കയായി. ഉത്സാഹിച്ചാൽ ഈ കാര്യം സാധിക്കുമോ എന്നും ഗുരുകാരണവന്മാർക്കു അനുകൂലമായിട്ടുള്ളതോ എന്നും അറിവാൻ വേണ്ടി ചിലർ വിശ്വസ്തന്മാരും സമർത്ഥന്മാരുമായ ദൈവജ്ഞന്മാരെ വരുത്തി നിഷ്പ്രസ്താവം രാശിവെപ്പിക്കയായി. ചിലർ അവരവരടെ ഗുരുത്വദേശപ്രകാരം സ്വയംവരപാർവ്വതിയെ ത്രിസന്ധ്യകളിലും ഉപാസിച്ചു സാധ്യാനാമം മനസ്സിൽ ഉറപ്പിച്ചു മന്ത്രസംഖ്യയും അക്ഷരലക്ഷവും ജപിക്കയായി. ഇങ്ങനെ പലരും പലവിധേന ഇവളെ ലഭിക്കുവാൻവേണ്ടി അത്യുത്സാഹം ചെയ്തു വന്നു എങ്കിലും ഇവളുടെ പാണിഗ്രഹണം ലഭിക്കുമെന്നുള്ള വിശ്വാസം ഇവരിൽ മിക്കപേർക്കും ഉണ്ടായിരുന്നില്ല. ഇംഗ്ലീഷ് പഠിച്ചു വലിയ പരീക്ഷയും മറ്റും ജയിക്കാത്തവർക്കു ഇവളെ ഒരിക്കലും സാധിക്കുന്നതല്ലെന്നു വിചാരിച്ചു ചിലർ തങ്ങളെ ചെറുപ്പത്തിൽ ഇംഗ്ലീഷ് പഠിപ്പിക്കാതിരുന്ന മാതാപിതാക്കന്മാരെ വെറുത്തും ശപിച്ചും വ്യസനിച്ചു തുടങ്ങി. ഇംഗ്ലീഷ് പട്ടാണിഭാഷയാണ്; പാതിരിഭാഷയാണ്. പഠിച്ചാൽ ഗുരുത്വം കെട്ടുപോകും. തീണ്ടലും കുളിയും ഉണ്ടാകുകയില്ല എന്നിങ്ങനെ പലതും പറഞ്ഞു പരിഹസിച്ചും ദുഷിച്ചും വന്നിട്ടുണ്ടായിരുന്ന ചില നാടന്മാർ തങ്ങളുടെ കഥയില്ലായ്മയെപ്പറ്റി ഈ കാലത്തു അത്യന്തം വിഷാദിച്ചുകൊണ്ടിരിക്കയായി.

നമ്മുടെ കുഞ്ഞിശ്ശങ്കരമേനോനൊ ഇങ്ങിനെയുള്ള യാതൊരു കുണ്ഠിതമോ ചാഞ്ചല്യമോ ഉണ്ടായിരുന്നില്ല. മീനാക്ഷിക്കു വേണ്ടത്തക്ക വിദ്യാഭ്യാസവും വകതിരിവും ബുദ്ധിവിശേഷവും ഉള്ളതുകൊണ്ടു ഭ്രാതൃസ്നേഹിതനായ തന്നെ ഉപേക്ഷിച്ചു കേവലം ആഭാസനായ ഒരുവനെ അത്ര വേഗത്തിൽ സ്വീകരിക്കയില്ലെന്നും ഇവൾ തന്നെക്കാൾ അധികം യോഗ്യനായ ഒരുത്തന്നെ അംഗീകരിക്കുന്നതാണെങ്കിൽ അതിനെപ്പറ്റി കുണ്ഠിതപ്പെടുവാൻ അവകാശമില്ലെന്നും ദൈവാനുകൂലമുണ്ടെങ്കിൽ ഇവളെ തനിക്കു സാധിക്കാതിരിക്കയില്ലെന്നും ഇദ്ദേഹം ദൃഢമായുറപ്പിച്ചു ധീരനായിരുന്നു. ഇവൾ മിഡിൽസ്കൂൾ പരീക്ഷ ജയിച്ചിട്ടുണ്ടായിരുന്നതിനെപ്പറ്റി ഇദ്ദേഹം ഒരു മംഗലപത്രിക അയച്ചിട്ടുണ്ടായിരുന്നു. അതിനെ അഭിനന്ദിച്ചു ഇവൾ മറുവടിയയച്ചു കണ്ടതിൽപിന്നെ കുഞ്ഞിശ്ശങ്കരമേ

നോൻ മാസത്തിൽ ഒന്നും രണ്ടും കത്തു മീനാക്ഷിക്കു അയച്ചുവരികയും ഇവൾ അതിന്നു യഥായോഗ്യം മറുവടിയയക്കുകയും ചെയ്തു വരുമാറുണ്ടായിരുന്നു. അനുരാഗസൂചകമായ യാതൊരു കത്തുകളും ഇതുവരെ അദ്ദേഹം എഴുതീട്ടുണ്ടായിരുന്നില്ലെന്നു വരികിലും ഇവൾക്കു അസാധാരണമായ സ്നേഹവും വിശ്വാസവും ഇദ്ദേഹത്തിന്റെ മേൽ വർദ്ധിച്ചുവരികയാണു ചെയ്തിട്ടുള്ളത്. മീനാക്ഷിയുടെ സ്നേഹം അനുഭവിക്കത്തക്ക എല്ലാ യോഗ്യതയും കുഞ്ഞിശ്ശങ്കരമേനോനു ഈ കാലത്തു സിദ്ധിച്ചിട്ടും ഉണ്ടായിരുന്നു. ഇദ്ദേഹം മദിരാശി ഹൈക്കോർട്ടിൽ ഏറ്റവും ശ്രുതിപ്പെട്ട ഒരു വക്കീലായിത്തീർന്നു. കാര്യപ്രാപ്തികൊണ്ടും മര്യാദാധിക്യം കൊണ്ടും ജഡ്ജിമാർക്കു ഇദ്ദേഹത്തിനെ ബഹുസ്നേഹമായിരുന്നു. മലയാളത്തിൽ നിന്നു വല്ലവരും വല്ല അപ്പീൽ നമ്പരും അയക്കുന്നതായാൽ ഏതെങ്കിലും ഒരു ഭാഗം കുഞ്ഞിശ്ശങ്കരമേനോൻ വക്കീലാവാതെ ഇരിക്കുമാറില്ല. സിവിൽ വകയായും ക്രിമിനൽ വകയായും വക്കീൽനാമം ഏറ്റു ഇദ്ദേഹം മലയാളത്തിലെ ഡിസ്ട്രിക്റ്റ് കോടതികളിൽ പലപ്പോഴും വരുന്നതുകൊണ്ടും ഏർപ്പെടുന്ന കാര്യത്തിൽ മുക്കാലെ അരക്കാലും താൻ ജയിച്ചു വരാറുള്ളതുകൊണ്ടും കക്ഷികൾക്കു അത്യന്തം തൃപ്തിയും വിശ്വാസവും ജനിക്കത്തക്കവണ്ണം ഉപേക്ഷകൂടാതെ കേസ്സുകൾ നടത്തി വരുന്നതുകൊണ്ടും ഇദ്ദേഹത്തെ കണ്ടുംകേട്ടും പരിചയമില്ലാത്ത ജനങ്ങൾ മലയാളരാജ്യത്തിൽ വളരെ ചുരുക്കംപേർ മാത്രമേ ഉണ്ടായിരുന്നുള്ളു. രണ്ടു സംവത്സരംമുമ്പെ ഒരു പ്രാവശ്യം ഇദ്ദേഹം ഗോപാലമേനോനുവേണ്ടി ഡിസ്ട്രിക് കോടതിമുമ്പാകെ ഒരു വലിയ വ്യവഹാരത്തിൽ ഹാജരായിട്ടുണ്ടായിരുന്നു. ആ സമയം രണ്ടോ മൂന്നോ ദിവസം പുത്തൻ മാളികക്കൽ താമസിക്കുകയും മീനാക്ഷിക്കുട്ടിയുമായി സംസാരിക്കുകയും മദിരാശിയിൽ എത്തിയ ഉടനെ എല്ലാ വിവരത്തിന്നും എഴുത്തയക്കാമെന്നു അന്യോന്യം വാഗ്ദത്തംചെയ്തു പിരികയും ചെയ്തിട്ടുണ്ടായിരുന്നു. ഇങ്ങനെയുള്ള പല സംഗതികൾകൊണ്ടും ആണു തന്റെ ഹിതത്തിന്നു എതിരായി മീനാക്ഷി പ്രവർത്തിക്കയില്ലെന്നുള്ള വിശ്വാസവും ധൈര്യവും കുഞ്ഞിശ്ശങ്കരമേനോനു വന്നിട്ടുള്ളത്. എന്നാൽ ഇദ്ദേഹത്തിന്റെ മനോവിചാരത്തിനു കേവലം ഹാനികരമായിട്ട് ഇതിനിടയിൽ മറ്റൊരു കാര്യംകൂടെ സംഭവിക്കയുണ്ടായി.

കനകമംഗലം കോവിലകത്തെ വലിയ തമ്പുരാനവർകളുടെ ഭാഗിനേയനും ഇനിയത്തെ കിരീടാധിപതിയും ആയ ഭാനുവിക്രമൻ രാജകുമാരൻ ഒരു ദിവസം അവിടുത്തെ വിഷ്ണുക്ഷേത്രത്തിൽ തൊഴാൻവേണ്ടി എഴുന്നെള്ളീട്ടുണ്ടായിരുന്നു. അന്നു മീനാക്ഷിക്കുട്ടിയുടെ പതിനേഴാമത്തെ ജന്മനക്ഷത്രദിവസം ആയിരുന്നതുകൊണ്ടു അവളും തന്റെ അമ്മയോടൊന്നിച്ച് ആ സമയം തൊഴാൻ ചെന്നിട്ടുണ്ടായിരുന്നു. ആഭിജാത്യം കൊണ്ടും, പ്രഭുത്വംകൊണ്ടും പുരുഷോചിതമായ അനേകം ഗുണാതിരേകംകൊണ്ടും വയോരൂപങ്ങളിലുള്ള മാധുര്യംകൊണ്ടും ഇവളുടെ

ഭർത്താവായിരിപ്പാൻ അത്യന്തം അനുരൂപനായ ഈ രാജകുമാരൻ നേത്രാനന്ദപ്രദമായ ഇവളുടെ ലാവണ്യാതിശയവും രമണീയതയും കണ്ടിട്ടു ഇവളിൽ അത്യന്തം സാനുരാഗനായിത്തീർന്നു. ഒരുമിച്ചുണ്ടായിരുന്ന കാര്യസ്ഥൻ കൃഷ്ണൻകുട്ടിപ്പട്ടരോടു ഇവൾ ഏതാണെന്നും എവിടെയാണെന്നും മറ്റുമുള്ള എല്ലാ വിവരവും സ്വകാര്യം ചോദിച്ചു മനസ്സിലാക്കി. ഇവൾ ഗോപാലമേനോന്റെ മരുമകളാണെന്നു കേട്ടപ്പോൾതന്നെ ഇദ്ദേഹത്തിന്റെ മനസ്സിൽ ഒരു തണുപ്പു വ്യാപിച്ചു. കാരണം ഗോപാലമേനോൻ ഈ രാജകുമാരനുമായിട്ടു എത്രയോ സ്നേഹത്തിലും വിശ്വാസത്തിലും ഇരിക്കയാണു ചെയ്യുന്നത്. മീനാക്ഷിയുടെമേൽ തനിക്കു അനുരാഗമുണ്ടെന്നറിഞ്ഞാൽ ഗോപാലമേനോനു അതു വളരെ സന്തോഷകരമായിരിക്കുമെന്നു ഭാനുവിക്രമന്നു നല്ല വിശ്വാസമുണ്ട്. ഇവൾക്കാണ് വലിയ തമ്പുരാൻ തിരുമനസ്സുകൊണ്ടു കനകമംഗലം സ്കൂളിൽവച്ചു രണ്ടു ഹസ്തകടകം സമ്മാനം കൊടുത്തിട്ടുണ്ടായിരുന്നത് എന്നു കൃഷ്ണൻകുട്ടിപ്പട്ടരു പറഞ്ഞപ്പോൾ രാജകുമാരന്റെ മനസ്സിൽ ഉണ്ടായിരുന്ന അനുരാഗം ഉള്ളിൽ കൊള്ളാതായി. 'ഇവളെ സംബന്ധം വെക്കുന്നതിൽ അമ്മാവനും വലിയ സന്തോഷമായിരിക്കും. ഇനി യാതൊരു വൈഷമ്യവും ഇല്ല എന്നു അദ്ദേഹം തീർച്ചപ്പെടുത്തി. ഈ വഴിതന്നെ ഇവളെ കോവിലകത്തേക്കു കൊണ്ടുപോയിക്കളഞ്ഞാലോ എന്നുംകൂടി ഇദ്ദേഹത്തിന്നു മോഹമുണ്ടായിരുന്നു. എങ്കിലും ധൈര്യംവിട്ടു യാതൊന്നും ഇദ്ദേഹം പ്രവർത്തിച്ചില്ല. ക്ഷേത്രപ്രദക്ഷിണം, തീർത്ഥദക്ഷിണ മുതലായതു കഴിച്ചു പ്രസാദവും വാങ്ങി മീനാക്ഷി തന്റെ അമ്മയോടൊന്നിച്ചു സ്വഗൃഹത്തിലേക്കു പോയതിൽപിന്നെ സന്തോഷത്തോടും അനുരാഗത്തോടുംകൂടി ഭാനുവിക്രമൻ കോവിലകത്തേക്കും എഴുന്നെള്ളി. മീനാക്ഷിയുടെ കേശാദിപാദവും പാദാദികേശവും വിചാരിച്ചുവിചാരിച്ചു അന്നത്തെ രാത്രി മുഴുവനും സങ്കല്പസുഖം അനുഭവിച്ചുകൊണ്ടുതന്നെ പുലർത്തിക്കളഞ്ഞു. പിറ്റെന്നാൾ രാവിലെ ഇദ്ദേഹം കോവിലകംവക ഒന്നാം കാര്യസ്ഥനായ മലവാരത്തു തെയ്യൻമേനോനെ ആളയച്ചു വരുത്തി തന്റെ ഈ മനോവിചാരം മുഴുവനും അദ്ദേഹത്തോടു പറഞ്ഞു. പരമാർത്ഥം പറയുന്നതായാൽ ഈ കാര്യം തെയ്യൻമേനോനു അശേഷം ഹിതമല്ലായിരുന്നു. പുത്തൻ മാളികക്കൽ ഉള്ളവരുടെ പ്രതാപവും ഉയർന്ന നടവടിയും മറ്റും കണ്ടിട്ടു തെയ്യൻ മേനവനു വളരെ അസൂയയാണുള്ളത്. എന്നുമാത്രവുമല്ല, തന്റെ മകളായിട്ടു സാമാന്യം നല്ല തേജോഗുണമുള്ള ഒരു പെൺകിടാവുണ്ട്. രാജകുമാരനെ വല്ല വിധത്തിലും ആ പെണ്ണിനു സംബന്ധമാക്കിച്ചാൽ നന്നായിരുന്നു എന്നാണ് ഇദ്ദേഹത്തിന്റെ മുഖ്യമായ താല്പര്യം. അതുകൊണ്ടു മേല്പറഞ്ഞ സംഗതി പ്രസ്താവിച്ചപ്പോൾ ഇദ്ദേഹത്തിന്റെ മനസ്സിൽ അസാമാന്യമായ കുണ്ഠിതം ഉണ്ടായി; എങ്കിലും ഇദ്ദേഹം അതൊന്നും ഒരു ലേശം പുറത്തു കാണിച്ചില്ല. ഈ കാര്യം തനിക്കും വളരെ സന്തോഷമാണെന്നുതന്നെ നടിച്ചു. തെയ്യൻ

മേനോൻ ഈ വിവരം കല്പനപ്രകാരം അന്നുതന്നെ വലിയതമ്പുരാൻ തിരുമനസ്സു ഉണർത്തിച്ച് കാര്യം തെറ്റിച്ചു കളവാൻ പല കൗശലങ്ങളും പ്രയോഗിച്ചു നോക്കി. തല്ക്കാലം അതൊന്നുകൊണ്ടും യാതൊരു ഫലവും ഉണ്ടായില്ല. ഉണ്ണിയുടെ മനോരപ്രാപ്തിക്കു വേണ്ടത്തക്ക എല്ലാ പരിശ്രമവും ഇന്നുതന്നെ തെയ്യൻ ചെയ്യുന്നതു നമുക്കു പൂർണ്ണസമ്മതവും സന്തോഷവും ആണ് എന്നു വലിയ തമ്പുരാൻ വേഗത്തിൽ കല്പന കൊടുക്കയാണ് ചെയ്തത്. തെയ്യൻമേനോൻ ഈ വിവരം ചെറിയ തമ്പുരാനെ അറിയിച്ചു. എന്നാൽ ഇന്നുതന്നെ തെയ്യൻ പുത്തൻമാളികക്കൽ ചെന്നു ഗോപാലമേനോനെ കണ്ടു നമ്മുടെ മനോഹിതം അവനോടു പറഞ്ഞു അവന്റെയും മീനാക്ഷിയുടെയും അന്തർഗ്ഗതം ഇന്നതാണെന്നു സൂക്ഷ്മമായറിഞ്ഞു നാളത്തന്നെ നമ്മുടെ മുമ്പാകെവന്നു വിവരം അറിയിക്കണം' എന്നു രാജകുമാരനും ഇദ്ദേഹത്തോടു കല്പിച്ചു. തെയ്യൻ മേനോൻ തന്റെ മനഃകുണ്ഠിതത്തെ മറച്ചുവെച്ചുംകൊണ്ട് മുഖപ്രസാദത്തോടുകൂടി പുത്തൻ മാളികക്കലേക്കു പതുക്കെ പുറപ്പെട്ടു പോകുന്ന വഴിക്കു തന്റെ മനസ്സുകൊണ്ട് വിചാരിക്കയായി:

'പുത്തൻമാളികക്കൽ ഉള്ളവരുടെ ഭാഗ്യത്തിനു യാതൊന്നും എതിരില്ല. ഉണ്ണിത്തമ്പുരാൻ ആലോചിച്ചുവരുന്ന ഈ സംബന്ധംകൂടി നടക്കുന്നതായാൽ പിന്നെ അവസ്ഥ പറയേണ്ടതേയില്ല. തിരുമനസ്സിൽ ഇങ്ങിനെയൊരു വിചാരം ഉണ്ടായതു ആ പെണ്ണിന്റെ വലിയ സുകൃതംതന്നെ! എല്ലാ ഗുണവും തികഞ്ഞിട്ട് ഇങ്ങിനെ ഒരു യോഗ്യനെ കാണില്ല. രൂപസൗന്ദര്യം കണ്ടാൽ കാമദേവനുംകൂടി നാണിച്ചു തലതാഴ്ത്തിപ്പോകും. പ്രായം നോക്കുക! ഇരുപത്തഞ്ച് ഇരുപത്താറു വയസ്സേ ആയിട്ടുള്ളു. നാളത്തെ മഹാരാജാവ്! ബുദ്ധിശക്തിയും കാര്യപ്രാപ്തിയും വിചാരിച്ചാൽ ഈ മലയാളരാജ്യം മുഴുവനും ഒന്നായിട്ടു രക്ഷിക്കാൻ മതി. ധനത്തിന്റെ വലിപ്പമോ പറയണ്ട. അമ്പതിനായിരം ഈ നിമിഷംകൊണ്ടു വേണമെന്നു വിചാരിച്ചാൽ അദ്ദേഹത്തിന്റെ ഒരു താക്കോലോടു ചോദിച്ചാൽ മതി. പുത്തൻമാളികക്കൽ ഇപ്പോൾ ഓടിട്ടിട്ടേ ഉള്ളു. രണ്ടുകൊല്ലം കഴിഞ്ഞാൽ മുഴുവനും ചെമ്പിടീച്ചു കാണാം. ഗോപാലമേനോന്റെ അന്തർഗ്ഗതം അറിഞ്ഞു ചെല്ലണമെന്നു പ്രത്യേകം കല്പിച്ചിരിക്കുന്നു. എന്താണ് അറിയാനുള്ളത്? ചോദിക്കേണ്ടുന്ന താമസമേയുള്ളു. തിരുമുമ്പാകെ കൊണ്ടുചെന്നു കാഴ്ചവെപ്പാനുംകൂടി ഒരുക്കമുണ്ടാകും. ഗോപാലമേനോന് ഒന്നുകൊണ്ടും മടിക്കാൻ തരമില്ല. പണ്ടാരംവക ഭൂമികൊണ്ടാണ് ഇപ്പോൾതന്നെ ഈ കളിയെല്ലാം കളിക്കുന്നത്. പന്തീരായിരം പറ പാട്ടത്തിന്റെ ഉഭയമാണു ചാർത്തിന്റെ കാലംകഴിഞ്ഞു കിടക്കുന്നത്. അതുപോയാൽ കാണാം കളി. നികുതിയും മിച്ചവാരവും കഴിച്ച് ഇപ്പോൾ കാലത്താൽ പതിനയ്യായിരംപറ നെല്ലു കോവിലകം ഭൂമിയിൽനിന്നു പാട്ടം കിട്ടിവരുന്നുണ്ട്. ചില്ലറയൊന്നും അല്ല. ഇനി ജന്മമായിട്ടുതന്നെ അടക്കാം. ഈ സംബന്ധം നടന്നാൽ ആരാണിനി പാട്ടം ചോദിക്കാൻ പോണത്? ഭാഗ്യവന്മാർക്കു എവിടെയും ഭാഗ്യംതന്നെ.'

തെയ്യൻമേനോൻ ഇങ്ങിനെ പലതും വിചാരിച്ചു മീനാക്ഷിയുടെ ഭാഗ്യത്തെപ്പറ്റി പ്രശംസിച്ചുകൊണ്ടു പുത്തൻമാളികക്കൽ എത്തി. ഗോപാലമേനോൻ ആ സമയം പടിഞ്ഞാറെ പൂമുഖത്തിരുന്നു കരുണാകരൻ നമ്പ്യാരുമായി ചതുരംഗംവെക്കയായിരുന്നു. കളി കഴിഞ്ഞതിൽപിന്നെ സാവകാശത്തിൽ കണ്ടു സംസാരിക്കാമെന്നു നിശ്ചയിച്ചു തെയ്യൻമേനോൻ വന്നപാടു കിഴക്കേ പൂമുഖത്തുണ്ടായിരുന്ന കോച്ചുകട്ടിലിന്മേൽ ചെന്നു കുത്തിരുന്നു ഗോവിന്ദനുമായി ഓരോന്നു സംസാരിച്ചു കൊണ്ടിരിക്കെ കളിയും സമർപ്പിച്ചു ഗോപാലമേനോനും കരുണാകരൻനമ്പ്യാരുംകൂടി പൂമുഖത്തേക്കു വന്നു. യഥായോഗ്യം ആദരിച്ചു കുശലംചോദിച്ചു കുറെ നേരം ഓരോന്നു സംസാരിച്ചതിൽ പിന്നെ വന്ന കാര്യത്തെപ്പറ്റി അന്വേഷിച്ചു. സ്വകാര്യം ഒരു സംഗതിയെക്കുറിച്ച് ആലോചിപ്പാനുണ്ട് എന്നു പറഞ്ഞു തെയ്യൻമേനോൻ അവിടെനിന്ന് എഴുന്നേറ്റു ഗോപാലമേനോനോടും നമ്പ്യാരോടും ഒരുമിച്ചു മുകളിലേക്കു പോയി. മൂന്നുപേരും ഇരുന്നു കഴിഞ്ഞതിന്റെ ശേഷം തെയ്യൻമേനോൻ ചിരിച്ചുംകൊണ്ടു പറഞ്ഞു.

തെയ്യൻമേനോൻ: ചെറിയ തമ്പുരാൻ തിരുമനസ്സിലെ കല്പനപ്രകാരം ഒരു കാര്യംകൊണ്ട് അന്വേഷിപ്പാനാണു ഞാൻ വന്നിട്ടുള്ളത്.

ഗോപാലമേനോൻ: എന്താണെന്നറിഞ്ഞില്ല. പൊളിച്ചെഴുത്തിന്റെ സംഗതികൊണ്ടു പറവാനായിരിക്കാം. എപ്പോഴാണ് അവസരം എന്നുവെച്ചാൽ ഞാൻ ഒരുക്കമാണ്.

തെയ്യൻമേനോൻ: ഇപ്പോൾ ആ സംഗതിക്കുവേണ്ടിയല്ല ഞാൻ വന്നത്. മീനാക്ഷിയുടെ സംബന്ധകാര്യത്തെപ്പറ്റി ആലോചിപ്പാൻ മാത്രമാണ്. വലിയതമ്പുരാൻ തിരുമനസ്സിലേക്കും ഈ കാര്യം വളരെ താല്പര്യമാണ്. ഇത് ഉടനെ നിവൃത്തിക്കണമെന്നാണ് അവിടുന്നും അരുളിച്ചെയ്തിട്ടുള്ളത്.

ഗോപാലമേനോൻ: വിരോധം യാതൊന്നും ഇല്ല. അവളുടെ അച്ഛനോടും അപ്പയോടും ഒന്ന് അന്വേഷിച്ചിട്ടു വേണ്ടപോലെ ചെയ്യാം.

കരുണാകരൻനമ്പ്യാർ: അവളുടെ മനസ്സ് എന്താണെന്ന് അന്വേഷിച്ചറിയണം. ആലോചിച്ച കാര്യം എല്ലാംകൊണ്ടും വളരെ യുക്തംതന്നെ. എന്നാലും വേണം. അവളോടൊന്നന്വേഷിക്കുക.

തെയ്യൻമേനോൻ: എന്നാൽ വേണ്ടപ്പെട്ടവരോടെല്ലാം അന്വേഷിച്ച് ഒരാഴ്ചക്കുള്ളിൽ ഞാൻ വിവരം അറിയിക്കാം.

തെയ്യൻമേനോൻ: ഞാൻ എന്താണു തിരുമുമ്പാകെ ചെന്നുകേൾപ്പിക്കേണ്ടത്.

ഗോപാലമേനോൻ: അതു ഞാൻ പറയേണ്ടതില്ലല്ലൊ. ഞങ്ങൾക്ക് എല്ലാവർക്കും വളരെ സന്തോഷമാണ്. വല്ലതും ഒരു പത്തിരുപതു ദിവസത്തെ ഇടകൂടി വേണ്ടിവരും.

തെയ്യൻമേനോൻ: എന്നാൽ ഞാൻ ഇപ്പോൾ പോട്ടെ. ഈ വിവരം

അവിടെ കേൾപ്പിക്കാം. തഹസീൽദാർക്കും മറ്റും നാളെത്തന്നെ എഴുത്തയക്കുമല്ലൊ. ഒരു എഴുത്തു ഞാനും അയച്ചുകളയാം.

ഗോപാലമേനോൻ: പെരുത്തു നല്ലത്. മറുപടി വന്നതിൽ പിന്നെ നമുക്കു വേണ്ടപോലെ ചെയ്യാം.

അങ്ങിനെതന്നെയാവാമെന്നു നിശ്ചയിച്ചു തെയ്യൻമേനോൻ യാത്രയും പറഞ്ഞു മുകളിൽനിന്ന് ഇറങ്ങി ആ വഴിതന്നെ ചെറിയതമ്പുരാനെ ചെന്നുകണ്ടു വർത്തമാനം മുഴുവനും അറിയിച്ച് അദ്ദേഹത്തിന്റെ ഭവനത്തിലേക്കുപോയി. ഗോപാലമേനോൻ പിറ്റന്നാൾ രാവിലെ രണ്ടു കത്തെഴുതി ഒന്നു കുഞ്ഞികൃഷ്ണമേനോനും മറ്റേത് അച്യുതമേനോനും അയച്ചു. മീനാക്ഷിയോട് അന്വേഷിപ്പാൻവേണ്ടി തന്റെ കനീയസിയായ പാറുക്കുട്ടിയേയും ഏല്പിച്ചു മറുവടി വരുന്നതും കാത്തുകൊണ്ടിരുന്നു.

18

നമ്പൂരിമാരുടെ കഠിനപ്രവൃത്തികളും കുണ്ടുണ്ണിമേനോന്റെ കഷ്ടകാലവും

പുരുഹൂതൻനമ്പൂരിപ്പാടു പുത്തൻമാളികക്കൽ നിന്നു ഇച്ഛാഭംഗ ത്തോടുകൂടെ കോപാന്ധനായി ഇറങ്ങിപ്പോകുന്ന സമയം വഴിയിൽവെച്ചു കുബേരൻനമ്പൂരിപ്പാടുമായി പലതും ആലോചിച്ചിട്ടുണ്ടായിരുന്നു. എങ്കിലും അതുകൊണ്ടൊന്നും തന്റെ മനസ്സിന്ന് ഒരു ലേശം സ്വസ്ഥ തയൊ തൃപ്തിയൊ ഉണ്ടായില്ല. ആലോചിക്കുംതോറും അനേകം മുട ക്കങ്ങളും പ്രയാസങ്ങളും കാണുന്നതുകൊണ്ട് ഇദ്ദേഹത്തിന്നു ആകപ്പാടെ പരിഭ്രമമായി. അന്നത്തെ രാത്രി മുഴുവനും കാര്യാലോചനയിൽ തന്നെ കഴിച്ചുകൂട്ടി ഒടുവിൽ ഒരുവിധമെല്ലാം നിശ്ചയിച്ചുറച്ചു. നേരം പുലർന്ന ഉടനെ പതിവുപ്രകാരം കുളിയും തേവാരവും നിർവ്വഹിച്ചു. ഊണും കഴിച്ചു തന്റെ സ്നേഹിതനെ കാണ്മാൻവേണ്ടി കന്മന മനക്കലേക്കുപോ യി. കുബേരൻനമ്പൂരി ആ സമയം ഇദ്ദേഹം വരുന്നതും നോക്കിക്കൊണ്ടു കുളപ്പുരമാളികയുടെ മുകളിൽ ഇരിക്കയായിരുന്നു. രണ്ടുപേരും ഉടനെ ഒന്നിച്ചുചേർന്ന് അന്യോന്യം കുശലം ചോദിച്ചു. ഒടുവിൽ തങ്ങൾ ആലോ ചിച്ചുവെച്ചിട്ടുണ്ടായിരുന്ന കാര്യത്തെപ്പറ്റി വീണ്ടും സംസാരിപ്പാൻ തുട ങ്ങി.

പുരുഹൂതൻനമ്പൂരി: നമ്മുടെ ശത്രുപക്ഷക്കാരനായ കിട്ടുണ്ണിയെ നോം വിശ്വസിക്കുന്നതായാൽ നമ്മെ ആ വികടൻ കിണ്ടം പിണക്കാതി രിക്കില്ല. അതിനെപ്പറ്റി ഇന്നലെ നോം അത്രയൊന്നും ആലോചിക്കയു ണ്ടായില്ല. അപകടമെല്ലാം നോക്കു പിന്നെയാണു മനസ്സിലായത്.

കുബേരൻനമ്പൂരി: എന്നാൽ ആ ദുർഘടക്കാരൻ പൊയ്ക്കോട്ടെ. നോക്കു സൈരക്കേടിനൊന്നും കഴിയില്ല. കരുവാഴ ഒടുവിൽ എന്താണു നിശ്ചയിച്ചത്.

പുരുഹൂതൻ നമ്പൂരി: കന്മനയുടെ ആഗ്രഹം സാധിക്കണമെങ്കിൽ

മുമ്പിനാൽ ഗോപാലന്റെ അധികപ്രസംഗം വേരറുത്തു കളയണം. അതിനു നോം ചിലതെല്ലാം മനസ്സുകൊണ്ടു നിശ്ചയിച്ചിട്ടും ഉണ്ട്. ഗോപാലൻ ജീവ നോടെ ഇരിക്കുന്നകാലത്തു കന്മനക്കു ആ പെണ്ണിനെ ഒരിക്കലും കിട്ടി ല്ല. അതുകൊണ്ടു കുറെ ദിവസത്തേക്കു നോം ഇവിടെ ഉണ്ടായിരിക്കില്ല.

കുബേരൻനമ്പൂരി: കരുവാഴയുടെ വാശി വല്ലാത്ത വാശിതന്നെ. ഇത്ര യെല്ലാം ബുദ്ധിമുട്ടാൻ നിശ്ചയിച്ചിട്ടുണ്ടോ? നോം ആണെങ്കിൽ ഇതിൽ ഒരു ശതാംശംപോലും ഉത്സാഹിക്കില്ല.

പുരുഹൂതൻനമ്പൂരി: സാധാരണ കാര്യമാണെങ്കിൽ പൊയ്ക്കോട്ടെ എന്നു വെയ്ക്കാമായിരുന്നു. ഇതിൽ അതുപാടില്ല. നമ്മുടെ മുഖത്തു നോക്കി നമ്പൂരാരെ കൂട്ടത്തോടെ അവമാനിച്ച് ആ അധികപ്രസംഗി പറ ഞ്ഞിട്ടുള്ളതു എത്ര വലിയ ധിക്കാരമാണ്! ജാത്യാചാരവും മര്യാദയും വിട്ടു എന്തെങ്കിലും തോന്ന്യാസം പറഞ്ഞാൽ അതു എങ്ങിനെയാണു സഹിക്കുന്നത്? നമ്മുടെ മനസ്സിൽ കത്തിജ്വലിക്കുന്ന കോപാഗ്നിക്കു ആ മുട്ടാളനെ വിറകാക്കി വെക്കാതിരുന്നാൽ അതു നമ്മുടെ ദേഹത്തെതന്നെ ദഹിപ്പിച്ചുകളയും.

കുബേരൻനമ്പൂരി: നമ്പൂരാരുടെ ചൊല്ലും കല്പനയും കേട്ടു ഇതു വരെ നടന്നുവന്നിട്ടുള്ള ഈ ശൂദ്രർക്ക് ഇയ്യിടയിൽ അധികപ്രസംഗം വല്ലാതെ മൂത്തു തുടങ്ങിയിരിക്കുന്നു. നമ്പൂരാരെന്നു പറഞ്ഞാൽ അവ റ്റക്കു വലിയ പുച്ഛമായിട്ടാണു കണ്ടുവരുന്നത്. നോം അവറ്റയുടെ കളി ക്കുട്ടികളെന്നാണ് വിചാരം.

പുരുഹൂതൻനമ്പൂരി: ആ ധൂർത്തന്റെ മുഖത്തു രണ്ടു കൊടു ത്താലൊ എന്നും കൂടി ആ സമയം നോം ആലോചിക്കയുണ്ടായി. ദൈവാ ധീനം കൊണ്ടു നമുക്കു അതിന്നു മനസ്സുവന്നില്ല. പക്ഷേ, ആ രാക്ഷ സൻ തൽക്ഷണം നമ്മുടെ കഥ കഴിക്കുമായിരുന്നു. കന്മന ആ സമയം അവന്റെ കണ്ണു കണ്ടിട്ടുണ്ടായിരുന്നു എങ്കിൽ നിശ്ചയമായിട്ടും പേടിച്ചു പോകുമായിരുന്നു. നമുക്കും സാമാന്യത്തിലധികം പേടിയുണ്ടായി. അതുകൊണ്ടാണു നോം വേഗം ഇറങ്ങിക്കളഞ്ഞത്?

കുബേരൻനമ്പൂരി: എന്തുചെയ്യും? കലിയുഗമല്ലെ കാലം? ഇപ്പൊ ഴത്തെ രാജാവിന്നു നമ്പൂരിയും ചണ്ഡാലനും രണ്ടും സമമാണ്. വായും ആസനവും ഒരുപോലെയാണെന്നു വിചാരിച്ചുവരുന്ന കാലത്ത് ഇതെല്ലാം അനുഭവിക്കയല്ലാതെ നിവൃത്തിയില്ല. തൊപ്പിക്കാർ ഈ രാജ്യം പിടിച്ചട ക്കിയതിനോടുകൂടിത്തന്നെ നമ്പൂരാരുടെ വലിപ്പവും വീര്യവുംഭദ്രംവച്ചു പോയിരിക്കുന്നു.

പുരുഹൂതൻനമ്പൂരി: കന്മന പറഞ്ഞത് ശരിയാണ്. പണ്ടത്തെ കാല ത്തായിരുന്നു ഗോപാലൻ ഇതു പറഞ്ഞതെങ്കിൽ അവന്റെ നാവറുത്തു നായ്ക്കൾക്കിട്ടു കൊടുക്കുമായിരുന്നു. ബ്രാഹ്മണനിന്ദ ചെയ്യുന്ന ശൂദ്രന്നു മനുസ്മൃതിയിൽ വിധിച്ചിട്ടുള്ള ശിക്ഷ നോക്കണ്ടെ? എത്ര വിശേഷമാണ്! കന്മന മനുസ്മൃതി എട്ടാം അദ്ധ്യായം നോക്കീട്ടില്ലെന്നുണ്ടോ?

കുബേരൻനമ്പൂരി: ഒന്നുമുതൽ ഏഴു കഴിഞ്ഞിട്ടല്ലേ എട്ട്. മനുസ്മൃതി എന്നൊരു ശബ്ദം കേട്ടതല്ലാതെ അതു കറുത്തിട്ടൊ വെളുത്തിട്ടൊ എന്നു കൂടി നോക്കൂ നിശ്ചയമില്ല.

പുരുഹൂതൻനമ്പൂരി: നല്ല ശിക്ഷ! കന്മന ഇത്ര മോശക്കാരനാണില്ലെ? കന്മനക്കു സ്മൃതിയും മറ്റും ശീലമുണ്ടെന്നാണ് നോം ഇതുവരെ ധരിച്ചിട്ടുണ്ടായിരുന്നത്. ഇപ്പോളാണ് കന്മനയുടെ ചെമ്പു പുറത്തായത്. ഇരിക്കട്ടെ കന്മന കേട്ടോളു നോം ചൊല്ലാം:

ഏകജാതിർദ്വിജാതിസ്തു വാചാ ദാരുണയാക്ഷിപൻ
ജിഹ്വായാഃ പ്രാപ്നുയാച്ഛേദം ജഘന്യപ്രഭവോഹിസഃ
നാമജാതിഗ്രഹം ത്വേഷാമഭിദ്രോഹേണ കുർവതഃ
നിക്ഷേപ്യോയോമയശ്ശങ്കർജ്വലന്നാസ്യേദശാംഗുലഃ
ധർമ്മോപദേശം ദർപ്പേണ വിപ്രാണാമസ്യകുർവതഃ
തപതമാസേവതോത്തൈലംവക്ത്രേതശ്രോത്രേ ച പാർത്ഥിവഃ

കുബേരൻനമ്പൂരി: നോക്കു ഇതു കേട്ടതും കേൾക്കാത്തതും രണ്ടും ഒരുപോലെയിരിക്കുന്നു. ഒരു ജലപാനം മനസ്സിലായില്ല. വില്പത്തിയുടെ കാര്യം നോക്കു കുറെ പരുങ്ങലാണ്.

പുരുഹൂതൻനമ്പൂരി: വില്പത്തിയുടെ കാര്യത്തിൽ മാത്രമല്ല, എല്ലാ കാര്യത്തിലും കന്മനക്കു പരുങ്ങൽതന്നെ. എന്നാൽ ഇതിന്റെ താല്പര്യം നോം പറയാം. കന്മന കേട്ടോളു: ദ്വിജന്മാരെ ദാരുണമായി അവമാനിച്ചു പറയുന്ന ശൂദ്രന്റെ നാവു ചെത്തിക്കളയണം കാരണം അവൻ നീചാംഗമായ പാദത്തിങ്കൽ നിന്നു ജനിച്ചവനാണ്. ദ്വിജന്മാരുടെ പേരോ ജാതിയൊ ചൊല്ലി നിന്ദാസൂചകമായി വിളിക്കുന്ന ശൂദ്രന്റെ വായിൽ പത്തുവിരൽ നീളമുള്ള ഒരു ഇരുമ്പുകോൽ തീയ്യിലിട്ട്പഴുപ്പിച്ചു പ്രവേശിപ്പിക്കണം. ദർപ്പണത്തോടുകൂടി ബ്രാഹ്മണർക്കു ധർമ്മം ഉപദേശിക്കുന്ന ശൂദ്രന്റെ വായിലും ചെവിയിലും എണ്ണതിളപ്പിച്ചു പകരണം ഇതെല്ലാമാണ് സ്മൃതിയിൽ വിധിക്കപ്പെട്ട ശിക്ഷ.

കുബേരൻനമ്പൂരി: ഇതെല്ലാം ഇക്കാലത്തായിരുന്നു വേണ്ടത്. പക്ഷെ, നോക്കു എത്ര സുഖമായിരിക്കും! ഗോപാലനു നമ്മോടു മിണ്ടാനുദിക്കില്ലായിരുന്നു.

പുരുഹൂതൻനമ്പൂരി: ആ നല്ല കാലമെല്ലാം നമുക്കു കഴിഞ്ഞുപോയി. അയിനെപ്പറ്റി ഇനി വിഷാദിച്ചിട്ടും ഫലമില്ല. നാം ഈ കാര്യത്തിൽ കഴിയുന്നത്ര ഉത്സാഹിക്കണം. അല്ലാഞ്ഞാൽ നമുക്കു വലിയ കുറവാണ്.

പുരൂഹൂതൻ നമ്പൂരി ഇങ്ങനെ പലതും പറഞ്ഞു തന്റെ സ്നേഹിതനെ വിശ്വസിപ്പിച്ച് ഒടുവിൽ യാത്രയും പറഞ്ഞു കരുവാഴമനയ്ക്കലേക്കുപോയി. വയ്ക്കത്തുപോയി വരേണ്ടുന്ന ഒരു കാര്യമുണ്ടെന്നു പറഞ്ഞു പിറ്റേന്നാൾ രാവിലെതന്നെ ഏകാകിയായി അവിടെനിന്നു പുറപ്പെട്ടു കൊച്ചിരാജ്യത്തിൽ പല പ്രദേശങ്ങളിലും പോയി ഒന്നും രണ്ടും ദിവസം

താമസിച്ച് ഒടുവിൽ തൃപ്പൂണിത്തുറയിൽ എത്തി തന്റെ മനോഹിതം സാധിപ്പിക്കുവാൻവേണ്ടി പ്രയത്നം ചെയ്തു. കുബേരൻ നമ്പൂരിയും ഈ അവസരത്തിൽ സ്വസ്ഥനായിരുന്നില്ല. അദ്ദേഹം കനകമംഗലത്തും അതിന്റെ ചുറ്റും പാർത്തുവരുന്ന ജ്യോതിഷക്കാരെ യഥായോഗ്യം കൈക്കൂലികൊടുത്തു സ്വാധീനത്തിൽ വെച്ചു. പുത്തൻ മാളികക്കലേക്കു വേണ്ടി വല്ല രാശിയും വെക്കേണ്ടി വന്നാൽ ഒരു സ്ത്രീ കാരണമായിട്ടു രണ്ടു മഹാബ്രാഹ്മണരുടെ കോപം ഉണ്ടായിട്ടുണ്ടെന്നും അവരെ പ്രസാദിപ്പിക്കാത്തപക്ഷം അനേകം അത്യാപത്തുകൾ നേരിട്ടു കുടുംബം നശിച്ചു തറവാടു മുടിഞ്ഞു പോകുമെന്നും പറയണമെന്നേൽപ്പിച്ചു വേണ്ടത്തക്ക ചട്ടംകെട്ടി തന്റെ സ്നേഹിതൻ മടങ്ങിവരുന്നതുംകാത്തുകൊണ്ടിരുന്നു. അങ്ങിനെയിരിക്കെ കൃതാർത്ഥനായിട്ടു പുരുഹൂതൻനമ്പൂരിയും മടങ്ങി എത്തി. അദ്ദേഹത്തിന്റെ ഒരുമിച്ചു കേശവൻ എന്നൊരു ചെറുപ്പക്കാരനും ഉണ്ടായിരുന്നു. അവൻ അത്യന്തം സമർത്ഥനും ദുരുപായിയും ആയതുകൊണ്ടു പുരുഹൂതൻനമ്പൂരിയുടെ ഉപദേശപ്രകാരം കൊച്ചിശീമക്കാരനാണെന്നു പറഞ്ഞുംകൊണ്ടു പിറ്റേന്നാൾ രാവിലെത്തന്നെ പുത്തൻ മാളികക്കൽ ചെന്നു ഗോപാലമേനോനെ കണ്ട് അദ്ദേഹത്തിന്റെ ഭൃത്യനായിട്ടു താമസിച്ചു. അവിടെയുള്ള എല്ലാ ജനങ്ങൾക്കും ഈ ആഷാഢഭൂതിയുടെ മേൽ ദിവസം പ്രതി വിശ്വാസവും സ്നേഹവും ജനിച്ചു. കാലക്രമേണ ഇവൻ തന്റെ ദുർന്നീതിസാമർത്ഥ്യംകൊണ്ടു ഗോപാലമേനോന്റെ വിശ്വസ്തന്മാരായ ഭൃത്യരിൽ ഒരുവനായിത്തീർന്നു. അവിടേയുള്ള എല്ലാ ഉള്ളുകളികളും സൂക്ഷിച്ചു മനസ്സിലാക്കി കൂടക്കൂടെ പുരുഹൂതൻനമ്പൂരിയെ ഗൂഢമായി ഗ്രഹിപ്പിച്ചു. മീനാക്ഷിയെ കട്ടുകൊണ്ടു പോവാനും ഗോപാലമേനോനെ ചതിപ്പാനും വഴികൾ ആലോചിച്ചു തക്കംനോക്കിക്കൊണ്ടു കേശവൻ ഇങ്ങിനെ ആറുമാസം പാർത്തു. ഇതിനിടയിൽ രണ്ടു മൂന്നു പ്രാവശ്യം ഇവൻ ഗോപാലമേനോനു വിഷം കൊടുപ്പാൻ ശ്രമിച്ചു നോക്കീട്ടുണ്ടായിരുന്നു. എന്നാൽ അദ്ദേഹത്തിന്റെ ഭാഗ്യാധിക്യംകൊണ്ട് അതു ഒരിക്കലും സാധിച്ചില്ല. അന്നപാനാദികളിൽ അദ്ദേഹം അസാധാരണമായി കാണിച്ചു വരുന്ന അതിസൂക്ഷ്മംകൊണ്ടു കേശവന് അടുക്കളയിൽ കടന്നു യാതൊന്നും പ്രവൃത്തിപ്പാൻ അർഹതയില്ലാത്തതുകൊണ്ടും ഭക്ഷണത്തിൽ വിഷം കൊടുപ്പാൻ സാധിക്കുന്നതല്ലെന്ന് ഇവൻ പുരുഹൂതൻ നമ്പൂരിയെ അറിയിച്ചു. മീനാക്ഷിയെ വശീകരിച്ചു കൊണ്ടുപോകുവാൻ വേണ്ടി പുരുഹൂതൻനമ്പൂരി കൊടുത്തേല്പിച്ചിട്ടുണ്ടായിരുന്ന പലമാതിരി ചൂർണ്ണങ്ങളും യന്ത്രങ്ങളും സകലവും പ്രയോഗിച്ചുനോക്കീട്ടും ഒരു ഫലവും ഉണ്ടായില്ല. ആകപ്പാടെ ഇവന്നു മനസ്സു മടുത്തു എങ്കിലും നമ്പൂരിപ്പാടു വാഗ്ദത്തം ചെയ്തിട്ടുള്ള പ്രതിഫലം മോഹിച്ച് ഇവൻ പിന്നെയും വഴികൾ ആലോചിക്കയായി.

ഗോപാലമേനോൻ രാത്രിയിൽ ഊണുകഴിച്ച് അറയിലേക്കു പോയാൽ കുറേശ്ശ മുന്തിരിങ്ങാപ്പഴം പതിവായി ഭക്ഷിച്ചുവരാറു

ള്ളതുകൊണ്ടു കട്ടിലിന്റെ ചുവട്ടിൽ ഒരു പിഞ്ഞാണബ്ഭരണിയിൽ മുന്തിരിങ്ങ സൂക്ഷിച്ചിട്ടുള്ളതും താൻതന്നെ ആ ഭരണിയിൽ കയ്യിട്ടു മുന്തിരിങ്ങാ എടുത്ത് ഭക്ഷിക്കുന്നതും കേശവൻ സൂക്ഷിച്ചു കണ്ടു മനസ്സിലാക്കി. ആ വിവരം ഗൂഢമായിട്ട് ഒരുനാൾ പുരുഹൂതൻനമ്പൂരിയെ അറിയിച്ചു. താൻ വിചാരിച്ചുവരുന്ന കാര്യം എളുപ്പത്തിൽ സാധിക്കുവാൻവേണ്ടി അദ്ദേഹം ഒരു കുറവനെ സ്വാധീനത്തിൽവച്ച് എവിടുന്നോ ഒരു കൃഷ്ണസർപ്പത്തെ പിടിപ്പിച്ചു. അതിൽ പിന്നെ അതിനെ ഒരു പളുങ്ക് കുപ്പിയിലാക്കി അടച്ചു. ഒരുനാൾ രാത്രി പതുക്കെ അതിനെക്കൊണ്ടന്ന് ആരും കാണാതെ കേശവന്റെ കയ്യിൽ കൊടുത്തേല്പിച്ചു. അവൻ അതിനെ അന്നത്തെരാത്രി തന്റെ പെട്ടിയിൽവെച്ചു സൂക്ഷിച്ചു. പിറ്റേന്നാൾ രാവിലെ ഗോപാലമേനോൻ എഴുന്നേറ്റു പുറത്തേക്കുപോയ തരംനോക്കി കേശവൻ തന്റെ പെട്ടിതുറന്നു പാമ്പിനെ എടുത്തു നിശ്ശബ്ദം മുകളിലേക്കു കയറി മെല്ലെ അറയിൽ കടന്നു മുന്തിരിങ്ങ ഏകദേശം ഒഴിഞ്ഞുതുടങ്ങീട്ടുണ്ടായിരുന്ന ഭരണിയുടെ മൂടിയെടുത്തു കുപ്പിയിൽനിന്നു പാമ്പിനെ ഒരു വിധേന അതിലാക്കി അടച്ചു മുമ്പത്തെ ദിക്കിൽതന്നെ എടുത്തുവെച്ച് ഒന്നും അറിയാത്ത ഭാവത്തിൽ തന്റെ പ്രവൃത്തിക്കു നേരെ പോയി. ഗോപാലമേനോന്റെ കാര്യം അന്നത്തെ രാത്രികൊണ്ടുതന്നെ കലാശിച്ചു പോകുമെന്നും നമ്പൂരിപ്പാടു കൊടുക്കാമെന്നു നിശ്ചയിച്ച നൂറുറുപ്പികയും വാങ്ങി പിറ്റേന്നാൾതന്നെ സ്വരാജ്യത്തിലേക്കു പൊയ്ക്കളയാമെന്നും കേശവൻ മനോരാജ്യം വിചാരിച്ചു സന്തോഷിച്ചുകൊണ്ടിരുന്നു. ഇവൻ ഇത്ര വഞ്ചകനും കഠിനനുമാണെന്നു നമ്മുടെ ഗോപാലമേനോൻ സ്വപ്നേപി ധരിച്ചിട്ടുണ്ടായിരുന്നില്ല.

അദ്ദേഹം അന്നുരാത്രി ഊണും കഴിച്ചു പതിവുപ്രകാരം കിഴക്കേ പൂമുഖത്തിരുന്നു. ഒരിക്കൽ മുറുക്കി മുകളിലേക്കു പോവാൻ ഭാവിച്ചു കൊണ്ടിരിക്കെ ഗോവിന്ദൻ പൂമുഖത്തേക്കു കടന്നുചെന്നു. അവർ തങ്ങളിൽ എന്തോ സംസാരിക്കുന്ന മദ്ധ്യേ ഗോപാലമേനോൻ ഇരുന്നതിന്റെ നേരെ തെക്കുവശത്തുനിന്ന് അത്യുച്ചത്തിൽ ഒരു ഗൗളി ശബ്ദിച്ചുതുടങ്ങി. ഗോവിന്ദൻ ഉടനെ നിമിത്തഫലം സൂക്ഷിച്ച് അല്പം കുണ്ഠിതത്തോടെ തന്റെ യജമാനനോടു പറഞ്ഞു: ഇന്നത്തെ രാത്രിയിൽ അത്യന്തം കഠിനമായ ഒരു അത്യാപത്തു സംഭവിപ്പാൻ പോകുന്നു എന്ന് ഈ ഗൗളി വിളിച്ചു പറയുകാണു ചെയ്യുന്നത് ഗോപാലമേനോൻ ഇതുകേട്ടു ഗോവിന്ദനെ കുറെ പരിഹസിച്ചു: 'ഈ വകയിലുള്ള വിശ്വാസം ഗോവിന്ദന് ഇനിയും തീർന്നിട്ടില്ലെ? ഗൗളി ശബ്ദിക്കുന്നതിന്നും, കാക്ക കരയുന്നതിന്നും, കൂമൻ മൂളുന്നതിന്നും, മറ്റും അർത്ഥമുണ്ടെന്നു പഴയ പെണ്ണുങ്ങളെപ്പോലെ വിഡ്ഢിത്വം പറയുന്ന നിന്നോട് എന്താണു ഞാൻ ഉത്തരം പറയേണ്ടത്? വിശേഷബുദ്ധിയില്ലാത്ത ഈ ജന്തുക്കൾക്കു ദീർഘദർശിത്വം ഉണ്ടെന്നു വൃഥാ അന്ധാളിച്ചു പല ഭോഷത്വവും പ്രവൃത്തിച്ചു വരുന്ന ബുദ്ധിഹീനന്മാരുടെ കൂട്ടത്തിൽ നീയ്യും ചേർന്നിട്ടുള്ളതു വിചാ

രിക്കുമ്പോൾ എനിക്കു വല്ലാതെ ചിരിവരുന്നു. ഗോപാലമേനോൻ ഇങ്ങിനെ പറഞ്ഞു ഗോവിന്ദനെ പരിഹസിക്കുന്നമദ്ധ്യേ രണ്ടു വൈരാഗികൾ കയറിവന്നു. കെട്ടും ഭാണ്ഡവും കോലായിൽ ഇറക്കിവെച്ചു അവർ തങ്ങളുടെ കൈവശമുള്ള പുലിത്തോലെടുത്തു നിലത്തിട്ട് അതിൽ ഇരുന്നു. രണ്ടുപേരും ഇരുന്നുകഴിഞ്ഞ ഉടനെ അവരിൽ ഒരാൾ വല്ലാത്ത പരിഭ്രമത്തോടുകൂടി നാലുഭാഗത്തു തിരിഞ്ഞും മറിഞ്ഞും നോക്കിത്തുടങ്ങി. ഈ ഭവനത്തിൽ എവിടെയോ അതിഭയങ്കരനായ ഒരു കൃഷ്ണസർപ്പം ഇരിക്കുന്നുണ്ട്' എന്നു തന്റെ സ്നേഹിതനോടു ഹിന്തുസ്താനിയിൽ പറഞ്ഞു. ഇതു കേട്ടപ്പോൾ ഗോപാലമേനോനും ഗോവിന്ദനും പരിഭ്രമം കലശലായി. ഉടനെ ഗോപാലമേനോൻ വൈരാഗിയുടെ മുഖത്തുനോക്കി ഹിന്തുസ്താനിഭാഷയിൽ ഇപ്രകാരം പറഞ്ഞു: 'ഇവിടെ ഒരു കൃഷ്ണസർപ്പം ഉണ്ടെന്നു നിങ്ങൾ സംസാരിക്കുന്നതുകേട്ടു. അത് ഉണ്ടാവാൻ പാടില്ലെന്നാണ് എന്റെ വിശ്വാസം. ഈ രാജ്യത്തുതന്നെ കൃഷ്ണസർപ്പം ഇല്ല. അതിലും വിശേഷിച്ച് ഈ തൊടിക്കകത്ത് ഇതിൽ കീഴ് പാമ്പിനെ കണ്ട ഓർമ്മയും ഇല്ല'. വൈരാഗി അപ്പോൾ ചിരിച്ചുംകൊണ്ടു പറഞ്ഞു: 'ഇവിടെ നിശ്ചയമായിട്ടും ഒരു കൃഷ്ണസർപ്പം ഉണ്ട്. എന്റെ ലക്ഷണം ഒരിക്കലും പിഴക്കില്ല. ഞാൻ അതിനെ ഇപ്പോൾ നിണക്കു കാട്ടി ബോദ്ധ്യപ്പെടുത്തിത്തരാം' എന്നു പറഞ്ഞു തന്റെ കെട്ടിൽനിന്നു ഒരു കുഴലെടുത്തു ഊതിത്തുടങ്ങി. മറ്റെ വൈരാഗി അപ്പോൾ വലിയൊരു വടിയും കയ്യിൽ എടുത്തു പാമ്പിന്റെ വരവുംനോക്കി സന്നദ്ധനായി നിന്നു. ഇവരുടെ അപ്പോഴത്തെ മുഖഭാവവും തിരക്കും കണ്ടാൽ പാമ്പു അവരുടെ അടുക്കെ ഉണ്ടെന്നു തന്നെ വിശ്വസിച്ചുപോകും. കുറെ നേരത്തോളം കുഴലൂതി നോക്കീട്ടും സർപ്പം വരുന്നതുകണ്ടില്ല. വൈരാഗികൾക്കു പരിഭ്രമം കലശലായി. സർപ്പം പുറത്തെങ്ങുമില്ല. ഇവിടുത്തെ മുറികളിൽ എവിടെയോ ഉണ്ട്. അതു ഇന്നു ഒരാളെ കടിച്ചു മൃതി വരുത്താതെ ഇരിക്കില്ല. ഒരു വിളക്കു കൊളുത്തു. അതു എവിടെയുണ്ടെന്നു നോക്കിക്കാണണം എന്നു പിന്നെയും പറഞ്ഞു.

സർപ്പം അകത്തു എവിടെയോ ഉണ്ടെന്നു കേട്ടപ്പോൾ എല്ലാവരുടെ മനസ്സിലും പേടിയും പരിഭ്രമവും വർദ്ധിച്ചു. അകത്തുള്ള സ്ത്രീകളുടെ കാര്യം എടുക്കാനുംതൊടാനും ഇല്ല. ചുറ്റിയ വസ്ത്രത്തിന്റെ ഉള്ളിലും കൂടി പാമ്പുണ്ടെന്നു ശങ്കയായി. ഗോവിന്ദൻ ഉടനെ ഒരു ചങ്ങലവട്ടയിൽ രണ്ടു മൂന്നു വണ്ണമുള്ള തിരിയിട്ടു തീ കൊളുത്തിക്കൊണ്ടുവന്നു. മുൻപറഞ്ഞ വൈരാഗിയും ഗോപാമേനോനും ഗോവിന്ദനുംകൂടി പാമ്പിനെ തിരഞ്ഞുംകൊണ്ടു അകത്തേക്കു കടന്നു. മറ്റേ വൈരാഗി കോലായിലും ഇരുന്നു. കീഴ്ഭാഗമുള്ള അറകളും മുറികളും കട്ടിലും കസേരയും എന്നു വേണ്ട സകലവും ഓരോന്നോരോന്നായി പരിശോധിച്ചു. പാമ്പും ഇല്ല. പന്നിക്കുട്ടിയും ഇല്ല. അദ്ധ്വാനിച്ചതുമാത്രം ഫലം. എല്ലാവർക്കും ബുദ്ധിമടുത്തു. അന്ധതയുടെ മുതുതലയെന്നു വിചാരിച്ചു തുടങ്ങി. കഞ്ചാവിന്റെ

ലഹരി മാറുന്നതുവരെ നോക്കി നടക്കും എന്നു പാറുക്കുട്ടി നാണിയമ്മ യുടെ ചെവിട്ടിൽ മന്ത്രിച്ചു. വൈരാഗിയെ മനസ്സുകൊണ്ടു പരിഹസിക്ക യായി. എന്നിട്ടും വൈരാഗി മടങ്ങിക്കളവാനല്ലഭാവം. പാമ്പു മുകളിലെ ങ്ങാനുണ്ട് ഇവിടുത്തെ അകത്തു പാമ്പില്ലെങ്കിൽ ഞാൻ മനുഷ്യനല്ല എന്നും മറ്റും ഉറപ്പു പറഞ്ഞു മറ്റുള്ളവരെ ഉത്സാഹിപ്പിച്ചു. ഒടുവിൽ ഇവർ മുകളിലേക്കു കയറി. രണ്ടുമൂന്നു മുറികൾ അവിടെയും പരിശോധിച്ചു നോക്കി. ഗോപാലമേനോന്റെ അറയുടെ നേരെ എത്തിയപ്പോൾ വൈരാ ഗിക്കു തിരക്കും ഉത്സാഹവും വർദ്ധിച്ചു. പാമ്പു ഇതിന്റെ ഉള്ളിലുണ്ട് എന്നു തീർച്ചപറഞ്ഞു. ഗോപാലമേനോൻ വൈരാഗിയുടെ അന്ധത്വം ഓർത്തു ചിരിച്ചുംകൊണ്ടു വാതിൽ തുറന്നുകൊടുത്തു. ഗോവിന്ദനും വൈരാഗിയും കൂടി അറയിലേക്കു കടന്നു. കട്ടിൽ, കിടക്കകൾ, വിരി, പുല്പായ്, തലയണ മുതലായവ മുഴുവനും തിരിച്ചും മറിച്ചും നോക്കി. പാമ്പിനെ ഒരു ദിക്കിലും കണ്ടില്ല. ഗോപാലമേനോനു മാത്രമല്ല വൈരാ ഗിക്കും മനസ്സു മുഷിഞ്ഞു. എങ്കിലും അദ്ദേഹം ഒടുവിൽ അവിടെ ഇരുന്നു അതിമധുരമായി നാഗസ്വരം ഊതിത്തുടങ്ങി. അപ്പോൾ മുൻപറഞ്ഞ പിഞ്ഞാണഭരണിയിൽനിന്നു കിട-കിട-കിട ഇങ്ങിനെ ഒരു ശബ്ദം പുറ ത്തുവന്നു. ഞാൻ പറഞ്ഞതു ഇപ്പോൾ എങ്ങിനെ? പാമ്പിതാ ഈ ഭര ണിയിൽ എന്നു പറഞ്ഞ് വൈരാഗി ഭരണി എടുത്തു അറയിൽ നിന്നു പുറത്തുകടന്നു. ഗോപാലമേനോന്റെ മനസ്സിൽ എന്നിട്ടും വന്നില്ല നല്ല വിശ്വാസം. താൻ പൂട്ടിവരുന്ന അറയിൽ മൂടിയിട്ടു സൂക്ഷിച്ചിട്ടുള്ള ഭരണി യിൽ പാമ്പു കടന്നുകൂടുവാൻ ഇടയില്ലെന്നു തന്നെയായിരുന്നു ഇദ്ദേഹ ത്തിന്റെ വിചാരം. എങ്കിലും വൈരാഗിയുടെ അന്ധത്വം കാണാമല്ലൊ എന്നു കരുതി ഗോപാലമേനോനും അദ്ദേഹത്തിന്റെ ഒരുമിച്ചുതന്നെ മുക ളിൽ നിന്നിറങ്ങി പൂമുഖത്തു വന്നുനിന്നു ഭരണി കൊണ്ടന്നു കോലാ മേൽ വെച്ചു. അവിടെ ഇരുന്നു വൈരാഗി പതുക്കെ അതിന്റെ മൂടിയെടു ത്തു. തൽക്ഷണം അതിൽനിന്നു ഒരു കൃഷ്ണസർപ്പം പുറത്തേക്കു ചാടി ഫണം വിടർത്തി. തീപ്പൊരി ചിതറുമാറു കണ്ണുകൾ മിഴിച്ചു വൈരാഗി യുടെ നേരേ അടുത്തു. അദ്ദേഹം ഒരു ഔഷധം എടുത്തു അതിനു നേരെ കാട്ടി. പാമ്പു ഫണം ചുരുക്കി കണ്ണുകൾ ചിമ്മി രജ്ജുഖണ്ഡം പോലെ നിലത്തുകിടന്നു. അതിൽപിന്നെ വൈരാഗി അത്യത്ഭുതംകൊണ്ടും ഭയം കൊണ്ടും ബുദ്ധിഭ്രമിച്ചു തന്നെത്താൻ മറന്നുനില്ക്കുന്ന ഗോപാലമേ നോന്റെ മുഖത്തു നോക്കി ചിരിച്ചുംകൊണ്ടുപറഞ്ഞു.

'ഇന്നു രാത്രിയിൽതന്നെ ഈ സർപ്പം നിന്റെ ജീവഹാനി വരുത്തു മായിരുന്നു. എന്നാൽക ഭാഗ്യാതിരേകംകൊണ്ടു നീ ഈ ക്രൂരജന്തു വിൽനിന്നു രക്ഷപ്പെട്ടു. ഇയ്യിടയിൽ രണ്ടു ബ്രാഹ്മണർ ഒരു കന്യക നിമിത്തം നിന്റെ പരമവിരോധികളായിത്തീർന്നിട്ടുണ്ട്. അവർ നിന്നെ കൊല്ലുവാൻ വേണ്ടി ഇതുപോലെ പലതും ഇനിയും പ്രവർത്തിപ്പാൻ ഒരുങ്ങിനില്ക്കുന്നുണ്ട്. എന്നാൽ അവർ എന്തുതന്നെ ചെയ്താലും

അതൊന്നും നിനക്കു ഒരുലേശം ഫലിക്കില്ല. ദൈവം നിനക്കു ഏറ്റവും അനുകൂലമാണ്. നിന്റെ ജീവഹാനിയെ കാംക്ഷിച്ചു ശത്രു പ്രേരിതനായ ഈ കൃഷ്ണസർപ്പം ഇന്നു മുതൽ നിന്റെ പരമ മിത്രമായിട്ടു ഇവിടെ പാർത്തു നിന്റെ ജീവരക്ഷയെ ചെയ്യും എന്നു പറഞ്ഞു എന്തോ ഒരു ചൂർണ്ണം എടുത്ത് ആ സർപ്പത്തിന്റെ മേൽ ചിതറി. സർപ്പം ഉടനെ കണ്ണു തുറന്നു ഫണം വിടർത്തി ഗോപാലമേനോന്റെ മുഖത്തു കുറേനേരം സൂക്ഷിച്ചു നോക്കി. വൈരാഗികളെ ഒന്നു പ്രദക്ഷിണം ചെയ്തു പതുക്കെ ഇഴഞ്ഞ് മുറ്റത്തിറങ്ങി ആ വഴി കിഴക്കേ കണ്ടത്തിലേക്ക് കയറിപ്പോയി.

ഗോപാലമേനോൻ വൈരാഗികളുടെ കാല്ക്കൽ സാഷ്ടാംഗം വീണു നമസ്കരിച്ചു. ജീവികളിൽ സമത്വവും പ്രാപഞ്ചിക സുഖാനുഭൂതിയിൽ വിരക്തിയും ദൃഢമായി ദീക്ഷിച്ചു വരുന്ന മഹാനുഭാവന്മാരായ നിങ്ങളുടെ കാരുണ്യത്താൽ ഞാൻ ഇന്നു കാലസർപ്പത്തിൽനിന്ന് രക്ഷിക്കപ്പെട്ടു എന്നിങ്ങനെ പറഞ്ഞും കൊണ്ടു എഴുനേറ്റു തൊഴുതു നിന്നു. വൈരാഗികൾ രണ്ടുപേരും അവിടെനിന്നു എഴുനേറ്റു ഗോപാലമേനോന്റെ ശിരസ്സു തൊട്ടു മൂന്നുപ്രാവശ്യം അനുഗ്രഹിച്ചു തങ്ങളുടെ കെട്ടും ഭാണ്ഡവും എടുത്തു ചുമലിലിട്ടു യാത്രയും പറഞ്ഞു അപ്പോൾതന്നെ ഇറങ്ങിപ്പോയി. ഗോപാലമേനോനും ലക്ഷ്മിഅമ്മ മുതലായ സഹോദരിമാരും എന്നു വേണ്ട എല്ലാവരും വൈരാഗികൾ ഇറങ്ങിപ്പോയ വഴിയും നോക്കിക്കൊണ്ടു ഏകദേശം പതിനഞ്ചു മിനിട്ടുനേരം നിശ്ചലന്മാരായി പൂമുഖത്തുതന്നെ നിന്നു. അതിൽ പിന്നെ അവരുടെ മാഹാത്മ്യത്തേയും ദിവ്യജ്ഞാനത്തേയുംമറ്റും പറ്റി കുറേനേരം സംസാരിച്ചുകൊണ്ടിരുന്നു. അന്നത്തെ രാത്രി അവരിൽ മിക്കപേർക്കും ശിവരാത്രിയായിട്ടുതന്നെ കഴിഞ്ഞുകൂടി. രാത്രിയിൽ ഉണ്ടായ യാതൊരു തിരക്കിലും കേശവൻ കൂടാതിരുന്നതു കൊണ്ടും രാവിലെ വിളിച്ചും അന്വേഷിച്ചും നടന്നിട്ട് ഒരു ദിക്കിലും അവനെ കാണാനില്ലാഞ്ഞതുകൊണ്ടും കൃഷ്ണസർപ്പത്തെ കൊണ്ടന്നു ഭരണിയിലാക്കി അടച്ചുവെച്ചിട്ടുള്ളത് നമ്പൂരിമാരുടെ ഉപദേശപ്രകാരം കേശവനാണെന്നുതന്നെ എല്ലാവരും തീർച്ചപ്പെടുത്തി. മുമ്പു കണ്ടും കേട്ടും പരിചയമില്ലാത്ത വല്ലവരേയും യാതൊരു ആലോചനയും കൂടാതെ ഒന്നിച്ചു പാർപ്പിച്ചാൽ ഇങ്ങിനെയുള്ള അത്യാപത്തുകൾ സംഭവിക്കുന്നത് സാധാരണമാണെന്നു പുത്തൻ മാളികക്കൽ ഉള്ളവർക്ക് നല്ലവണ്ണം ബോദ്ധ്യമായി. ഇവർ ഈ സംഗതിയെപ്പറ്റി യാതൊരാക്ഷേപവും ചെയ്യാതെ കേവലം മൗനികളായിട്ടുതന്നെ ഇരുന്നു.

കൊച്ചിശ്ശീമക്കാരനാണെന്നു പറഞ്ഞ് വിശ്വസ്തനായി പാർത്തു ചോറുകൊടുത്ത കൈക്കു പാമ്പിനേക്കൊണ്ടു കടിപ്പിക്കുവാൻ തക്കം നോക്കി നിന്നിട്ടുണ്ടായിരുന്ന കള്ളക്കേശവൻ വീട്ടിന്റെ ഉള്ളിൽ സർപ്പം ഉണ്ടെന്നു പറഞ്ഞു വൈരാഗി അകത്തേക്കു കടന്നപ്പോൾതന്നെ പുറത്തിറങ്ങുക കഴിഞ്ഞിരിക്കുന്നു. സർപ്പത്തെ എടുത്തു പൂമുഖത്തേക്കു കൊണ്ടുവരുന്നവരേക്കും ഇവൻ ചെവി പാർത്തുകൊണ്ടു ഇറയത്തു പറ്റി

ഒളിച്ചു നിന്നിട്ടുണ്ടായിരുന്നു. അതിൽ പിന്നെ പേടിച്ചുവിറച്ച് പതുക്കെ പടിഞ്ഞാറെ പടിയിറങ്ങി പ്രാണഭയത്തോടെ മണ്ടി പുരുഹൂതൻ നമ്പൂരിയെ ചെന്നുകണ്ട് വർത്തമാനം മുഴുവനും അറിയിച്ച് വഴിച്ചിലവിന്ന് രണ്ടുറുപ്പികയും വാങ്ങി അന്നുതന്നെ സ്വരാജ്യത്തിലേക്കു പൊയ്ക്കളകയാണു ചെയ്തിട്ടുള്ളത്. ഈ വിവരം പുരുഹൂതൻനമ്പൂരിയുടെ മനസ്സിൽ അസഹ്യമായ വിഷാദത്തിനും ഭയത്തിന്നും കാരണമായിത്തീർന്നു. തന്റെ കഴുത്തിന്നു താൻതന്നെ കത്തിവെച്ചുവല്ലോ എന്നുള്ള പശ്ചാത്താപം ബഹുകലശലായി. രണ്ടുനാലുദിവസത്തേക്കു മനക്കൽനിന്നു പുറത്തിറങ്ങാൻ ഭയം സമ്മതിച്ചില്ല. എങ്കിലും ഗോപാലമേനോൻ ഇതിനെപ്പറ്റി യാതൊരാക്ഷേപവും നടത്തുന്നില്ലെന്നുള്ള സൂക്ഷ്മം അറിഞ്ഞാറെ രണ്ടാമതും ദുരാലോചനയിൽതന്നെ മനസ്സിരുത്തി.

ഇദ്ദേഹം ചാലിത്തറ എന്ന ദിക്കിൽനിന്നു ദുർമ്മന്ത്രവാദത്തിൽ സർവ്വജ്ഞപീഠം കയറിയവനായ ഒരു പാണനെ വരുത്തി സ്വകാര്യം ഒരു സ്ഥലത്തു പാർപ്പിച്ചു മാരണവും വശ്യവും ഫലിപ്പിക്കുവാൻ സാധിക്കുമോ എന്നു ചോദിച്ചു. വേണ്ടത്തക്ക ഉപകരണങ്ങൾ ശേഖരിച്ചു കൊടുക്കുന്നതായാൽ മാരണം ഇരുപത്തൊന്നു ദിവസംകൊണ്ടും വശ്യം തൊണ്ണൂറു ദിവസംകൊണ്ടും നിശ്ചയമായും ഫലിപ്പിക്കാമെന്ന് അവൻ ഉറപ്പുപറഞ്ഞു. ഏകാന്തമായ ഒരു ശ്മശാനത്തിൽ അർദ്ധരാത്രി സമയം നഗ്നനായിരുന്ന് ഇരുപത്തൊന്നു ദിവസം മുട്ടാതെ ഒരു ഹോമം ചെയ്യുന്ന പക്ഷം ഇരുപത്തിരണ്ടാംദിവസം ഉച്ചക്കു മുമ്പായിട്ട് ശത്രു മരിക്കാതിരിക്കയില്ലെന്നു മന്ത്രവാദി ഖണ്ഡിച്ചു പറഞ്ഞതിനാൽ അവിവേകികളായ ഈ നമ്പൂരിമാരുടെ മനസ്സിൽ തെല്ലൊരു സമാധാനമുണ്ടായി. മാരണം ഫലിച്ചു കണ്ടിട്ടാവാം വശ്യം എന്നു പുരുഹൂതൻനമ്പൂരിയും അതല്ലാ വശ്യം ഫലിച്ചതിൽ പിന്നെയാവാം മാരണം എന്നു കുബേരൻനമ്പൂരിയും തമ്മിൽ കുറെ ശാഠ്യം പിടിച്ചു. അവസാനം പുരുഹൂതൻനമ്പൂരിയുടെ അഭിപ്രായംതന്നെ സ്ഥിരപ്പെടുത്തി. ദുർമ്മന്ത്രവാദിയായ ഈ പാണൻ സമീപമുള്ള ഒരു ശ്മശാനത്തിൽ ത്രികോണാകൃതിയിൽ ഒരു ഹോമകുണ്ഡം തീർത്ത് അതിൽ പാലയുടെ വിറകു നിറച്ചു. തീ കൂട്ടി അർദ്ധരാത്രി സമയം നഗ്നനായിരുന്ന് അതിഭയങ്കരമായ ഒരു ഹോമം ആരംഭിച്ചു. ഹോമദ്രവ്യങ്ങൾ പലതും ഉണ്ടായിരുന്നു എങ്കിലും അവയിൽ കരിമ്പൂച്ചയുടെ ശിരസ്സ്, കാക്കമുട്ട, കരിന്തേൾ, കാരാമയുടെ മാംസം, കൂമന്റെ കരൾ ഇങ്ങിനെ പല നികൃഷ്ട സാധനങ്ങളും കൂടി ഉണ്ടായിരുന്നു. ഓരോ രാത്രിയിൽ ഇവൻ ഓരോ ജീവജന്തുവിനേയും കൂടി അറുത്തു ഹോമിച്ചു സാദ്ധ്യനാമവും നക്ഷത്രവും വിചാരിച്ചു മന്ത്രസംഖ്യ കഴിച്ചു. ഇങ്ങിനെ ഏഴു ദിവസം നിർവിഘ്നമായിട്ടുതന്നെ മരണഹോമം നിർവ്വഹിച്ചു. എട്ടാം നാൾ അർദ്ധരാത്രി സമയം ഇവൻ ശ്മശാനത്തിലേക്കു പോകുന്ന സമയം ഇവനെ ഒരു സർപ്പം കടിച്ച് ആ വഴിതന്നെ മടങ്ങി ഒരുവിധേന താൻ പാർത്തുവരുന്ന വീട്ടിൽ എത്തി കാലതാമസം അധികം കൂടാതെ മരി

ക്കയും ചെയ്തു. നമ്പൂരിമാർക്ക് വ്യസനവും പരിഭ്രമവും വർദ്ധിച്ചു. തങ്ങൾ തയ്യാറാക്കിക്കൊണ്ടു ചെല്ലുന്ന യാതൊരുപായവും ഗോപാലമേനോന്റെ നേരെ ഫലിച്ചു കാണാത്തതിനാൽ അദ്ദേഹത്തിന്റെ ജീവഹാനി വരുത്തുവാൻ അസാദ്ധ്യമാണെന്നു തന്നെ ഇവർ നിശ്ചയിച്ചു. കൊല്ലാൻ കഴിഞ്ഞില്ലെങ്കിൽ പൊയ്ക്കൊട്ടെ, ഇത്തിരിയെങ്കിലും ഒന്നു ബുദ്ധിമുട്ടിക്കണം. അല്ലാഞ്ഞാൽ ഇതുവരെ ശ്രമിച്ച അവസ്ഥയ്ക്കു തീരെ കുറവാണ്. ഇവർ ഇങ്ങനെ വിചാരിച്ചുകൊണ്ടിരിക്കെ വലിയൊരു തരം കിട്ടി. ഗോപാലമേനോന്റെ കൈവശം പണ്ടാരംവക പന്തിരായിരംപറ പാട്ടത്തിന്റെ ഉഭയംചാർത്തിലെ കാലംകഴിഞ്ഞുകിടക്കയായിരുന്നു. അതുമേൽചാർത്തു വാങ്ങുവാൻ വേണ്ടി ഇവർ പല മുഖേനയും ശ്രമിച്ചുനോക്കി. നിർദ്ദോഷികളായ മുൻകുടിയാന്മാരെ ഉപേക്ഷിച്ചു മേൽചാർത്തു കൊടുക്കുകയില്ലെന്നു വലിയതമ്പുരാൻ പ്രതിജ്ഞ ചെയ്തുകളഞ്ഞതിനാൽ ആ കാര്യത്തിലും വേണ്ടതിലധികം വഷളായി. പ്രവർത്തിക്കുന്നതും പ്രവേശിക്കുന്നതും ആയ സംഗതികളിൽ ഒരുപോലെ ഇച്ഛാഭംഗവും അവമാനവും മാത്രമേ ഫലം സിദ്ധിക്കുന്നുള്ളു എന്നു ഇവരുടെ ദുർമ്മോഹശക്തിയാൽ എന്നിട്ടും ഇവർക്കു മനസ്സിലായില്ല. ഉപദ്രവിക്കണമെന്നുള്ള വിചാരവും ഉത്സാഹവും പിന്നേയും ജാസ്തിയിട്ടുതന്നെയിരുന്നു. ഒരു അപ്പീൽ നമ്പ്രിലേക്കുവേണ്ടി ഗോപാലമേനോനും ഗോവിന്ദനുംകൂടി കോഴിക്കോട്ടേക്കു പോയിട്ടുള്ളവിവരം ഈ നമ്പൂരിമാർക്കു എങ്ങിനെയോ അറിവുകിട്ടി. ആ അവസരത്തിൽ പുത്തൻമാളികക്കൽ കവർച്ച ചെയ്യിക്കണമെന്ന് നിശ്ചയിച്ച് മേലേകണ്ടത്തിൽ കുണ്ടുണ്ണിമേനോനെ വരുത്തി അവിടെയുള്ള എല്ലാ ഉള്ളുകള്ളികളും തരവും തക്കവും ഉപദേശിച്ച് അതിലേക്കുവേണ്ടി ഉത്സാഹിപ്പിച്ചു. കുണ്ടുണ്ണിമേനോൻ പിറ്റേന്നാൾതന്നെ തന്റെ അധീനത്തിലിരുന്ന ഒരുകൂട്ടം കവർച്ചക്കാരെ വരുത്തി ഗോപാലമേനോൻ പോയിട്ടുണ്ടായിരുന്നതിന്റെ മൂന്നാംനാൾ ഏകദേശം അർദ്ധരാത്രിസമയം പുത്തൻമാളികക്കൽ എത്തി. ചുമരുതുറന്ന് അകത്തു കടപ്പാൻ പ്രയാസവും താമസവും ഉണ്ടാകുമെന്ന് വിശ്വസിച്ച് കുണ്ടുണ്ണിമേനവൻ വാതുക്കൽ ചെന്നു നിന്നു കിട്ടുണ്ണിയെ ഉറക്കെ വിളിച്ചു. അവൻ ഞെട്ടി ഉണർന്നു തന്റെ യജമാനൻ വിളിക്കുന്നതാണെന്നുള്ള ധാരണയോടുകൂടി വിളക്കു കൊളുത്തി വേഗം വാതിൽ തുറന്നു. കവർച്ചക്കാരിൽ ഒരുവൻ തൽക്ഷണം അവനെ പിടിച്ചു പൂമുഖത്തുള്ള തൂണോടുകെട്ടി. നിലവിളിച്ചിട്ടുണ്ടെങ്കിൽ കഴുത്തു മൂർന്നുകളയും എന്നുപറഞ്ഞ് ഒരു ആയുധക്കത്തിയും ഓങ്ങിക്കൊണ്ടു അരികത്തുനിന്നു. മുതൽ സൂക്ഷിച്ചിട്ടുള്ള സ്ഥലവും വിവരവും മറ്റും കിട്ടുണ്ണിയോടുചോദിച്ചു മനസ്സിലാക്കി ലക്ഷ്മിഅമ്മയെ വിളിച്ചു താക്കോൽ മുതലായതു വാങ്ങേണ്ടതിന്നു കിട്ടുണ്ണിയെ കെട്ടഴിച്ചു മുമ്പിൽ നടത്തിക്കൊണ്ടു കവർച്ചക്കാർ അകത്തുകടപ്പാൻ ഭാവിച്ചപ്പോൾ കിഴക്കേ മുറ്റത്തുനിന്നു ചില ഒച്ചയും തിരക്കും കേട്ടു. കവർച്ചക്കാർ ഞെട്ടി പരിഭ്രമിച്ചു മുറ്റത്തേക്കു തിരിഞ്ഞുനോക്കിയ നിമിഷംകൊണ്ടു അവരുടെ ജാ

രാഗ്നി കത്തിപ്പോയി. വെടിവെപ്പാനുള്ള ഒരുക്കത്തോടുകൂടി പന്ത്രണ്ടു കാൺസ്റ്റേബിൾമാർ രണ്ടണിയായി നിരന്നിട്ടുള്ളതിൽ മുന്നണിയുടെ നായകനായിട്ട് ഒരു പോലീസു ഇൻസ്പെക്ടരും പിന്നണിയുടെ തലവനായിട്ട് ഒരു ഹെഡ്കാൺസ്റ്റേബിളും കയ്യിൽ വാളും ഊരിപ്പിടിച്ച് രണ്ടു കാലഭൈരവന്മാരെപ്പോലെ നില്ക്കുന്നു. കവർച്ചക്കാരുടെ അപ്പോഴത്തെ അവസ്ഥ വായനക്കാർ ഊഹിച്ചുകൊള്ളേണ്ടതാണ്. ഇൻസ്പെക്ടർ തന്റെ കയ്യിലുള്ള വാൾ ചുഴറ്റി അത്യന്തം ഭയങ്കരമായ മുഖഭാവത്തോടുകൂടി കവർച്ചക്കാരുടെ കഠിനഹൃദയം പൊട്ടിത്തെറിച്ചു പോകത്തക്കവണ്ണം ഉച്ചത്തിൽ ഇങ്ങനെ വിളിച്ചുപറഞ്ഞു: 'ജീവനിൽ കൊതിയും മരണത്തിൽ വ്യസനവും ഉണ്ടെങ്കിൽ ഞാൻ പറയുന്നതു കേൾപ്പിൻ. ഓടാനോ ചാടാനോ ലഹളകൂട്ടാനോ ഭാവിക്കാതെ കയ്വശമുള്ള ആയുധങ്ങൾ നിലത്തുവെച്ച് അനങ്ങാതെ നില്ക്കുവിൻ. ഇപ്പോൾ നിന്നിട്ടുള്ള സ്ഥലത്തുനിന്ന് ഒരംഗുലം നീങ്ങീട്ടുണ്ടെങ്കിൽ നിങ്ങളുടെ ശവം ചോരയിൽ കുളിച്ച് ഈ കോലായിലും മുറ്റത്തും നിരക്കെ വീണുകിടക്കും. നായ്ക്കളെപ്പോലെ വൃഥാ വീണു ചാകേണ്ട. പാപികളായ നിങ്ങളുടെ നിണംകൊണ്ടു ഈ മാന്യസ്ഥലം അശുദ്ധമാക്കിത്തീർക്കാതിരിക്കുന്നത് നല്ലതാണ്. രാജകല്പനക്കു വഴിപ്പെട്ടു കീഴടങ്ങാൻ മനസ്സുണ്ടോ ഇല്ലയോ. നിങ്ങൾ എന്തു പറയുന്നു? കവർച്ചക്കാർ പേടിച്ചു വിറച്ചു തെറ്റിപ്പോകുവാൻ നിവൃത്തിയില്ലെന്നുകണ്ടു വിഷണ്ണന്മാരായി കീഴടങ്ങാമെന്നു സമ്മതിച്ചു തങ്ങളുടെ കയ്യിലുള്ള വടിയും വെട്ടുകത്തിയും കട്ടാരവും മറ്റും നിലത്തുവെച്ചു മുഖവും താഴ്ത്തിക്കൊണ്ടുനിന്നു. പങ്ങശ്ശമേനോൻ ഇവരെ ഓരോന്നോരോന്നായി പിടിച്ചു രണ്ടു കയ്ക്കും ആമംവെച്ചു. കാൺസ്റ്റേബിൾമാരുടെ ബന്തോവസ്തിൽ ഏല്പിച്ചു. കുണ്ടുണ്ണിമേനോന്റെ പരവശതയും ലജ്ജയും കുണ്ഠിതവും കണ്ടിട്ടു പങ്ങശ്ശമനോനു വല്ലാതെ ചിരിവന്നു. അദ്ദേഹം ഇൻസ്പെക്ടരോടു പറഞ്ഞു: 'ഈ കുണ്ടുണ്ണിമേനോൻ സാമാന്യക്കാരനല്ല. ഇയ്യാൾ കൂടാതെകണ്ടുള്ള യാതൊരു കവർച്ചയും കളവും ഈ രാജ്യത്തിലില്ല. രണ്ടുമൂന്നു സംവത്സരമായി ഞാൻ ഇയ്യാളെ പിടിപ്പാൻ വേണ്ടി ശ്രമിച്ചുവരുന്നു. ഇന്നു സാധിച്ചു.' ഇങ്ങിനെ പറഞ്ഞുകൊണ്ടിരിക്കുന്ന മദ്ധ്യേ കിട്ടുണ്ണി വിളക്കുകൊളുത്തി കോലാമൽ കൊണ്ടന്നു തൂക്കി അകത്തുനിന്നു രണ്ടു കസേലകൾ എടുത്തു പൂമുഖത്തു കൊണ്ടുവെച്ചു. ഇൻസ്പെക്ടരും ഹെഡ്കാൺസ്റ്റബളും ജയസന്തുഷ്ടന്മാരായി പൂമുഖത്തു കയറി കസേലമേൽ ഇരുന്നു. അപ്പോഴേക്കു ലക്ഷ്മിഅമ്മയും തന്റെ സഹോദരിമാരും ധൈര്യം കലർന്നു വാതിൽ തുറന്നു പുറത്തേക്കു കടന്നുവന്നു. ഉദ്യോഗസ്ഥന്മാർ രണ്ടുപേരും ലക്ഷ്മിഅമ്മയെ കണ്ട ഉടനെ എഴുനേറ്റു യഥായോഗ്യം ഉപചാരം ചെയ്തു. ലക്ഷ്മിഅമ്മ ഇവരെയും അത്യന്തം സന്തോഷത്തോടെ ആദരിച്ചു സല്ക്കരിച്ചിരുത്തി അവരുടെ നിർബന്ധത്താൽ പുല്ലുപായിട്ടു നിലത്തിരുന്നു. ഇൻസ്പെക്ടർ ലക്ഷ്മിഅമ്മയോടു വിവരം പറഞ്ഞുതുടങ്ങി.

ഇൻസ്പെക്ടർ: ഇവിടെ ഇന്നു കവർച്ചചെയ്‌വാൻ പോകുന്നു എന്നുള്ള വിവരം ഹെഡ്കാൺസ്റ്റേബിൾ ഇന്നു ഉച്ചയ്ക്കുശേഷമാണ് എന്നെ അറിയിച്ചത്. ഞാൻ അപ്പോൾത്തന്നെ എട്ടു കാൺസ്റ്റേബിൾമാരോടുകൂടി പുറപ്പെട്ടു. ഏഴുമണിക്കു സ്റ്റേഷനിൽ എത്തി. അവിടെ പങ്ങശ്ശമേനോൻ തയ്യാറാക്കിവെച്ചിരുന്ന കാൺസ്റ്റബിൾമാരിൽ നാലുപേരെക്കൂടി തെരഞ്ഞെടുത്തു പന്ത്രണ്ടു കാൺസ്റ്റബിൾമാരോടും ഹെഡ് കാൺസ്റ്റേബിളോടുംകൂടി പത്തുമണിക്കു മുമ്പായിട്ടു ഇവിടെ എത്തി. ഞങ്ങൾ ഇവിടുത്തെ കണ്ടത്തിൽ ഇരിക്കുമ്പോളാണു നിങ്ങളെല്ലാവരും ഊണുകഴിച്ചു അകത്തേക്കു പോയത്.

ലക്ഷ്മിഅമ്മ: നിങ്ങളുടെ ഉത്സാഹംകൊണ്ടും ദയകൊണ്ടും ഞങ്ങൾ അത്യാപത്തിൽനിന്നു രക്ഷിക്കപ്പെട്ടു. ഇവിടെ ഇവർ കവർച്ചക്കു വരുന്ന വിവരം പങ്ങശ്ശമേനോനു അറിവുകിട്ടിയതു വലിയ ആശ്ചര്യംതന്നെ.

പങ്ങശ്ശമേനോൻ: ഇന്നലെ ഒരുകൂട്ടം കള്ളന്മാർ കടന്നുപോരുന്ന സമയം എന്റെ ഒറ്റുകാരിൽ ഒരാൾക്കു അറിവുകിട്ടി. അവൻ അവരുടെ പിന്നാലെ ഇരുട്ടത്തുകൂടി ഒരുമിച്ചു കുണ്ടുണ്ണിമേനോന്റെ വീട്ടിലോളം കാണാതെപോയി വിവരം മുഴുവനും മനസ്സിലാക്കി അപ്പോൾതന്നെ എന്റെ അടുക്കെവന്നു പറഞ്ഞു. ഞാൻ ഇന്നലെ രാത്രി ഇവിടെ നാലു കാൺസ്റ്റബിൾമാരെ പാറാവു നിർത്തീട്ടുണ്ടായിരുന്നു. കവർച്ചയ്ക്കു ഭാവിച്ചിട്ടുള്ളതു ഇന്നേക്കാണെന്നുള്ള സൂക്ഷ്മം അറിഞ്ഞിരുന്നിട്ടും എനിയ്ക്കു ധൈര്യമുണ്ടായില്ല.

ലക്ഷ്മിഅമ്മ: നിങ്ങൾ കാട്ടീട്ടുള്ള ഈ ഉപകാരത്തിന്നു ഞങ്ങൾ എന്തൊരു പ്രതിഫലമാണു നിങ്ങൾക്കു തരേണ്ടത്.

ഇൻസ്പെക്ടർ: ഞങ്ങൾ ചെയ്യാൻ ബാദ്ധ്യതപ്പെട്ട പ്രവൃത്തിമാത്രമേ ചെയ്തിട്ടുള്ളു. ഈ കള്ളന്മാരെ പിടികിട്ടിയതിൽ പരമായി ഞങ്ങളുടെ പ്രവൃത്തിക്കു യാതൊരു പ്രതിഫലവും വേണ്ടതില്ല.

പാറുക്കുട്ടി: കാൺസ്റ്റേബിൾമാർക്ക് വിശക്കുന്നുണ്ടായിരിക്കാം. നേർത്തെയെങ്ങാൻ ഊണു കഴിച്ചതല്ലെ? ഇവിടെ അവിലും ശർക്കരയും നല്ല പൂവൻപഴവും ഉണ്ട്.

പങ്ങശ്ശമേനോൻ: വിശപ്പ് എനിക്കും കലശലായില്ലെന്നല്ല. അസമയമായതുകൊണ്ട് എന്താണു വേണ്ടത് എന്നു ശങ്കയായിരിക്കുന്നു.

ലക്ഷ്മിഅമ്മ: പലഹാരം ഇവിടെ വേറെയും ഉണ്ട്. കുറെ ചായയൊ കാപ്പിയൊ അതും തെയ്യാറാക്കാം.

ഇൻസ്പെക്ടർ: അതെല്ലാം ഈ നട്ടുപ്പാതിരക്കു വലിയ ബുദ്ധിമുട്ടായിരിക്കും. ഞങ്ങൾ ഇവരെ ഇപ്പോൾതന്നെ സ്റ്റേഷനിലേക്കു കൊണ്ടുപൊക്കളയാമെന്നാണു ഭാവിക്കുന്നത്.

പാറുക്കുട്ടി: അതു പലഹാരം കഴിച്ചതിൽപിന്നെ ഹിതം പോലെ ചെയ്യാം. ഞങ്ങൾക്കു യാതൊരു ബുദ്ധിമുട്ടും ഇല്ല.

ഇൻസ്പെക്ടർ: നിങ്ങളുടെ ഇഷ്ടംപോലെ ചെയ്യാം.

ലക്ഷ്മിഅമ്മ കിട്ടുണ്ണിയെ വിളിച്ചു ക്ഷണത്തിൽ കുറെ ചായ തെയ്യാറാക്കാൻ പറഞ്ഞു. അവൻ അൾമേറ തുറന്നു ആവശ്യപ്പെട്ട സാധനങ്ങളെല്ലാം എടുത്തു അര നാഴികകൊണ്ടു ചായ തെയ്യാറാക്കി കോലാമൽ കൊണ്ടുവെച്ചു. ലക്ഷ്മിഅമ്മ തന്റെ അറയിൽപോയി ഒരു പെട്ടി ബിസ്കറ്റും എടുത്തുകൊണ്ടുവന്നു രണ്ടു വെള്ളിത്തളികകളിലാക്കി ഇൻസ്പെക്ടരുടെയും പങ്ങശ്ശമേനോന്റെയും മുമ്പിൽവെച്ചു. കാൺസ്റ്റേബിൾമാർക്കും യഥായോഗ്യം കൊടുത്തു. രണ്ടാമതും അകത്തുപോയി ഒരു പെട്ടി ബിസ്സ്കറ്റുംകൂടെ എടുത്തുകൊണ്ടുവന്നു. പെട്ടി പൊളിച്ചു വലിയൊരു പിഞ്ഞാണത്തിൽ നിറച്ച് ഇൻസ്പെക്ടരുടെ മുഖത്തു നോക്കി ചിരിച്ചും കൊണ്ടു പറഞ്ഞു.

ലക്ഷ്മിഅമ്മ: വിശപ്പുണ്ടായാൽ ആർക്കും സഹിച്ചുകൂടാ. ഈ തടവുകാർക്കുംകൂടി അല്പം വല്ലതും വിശക്കുന്നതിന്നു കൊടുക്കണമെന്നു വിചാരിക്കുന്നതിന്നു വിരോധമില്ലായിരിക്കാം. അവർ ഞങ്ങളെ നശിപ്പിക്കാൻ വന്നവരാണെങ്കിലും ഞങ്ങൾക്കു അതു വിചാരിപ്പാൻ പാടില്ല. കുരുതി കുറുക്കുന്നവർക്കു വിറകു കീറിക്കൊടുക്കണം എന്നൊരു പഴഞ്ചൊല്ലില്ലേ?

ഇൻസ്പെക്ടർ: (ചിരിച്ചുംകൊണ്ടു) ശിവ! ശിവ! ഈ വക ധർമ്മബുദ്ധിയുള്ള നിങ്ങൾക്കു എങ്ങിനെയാണു അനർത്ഥം സംഭവിക്കുന്നത്? ഇങ്ങിനെ ദയാശീലന്മാരായ മനുഷ്യരെ ഞാൻ കണ്ടിട്ടും കേട്ടിട്ടും ഇല്ല. അങ്ങിനെ താല്പര്യമുണ്ടെങ്കിൽ എനിക്കു യാതൊരു വിരോധവും ഇല്ല. ഹിതംപോലെ ചെയ്യാം.

ഇൻസ്പെക്ടരും പങ്ങശ്ശമേനോനും പലഹാരവും കഴിച്ച് ഉടനെ കുണ്ടുണ്ണിമേനോൻ മുതലായവരെ കൊണ്ടെന്നു പൂമുഖത്തു നിർത്തുവാൻ കാൺസ്റ്റേബിൾമാരോടു കല്പിച്ചു. അവർ ആജ്ഞാനുസരണം ചെയ്തു ആയുധധാരികളായി നാലു ഭാഗത്തും നിന്നു. പങ്ങശ്ശമേനോൻ എല്ലാവരേയും ബന്ധനത്തിൽ നിന്നു വേർപെടുത്തി. ലക്ഷ്മിഅമ്മ ബിസ്കറ്റും പിഞ്ഞാണവും എടുത്തു അവരുടെ മുമ്പിൽ വെച്ചുകൊടുത്തിട്ടു പറഞ്ഞു. 'കുണ്ഠിതം യാതൊന്നും വിചാരിക്കാതെ നിങ്ങൾ പലഹാരം കഴിപ്പിൻ. നിങ്ങളുടെ കഷ്ടകാലംകൊണ്ട് ഇങ്ങിനെ അത്യാപത്തിൽ പെടുവാൻ സംഗതിവന്നതിനെപ്പറ്റി ഞാൻ വളരെ വ്യസനിക്കുന്നു. എന്തുചെയ്യും ദൈവകല്പിതം'? ലക്ഷ്മിഅമ്മയുടെ ഔദാര്യവും സഹതാപവും കണ്ടിട്ടു കവർച്ചക്കാർ വല്ലാതെ വിഷാദിച്ചു തങ്ങളുടെ നീചതയെപ്പറ്റി വിചാരിച്ചു കണ്ണുനീർവാർത്തു പലഹാരം കഴിച്ചു കരഞ്ഞുംകൊണ്ടു മുഖം താഴ്ത്തി നിന്നു. ഹെഡ്കാൺസ്റ്റേബിൾ രണ്ടാമതും ഇവരെ ആമംവെച്ചു. എല്ലാവരും ഓരോന്നു പറഞ്ഞുകൊണ്ടിരിക്കെ നേരവും പുലർന്നു. പോലീസ്സ് ഉദ്യോഗസ്ഥന്മാർ ലക്ഷ്മിഅമ്മയോടും മറ്റും യാത്രപറഞ്ഞു തടവുകാരോടൊന്നിച്ചു പടിയിറങ്ങുമ്പഴയ്ക്കു ഗോപാലമേനോനും എത്തി. ഇൻസ്പെക്ടർ വിവരം ഒക്കെയും പറഞ്ഞു. അദ്ദേഹം ആ വഴിതന്നെ അവരോടൊന്നിച്ചു സ്റ്റേഷനിലേക്കു പോയി.

കവർച്ചക്കാർ മജിസ്ട്രേട്ടു മുഖാന്തിരം അന്നുതന്നെ കുറ്റസമ്മതം ചെയ്തുകൊണ്ടു പിറ്റെന്നാൾ തന്നെ മജിസ്ട്രേട്ടു വിസ്തരിച്ച് എല്ലാവരെയും സെഷൻകോടതിക്കു കമ്മറ്റി ചെയ്തു. കുണ്ടുണ്ണിമേനോൻ മുതലായവർ തങ്ങളുടെ കുറ്റം സെഷൻ ജഡ്ജി മുഖാന്തരവും സമ്മതിച്ചു. സെഷൻ ജഡ്ജി ഒന്നാം തടവുകാരനായ കുണ്ടുണ്ണിമേനോനെ ജീവാവസാനംവരെ നാടുകടത്തുവാനും ശേഷം എഴുപേരെയും ഏഴേഴു സംവത്സരം കഠിന തടവ് അനുഭവിപ്പാനും വിധിച്ചു.

19

മീനാക്ഷിയുടെ ദൃഢപ്രതിജ്ഞയും മദിരാശിയിൽനിന്നു വന്ന എഴുത്തും

ഭാനുവിക്രമൻ എന്ന യുവരാജാവിന്റെ കല്പനപ്രകാരം തനിക്കു സംബന്ധം ആലോചിപ്പാൻവേണ്ടി തെയ്യൻമേനോൻ വന്നതും ഗോപാല മേനോനുമായി കണ്ടു പറഞ്ഞുപോയതും തന്നോടു അന്വേഷിപ്പാൻ വേണ്ടി പാറുക്കുട്ടിയെ ഏല്പിച്ചതും ഈ വക യാതൊരു വിവരവും മീനാക്ഷി അറിഞ്ഞിരുന്നില്ല. ഈ സംഗതികളെല്ലാം സംഭവിച്ചതിന്റെ പിറ്റേ ന്നാൾ രാത്രി അവൾ ഊണു കഴിച്ചു പതിവു പ്രകാരം തന്റെ മുറിയിൽ ചെന്നിരുന്നു രസകരമായ എന്തോ ഒരു പുസ്തകമോ ഒരു എഴുത്തോ മറ്റോ വായിച്ചു തന്നെത്താൻ മറന്നു സന്തോഷിച്ചുകൊണ്ടിരിക്കയായി രുന്നു. അപ്പോൾ ലക്ഷ്മിഅമ്മയും പാറുക്കുട്ടിയുംകൂടി ആ മുറിയിലേക്കു കടന്നുവന്നു. ഇവരുടെ മുഖപ്രസാദവും ഭാവവും യാദൃഛികമായ വരവും കണ്ടപ്പോൾ തന്നെ എന്തോ ഒരു വിശേഷസംഗതിയെപ്പറ്റി സംസാരി പ്പാൻവേണ്ടി വന്നിട്ടുള്ളതാണെന്ന് അവൾക്കു മനസ്സിലായി. ഉടനെ അവൾ പുസ്തകം മേശപ്പുറത്തുവെച്ച് അത്യാദരം പതുക്കെ അവിടെ എഴുന്നേ റ്റുനിന്നു. ലക്ഷ്മിഅമ്മ കട്ടിലിന്മേൽ ചെന്നു കുത്തിയിരുന്നു തന്റെ പ്രാണാ ധികപ്രണയിനിയായ മകളെ വിളിച്ച് അടുത്തിരുത്തി അവളുടെ മുഖവും നെറ്റിയും കൈകൊണ്ടു മിനുക്കി പുറത്തു തലോടി ചിരിച്ചുംകൊണ്ടു പറഞ്ഞു.

ലക്ഷ്മിഅമ്മ: നീ ഇങ്ങിനെ ഇടവിടാതെ സദാകാലവും വായിച്ചും കൊണ്ടുതന്നെ ഇരിക്കുന്നതായാൽ നിന്റെ ദേഹത്തിന്നും മനസ്സിന്നും ക്ഷീണംതട്ടി വല്ല രോഗവും പിടിപെടുമോ എന്നു ഭയമായിരിക്കുന്നു. ഇന്നലെ നീ ഉറങ്ങിയതു പന്ത്രണ്ടുമണിക്കു ശേഷമല്ലേ? പുലരാൻ നാല ഞ്ചുനാഴികയുള്ളപ്പോൾ നീ എഴുന്നേറ്റിരുന്നു പിന്നെയും വായിച്ചില്ലേ? ഇത്ര അധികം നീ എന്തിനാണു മകളെ ബുദ്ധിമുട്ടുന്നത്?

മീനാക്ഷി: അമ്മ വിചാരിക്കുംപോലെയൊന്നും ഞാൻ വായിക്കാ

റില്ല. രാത്രി എല്ലാംകൂടി രണ്ടോമൂന്നോ മണിക്കൂറുനേരം വല്ല പുസ്തകവും വായിക്കുന്നുണ്ടായിരിക്കാം.

പാറുക്കുട്ടി: മറ്റൊരു പ്രവൃത്തി വേണ്ടേ? ഉറക്കം വരുന്നവരക്കും പുസ്തകവുമായിട്ടു ഓരോ നേരംമ്പോക്കും വെടിയും പറഞ്ഞു കളിച്ചു മറിഞ്ഞു കളിക്കും. എങ്കിലും അധികം ഉറക്കൊഴിക്കുന്നതു ശരീരത്തിന്നു കേടാണെന്നു കൊച്ചുലക്ഷ്മിയുടെ അച്ഛൻ പലപ്പോഴും പറയുന്നതു കേട്ടിട്ടുണ്ട്.

മീനാക്ഷി: (മന്ദസ്മിതം അടക്കിക്കൊണ്ട്) അധികം ഉറങ്ങുന്നതും ശരീരത്തിന്നു കേടുതന്നേയാണ്. എന്റെ ദേഹത്തിന്ന് ആവശ്യമുള്ള ഉറക്കം ഞാൻ ക്രമമായി ഉറങ്ങിവരാറുണ്ട്.

പാറുക്കുട്ടി: ഉറക്കൊഴിച്ചു പഠിക്കുന്നത് ഏതായാലും നല്ലതുതന്നെ. ഒരുകാലത്ത് അതും ഉപകാരമായിത്തീരും.

മീനാക്ഷി: (മന്ദസ്മിതത്തോടുകൂടി) അങ്ങിനെ ശീലിക്കാതിരിക്കുന്നതുകൊണ്ട് എളേമ്മക്ക് ഇപ്പോൾ വളരെ സുഖക്കേടുണ്ടെന്നു തോന്നുന്നു. ഓരോരുത്തരുടെ സ്വഭാവം എങ്ങിനെയായാലും പുറത്തുവരാതിരിക്കില്ല. ഉറക്കമൊഴിച്ചു പഠിക്കേണ്ടുന്ന ആവശ്യം എനിക്കു വിശേഷിച്ച് ഒന്നും ഇല്ല.

പാറുക്കുട്ടി: ഇനിയിപ്പോൾ അങ്ങിനെ പറയാം. ശീലിക്കേണ്ടതെല്ലാം ഏതാണ്ടു ശീലിച്ചുകഴിഞ്ഞു. വാക്കൊരുവിധം, പ്രവൃത്തി ഒരുവിധം. അത് ഏതായാലും അത്ര നന്നല്ല.

ലക്ഷ്മിഅമ്മ: പാറുക്കുട്ടിക്കു ഇത്തിരി വല്ലതും അനാവശ്യം പറയാതെ നിവൃത്തിയില്ല. എന്തു പറയുമ്പോഴും രണ്ടു കുസൃതിവാക്കെങ്കിലും പറയാഞ്ഞാൽ നിനക്ക് ഉറക്ക് വരില്ലെന്നു തോന്നുന്നു. അഹങ്കാരം പോട്ടെ. മകളേ! ഇന്നലെ തെയ്യൻമേനോൻ വന്ന സംഗതിയെപ്പറ്റി നിന്നോട് ഏതാണ്ടു ചോദിപ്പാനാണ് ഞാനും പാറുക്കുട്ടിയുംകൂടെ വന്നിട്ടുള്ളത്.

മീനാക്ഷി: ഏതു തെയ്യൻമേനോൻ ആയിരുന്നു അമ്മേ? എന്തിനായിരുന്നു വന്നത്?

പാറുക്കുട്ടി: കോവിലകം കാര്യസ്ഥൻ തെയ്യൻമേനോനില്ലെ? അദ്ദേഹം ജ്യേഷ്ഠനോട് ഒരു സംഗതിയെക്കൊണ്ട് അന്വേഷിപ്പാനായിരുന്നു വന്നത്.

മീനാക്ഷി: അദ്ദേഹം എന്നാൽ അമ്മാവനുമായി പറഞ്ഞിട്ടുണ്ടായിരിക്കില്ലെ? അതിനെപ്പറ്റി എന്നോടെന്താണ് അന്വേഷിപ്പാൻ? അമ്മാവൻ അല്ലെ എല്ലാം പറയേണ്ടതും ചെയ്യേണ്ടതും?

ലക്ഷ്മിഅമ്മ: അതു ശരിയാണ് നീ പറഞ്ഞത്. ഗോപാലൻ തന്നെയാണ് എല്ലാം പറയേണ്ടതും ചെയ്യേണ്ടതും. അവനോട് ആലോചിച്ചാൽ മാത്രം മതി.

പാറുക്കുട്ടി: എങ്കിലും നിന്നോടും കൂടി ചോദിക്കണമെന്നാണ് ജ്യേഷ്ഠനും കൊച്ചുലക്ഷ്മിയുടെ അച്ഛനും എന്നോടു പറഞ്ഞിട്ടുള്ളത്.

മീനാക്ഷി: എന്താണിത്? എന്നാൽ പറയരുതെ?

പാറുക്കുട്ടി: (ചിരിച്ചുകൊണ്ട്) ചെറിയ തമ്പുരാൻ തിരുമനസ്സിലേക്ക് ഇവിടെ ഒരു സംബന്ധം വേണമെന്നു വലിയൊരു താല്പര്യമുണ്ടത്രെ. അതുകൊണ്ട് ആലോചിപ്പാനാണു തെയ്യൻമേനോൻ വന്നിട്ടുണ്ടായിരുന്നത്.

മീനാക്ഷി: ചെറിയതമ്പുരാനെ മിനിഞ്ഞാന്ന് അമ്പലത്തിൽവെച്ചാണു ഞാൻ നടാടെ കണ്ടത്. അനാവശ്യമായ നിലയും പത്രാസ്സും അവിടത്തേക്കു ലേശം ഇല്ല. ആൾ എല്ലാംകൊണ്ടും ബഹു യോഗ്യനാണെന്നു തോന്നുന്നു. അവിടെക്കു സംബന്ധത്തിനു പറ്റുന്ന പെൺകിടാവ് ഇവിടെ ആരാണുള്ളത്?

പാറുക്കുട്ടി: ഇവിടെ ആരും ഇല്ലാഞ്ഞിട്ടാണല്ലേ ഒന്നാം കാര്യസ്ഥനെത്തന്നെ പറഞ്ഞയച്ചത്? അവിടെക്കു നല്ലവണ്ണം പറ്റും. പറ്റാതിരിക്കില്ല.

മീനാക്ഷി: (പരിഭ്രമത്തോടെ) ആർക്കാണ്? അതു കേട്ടോട്ടെ.

പാറുക്കുട്ടി: നീ വിളക്കുംകൊളുത്തി വെച്ചാണില്ലെ തീക്കുവേണ്ടി നടക്കുന്നത്. അവിടേക്കു പറ്റുന്നതും പറ്റാത്തതും നീ ആലോചിക്കേണ്ട. നിനക്കു സമ്മതംതന്നെയല്ലേ?

മീനാക്ഷി: (മുഖം താഴ്ത്തിക്കൊണ്ട്) അമ്മാമൻ എന്നിട്ട് എന്താണ് മറുവടി പറഞ്ഞയച്ചത്?

പാറുക്കുട്ടി: ജ്യേഷ്ഠന്നു വളരെ സമ്മതമാണ് ഇതുപ്രകാരം നടക്കുന്നത്. നിന്റെ അച്ഛനോടും അപ്പയോടും മറ്റും അന്വേഷിച്ചിട്ടു വേണ്ടത്തക്ക പ്രകാരം ഉടനെ നടത്തുന്നതിലേക്കു യാതൊരു വിരോധവും ഇല്ലെന്നാണു പറഞ്ഞത്. തഹസീൽദാർക്കും മറ്റും ഇതിനേപ്പറ്റി ജ്യേഷ്ഠൻ എഴുത്തയച്ചിട്ടുണ്ടെന്നു തോന്നുന്നു. അവർക്കൊക്കെ ബഹു സന്തോഷമായിരിക്കും.

മീനാക്ഷി: (കണ്ണീർവാർത്തു കരഞ്ഞുംകൊണ്ട്) കഷ്ടം! ഞാൻ നിമിത്തം എന്തെല്ലാം ആപത്താണ് ഇനിയും സംഭവിപ്പാൻ പോകുന്നത്? സർവ്വജനങ്ങളും അമ്മാമനു ശത്രുക്കളായല്ലോ? അമ്മാമന്റെ ഹിതത്തിന്നും താല്പര്യത്തിന്നും വിപരീതം പ്രവർത്തിച്ചുവെന്ന ഒരു അപവാദം എനിക്കും വന്നുകൂടി. ഇംഗ്ലീഷു പഠിച്ചതുകൊണ്ടാണ് ആരുപറഞ്ഞാലും കേൾക്കാതെ തോന്ന്യാസിയായിട്ടു ഗുരുത്വംകെട്ടുപോയത് എന്നു ജനങ്ങൾക്കു ദുഷിപ്പാനും ഇടവന്നുവല്ലോ? ഇതോ ദൈവമെ എനിക്ക് അവസാനത്തെ അനുഭവം?

പാറുക്കുട്ടി: എന്താണു നീ ഇങ്ങിനെ അസംബന്ധം പറഞ്ഞു കണ്ണീരൊലിപ്പിക്കുന്നത്? ഇത്ര യോഗ്യനായ ഒരു പുരുഷൻ ഈ മലയാളരാജ്യത്തിൽ ഇനി ആരാണുള്ളത്? അദ്ദേഹം എത്ര സുന്ദരനാണ്? എത്ര ധനികനാണ്? എത്ര സമർത്ഥനാണ്? എത്ര വിദ്വാനാണ്? ഇതിനെല്ലാറ്റിന്നും പുറമെ നമ്മുടെ സ്വന്തം തമ്പുരാനും ആണ്. ഇതിൽപ്പരമായ ഭാഗ്യം ഇനി എന്താണ് അനുഭവിപ്പാനുള്ളത്? ഈ രാജ്യക്കാർ മുഴുവനും നിന്റെ മുമ്പിൽ മുണ്ടും കക്ഷത്തുവെച്ച് വായിൽ കയ്യുംപൊത്തി വന്നു നില്ക്കുമല്ലോ? ഈ കനകമംഗലം മുഴുവനും നിന്റെ കല്പനക്കീഴിൽ

ആകുമല്ലോ? നിന്നെ ഇങ്ങിനത്തെ സ്ഥിതിയിൽ കാണുന്നതു ഞങ്ങൾക്കെല്ലാം എന്തൊരു പരമാനന്ദകരമായിരിക്കും? ഇതൊന്നും ഒരു ലവലേശം ആലോചിക്കാതെ വിഡ്ഢിത്തം പറകയാണില്ലെ? നിന്റെ ബുദ്ധിസാമർത്ഥ്യവും ആലോചനശക്തിയും എല്ലാം എന്തായിപ്പോയി?

മീനാക്ഷി: (ഇടത്തൊണ്ട വിറച്ചുംകൊണ്ട്) എന്തു ഗുണമുണ്ടായാലും വേണ്ടില്ല, എന്തുതന്നെ അനർത്ഥം സംഭവിച്ചാലും വേണ്ടില്ല, എനിക്ക് ആവശ്യമില്ല. ഈ കാര്യംകൊണ്ട് നിങ്ങളാരും എന്നോടു യാതൊന്നും പറയണ്ട. എനിക്കു ദൈവം അതു വിധിച്ചിട്ടില്ലാ.

പാറുക്കുട്ടി: നിന്റെ വിധി! എനിക്കു കേൾക്കേവേണ്ട. ആ തോട്ടിലെ ങ്ങാൻ കൊണ്ട് ഇട്ടേക്കു. നിനക്ക് ആവശ്യമില്ലെന്നു പറവാൻ ഒരു സംഗതി വേണ്ടേ? വെറുതെ വല്ല തോന്ന്യാസവും പറഞ്ഞാൽ ആരാണ് സമ്മതിക്കുന്നത്? എന്താണു കന്യാമഠത്തിൽ പോയി സന്യസിച്ചു കാലം കഴിപ്പാൻ വിചാരിക്കുന്നുണ്ടോ?

ലക്ഷ്മിഅമ്മ: (മീനാക്ഷിയെ തലോടിക്കൊണ്ട്) എന്താണു മകളേ, നീ ഇങ്ങിനെയെല്ലാം പറയുന്നത്? എല്ലാംകൊണ്ടും തരപ്പെട്ട ഭർത്താവു വരുമ്പോൾ വേണ്ടാത്ത ശാഠ്യവും തകരാറും പറയരുത്. തപസ്സുചെയ്താൽകൂടി അദ്ദേഹത്തെ നമുക്കു കണി കാണാൻപോലും സാധിക്കുന്നതല്ല. അദ്ദേഹത്തിന്റെ അവസ്ഥ നീ നല്ലവണ്ണം അറിയാഞ്ഞിട്ടാണ്. എന്തോ നിന്റെ മഹാഭാഗ്യംകൊണ്ട് അദ്ദേഹത്തിന് ഇങ്ങിനെ തോന്നിയതാണ്. എന്റെ മകൾ യാതൊരു മുടക്കവും പറയണ്ട. നിനക്കു പറ്റിയ ഭർത്താവാണ്.

മീനാക്ഷി: (ദീർഘശ്വാസം വിട്ടുംകൊണ്ട്) നടക്കാത്ത കാര്യത്തെപ്പറ്റി എന്തിനാണമ്മേ നിങ്ങൾ അധികം പറഞ്ഞു എന്നെ വ്യസനിപ്പിക്കുന്നത്? നിവൃത്തിയുണ്ടെങ്കിൽ ഞാൻ അമ്മയുടെ ഹിതത്തിന്നു ലേശം വിപരീതം പ്രവർത്തിക്കില്ല. എനിക്കു ആവശ്യമില്ല.

പാറുക്കുട്ടി: എന്താണ് നിവൃത്തികേടു വന്നത്? അവിടുത്തേക്ക് ഇംഗ്ലീഷ് അറിയാത്തതുകൊണ്ടുള്ള നിവൃത്തികേടാണില്ലേ? നിന്റെ ഇംഗ്ലീഷും പരിന്ത്രീസും എല്ലാംകൂടി ഇപ്പോൾ ഉപദ്രവമായിട്ടാണ് തീർന്നിട്ടുള്ളത്. ബി.എ ജയിച്ച മിടുമിടുക്കന്മാർ മുന്നൂറാളുണ്ടാകും അദ്ദേഹത്തിന്റെ പിന്നാലെ കുടയും വടിയും എടുത്തു നടപ്പാൻ. ഇംഗ്ലീഷു പഠിക്കാത്തവർക്കു യോഗ്യതയില്ലെന്നാണോ നീ വിചാരിക്കുന്നത്? നിന്റെ ഇംഗ്ലീഷു പഠിച്ചവരേയും അറിയും ഞാൻ, ഇംഗ്ലീഷ് പഠിക്കാത്തവരേയും അറിയും.

മീനാക്ഷി: നിങ്ങൾ എന്തിനാണ് കാര്യം അറിയാതെ വൃഥാ ശഠിക്കുന്നത്? ഞാൻ ഇംഗ്ലീഷുകൊണ്ടു വല്ലതും ശബ്ദിച്ചുവോ? അദ്ദേഹത്തിന് ഇംഗ്ലീഷ് അറിഞ്ഞുകൂടാത്തതുതന്നെ ഞാൻ അറിഞ്ഞിട്ടില്ല. ഞാൻ അതു വിചാരിച്ചിട്ട് പറയുന്നതുമല്ല. ഇംഗ്ലീഷ് അറിയുന്നവരിൽ എനിക്ക് അതിയായ ബഹുമാനവും അറിയാത്തവരിൽ ഒരു നിന്ദാഭാവവും ഇതു രണ്ടുംഇല്ല.

പാറുക്കുട്ടി: എന്നാൽ ഇതിന്ന് ഒരു കാരണവും വേണ്ടേ? നിന്റെ ഉദ്ദേശം എന്താണ്? അതു കേൾക്കട്ടെ.

മീനാക്ഷി: ഒരു ഭർത്താവിന്റെ ഒരുമിച്ചിരുന്നുതന്നെ എന്റെ ജീവകാലം കഴിക്കണമെന്നാണ് ഞാൻ തീർച്ചപ്പെടുത്തീട്ടുള്ളത്. അതുകൊണ്ടു മാത്രമാണ് എനിക്ക് അദ്ദേഹം ആവശ്യമില്ലാ എന്നു ഞാൻ പറയുന്നത്.

പാറുക്കുട്ടി: നിന്നെ അഞ്ചുപത്തു ഭർത്താക്കന്മാരൊന്നിച്ച് അയക്കണമെന്നു ഞങ്ങൾക്കു യാതൊരാൾക്കും ഇല്ല താൽപര്യം. ചെറിയ തമ്പുരാന്റെ സംബന്ധത്തിന്നു സ്ഥിരതയില്ലെന്നോ നീ വിചാരിക്കുന്നത്? ഛീ! ഛീ! അദ്ദേഹം ആ വക യാതൊരു വഷളത്വവും ചെയ്യുന്ന മനുഷ്യനല്ല. അവിടുത്തെ ജീവാവസാനംവരെയ്ക്കും ഇതിന്ന് ഒരു മുടക്കംവരില്ല. അദ്ദേഹത്തിന്റെ സ്വന്തം ജീവനെപ്പോലെ സ്നേഹിച്ചുകൊണ്ടു നടക്കും നിന്നെ. ഇത്രനല്ല ഒരു പുരുഷനെ മറ്റെവിടെ നിന്നാണ് കിട്ടാൻ പോണത്.

മീനാക്ഷി: എനിക്ക് ഇപ്പോൾ ഉള്ള ഭർത്താവുതന്നെ മതി. നല്ലതും ചീത്തയും നോക്കീട്ട് ഇനി യാതൊരു പ്രയോജനവും ഇല്ല.

പാറുക്കുട്ടി: അല്ലല്ല! അവസാനം എല്ലാംകൂടി ഇങ്ങിനെയായോ? ഞങ്ങൾ യാതൊരാളെങ്കിലും അറിയാതെ നിനക്കു ഭർത്താവിനെ നീ തന്നെ ഉണ്ടാക്കിയോ? വേണ്ടില്ല! വേണ്ടില്ല! പുസ്തകം വായിച്ചു വായിച്ചു ഇത്രോടം എത്തിയോ?

മീനാക്ഷി: നിങ്ങൾ എല്ലാവരുടേയും അറിവോടും പൂർണ്ണസമ്മതത്തോടുംകൂടിയാണ് ഞാൻ അദ്ദേഹത്തെ സ്വീകരിച്ചത്. അന്നു നിങ്ങൾക്ക് എല്ലാവർക്കും സമ്മതമുണ്ടായിരുന്നു. ഇന്നിങ്ങിനെ പറയുന്നതിന്നു ഞാനെന്തു ചെയ്യും?

പാറുക്കുട്ടി: അദ്ദേഹം എന്നു നീ പറഞ്ഞത് ഏതു ദേഹത്തെക്കൊണ്ടാണ്. എന്നായിരുന്നു ഈ സ്വയംവരം കഴിഞ്ഞു കൂടിയത്?

മീനാക്ഷി: (ലജ്ജയോടും വ്യസനത്തോടുംകൂടി) അദ്ദേഹം ജ്യേഷ്ഠന്റെ ഒരുമിച്ച് ഇവിടെ വന്നതും എന്റെ പേരോടുകൂടിയ ഒരു ഫിഡിൽ എനിക്കു സമ്മാനം തന്നതും നിങ്ങളുടെ നിർബ്ബന്ധം സഹിക്കരുതാഞ്ഞിട്ടു ഞാൻ ഒരു തൊപ്പി തുന്നി അമ്മയുടെ കയ്യായി അദ്ദേഹത്തിന്നു പകരം കൊടുത്തതും അത് അപ്പോൾതന്നെ അദ്ദേഹം അത്യന്തം സന്തോഷത്തോടും ആദരവോടുംകൂടി തന്റെ തലയിൽ ഇട്ടതും പോകുമ്പോൾ പ്രേമസൂചകമായി എന്നോടു ചിലതു പറഞ്ഞതും ഞാൻ അദ്ദേഹത്തിന്റെ ഹിതാനുസരണയായി അന്നുതന്നെ എന്റെ പേരിൽ ചില ഭേദഗതി വരുത്തിയതും ഇതെല്ലാം നിങ്ങളുടെ അറിവോടുകൂടി ഉണ്ടായതല്ലേ? കുട്ടി ആകെങ്കിൽ കുഞ്ഞിയും ആക. രണ്ടും പൊയ്ക്കോട്ടെ എന്നു നിങ്ങളുടെ മുഖേനയല്ലേ നാണിയെളേമ്മ പറഞ്ഞത്? അച്ഛനും അമ്മാവനും ജ്യേഷ്ഠനും നിങ്ങൾ എല്ലാവർക്കും ഇത് അത്യന്തം സന്തോഷവും സമ്മതവും ആണെന്നു കണ്ടിട്ടു ഞാൻ അന്ന് എന്റെ മനസ്സുകൊണ്ട് അദ്ദേഹത്തെ എന്റെ ഭർത്താവായി സ്വീകരിച്ചിരിക്കുന്നു. അതുമുതൽ ഞങ്ങൾ അന്യോന്യം കൂടക്കൂടെ എഴുത്തുകൾ അയക്കുകയും ക്ഷേമവർത്തമാ

നത്തെപ്പറ്റി അന്വേഷിച്ചുവരികയും ചെയ്തു വരാറുണ്ട്. ന്യായാനുസരണമായി വിവാഹം കഴിപ്പാൻ അദ്ദേഹം എന്റെ പ്രായസന്ധും കാത്തുകൊണ്ടിരിക്കയാണ് ചെയ്യുന്നത്. അതുകൊണ്ട് ഇന്ദ്രാണിയുടെ സ്ഥാനം തരുമെന്നു പറഞ്ഞു ദേവേന്ദ്രൻ താൻതന്നെ വന്നാലും എനിക്ക് ഇനി ആവശ്യമില്ല. എന്തിനാണ് അധികം പറയുന്നത്? ഈ ജന്മം ഞാൻ വേറെ ഒരു പുരുഷനെ എന്റെ മനസാ വാചാ കർമ്മണാ സ്വീകരിക്കയില്ല. എന്റെ ഈ നിശ്ചയത്തിന്നു വിപരീതം പ്രവർത്തിപ്പാൻ നിങ്ങൾ ഒരുങ്ങുന്ന പക്ഷം എന്റെ അച്ഛനാണ, നിങ്ങളാണ; അമ്മെ, അന്നു ഞാൻ എന്റെ ജീവനെ ഉപേക്ഷിച്ചുകളയും.

മീനാക്ഷി ഇങ്ങിനെ പറഞ്ഞു തന്റെ അമ്മയുടെ മുഖത്തുനോക്കി കണ്ണീർ ചൊരിച്ചു നെടുവീർപ്പെട്ടു കരയുന്നതു കണ്ടിട്ട് ലക്ഷ്മിഅമ്മയും പാറുക്കുട്ടിയും പൊട്ടിക്കരഞ്ഞു. മൂന്നുപേരും തങ്ങളിൽ കെട്ടിപ്പിടിച്ചും ആശ്ലേഷിച്ചും വിലാപിച്ചും കണ്ണീർ പൊഴിച്ചും ഇങ്ങിനെ ഏകദേശം ഒരു പതിനഞ്ചു മിന്നിട്ടുനേരം വ്യസനിച്ചുകൊണ്ടിരുന്നു. കണ്ണിലെ വെള്ളം ഏതാണ്ടു വറ്റി കണ്ണുകലങ്ങിയതിന്റെ ശേഷം ലക്ഷ്മിഅമ്മ തെല്ലു ധൈര്യത്തോടെ തന്റെ തോർത്തുമുണ്ടുകൊണ്ട് മകളുടെ കണ്ണും മുഖവും തുടച്ചു രണ്ടു നാലു പ്രാവശ്യം മൂർദ്ധാവിൽ ചുംബിച്ചു ആശ്വസിപ്പിച്ചുംകൊണ്ടു പതുക്കെ പറഞ്ഞു.

ലക്ഷ്മിഅമ്മ: മകളെ! നിന്റെ ബുദ്ധിഗുണവും മര്യാദയും ഭർത്തൃസ്നേഹവും വിശ്വാസവും വിചാരിക്കുമ്പോൾ എന്റെ കണ്ണിൽ രണ്ടാമതും വെള്ളം നിറയുന്നു. എന്നാൽ അതു സന്തോഷാധിക്യംകൊണ്ടു മാത്രമാണ്. നീ ഇങ്ങിനെ തീർച്ചപ്പെടുത്തീട്ടുണ്ടെങ്കിൽ നിന്റെ ഹിതത്തിനു വിരോധമായി ഞങ്ങൾ യാതൊരാളും പ്രവർത്തിക്കയില്ലെന്നു മാത്രമല്ല കൂടുന്ന വേഗത്തിൽ അതു നിവൃത്തിയാക്കിത്തരാൻ അത്യുത്സാഹം ചെയ്യുകയും ചെയ്യും. നീ വ്യസനിച്ചു മനസ്സു പുണ്ണാക്കാതെ ധൈര്യപ്പെട്ടിരിക്കൂ. ഗോപാലനോടു ഈ എല്ലാ വിവരവും നാളെ രാവിലെ ഞാൻതന്നെ പറഞ്ഞു മനസ്സിലാക്കുന്നുണ്ട്. നിന്റെമേൽ സ്നേഹവും ബഹുമാനവും വർദ്ധിക്കയല്ലാതെ അവന്ന് ഇതു നിമിത്തം ഒരു ലേശം സുഖക്കേടുണ്ടാകുമെന്നു വിചാരിച്ചു നീ വ്യസനിക്കണ്ട. ഈ കാര്യത്തിൽ തെല്ലു വകതിരിവുള്ള യാതൊരാളും നിന്നെ ദൂഷ്യം പറകയില്ല. നിന്റെ അച്ഛനും ഞാൻ നാളെ ഈ സംഗതിക്ക് ഒരു എഴുത്തയക്കും. അദ്ദേഹത്തിന്ന് ഇതു വളരെ സന്തോഷമായിരിക്കും. ചെറിയ തമ്പുരാൻ ഒരു സമയം നമ്മോടു കോപിക്കാനും മതി. രാജാക്കന്മാരുടെ വിരോധം ഭയപ്പെട്ടു മര്യാദ തെറ്റിനടപ്പാൻ അശേഷം പാടില്ല. പ്രജകളുടെ മാനമര്യാദയെ രക്ഷിക്കേണ്ടുന്ന ഭാരവാഹിത്വം രാജാക്കന്മാർക്കാണ്. അവർക്ക് അതു തെറ്റാമെന്നുണ്ടെങ്കിൽ പിന്നെ ആ കാര്യത്തിൽ നമുക്ക് അത്ര ഭയപ്പെടാനും ഇല്ല. എന്താണ് ഈ കാര്യത്തിൽ പാറുക്കിട്ടിക്കുള്ള അഭിപ്രായം?

പാറുക്കുട്ടി: ചെറിയതമ്പുരാൻ മുഷിഞ്ഞാലും വേണ്ടില്ല, വലിയതമ്പുരാൻ തന്നെ മുഷിഞ്ഞാലും വേണ്ടില്ല നമുക്കു ഇനി ആവശ്യമില്ല. കുഞ്ഞിശ്ശങ്കരമേനോൻതന്നെ മതി നമുക്ക്. വരുന്നതെല്ലാം വരട്ടെ. ഇനി ഒരു സംശയം മാത്രമേയുള്ളു. ഇവൾക്കു കുഞ്ഞിശ്ശങ്കരമേനോനിൽ ദൃഢമായ അനുരാഗവും വിശ്വാസവും ഉണ്ടെന്നു നമുക്കു ഇപ്പോൾ പ്രത്യക്ഷമായി. എന്നാൽ ഇതുപോലെതന്നെ അദ്ദേഹത്തിന്നു ഇവളിലും അനുരാഗം ഉണ്ടെന്നുള്ളതിന്നു ഇവളുടെ വെറുംവാക്കല്ലാതെ നമുക്കു വിശേഷിച്ചു യാതൊരു ലക്ഷ്യവും ഇല്ലല്ലൊ. പരമാർത്ഥം അറിയാതെ സന്തോഷിച്ചാൽ അതിന്നുമാത്രം പിന്നെ സന്താപിക്കേണ്ടിയുംവരും. പിടിച്ചതിനെ വിട്ടിട്ടു പറക്കുന്നതിന്റെ പിന്നാലെ ഓടാൻ തെല്ല് ആലോചിച്ചിട്ടുവേണം.

ലക്ഷ്മിഅമ്മ: മകളെ! നിനക്കു ഈയിടയിൽ അദ്ദേഹം വല്ല എഴുത്തും അയച്ചിട്ടുണ്ടായിരുന്നുവോ? ഉണ്ടെങ്കിൽ അതു കാണട്ടെ. ഇനി ഒളിച്ചുവെക്കേണ്ടുന്ന ആവശ്യമില്ല. അതു കണ്ടാൽ ഏതാണ്ടു നിശ്ചയിക്കാം.

മീനാക്ഷി: എനിക്കു മിനിഞ്ഞാന്നുംകൂടി ഒരു എഴുത്തു കിട്ടിയിരിക്കുന്നു. അതിൽ എല്ലാ സംഗതിയും അദ്ദേഹം കാണിച്ചിട്ടുണ്ട്.

പാറുക്കുട്ടി: എന്നാലതൊന്നു നോക്കട്ടെ. എഴുത്ത് ഇംഗ്ലീഷിലൊ മലയാളത്തിലൊ? ഇംഗ്ലീഷ് കത്താണെങ്കിൽ കുറുക്കന് ആമയെ കിട്ടിയതുപോലെ ഞങ്ങൾ വിചാരിച്ചാലെന്തൊരു നിവൃത്തിയാണ്?

മീനാക്ഷി: മിനിഞ്ഞാന്നു അയച്ച എഴുത്തു മലയാളത്തിൽ തന്നെയാണ്.

പാറുക്കുട്ടി: ആളു ബഹു രസികനാണ് കുഞ്ഞിശ്ശങ്കരമേനോൻ. പണം എത്രയാണു കിട്ടുന്നതെന്നു കണക്കില്ല. മാസം ഒന്നുക്കു ശരാശരി രണ്ടായിരം ഉറുപ്പികയിൽ കുറയാതെ കിട്ടുന്നുണ്ടുപോൽ. അദ്ദേഹത്തിന്റെ ഭാഗ്യത്തെപ്പറ്റി കൊച്ചുലക്ഷ്മീടെ അച്ഛൻ കൂടക്കൂടെ പറയാറുണ്ട്.

മീനാക്ഷി: ഈ കഴിഞ്ഞ സെഷ്യൻകേസ്സിന്നു സേലത്തു വന്നിട്ടുണ്ടായിരുന്നു ചിലവുകഴിച്ചു രണ്ടായിരത്തഞ്ഞൂറുറുപ്പിക ആ കേസ്സിൽ കിട്ടിയിരിക്കുന്നു.

പാറുക്കുട്ടി: അദ്ദേഹം ഇപ്പോൾതന്നെ എല്ലാ കണക്കുകളും നിണക്ക് അയച്ചുതരാറുണ്ടില്ലെ? ഇതെല്ലാം ആരറിഞ്ഞിരിക്കുന്നു? നിങ്ങൾ ഫിഡിൽകൊണ്ടും തൊപ്പികൊണ്ടും പുടമുറി കഴിച്ചതും ഭാര്യാഭർത്താക്കന്മാരായതും അന്യോന്യം എഴുത്തയച്ചു സങ്കല്പസുഖം അനുഭവിക്കുന്നതും എനിക്ക് ഇന്നുമാത്രമേ മനസ്സിലായിട്ടുള്ളു. നിങ്ങൾ വല്ലാത്ത കൂട്ടരുതന്നെ. നാലുസംവത്സരം മിണ്ടാതെ കഴിച്ചുകൂട്ടിക്കളഞ്ഞില്ലെ? ആ എഴുത്തു എവിടുത്തു.

മീനാക്ഷി: ആ മേശപ്പുറത്തുവെച്ച പുസ്തകത്തിന്റെ ഉള്ളിലിതാ ഒരു ലക്കോട്ടിൽ.

പാറുക്കുട്ടി: ഇവൾ പുസ്തകം അധികം വായിക്കാറില്ലെന്നു പറ

ഞ്ഞതു ശരിയാണ്. എഴുത്തും നോക്കി ഓരോന്നു വിചാരിച്ചു സന്തോഷിച്ചുംകൊണ്ടിരിക്കും. ഉറങ്ങുന്ന സമയം അത് ഒന്നിച്ചുതന്നെ വെക്കാറുണ്ടെന്നു തോന്നുന്നു.

എന്നുപറഞ്ഞു പാറുക്കുട്ടി പുസ്തകത്തിന്റെ ഉള്ളിൽനിന്ന് എഴുത്തെടുത്തു നിവർത്തി വിളക്കത്തുനോക്കി പതുക്കെ വായിച്ചു ചിരിച്ചുംകൊണ്ട് അതു ലക്ഷ്മിഅമ്മയുടെ കയ്യിൽ കൊടുത്തു. മീനാക്ഷി ശൃംഗാരലജ്ജയെ നടിച്ചു കുമ്പിട്ടുനിന്നു കാൽവിരൽകൊണ്ടു നിലത്ത് ഓരോന്നു വരച്ചുതുടങ്ങി. ലക്ഷ്മിഅമ്മ വിളക്കിന്റെ അടുക്കെ ചെന്നുനിന്ന് എഴുത്തു വായിക്കയായി. അതു താഴെ പറയുംപ്രകാരമുള്ള അഞ്ചു ശ്ലോകങ്ങളായിരുന്നു.

മദ്രാശി
നവെമ്പ്ര 8-ാം നു-

കല്യാണമസ്തു

നാനാഗുണങ്ങളിടതിങ്ങിവിളങ്ങിഭംഗ്യാ
ദീനേഷുഭൂരികൃപയാമരുവും സുശീലേ!
പീനസ്തനീ നികര ചാരുകലാപഹീരേ!
മീനാക്ഷി! കേളയിഗിരം മമ സാവധാനം.
തണ്ടാർതൊഴും ചടുലലോല വിലോചനേ! നിൻ
കൊണ്ടാടുമോമനകളേബരകാന്തിപൂരം
കണ്ടന്നുതൊട്ടനുദിനം വളരുന്നമോഹം
മിണ്ടാതെകണ്ടിതുവരെക്കുമമർത്തിവെച്ചേൻ
കാളാംബുദപ്രതിമ കോമളകേശവും നിൻ
ലോലംബകമ്രമളകാവലിയും വിശേഷാൽ
ബാലാബ്ജസന്നിഭലലാടവുമോർത്തിടുമ്പോൾ
കാളുന്നു കേൾ സുമസായകവഹ്നി ചിത്തേ.
നീയ്യെന്നിയില്ല ശരണം കുസുമായുധാസ്ത്ര-
ത്തീയ്യിൽകിടന്നു പൊരിയുന്നൊരെനിക്കു പാർത്താൽ
ചെയ്യായ്കിലോ കരുണനീമയിദീനനാം ഞാൻ
പൊയ്യല്ല കാലനുടെ കയ്യിലകപ്പെടും കേൾ
കുന്ദപ്രസൂനരദനേ തവ മന്ദഹാസ
മന്ദാക്ഷമഞ്ജുള കടാക്ഷവിലാസഭാവം
ഒന്നിച്ചിരുന്നനുഭവിപ്പതിനിങ്ങു യോഗം
വന്നീടുമോ സുമുഖി! ചൊല്ക മടിച്ചിടാതെ?

സ്വന്തം കുഞ്ഞിശ്ശങ്കരമേനോൻ

എഴുത്തു വായിച്ചുനോക്കി ചിരിച്ചുംകൊണ്ടു ലക്ഷ്മിഅമ്മ കട്ടിലിന്മേൽതന്നെ പിന്നെയും ചെന്നു കുത്തിരുന്നു. പാറുക്കുട്ടിയുടെ മുഖത്തു നോക്കി അത്യന്തം സന്തോഷത്തോടെ പറഞ്ഞു.

ലക്ഷ്മിഅമ്മ: കുറ്റമല്ല ഇവൾക്ക് അദ്ദേഹത്തിന്റെ മേൽ അനുരാഗം ഇങ്ങിനെ ഉറച്ചുപോയത്. ഈ എഴുത്ത് അതിനുമാത്രം ഉണ്ട്. ഇനി സംശ

യിപ്പാൻ യാതൊന്നും ഇല്ല. കഴിയുന്ന വേഗത്തിൽ വിവാഹം കഴിച്ചുകൊടുക്കുകതന്നെ വേണ്ടത്.

പാറുക്കുട്ടി: അദ്ദേഹത്തിന്റെ ഒന്നാമത്തെ അപേക്ഷതന്നെ അതാണ്. "കല്യാണമസ്തു" എന്ന ആദ്യം എഴുതിയതു കണ്ടില്ലെ.

ലക്ഷ്മിഅമ്മ: അദ്ദേഹം നല്ല തന്റേടമുള്ള പുരുഷനാണ്. കാമുകചിത്തവൃത്തിയെ അനുസരിച്ചു ഘനക്ഷയമായി വളരെ ഒന്നും എഴുതീട്ടില്ല. ചില ശൃംഗാരശ്ലോകം കേട്ടാൽ മുഖത്തു തുപ്പുകൊടുക്കാൻ തോന്നും. ഇത് ആർക്കു കാണുന്നതിന്നും ആരെ കേൾപ്പിക്കുന്നതിന്നും വിരോധമില്ല.

പാറുക്കുട്ടി: അദ്ദേഹം സ്വതേതന്നെ ഘനമുള്ള ഒരു ആളായതുകൊണ്ട് അങ്ങിനെ അല്ലാതെ വരാൻ പാടില്ല. ഇതിന്നു വല്ല മറുവടിയും അയച്ചിട്ടുണ്ടോ എന്നു നാം അന്വേഷിക്കേണ്ടതല്ലെ.

ലക്ഷ്മിഅമ്മ: നിശ്ചയമായിട്ടും വേണ്ടതുതന്നെ (മീനാക്ഷിയുടെ നേരെ നോക്കീട്ട്) മകളെ, നീ അയച്ച മറുവടിയുടെ പകർപ്പു വെച്ചിട്ടുണ്ടോ? ഉണ്ടെങ്കിൽ അത് എവിടെ, അതുംകൂടി ഒന്നും കാണട്ടെ?

മീനാക്ഷി: അമ്മേ, ഇതുവരെ ഞാൻ ആ കാര്യം ആലോചിച്ചുതന്നെ കഴിഞ്ഞു. മറുവടി ഇനിയും അയച്ചിട്ടില്ല. വല്ലതും എഴുതി നാളത്തെ തപാല്ക്ക് അയക്കാം.

പാറുക്കുട്ടി: രണ്ടുമൂന്നു ദിവസമായിട്ടും ഇതുവരെ മറുവടി അയക്കാത്തതു നന്നായിട്ടില്ല. അദ്ദേഹം എന്തോ ശങ്കിച്ചു വ്യസനിക്കുന്നുണ്ടായിരിക്കാം. ഈവക എഴുത്തിന്ന് അന്നന്നേരം മറുവടി അയക്കേണ്ടതാണ്.

മീനാക്ഷി: എന്താണു ഞാൻ എഴുതേണ്ടത്. എനിക്കു ഒരു സമാധാനവും തോന്നുന്നില്ല.

പാറുക്കുട്ടി: നിണക്കു തോന്നാഞ്ഞിട്ടു കാര്യം ഇത്രോടം കൊണ്ടന്നു വെച്ചില്ലെ. ഇനി വേഗത്തിൽ മുഴുവനാക്കിക്കളയുന്നതാണു നല്ലത്.

ലക്ഷ്മിഅമ്മ: മറുവടിയിൽ വേണ്ടാത്ത വിഡ്ഢിത്തം ഒന്നും എഴുതരുതെ. ചോദിച്ചതിന്നു തക്കതായ മറുവടിയായിരിക്കണം. എന്നാൽ മാത്രം മതി. അധികം എഴുതീട്ടു യാതൊരു പ്രയോജനവും ഇല്ല.

പാറുക്കുട്ടി: ഇവൾ എന്തുതന്നെ വിഡ്ഢിത്തം എഴുതി അയച്ചാലും അദ്ദേഹത്തിന്നു ബഹു രസമായിരിക്കും. ഇതിന്നുമുമ്പെ എന്തെല്ലാം തോന്ന്യാസം ഇവര് അങ്ങട്ടും ഇങ്ങട്ടും എഴുതി അയച്ചിട്ടുണ്ടെന്ന് ആരു കണ്ടു? ഇനി പറയുന്നതും പറയാത്തതും രണ്ടും സമമാണ്.

മീനാക്ഷി: എന്തോ! ഞാൻ ആലോചിച്ചുനോക്കീട്ട് എനിക്കു ഒന്നും തോന്നുന്നില്ല.

പാറുക്കുട്ടി: ഞങ്ങൾ നിന്റെ അടുക്കേയുള്ളതുകൊണ്ടായിരിക്കാം തോന്നാത്തത്. പക്ഷേ, ഞങ്ങൾ പൊയ്ക്കളയാം. പകർപ്പു ഞങ്ങളെക്കൂടി കാണിക്കണേ.

മീനാക്ഷി: എന്താണു നിങ്ങൾക്ക് അസ്സൽതന്നെ കാണരുതെന്നുണ്ടോ?

ലക്ഷ്മിഅമ്മ: പകർപ്പ് കണ്ടാലും വേണ്ടില്ല; അസ്സൽകണ്ടാലും വേണ്ടില്ല. നീ അധികം ഉറക്കൊഴിക്കാതിരുന്നാൽ മതി. മറുവടി പക്ഷേ, നാളേരാവിലെ എഴുതാം.

പാറുക്കുട്ടി: നല്ല ഉറക്ക് വരേണമെങ്കിൽ ഇനിയും കുറേക്കൂടി കഴിയേണ്ടിവരും. അതിനിടയിൽ ഉറങ്ങാൻ പറയുന്നതു വ്യഥാവിലാണ്.

മീനാക്ഷി: എളേമ്മക്കു എത്ര പറയാം. ഒരു പ്രാവശ്യാ, രണ്ടുപ്രാവശ്യാ പറഞ്ഞാൽ പോരെ?

പാറുക്കുട്ടി: എന്നാലിങ്ങനെ ആയിക്കളയാം. ഇനി എല്ലാം നമുക്കു രാവിലെ പറയാം. നീ ഉറങ്ങാൻ നോക്കൂ. ഞങ്ങളും പോയുറങ്ങട്ടെ.

ലക്ഷ്മിഅമ്മയും പാറുക്കുട്ടിയുംകൂടി മീനാക്ഷിയെ തനിയെ വിട്ടേച്ചു പുറത്തുകടന്ന് അവരവരുടെ മുറികളിൽ എത്തുന്നതിനു മുമ്പായിട്ടുതന്നെ ചിന്താസന്താപങ്ങൾ ഇവളുടെ മനസ്സിൽ കടന്നുകൂടി. അവിടെനിന്ന് എഴുനീറ്റ് ഇവൾ വാതിൽ അടച്ചു തഴുതിട്ടു മുമ്പു താൻ ഇരുന്നിട്ടുണ്ടായിരുന്ന കസേലമേൽ തന്നെ ചെന്നു കുത്തിരുന്നു മനസ്സുകൊണ്ടു വിചാരിക്കയായി. 'ഞങ്ങൾ അന്യോന്യമുള്ള അനുരാഗം ഇതുവരെ എന്റെ അമ്മയെപ്പോലും അറിയിക്കാതിരുന്നതു വളരെ കഷ്ടമായിപ്പോയി. പക്ഷേ, തെയ്യൻമേനോൻ ഇവിടെ വരാനും ഇങ്ങിനെ ഒരു സംബന്ധം ആലോചിക്കാനും അച്ഛന്നും ജ്യേഷ്ഠന്നും മറ്റും അമ്മാമൻ ഇതിനെപ്പറ്റി എഴുത്തയക്കാനും ഇതിനൊന്നും ഇടവരുന്നതല്ലായിരുന്നു. ജ്യേഷ്ഠനും അദ്ദേഹവും തമ്മിലുള്ള അതിസ്നേഹം വിചാരിച്ചാൽ അമ്മാമൻ അയച്ചുവെന്നു പറയുന്ന എഴുത്തു ജ്യേഷ്ഠൻ ഒരു സമയം അദ്ദേഹത്തിനേക്കൂടി കാണിച്ചിട്ടുണ്ടായിരിക്കണം. എഴുത്തു കണ്ടപ്പോൾ അദ്ദേഹത്തിന്റെ മനസ്സിൽ എത്ര കുണ്ഠിതവും വ്യസനവും ജനിച്ചിട്ടുണ്ടായിരിക്കണം? യാതൊരു കഥയും ഇല്ലാത്ത ചപല സ്ത്രീകളിൽ ഒരുത്തിയാണ് ഞാൻ എന്നു വിചാരിക്കുന്നുണ്ടായിരിക്കാം. മിനിഞ്ഞാന്നുതന്നെ ഞാൻ മറുവടി അയച്ചിട്ടുണ്ടായിരുന്നുവെങ്കിൽ ഇപ്പോൾ ഇത്രയൊന്നും വ്യസനിക്കേണ്ടതില്ലായിരുന്നു. കഷ്ടകാലംകൊണ്ട് എനിക്കതിന്നു മനസ്സുവന്നില്ല. അമ്മാമന്റെ എഴുത്തിൽ പ്രസ്താവിച്ച സംഗതിക്കു വിപരീതമായി ഞാൻ ഇനി ഒരു മറുവടി അയച്ചാൽ ആരാണു വിശ്വസിക്കുന്നത്. എന്താണ് ഞാൻ മറുവടി എഴുതേണ്ടത്? എങ്ങിനെയാണു ഞാൻ എന്റെ അനുരാഗം പ്രത്യക്ഷമായി പറയുന്നത്. പ്രത്യക്ഷപ്പെടുത്താതെ ഇനി എത്ര ദിവസത്തോളം ഇരിക്കാം. ലജ്ജകൂടാതെ വല്ല തോന്ന്യാസവും ഞാൻ എഴുതി അയച്ചാൽ അദ്ദേഹം എന്തു വിചാരിക്കും. ഏതായാലും ഒരു മറുവടി അയക്കാതിരിപ്പാൻ ഇനി തരമില്ല.

മീനാക്ഷി ഇങ്ങിനെ വിചാരിച്ചു ശോകാവേശത്തോടുകൂടി കുഞ്ഞിശ്ശങ്കരമേനോന്റെ പ്രേമപത്രിക എടുത്ത് ഒരു പ്രാവശ്യംകൂടി വായിച്ചു കുറേനേരം അതിനെ തന്റെ മാറത്തും മുഖത്തും അണച്ചു. പുളകോൽഗമത്തോടെ മേശ തുറന്ന് ഒരു കടലാസ് എടുത്ത് അതിൽ ഒരു മറുവടി എഴുതി വിശേഷമായ ഒരു ലക്കോട്ടിൽ ആക്കി മേശയിൽതന്നെ വെച്ച്

തെല്ല് മനസ്വസ്ഥതയോടുകൂടി അന്നത്തെ രാത്രി ഒരു വിധേന കഴിച്ചു കൂട്ടി. പിറ്റെന്നാൾ രാവിലെ അതു ലക്ഷ്മിഅമ്മയേയും മറ്റും കാട്ടി അവരുടെ പൂർണ്ണസമ്മതത്തോടുകൂടി കിട്ടുണ്ണിവശം തപാലിലേക്കു അയച്ചു. അന്നുമുതൽ ദിവസംപ്രതി രാവിലെ എഴുന്നേറ്റു ഉടനെ കുളിച്ചു ക്ഷേത്രത്തിൽപോയി തൊഴുതല്ലാതെ ഇവൾ യാതൊന്നെങ്കിലും പ്രവൃത്തിക്കുകയോ വല്ലതും ഭക്ഷിക്കുകയൊ ചെയ്തിട്ടുണ്ടായിരുന്നില്ല. ഈ കഥക ഇപ്പോൾ ഇങ്ങിനെ നില്ക്കട്ടെ.

മീനാക്ഷിയുടെ മറുവടി കുഞ്ഞിശ്ശങ്കരമേനോനു കിട്ടുന്നതിനു മുമ്പായിട്ടു ഗോപാലമേനോന്റെ എഴുത്ത് അച്യുതമേനോനു കിട്ടി. എന്നാൽ ഈ കാലത്തു ഇവർ രണ്ടുപേരും വെവ്വേറെ പാർത്തുവരികയായിരുന്നു. അച്യുതമേനോൻ പരീക്ഷ ജയിച്ചു ഹൈക്കോർട്ടിൽ വക്കീലായ മുതൽക്കാണ് ഇവർ ഇങ്ങിനെ പാർപ്പാക്കിയത്. എങ്കിലും കോടതിക്കു പോകുന്നതും വരുന്നതും എല്ലാം രണ്ടുപേരും ഒരുമിച്ചു തന്നെയാണ്. കോടതി പിരിഞ്ഞു വീട്ടിൽ എത്തിയാൽ മിക്ക സമയങ്ങളിലും ഇവർ രണ്ടുപേരും ഒരുമിച്ചുതന്നെ ഉണ്ടായിരിക്കും. ഇങ്ങിനെ ഇരിക്കെ ഒരു ദിവസം ഇവർ രണ്ടുപേരും കൂടി കോടതിയിൽനിന്നു മടങ്ങി ഒരേ വണ്ടിയിൽ കയറി വരുന്നവഴി അച്യുതമേനോൻ മേൽപറഞ്ഞ എഴുത്ത് കുഞ്ഞിശ്ശങ്കരമേനോന്റെ കയ്യിൽ കൊടുത്തിട്ടു പറഞ്ഞു: 'മീനാക്ഷിക്കു ഒരു സംബന്ധം ആലോചിച്ചു വരുന്നു. അതിനെപ്പറ്റി അമ്മാമൻ എനിക്കു എഴുതീട്ടുള്ളതാണ് ഈ എഴുത്ത്. ആലോചിച്ചുവരുന്ന ഈ സംബന്ധം നടക്കുന്നതായാൽ ഞങ്ങളുടെ മനോഹിതം ഏതാണ്ടു സാധിച്ചു എന്നു തന്നെ പറയാം.' ഇതു കേട്ടപ്പോൾ കുഞ്ഞിശ്ശങ്കരമേനോനുണ്ടായ പരിഭ്രമവും കുണ്ഠിതവും ഉള്ളപോലെ എഴുതിക്കാണിപ്പാൻ ഞാൻ വിചാരിച്ചാൽ പ്രയാസംതന്നെ. തന്റെ അതുവരെയുള്ള എല്ലാ ഭാഗങ്ങൾക്കും പെട്ടെന്ന് പ്രത്യക്ഷമായ ഒരു വികാരം സംഭവിച്ചു. ശരീരം ആസകലം വിയർത്തു അധരോഷ്ഠങ്ങൾ ഉണങ്ങി വരണ്ടുപോയി. നിലാവത്തു പിടിച്ചിട്ട കോഴിയേപ്പോലെ പരിഭ്രമിച്ചു എന്താണ് ചെയ്യേണ്ടൂ എന്നറിയാതെ കുറേനേരം സ്വസ്ഥനായിരുന്നു. ഇദ്ദേഹത്തിന്റെ ഈ ഭാവപ്പകർച്ചയും കുണ്ഠിതവും കണ്ടിട്ടു അച്യുതമേനോനു പല സംശയവും ഉണ്ടായി. കുഞ്ഞിശ്ശങ്കരമേനോനു ഇങ്ങിനെയുള്ള ഒരു വിചാരം ഉണ്ടായിരുന്നു എന്നു അച്യുതമേനോൻ ഇതുവരെക്കും അറിഞ്ഞിട്ടുണ്ടായിരുന്നില്ല. പക്ഷേ, അദ്ദേഹം ഈ എഴുത്തുതന്നെ കാണിക്കുന്നതല്ലായിരുന്നു. എങ്കിലും കുറേനേരം കഴിഞ്ഞതിൽ പിന്നെ കുഞ്ഞിശ്ശങ്കരമേനോൻ അല്പം ധൈര്യം കലർന്നു അച്യുതമേനോനോടു ഇപ്രകാരം പറഞ്ഞു.

കുഞ്ഞിശ്ശങ്കരമേനോൻ: സംബന്ധത്തിന്ന് എല്ലാംകൊണ്ടും ഇപ്പോൾ തന്നെയാണ് തക്കസമയം. ആരാണു സംബന്ധം ആലോചിക്കുന്നത്? അന്യോന്യം സമ്മതത്തോടുകൂടി ആയിരിക്കാം.

അച്യുതമേനോൻ: (കുണ്ഠിതത്തോടുകൂടി) നോം മുമ്പ് ഒന്നിച്ചു പോയസമയം ഒരു ചെറിയ തമ്പുരാനുമായിട്ടു സംസാരിച്ചില്ലേ? അദ്ദേഹ

മാണ്. അന്യോന്യം സമ്മതത്തോടുകൂടിയൊ എന്തോ, അതൊന്നും എഴുത്തിൽ കാണുന്നില്ല. എഴുത്തു വായിച്ചു നോക്കിയാൽ ഞാൻ അറിഞ്ഞേടത്തോളമുള്ള വിവരം മനസ്സിലാകുന്നതാണ്.

കുഞ്ഞിശ്ശങ്കരമേനോൻ: വായിച്ചുനോക്കണമെന്നില്ല. നിങ്ങൾ പറഞ്ഞാൽ മതി. ആ തമ്പുരാൻ അശേഷം തരക്കേടില്ല. നിങ്ങളുടെ സോദരിക്കു പറ്റിയ ഭർത്താവുതന്നെയാണ്. പക്ഷേ,-

അച്യുതമേനോൻ: എന്താണ് പക്ഷേ എന്നുമാത്രം പറഞ്ഞ് അവസാനിപ്പിച്ചുകളഞ്ഞത്.

കുഞ്ഞിശ്ശങ്കരമേനോൻ: വിശേഷിച്ച് ഒന്നും ഉണ്ടായിട്ടല്ല. നമ്മുടെ ഇടയിൽ കഴിയുന്നേടത്തോളം സംബന്ധം സ്വജാതിയിൽ തന്നെ വേണം എന്ന് അച്യുതമേനോൻ പലപ്പോഴും പറഞ്ഞിട്ടുണ്ടായിരുന്നു. അത് ഈ കാര്യത്തിൽ സംബന്ധിക്കയില്ലായിരിക്കാം.

അച്യുതമേനോൻ: എന്റെ താല്പര്യം ഇപ്പോൾ ഒന്നും നടക്കില്ലല്ലോ. എല്ലാം അമ്മാമന്റേയും അച്ഛന്റേയും താല്പര്യംപോലെ അല്ലേ?

കുഞ്ഞിശ്ശങ്കരമേനോൻ: അതു ശരിയാണ്. അവരുടെ ഹിതപ്രകാരം തന്നെയാണ് വേണ്ടത്.

ഇങ്ങിനെ പറയുന്ന മദ്ധ്യേ വണ്ടി അച്യുതമേനോൻ പാർക്കുന്ന ഭവനത്തിന്റെ മുമ്പിൽ എത്തി. കുഞ്ഞിശ്ശങ്കരമേനോൻ എഴുത്തു വാങ്ങിയ പാടുതന്നെ അച്യുതമേനോനു മടക്കിക്കൊടുത്തു. അച്യുതമേനോൻ വണ്ടിയിൽനിന്ന് ഇറങ്ങുന്നതിനു മുമ്പായിട്ടു കുഞ്ഞിശ്ശങ്കരമേനോനെ ഒന്നിച്ചു ക്ഷണിച്ചുനോക്കി. തനിക്ക് അല്പം തിരക്കുണ്ട്; അതുകൊണ്ട് ഇപ്പോൾ വരാനവസരമില്ല എന്നുപറഞ്ഞ് അച്യുതമേനോന്റെ ഒന്നിച്ചു പോകാതെ കഴിച്ചു. ഇതും അച്യുതമേനോനു വലിയ വിഷാദമായി. രണ്ടുപേരും പിന്നെ അധികം ഒന്നും പറയാതെ അവരവരുടെ വീട്ടിലേക്കു പോയി. അച്യുതമേനോൻ വീട്ടിൽ എത്തിയ ക്ഷണത്തിൽ ഈ എല്ലാ സംഗതിയെപ്പറ്റിയും ഗോപാലമേനോന് ഒരു എഴുത്തെഴുതി അന്നത്തെ തപാലിൽ പോകത്തക്കവണ്ണം തീവണ്ടിസ്റ്റേഷനിൽ കൊടുത്തയച്ചു. കുഞ്ഞിശ്ശങ്കരമേനോനും തന്റെ ഉടുപ്പുമാറ്റുന്നതിനു മുമ്പായിട്ട് ഒരു കത്തെഴുതി മീനാക്ഷിക്ക് അപ്പോൾതന്നെ അയച്ചു. അതിൽ പിന്നെ ഒരു ചാരുകസേലമേൽ ചെന്നുകിടന്ന് ആലോചിക്കയായി: ഇതുകൊണ്ടുതന്നെ ആയിരിക്കാം മീനാക്ഷി എന്റെ എഴുത്തിന്നു യാതൊരു മറുവടിയും അയക്കാതിരുന്നത് കഷ്ടംതന്നെ. ഞാൻ എന്തെല്ലാം മനോരാജ്യം വിചാരിച്ചു വച്ചിട്ടുണ്ടായിരുന്നു. അവസാനം ഇങ്ങിനെയാണല്ലോ വന്നുകൂടിയത്. ഏതെല്ലാം ദിക്കിൽനിന്ന് ആരുടെയെല്ലാം മുഖേന എനിക്കു സംബന്ധം ആലോചിക്കയുണ്ടായി. ഈ ഒരതിമോഹം നിമിത്തം അതിനെല്ലാം ഞാൻ ഓരോ ഉപേക്ഷ പറകയല്ലേ ചെയ്തത്. ഇപ്പോൾ ഇങ്ങിനെ വ്യസനിപ്പാൻ സംഗതി ഉണ്ടല്ലോ. അവളുടെ സൗന്ദര്യവും ബുദ്ധിസാമർത്ഥ്യവും അസാധാരണമായ വിനയവും ഇതുവരെ കാണിച്ചുവന്ന സ്നേഹവും ഇതെല്ലാം വിചാരിക്കുമ്പോൾ എന്റെ ദേഹം ദഹിച്ചുപോകുന്നു. പുത്തൻ മാളിക

ക്കൽ ഉള്ളവർ ഇത്ര ബുദ്ധിഹീനന്മാരാണെന്ന് ഇതുവരെ ഞാൻ ഓർത്തിട്ടുണ്ടായിരുന്നില്ല. ഞാനും ഗോപാലമേനോനും തമ്മിൽ ചുരുങ്ങിയ കാലത്തിന്നിപ്പുറമുള്ള അതിസ്നേഹം വിചാരിച്ചു നോക്കിയാൽ അദ്ദേഹം ഈ സംഗതിയെപ്പറ്റി എനിക്കും ഒരു കത്തയക്കേണ്ടതായിരുന്നു. ഈ കാലത്തു സ്നേഹത്തിന്നും വിലയില്ല. ഏതായാലും അവൾ ഭാഗ്യം ഉള്ളവൾതന്നെ. രാജഭാര്യയായിരുന്ന് നാനാസുഖങ്ങളും അനുഭവിക്കാം. ഞാൻ മാത്രം ഭാഗ്യംകെട്ടവൻ. അവളുടെ മനസ്സും ഹിതവും അറിയാതെ സൗന്ദര്യം കണ്ടഭ്രമിച്ചു കണക്കിലധികം ഭ്രമിച്ചുപോയതിനാൽ ഇപ്പോളിങ്ങിനെ വിഷാദിക്കാറായി. ഈ കുണ്ഠിതം എന്റെ ജീവാവസാനംവരെ എന്നെപ്പിരിഞ്ഞു പോകുകയോ എനിക്ക് ഇന്നുമുതൽ യാതൊരു കാര്യത്തിലെങ്കിലും ഒരുന്മേഷം ഉണ്ടാകുകയോ ചെയ്യുമെന്നു തോന്നുന്നില്ല. കഷ്ടം! കഷ്ടം!

കുഞ്ഞിശ്ശങ്കരമേനോൻ ഇങ്ങിനെ പലതും വിചാരിച്ച് ശോകാന്ധനായി ഏകദേശം പത്തുമണിവരെ തന്നെത്താൻ മറന്നു വിഷാദിച്ചതിന്റെ ശേഷം ഒടുവിൽ വാല്യക്കാരുടെ നിർബ്ബന്ധം സഹിപ്പാൻ നിവൃത്തിയില്ലാഞ്ഞിട്ട് അവിടെനിന്നു പതുക്കെ എഴുനീറ്റു ഉടുപ്പുമാറ്റി കുളികഴിഞ്ഞ് അത്താഴത്തിന്നു ചെന്നിരുന്നു. അണ്ണാക്കും തൊണ്ടയും ഉണങ്ങി വരണ്ടുപോയതുകൊണ്ട് ഒരുപിടിച്ചോറെങ്കിലും കീഴ്പെട്ടിറങ്ങിയില്ല. ഒടുവിൽ ഊണുകഴിക്കാതെതന്നെ എഴുനേറ്റു കയ്യും മുഖവും കഴുകി. പിന്നെയും കുറേനേരം കുട്ടിചത്ത കുരങ്ങിനെപ്പോലെ അന്ധനായിരുന്നതിൽപിന്നെ എഴുനേറ്റു തന്റെ മുറിയിൽപോയി കിടന്നു. അന്നത്തെ രാത്രി ഇദ്ദേഹം ഏതെല്ലാം വിധത്തിലാണു കഴിച്ചുകൂട്ടിയത് എന്ന് ഇദ്ദേഹത്തിന്നുമാത്രം അറിയാം. കണ്ണു ചിമ്മീട്ടുണ്ടെങ്കിൽ മീനാക്ഷി തന്റെ അടുക്കൽ ഉണ്ടെന്ന് അപ്പോൾ തോന്നും. കണ്ണുമിഴിച്ചാൽ യാതൊന്നും കാണുകയും ഇല്ല. ഇങ്ങിനെ ചിമ്മിയും മിഴിച്ചും തപ്പിയും നോക്കിയും അന്നത്തെരാത്രി 'അറുപതു സെക്കണ്ട് ഒരു മിന്നിട്ട് അറുപതു മിന്നിട്ട് ഒരു മണിക്കൂറ്' എന്നിങ്ങനെ കണക്കുകൂട്ടിയും എണ്ണിയും ഒരു സംവത്സരംപോലെ കഴിച്ചുകൂട്ടി. നേരം ഒരുവിധേന പുലർന്നു. സാധാരണയായി അഞ്ചരമണിക്ക് എഴുനേല്ക്കുന്ന ഈ മനുഷ്യന്ന് അന്നു കിടക്കുന്ന മുറിയിൽ വെയിൽ കടന്നിട്ടും എഴുനേല്ക്കണമെന്നോ പതിവുപ്രകാരം വല്ലതും കഴിക്കണമെന്നോ കോടതിക്കു പോകണമെന്നോ ഈ വക യാതൊരു വിചാരവും കൂടാതെ മനോവേദനകൊണ്ടു കണ്ണുമിഴിപ്പാൻ അരുതാതെ ക്ഷീണിച്ച് അവിടെത്തന്നെ കിടന്നു. കൂടക്കൂടെ വാലിയക്കാർ വന്നു 'ചായ തെയ്യാറാക്കിയിരിക്കുന്നു. വെള്ളം കോരി നിറച്ചിരിക്കുന്നു. ചില കക്ഷികൾ ഉണ്ട് മുറ്റത്തുവന്നു നില്ക്കുന്നു' എന്നിങ്ങിനെ പറയുന്നതിന്നു യാതൊരു മറുവടിയും പറയാതെ വ്യസനാക്രാന്തനായി കിടക്കുന്ന മദ്ധ്യേ ഒരു തപാൽശിപായി എല്ലാവകയുംകൂടി പത്തുപന്ത്രണ്ടു ലക്കോട്ടുകൾ കൊണ്ടുവന്ന് ഒരു വാലിയക്കാരന്റെ കയ്യിൽ കൊടുത്തു. അവൻ അതെല്ലാം എടുത്ത് അകത്തേക്കു കടന്നുചെന്നു. കിടന്ന ദിക്കിൽനിന്ന്

എഴുനേല്ക്കാതേയും കത്തുവാങ്ങി പൊളിക്കാതേയും ഓരോന്നിന്റെ മേൽവിലാസംമാത്രം നോക്കി അവന്റെ കയ്യിൽതന്നെ മടക്കിക്കൊടുക്കുന്ന കൂട്ടത്തിൽ മീനാക്ഷിയുടെ മുൻപ്രസ്താവിച്ച മറുവടിയും ഉണ്ടായിരുന്നു. അതു കയ്യിൽകിട്ടി മേൽവിലാസം നോക്കിയ ക്ഷണത്തിൽ കുഞ്ഞിശ്ശങ്കരമേനോൻ എഴുന്നേറ്റിരുന്നു. വാലിയക്കാരനോടു പുറത്തേക്കു കടന്നു പോകാൻ പറഞ്ഞിട്ടു വേഗത്തിൽ ലക്കോട്ടു പൊളിച്ചു കത്തെടുത്തു നിവൃത്തി വായിച്ചു. അതു താഴെ പറയുന്നപ്രകാരമായിരുന്നു.

കനകമംഗലം,
നവെമ്പ്ര് 13-ാം നു-

ശ്രീ

വിജയീഭവസർവ്വദാ മഹാത്മൻ
സുജനസ്വാന്തസരോജ ഹംസമേ നീ
അജനവ്യയനിന്ദിരാമണാളൻ
നിജഭക്തപ്രിയനാർത്തിയൊക്കെ നീക്കും.
മാന്താർശരന്റെ കമനീയ കളേബരാഭാം
കാന്ത്യാ ഭവാനപഹരിച്ചതുകൊണ്ടി ദാനീം
ഏന്തിക്കയർത്തവനടുത്തു രുഷാഭവന്തം
നീന്തിപ്പതിന്നു തുടരുന്നു വിഷാദസിന്ധൗ.
മുക്കണ്ണനിക്കമലസായകനേ നിജാക്ഷി-
ത്തീക്കങ്ങുമുന്നമിരയാക്കിയ കാരണത്താൽ
ഓക്കാനമാമിവനു ശങ്കരശബ്ദമാത്രം
കേൾക്കുന്നനേരമതുമൂലവുമുണ്ടു വൈരം.
ത്വൽപ്രേമപാത്രമഹമെന്നതറിഞ്ഞുകോപി-
ച്ചിപ്പാപിയെന്നൊടുമണഞ്ഞു പിണക്കമായി
മൽപ്രാണരക്ഷണ! ധുരംധരനാം ഭവാൻവ-
ന്നിപ്പാടുരക്ഷതു വിഷാദഭരാകുലാം മാം.

എന്ന് സ്വന്തം
മീനാക്ഷി

കത്തു വായിച്ച ക്ഷണത്തിൽ ഇതുവരെ വിചാരമായിരുന്ന തന്റെ മുഖത്ത് അസാധാരണമായ ഒരു പ്രകാശവും സന്തോഷവും പ്രസരിച്ചു. വായിച്ചിട്ടും വായിച്ചിട്ടും തൃപ്തിവരാതെ ഒടുവിൽ അതു മീനാക്ഷിയാണെന്നുള്ള സങ്കല്പത്തിന്മേൽ മാറത്തും മുഖത്തും അണച്ചു കാമുകന്മാരുടെ ചിത്തവൃത്തിക്കനുസരിച്ചു പല പ്രവർത്തിയും ചെയ്തു. ഇതോടൊന്നിച്ച് ഇദ്ദേഹത്തിന്റെ സകലക്ഷീണവും മാറി മുമ്പത്തേതിനേക്കാൾ മുഖപ്രകാശവും ശരീരശക്തിയുംകൂടി. മെതിയടിയും ചവിട്ടി വേഗത്തിൽ പുറത്തുകടന്നുവന്നു. വാലിയക്കാരെ വിളിക്കയും നേർത്തെ മടക്കിക്കൊടുത്തിട്ടുണ്ടായിരുന്ന ലക്കോട്ടുകൾ എടുത്തു പൊളിക്കയും ചായയും പലഹാരവും കൊണ്ടുവരുവാൻ പറകയും കോടതിക്കു നേർത്തെ പോകേണ്ടതാകകൊണ്ട് ഊണു ക്ഷണത്തിൽ തെയ്യാറാക്കണമെന്നു കല്പി

ക്കയും അന്നേക്കു വിചാരണക്കു വെച്ചിട്ടുള്ള അപ്പീൽ നമ്പ്രകൾ എല്ലാം ക്രമപ്രകാരം തെയ്യാറാക്കിക്കൊണ്ടുവരുവാൻ ഗുമസ്തന്മാരെ വിളിച്ച് ഏല്പിക്കയും ഇങ്ങിനെ പല തിരക്കുകളും കൂട്ടിത്തുടങ്ങി. കുളികഴിയു ന്നതിന്നു മുമ്പായിട്ട് അവിടെനിന്നിറങ്ങി അച്യുതമേനോനെ ചെന്നുകണ്ട് അദ്ദേഹത്തെക്കൂടി ഇങ്ങട്ട് ഉണ്ണാൻ ക്ഷണിച്ച് ഒരുമിച്ചു കൂട്ടിക്കൊണ്ടു പോന്നു. തലേദിവസം കുഞ്ഞിശ്ശങ്കരമേനോനുണ്ടായ വ്യഥയും കുണ്ഠി തവും അന്നത്തെ ആഹ്ളാദവും കണ്ടിട്ട് അച്യുതമേനോന്റെ മനസ്സിൽ അത്യത്ഭുതം ജനിച്ചു. രണ്ടുപേരുമൊരുമിച്ച് ഊണുകഴിച്ചു വണ്ടികയറി കോടതിക്കു പോകുന്ന വഴിക്കു മീനാക്ഷിയുടെ മറുവടിക്കത്ത് അച്യുത മേനോന്റെ കയ്യിൽ കൊടുത്തു. അദ്ദേഹം അതു വായിച്ചുനോക്കി അത്യന്തം സന്തോഷിച്ചു. താൻ ഗോപാലമേനോനു കത്തയച്ചിട്ടുണ്ടെ ന്നുള്ള വിവരവും മറ്റും തന്റെ സ്നേഹിതനോടു പറഞ്ഞു. കുഞ്ഞിശ്ശങ്കര മേനോൻ അന്നുതന്നെ ഈ സന്തോഷവർത്തമാനത്തെപ്പറ്റി തന്റെ വീട്ടി ലേക്കു പല കത്തുകളും എഴുതി അയച്ചു. മീനാക്ഷിയുടെ മനസ്സിൽ തലേദിവസം അയച്ച കത്തുകൊണ്ടു യാതൊരു കുണ്ഠിതവും തോന്നാ തിരിപ്പാൻവേണ്ടിയും മറ്റും ഒരു അടിയന്തിരകമ്പിയും അടിച്ചു. അച്യുത മേനോനെക്കൊണ്ട് ഒരു എഴുത്ത് എഴുതിച്ചു കുഞ്ഞികൃഷ്ണമേനോനും അയപ്പിച്ചു.

20

ശുഭോദയപ്രാപ്തി

കൊച്ചമ്മാളു തന്റെ വ്രതാവസാനത്തിങ്കൽ തീർത്ഥസ്നാനം ക്ഷേത്രോപവാസം മുതലായ സല്ക്കർമ്മങ്ങൾ ചെയ്തു പരിശുദ്ധയായി മടങ്ങി എത്തിയതിന്റെ ശേഷവും ഹരിജയന്തൻ നമ്പൂരിപ്പാട് അവളെ സ്വപുത്രിയെപ്പോലെ സ്നേഹിച്ചു രക്ഷിച്ചു വരുന്നു എന്നു പതിനാറാം അദ്ധ്യായത്തിൽ പ്രസ്താവിച്ചുവെച്ചിട്ടുണ്ടല്ലൊ. കരുണാശാലിയായ ഈ നമ്പൂരിപ്പാടിന്റെ നിർബന്ധം നിമിത്തം ഇവൾ സന്യാസവൃത്തിയെ ഉപേക്ഷിച്ച് ഐഹികസുഖം അനുഭവിച്ചു കാലക്ഷേപം ചെയ്വാൻതന്നെ രണ്ടാമതും നിശ്ചയിച്ചു. മുമ്പ് അത്യന്തം ദുരാചാരയും ദുർവൃത്തവും ആയിരുന്ന ഇവൾ ഇപ്പോൾ തന്റെ സദാചാരതല്പരത്തം നിമിത്തം സജ്ജനങ്ങളുടെ സന്തോഷത്തിന്നും ബഹുമാനത്തിന്നും പ്രശംസയ്ക്കും പാത്രമായി, സന്മാർഗ്ഗത്തിൽനിന്ന് ഒരംഗുലംപോലും തെറ്റാതെ സത്യധർമ്മങ്ങളെ രക്ഷിച്ചു, അസതികളായ അനേകം സുന്ദരിമാരെ പാപകൂപത്തിൽനിന്ന് ഉദ്ധരിച്ചു രക്ഷിപ്പാൻ വേണ്ടത്തക്ക പല വഴികളേയും ഉപദേശിച്ചുകൊടുക്കുന്ന ഒരു ഉപാദ്ധ്യായിനിയായിത്തീരുകയാണു ചെയ്തിട്ടുള്ളത്. കുലടാവൃത്തിയിൽ കേവലം പ്രവർത്തമാരായിരുന്ന മിക്ക സുമുഖികളും ജനങ്ങൾ ഇവളുടെ നേരെ ഇപ്പോൾ കാണിച്ചുവരുന്ന ബഹുമാനവും സ്നേഹവും കണ്ടിട്ടു തങ്ങളും ഇവളെപ്പോലെതന്നെ സുവൃത്തമാരായി ശ്ലാഘനീയമാരായിത്തീരണമെന്നുള്ള അത്യാഗ്രഹത്തോടുകൂടി അതിലേക്കുവേണ്ടി അത്യന്തം പരിശ്രമം ചെയ്തുതുടങ്ങി. അവസരമുള്ള സമയങ്ങളിലൊക്കെയും ഇവളെ വന്നുകണ്ട് ഇവളുടെ ധർമ്മോപദേശം കേട്ടു പോകാത്ത സ്ത്രീകൾ കനകമംഗലത്തു വളരെ ദുർല്ലഭംപേരു മാത്രമെ ഉണ്ടായിരുന്നുള്ളു.

ഇവൽ അത്യന്തം ദുർദ്ധരമായ വ്രതാനുഷ്ഠാനം ചെയ്തിരുന്നതി

നാൽ ശരീരം മെലിഞ്ഞു ക്ഷീണിച്ചു തോൽ തുങ്ങിച്ചുളിഞ്ഞു സൗന്ദര്യം മുഴുവനും നശിച്ചുപോയിട്ടുണ്ടായിരുന്നു എങ്കിലും ഇപ്പോൾ ആ വക എല്ലാ കുറവുകളും തീർന്നു ദേഹപ്രകാശവും ലാവണ്യാതിശയവും മുമ്പത്തേതിനേക്കാൾ ദിവസംപ്രതി വർദ്ധിച്ചു; ഉള്ളിൽ നിറഞ്ഞുനില്ക്കുന്ന അനവധി സൽഗുണങ്ങൾ പുറമെ നിഴലിച്ചു കാണുന്നതോ എന്നു തോന്നുമാറു പ്രസരിച്ചു തുടങ്ങി. ഇവളെ അനുരൂപനായ ഒരു ഭർത്താവിന്റെ രക്ഷയിൽ ഇരുത്തി തന്റെ ഭാരവാഹിത്വം കുറച്ചുവെക്കണമെന്നുള്ള വിചാരത്തോടുകൂടി ഹരിജയന്തൻനമ്പൂരിപ്പാടു തരമുള്ള ഒരു പുരുഷനെ അന്വേഷിച്ചുകൊണ്ടുതന്നെ ഇരുന്നു. ഇവൾ തന്റെ ജീവകാലം മുഴുവനും കേവലം തരിശാക്കി വിട്ടുകളവാൻ നിശ്ചയിച്ചിട്ടില്ലെന്നു കേട്ടപ്പോൾ ഇവളുടെ പണ്ടത്തെ പരിചയക്കാരിൽ പലർക്കും രണ്ടാമതും ഉത്സാഹം ബഹു കലശലായി. എങ്കിലും തങ്ങളുടെ മനോരഥം സാധിപ്പിക്കുവാൻ മുമ്പു ഉപയോഗപ്പെടുത്തിവന്നിട്ടുണ്ടായിരുന്ന വഴികൾകൊണ്ട് ഈ കാലത്തു യാതൊരു പ്രയോജനവും ഇല്ലെന്നുകണ്ടിട്ട് അവരിൽ ചിലർ ഇവൾക്കു സംബന്ധം ആലോചിക്കയായി. എന്നാൽ ഈ വകക്കാർ തൊടിക്കകത്തു കടക്കുന്നതുതന്നെ ഇവൾക്ക് അത്യന്തം നീരസമായിത്തീർന്നു. തനിക്കു തല്ക്കാലം ആവശ്യമില്ലെന്നുപറഞ്ഞു സംബന്ധത്തിന്നുവരുന്ന എല്ലാ പുരുഷന്മാരെയും ഇവൾ നിരാശന്മാരായി നിരസിച്ചുകളയുന്നതു കണ്ടിട്ടു ഹിതം ഒത്ത ഒരു ഭർത്താവിനെ കിട്ടാൻ ഇനി വൈഷമ്യംതന്നെ എന്നു നമ്പൂരിപ്പാടും ഏകദേശം തീർച്ചപ്പെടുത്തി. ഒടുവിൽ അദ്ദേഹം ഇവളെ മനക്കൽ വരുത്തി സാവധാനത്തിൽ ചോദിച്ചു: 'പുത്രീ, നീ ഇങ്ങനെ ശാഠ്യം പിടിച്ചാൽ തരക്കേടല്ലെ? യോഗ്യന്മാരായ പുരുഷന്മാർ ഈ കനകമംഗലത്തു യാതൊരാളും ഇല്ലെന്നു നീ തീർച്ചപ്പെടുത്തുന്നപക്ഷം പിന്നെ എന്താണ് ഒരു നിവൃത്തിയുള്ളത്? നമ്മുടെ ജീവാവസാനംവരെ ഇങ്ങിനെതന്നെ ഒരുവിധേന നിവൃത്തിച്ചുപോകുമായിരിക്കാം. അതിന്നുശേഷം നിന്നെ ക്രമമായി രക്ഷിപ്പാൻ ഒരാൾകൂടാതെ കഴിയുന്നതല്ലല്ലോ? എല്ലാംകൊണ്ടും തരപ്പെട്ട ഒരു ഭർത്താവിനെ ഇപ്പോൾതന്നെ നിയമിച്ചുവെക്കണമെന്നാണ് നോം വിചാരിക്കുന്നത്. നിന്റെ ആകപ്പാടെയുള്ള അന്തർഗ്ഗതം എന്തോന്നാണ്? അതു കേൾക്കട്ടെ' കൊച്ചമ്മാളു ഇതു കേട്ടു നമ്പൂരിപ്പാടിനെ തൊഴുതു വിനീതയായി മുഖം താഴ്ത്തിക്കൊണ്ടു പതുക്കെപറഞ്ഞു: 'ചണ്ഡാലിയും അഗതിയും ആയിരുന്ന അടിയൻ ഇപ്പോൾ ഈ സ്ഥിതിയിൽ ആയിട്ടുള്ളതു തിരുമനസ്സിലെ കരുണകൊണ്ടു മാത്രമാണ്. മുൻകാലങ്ങളിൽ പലവിധത്തിലും അടിയനെ വഷളാക്കിത്തീർപ്പാൻ പലതും പ്രവർത്തിച്ചു വന്നിട്ടുണ്ടായിരുന്ന പുരുഷന്മാരോടുകൂടി ഇനിയും സഹവാസംചെയ്തു തുച്ഛമായ വിഷയസൗഖ്യം അനുഭവിപ്പാൻ അടിയന്റെ മനസ്സ് അശേഷം അനുവദിക്കുന്നില്ല. ഉള്ളിൽ കപടതയും ദുർന്നീതിയും വഷളത്വവും ഉള്ള പുരുഷന്മാരോട് ഒന്നിച്ച് ഇനിയും കാലക്ഷേപം ചെയ്യുന്നതിനേക്കാൾ നിവൃത്തി

യുള്ള പക്ഷം ഈ ജന്മം യാതൊരു ഭർത്തൃസുഖവും അനുഭവിക്കാതെ സ്വസ്ഥയായി ഇരിക്കുന്നതാണു നല്ലതെന്നു തോന്നുന്നു. അന്യായമായ സുഖാനുഭൂതിയിൽ കായകർമ്മങ്ങളെ പ്രവൃത്തിപ്പിക്കുന്നതിനേക്കാൾ രണ്ടാമതും സന്യാസവൃത്തിയെ അംഗീകരിക്കുന്നതാണു ശ്രേയസ്കരം.' കൊച്ചമ്മാളു ഈ പറഞ്ഞതു നമ്പൂരിപ്പാടിന്നു വളരെ സന്തോഷമായി: 'എന്നാൽ നിണക്കു ബോദ്ധ്യമുള്ള വല്ല പുരുഷന്മാരും ഈ ദിക്കിൽ ഉണ്ടോ? ഉണ്ടെങ്കിൽ അത് ആരെല്ലാമാണ്? പക്ഷേ, അവരിൽ ഒരാളെ വല്ല പ്രകാരേണയും ലഭിക്കുമോ എന്നു നോം ഒന്നു പരീക്ഷിച്ചുനോക്കാം' എന്നു നമ്പൂരിപ്പാടു പിന്നെയും ഇവളോടു പറഞ്ഞു. കൊച്ചമ്മാളു ലജ്ജയോടും ഭയത്തോടും കൂടി രണ്ടുമൂന്നു പുരുഷന്മാരുടെ വീട്ടുപേരും മറ്റുള്ള എല്ലാ വിവരവും നമ്പൂരിപ്പാടിനെ അറിയിച്ചു. അവരിൽ ആരായാലും വേണ്ടതില്ല. ഒരാളെ ലഭിക്കുന്നപക്ഷം തനിക്കു അത്യന്തം അഭിമതനായിരിക്കുമെന്നും അല്ലാത്തപക്ഷം വൈരാഗ്യം ദീക്ഷിച്ചു പരഗതിവരുത്തുവാൻ അനുവാദം കൊടുക്കണമെന്നും നമ്പൂരിപ്പാടിനോടു പറഞ്ഞു കൈകൂപ്പിക്കൊണ്ടു നിന്നു. 'ഇരിക്കട്ടെ, നീ ഇപ്പോൾ പൊയ്ക്കോളു. നോം ഒന്നുകൂടി ശ്രമിച്ചുനോക്കട്ടെ. അതില്പിന്നെ വേണ്ടപോലെ പ്രവർത്തിക്കാം' എന്നുപറഞ്ഞ് ഇദ്ദേഹം കൊച്ചമ്മാളുവിനെ തിരികെ അയച്ചു. അന്നുമുതൽ പിന്നെയും അതിലേക്ക് അത്യുത്സാഹം ചെയ്കയായി.

ഈ കാലത്തു നമ്മുടെ പുരുഹൂതൻനമ്പൂരിപ്പാടിന്നും കുബേരൻനമ്പൂരിപ്പാടിന്നും അത്യന്തം ദുസ്സഹമായ ഒരു സങ്കടം വന്നെത്തി. ഇവർ രണ്ടുപേരുംകൂടി ഒരുദിവസം കരുവാഴമനക്കൽനിന്നു ഇറങ്ങി കന്മനക്കു പോകുമ്പോൾ അതിഭയങ്കരനായ ഒരു കൃഷ്ണസർപ്പം ഇവരുടെ പിന്നാലെ പാഞ്ഞ് ഇവരെ വല്ലാതെ ബുദ്ധിമുട്ടിച്ചു. നമ്പൂരിമാർ കാലപാശംപോലെ ദാരുണനായ ഈ കാളസർപ്പത്തെ കണ്ടു പേടിച്ചു ലേശം ധൈര്യംകൂടാതെ ലജ്ജവിട്ടു നിലവിളിച്ചു ഓടി അന്ന് ഒരുവിധേന രക്ഷപ്പെട്ടു. എങ്കിലും ആപൽസൂചകമായ ഈ കാര്യത്തെപ്പറ്റി അതിൽ പിന്നെ ഇവർ അധികമൊന്നും ആലോചിക്കയുണ്ടായില്ല. വല്ല ഈറ്റുപാമ്പും ആയിരിക്കാം എന്നു വിചാരിച്ച് ആ വഴിയിൽകൂടി ഗതാഗതം ചെയ്യാതെ ഇരുന്നതേയുള്ളു. അന്നുമുതൽ പാമ്പിനെക്കൊണ്ടുള്ള ഉപദ്രവം അതികലശലായി. ഇവർ വല്ല സംഗതിവശാലും പടി ഇറങ്ങീട്ടുണ്ടെങ്കിൽ കൃഷ്ണസർപ്പത്തെ കാണുകയും കൃഷ്ണസർപ്പം ഇവരെ ഭയപ്പെടുത്തുകയും ചെയ്യുന്നത് ഒരു പതിവായിത്തീർന്നു. ഒരടി മുമ്പോട്ടുവെക്കാൻ ഒരു ദിവസമെങ്കിലും പാമ്പ് ഇവരെ അനുവദിക്കാതായി. ഫണം വിടർത്തി ഭയങ്കരമായ മുഖഭാവത്തോടുകൂടി കടിച്ചു കൊന്നുകളവാൻ തക്കവണ്ണം മുമ്പിൽവന്നു നില്ക്കയൊ പിന്നിൽനിന്നു പാഞ്ഞുവരികയൊ ചിലപ്പോൾ കാലിന്റെ എടയിൽ പുക്കു പുളയുകയൊ ചെയ്തുവരാത്ത ദിവസമേ ഇല്ല. മണ്ണുവാരി എറിവാനൊ മറ്റൊ ഭാവിക്കുന്നപക്ഷം പാമ്പു മരണ

ഭയം കൂടാതെ മുമ്പോട്ടു മണ്ടിക്കൊണ്ടു വരികയായി. തല്ലിക്കൊല്ലുവാനൊ കൊല്ലിക്കുവാനൊ ഇവർക്കു മനോധൈര്യവുമില്ല. പാമ്പിനെ കൊന്നാൽ വംശം മുടിഞ്ഞുപോകുമെന്നും കുഷ്ടരോഗം പിടിപെട്ടു നശിച്ചു പോകുമെന്നും ജനഹൃദയത്തിൽ സാധാരണമായി ഇപ്പോഴും ഉള്ള വിശ്വാസം ഇവർക്കുണ്ടായിരുന്നു. ആകപ്പാടെ ഇവർ കുഴങ്ങിവശായി. പുറത്തിറങ്ങി നടക്കുന്നതിലുള്ള ബുദ്ധിമുട്ടൊ ഇരിക്കട്ടെ. ഒരു ദിക്കിൽ അടങ്ങിയിരിക്കുന്നതിലുണ്ടൊ സുഖം! അതും ഇല്ല. ഇരിക്കുന്ന ദിക്കിലും നടക്കുന്ന ദിക്കിലും എല്ലാം പാമ്പുണ്ടെന്നുള്ള വിചാരമേയുള്ളു. രാത്രിയിൽ ഉറക്കിന്നും സൈ്വരക്കേടുതന്നെ. കണ്ണടച്ചു കിടന്നിട്ടുണ്ടെങ്കിൽ പാമ്പു കഴുത്തിൽചുറ്റി മുഖത്തുകടിച്ചു എന്നു ഉറക്കത്തുകണ്ട് എട്ടുംപത്തും പ്രാവശ്യം ഞെട്ടി ഉണരാത്ത രാത്രിയില്ല. ഇതിനെ പിടിപ്പിക്കുവാൻവേണ്ടി ഇവർ പല പാമ്പാടികളേയും വരുത്തി ഉത്സാഹിപ്പിച്ചുനോക്കീട്ടും യാതൊരു ഫലവും സിദ്ധിച്ചില്ല. ഒടുക്കം തങ്ങളുടെ വയറ്റിലുംകൂടി പാമ്പുണ്ടെന്നുള്ള ശങ്കയായി. രാത്രികാലങ്ങളിലെ സഞ്ചാരവും നേരംപോക്കും തെമ്മാടിത്തരവും എല്ലാം നിലച്ചു. തന്റേടവും അധികപ്രസംഗവും ശൃംഗാരിമട്ടും ഒന്നും ബാക്കിയില്ലാതായി. ഇനി ഇതിന്നു നിവൃത്തി എന്താണെന്നുള്ള ആലോചനയായി. രണ്ടുപേരുംകൂടി ഒരു ദിവസം വിശ്വസ്തനും യോഗ്യനും ആയ ഒരു ദൈവജ്ഞനെ വരുത്തി ഇങ്ങിനേയുള്ള അത്യാപത്തു സംഭവിപ്പാൻ പ്രത്യേകകാരണം എന്താണെന്ന് അറിവാൻവേണ്ടി ഗൂഢമായിട്ട് ഒരു രാശിവെപ്പിച്ചു. ദൈവജ്ഞൻ രാശിയും ഗ്രഹസ്ഥിതികളും നോക്കി നല്ലവണ്ണം സൂക്ഷിച്ചു നമ്പൂരിമാരുടെ മുഖത്തുനോക്കി ഇങ്ങിനെ പറഞ്ഞു 'ഈ നാഗത്തിനെ ഒരു നീചനെക്കൊണ്ടു പിടിപ്പിച്ച് അതികഠിനമായി ഉപദ്രവിച്ചിട്ടുണ്ടെന്നും ഇത് ഈ ലഗ്നത്തിന്റെ അനുകൂലിയായ മറ്റൊരു നീചനെ കടിച്ചു കൊന്നിട്ടുണ്ടെന്നും ദൈവാധീനമുള്ള മറ്റൊരു കുടുംബത്തെ കഷ്ടപ്പെടുത്തി നശിപ്പിക്കണമെന്നുള്ള ദുഷ്ടവിചാരം ഈ ലഗ്നത്തിലുള്ളതുകൊണ്ടാണ് ഈ അനർത്ഥത്തിനൊക്കെയും ഇടവന്നിട്ടുള്ളതെന്നും ഈ നാഗത്തിൽനിന്ന് ഇനിയും അനേകം അത്യാപത്തുകൾ നേരിടുവാൻ ഇടയുണ്ടെന്നും ഈ രാശികൊണ്ടു കാണുന്നുണ്ട്. വേണ്ടതക്ക പ്രായശ്ചിത്തം ഉടനെ ചെയ്തു സർപ്പപ്രീതി വരുത്താത്തപക്ഷം ഇതു ലഗ്നത്തിന്റെ ജീവഹാനി വരുത്തുമെന്നുള്ളതിലെക്കു സംശയമില്ല. ഇപ്പോൾ ഭയപ്പെടുത്തുന്നതേയുള്ളു. ഇനി ഇതിലധികമായ സങ്കടങ്ങൾ അനുഭവിപ്പാൻ യോഗമുണ്ട്.' ജ്യോതിഷക്കാരൻ ഇങ്ങിനെ പറഞ്ഞപ്പോളാണ് നമ്പൂരിമാർക്കു കാര്യം മനസ്സിലായത്. തങ്ങൾതന്നെ വരുത്തിക്കൂട്ടിയ അനർത്ഥമാണെന്ന് ഇവർക്കു വിശ്വാസമായി ഭയം വർദ്ധിച്ചു. മന്ത്രവാദിയെ പണ്ടു കടിച്ചുകൊന്നത് ഈ പാമ്പായിരുന്നു എന്നു ബോദ്ധ്യമായി. തങ്ങൾക്കും പാണന്റെ ഗതിതന്നെയാണ് ഒടുക്കത്തെ അനുഭവം എന്നു വിചാരിച്ചു. ഇതിന്നു പ്രായശ്ചിത്തം എന്തൊന്നാണ് ചെയ്യേണ്ടത് എന്നും ആരെക്കൊണ്ടാണ് ചെയ്യിപ്പിക്കേണ്ടതെന്നും

ഇവർ പിന്നെയും ചോദിച്ചു. ജ്യോതിഷക്കാരൻ പലരേയും ഒഴിവുനോക്കി. ഒടുവിൽ ഹരിജയന്തൻ നമ്പൂരിപ്പാടിനെ നോക്കിയതിൽ വളരെ ശുഭമായിട്ടു കണ്ടു. 'ഈ ദിവ്യബ്രഹ്മണനെക്കൊണ്ടു പ്രായശ്ചിത്തം ചെയ്യിപ്പിക്കുന്നതായാൽ ഈ സർപ്പത്തെ പിന്നെ ഈ രാജ്യത്തിൽ കാണുകയില്ല' എന്നു അവൻ ഖണ്ഡിച്ചു പറഞ്ഞു. 'ഇന്നുതന്നെ അപ്രകാരം ചെയ്യാ'മെന്നു രണ്ടുപേരുംകൂടി നിശ്ചയിച്ചു ദൈവജ്ഞനെ പറഞ്ഞയച്ചു, അപ്പോൾതന്നെ കാക്കനൂർ മനക്കലേക്കു പുറപ്പെട്ടു. പടി ഇറങ്ങിയാൽ പതിവായി അതുവരെ കണ്ടുവന്നിട്ടുണ്ടായിരുന്ന സർപ്പത്തെ അന്ന് അവർ ഒരുദിക്കിലും കണ്ടതേയില്ല. ഈ കാര്യം ഇവർക്ക് അത്യാശ്ചര്യമായി തോന്നി. ഇവർ തങ്ങളുടെ കഷ്ടകാലത്തെയും അവിവേകത്തേയും പറ്റി പലതുംപറഞ്ഞു വിഷാദിച്ചുംകൊണ്ടു ഹരിജയന്തൻ നമ്പൂരിപ്പാടിനെ ചെന്നുകണ്ടു. കാളസർപ്പത്തിൽനിന്നു നേരിട്ടിട്ടുള്ള അനർത്ഥം തീർത്തു രക്ഷിക്കണമെന്നു സാഷ്ടാംഗം കാല്ക്കൽവീണ് അപേക്ഷിച്ചു. ഉണ്ടായ വിവരം മുഴുവനും ആദ്യം മുതൽ അവസാനംവരെ പരമാർത്ഥം പറവാൻ നമ്പൂരിപ്പാട് ഇവരോട് ആവശ്യപ്പെട്ടു. പുരുഹൂതൻനമ്പൂരി സകല വർത്തമാനവും അണുവോളം മറച്ചുവെക്കാതെ നമ്പൂരിപ്പാടിനെ അറിയിച്ചു. അവിവേകികളായ തങ്ങളെ രക്ഷിക്കണമെന്ന് അഭയം പ്രാപിച്ചു. ഉത്തമവംശത്തിൽ ജനിച്ചു കൃത്യാകൃത്യവിചാരം കൂടാതെ കേവലം ശിശ്നോദരപരന്മാരായി കാമകിങ്കരന്മാരായി കാളകളെപ്പോലെ നടക്കുന്ന ഇവരുടെ തുമ്പില്ലാത്തരവും തോന്ന്യാസവും കണ്ടിട്ടു ഹരിജയന്തൻ നമ്പൂരിപ്പാടിന്നു വളരെ വെറുപ്പുതോന്നി. കുറേനേരത്തേക്ക് ഒരക്ഷരവും ഉരിയാടാതെ കുമ്പിട്ടിരുന്നു. ഒടുവിൽ ഇങ്ങിനെ പറഞ്ഞു. 'ഉണ്ണികൾ രണ്ടുപേരും സാമാന്യന്മാരല്ല. ആചാരഭ്രംശംവന്ന ഗുരുവിനെപ്പോലും ഉപേക്ഷിക്കണമെന്നാണു പ്രമാണം. സർപ്പം നിങ്ങളെ കടിക്കാതെ ഇരുന്നതു വലിയ ആശ്ചര്യംതന്നെ. ബ്രാഹ്മണവംശം മുഴുവനും അശുദ്ധമാക്കുവാൻ മൂന്നാമത് ഒരു നമ്പൂരി വേണമെന്നില്ല. നിങ്ങൾ രണ്ടുപേരുംതന്നെ മതി. മാനവും മര്യാദയും ദീക്ഷിച്ചുവരുന്ന ഒരു തറവാട്ടിലെ ഒരു പെൺകിടാവിനെ കാമഭ്രാന്തന്മാരായ നിങ്ങൾക്കു വ്യഭിചരിപ്പാൻ തരാത്ത ദ്വേഷ്യംനിമിത്തം ആ കുടുംബം മുഴുവനും നശിപ്പിച്ചുകളയാമെന്നു വിചാരിച്ചു ഈ വക നീചകർമ്മം ചെയ്തിട്ടുള്ള നിങ്ങൾ എത്ര ദുർബ്ബുദ്ധികളാണ്? എങ്കിലും നമ്മുടെ അടുക്കെവന്നു സങ്കടം പറഞ്ഞിട്ടുള്ളതുകൊണ്ടു ഈ പ്രാവശ്യം നോം ഇതിന്നു ഒഴിവുണ്ടാക്കിത്തരാം. അതിന്നു ഒന്നാമതു നിങ്ങൾ രണ്ടുപേരും ഗോപാലനുമായുള്ള മുഷിച്ചിൽ തീർത്തു അന്യോന്യം സ്നേഹമായിരിക്കണം. രണ്ടാമതു, ഇനിമേൽ ജാത്യാചാരവിരുദ്ധമായ ഈവക നീചകർമ്മം ചെയ്കയില്ലെന്നു നമ്മെതൊട്ടു സത്യംചെയ്യണം. മൂന്നാമതു, ഇതുവരെയുള്ള പാപങ്ങളെ നശിപ്പിക്കുവാൻവേണ്ടി നോം ഉപദേശിക്കുംപ്രകാരമുള്ള പ്രായശ്ചിത്തം ചെയ്യണം. ഇതു സമ്മതമാണെങ്കിൽ എല്ലാറ്റിന്നും നിവൃത്തി ഉണ്ടാക്കാം. അല്ലാത്തപക്ഷം ഉണ്ണികൾ ഇവിടെ

നിൽക്കണമെന്നില്ല പോകാം.' കല്പിക്കുംപ്രകാരം കേട്ടുനടന്നു മേലിൽ യാതൊരു തെമ്മാടിത്തരവും കാട്ടാതെ ക്രമമായി ഇരുന്നുകൊള്ളാമെന്നു നമ്മുടെ ചെറിയ നമ്പൂരിമാർ രണ്ടുപേരും ശപഥംചെയ്തു. ഹരിജയന്തൻ നമ്പൂരിപ്പാടു അപ്പോൾതന്നെ ഒരു തിരുവെഴുത്തു എഴുതി തന്റെ കാര്യ സ്ഥൻവശം ഗോപാലമേനോനു അയച്ചു. 'അടിയന്തരമായ ഒരു സംഗതി യെപ്പറ്റി മുഖദാവിൽ കണ്ടു പറവാനുണ്ടാകകൊണ്ടു നാളെ രാവിലെ മനക്കലോളം വന്നുപോകണമെ'ന്നായിരുന്നു എഴുത്തിലെ താല്പര്യം. ഗോപാലമേനോൻ പിറ്റന്നാൾ രാവിലെതന്നെ കാക്കനൂർ മനക്കൽ ചെന്നു ഹരിജയന്തൻനമ്പൂരിപ്പാടിനെ കണ്ടു. അദ്ദേഹം വളരെ ആദരവോടും സ്നേഹത്തോടുംകൂടി ഇദ്ദേഹത്തെ സൽക്കരിച്ചു പടിപ്പുരമാളികയിലേക്കു കൂട്ടിക്കൊണ്ടുപോയി. സർപ്പഭയംനിമിത്തം ശരണം പ്രാപിച്ചിട്ടുണ്ടായി രുന്ന നമ്മുടെ രണ്ടുനമ്പൂരിമാരും അപ്പോൾ അവിടെ ഉണ്ടായിരുന്നു. ഹരി ജയന്തൻനമ്പൂരിപ്പാടു തലേന്നാൾ രാത്രി ചെയ്തിട്ടുണ്ടായിരുന്ന ഉപദേ ശപ്രകാരം ഇവർ ഗോപാലമേനോനെ കണ്ട ക്ഷണത്തിൽ ചിരിച്ചും കൊണ്ടു അരികത്തുചെന്നു നിർവ്യാജസ്നേഹിതന്മാരെപ്പോലെ അദ്ദേ ഹത്തിന്റെ കൈപിടിച്ച് അതിസന്തോഷത്തോടെ ആശ്ലേഷിച്ചു കുശലം ചോദിച്ചു. തന്റെ പ്രാണഹാനി വരുത്തുവാൻവേണ്ടി രാപ്പകൽ അത്യു ത്സാഹം ചെയ്തുവരുന്ന ഈ പരമശത്രുക്കളുടെ അപൂർവ്വമായ സ്നേഹവും അത്യാദരവും കണ്ടിട്ടു ഗോപാലമേനോന്റെ മനസ്സിൽ അത്യന്തം ശങ്കയും വിസ്മയവും ജനിച്ചു. ഇവരുടെ ഉദ്ദേശവും പുറപ്പാടും എന്താണെന്നറിയാതെ കുറേനേരം ബുദ്ധിമുട്ടി, എങ്കിലും ഹരിജയന്തൻ നമ്പൂരിപ്പാടു സംഗതികൾ മുഴുവൻ പ്രത്യക്ഷത്തിൽ പറഞ്ഞുകളഞ്ഞ തിനാൽ ഗോപാലമേനോന്റെ മനസ്സിൽ ഉണ്ടായിരുന്ന ചിന്തയും വ്യാകു ലവും ഉടനെ തീർന്നുപോയി. ആലോചിച്ചുവരുത്തിയ കാര്യം ഇന്നതാ ണെന്നു എളുപ്പത്തിൽ മനസ്സിലായി. നമ്പൂരിപ്പാടു അതിൽ പിന്നെ തന്റെ നീതികൗശലംകൊണ്ടും വാക്സാമർത്ഥ്യംകൊണ്ടും വിരോധികളായ ഇവർ മൂന്നുപേരേയും തങ്ങളിൽ സന്ധിപ്പിച്ചു പ്രാണസ്നേഹിതന്മാരാ ക്കി. സൗഹാർദ്ദത്തിന്റെ സ്ഥിരീകരണത്തിന്നുവേണ്ടി പല ഉപദേശങ്ങളും ഏർപ്പാടുകളും ചെയ്തു. ഗോപാലമേനോന്റെ മനഃപാകതയും നിർമ്മല ത്വവും കണ്ടിട്ടു കുബേരൻനമ്പൂരിപ്പാടിന്നും പുരുഹൂതൻനമ്പൂരിപ്പാടിന്നും വളരെ സന്തോഷമുണ്ടായി. അക്രമമായി ഇനിമേൽ യാതൊന്നും നട ത്താതെ ബ്രാഹ്മണ്യം ദീക്ഷിച്ചു സുകൃതസമ്പാദനം ചെയ്തു കൃതാർത്ഥ ന്മാരായി കാലക്ഷേപം ചെയ്‌വാൻ തന്നെ ഇവർ രണ്ടുപേരും നിശ്ചയിച്ചു. ഹരിജയന്തൻ നമ്പൂരിപ്പാടിന്റെ മനസ്സിലും അത്യാനന്ദം ജനിച്ചു. അദ്ദേഹം അതിൽപിന്നെ ഗോപാലമേനോനെ കുറെഅകലെ വിളിച്ചു സ്വകാര്യം കൊച്ചമ്മാളുവിന്റെ സംഗതിയേപ്പറ്റി അല്പനേരം സംസാരിച്ചു. ഗോവിന്ദ നെക്കൊണ്ടു അവളുടെ സംബന്ധം നടത്തിച്ചു കൊടുക്കണമെന്നു പ്രത്യേകം താല്പര്യപ്പെട്ടു. തന്നാൽ കഴിയുംപോലെ ഉത്സാഹിച്ചു ആ

കാര്യം നിവൃത്തിയാക്കി കൊടുക്കാമെന്നു ഗോപാലമേനോൻ നമ്പൂരിപ്പാടോടു വാഗ്ദത്തവും ചെയ്തു. 'ആയുരാരോഗ്യസമ്പൽ സമൃദ്ധിയോടുകൂടി നീ സുഖമായിരിക്കും' എന്ന് അദ്ദേഹം ഗോപാലമേനോന്റെ ശിരസ്സിൽ കൈവച്ചു മൂന്നുപ്രാവശ്യം അനുഗ്രഹിച്ചു. ' സർപ്പഭയം ഇനിമേൽ ഉണ്ണികൾക്ക് ഉണ്ടാകയില്ല. നോം ഉപദേശിച്ചപ്രകാരം ഇനിമേൽ നടന്നുകൊള്ളണം', എന്നു നമ്മുടെ നമ്പൂരിമാരോടും അരുളിച്ചെയ്തു; മൂന്നു പേരേയും ഒന്നിച്ചു പറഞ്ഞയച്ചു. നമ്പൂരിമാരും ഗോപാലമേനോനുംകൂടി ഹരിജയന്തൻ നമ്പൂരിപ്പാടിന്റെ അനുവാദപ്രകാരം മനക്കൽനിന്നും അത്യന്തം സന്തോഷത്തോടുകൂടി യാത്രപറഞ്ഞു പടിയിറങ്ങി എല്ലാവരുംകൂടി പുത്തൻമാളികക്കൽവന്നു കുറേനേരം അവിടെ ഇരുന്നു സംസാരിച്ചതിൽ പിന്നെ കുബേരൻ നമ്പൂരിപ്പാടും പുരുഹൂതൻ നമ്പൂരിപ്പാടും ഗോപാലമേനോനോടു യാത്രപറഞ്ഞു അതിസ്നേഹത്തോടെ പോകയും ചെയ്തു. വിടവൃത്തിയെ അംഗീകരിച്ചു തുമ്പില്ലാതെ നടന്നിട്ടുണ്ടായിരുന്ന ഈ നമ്പൂരിമാർ രണ്ടുപേരും അന്നുമുതൽ പരമയോഗ്യന്മാരായിതീർന്നു. മീനാക്ഷിയിലുള്ള മോഹവും പാറുക്കുട്ടിയിലുണ്ടായിരുന്ന കൗതുകവും ഗോപാലമേനോന്റെ നേരെയുള്ള ശണ്ഠയും എല്ലാം ഉപേക്ഷിച്ചു സ്വാദ്ധ്യായനിരതന്മാരായി സദാചാരതൽപ്പരന്മാരായിത്തീർന്നു. ഗോപാലമേനോന് ഇവരുടെമേൽ ദിവസംപ്രതി ബഹുമാനവും ഭക്തിയും വർദ്ധിച്ചു. എത്ര തന്നെ തിരക്കും ബുദ്ധിമുട്ടും ഉണ്ടായാലും ഇവർ തങ്ങളിൽ ഒരു നാൾ ഒരു നേരമെങ്കിലും കാണാതെയിരിക്കുന്നതു വളരെ ദുർല്ലഭമായി. എന്തിനധികം പറയുന്നു, ഇവർ മൂന്നുപേരും തമ്മിൽ ഇങ്ങനെ പ്രാണസ്നേഹിതന്മാരായിത്തീരുമെന്നു കനകമംഗലത്തുള്ള യാതൊരു മനുഷ്യന്മാരും സ്വപ്നേപി വിചാരിച്ചിട്ടുണ്ടായിരുന്നില്ല. അന്യോന്യസ്നേഹവും വിശ്വാസവും അത്രമേൽ കലശലായി.

നമ്പൂരിമാരുമായി സന്ധിച്ചു പിരിഞ്ഞതിൽ പിന്നെ ഗോപാലമേനോന്റെ മുഴുവൻ ഉത്സാഹവും കൊച്ചമ്മാളുവിന്റെ സംബന്ധക്കാര്യത്തിൽ തന്നെ ചിലവുചെയ്തു. ഹരിജയന്തൻ നമ്പൂരിപ്പാടിന്റെ അഭിലാഷപ്രകാരം ഗോവിന്ദനെക്കൊണ്ട് ഇവളുടെ സംബന്ധം നടത്തിക്കുന്നതു പുത്തൻമാളികക്കൽ ഉള്ള എല്ലാവർക്കും ഏറ്റവും സന്തോഷകരമായിത്തീർന്നു. ഈ കാര്യത്തിൽ നമ്മുടെ ഗോവിന്ദനും അശേഷം വൈമുഖ്യമുണ്ടായിരുന്നില്ല. ഗുണദോഷജ്ഞാനവും മനഃശുദ്ധിയും ഉള്ള ഇവളുടെ ഭർത്താവായിരിക്കുന്നതിനാൽ തനിക്കും മേല്ക്കമേൽ ഗുണവർദ്ധനയുണ്ടാകുമെന്നു തന്നെ ആയിരുന്നു ഇവന്റെയും ദൃഢമായ വിശ്വാസം. എങ്കിലും ഇവളുടെ പൂർവ്വാവസ്ഥയെപ്പറ്റി ജനങ്ങൾ വല്ല അപവാദവും പറഞ്ഞു പരിഹസിക്കുമോ എന്നുള്ള ശങ്ക ഇവന്റെ മനസ്സിൽ കൂടക്കൂടെ ഉണ്ടാകാതിരുന്നില്ല. കാര്യങ്ങളുടെ നന്മയും തിന്മയും ആലോചിച്ചുപ്രവർത്തിക്കുന്നതായാൽതന്നെയും അതു ജനസമുദായത്തിനു രുചികരമായിത്തീരുമോ എന്ന് എല്ലാവരും മുൻകൂട്ടി ആലോചിച്ചുനോക്കേണ്ടത് എത്രയും ആവ

ശ്യമായിട്ടുള്ളതാണ്. ലോകാപവാദം ഭയപ്പെട്ടു നടക്കേണ്ടതു ലൗകിക ധർമ്മങ്ങളിൽ അത്യന്തം മുഖ്യമായിട്ടുള്ളതാണെന്ന് എല്ലാജനങ്ങളും ഒരുപോലെ സമ്മതിക്കുന്നതാണല്ലോ. അല്ലാത്തപക്ഷം ഒരുവൻ എത്രതന്നെ യോഗ്യനായിരുന്നാലും വേണ്ടതില്ല; ജനങ്ങൾ അവന്റെമേൽ അപവാദം ചുമത്തി ശുദ്ധമേ തുമ്പുകെട്ട തോന്ന്യാസിയാണെന്നു പറഞ്ഞു പരിഹസിക്കാതെയിരിക്കയില്ല. ലോകാപവാദം ഭയപ്പെട്ടു ശ്രീരാമൻ പ്രവൃത്തിച്ചിട്ടുള്ള കഠിനക്രിയയെപ്പറ്റി ആലോചിച്ചുനോക്കുക. സീതാദേവിയുടെ അസാധാരണമായ ഭർത്തൃസ്നേഹവും അപൂർവ്വമായ ഭക്തിവിശ്വാസവും അനുപമമായ പാതിവ്രത്യവും നമുക്കു നല്ലവണ്ണം നിശ്ചയമുള്ളതാണല്ലോ. നാഗരീകസ്ത്രീകൾ അനുഭവിച്ചുവരുന്ന സർവ്വസുഖങ്ങളും ഉപേക്ഷിച്ചു തന്റെ ഭർത്താവിന്റെ ഒരുമിച്ചു ഒരു വ്യാഴവട്ടത്തിൽ അധികകാലം കാട്ടിൽ കിടന്നു കായ്കനികൾ ഭക്ഷിച്ചും കാട്ടാറുകളിലെ ചവർത്ത ജലം കുടിച്ചും അനേകം സങ്കടങ്ങളെ അനുഭവിച്ച് ഒടുവിൽ ഒരു സംവത്സരത്തോളം അതിക്രൂരന്മാരും നിർദ്ദയന്മാരും ആയ രാക്ഷസന്മാരുടേയും രാക്ഷസസ്ത്രീകളുടെയും ഭീഷണിവാക്കുകൾ സഹിച്ച് അതിപ്രിയനായ ഭർത്താവിനെ വിചാരിച്ചു വ്യസനിച്ചു കാലക്ഷേപം ചെയ്കയല്ലെ ചെയ്തിട്ടുണ്ടായിരുന്നത്? അവസാനം രാവണവധം കഴിഞ്ഞതിന്റെ ശേഷം ജനാപവാദത്തെ പരിഹരിപ്പാൻവേണ്ടി അഗ്നിപ്രവേശംചെയ്തു പരിശുദ്ധയാണെന്നു കാണികളെ മുഴുവനും പ്രത്യക്ഷവിശ്വാസം വരുത്തുകയും ചെയ്തു. എന്നിട്ടും ആസന്നപ്രസവയായ ഇവളെ ശ്രീരാമൻ തന്റെ മനസ്സാക്ഷിക്കും മനോഹിതത്തിന്നും തീരെ വിരോധമായിട്ടു വനമദ്ധ്യത്തിൽ ഉപേക്ഷിച്ചുകളവാൻ ജനാപവാദം ഒന്നുമാത്രമല്ലെ കാരണമുണ്ടായിരുന്നത്? അതുകൊണ്ടു ഗോവിന്ദന്റെ മനശ്ശങ്കയെപ്പറ്റി നാം ലേശംപോലും ആശ്ചര്യപ്പെടുവാൻ ഇടയില്ലാത്തതാണ്. എങ്കിലും ഒടുവിൽ ഇവൻ അതും കേവലം വിട്ടുകളഞ്ഞു. ലോകസുന്ദരിയും സുശീലയും പരിശുദ്ധയും ആയ ഇവളുടെ ഭർത്താവായിരിക്കുന്നതിൽ ജനങ്ങൾ ന്യായരഹിതമായി അപഹസിച്ചു ദോഷാരോപണം ചെയ്യുന്നുണ്ടെങ്കിൽ ചെയ്തുകൊള്ളട്ടെ എന്നുതന്നെ അവൻ നിശ്ചയിച്ചുറച്ചു. ഹരിജയന്തൻ നമ്പൂരിപ്പാടും ഗോപാലമേനോനുംകൂടി ഇവരുടെ പാണിഗ്രഹണം അത്യന്തം കോലാഹലമായിട്ടുതന്നെ നിർവ്വഹിച്ചു. ജാത്യാചാരസമ്പ്രദായപ്രകാരം ഗോവിന്ദൻ സൗഭാഗ്യശാലിനിയായ കൊച്ചമ്മാളുവിനെ തന്റെ പ്രാണാധികപ്രിയയായ ഭാര്യയായി സ്വീകരിച്ച് അവളോടൊന്നിച്ച് പല സുഖാനുഭൂതികളും അനുഭവിച്ചു സ്വൈരമായി കാലക്ഷേപം ചെയ്തു. ഹരിജയന്തൻ നമ്പൂരിപ്പാട് പരമസന്തുഷ്ടനായിട്ട് അയ്യായിരംപറ പാട്ടത്തിന്റെ ഉഭയവും അഞ്ഞൂറുറുപ്പിക കാലത്താൽ പാട്ടാദായമുള്ള പത്തുനമ്പ്ര് പറമ്പുകളും ഗോവിന്ദനു പന്ത്രണ്ടുകൊല്ലത്തേക്കു ചാർത്തി കൈവശംകൊടുത്ത് അവനെ കാലക്രമേണ കനകമംഗലത്തുള്ള ധനികന്മാരുടെ ഇടയിൽ ഗണിക്കത്തക്ക ഒരുവനാക്കിവെച്ചു. ഗോവിന്ദൻ എന്നിട്ടും ലേശംപോലും ഔദ്ധ

ത്യംകൂടാതെ ഗോപാലമേനോന്റെ വ്യവഹാരകാര്യസ്ഥനായി കിഴ്ക്കട പ്രകാരം അദ്ദേഹത്തെ ആശ്രയിച്ചുംകൊണ്ടുതന്നെ ഇരുന്നു. കൊച്ചമ്മാളുവിന്റെ ഭാഗ്യാവസ്ഥയെപ്പറ്റി ഇതിലധികം യാതൊന്നും ഇവിടെ പറയേണ്ടുന്ന ആവശ്യമില്ലെന്നു വിചാരിച്ച് ആ ഭാഗം ഇത്രമാത്രംകൊണ്ട് അവസാനിപ്പിക്കുന്നു. മീനാക്ഷിയിൽ ഗാഢാനുരാഗനായിത്തീർന്നിട്ടുള്ള ഭാനുവിക്രമൻ എന്ന യുവരാജാവിനെപ്പറ്റി മാത്രമേ ഈ അദ്ധ്യായത്തിൽ നമുക്ക് ഇനി അല്പം പ്രസ്താവിപ്പാനുള്ളു.

മീനാക്ഷിയും കുഞ്ഞിശ്ശങ്കരമേനോനും തമ്മിലുള്ള ദൃഢാനുരാഗത്തേയും അതു സംബന്ധമായി അയച്ചിട്ടുണ്ടായിരുന്ന പ്രേമലേഖനങ്ങളേയും മറ്റും എന്റെ വായനക്കാർ ഇതിന്നുമുമ്പെ തന്നെ അറിഞ്ഞിട്ടുണ്ടെന്നുവരികിലും ഈ വിവരം ലക്ഷ്മിഅമ്മ വന്നു തന്നോടു പ്രസ്താവിക്കുന്നവരെക്കും ഗോപാലമേനോൻ ലേശംപോലും അറിഞ്ഞിട്ടുണ്ടായിരുന്നില്ല. പക്ഷേ, അദ്ദേഹം തെയ്യൻമേനോൻ വന്നിട്ടുണ്ടായിരുന്ന കാര്യത്തിൽ ഒരിക്കലും അനുകൂലിക്കുന്നതല്ലായിരുന്നു. മീനാക്ഷി കുഞ്ഞിശ്ശങ്കരമേനോന്റെ എഴുത്തിനു മറുവടി അയച്ചതിന്റെ പിറ്റെന്നാൾ വൈകുന്നേരം മാത്രമെ ഈ സംഗതികൾ ലക്ഷ്മിഅമ്മ ഗോപാലമേനോനോടു പറഞ്ഞിട്ടുണ്ടായിരുന്നുള്ളു. ആദ്യംമുതൽ അവസാനംവരെ നടന്ന സംഗതികൾ വിവരം വിവരമായി പറഞ്ഞുകേട്ടപ്പോൾ അദ്ദേഹത്തിന്റെ മനസ്സിൽ അധികമായ സന്തോഷവും ഒരു തൃപ്തിയും ഉണ്ടായി എങ്കിലും ഭാനുവിക്രമനെ നിരാകരിച്ച് കുഞ്ഞിശ്ശങ്കരമേനോനെ അംഗീകരിക്കുന്നതായാൽ മേലിൽ അതുനിമിത്തം അനേകം അത്യാപത്തുകൾ നേരിടുവാൻ ഇടവരുമെന്നും ചെറിയതമ്പുരാനു തിരുവുള്ളക്കേട് ഉണ്ടാക്കാതെ മീനാക്ഷിയുടെ മനോഹിതം സാധിക്കുവാൻ സാമാന്യത്തിലധികം പ്രയാസമുണ്ടെന്നും അദ്ദേഹം മുഷിയുന്നപക്ഷം കനകമംഗലത്തു പിന്നെ ഇരിക്കാത്തതാണു നല്ലതെന്നും ഇദ്ദേഹത്തിന്റെ മനസ്സിൽ പല വിചാരവും സന്താപവും ഒരുമിച്ചു വളർന്നു. ഭാനുവിക്രമന്റെ സുഖക്കേടുനിമിത്തം സംഭവിപ്പാൻ പോകുന്ന ഓരോ സംഗതികളെ മേല്ക്കുമേൽ വിചാരിച്ചു വിചാരിച്ചു ഗോപാലമേനോന്റെ മനസ്സിൽ ക്ഷണേന സന്താപാഗ്നി കത്തിജ്വലിച്ച് അതുവരെ ഉണ്ടായിരുന്ന പ്രസന്നതയെ മുഴുവനും നിമിഷനേരംകൊണ്ടു നശിപ്പിച്ചുകളഞ്ഞു. അധരോഷ്ഠങ്ങൾ രണ്ടും ഉണങ്ങി വരണ്ടു മുഖം രക്തപ്രകാശമില്ലാതെ കേവലം വാടിപ്പോയി. കാര്യം ആകപ്പാടെ പിഴച്ചു എന്നിങ്ങനെ ഇദ്ദേഹത്തിന്റെ മുഖഭാവവും വൈവശ്യവും കണ്ട ക്ഷണത്തിൽ ലക്ഷ്മിഅമ്മക്കു മനസ്സിലായി. എന്താണീശ്വരാ ചെയ്യാൻപോകുന്നത് എന്നു വിചാരിച്ച് ഉൽക്കണ്ഠിതയായി മുഖത്തു നോക്കിക്കൊണ്ടുനിന്നു. ഗോപാലമേനോൻ യാതൊന്നും പകരം പറയാതെ കുറേനേരം കുമ്പിട്ടിരുന്നു. ഒടുവിൽ 'ജ്യേഷ്ഠത്തി ഇപ്പോൾ പൊയ്ക്കോളിൻ. ഈ വിവരം യാതൊന്നും മീനാക്ഷിയോടു പറയണ്ട. വൃഥാ അവളെ കൂടി വ്യസനിപ്പിക്കേണ്ട' എന്നു മാത്രം മറുവടി പറഞ്ഞു.

ലക്ഷ്മിഅമ്മ പിന്നെയും കുറേനേരം അവിടെത്തന്നെ നിന്നു എങ്കിലും ഗോപാലമേനോൻ യാതൊന്നും പിന്നെ പറയാതെ ചിന്താസന്താപങ്ങൾക്കു തന്റെ മനസ്സിനെ ഏല്പിച്ചും കൊണ്ടു കുമ്പിട്ടിരുന്നുകളഞ്ഞതിനാൽ ആ അമ്മ വ്യസനിച്ചു പരവശയായി പതുക്കെ ഇറങ്ങി താഴത്തേക്കുപോന്നു. അമ്മ മുകളിൽനിന്നു ഇറങ്ങിവന്നതു കണ്ടപ്പോൾ കാര്യം വിഷമമായി എന്നു മീനാക്ഷിക്കു മനസ്സിലാവുക കഴിഞ്ഞു. അതുകൊണ്ട്, അവൾ ലക്ഷ്മിഅമ്മയോടു യാതൊന്നും ചോദിക്കാതെ അത്യന്തം മനോവിഷാദത്തോടുകൂടി തന്റെ അറയിലേക്കു കടന്നു പൊയ്ക്കളഞ്ഞു. ഗോപാലമേനോൻ പലവഴികളും ആലോചിച്ചു. യാതൊരു നിവൃത്തിമാർഗ്ഗവും കാണാതെ നിരാശനായിത്തീർന്നു. പതിവു പ്രകാരം വൈകുന്നേരം കുളിക്കുകയൊ നാമംജപിക്കുകയൊ വല്ലതും കഴിക്കുകയൊ ചെയ്യണമെന്നുള്ള വിചാരംതന്നെ ഇദ്ദേഹത്തിന്റെ മനസ്സിൽനിന്നു പൊയ്ക്കളഞ്ഞു. നേരം ഏകദേശം എട്ടുനാഴിക രാവായി. പുത്തൻമാളികക്കൽ ഉള്ള സകല ജനങ്ങൾക്കും മനോവ്യസനവും കുണ്ഠിതവും വർദ്ധിച്ചു. അങ്ങിനെ ഇരിക്കെ ദൈവഗത്യാ ഗോവിന്ദൻ പടികയറി വന്നു. ഇവൻ സ്വരാജ്യത്തിൽ പോയിരുന്നതുകൊണ്ടു രണ്ടു നാലു ദിവസമായിട്ട് ആ ദിക്കിൽതന്നെ ഉണ്ടായിരുന്നില്ല. ഗോവിന്ദനെ കണ്ട ഉടനെ ലക്ഷ്മിഅമ്മ അവനെ അരികത്തു വിളിച്ചു സകല വിവരവും പറഞ്ഞു. അവൻ അത്യന്തം വിസ്മയത്തോടും പരിഭ്രമത്തോടും കൂടി മുകളിലേക്കു കയറിച്ചെന്നു ചിന്താഗ്രസ്തനായി വിഹ്വലനായി കിടക്കുന്ന ഗോപാലമേനോന്റെ അരികത്തുപോയി നിന്നിട്ട് ഏകദേശം അരമണിക്കൂറുനേരം പല സാന്ത്വനവാക്കുകളും പറഞ്ഞ് അദ്ദേഹത്തിനെ ഒരു വിധേന ധൈര്യപ്പെടുത്തി. ഗോപാലമേനോൻ അവിടെനിന്നു മെല്ലെ എഴുനീറ്റു ഗോവിന്ദനോടൊന്നിച്ചു താഴത്തിറങ്ങിവന്നു കിട്ടുണ്ണിയെ വിളിച്ചു പാനീസ്സിൽ തിരി കൊളുത്തിക്കൊണ്ടുവരാൻ പറഞ്ഞു. അവൻ പാനീസ്സു കൊണ്ടുവന്ന ഉടനെ ഗോവിന്ദനോടൊന്നിച്ച് ആ വഴിതന്നെ പടിയിറങ്ങി ചിറയിൽപോയി കുളിച്ചുവന്നു രണ്ടുപേരുംകൂടി ഊണുകഴിച്ചു കുറേനേരം പൂമുഖത്തിരുന്നു വേറെ ചില സംഗതികളെപ്പറ്റി സംസാരിച്ചതിന്റെശേഷം നീ നാളെ ഏഴുമണിക്കുതന്നെ ഇങ്ങെട്ടുവരണം എന്നു ഏല്പിച്ചു ഗോവിന്ദനെ പറഞ്ഞയച്ചു പിന്നെയും അൽപനേരം അവിടെത്തന്നെ ഇരുന്നു. അപ്പോൾ ലക്ഷ്മിഅമ്മ പതുക്കെ പൂമുഖത്തേക്കു കടന്നുവന്നു. അദ്ദേഹം ലക്ഷ്മിഅമ്മയോട് മീനാക്ഷി ഉറങ്ങിയൊ എന്നു ചോദിച്ചു. എന്തോ അല്പം സുഖക്കേടാണെന്നു പറഞ്ഞു കുറേ നേർത്തെതന്നെ അറയിൽപോയി കിടന്നിരിക്കുന്നു എന്നു ലക്ഷ്മിഅമ്മ മറുവടി പറഞ്ഞു. എന്നാൽ ഉറങ്ങിക്കോട്ടെ ഇപ്പോൾ വിളിക്കേണ്ട എന്നുപറഞ്ഞു അദ്ദേഹം അവിടെനിന്നു എഴുനീറ്റു മുകളിൽ തന്റെ അറയിൽപോയി കിടന്നു. നാനാവിധമായ മനോവിചാരം കൊണ്ടും കുണ്ഠിതംകൊണ്ടും ലേശം ഉറക്ക് വരാതെ ഏകദേശം നാലുമണി സമയംവരെ കുത്തിരുന്നും കിടന്നും കഴി

ച്ചതിൽപിന്നെ ഒരു വിധേന അല്പം ഉറക്ക് വന്നതിനാൽ അവിടെ കിടന്നു.

നേരം പുലർന്ന ഉടനെ മീനാക്ഷി വാതിൽ തുറന്നു കിട്ടുണ്ണിയെ സ്വകാര്യമായി വിളിച്ചു അരക്കുകൊണ്ടു മുദ്രവെച്ചിട്ടുള്ള ഒരു ലക്കോട്ട് അവന്റെ കയ്യിൽ കൊടുത്തിട്ടു പറഞ്ഞു: 'നീ എഴുത്തു യാതൊരു മനുഷ്യരും കാണാതെ ഭാനുവിക്രമൻ എന്ന ചെറിയ തമ്പുരാൻ തിരുമനസ്സിലെ തൃക്കയ്യിൽ കൊണ്ടുകൊടുത്ത് അവിടെനിന്നു തരുന്ന മറുവടി വാങ്ങി ഇതുപ്രകാരംതന്നെ ഇനിക്കും കൊണ്ടെന്നു തരണം. ഈ വർത്തമാനം ഒരു ജീവജാലത്തോടും ശബ്ദിച്ചുപോകരുത്.' കിട്ടുണ്ണി എഴുത്തു വാങ്ങി തന്റെ തോർത്തുമുണ്ടിൽ പൊതിഞ്ഞ് അപ്പോൾതന്നെ കനകമംഗലം കോവിലകത്തേക്കു നടന്നു. മീനാക്ഷി ഏല്പിച്ചിട്ടുള്ളപ്രകാരം തന്നെ അവൻ എഴുത്തു കൊണ്ടുചെന്നു തൃക്കയ്യിൽ കൊടുത്തു. എഴുത്തുകണ്ടപ്പോൾ അതു ഗോപാലമേനോൻ അയച്ചിട്ടുള്ളതായിരിക്കാം എന്നായിരുന്നു ഭാനുവിക്രമൻ വിചാരിച്ചിട്ടുണ്ടായിരുന്നത്. മേൽവിലാസം എഴുതിയ കയ്യക്ഷരം കണ്ടതിനാൽ അതു താൻ വിചാരിച്ച പ്രകാരം ഉള്ളതല്ലെന്നു ബോദ്ധ്യമായി. വേഗത്തിൽ ലക്കോട്ടെടുത്തു പൊളിച്ചു കത്തെഴുതിയ മനുഷ്യൻ ആരാണെന്നു അറിവാൻവേണ്ടി ഒന്നാമതായി അതിലെ ഒപ്പുനോക്കി. തൽക്ഷണം ശരീരത്തിൽ മുഴുവനും രോമാഞ്ചം നിറഞ്ഞു. തിരുമനസ്സിലെ പാദാശ്രിതയായ പുത്തൻമാളികക്കൽ മീനാക്ഷി എന്നു അത്യന്തം സ്പഷ്ടമായും മനോഹരമായും എഴുതീട്ടുള്ളതു കണ്ടപ്പോൾ ഇദ്ദേഹത്തിന്റെ മനസ്സിൽ ഉണ്ടായ അത്യാനന്ദവും ആശ്ചര്യവും വാചാമഗോചരമെന്നു മാത്രമേ എന്നാൽ പറവാൻ സാധിക്കയുള്ളു. മീനാക്ഷിക്കു തന്റെ മേൽ അത്യാസക്തിയും അനുരാഗവും ഉണ്ടായിരിക്കുമൊ എന്ന, ഇതുവരയ്ക്കും പ്രബലമായി നിന്നിട്ടുണ്ടായിരുന്ന സംശയം ക്ഷണനേരംകൊണ്ടു ഹൃദയം പിളർന്നു പുറത്തേക്കു കടന്നു പൊയ്ക്കളഞ്ഞു. സന്തോഷപ്രേമരസങ്ങൾ ഒരുമിച്ച് ഏകകാലത്തിൽതന്നെ ഉള്ളിലേക്കു പ്രവേശിച്ചതുകൊണ്ടു ഹൃദയത്തിൽ രണ്ടു വലിയ ദ്വാരങ്ങൾ ഇപ്പോൾ അതുനിമിത്തവും ഉണ്ടായി. ഉടനെ മഴപ്പാറ പൊടിയുന്നതുപോലെ അനവധി മനോരാജ്യങ്ങൾ മേല്പറഞ്ഞ ഹൃദയദ്വാരങ്ങളിൽകൂടി തുരുതുരെ പുറത്തേക്കു പ്രവേശിച്ചുതുടങ്ങി. ധൃതിയും സന്തോഷവും അനുരാഗവും വാത്സല്യവും പ്രേമവും പരിഭ്രമവും എല്ലാംകൂടി ഇദ്ദേഹത്തിന്റെ അന്തരംഗത്തിൽനിന്നു നൃത്തംവെക്കയായി: ഭാനുവിക്രമൻ സന്തോഷാശ്രുക്കളാൽ പരിപ്ളുതങ്ങളായ നേത്രങ്ങൾ തുടച്ചു തന്റെ അനുരാഗദേവതയുടെ കത്തെടുത്തു നിവർത്തി വായിച്ചു തുടങ്ങി. വായനക്കാരുടെ അറിവിനു വേണ്ടി ആ എഴുത്തിന്റെ നേരുപകർപ്പ് ഇതിന്നുതാഴെ ചേർത്തിരിക്കുന്നു.

'മഹാരാജമാന്യരാജശ്രീ'

പ്രജാപാലനത്തിങ്കൽ തല്പരനായി ശ്രീ ഭാനുവിക്രമൻ എന്നു മഹനീയമായ നാമധേയത്തോടുകൂടിയ ചെറിയതമ്പുരാനവർകളുടെ തൃക്കാ

ലിണകളിൽ വിനയഭക്തിപുരസ്സരം വീണു സാഷ്ടാംഗം നമസ്കരിച്ചു ശിരസ്സിൽ കൈകൂപ്പിക്കൊണ്ടു ചെയ്യുന്ന അപേക്ഷ.

തിരുമനസ്സിലെ കാരുണ്യത്തിന്നും കടാക്ഷത്തിന്നും അടിയൻ പാത്രമായിത്തീരാത്തപക്ഷം നിരാധാരയും നിർഭാഗ്യയും ആയ അടിയന്നു ഈ ലോകത്തിൽ മറ്റു യാതൊരു ശരണവും ഇല്ല. അടിയന്റെ സുഖദുഃഖങ്ങളാകട്ടെ ഗുണദോഷങ്ങളാകട്ടെ സുകൃതദുഷ്കൃതങ്ങളാകട്ടെ സകലവും പ്രജാവത്സലനായ നിന്തിരുവടിയുടെ തിരുവുള്ളത്തെ ആശ്രയിച്ചുംകൊണ്ടു മാത്രമാണ് നില്ക്കുന്നത്. അശരണന്മാരിൽ പരമകാരുണികനായ നിന്തിരുവടി അടിയന്റെ ഈ മഹാവ്യസനത്തിന്നു ഇന്നുതന്നെ നിവൃത്തി വരുത്താതിരുന്നാൽ ഇതോടൊന്നിച്ചു അടിയന്റെ ഈ ജീവകാലം അവസാനിച്ചുപോകുന്നതാണെന്നു തിരുമനസ്സിൽ ഉണർത്തിക്കാതിരിപ്പാൻ മനസ്സു അനുവദിക്കുന്നില്ല. അബലമാരും അസ്വതന്ത്രമാരുമായ സതികളുടെ മര്യാദയും പാതിവ്രത്യവും കുറവുകൂടാതെ പരിപാലിച്ചു നിലനിർത്തിപ്പോരേണ്ടതു കരുണാശാലികളും സമചിത്തന്മാരുമായ അങ്ങെപ്പോലെയുള്ള മഹാത്മാക്കളുടെ ഭാരവാഹിത്വമാണെന്നു അടിയൻ ഭയഭക്തിപുരസ്സരം തൊഴുതുംകൊണ്ടു തിരുമനസ്സിലേറ്റുന്നു.

മഹാനുഭാവനായ തിരുമനസ്സിലേക്കു അടിയനെച്ചൊല്ലി അനുരാഗമുണ്ടെന്നുള്ള വിവരം ഈയിടയിൽ മാത്രമേ അടിയൻ അറിഞ്ഞിട്ടുള്ളു. ഏകദേശം നാലു സംവത്സരംമുമ്പെ അടിയൻ മല്ലിക്കാട്ടു കുഞ്ഞിശ്ശങ്കരമേനോൻ എന്ന ഒരു യുവാവിനെ നിർവ്യാജം ദൃഢമായി അംഗീകരിച്ചിട്ടുള്ളത് അടിയന്റെ ഇപ്പോഴത്തെ ഈ അന്തസ്താപത്തിന്നു കാരണമായിത്തീർന്നിരിക്കുന്നു. ബഹുഭർത്തൃത്വം പതിവ്രതാധർമ്മത്തിന്നു കേവലം വിരുദ്ധമായിട്ടുള്ളതാണെന്നു മഹാന്മാർ പറഞ്ഞിട്ടുള്ളതു അടിയനും വിശ്വസിച്ചിരിക്കുന്നു. ചാരിത്രഭംഗം വരുത്താതെ ആജീവനാന്തം പരിപാലിക്കേണ്ടതിന്നു അടിയൻ തൃക്കാക്കൽ ശരണംപ്രാപിക്കുന്നു. തിരുവുള്ളക്കേടുണ്ടാകുമെന്നുള്ള ഭയംനിമിത്തം മാതാപിതാക്കന്മാരും അമ്മാമനും സകല ബന്ധുക്കളും അത്യന്തം വ്യസനത്തോടും വൈവശ്യത്തോടും കൂടി അടിയനെ ഉപേക്ഷിച്ചുകളവാൻതന്നെയാണ് ഏകദേശം തീർച്ചയാക്കീട്ടുള്ളത്. തിരുമുമ്പാകെ ഈ മഹാവ്യസനം വെയ്ക്കുന്നതായാൽ നിശ്ചയമായും ഒരു നിവൃത്തിയുണ്ടാകുമെന്നു വിശ്വസിച്ചുംകൊണ്ടു ഇപ്രകാരം തൃക്കാൽവീണ് അപേക്ഷിപ്പാൻ ധൈര്യംവന്നിട്ടുള്ളതാണ്. തിരുമനസ്സുകൊണ്ടു അടിയന്റെ ഈ മഹാസങ്കടം അംഗീകരിക്കാതിരിക്കുന്നപക്ഷം അടിയന്റെ ഈ ആയുഷ്ക്കാലം ഇന്നത്തെ ഒരുദിവസംകൊണ്ടു പരിണമിക്കുമെന്നു മാത്രമേ ഇനി ഉണർത്തിപ്പാനുള്ളു. അതുകൊണ്ടു മേൽകാണിച്ച എല്ലാ സംഗതികളും കരുണാപുരസ്സരം തിരുമനസ്സുകൊണ്ടാലോചിച്ചു അനുകൂലമായ ഒരു കല്പന അയച്ചു അടിയന്റെ പ്രാണരക്ഷണം ചെയ്യേണ്ടതിന്നു അത്യന്തം ദൃഢഭക്തിയോടും വിനയത്തോടുംകൂടി അപേക്ഷിക്കുന്നു.

എന്ന് തിരുമനസ്സിലെ പാദാശ്രിതയായ
പുത്തൻമാളികക്കൽ മീനാക്ഷി
ഒപ്പ്

മേൽ കാണിച്ച എഴുത്ത് ഏതാണ്ടു വായിച്ചു കഴിയുമ്പഴക്കു ഭാനുവിക്രമൻ ഏകദേശം മൃതപ്രായനാവുക കഴിഞ്ഞു. കയ്യിൽ നിന്നു കടലാസ്സു നിലത്തു വീണുപോയതും കണ്ണീർ മുഖത്തുകൂടി ഒലിച്ചതും ഒന്നുംതന്നെ അശേഷം അറിഞ്ഞില്ല. ഇരുന്നപാട് ചാരുകസേരയിന്മേൽ മലർന്നുവീണ് ഒരു പതിനഞ്ചു മിനിട്ടുനേരം സ്തംഭിച്ചു കിടന്നു. ചുടുചൂടേയുള്ള ബാഷ്പങ്ങൾ മുഖത്തിന്റെ രണ്ടുവശത്തുംകൂടി ഒലിച്ചു ചുമലിലും മാറത്തും ഇറ്റിറ്റുവീണു എങ്കിലും കിട്ടുണ്ണിയോടു പുറത്തുപോയി നില്പാൻ അദ്ദേഹം മുൻകൂട്ടിത്തന്നെ കല്പിച്ചിട്ടുണ്ടായിരുന്നതുകൊണ്ട് ഇങ്ങിനെയുള്ള മോഹാലസ്യവും പാരവശ്യവും ആർക്കും അറിവാൻ സംഗതിവന്നില്ല. അല്പം കഴിഞ്ഞതിൽപ്പിന്നെ സുബോധംവന്ന് എഴുന്നീറ്റിരുന്നു തോർത്തുമുണ്ടുകൊണ്ടു കണ്ണും മുഖവും തുടച്ചു വല്ലവരും കണ്ടോ എന്നു നാലുഭാഗവും തിരിഞ്ഞും മറിഞ്ഞും ഒന്നുരണ്ടു പ്രാവശ്യം നോക്കി ധൈര്യം കലർന്നു കസേരയുടെ കീഴിൽ വീണുകിടക്കുന്ന എഴുത്തെടുത്തു രണ്ടാമത് ഒരു പ്രാവശ്യംകൂടി മനസ്സിരുത്തി മുഴുവനും വായിച്ചു തന്റെ മേശപ്പുറത്തുവെച്ചു പിന്നേയും കുറേനേരം ചാരിക്കിടന്ന് എന്തോ മനസ്സുകൊണ്ട് ആലോചിക്കയായി. ഏകദേശം അരമണിക്കൂറുനേരം അങ്ങിനെ കിടന്നുംകൊണ്ട് ആലോചിച്ചതിന്റെ ശേഷം അത്യന്തം മുഖപ്രസാദത്തോടും സന്തോഷത്തോടുംകൂടി അവിടെ നിന്ന് എഴുന്നേറ്റു തന്റെ എഴുത്തുപെട്ടി തുറന്നു അതിൽനിന്ന് ഒരു ലക്കോട്ടും കടലാസ്സും വെള്ളികൊണ്ടുള്ള ഒരു വലിയ അളുക്കും എടുത്തു പുറത്തുവെച്ചു. വേഗത്തിൽ അവിടെഇരുന്നു ഒരെഴുത്തെഴുതി ലക്കോട്ടിലാക്കി മുദ്രവെച്ച് മേൽപ്പറഞ്ഞ അളുക്കും ഒരു തടിച്ച കടലാസ്സിൽ പൊതിഞ്ഞു നാലുപുറവും വളരെ വിശേഷമായി മുദ്രവെച്ചു കിട്ടുണ്ണിയെ വിളിച്ച് അതു രണ്ടും കൂടി അവന്റെ കയ്യിൽ കൊടുത്തു 'മീനാക്ഷിയുടെ കയ്യിൽ സ്വകാര്യം കൊണ്ടുകൊടുക്കൂ' എന്നു പറഞ്ഞ് അവനെ അയയ്ക്കുകയും ചെയ്തു.

കിട്ടുണ്ണി മുമ്പത്തെ പ്രകാരംതന്നെ ഇതുരണ്ടും തന്റെ മുണ്ടിൽ പൊതിഞ്ഞുംകൊണ്ട് ആരും കാണാതെ മീനാക്ഷിയുടെ കയ്യിൽ കൊണ്ടുകൊടുത്തു. അവൾ അത്യന്തം പരിഭ്രമത്തോടും തിരക്കോടുംകൂടി തന്റെ അറയിൽകടന്നു വാതിൽചാരി കട്ടിലിന്മേൽ ചെന്നു കുത്തിരുന്നു. ധൈര്യം കലർന്നു വേഗത്തിൽ ലക്കോട്ടുപൊളിച്ചു കത്തെടുത്തു നിവർത്തി സംഭ്രമത്തോടെ വായിച്ചു. അത് ഇതിന്നുകീഴേ ചേർത്തിട്ടുള്ള പ്രകാരമായിരുന്നു.

സ്വസ്ത്യസ്തു

'മീനാക്ഷിയുടെ ലേഖനം നമുക്കു കിട്ടി. നിന്റെ പാതിവ്രത്യശുദ്ധിയും ഭർത്തൃസ്നേഹവും കണ്ടു നാം വളരെ സന്തോഷിക്കുന്നു.

സാദ്ധ്വിയും സുശീലയുമായ നിന്റെ ചാരിത്രത്തെ നശിപ്പിച്ചു നമ്മുടെ മനോഹിതം സാധിപ്പിക്കേണമെന്നു നാം ഒരിക്കലും ഇച്ഛിക്കുന്നില്ല. നമുക്ക് അതുനിമിത്തം ലേശം സുഖക്കേടും ഉണ്ടാകുന്നതല്ല. അത്യുത്തമമായ നിന്റെ ഗുണത്തിന്നും ക്ഷേമാഭിവൃദ്ധിക്കുംവേണ്ടി നമ്മാൽ കഴിയുന്നത്ര സഹായം ആജീവനാന്തം നാം നിണക്കു ചെയ്തുതരാതിരിക്കയില്ല. നിന്റെ സുസ്ഥിരമായ വൃത്തിവിശേഷത്തിന്റേയും മനോധൈര്യത്തിന്റേയും അടയാളമായിരിപ്പാൻവേണ്ടി നാം സന്തോഷസഹിതം ഇതോടൊന്നിച്ച് അയച്ചിട്ടുള്ള സമ്മാനം നിന്റെ ദേഹത്തിന്മേൽ എല്ലായ്പ്പോഴും ധരിക്കാതിരിക്കയില്ലെന്നു നാം ദൃഢമായി വിശ്വസിക്കുന്നു. നിന്റെ മനോഹിതത്തിന്നു മുടക്കം ചെയ്യാതെ വേണ്ടത്തക്ക എല്ലാ വഴികളും പ്രവർത്തിക്കേണ്ടതിന്നു നാം ഇന്നുതന്നെ ഗോപാലനെ നീട്ടുമൂലം അറിയിക്കുന്നതാണ്. സൗശീല്യാദി ഗുണസമ്പന്നയായ നിന്നെ സദാകാലവും ജഗദീശ്വരൻ കാത്തുരക്ഷിക്കും.

എന്ന്
ഭാനുവിക്രമൻ

മീനാക്ഷിക്കുണ്ടായ പരമാനന്ദവും ഭക്തിയും ആരുവിചാരിച്ചാലും വർണ്ണിക്കാവുന്നതല്ല. കത്തു വായിച്ചുകഴിയുമ്പോഴേക്കു ഒരുമുഴം മേല്പോട്ടുപൊങ്ങുക കഴിഞ്ഞു. കനകമംഗലം കോവിലകത്തിന്നുനേരെ തിരിഞ്ഞുനിന്നു ഭാനുവിക്രമനെ മനസ്സിൽ വിചാരിച്ചു മൂന്നുപ്രാവശ്യം തൊഴുതു. അതിൽപ്പിന്നെ അളുക്കിൽ എന്താണെന്നു നോക്കുവാനുള്ള തിരക്ക് അതികലശലായി. ക്ഷണത്തിൽ മുദ്രനീക്കി കടലാസ്സു പറിച്ചു ചീന്തി അളുക്കു തുറന്ന് അതിൽ അടക്കം ചെയ്തിട്ടുള്ള സാധനം പുറത്തേക്കെടുത്തു. അതോ അത്യന്തം മനോഹരമായ ഒരു മുത്തുമാലയായിരുന്നു. മാലയുടെ അഴകും രമണീയതയും യാതൊന്നും സൂക്ഷിക്കാതെ അതും എഴുത്തും എടുത്തവേഗത്തിൽ വാതിൽതുറന്ന് തന്റെ അമ്മയും ഇളയമ്മമാരും ഇരിക്കുന്ന വടക്കേ കോലായിലേക്ക് ഓടിക്കൊണ്ടുചെന്നു. മീനാക്ഷിയുടെ മുഖപ്രസാദവും ധൃതിയും കണ്ടപ്പോൾ എന്തോ ചില വിശേഷവിധികൾ സംഭവിച്ചിട്ടുണ്ടെന്ന് അവർക്കു മനസ്സിലായി. അവൾ വേഗത്തിൽ അടുത്തുചെന്നു നാണിയമ്മയുടെ കയ്യിൽ മുത്തുമാലയും പാറുക്കുട്ടിയുടെ കയ്യിൽ എഴുത്തും കൊടുത്തിട്ട് അവരുടെ മുഖഭാവം സൂക്ഷിച്ചുനോക്കിക്കൊണ്ട് അവിടെനിന്നു. നാണിയമ്മ അപൂർവ്വമായ ഈ മുക്താഹാരം കയ്യിൽപിടിച്ച് അത്യത്ഭുതത്തോടെ അതു തിരിച്ചും മറിച്ചും നോക്കിക്കൊണ്ടിരിക്കെ പാറുക്കുട്ടി എഴുത്തുവായിച്ചു ചിരിച്ചുംകൊണ്ട് ഇങ്ങിനെ പറഞ്ഞു.

പാറുക്കുട്ടി: നാം ആരും ഇനി മീനാക്ഷിയെ ചൊല്ലി വ്യസനിക്കണമെന്നില്ല. മാലയും ഈ എഴുത്തും ചെറിയതമ്പുരാൻ തിരുമനസ്സുകൊണ്ട് അവൾക്ക് അയച്ചിട്ടുള്ളതാണ്. അവിടത്തേക്കു സമമായ പുരുഷന്മാർ ഇന്നു ലോകത്തിൽ ആരാണുള്ളത്? തമ്പുരാക്കന്മാരായാൽ ഇങ്ങിനെയി

രിക്കണം. വല്ലവർക്കും മര്യാദ പഠിക്കണമെങ്കിൽ ചെറിയ തമ്പുരാനോടു കണ്ടു പഠിച്ചോട്ടെ.

ലക്ഷ്മിഅമ്മ: (കുറെ മുമ്പോട്ടു നീങ്ങിയിരുന്നിട്ട്) എന്താണ് അവിടുന്ന് എഴുതീട്ടുള്ളത്? പാറുക്കുട്ടി അതു വായിച്ചില്ലെ?

പാറുക്കുട്ടി: ഞാനെന്താണു പറയേണ്ടത് ഇവൾ സാമാന്യക്കാരത്തിയല്ല. ചെറിയതമ്പുരാന് ഒരെഴുത്തയപ്പാൻ ധൈര്യം വന്നില്ലെ? ആശ്ചര്യംതന്നെ. കൊച്ചുലക്ഷ്മിയുടെ അച്ഛന് ഒരെഴുത്തയപ്പാൻ എനിക്ക് ഇനിയും ധൈര്യം വന്നിട്ടില്ല. കണ്ടില്ലെ ഇവളെടുത്ത പണി? നാം ആരും അറിയാതെ ഒരെഴുത്തയച്ചു ചെറിയതമ്പുരാന്റെ ബാദ്ധ്യത വിടുർത്തി. അദ്ദേഹത്തോടു രേഖാമൂലം ഒരു സമ്മതവും സമ്മാനമായിട്ട് ഒരു മുത്തുമാലയും വാങ്ങിക്കളഞ്ഞില്ലെ! ഇവൾ ചില്ലറയല്ല. ഇനി ജ്യേഷ്ഠനും മറ്റും കുണ്ഠിതപ്പെട്ടിരിക്കേണ്ട. വേഗം അടിയന്തിരത്തിന്നു വേണ്ടുന്ന സാമാനങ്ങളും മറ്റും ഒരുക്കിക്കോട്ടെ.

ലക്ഷ്മിഅമ്മ: ആവൂ! എന്റെ ദൈവമേ! എന്റെ ജീവൻ നേരെവന്നു! ഈ വിവരം വേഗത്തിൽ ചെന്നു ഗോപാലനോടു പറയണം. മീനാക്ഷിയുടെ അച്ഛനും അപ്പയ്ക്കും ഇന്നു തന്നെ ഈ സംഗതി കാണിച്ച് ഓരോ എഴുത്തയച്ചുകളയട്ടെ.

പാറുക്കുട്ടി: കൊച്ചുലക്ഷ്മിയുടെ അച്ഛനുംകൂടി ഒരു എഴുത്തയക്കാൻ പറയണം. പോകുമ്പോൾ എന്നോടു പ്രത്യേകം പറഞ്ഞിരിക്കുന്നു.

നാണിയമ്മ: എന്നാൽ ഒരെഴുത്തുംകൂടി വേണ്ടിവരും. അല്ലാഞ്ഞാൽ അവിടുന്നു മുഷിയാതിരിക്കില്ല.

പാറുക്കുട്ടി: അത് ഇവിടെ അടുക്കെയല്ലെ? നാളെ അയച്ചാലും മതിയാകുന്നതാണ്.

നാണിയമ്മ: നമ്പ്യാർക്കും നാളെ അയച്ചാൽ പോരെ?

ലക്ഷ്മിഅമ്മ: അതെല്ലാം വേണ്ടപോലെ ഗോപാലൻ ചെയ്തോളും. ആ എഴുത്തും മാലയും ഇങ്ങട്ടു കാണട്ടെ. ഞാൻതന്നെ കൊണ്ടുകൊടുത്തുകളയാം.

മീനാക്ഷി: അമ്മാമന് ചെറിയതമ്പുരാൻ തിരുമനസ്സുകൊണ്ട് ഇന്നു തന്നെ ഈ വിവരത്തിന്ന് ഒരെഴുത്തയക്കും. അമ്മാമൻ എന്നിട്ടറിഞ്ഞാൽ പോരെ?

ലക്ഷ്മിഅമ്മ: അതുവരെക്കും അവന്റെ മനസ്സ് എന്തിനാണു പുണ്ണാക്കുന്നത്? വിവരം ഇപ്പോൾതന്നെ ചെന്നു പറയുന്നതാണ് നല്ലത്? എഴുത്തുംകൊണ്ടു പക്ഷേ, ഞാൻതന്നെ പൊയ്ക്കളയാം.

പാറുക്കുട്ടി: ജ്യേഷ്ഠനോട് ഈ വിവരം പറവാൻ ഇനി ഞാൻ പോയാലും മതി. ജ്യേഷ്ഠത്തിതന്നെ പോണമെന്നില്ല. ഒരുസമയം കിട്ടുണ്ണിയുടെ വശം കൊത്തയച്ചാലും മതി.

നാണിയമ്മ: കിട്ടുണ്ണിയെ ഇന്ന് ഇവിടേ കണ്ടിട്ടേ ഇല്ല. എങ്ങട്ടാണ് അവൻ പൊയ്ക്കളഞ്ഞത്?

മീനാക്ഷി: അവനെ ഞാൻ കോവിലകത്തേക്കു പറഞ്ഞയച്ചിരുന്നു. അവനാണ് ഈ എഴുത്തും മാലയും കൊണ്ടന്നുതന്നത്.

നാണിയമ്മ: മിടുക്കൻതന്നെ. അവനു നിശ്ചയമായിട്ടും ഇന്നു നാലു മുണ്ടു കൊടുക്കണം.

പാറുക്കുട്ടി: ശരി ശരി. അതാണു കിട്ടുണ്ണിയെ നോക്കീട്ടു രാവിലെ ഒരു ദിക്കിലും കാണാഞ്ഞത്! അവനു ഞാനും കൊടുക്കും ഇന്നു നാലു മുണ്ട്. വല്ലതും കൊടുക്കുന്നുണ്ടെങ്കിൽ ഇങ്ങിനത്തെ ആളുകൾക്കാണ് കൊടുക്കേണ്ടത്.

ലക്ഷ്മിഅമ്മ: നാം ഒന്നും കൊടുത്തില്ലെങ്കിലും വേണ്ടില്ല. എന്നെന്നേക്കും കാണത്തക്ക ഒരു സമ്മാനം മീനാക്ഷിയാണ് അവനു കൊടുക്കേണ്ടത്.

നാണിയമ്മ: ഈ ഉപകാരം വിചാരിച്ചു മീനാക്ഷി അവനെ ഒന്നിച്ചു തന്നെ കൊണ്ടുപോകും.

പാറുക്കുട്ടി: പോകുന്ന കാര്യവും നാണിയേട്ടത്തി തീർച്ചപ്പെടുത്തിക്കഴിഞ്ഞോ? ആനയെ മേടിച്ചിട്ടുപോരെ ചങ്ങലയുടെ കാര്യംകൊണ്ട് അന്വേഷിക്കുന്നത്?

നാണിയമ്മ: ആനയെ കിട്ടുമെന്നുള്ള ഉറപ്പുണ്ടായാൽ ചങ്ങല മുമ്പേ തന്നെ വാങ്ങിവെക്കുന്നതിന്നും എന്താണ് തരക്കേട്?

പാറുക്കുട്ടി: ഇരുന്നിട്ടല്ലെ നല്ലതു കാലുനീട്ടുന്നത്?

നാണിയമ്മ: ഇരുന്നു കാൽ തരിച്ചതിന്റെ ശേഷമേ കാൽ നീട്ടാൻ പോയിട്ടുള്ളു.

മീനാക്ഷി: എന്തിനാണിങ്ങനെ ദുസ്തർക്കം പറയുന്നത്? ഇതെല്ലാം പിന്നെ പറഞ്ഞാൽ പോരെന്നുണ്ടോ?

പാറുക്കുട്ടി: (ചിരിച്ചുംകൊണ്ട്) പോട്ടെ പോട്ടെ. മീനാക്ഷി! ഇന്നലെ വയിന്നേരം മുതൽ ഇതുവരേയും ഇങ്ങിനത്തെ സംസാരം ഒന്നും കേട്ടിട്ടില്ലല്ലോ. ഇപ്പോൾ നാവ് മൂത്തുപോയി. ഇനി നിന്നെ ആരു പിടിച്ചാലും കിട്ടില്ല.

നാണിയമ്മ: ചെറിയതമ്പുരാൻ തിരുമനസ്സുകൊണ്ടു പിടിക്കാൻ നോക്കീട്ടു കിട്ടീല്ലല്ലോ. വേറെ ഒരാൾ പിടിക്കുന്നതു പിന്നെയല്ലെ? പിടിക്കേണ്ടുന്നാൾ പണ്ടേതന്നെ പിടിച്ചിട്ടും ഉണ്ട്.

പാറുക്കുട്ടി: അതു ഞാനിപ്പോൾ മാത്രമേ അറിഞ്ഞിട്ടുള്ളു. പിടിക്കാൻപോകുന്നു എന്നാണ് ഞാൻ ഇതുവരേയും വിചാരിച്ചിട്ടുണ്ടായിരുന്നത്.

മീനാക്ഷി ഇതിനൊന്നും യാതൊന്നും പകരം പറയാതെ മുഖം താഴ്ത്തിക്കൊണ്ടുനിന്നു. 'മതി നേരംപോക്കു പറഞ്ഞത്. എഴുന്നീറ്റു ഓരോ വഴിക്കു പൊയ്ക്കൊളിൻ' എന്നു പറഞ്ഞു ലക്ഷ്മിഅമ്മ എഴുത്തും മാലയും വാങ്ങി സന്തോഷത്തോടും വിസ്മയത്തോടും കൂടി കിഴക്കേ മുഖത്തേക്കു കടന്നുചെന്നു. അപ്പോൾ ഗോപാലമേനോനും ഗോവിന്ദനും

കൂടി ഹരിജയന്തൻനമ്പൂരിപ്പാടിനെ ചെറിയ തമ്പുരാന്റെ അടുക്കേ അയച്ചു മദ്ധ്യസ്ഥം പറയിപ്പിക്കുവാൻവേണ്ടി കാക്കനൂർ മനക്കലേക്കു പോവാനുള്ള ഒരുക്കമായി നില്ക്കുന്നു. ലക്ഷ്മിഅമ്മ എഴുത്തും മുത്തുമാലയും കൂടി ഗോപാലമേനോന്റെ കയ്യിൽ കൊടുത്തു. അദ്ദേഹം കാര്യത്തിന്റെ യാഥാർത്ഥ്യം യാതൊന്നും അറിയാതിരുന്നതിനാൽ മാലയും എഴുത്തും കണ്ടപ്പോൾ എന്തോ ചിലതൊക്കേ ശങ്കിച്ചുപോയി. ഗോവിന്ദന്റെ മനസ്സിലും കുറച്ചൊരു പരിഭ്രമം ഉണ്ടായി. ഗോപാലമേനോൻ സംഭ്രമത്തോടുകൂടി വേഗത്തിൽ എഴുത്തു നിവർത്തി വായിച്ചു. സന്തോഷാശ്രുക്കൾ കണ്ണുകളിൽ നിന്നു ഒഴുകിത്തുടങ്ങി. അത്യാശ്ചര്യംകൊണ്ടും പരമാനന്ദംകൊണ്ടും ഒരക്ഷരംപോലും മിണ്ടാൻ വഹിയാതേ വേഗത്തിൽ അതു ഗോവിന്ദന്റെ കയ്യിൽ കൊടുത്തു. ഗോവിന്ദൻ എഴുത്തു വായിച്ചു സന്തോഷിച്ചു ഗോപാലമേനോന്റെ മുഖത്തുനോക്കി ചിരിച്ചുംകൊണ്ടു പറഞ്ഞു.

ഗോവിന്ദൻ: കാര്യം ഇത്ര ക്ഷണംകൊണ്ടു ഇങ്ങനെ കലാശിക്കുമെന്നു ഞാൻ സ്വപ്നേപി വിചാരിച്ചിരുന്നില്ല. ഇവിടുത്തെ മഹാഭാഗ്യത്തിനു യാതൊന്നും എതിരില്ല. വളരെ വിശേഷമായി ചെറിയതമ്പുരാന്റെ ബുദ്ധിവിശേഷം അത്യന്തം ശ്ലാഘനീയംതന്നെ.

ഗോപാലമേനോൻ: ആ പെണ്ണിന്റെ ഭാഗ്യംകൊണ്ടാണ് ഇതു ഈ വിധത്തിൽ കലാശിച്ചുപോയത്. അവൾ ജനിച്ച മുതല്ക്കു ഞങ്ങൾ യാതൊരു സങ്കടവും അനുഭവിച്ചിട്ടില്ല. എല്ലാം ദൈവകാരുണ്യം.

ലക്ഷ്മിഅമ്മ: ഈ വിവരത്തിന്നു ഇന്നുതന്നെ അപ്പയുടെ അച്ഛനും മറ്റും എഴുത്തയക്കണം. അടിയന്തരം ഇനി ഈ മാസത്തിൽതന്നെ കഴിഞ്ഞുപൊയ്ക്കോട്ടെ. താമസിക്കുംതോറും ഉപദ്രവം ഉണ്ടാവാനാണ് ഇടയുള്ളത്.

ഗോപാലമേനോൻ: ഇനി ഒരു നാഴികപോലും താമസിക്കേണ്ടുന്ന ആവശ്യമില്ല. എഴുത്തു സകലവും ഇന്നുതന്നെ അയച്ചു പത്തു ദിവസത്തിന്നുള്ളിൽ സകലവും ഒരുക്കിക്കളയാം.

ഇങ്ങിനെ പറഞ്ഞുകൊണ്ടിരിക്കുന്ന മദ്ധ്യേ ചെറിയ തമ്പുരാൻ തനിക്കു അയച്ചിട്ടുള്ള എഴുത്തും എത്തി. കാര്യം മുഴുവനും മുമ്പേതന്നെ അറിഞ്ഞിട്ടുണ്ടായിരുന്നതുകൊണ്ട് അപ്പോൾ അതിനേപ്പറ്റി വിശേഷിച്ചു ഒന്നും പറവാനുണ്ടായിരുന്നില്ല. ഗോപാലമേനോൻ എഴുത്തു പൊളിച്ചു വായിച്ചു ലക്ഷ്മിഅമ്മയുടെ കയ്യിൽകൊടുത്തിട്ടു അപ്പോൾത്തന്നെ ഗോവിന്ദനോടൊന്നിച്ചു അവിടെ നിന്നിറങ്ങി ചെറിയതമ്പുരാനെ ചെന്നു കണ്ടു. ഗോപാലമേനോന്റെ ആദരവും വിനയവും ഭക്തിവിശേഷവും കണ്ടിട്ടു ഭാനുവിക്രമന് വളരെ സന്തോഷമുണ്ടായി. മീനാക്ഷി തനിക്കു അയച്ചിട്ടുണ്ടായിരുന്ന എഴുത്തുകൊണ്ടുവന്നു ഗോപാലമേനോന്റെ മുഖാന്തരം താൻതന്നെ എടുത്തുവായിച്ചു മന്ദസ്മിതം തൂകി ഇപ്രകാരം പറഞ്ഞു: 'സ്ത്രീകളെ വേണ്ടപ്പെട്ടപ്രകാരം വിദ്യാഭ്യാസം ചെയ്യിച്ചു മനോവികാസം വരുത്തുന്നതിനാൽ ഉണ്ടാവാനിരിക്കുന്ന നന്മകളെ നമ്മുടെപ്രജകളെ ഗ്രഹിപ്പിക്കുവാൻ ഗോപാലന്റെ മരുമകൾ ഒരുപാദ്ധ്യായിനിയാണെന്നു

പറവാൻ നമുക്കു ലേശംപോലും സംശയമില്ല. ഈ രാജ്യത്തിലെ ഭാഗ്യശാലികളിൽവെച്ച് ഒന്നാമൻ നീതന്നെയാണ്. മീനാക്ഷിയുടെ ബുദ്ധിവൈശിഷ്ട്യത്തെപ്പറ്റി നാം അത്യന്തം സന്തോഷിക്കുന്നു. അവളുടെ വിവാഹം കൂടുന്ന വേഗത്തിൽ നിർവ്വഹിക്കുകയും അടിയന്തരദിവസം ഗോപാലൻ നമ്മുടെ മുമ്പാകെ വന്നു പോകുകയും ചെയ്യുന്നതു നമുക്ക് അത്യന്തം സന്തോഷമായിരിക്കും. കുഞ്ഞിശ്ശങ്കരനെ ഒരു പ്രാവശ്യം കണ്ടു സംസാരിക്കേണമെന്നു നമുക്കൊരു മോഹം ഇരിക്കുന്നുണ്ട്. അതുകൊണ്ട് അവൻ വന്നാൽ നമ്മെ വന്നുകാണാതെ പൊയ്ക്കളയരുതെന്നു പ്രത്യേകം ഏല്പിക്കണം. ഗോപാലൻ വന്നിട്ടുള്ളതു നമുക്കു വളരെ സന്തോഷമായി. കൂടക്കൂടെ ഇനിയും ഇങ്ങട്ടുവരണം. ഇപ്പോൾ പോകാം.'

ഗോപാലമേനോൻ ചെറിയതമ്പുരാനവർകളെ തൊഴുതു വിടവാങ്ങി മടങ്ങി പുത്തൻമാളികക്കൽ വന്നു കുഞ്ഞികൃഷ്ണമേനോൻ മുതലായ സംബന്ധികൾക്കും അച്യുതമേനോനും മീനാക്ഷിയുടെ വിവാഹത്തെപ്പറ്റി പ്രത്യേകം എഴുത്തയച്ച് അവരുടെ വരവും കാത്തുകൊണ്ടിരുന്നു.

21

കഥാവസാനം

ഗോപാലമേനോൻ അയച്ചിട്ടുണ്ടായിരുന്ന കത്ത് അച്യുതമേനോനു കിട്ടിയ ദിവസം തന്നെ മീനാക്ഷിയുടെ ഒരെഴുത്തു നമ്മുടെ കുഞ്ഞിശ്ശങ്കരമേനോനും കിട്ടി. ഭാനുവിക്രമന്റെ സംബന്ധകാര്യത്തെപ്പറ്റി അച്യുതമേനോനിൽനിന്നു കേട്ടിട്ടുണ്ടായിരുന്നതു പരമാർത്ഥമാണെന്നു വിശ്വസിച്ചു പെട്ടെന്നുണ്ടായ പരിഭ്രമം നിമിത്തം കുഞ്ഞിശ്ശങ്കരമേനോൻ തന്നെ ത്താൻമറന്നു അത്യന്തം വ്യസനകരമായ ഒരെഴുത്തും, പിറ്റെന്നാൾ രാവിലേ മീനാക്ഷിയുടെ കത്തു കിട്ടിയതിനാൽ അത്യാനന്ദപ്രദമായ ഒരു അടിയന്തരകമ്പിയും മീനാക്ഷിക്കു അയച്ചിട്ടുണ്ടായിരുന്നു എന്നു പതിനെട്ടാം അദ്ധ്യായത്തിൽ പ്രസ്താവിച്ചിട്ടുള്ളതു വായനക്കാർക്കു ഓർമ്മയുണ്ടല്ലൊ. മേൽപ്പറഞ്ഞ കമ്പി കിട്ടുന്നതിനുമുമ്പായിരുന്നു ആ എഴുത്തു കിട്ടീട്ടുണ്ടായിരുന്നതു എങ്കിൽ കുഞ്ഞിശ്ശങ്കരമേനോൻ അതിൽ പ്രസ്താവിച്ചിട്ടുണ്ടായിരുന്ന പ്രകാരം തന്നെ ശോകാധിക്യംകൊണ്ടു മീനാക്ഷിയും നിസ്സംശയം മരിച്ചുപോകുമായിരുന്നു. അടിയന്തരകമ്പി അയച്ചിട്ടുണ്ടായിരുന്നതു വളരെ ഉപകാരമായി. എന്നിട്ടും എഴുത്തുകിട്ടി വായിച്ചപ്പോൾ അവൾ നെടുവീർപ്പിട്ടു പൊട്ടിക്കരഞ്ഞുപോയി. മീനാക്ഷി കരഞ്ഞിട്ടുള്ളതു ആശ്ചര്യമല്ലല്ലൊ. അതിധീരയായ പാറുക്കുട്ടി കരഞ്ഞിട്ടുള്ളതാണ് അത്യത്ഭുതം. ആ എഴുത്തിലെ വാചകം കണ്ടാൽ അദ്ദേഹത്തിനെ മുമ്പു കാണാത്തവരും കൂടി വല്ലാതെ വ്യസനിച്ചുപോകും. ആയതു വായനക്കാരുടെ മുമ്പാകെ വെക്കുന്നതു അത്ര ഭംഗിയും മര്യാദയും ആയിരിക്കയില്ലെന്നു വിശ്വസിച്ചു ഇവിടെ പ്രസ്താവിപ്പാൻ മനസ്സു വരുന്നില്ല. കുഞ്ഞിശ്ശങ്കരമേനോൻ ഹൈക്കോർട്ടിൽ ഒരു ക്രിമിനൽ അപ്പീൽ വിചാരണയിൽ ഇരിക്കുന്ന മദ്ധ്യത്തിലാണു മീനാക്ഷിയുടെ ഇപ്പോഴത്തെ കത്തു അദ്ദേഹത്തിന്നു കിട്ടീട്ടുണ്ടായിരുന്നത്. കയ്യക്ഷരം

കണ്ടപ്പോൾത്തന്നെ അദ്ദേഹത്തിന്നു മനസ്സിലായി. ഉടനെ പത്തുമിനിട്ടു അവസരം വാങ്ങി ബാറിൽനിന്നു പുറത്തുകടന്നു തന്റെ മുറിയിൽ ചെന്നു കുത്തിരുന്നു പരിഭ്രമത്തോടെ വേഗം ലക്കോട്ടു പൊളിച്ചു കത്തെടുത്തു വായിച്ചു. അതിന്റെ ശരിയായ തർജ്ജമ ഇതിന്റെ താഴെ ചേർത്തിരിക്കുന്നു.

കനകമംഗലം,
നവെമ്പ്ര് 16,

ശ്രീ

എന്റെ പ്രാണപ്രിയതമാ!

അവിടെനിന്ന് അയച്ച കമ്പിയും എഴുത്തും എനിക്കു കിട്ടി. ഇവിടെ ഇപ്പോൾ നല്ല വസന്തകാലമാണ്. ഇനി വേണ്ടുന്നതു മുഴുവനും അവിടെന്നുനിന്നു ചെയ്യേണ്ടതാണ്. ജ്യേഷ്ഠനോടും അപ്പുക്കുട്ടനോടും ഒരുമിച്ച് ഇന്നുതന്നെ നിവൃത്തിയുള്ളപക്ഷം പുറപ്പെടുമല്ലോ. സംഗതിവശാൽ വല്ല താമസവും ഉണ്ടെങ്കിൽ ആ വിവരത്തിന്ന് ഒരു അടിയന്തരകമ്പി അയച്ചുതരുവാനപേക്ഷ. ശേഷം ഒക്കെയും അമ്മാമൻ ജ്യേഷ്ഠനയച്ചിട്ടുള്ള എഴുത്തിൽ നിന്നു ഗ്രഹിക്കാവുന്നതാണ്.

എന്ന് സ്വന്തം മീനാക്ഷി

എഴുത്തു വായിച്ച നിമിഷത്തിൽത്തന്നെ കനകമംഗലത്തു എത്തിയാൽ കൊള്ളാമെന്നു കുഞ്ഞിശ്ശങ്കരമേനോന്റെ മനസ്സിൽ അത്യന്തം കലശലായ ഒരു മോഹമുണ്ടായി. കമ്പിവഴിയായി മനുഷ്യരെ അയപ്പാൻ കഴിയുന്നതായ ഒരു വിദ്യ ഇതുവരെ ആരും കണ്ടുപിടിച്ചില്ലല്ലോ എന്നു വിചാരിച്ചു വ്യസനിച്ചു എങ്കിലും പിറ്റെന്നാൾകൂടി ഒരു അപ്പീൽ നമ്പ്ര് വിചാരണയുണ്ടായിരുന്നതിനാൽ അതു വിട്ടെറിഞ്ഞു പൊയ്ക്കളവാൻ നിവൃത്തിയില്ലാത്തതുകൊണ്ടു രണ്ടുദിവസം കഴിഞ്ഞല്ലാതെ ഏതായാലും തരമില്ലെന്നു നിശ്ചയിച്ചു ആ വിവരത്തിന്ന് അപ്പോൾതന്നെ കനകമംഗലത്തേക്ക് ഒരു കമ്പിയയച്ചു ധീരാത്മാവായി അത്യന്തം സന്തോഷത്തോടും മുഖപ്രസാദത്തോടുംകൂടി രണ്ടാമതും ബാറിൽ ഹാജരായി. അന്നത്തെ കേസ്സിൽ കുഞ്ഞിശ്ശങ്കരമേനോൻ കാണിച്ചിട്ടുള്ള അത്യുത്സാഹവും ബുദ്ധിഗാംഭീര്യവും കണ്ടിട്ടു കോർട്ടിൽകൂടിയിരുന്ന സകല ജനങ്ങളും അത്ഭുതപ്പെട്ടുപോയി. ബാരിസ്റ്റർ മെയിൻസായ്വ് പോയതിൽപിന്നെ ക്രിമിനാൽക്കേസ്സിൽ ഇങ്ങിനെ ഒരാൾ യുക്തിയുക്തമായി നിയമാനുസരണം പ്രസംഗിച്ചുകേട്ടിട്ടില്ലെന്നു പലരും അന്യോന്യം പറഞ്ഞു ശ്ലാഘിച്ചു. അന്നത്തെ അപ്പീൽ നമ്പ്ര് തന്റെ ഭാഗം ഗുണമായിത്തീർന്നു. നിശ്ചയിച്ചിട്ടുണ്ടായിരുന്ന പീസ്സുകൂടാതെ മുന്നൂറുറുപ്പിക സമ്മാനവും കിട്ടി. കോടതി പിരിഞ്ഞതിൽപിന്നെ അച്യുതമേനോനും താനുംകൂടി വണ്ടികയറി പോരുന്നവഴി വിവരം ഒക്കെയും പറഞ്ഞു സന്തോഷിച്ചു താനുംകൂടി അന്നത്തേരാത്രി അച്യുതമേനോന്റെ ഒന്നിച്ചുതന്നെ പാർത്തു പിറ്റെന്നാൾത്തന്നെ യാത്രാനുരൂപമായ സകല സാധനവും തെയ്യാറാക്കിവെപ്പിച്ചു. മൂന്നാംദിവസം രണ്ടുപേരുംകൂടി ഇരുപതുദിവസത്തെ

കല്പനയും വാങ്ങി പ്രസിഡൻസി കോളേജിൽ ജൂനിയർ എഫ്.എ. ക്ലാസ്സിൽ പഠിച്ചുവരുന്ന അപ്പുക്കുട്ടനോടൊരുമിച്ചു മലയാളത്തിലേക്കു വണ്ടികയറി.. അപ്പുക്കുട്ടൻ ഇതുവരെക്കും ഈ ഒരുപ്രസ്താവംപോലും അറിഞ്ഞിട്ടുണ്ടായിരുന്നില്ല. വസ്തുത അറിഞ്ഞപ്പോൾ തുടങ്ങിയ അവ നുള്ള സന്തോഷം നിമിഷംപ്രതി വർദ്ധിച്ചുവന്നു. വണ്ടിയുടെ ചലനവും വേഗതയും സ്റ്റേഷൻതോറും എത്തുമ്പോഴുള്ള തിരക്കും ഇതൊന്നും അപ്പുക്കുട്ടനാകട്ടെ, കുഞ്ഞിശ്ശങ്കരമേനോനാകട്ടെ അറിഞ്ഞതേയില്ല. കുഞ്ഞിശ്ശങ്കരമേനോൻ താൻ ഇറങ്ങേണ്ടതായ സ്റ്റേഷനിൽ എത്തിയ ഉടനെ അച്യുതമേനോനോടും അപ്പുക്കുട്ടനോടും യാത്രപറഞ്ഞു വണ്ടി യിൽ നിന്നിറങ്ങി, പെട്ടിയും സാമാനങ്ങളും ഒരു കൂലിവണ്ടിയിൽ തന്റെ രണ്ടു ഭൃത്യന്മാരെക്കൊണ്ടു എടുപ്പിച്ചതിന്റെശേഷം അവരിൽ ഒരുത്തനെ അച്യുതമേനോന് തുണയായി അയച്ചു, രണ്ടു മണിക്കുമുമ്പായി വീട്ടിൽ എത്തേണമെന്നുള്ള വിചാരത്തോടുകൂടി വേഗത്തിൽ ഒരു കുതിരവണ്ടി യിൽ കയറിപ്പോകയും ചെയ്തു. അതിൽപിന്നെ അച്യുതമേനോനും അപ്പു ക്കുട്ടനുംകൂടി അച്ഛനെ കണ്ടു പൊക്കളയാമെന്നു നിശ്ചയിച്ച് ആ വഴി ചെറുവണ്ണൂർ സ്റ്റേഷനിൽ എത്തിയപ്പോൾ കുഞ്ഞികൃഷ്ണമേനോൻ വണ്ടി കയറുവാൻവേണ്ടി വന്നു പ്ലാറ്റ്ഫോറത്തിൽ നില്ക്കുന്നതു കണ്ടു. വേഗ ത്തിൽ രണ്ടുപേരും വണ്ടിയിൽനിന്നിറങ്ങി തങ്ങളുടെ അച്ഛന്റെ അരിക ത്തുചെന്നു വന്ദിച്ചുനിന്നു. കുഞ്ഞികൃഷ്ണമേനോൻ പുത്രന്മാർ രണ്ടു പേരേയും പിടിച്ചുഗാഢമായി ആലിംഗനം ചെയ്തു വർത്തമാനങ്ങളെല്ലാം അന്വേഷിച്ചറിഞ്ഞു സന്തോഷിച്ചു. പുത്രന്മാരെ വിശ്രമശാലയിൽ കൂട്ടി ക്കൊണ്ടുപോയി ചായയും പലഹാരവും കഴിപ്പിച്ചു ക്ഷീണം തീർത്തു വണ്ടി പുറപ്പെടാറായ ഉടനെ ചെന്ന് ഒരു രണ്ടാംക്ലാസ്സു മുറിയിൽ കയറി യിരുന്നു. മൂന്നുപേരുംകൂടി അന്യോന്യം ഓരോ വർത്തമാനം ചോദിച്ചും പറഞ്ഞും മാർഗ്ഗഖേദവും തളർച്ചയും അറിയാതെ തങ്ങൾ ഇറങ്ങേണ്ടു ന്നതായ സ്റ്റേഷനിൽ എത്തി, അവിടെനിന്നു ഒരു കുതിരവണ്ടിയിൽ കയറി രാത്രി പന്ത്രണ്ടുമണിക്കുമുമ്പായി പുത്തൻമാളികക്കൽ എത്തിച്ചേരുകയും ചെയ്തു. ഗോപാലമേനോനും ലക്ഷ്മിഅമ്മ മുതലായ സഹോദരിമാരും പ്രത്യേകിച്ചും മീനാക്ഷിയും കുഞ്ഞികൃഷ്ണമേനോന്റേയും മറ്റും വരവും ഉദ്ദേശവും കണ്ട് അത്യന്തം സന്തോഷിച്ചു.

അച്യുതമേനോനുമായി പറഞ്ഞു പിരിഞ്ഞിട്ടുണ്ടായിരുന്ന പ്രകാരം തന്നെ കുഞ്ഞിശ്ശങ്കരമേനോൻ തന്റെ വീട്ടിൽ എത്തിയതിന്റെ മൂന്നാംദി വസം മീനാക്ഷിയുടെ വിവാഹം നിശ്ചയിപ്പാൻവേണ്ടി തന്റെ സംബന്ധി കളിൽ അത്യന്തം യോഗ്യന്മാരായ നാലുപേരെ പുത്തൻമാളികക്കലേക്ക് അയച്ചു. ഗോപാലമേനോൻ അവരെ തന്നാൽ കഴിയുംപ്രകാരം ആദരി ച്ചുസല്ക്കരിച്ചു. തന്റെ സംബന്ധികളിൽ പലരേയും സമീപസ്ഥന്മാരായ ചില പ്രമാണികളേയും അച്യുതമേനോനെ അയച്ചു ക്ഷണിച്ചുവരുത്തി പിറ്റേന്നാൾത്തന്നെ വിവാഹത്തിന്നു ശുഭമായുള്ള ഒരു ദിവസവും നിശ്ച

യിച്ചു. എല്ലാവരും സുഖമായി ഭക്ഷണം കഴിച്ചു അന്യോന്യം യാത്രപ റഞ്ഞു പിരിയുകയും ചെയ്തു. കുഞ്ഞികൃഷ്ണമേനോൻ അടിയന്തര ത്തിന്റെ സകല ഭാരവാഹിത്വവും രാമുക്കുട്ടിമേനോനെ ഏല്പിച്ചു. വിവാ ഹമുഹൂർത്തത്തിന്റെ രണ്ടുനാൾമുമ്പെ ഇവിടെ എത്തിക്കൊള്ളാമെന്നു നിശ്ചയിച്ചു പിറ്റെന്നാൾതന്നെ സ്വരാജ്യത്തിലേക്കു പോയി. അടിയന്തരം വളരെ കോലാഹലമായി കഴിക്കേണമെന്നുള്ള താല്പര്യത്തോടുകൂടി രാമുക്കുട്ടിമേനോൻ അത്യുത്സാഹം ചെയ്തു. സദ്യക്കാവശ്യപ്പെട്ട സകല സാധനങ്ങളും ഇല, മോര്, തയിര് ആദിയായിട്ട് അദ്ദേഹം തന്റെ സ്വന്ത ദിക്കിൽനിന്നു വരുത്തി ശേഖരിച്ചു. പുത്തൻമാളികക്കലെ തെക്കും വട ക്കുമുള്ള മുറ്റത്ത് അതിവിശാലമായി രണ്ടു നെടുമ്പുരകെട്ടി ഭംഗിയിൽ അലങ്കരിച്ചു ബ്രാഹ്മണസദ്യക്കു വേണ്ടപ്പെട്ട എല്ലാ ചട്ടങ്ങളും ക്ഷേത്ര ത്തിൽ ചെയ്യിച്ചു അടിയന്തരദിവസം കാത്തുകൊണ്ടിരുന്നു. കനകമംഗ ലത്തുള്ള പ്രമാണികളെ മുഴുവനും ഗോപാലമേനോനും സംബന്ധ ത്തിൽപെട്ട സ്ത്രീകളെ മുഴുവനും അദ്ദേഹത്തിന്റെ സഹോദരിമാരും പ്രത്യേകം പ്രത്യേകം അടിയന്തരത്തിന്നു പോയി ക്ഷണിച്ചു. വിവാഹദി വസത്തിന്റെ നാലുനാൾ മുമ്പേ കല്പനയെടുത്തു കരുണാകരൻന മ്പ്യാരും എത്തി. രാമുക്കുട്ടിമേനോന്റെ ധാരാളവും അനാവശ്യമായി സംഭ രിച്ചു വെച്ചിട്ടുള്ള അനവധി സാമാനങ്ങളും കണ്ടിട്ടു കരുണാകരൻനമ്പ്യാർ അദ്ദേഹത്തിനെ തന്റെ മനസ്സുകൊണ്ടു അല്പം പുച്ഛിക്കയാണ് ചെയ്ത ത്. അടിയന്തരം ഏതാണ്ടു തരമായി നിവർത്തിക്കേണമെന്നല്ലാതെ ഇത്ര യധികം ദ്രവ്യം വെറുതെ വാരിയെറിഞ്ഞുകളയേണ്ടതില്ലായിരുന്നു എന്ന് അദ്ദേഹം ഗോപാലമേനോനോടു സ്വകാര്യം പറഞ്ഞു. ഈവക സംഗതി കളിൽ അധികവ്യയം ചെയ്യുന്നതു ഗോപാലമേനോനും അശേഷം രസ മില്ലായിരുന്നു എങ്കിലും രാമുക്കുട്ടിമേനോന്റെ ഹിതത്തിന്നു വിരോധം പ്രവർത്തിപ്പാൻ അദ്ദേഹത്തിന്നു ലേശം ധൈര്യമുണ്ടായിരുന്നില്ല. 'അടി യന്തരത്തിന്റെ ഭാരവാഹിത്വം മുഴുവനും തഹസ്സിൽദാർ എന്നെ ഏല്പി ച്ചുപോയിട്ടുള്ളതുകൊണ്ടു അതുവെടിപ്പായി കഴിപ്പിക്കേണ്ടത് എന്റെ പ്രവർത്തിയാണ്. അല്ലാഞ്ഞാൽ എന്റെ ഇതുവരേയുള്ള നടപ്പിന്നും അവ സ്ഥക്കും ലേശം മതിയാകുന്നതല്ല.' ഇങ്ങിനെ ഉള്ള വിചാരത്തോടു കൂടിയാണു രാമുക്കുട്ടിമേനോൻ ഇത്രയൊക്കെ പരിശ്രമം ചെയ്തുവരു ന്നത്. നിശ്ചയപ്രകാരം വിവാഹത്തിന്റെ രണ്ടുദിവസം മുമ്പെ രണ്ടു കൂലി വണ്ടി നിറയെ ചിത്രക്കണ്ണാടി, രസക്കുടുക്ക, സ്ഫടികവിളക്ക്, ചിത്രക്കം ബളം, ചന്ദനത്തിരി, പനിനീർ, ലവണ്ടർ മുതലായ പലവിധ സുഗന്ധ ദ്രവ്യം. പനിനീർവീശി മുതലായ അനേകം സാധനങ്ങളോടുകൂടി കുഞ്ഞി കൃഷ്ണമേനോനും അദ്ദേഹത്തിന്റെ രണ്ടു സഹോദരിമാരും എട്ടുപത്തു പ്രമാണികളും ഭൃത്യന്മാരും ഒക്കപ്പാടെ പുത്തൻമാളികക്കൽ എത്തി. രാമു ക്കുട്ടിമേനവന്റെ ഉത്സാഹവും അടിയന്തിരത്തിന്നു വരുത്തിവെച്ചിട്ടുള്ള സംഭാരങ്ങളും മറ്റും കണ്ടിട്ടു കുഞ്ഞികൃഷ്ണമേനോൻ മനസ്സുകൊണ്ട്

അദ്ദേഹത്തെ വളരെ മാനിച്ച് കുഞ്ഞികൃഷ്ണമേനോൻ എത്തിയ ദിവസംതന്നെ ഗൃഹാന്തർഭാഗം അലങ്കരിപ്പാൻ ആരംഭിച്ചു.

കുഞ്ഞികൃഷ്ണമേനോൻ കൊണ്ടുവന്നിട്ടുണ്ടായിരുന്ന അലങ്കാരപദാർത്ഥങ്ങൾ മേത്തട്ടു മുഴുവനും വളരെ ഭംഗിയായലങ്കരിച്ചു ബാക്കിയുള്ള സാധനങ്ങൾ ഓരോരുത്തരുടെ ഹിതപ്രകാരം കോലായിലും തെക്കേ നെടുമ്പുരയിലും എന്നുവേണ്ടാ, കിഴക്കെ ലതാഗൃഹത്തിലും വടക്കുഭാഗം കലവറക്കുവേണ്ടി കെട്ടിയുണ്ടാക്കിയ നെടുമ്പുരയിലും പലവിധത്തിലും അലങ്കരിച്ചു. വളരെ പറഞ്ഞിട്ടു ഫലമില്ലല്ലൊ. വിവാഹത്തിന്നുള്ള ദിവസമായി. മീനാക്ഷിയും കുഞ്ഞികൃഷ്ണമേനോന്റെ സോദരിമാരും പാറുക്കുട്ടിയുംകൂടി പ്രഭാതത്തിൽ കുളികഴിഞ്ഞു ക്ഷേത്രത്തിൽ പോയി തൊഴുതു പല പ്രാർത്ഥനകളും നിവേദ്യങ്ങളും കഴിപ്പിച്ചു. ഗണപതിഹോമം, ഭഗവതിസ്സേവ, ആദിത്യനമസ്ക്കാരം ഇത്യാദി മഹൽക്കർമ്മങ്ങൾ ചെയ്തിട്ടുള്ള ബ്രാഹ്മണർക്കെല്ലാം ദക്ഷിണ കൊടുത്തു പത്തുമണിക്കു മുമ്പായി പുത്തൻമാളികക്കലേക്കു മടങ്ങിയെത്തി. അപ്പഴക്കു സദ്യയുടെ വട്ടവും ശ്രമവും വളരെ ജാഗ്രതയിൽ ആരംഭിച്ചിരിക്കുന്നു. എത്തുന്ന ബ്രാഹ്മണർക്കു ഭക്ഷണം കൊടുക്കണമെന്നുള്ള താല്പര്യത്തിന്മേൽ ഗോപാലമേനോന്റെ അപേക്ഷപ്രകാരം കുബേരൻ നമ്പൂരിയുടേയും പുരുഹൂതൻനമ്പൂരിയുടേയും മേലന്വേഷണത്തിൻകീഴിൽ ക്ഷേത്രത്തിൽ വെച്ചും സദ്യയുടെ ശ്രമം അതികലശലായി. ബ്രാഹ്മണരെല്ലാം പകലേ ഊണും കഴിച്ചു തൃപ്തന്മാരായി കുഞ്ഞിശ്ശങ്കരമേനോന്റെ വരവും പാർത്തുകൊണ്ടു ചിറവക്കത്തുകൂടി പലതും പറഞ്ഞു രസിച്ചു ഉലാവിത്തുടങ്ങി. അഞ്ചുനാഴിക രാച്ചെല്ലുന്നതിന്നു മുമ്പായിട്ടു പുത്തൻമാളികക്കൽ സദ്യയുടെ വട്ടം മുഴുവനും തെയ്യാറായി. ഗോപാലമേനോൻ പടിഞ്ഞാറേവശമുള്ള സർക്കാരുനിരത്തുമുതൽ പുത്തൻമാളികക്കലെ പടിപ്പുരവരെ ആളുകളെ നിർത്തി വിളക്കുവെപ്പിച്ചു. ഇത് അദ്ദേഹം മുമ്പു ആലോചിച്ചിട്ടുണ്ടായിരുന്നില്ല. അടിയന്തരദിവസം കാണേണമെന്നു ചെറിയതമ്പുരാൻ കല്പിച്ചിട്ടുണ്ടായിരുന്നപ്രകാരം ഗോപാലമേനോൻ കോവിലകത്തേക്കു പോയിട്ടുണ്ടായിരുന്ന സമയം ഈ സംഗതി ചെറിയ തമ്പുരാൻ അരുളിച്ചെയ്തതിനാൽ മാത്രമാണ് ഇങ്ങിനെയുള്ള ഏർപ്പാടുകൾ ചെയ്വാൻ സംഗതിവന്നത്.

നേരം ഏകദേശം അഞ്ചുനാഴിക രാവായപ്പഴക്കു കുഞ്ഞിശ്ശങ്കരമേനോനും തന്റെ ബന്ധുക്കളും സുഹൃത്തുക്കളുമായി പത്തുപരമയോഗ്യന്മാരായ പ്രമാണികളും നാലു കാര്യസ്ഥന്മാരും പന്ത്രണ്ടു ഭൃത്യന്മാരും കൂടി വണ്ടിവഴിയായി പടിഞ്ഞാറെ ഭാഗമുള്ള നിരത്തിന്മേൽ എത്തി. ഇവർ തലേദിവസം നേർത്തേതന്നെ പുറപ്പെട്ടു കനകമംഗലത്തിന്നു സമീപം ചെമ്പങ്ങാട്ടു നാരായണൻ നമ്പിയുടെ തിരുവാലിക്കോട് എന്ന സത്രത്തിൽ എത്തി അവിടെ സുഖമായി താമസിക്കയാണു ചെയ്തിട്ടുള്ളത്. നാരായണനമ്പിയും കുഞ്ഞിശ്ശങ്കരമേനോനും തമ്മിൽ അതിസ്നേഹമായിരുന്ന

തുകൊണ്ടു യാതൊരു കാര്യത്തിനും അവിടെ അശേഷം ബുദ്ധിമുട്ടുണ്ടായിരുന്നില്ല. അന്ന് അസ്തമിച്ചതിൽ പിന്നെ അവിടെനിന്നു സാവകാശത്തിൽ പുറപ്പെട്ടു വരികയാണു ചെയ്തിട്ടുള്ളത്. ഗോപാലമേനോന്റെ കല്പനപ്രകാരം നിരത്തിന്മേൽ ഇവരുടെ വരവുംകാത്തു നിന്നിട്ടുണ്ടായിരുന്നവരിൽ ചിലർ ഇവർ വരുന്നതുകണ്ടു വേഗത്തിൽ പുത്തൻമാളികക്കൽ ഓടിവന്നു വിവരം അറിയിച്ചു. രാമുക്കുട്ടിമേനോനും കരുണാകരൻനമ്പ്യാരും സമീപസ്ഥന്മാരായ ഏഴെട്ടു പ്രമാണികളും കൂടി ചിറക്കലേക്കു ബദ്ധപ്പെട്ടുചെന്നു. അല്പം കഴിയുമ്പഴയ്ക്കു മറ്റവരും എത്തി. രാമുക്കുട്ടിമേനോൻ മുതലായവർ അടുത്തു ചെന്നെതിരേറ്റു. അന്യോന്യം സ്നേഹോപചാരം ചെയ്തതിൽ പിന്നെ എല്ലാവരും ചിറയിൽ ഇറങ്ങി കാലും മുഖവും കഴുകി സാവധാനത്തിൽ വന്നു കിഴക്കെ പടി കയറിയ ക്ഷണത്തിൽ കോലായിൽ ഉണ്ടായിരുന്നവർ മുറ്റത്തിറങ്ങി മുമ്പോട്ടു വന്നു അത്യാദരവോടെ എതിരേറ്റു കൂട്ടിക്കൊണ്ടുപോയി കോലായിൽ നിരക്കെ വെച്ചിട്ടുള്ള കസേലകളിന്മേൽ ഇരുത്തി യഥായോഗ്യം ഉപചരിച്ചു. അന്യോന്യം രണ്ടും നാലും വാക്കു സംസാരിച്ചു ഒരു പ്രാവശ്യം മുറുക്കു കഴിയുമ്പഴക്കു വിവാഹത്തിനുള്ള മുഹൂർത്തകാലവും ആയി. നായന്മാരുടെ ഇടയിൽ അത്യുൽകൃഷ്ടമായനുഷ്ഠിച്ചുവരുന്ന വിവാഹസമ്പ്രദായപ്രകാരംതന്നെ കുഞ്ഞിശ്ശങ്കരമേനോൻ മീനാക്ഷിയുടെ പാണിഗ്രഹണം ചെയ്തു. കൂടിയിരുന്ന ബ്രാഹ്മണർക്കൊക്കെയും അവസ്ഥാനുസരണം ദക്ഷിണകൊടുത്ത് സ്നേഹിതന്മാരോടും ബന്ധുക്കളോടും മറ്റും ഒരുമിച്ച് ഊണുകഴിക്കുകയും ചെയ്തു. സദ്യമുഴുവനും പത്തുമണിക്കകം വെടിപ്പായി കലാശിച്ചു. അത്യന്തം തൃപ്തികരമായി സകല പദാർത്ഥങ്ങളോടുകൂടി ഭക്ഷണം സുഖമായി കിട്ടിയതുകൊണ്ട് ദമ്പതിമാർക്കു മേൽക്കുമേൽ നന്മയും ശ്രേയസ്സും സിദ്ധിക്കേണമേ എന്നു സാധുക്കൾ ആബാലവൃദ്ധം ദൈവത്തെ പ്രാർത്ഥിച്ചു.

ഇപ്രകാരം മീനാക്ഷിയുടെ വിവാഹം വളരെ കോലാഹലമായിട്ടുതന്നെ കലാശിച്ചു. രാമുക്കുട്ടിമേനോന്റെ മനസ്സിൽ ഒരുവിധം തൃപ്തിയും സംഭവിച്ചു. പുത്തൻമാളികക്കൽ ഉള്ളവരെല്ലാവരും അത്യന്തം സന്തോഷിച്ചു. മീനാക്ഷിയുടേയും കുഞ്ഞിശ്ശങ്കരമേനോന്റെയും മനോഹിതവും സാധിച്ചു. അന്തസ്സിദ്ധമായ അന്യോന്യാനുരാഗത്തെ പ്രത്യക്ഷപ്പെടുത്തുവാനുള്ള അവസരവും സമീപിച്ചു. ദമ്പതിമാർ രണ്ടുപേരും തങ്ങളുടെ ശയനാഗാരത്തിലും പ്രവേശിച്ചു. അനവധി ദിവസമായിട്ട് അനുരാഗവശന്മാരായി അന്യോന്യദർശനം കാംക്ഷിച്ചുകൊണ്ടിരിക്കുന്ന ഇവരുടെ സല്ലാപാദികളും മറ്റും എന്റെ വായനക്കാരിൽ മിക്കപേർക്കും ഊഹിച്ചറിവാൻ കഴിയുന്നതാകകൊണ്ടും ദമ്പതിമാരുടെ രാഗസ്സല്ലാപവും മറ്റും പ്രബന്ധരൂപേണ പ്രസ്താവിക്കുന്നത് ഇപ്പോഴത്തെ കാലത്തിന്നും അവസ്ഥക്കും ലേശം ഉപപന്നമല്ലാത്തതുകൊണ്ടും ആ വക സംഗതികളെ യാതൊന്നും ഇവിടെ പ്രസ്താവിപ്പാൻ വിചാരിക്കുന്നില്ല.

നേരം പ്രഭാതമായ ഉടനെ യാത്രക്കാരംഭിച്ചു. അല്പം പ്രാതൽ കഴിച്ചല്ലാതെ പോകുവാൻ തരമില്ലെന്നും മറ്റും കുഞ്ഞികൃഷ്ണമേനോൻ ആവശ്യപ്പെട്ടതുകൊണ്ട് എല്ലാവരും അതുപ്രകാരംതന്നെ സമ്മതിച്ചു. ഈ അവസരത്തിൽ കുഞ്ഞിശ്ശങ്കരമേനോൻ ഭാനുവിക്രമൻ എന്ന ചെറിയതമ്പുരാൻ അവർകളുടെ അഭിലാഷവും സാധിപ്പിച്ചു. ഏകദേശം പത്തുപതിനഞ്ചു മിനിട്ടുനേരം അത്യന്തം സന്തോഷത്തോടും രസത്തോടുംകൂടി തമ്പുരാനവർകൾ കുഞ്ഞിശ്ശങ്കരമേനോനുമായി സംസാരിച്ചതിൽപ്പിന്നെ വിലയേറിയ പച്ചക്കല്ലുവെച്ച ഒരു മോതിരം സമ്മാനം കൊടുത്തു യാത്ര പറഞ്ഞയച്ചു. ഭാനുവിക്രമന്റെ ഔദാര്യവും ബുദ്ധിവിശേഷവും വാക്സാമർത്ഥ്യവും കാര്യബോധവും ജനരഞ്ജനയും കണ്ടിട്ടു കുഞ്ഞിശ്ശങ്കരമേനോൻ അത്യന്തം സന്തോഷിച്ചു പ്രശംസിച്ചു. മടങ്ങി എത്തിയ ഉടനെ എല്ലാവരുംകൂടി പ്രാതൽ കഴിഞ്ഞ്, ഉടനെ പുറപ്പെട്ടു. മീനാക്ഷിയുടെ നിർബ്ബന്ധവും വ്യസനവും കണ്ടിട്ടു കുഞ്ഞികൃഷ്ണമേനോന്റെ കല്പനപ്രകാരം ലക്ഷ്മിഅമ്മയുംകൂടി ഒന്നിച്ചുപോയി അല്പദിവസം മദിരാശിയിൽ താമസിപ്പാൻതന്നെ നിശ്ചയിച്ചു. അച്യുതമേനോനും അപ്പുക്കുട്ടനും അപ്പോൾതന്നെ ഒന്നിച്ചു പുറപ്പെട്ടു. കുഞ്ഞികൃഷ്ണമേനോൻ കരുണാകരൻനമ്പ്യാർ ഇരുവരും ചെറുവണ്ണൂർവരെയ്ക്കും ഒന്നിച്ചുപോവാൻതന്നെ നിശ്ചയിച്ചു. എല്ലാവരും ഗോപാലമേനോൻ, രാമുക്കുട്ടിമേനോൻ മുതലായ ബന്ധുക്കളോടും മറ്റും പ്രേമപുരസ്സരം യാത്രപറഞ്ഞു കിഴക്കേ പടിക്കൽനിന്നു വണ്ടികയറി ഏകദേശം മൂന്നരമണിസമയം വാരണശ്ശേരി എന്ന സത്രത്തിൽ എത്തി. ഈ സത്രം കുഞ്ഞികൃഷ്ണമേനോന്റെ സ്വന്തമായിരുന്നതുകൊണ്ട് അദ്ദേഹം സദ്യയ്ക്കുവേണ്ടുന്ന എല്ലാവട്ടങ്ങളും മുൻകൂട്ടിതന്നെ തെയ്യാറാക്കിച്ചിട്ടുണ്ടായിരുന്നു. കുളിയും ഊണും കഴിച്ചു അന്ന് എല്ലാവരും അവിടെ താമസിച്ചു പിറ്റെന്നാൾ രാവിലെ എട്ടുമണിക്ക് ഊണും കഴിച്ചു തീവണ്ടിസ്റ്റേഷനിൽ എത്തി അവസ്ഥാനുസരണം വണ്ടികയറി ചെറുവണ്ണൂർ സ്റ്റേഷനിൽ എത്തിയശേഷം കുഞ്ഞികൃഷ്ണമേനോനും കരുണാകരൻനമ്പ്യാരും അവിടെ ഇറങ്ങി. കുഞ്ഞിശ്ശങ്കരമേനോനും മറ്റും പിന്നെയും യാത്രചെയ്തു. ഇങ്ങട്ടു പോരുന്നവഴിയിൽ താൻ ഇറങ്ങീട്ടുണ്ടായിരുന്ന സ്റ്റേഷനിൽ എത്തി. അവിടെ തന്റെ മാതാവായ നാരായണിഅമ്മയും എല്ലാവരിലും ഇളയ സഹോദരിയായ കുഞ്ഞിലക്ഷ്മിയും വേറെ രണ്ടു മൂന്നു പേരും തങ്ങളെ കാത്തുകൊണ്ടു നില്ക്കയായിരുന്നു. കുഞ്ഞിശ്ശങ്കരമേനോൻ പ്ലാറ്റ്ഫാറത്തിൽ ഇറങ്ങി അമ്മയേയും സോദരിയേയും താനും മീനാക്ഷിയും ലക്ഷ്മിഅമ്മയും ഇരിക്കുന്ന ഒന്നാംക്ലാസ്സു മുറിയിൽ കയറ്റി ഇരുത്തി. അത്യന്തം സന്തോഷത്തോടും ആശ്ചര്യപ്രേമരസങ്ങളോടുംകൂടി പിറ്റെന്നാൾ രാവിലെ മദിരാശിയിൽ എത്തി സുഖമായി താമസിച്ചു. മീനാക്ഷിയുടെ രൂപസൗന്ദര്യവും സൗശീല്യവും ബുദ്ധിചാതുര്യവും ഭർത്തൃസ്നേഹവും വിനയവും കണ്ടിട്ടു കുഞ്ഞിശ്ശങ്കരമേനോന്റെ മാതൃസോദരിമാർക്കു അത്യന്തം ആശ്ചര്യവും ബഹുമാനവും വാത്സല്യവും പ്രേമവും ജനിച്ചു.

എല്ലാവരും അവിടെ ഏകദേശം ഒരു മാസത്തിൽ അധികം താമസിച്ചതിൽ പിന്നെ മീനാക്ഷിയെ നാരായണിഅമ്മയുടെ കയ്യിൽ സമർപ്പിച്ചു ലക്ഷ്മിഅമ്മ തിരിയെ പോരുകയും ചെയ്തു.

മീനാക്ഷി തന്റെ ഭർത്താവിന്റെ മനസ്സിൽ പലപ്രകാരത്തിലും ദിവസംപ്രതി അത്യാനന്ദത്തെ വർദ്ധിപ്പിച്ചുംകൊണ്ട് അദ്ദേഹത്തിന്റെ മാതാവോടും സോദരിയോടും ഒരുമിച്ച് അനേകം ദിവ്യഭോഗങ്ങൾ അനുഭവിച്ചും കൊണ്ടു താമസിച്ചു.

ശുഭം

www.ingramcontent.com/pod-product-compliance
Lightning Source LLC
LaVergne TN
LVHW101407051026
849519LV00005BC/1681